சிறுமி, பெண், மற்றையவர்

சிறுமி, பெண், மற்றையவர்

பெர்னடின் எவெரிஸ்டோ

தமிழில்

பாலா கருப்பசாமி

எதிர்
வெளியீடு

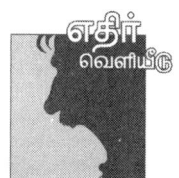

சிறுமி, பெண், மற்றையவர்
பெர்னடின் எவெரிஸ்டோ
தமிழில்: பாலா கருப்பசாமி

முதல் பதிப்பு: ஜனவரி 2025

எதிர் வெளியீடு,
96, நியூ ஸ்கீம் ரோடு, பொள்ளாச்சி – 642 002
தொலைபேசி: 04259 – 226012, 99425 11302

விலை: ரூ. 699

Cirumi, pen, marraiyavar
Girl, Woman, Other
Bernardine Evaristo
Translated by Bala Karuppasamy

Copyright: © Bernardine Evaristo, 2019

First Edition: January 2025

Published by
Ethir Veliyeedu, 96, New Scheme Road, Pollachi – 2
email: ethirveliyedu@gmail.com
www.ethirveliyeedu.com

ISBN: 978-93-48598-89-9
Cover Design: Santhosh Narayanan
Printed at Jothy Enterprises, Chennai.

மெய்ப்புத் திருத்தம்: மே.கா. கிட்டு

All rights reserved. No part of this book may be reprinted or reproduced or utilised in any form or by any electronic, mechanical or other means, now known or hereafter invented, including photocopying and recording, or in any information storage or retrieval system, without permission in writing from the publisher.

பெர்னடின் எவெரிஸ்டோ

ஆங்கிலோ-நைஜீரியரான பெர்னடின் எவெரிஸ்டோ புலம்பெயர் ஆப்பிரிக்கர்களின் கடந்தகால, நிகழ்கால, மெய்யான, கற்பனையான பரிமாணங்களை ஆய்வுக்குட்படுத்தும் பல புனைவுகளைப் படைத்துள்ள விருது பெற்ற எழுத்தாளர். இவரது Girl, Woman, Other என்ற புதினம் 2019ஆம் ஆண்டுக்கான புக்கர் பரிசை வென்றுள்ளது. இவர் எழுத்து சிறுகதைகள், விமர்சனங்கள், கட்டுரைகள், நாடகம் என்றும் விரிவடைகிறது. BBC வானொலிக்காகவும் எழுதுகிறார். இலண்டனிலுள்ள புரூனெல் பல்கலைக்கழகத்தில் படைப்பூக்க எழுத்துக்கான பேராசிரியராகப் பணிபுரிகிறார். ராயல் சொசைட்டி ஆஃப் லிட்டரேச்சர் என்ற அமைப்பின் துணைத் தலைவர். 2009இல் பிரிட்டிஷ் அரசாங்கத்தின் Member of the Order of the British Empire (MBE) விருது பெற்றுள்ளார். உள்ளடக்கிய சமூகத்துக்கான இலக்கியச் செயல்பாட்டாளராக பெர்னடின் பல வெற்றிகரமான முன்முயற்சிகளைத் தொடங்கியுள்ளார். Spread the Word என்ற எழுத்தாளர் மேம்பாட்டு முகமை (1995-தொடர்கிறது), the Complete Works மாற்று நிறக் கவிஞர்களுக்கான வழிகாட்டுதல் திட்டம் (2007-2017), புரூனெல் சர்வதேச ஆப்பிரிக்கக் கவிதைக்கான பரிசு (2012-தொடர்கிறது) ஆகியவை இதில் அடங்கும்.

பாலா கருப்பசாமி
மொழிபெயர்ப்பாளர்

கவிஞரும் விமர்சகருமான பாலா கருப்பசாமி ஒரு கவிதைத் தொகுப்பு, இரண்டு விமர்சனக் கட்டுரைத் தொகுப்புகள், ஒரு சிறுகதைத் தொகுப்பு உட்பட ஐந்து மின்னூல்களை வெளியிட்டுள்ளார். இது இவரது முதல் மொழிபெயர்ப்பு நூல். 2011 முதல் 'சக்தி நூலகம்' என்ற பெயரில் நூலகம் நடத்தி வரும் இவர் சுயேட்சைப் பணியாளராகவும் (freelancer) பணிபுரிகிறார். மனைவி மற்றும் இரு குழந்தைகளுடன் நெல்லையில் வசித்து வருகிறார்.

மொழிபெயர்ப்பாளர் குறிப்பு

தொழில்முறை மொழிபெயர்ப்பாளனாகிய எனக்கு இது முதல் மொழிபெயர்ப்பு நூல். தொழில்முறையாக மிகக் கறாராக மூலத்தைவிட்டு விலகாமல் மொழிபெயர்க்கும் கட்டாயம் உண்டு. உண்மையில் அப்படிச் செய்யத் தேவையில்லை என்பது வாடிக்கையாளருக்குத் தெரிந்தாலும் மெய்ப்புப் பார்க்கும் மனித எந்திரங்கள் தங்கள் திறமையை எல்லாம் வார்த்தைக்கு வார்த்தை ஒப்பிட்டுப் பிழை கண்டுபிடிப்பதிலேயே செலவிடுவார்கள். அதேசமயம் சட்ட ஆவணங்கள், மருத்துவ ஆய்வுகள், ஒப்பந்த உடன்படிக்கைகள் போன்றவற்றில் இது அவசியமானதும்கூட. இந்தப் புதினத்தைப் பொறுத்தவரை ஆரம்பத்தில் எனது தொழில்முறைப் பணியின் தாக்கத்தால் சற்று தடுமாற்றம் இருந்தது. ஆனால் மிக விரைவிலேயே நடை மிக பாந்தமாக வசப்பட்டுவிட்டது.

இப்புதினத்தை வாசிக்கும் முன்பு சில முன் தயாரிப்புகள் இங்கு தேவைப்படுகின்றன. இந்நூலின் ஆசிரியரான பெர்னடின் தனது எழுத்து நடையை 'உருகியிளகும் புனைவு (fusion fiction)' என்று அழைக்கிறார். ஒன்றுக்கு மேற்பட்ட பாணிகளை எழுத்தில் கையாள்வதும் தானியக் கூடையைக் கவிழ்த்தாற்போல பொதுபொதுவென்று கொட்டும் தடையற்ற எழுத்து நடையையும் கொண்டிருப்பது இதன் சிறப்பம்சம். இப்புதின மொழிபெயர்ப்பு சற்று சவாலானது. 452 பக்க ஆங்கில நாவலில் மொத்த முற்றுப்புள்ளிகள் 69 மட்டுமே. காற்புள்ளிகளாக இட்டு வாக்கியத்தை நீட்டித்துச் செல்லும் பல பத்திகள் இதில் உண்டு. ஆனால் ஆங்கிலத்தில் வாசிக்கையில் இது ஒரு இடைஞ்சலாகவோ வேண்டுமென்றே செய்த ஒன்றாகவோ தோன்றவில்லை. ஒரு கட்டத்தில் எனக்கே முற்றுப்புள்ளிகளின் அவசியம்தான் என்ன என்று தோன்றத் தொடங்கிவிட்டது. வாசகர்களுக்கும் அவ்வாறே தோன்றுமென்றால் அதுவே ஒருவகையில் இந்த மொழிபெயர்ப்பின் வெற்றிதான்.

நிறுத்தக்குறி என்பது ஒரு வாக்கியம் எவ்வாறு கட்டமைக்கப்படுகிறது, அதை எவ்வாறு படிக்க வேண்டும் என்பதைக் காண்பிப்பதற்காக

வாசகருக்கு வழங்கப்பட்ட அடையாளங்கள் அல்லது சின்னங்களின் அமைப்பு எனலாம். 1400-1500ஆம் ஆண்டுகளில்தான் முதன்முதலாக இத்தாலியில் நிறுத்தக்குறிகள் பரவலாகப் பயன்பாட்டுக்கு வந்தன. அவற்றை ஆல்டஸ் மானுஷியஸ் என்ற இத்தாலியப் பதிப்பாளர் முறையாகப் பயன்படுத்தத் தொடங்கினார். அதுதான் இப்போதுவரையில் அடிப்படையாக இருந்து வந்துள்ளது. ஒரு நீண்ட வாக்கியத்தை வாசிக்கும்போது அதன் ஏற்ற இறக்கம், இடைநிறுத்தம் ஆகியவற்றுக்கேற்ப நிறுத்தக்குறிகள் இடப்பட்டன. ஒரு வாக்கியத்தை வாசிக்கும்போதே எங்கு முற்றுப்புள்ளி வரும் என்பது உள்ளங்கை நெல்லிக்கனியாகத் தெரிந்துவிடும். அந்தவகையில் அது தேவையில்லை (அதாவது முற்றுப்புள்ளி இல்லாவிடினும் அந்த வாக்கியம் முற்றுப்பெற்றுவிட்டது) என்பதை இப் புதினத்தை வாசிப்போர் உணர முடியும்.

இவரது தடையற்ற எழுத்து நடையில் ஒன்றோடொன்று இணைந்த தொடர்ச்சியான பல வாக்கியங்கள், உரையாடலும் உரையும் வேறுபாடின்றி வருவதும் உண்டு. பிரியத்துக்குரிய ஒரு நண்பரை வெகுகாலம் கழித்துப் பார்க்கும்போது அதுவரை நடந்ததைக் கொட்டித் தீர்ப்பது போன்ற இலகுவான சலசலக்கும் நடை.

வானத்தில் பறவை பறப்பது போல ஒரு சித்திரம் இருக்கிறது என்று வைத்துக் கொள்வோம். அதைப் பார்த்து ஒருவர் அதேபோல ஓர் ஓவியத்தை வரைகிறார். மூலத்தில் இருந்த நீலவானம் இதில் உங்களுக்கு நிறம் மாறித் தெரியலாம். பறவையின் வண்ணம்கூட மாறியிருக்கலாம். ஆனால் அது வானமும் பறவையும்தான் என்பதுவரை உண்மை எனும் பட்சத்தில் அதை முழுமையாக ஏற்றுக் கொள்ள வேண்டும். பறவைக்குப் பதில் கரடி பறந்தால்தான் அபத்தமாய் இருக்கும். 'தீப்பற்றிய பாதங்கள்' நூலின் மொழிபெயர்ப்பாளரான சீனிவாச ராமாநுஜம் அந்நூலில் மொழிபெயர்ப்பாளர் குறிப்பில் நாம் எப்படி வாக்கியத்தின் அர்த்தத்தை வார்த்தையைக் கடந்து அறிந்துகொள்கிறோம் என்ற கேள்வியை முன்வைத்து அருமையாக விளக்கியிருப்பார். அந்தக் குறிப்பிலிருந்து:

மூலப் பிரதியின் அச்சு அசலாக மொழியாக்கம் இருக்க வேண்டும் என்ற எண்ணம் கருத்தாக்க ரீதியாக ஒரு புனைவு. இது சாத்தியமே இல்லாதது. ஒருவருடைய செயல்பாட்டை அச்சு அசலாக நம்மால் ஒருபோதும் நகலெடுக்க முடியாது. அப்படியென்றால், ஒரு மொழியாக்கத்தை எவ்வாறு எடைபோடுவது? மூலப் பிரதியும் மொழிபெயர்ப்பாளரும் இணைந்து ஒரு தொனியை

உருவாக்குவதுபோல், ஒரு மொழியாக்கமும் அதன் வாசகரும் இணைந்து ஒரு தொனியை உருவாக்க வேண்டும்.

இதைத்தான் என் மொழிபெயர்ப்புக்கு அடிப்படையாக வகுத்துக் கொண்டேன். மூல நூலை வாசிக்கும்போது அது 'பேசும்' தொனியாக நான் வரித்துக் கொண்ட, அதாவது இலகுவான சலசலப்பான அதே பாணியில் இப்புதினம் பேசும் விசயத்தைக் கடத்த முயன்றிருக்கிறேன். சில பெயர்ச் சொற்களை ஆங்கிலத்திலும் சிலவற்றை தமிழ்ப்படுத்தியும் உபயோகித்திருப்பது இந்த நோக்கத்திற்காகவே. உதாரணமாக 'Car' என்ற சொல்லை கார் என்றே பயன்படுத்தியுள்ளேன். காரணம் அது உரையாடல்களிலும் அடிக்கடி வரக்கூடியது என்பதால் இலகுவான வாசிப்புக்கு இடையூறில்லாமல் இருக்க வேண்டும் என்பதுதான். முதல் அத்தியாயம் அத்தனை இலகுவானது என்று சொல்ல மாட்டேன். ஆனால் அதைத் தொடர்ந்து வரும் அத்தனை அத்தியாயங்களும் தடையற்ற வாசிப்புக்கு உகந்தவை.

வசவுச்சொற்களுக்கு முடிந்தவரை உள்ளது உள்ளபடி அல்லது அதற்கு இணையான வசவுச்சொற்களைக் கையாண்டுள்ளேன். இப்புதினத்தில் மாற்றுப் பாலினத்தவர் (transgender), பாலினம் மாறியோர் (trans sexual), இருபாலினத்தவர் (bi-sexual), பாலிலி என பல பாலினம்சார் கலைச்சொற்கள் வருகின்றன. Lesbian என்ற வார்த்தைக்கு ஐயா இராம. கி (முகநூல் அடையாளப்பெயர்) அவர்கள் பரிந்துரைத்த அல்லி என்ற சொல்லையும் gay என்பதற்கு உவகை என்ற சொல்லையும் கையாண்டுள்ளேன்.

இப்புதினத்துக்கு 'Shades of Black' அல்லது 'Transpectrum' என்ற தலைப்பு பொருத்தமாய் இருந்திருக்கும் என்று தோன்றுகிறது. பின்னிப் பிணைந்து பரவிக் கிடக்கும் பனிரெண்டு கருப்பினப் பெண்கள் (இதில் பெனிலோப் என்ற பாத்திரம் வெள்ளையினத்தவர் என்றாலும் அவரது பூர்வீகம் கருமையில் தொடங்குகிறது) இதில் சித்தரிக்கப்படுகின்றனர். முதல் அத்தியாயத்தில் அம்மா போன்சு (Amma Bonsu) என்ற (சுருக்கமாக அம்மா என்று அழைக்கப்படும்) நாடகாசிரியர் பற்றி விவரிக்கப்படுகிறது. அம்மா என்ற பெயர் குழப்பத்தை ஏற்படுத்தாது என்று நினைக்கிறேன். நிறைவுரையைத் தவிர அனைத்து அத்தியாயங்களும் நடைபெறவிருக்கும் டஹோமியின் கடைசி அமேசான் என்ற நாடக நிகழ்வையும் அதைத் தொடர்ந்த இரவில் குவிவதாயும் கட்டமைக்கப்பட்டுள்ளது. இந்தப் புதினத்தின் காலம் ஒருநாள் நிகழ்வுதான். நாடக நிகழ்வு நிகழ்காலமாய் இருக்க

இந்தப் பனிரெண்டு பெண்களின் வாழ்க்கையும் பின்னோக்கி விவரிக்கப்படுகின்றது.

வெள்ளையினத்தவர் அல்லாதோரைக் குறிக்க 'colored people' என்ற பதம் தற்காலத்தில் ஆங்கிலத்தில் பயன்படுத்தப்படுகின்றது. இது மிக ஆரோக்கியமானது. கருப்பு என்ற சொல்லில் இந்த உலகம் உருவாக்கியிருக்கும் பல எதிர்மறையான கூறுகள் எதுவும் இச்சொல்லில் இல்லை. இன்னொன்று இந்த பன்னிற மக்கள் என்ற சொல் பரந்துபட்ட அளவில் ஆசியர்கள், மஞ்சள் நிறத்தோர், செவ்விந்தியர்கள் போன்ற பூர்வகுடிகள், இலத்தீன் அமெரிக்கர்கள், மத்திய கிழக்குப் பகுதியினர், கலப்பினத்தவர் எனப் பலரையும் குறிக்கக்கூடியதாகவும் உள்ளது. இப்புதினத்தில் வெவ்வேறு இனத்தோரும் அவர்களுக்கிடையிலான கலப்பும் விவரிக்கப்பட்டிருந்தாலும் பன்னிறத்தவர் என்ற சொல் எடுத்தாளப்படவில்லை.

வெவ்வேறு காலகட்டத்தில் பெண்ணியத்தின் வளர்ச்சி, கருப்பினப் பெண்ணியம், கருப்பினத்தோர் மீது காட்டப்படும் பாகுபாடு, ஓரினச்சேர்க்கையாளர்கள் மீதான சமூக விலக்கம், ஓரினச் சேர்க்கையாளர்களிடையே காணப்படும் நுண்ணிய வேறுபாடுகள், அடையாளங்கள், அவர்களின் உலகம் இதில் வெவ்வேறு பாத்திரங்கள் வாயிலாக விவாதிக்கப்படுகின்றன. உலகம் முழுவதிலும் பரவலாக ஆண்மையச் சிந்தனைப் போக்கு காணப்படும் நிலையில், சுட்டிக்காட்டினாலே தவிர அது பாலியல் பாகுபாடு என்று உணர முடியா நிலையில் நாம் இருந்து கொண்டிருக்கிறோம். அந்த வகையில் இந்தப் புதினம் மிக முக்கியமான வரவு என்றே சொல்வேன்.

தொடர்ந்து பிற மொழிகளில் வெளிவரும் நல்ல நூல்களை, பன்மயமான பார்வையை தமிழுக்குக் கொண்டுவருவதில் எதிர் வெளியீடு தீவிர ஆர்வத்துடன் செயல்பட்டு வருகிறது. இந்நூலை மொழிபெயர்க்கத் தூண்டிய நண்பரும் எழுத்தாளருமான கார்த்திகைப் பாண்டியனுக்கும் அச்சிட்டு வெளியிடும் எதிர் வெளியீடு பதிப்பாசிரியர் அனுஷுக்கும் மனமார்ந்த நன்றி.

பாலா கருப்பசாமி
07/12/2024

அத்தியாயம் ஒன்று

அம்மா

1

அம்மா

அவளது நகரத்தை இரண்டாகப் பிரிக்கும் நதியோர நடைபாதையில் நடந்துகொண்டிருக்கிறாள், ஒருசில பயணப் படகுகள் அதிகாலையில் மெதுவாகச் சென்றுகொண்டிருக்கின்றன

அவளது இடதுபுறம் கப்பற்தளத்தைப் போன்ற நடைபாதையும் கடற்புறத்தில் இருப்பதுபோன்ற பாய்மரக் கம்பங்களும் கொண்ட நடைபாலம்

வலதுபுறம் நதி வளைந்து வாட்டர்லூ பாலத்தைக் கடந்து கிழக்கு நோக்கி புனித பவுல் ஆலயக் குவிமாடத்தை நோக்கிச் செல்கிறது

கதிரவன் உதிக்கத் தொடங்குவதை உணர்கிறாள், வெப்பத்தாலும் புகையாலும் நகரம் இறுகத் தொடங்குமுன் காற்று மென்மையாய் வீசுகிறது

நதியோரப் பாதையின் தூரத்தில் ஒரு வயலின் கலைஞரின் பொருத்தமான இசை காற்றில் மிதந்து வருகிறது

நேஷனல் அரங்கத்தில் இன்று இரவு, டஹோமியின் கடைசி அமேசான் நாடகம் அரங்கேறவுள்ளது

*

முதன்முதலாக அரங்கத்தில் ஈடுபடத் தொடங்கிய நாட்களை அவள் எண்ணிப் பார்க்கிறாள்

அவளும் அவளுக்கு உதவியாக இருந்த டாமனிக்கும் நிகழ்ச்சிகளில் கலாட்டா செய்வதில் பெயர்பெற்றவர்களாக இருந்ததால் அது அவர்களது அரசியல் கூருணர்வுகளைப் பாதிக்கவும் செய்தது

நடிகர்களாகத் தங்களது குரல்களைப் பின்னிருக்கைகளிலிருந்து ஒலிக்கச் செய்தபின் நிகழ்ச்சிகளிலிருந்து உடனடியாக அவர்கள் வெளியேறுவதை வழக்கமாகக் கொண்டிருந்தனர்

பொதுவில், இடையூறு விளைவிக்கும் வகையில் நேரடியாக எதிர்ப்பை வெளிப்படுத்துவது எதிர்த்தரப்பினருக்கு எரிச்சலூட்டுமென்று அவர்கள் நம்பினர்

முட்டாள்களைப் போல அரைகுறை ஆடையுடன் கருப்பினப் பெண்கள் நாடக மேடையில் சுற்றிச் சுற்றி ஓடும்படி காட்சியமைத்திருந்த இயக்குநரின் தலையில் குவளை பியரை அப்படியே கவிழ்த்தது அவள் நினைவுக்கு வருகிறது

பிறகு ஹாமர்ஸ்மித் தெருக்களில் ஓடிச் சென்றனர்

ஊளையிட்டபடி

அதன்பின் அம்மாவை விலக்கி வைத்திருந்த நிறுவனத்தில் எதிர்த்தரப்பினர் யாரோ கையெறி குண்டுகளை எறிந்ததால், பல பத்தாண்டுகள் நகருக்கு வெளியே ஒதுக்குப்புறமாகக் கழிக்கும்படி ஆனது

ஒருகாலத்தில் புரட்சிகரமாகக் கருதப்பட்டதை மையவோட்டம் உள்ளிழுத்துக் கொண்டபின் அதில் இணையும் நம்பிக்கை அவளுக்கு வந்தது

மூன்று ஆண்டுகளுக்கு முன்பு முதல் பெண் கலை இயக்குநர் நேஷனலை தன் கைக்குள் கொண்டு வந்தபோதுதான் அது நடந்தது

அவளது முன்னோடிகளிடமிருந்து கண்ணியமான இல்லை என்ற பதிலை வெகுகாலம் கேட்டுவந்த பிறகு, வெறும் இணையவழி தொலைக்காட்சி நாடகங்களை மட்டுமே எதிர்நோக்கக்கூடிய வெறுமையுடன் அவள் வாழ்க்கை நீட்டிக்கப்பட்ட நிலையில்

ஒரு திங்கள்கிழமை காலையுணவுக்குப் பின் அவளுக்குத் தொலைபேசி அழைப்பு வந்தது

எழுத்துப்படிவம் நல்லாருக்கு, நிச்சயம் செய்யலாம், நீங்களே இதை இயக்க முடியுமா? திடீர்னு கேட்கிறேன்னு தெரியும், ஆனாலும் இந்த வாரம் காஃபி சாப்பிட்டபடி பேசுவோமா?

ஒரு மூர்க்கவாதியின் சிக்கலான தெளிவற்ற கலைகள் குறித்துப் பேசத் துவங்குமுன் அம்மா தனது அமெரிக்கானாவை வழக்கமான கூடுதல் கசப்புடன் ஒரு மிடறு பருகினாள்

இந்த நாட்களில் நிலவறை போன்ற கற்காரைக்கு ஒளிர் விளக்குகளுடன் அவர்கள் உயிரூட்டவாவது முயல்கிறார்கள், இந்த அரங்கம் பழமைவாதத்தைக் காட்டிலும் முற்போக்குவாதத்தைக் கைக்கொண்டிருக்கும் மதிப்பைப் பெற்றிருக்கிறது

முன்பெல்லாம் அவள் கதவைத் திறந்து வந்தவுடனேயே வெளியேற்றப்படுவதை எதிர்பார்த்திருந்தாள், அப்போதெல்லாம் மக்கள் அரங்கத்துக்குச் செல்வதற்கென்றே பகட்டான ஆடைகளை உடுத்திக்கொண்டு வந்தார்கள்

முறையாக உடை உடுத்தாதவர்களை இளக்காரமாகப் பார்த்தார்கள்

தனது நாடகத்தை அறிந்துகொள்ளும் ஆர்வத்துடன் மக்கள் வரவேண்டுமென அவள் விரும்புகிறாள், அவர்கள் எதை உடுத்தினால் என்ன, அவளே பிறரைப் பற்றிக் கவனம் கொள்ளாத பாணி உடைகளைத்தான் அணிகிறாள், இருந்தாலும் இப்போது நிலைமை ரொம்பவே முன்னேறிவிட்டது என்பது உண்மைதான், நீல நிற முரட்டுத்துணியான துங்காரி பழைய பாணியாகி, சேகுவேரா தொப்பியும், பாலஸ்தீனியர்களைப் போல கழுத்தைச் சுற்றி ஒரு துவாலையும் அல்லியின் (lesbian) சின்னங்களான ஒன்றோடு ஒன்று இணைந்தாற்போலுள்ள அடையாளக்குறியையும் எப்போதும் அணிந்துகொள்கிறார்கள் (சட்டைக் கையில் உன் இதயத்தை அணிந்துகொள்வது பற்றிச் சொல் பெண்ணே)

இந்த நாட்களில் அவள் வெள்ளி அல்லது தங்க நிறத்தில் விளையாட்டுப் பயிற்சிக்கான காலணிகளைப் பனிக்காலத்திலும், வழுவாமல் இறுகப் பிடித்து நிற்கும் செருப்புகளைக் கோடைக்காலத்திலும் அணிகிறாள்

பனிக்காலத்தில், கருப்பு காற்சராய், அந்த வாரத்தில் அவளது அளவு 12 இருக்கிறதா அல்லது 14 இருக்கிறதா என்பதைப் பொறுத்து தளர்வானதையோ அல்லது இறுக்கமானதையோ அணிகிறாள் (சிறிய அளவிலானது மேலுக்கு)

கோடையில், முழங்காலுக்குச் சற்றுக் கீழே முடியும் மிகவும் தளர்வான ஹாரம் காற்சராய்களை அணிவது வழக்கம்

பனிக்காலத்தில், பளிச்சென்ற ஒழுங்கற்ற சட்டைகள், கழுத்துப் பட்டை இல்லாத மேல்சட்டைகள், மேலுறைகள், மேல் அங்கிகள்

ஆண்டு முழுவதும் அவளது பெராக்சைடு இட்ட நீண்ட முடிக்கற்றைகள் பிறந்தநாள் கேக்கில் நட்டிய மெழுகுவர்த்திகளைப் போல நட்டுக்கொண்டு நிற்கும்

வெள்ளி காதுவளையங்கள், தடித்த ஆப்பிரிக்க வளையல்கள் மற்றும் இளஞ்சிவப்பு உதட்டுச்சாயம்

இவை அவளது நிலையான முத்திரையாக உள்ளன

யாஷ்

சமீபத்தில் அவளது பாணியை 'பைத்தியக்காரக் கிழவித் தோற்றம்' என்றாள், வழக்கமான தாய்மார்களைப் போல மார்க்ஸ் & ஸ்பென்சரில் பொருள்வாங்கச் செல்ல அவளோடு மன்றாடி, தெருவில் ஒன்றாகச் சேர்ந்து நடக்க வேண்டியிருக்கும்போது, அவளுக்குப் பக்கத்தில் நடந்துவர மறுக்கிறாள்

இயல்பாக இருப்பதைத் தவிர வேறு எதுவாகவும் அம்மா இருப்பாள் என்பது யாஷுக்கு நன்றாகவே தெரியும், அவள் ஐம்பதுகளில் இருக்கிறாள், அப்படியொன்றும் வயதாகி விடவில்லை, இருந்தாலும் பத்தொன்பது வயதானவளிடம் சொல்ல முயல்கிறாள்; எப்படியாயினும், வயதாவது குறித்து வெட்கப்பட ஒன்றுமில்லை

குறிப்பாக மனித இனம் முழுமைக்கும் அப்படித்தான் என்றிருக்கும்போது

இருந்தாலும் சிலநேரங்களில் அவள் நண்பர்களுக்கிடையே அவள் மட்டுமே வயதாவதைக் கொண்டாட விரும்புவதாகத் தோன்றுகிறது

காரணம் அகாலத்தில் மரணமடையாமல் இருப்பது ஒரு சலுகைதான், பிரிக்ஸ்டனிலுள்ள ஒட்டியொட்டி இருந்த ஒரே மாதிரியான வீடுகளில் ஒன்றான அவளது வசதியான வீட்டில் இரவுவேளையில் அடுப்பறை மேசையைச் சுற்றி அமர்ந்து பேசிக் கொண்டிருக்கையில் அவள் நண்பர்களிடம் சொன்னாள்

ஒவ்வொருவரும் கொண்டுவந்த உணவுகளில் மும்முரமாய் இருந்தனர்: உண்மையாகவே எரிச்சலூட்டும் வம்புப் பேச்சுக்காக கொண்டைக்கடலைக் குருமா, கோழிக்கறியில் பிற கறிகளை வைத்துச் செய்த தொக்கு, கிரேக்க இலையமுது, அவரைக் குழம்பு, வறுத்த காய்கறிகள், மொராக்கோ ஆட்டுக்கறி, குங்குமப்பூச் சோறு, பீட்ரூட் மற்றும் சேனை அமுது, தினைச் சோறு, மாவுப்புரதம் இல்லாத பாஸ்தா

அவரவர் தாங்களாகவே கோப்பைகளில் திராட்சை மது, இரஷ்யச் சாராயம் (கலோரி குறைவானது) அல்லது மருத்துவரின் ஆணைப்படி கல்லீரலுக்கு மேலும் உகந்த ஏதோவொன்று ஊற்றிக் கொள்கிறார்கள்

நடுத்தர வயதினரின் முணுமுணுப்புப் போக்கினை அவள் கடுமையாக ஆட்சேபிப்பதை அவர்கள் ஆமோதிக்க வேண்டுமென அவள் எதிர்பார்க்கிறாள்; மாறாக அவளுக்குக் கிடைத்ததென்னவோ குழப்பமான புன்னகைகள், விண்ணென்று தெறிக்கும் மூட்டுவலிகள், நினைவாற்றல் இழப்பு, அதிகம் வியர்ப்பதை எல்லாம் என்ன சொல்ல?

அம்மா இளம் நாடோடிப் பாடகியைக் கடந்துசெல்கிறாள்

அந்தப் பெண்ணிடம் உற்சாகத்துடன் புன்னகைக்கிறாள், அவள் கனிவுடன் அதைத் திருப்பியளிக்கிறாள்

சில நாணயங்களைத் தேடியெடுத்து வயலின் உறைக்குள் வைக்கிறாள்

சிகரெட்டுகளைக் கைவிட இன்னுமவள் தயாராகவில்லையாதலால் நதியோரச் சுவற்றில் சாய்ந்து ஒன்றைப் பற்றவைக்கிறாள், தன்னைத்தானே அதற்காக வெறுத்துக்கொள்கிறாள்

அவள் காலத்தில் வந்த விளம்பரங்கள் எல்லாம் சிகரெட் பிடிப்பது அவர்களை வளர்ந்தவர்களாக, கவர்ச்சியாக, சக்தி வாய்ந்தவராக,

புத்திசாலியாக, விரும்பத்தக்கவராக, எல்லாவற்றுக்கும் மேல் நன்றாக உணரவும் தோன்றவும் செய்யும் என்று சொல்லின

உண்மையில் அது கொல்லக்கூடியது என்று யாரும் அவர்களுக்குச் சொல்லவில்லை

நதியைப் பார்த்துக்கொண்டே காஃபைனுக்கான அட்ரீனல் சுரப்பியின் தூண்டுதலை எதிர்த்துப் போராட முயற்சிக்கையில் வெதுவெதுப்பான புகை அவள் உணவுக்குழாய் வழியே பயணித்து அவள் நரம்புகளைச் சாந்தப்படுத்துவதை உணர்கிறாள்

முதல்நாள் இரவுக்காட்சிகளை நாற்பது ஆண்டுகள் பார்த்திருந்தும் அவளுக்கு நடுக்கமாகத்தான் இருக்கிறது

விமர்சகர்கள் கடுமையான விமர்சனத்தை வைத்தால்? எல்லோரும் ஒற்றை நட்சத்திர மதிப்பீடுகளைத் தந்து நிராகரித்தால், இந்தத் தகுதியற்ற ஏமாற்றுக்காரியை கட்டடத்துக்குள் அனுமதித்தது குறித்து அத்தனை பெரிய நேஷனல் அரங்கம் என்ன நினைத்தது?

நிச்சயம் தான் ஒரு ஏமாற்றுக்காரியில்லையென்று அவளுக்குத் தெரியும், அவள் பதினைந்து நாடகங்களை எழுதியும் நாற்பதுக்குமேல் இயக்கியும் இருக்கிறாள், ஒரு விமர்சகராக ஒருசமயம் எழுதவும் செய்திருக்கிறாள், அம்மா போன்சு அபாயங்களை விலக்கிவிடும் பத்திரமான கைகளாக அறியப்படுகிறாள்

எழுந்து நின்று கைதட்டிய முன்காட்சிப் பார்வையாளர்கள் ஒருவேளை அதை இரக்கப்பட்டுச் செய்திருந்தால்?

ஓ நிறுத்தித்தொலை அம்மா, நீயொரு அனுபவமிக்க போர்க்கோடாரி, நினைவிருக்கிறதா?

பாருங்கள்

அவளிடம் அட்டகாசமான நடிகர்கள் உள்ளனர்: ஆறு வயதான நடிகைகள் (எல்லாம் பார்த்தாச்சு வகையறா), ஆறு நடுவாந்தர நாடகக்காரர்கள் (இதுவரை தப்பிப்பிழைத்தவர்கள்) மற்றும் மூன்று புதுமுகங்கள் (அப்பிராணியாக நம்பிக்கொண்டிருப்பவர்கள்), அவர்களில் ஒருத்தி திறமைவாய்ந்த சிமோன், ஒத்திகைகளுக்குச் சிவந்த கண்களுடன் வருவாள், இஸ்திரிப்பெட்டி மின் இணைப்பை நீக்க, அடுப்பை அணைக்க அல்லது அவள்

படுக்கையறை சாளரத்தை மூட மறந்துவிட்டு பின் அவள் அறைத்தோழிக்கு பீதியோடு தொலைபேசியில் அழைத்து பொன்னான ஒத்திகை நேரத்தை வீணடிப்பாள்

இரு மாதங்களுக்கு முன்னால் என்றால் இந்த வேலையைப் பெறுவதற்காக தனது பாட்டியை அடிமையாக விற்கத் துணிந்திருப்பாள், இப்போது என்னவோ தன்னைப் பெரிய நட்சத்திரம் என்று நினைத்துக்கொண்டு இரண்டு வாரங்களுக்கு முன் அவளது இயக்குநரையே போய் சூடான கேரமல் பானம் வாங்கிவரச் சொல்லியிருக்கிறாள் அப்போது ஒத்திகை அறையில் அந்த இருவர்தான் இருந்தனர்

எனக்கு ரொம்பச் சோர்வாயிருக்கிறது, சிமோன் சிணுங்கினாள், அவளை ரொம்பக் கடினமாக வேலைசெய்ய வைத்தது எல்லாம் அம்மாவின் தவறு என்று சுட்டிக்காட்டுவதைப் போல

அந்தத் தருணத்தில் அவள் ஒரு சின்ன குமாரி சிமோன் ஸ்டீவென்சனைக் கையாண்டு கொண்டிருந்தாள் என்று சொல்லத் தேவையில்லை

சின்ன குமாரி ஸ்டீவன்சன் - அப்படி நினைக்கக் காரணம் நாடகப் பள்ளியிலிருந்து நேரடியாக நேஷனலுக்கு இறங்கியிருந்தாள், ஹாலிவுட்டை வெற்றிகொள்ள அவளுக்கு இன்னும் ஒரேயொரு படிதான் தாண்ட வேண்டியுள்ளது என்று நினைப்பு

அவள் கண்டுகொள்வாள்

கூடிய விரைவில்

இதுபோன்ற நேரங்களில் தலைமறைவாக அமெரிக்காவுக்குச் சென்றுவிட்ட டாமினிக் தன்னோடு இல்லாத குறையை அம்மா உணர்கிறாள்

அவளது பணியில் ஏற்பட்ட திருப்புமுனை குறித்து அவர்கள் ஒன்றாகப் பகிர்ந்துகொண்டிருப்பார்கள்

எண்பதுகளில் பெண்கள் சிறைகளில் வைத்து (வேறு எங்கே?) எடுக்கப்படவிருந்த ஒரு திரைப்படத்துக்கான நடிகர்கள் தேர்வின்போது அவர்கள் சந்தித்துக்கொண்டார்கள்

இருவருமே அடிமை, பணியாள், விலைமாது, பாட்டி அல்லது குற்றவாளி போன்ற வேடங்களிலேயே நடிக்க வைக்கப்பட்டதால் நம்பிக்கையற்று இருந்தார்கள்

வேலையும் அவர்களுக்குக் கிடைக்கவில்லை

அழுக்கடைந்த சோஹோ காஃபி கடையில், பாலியல் தொழிலாளர்கள் அருகமர்ந்திருக்க திடமான தேநீரில் முக்கியெடுத்த சொதசொதப்பான வெள்ளை ரொட்டிகளுக் கிடையே வறுத்த முட்டையும் பன்றி இறைச்சியும் இருக்க அதை விழுங்கியபடி தங்கள் இனத்துக்குச் செய்யப்படும் அநீதி குறித்து கோபத்துடன் புகாரளித்துக்கொண்டிருந்தனர்

வெகுகாலம் முன்னதாகவே சோஹோ ஓரினச்சேர்க்கையாளர்கள் வசிப்பிடமாக மாறிவிட்டது

என்னைப் பார்த்தியா? டாமினிக் கேட்டாள், அம்மாவும் பார்த்தாள், அதில் அடிமைத்தனமோ, தாய்மையோ அல்லது குற்றவாளிக்கான அம்சமோ எதுவுமில்லை

அவள் மிக இனிமையானவளாக, முழுக்கவே கண்ணைக் கவரும் வண்ணம், பெரும்பாலான பெண்களைக் காட்டிலும் உயரமாக, மெலிந்தவளாக, கூரான கன்ன எலும்புகளுடன், அடர்கருப்புக் கண்ணிமை மயிர்களுடன் மையிட்ட கண்கள் அவள் முகத்தின்மீது உண்மையாகவே நிழலைப் பரப்பிக் கொண்டிருந்தன

லெதர் உடுப்புகளுடன் முன்நெற்றியில் விழுமாறு கத்தரிக்கப்பட்டு ஒரு பக்கமாக ஒதுக்கப்பட்டதைத் தவிர குட்டையாகக் கத்தரிக்கப்பட்ட தலைமுடியுடன் இருந்தாள், ஊருக்குள் அவள் ஓட்டிவந்த முன்புறம் கூடை வைத்த உருக்குலைந்த பழைய சைக்கிளை வெளியே சங்கிலியால் கட்டிவைத்திருக்கிறாள்

என்னைப் பார்த்தால் வாழும் பெண் தெய்வமாக அவங்களுக்குத் தெரியலியா? முன்நெற்றியில் படர்ந்த முடி இடவலமாக ஆட, பலரும் திரும்பிப் பார்க்கையில் கிளர்ச்சியூட்டும் வகையில் நின்றபடி, கவனத்தை ஈர்க்கும் உடல்மொழியுடன் டாமினிக் கத்தினாள்

ஆப்பிரிக்க இடையும் தொடைகளுமாக அம்மா குள்ளமாக இருந்தாள்

அடிமைத்தனத்திலிருந்து விடுதலை குறித்த நாடகத்துக்கான நடிகர் தேர்வுக்கு அவள் சென்றிருந்தபோது ஓர் இயக்குநர் அவளைப் பார்த்து கச்சிதமான அடிமைப்பெண் உருவம் உனக்கு என்று சொல்லியிருக்கிறார்

அதன்பின் அவள் அப்படியே வெளியே வந்துவிட்டாள்

மாறாக விக்டோரிய நாடகத் தேர்வுக்காக டாமினிக் சென்றிருந்த போது அப்போது பிரிட்டனில் கருப்பினத்தவர் யாரும் இல்லாத நிலையில் அவள் தனது நேரத்தை வீணாக்குவதாக ஒரு நடிப்பு இயக்குநர் கூறினார்

கருப்பினத்தவர் இருப்பதாகக் கூறிய அவள், அவரை அறியாமையில் இருப்பவர் என்று சொன்னாள்

கதவை அறைந்து சாத்தி வெளியேறினாள்

டாமினிக்கும் தன்னைப் போன்ற மனோபாவம் உடையவள், தன்னுடன் சேர்ந்து அடித்துத் துவம்சம் செய்யக்கூடியவள் என்பதை அம்மா உணர்ந்துகொண்டாள்

இவர்களைப் பற்றிய செய்தி பரவியதும் இருவருமே வேலை வாங்க முடியாதவர்களாக இருந்தார்கள்

உள்ளூர் குடிமனைக்குச் சென்று ஒயின் பாய்ந்தோட உரையாடலைத் தொடர்ந்தார்கள்

தனது மூதாதை ஓர் அடிமை என்பதைக் கண்டுகொண்ட ஆஃப்ரோ-கயானா இனத்தைச் சேர்ந்த தாய் செசிலியாவுக்கும் கல்கத்தாவில் ஒப்பந்தத் தொழிலாளர்களாக இருந்தவர்களை மூதாதையர்களாகக் கொண்ட இந்தோ-கயானா இனத்தைச் சேர்ந்த தந்தை விண்ட்லேவுக்கும் பிரிஸ்டலில் உள்ள புனித பவுல்ஸ் பகுதியில் டாமினிக் பிறந்தாள்

பிறந்த பத்து குழந்தைகளில் மூத்தபிள்ளை ஆசியர்களைக் காட்டிலும் பார்க்க அதிகக் கருநிறத்தில் இருந்ததால், குறிப்பாக அவர்களது தந்தை இந்தியாவிலிருந்து வந்த இந்தியராக அடையாளம் காணப்படாமல், அவர் வளர்ந்த ஆஃப்ரோ-கரீபிய மக்களோடு தொடர்புபடுத்திப் பார்க்கப்பட்டதால், அவ்வாறே அவர்களும் அடையாளப்படுத்தப்பட்டனர்

பூப்படைந்ததிலிருந்தே தனது பாலியல் விருப்பங்களை டாமினிக் ஊகித்து, அதைத் தனக்குள்ளேயே வைத்துக்கொண்டாள், அவளது தோழிகள் அல்லது குடும்பத்தினர் எப்படி எடுத்துக் கொள்வார்கள் என்று தெரியவில்லை, சமூகத்திலிருந்து விலக்கப் படுவதையும் அவள் விரும்பவில்லை

இரண்டு தடவை ஆண்பிள்ளைகளை முயன்று பார்த்தாள்

அவர்கள் அதை அனுபவித்தார்கள்

அவள் அதைச் சகித்துக்கொண்டாள்

பதினாறு வயதானது, ஒரு நடிகையாகும் ஆவலில், தங்கள் சமூகத்துக்கு மாறான அடையாளங்களை மக்கள் பெருமையுடன் அணிந்துகொண்ட இலண்டனுக்கு வந்தாள்

அணைக்கட்டு கூரை வளைவுகளின் கீழும் ஆற்றோரக் கடைகளின் கதவோரங்களிலும் படுத்துறங்கிய அவளைக் கருப்பினத்தவர் வீட்டுவசதிக் கழகம் நேர்காணல் செய்தபோது அவளை அடித்துக் கொடுமைப்படுத்திய தகப்பனிடமிருந்து தப்பித்து வந்ததாகப் பொய்சொல்லி அழுதாள்

ஜமைக்காவைச் சேர்ந்த அந்த வீட்டுவசதி அதிகாரி இதில் திருப்தியடையவில்லை, அதாவது உனக்கு அடி விழுந்தது, அப்படித்தானே?

டாமினிக் அவளது புகாரைத் தந்தையின் பாலியல் துன்புறுத்தல் என்று அடுத்த கட்டத்துக்கு நகர்த்தியதில், ஒரு விடுதியில் அவசரநிலை அறை தரப்பட்டது; பதினெட்டு மாதங்களுக்குப்பின், வீட்டுவசதி அலுவலகத்துக்கு அழுகையுடன் வாராந்திர அழைப்புகளைச் செய்தபின், புளூம்ஸ்பரியில் வீட்டுவசதிக் கழகத்தின் ஐம்பது சிறிய தொகுப்பு வீடுகளில் ஒரு படுக்கையறையுள்ள ஓர் அறைக்கட்டு அவளுக்குத் தரப்பட்டது

ஒரு வீடு கிடைக்க என்ன செய்யணுமோ அதைத்தான் செய்தேன், என்று அம்மாவிடம் கூறினாள், அது மோசமான காலகட்டம்தான், ஒத்துக்கிறேன், ஆனாலும் யாரையும் காயப்படுத்தலை, எங்கப்பாவுக்கு ஒருபோதும் இது தெரியவராது

தானாகவே கற்றுக்கொள்ளும் இலக்குடன் கருப்பின வரலாறு, கலாச்சாரம், அரசியல், பெண்ணியம் என்று தேடி, இலண்டனின் மாற்று புத்தக நிலையங்களைக் கண்டடைந்தாள்

இஸ்லிங்டனில் ஒவ்வொரு புத்தகத்தின் எழுத்தாளரும் பெண்ணாக மட்டுமே இருந்த சிஸ்டர்ரைட் சென்று மணிக்கணக்காகத் தேடினாள்; எதையும் வாங்குமளவு வசதியில்லை, ஹோம் கேர்ள்ஸ் முழுவதுமாக வாசித்துவிட்டாள்: நின்றபடியே ஒரு கருப்புப் பெண்ணியவாதி தொகைநூல் புத்தகத்தை வாராந்திரத் தவணைகளில், அதேபோல ஆட்ரே லார்ட் எழுதிய எதை எடுத்தாலும் வாசித்தாள்

புத்தகக் கடைக்காரர் ஒன்றும் கண்டுகொண்டதாகத் தெரியவில்லை

ரொம்ப ஆச்சாரமான நாடகப் பள்ளிக்கூடத்தில் சேர எனக்கு அனுமதி கிடைச்சப்ப, நான் ஏற்கெனவே அரசியல் நிலைப்பாட்டோட எல்லாத்துலயும் அவங்களுக்கு சவால் விடுறவளா இருந்தேன், அம்மா

ஒட்டுமொத்தப் பள்ளியில் அவள் மட்டுமே மாற்று நிறத்தவள்

ஷேக்ஸ்பியரில் ஆண் பகுதிகளை ஏன் பெண்கள் நடிக்கக்கூடாது என்று தெரிந்துகொள்ள வேண்டுமென்று கேட்டாள், மாற்று இனத்தைச் சேர்ந்தவராக வேடமிடுவது குறித்து என்னைப் பேச வைக்காதீர்கள் என்று மாணவிகள் உட்பட மற்ற எல்லோரும் அமைதியாக இருக்கையில் பாடத்தொகுதி இயக்குநரிடம் கத்தினாள்

நான் நானாகவே இருப்பதை உணர்ந்தேன்

*

மறுநாள் பள்ளி முதல்வர் என்னைத் தனியே கூப்பிட்டுச் சொன்னார்

இங்கே நடிகராகுறதுக்குத்தான் நீ வந்திருக்கே அரசியல் வாதியாகுறதுக்கு இல்ல

தொடர்ந்து பிரச்சினை பண்ணினேன்னா வெளியே போகச் சொல்லிடுவோம்

உன்னை எச்சரிக்கிறேன், டாமினிக்

அதைப் பத்திச் சொல்லு, அம்மா கேட்டாள், வாயை மூடு இல்லைனா வெளியே போ, அதானே?

என்னைப் பொறுத்தவரை, எங்கப்பா குவபீனா கிட்டயிருந்து தைரியமா இருக்கக் கத்துக்கிட்டேன், அவரு கானா சுதந்திரத்துக்காக பிரச்சாரம் செய்த ஒரு பத்திரிகையாளர்

தேசத்துரோகத்துக்காக அவரைக் கைதுசெய்யப் போறாங்கன்ற செய்தியைக் கேள்விப்பட்டதுக்கு அப்புறம், தன்னோட சாமானை இங்கே வந்து நட்டினாரு, இரயில்வேல வேலைக்குச் சேர்ந்து அங்கே இலண்டன் பிரிட்ஜ் நிலையத்தில் என் தாயைச் சந்திச்சாரு

அவர் பயணச்சீட்டு பரிசோதகராக இருந்தார், அவள் தொடர்வண்டி நிலையக் கட்டடத்துக்கு மேலே அலுவலகங்களில் வேலை செய்தாள்

அவள் பயணச்சீட்டை தான் மட்டுமே வாங்கும்படி அவர் பார்த்துக் கொண்டார், தொடர்வண்டியிலிருந்து இறங்கும் கடைசிநபராக இருப்பதை அவள் பார்த்துக்கொண்டாள், இதனால் அவரோடு சில வார்த்தைகளை அவளால் பரிமாறிக்கொள்ள முடிந்தது

அம்மாவின் தாய், ஹெலன், ஸ்காட்லாந்தில் 1935இல் பிறந்த ஒரு கலப்பினத்தவள்

அவளது அப்பா ஒரு நைஜீரிய மாணவராக அபர்தீன் பல்கலைக்கழகத்தில் படித்து முடித்தவுடனேயே காணாமல் போய்விட்டவர்

அவர் விடைபெற்றுக்கொள்ளக்கூட இல்லை

பல வருடங்களுக்குப்பின் அவர் நைஜீரியாவிலுள்ள தனது மனைவி குழந்தைகளிடம் திரும்பச் சென்றுவிட்டதை அவளது தாய் கண்டறிந்தாள்

அவருக்கு மனைவி பிள்ளைகள் இருந்ததுகூட அவளுக்குத் தெரியாது

முப்பது நாற்பதுகளில் அபர்தீனில் கலப்பினத்தவளாக இருந்தது தனது தாய் மட்டுமல்ல என்றாலும் அதை உணருமளவுக்கு அரிதானவளாக இருந்தாள்

சீக்கிரமே பள்ளிப்படிப்பை முடித்துவிட்டு, படிக்கவோ அல்லது வேலைக்குச் செல்லவோ ஆப்பிரிக்க ஆண்கள் நிறைந்திருந்த இலண்டனுக்கு, செயலகக் கல்லூரியில் சேர்வதற்காகச் சென்றாள்

என் அம்மா அவர்களது நடனங்களுக்கும் சோஹோ மன்றங்களுக்கும் சென்றாள், அவர்களுக்கு அவளது மாநிறமும் தளர்வான கேசமும் பிடித்திருந்தது

ஆப்பிரிக்க ஆண்கள் அவள் அவலட்சணமில்லை என்று சொல்லும்வரை அவள் அழகில்லாதவளாகவே உணர்ந்து வந்ததாகக் கூறினாள்

அப்போதெல்லாம் அவள் பார்க்க எப்படியிருந்தாள் என்று நீ பார்த்திருக்கணும்

லேனா ஹார்னையும் டோரதி டான்ட்ரிட்ஜையும் கலந்து வெச்ச மாதிரி

ஆமா, உண்மைலயே அவலட்சணம்தான்

என் அம்மா முதன்முதலாகப் பிடித்தவனுடன் வெளியே செல்லும் நாளில் ஒரு திரைப்படம் பார்க்கவும் அதன்பின் அவளுக்குப் பிடித்த இடமான இங்கே சோஹோவிலுள்ள கிளப் ஆஃப்ரிக் செல்ல வேண்டுமென்றும் விரும்பினாள், போதிய அளவு குறிப்புணர்த்தியதுடன் மேற்கு ஆப்பிரிக்க நடன இசைக்கும் மேற்கு ஆப்பிரிக்க ஜாஸ் இசைக்கும் நடனமாட விரும்பினாள்

மாறாக அவர் எலிஃபண்ட் அண்ட் கேஸிலில் உள்ள குடிமனையின் பின்னறையில் நடந்த தனது சமதர்மக் கட்சிக் கூட்டங்களுக்கு அவளைக் கூட்டிச் சென்றார்

அங்கே ஆண்கள் கூட்டமொன்று உட்கார்ந்து பியர்களை மொண்டிக்கொண்டு சுதந்திர அரசியல் குறித்துப் பேசிக் கொண்டிருந்தார்கள்

அவளும் அவரது அறிவுத்திறனால் கவரப்பட்டு, உட்கார்ந்து ஆர்வமிருப்பதுபோல் நடிக்க முயற்சித்தாள்,

என்னைக் கேட்டால், அவரும் அவளது மௌனமான சம்மதத்தால் கவரப்பட்டார் என்பேன்

அவர்கள் திருமணம் செய்துகொண்டு பெக்ஹாம் மாவட்டத்துக்குக் குடிபெயர்ந்தார்கள்

அவர்களது கடைசிக் குழந்தையும் முதல் பெண் குழந்தையும் நானே என்று, ஏற்கெனவே புகைமூட்டம் அடர்ந்திருந்த அறையில் புகையை ஊதியபடி விளக்கினாள் அம்மா

என்னோட மூத்த அண்ணன்கள் மூனுபேர் வழக்கறிஞர்களாகவும் மருத்துவர்களாகவும் ஆனாங்க, எங்கப்பாவோட எதிர்பார்ப்புகளுக்கேற்ப அவங்க கீழ்ப்படிஞ்சு நடந்ததால நானும் அப்படிப் பொருந்திப் போகணும்ற கட்டாயம் இல்லாமப் போச்சு

என்னைப் பத்தி அவர் கவலைப்பட்டதெல்லாம் கல்யாணமும் குழந்தைகளும்தான்

என்னோட நடிப்புத்தொழிலை, அது ரெண்டையும் நான் தொடரும்வரை ஒரு ஓய்வுநேரப் பொழுதுபோக்குன்னே நினைக்கிறார்

மனித இனம் அனைத்தையும் மேம்படுத்துவதற்குப் புரட்சியை விரும்பும் சமதர்மவாதியாக அப்பா இருக்கிறார்

எழுத்தளவில்

என் தாயிடம் அவள் ஒரு தகப்பன்வழிச் சமூகத்தைச் சேர்ந்தவரை மணந்துள்ளதாகக் கூறுகிறேன்

இதை இப்படிப் பாரு மகளே, உங்கப்பா கானாவில் 1920களில் ஆணாகப் பிறந்தவர் நீயோ 1960களில் இலண்டனில் பெண்ணாகப் பிறந்திருக்கிறாய்

என்ன சொல்ல வர்றீங்க?

நீ நினைக்கிறதுபோல, 'உன்னைப் புரிஞ்சுக்கணும்'னு அவரிடம் நீ எதிர்பார்க்க முடியாது

எல்லாப் பெண்களையும் அடக்கியொடுக்கி வைக்கும் ஓர் அமைப்பில் தகப்பன் வழிச் சமூகத்துக்காகவும் அதற்கு உடந்தையாக இருக்கிற வகையில் எல்லாவற்றுக்கும் மன்னிப்புக் கேட்டுக்கொண்டே இருப்பவள் அவள் என்று தெரியப்படுத்தினேன்

மனிதர்கள் சிக்கல் நிறைந்தவர்கள் என்கிறாள் அவள்

ரொம்பத் தெரிஞ்சமாதிரிப் பேசாதீங்க என்றேன்

என் அம்மா தினசரி எட்டுமணிநேரம் வேலை பார்த்து, நான்கு குழந்தைகளை வளர்த்து, வீட்டையும் பார்த்துக்கொண்டு தகப்பன்வழிச் சமூகத்தைச் சேர்ந்தவருக்கு ஒவ்வொரு இரவும் உணவு மேசையில் இருப்பதையும் தினசரி காலையில் அவரது சட்டைகள் இஸ்திரி போடப்படுவதையும் உறுதிசெய்தாள்

இதற்கிடையே, அவர் உலகத்தைக் காக்கப் போய்விடுவார்

வீட்டில் அவருக்கிருந்த ஒரே கடமை ஞாயிற்றுக்கிழமை மதியவுணவுக்கு கறிக்கடையிலிருந்து - வேட்டையாடிச் சேகரிக்கும் புறநகர் வகை - வீட்டுக்கு இறைச்சி வாங்கிவருவதுதான்

நாங்கள் எல்லோரும் வீட்டைவிட்டுச் சென்றுவிட்டதால் என் அம்மா நிறைவின்றி இருக்கிறாள் என்று சொல்வேன், காரணம் அவள் தனது நேரத்தை வீட்டைச் சுத்தம் செய்வதிலோ அல்லது திரும்ப அலங்கரிப்பதிலோ செலவிடுபவள்

அவரைப் பற்றி ஒருபோதும் புகார் சொன்னதில்லை அல்லது அவரிடம் வாக்குவாதம் செய்ததுமில்லை, இது அவள் அடக்கி வைக்கப்பட்டிருப்பதற்கான நிச்சயமான அறிகுறி

ஆரம்ப நாட்களில் அவரது கையைப் பிடித்துக்கொள்ள முயன்றதாகச் சொல்லியிருக்கிறாள், ஆனால் அவர் உதறிவிடுவாராம், நேசம் என்பது ஆங்கிலத்திலிருந்து வந்தது என்று சொன்ன பிறகிலிருந்து அவள் திரும்ப முயலவில்லை

இருந்தாலும் ஒவ்வொரு வருடமும் அவளுக்குக் கடையில் வாங்கக்கூடிய, அன்பு பொங்கிவழியும் காதலர்தின வாழ்த்து அட்டையைத் தருவார், அவருக்கு உணர்ச்சிகரமான நாட்டுப்புற இசை பிடிக்கும், ஞாயிறு மாலைநேரங்களில் ஜிம் ரீவ்ஸ், சார்லி பிரைடு இசைத்தொகுப்புகளை அடுப்பறையில் அமர்ந்து கேட்டுக்கொண்டிருப்பார்

ஒரு கையில் விஸ்கி குவளையைப் பிடித்துக்கொண்டு மறுகையால் கண்ணீரைத் துடைத்துக் கொண்டிருப்பார்

*

பிரச்சாரக் கூட்டங்கள், ஆர்ப்பாட்டங்கள், பாராளுமன்ற மறியல், லூயிஷாம் மார்க்கெட்டில் நின்றுகொண்டு *சோசியலிஸ்ட் ஓர்க்கர்* விற்பது, இதற்காகத்தான் அப்பா வாழ்கிறார்

மாலை உணவின்போது அவரது முதலாளித்துவம் மற்றும் காலனியாதிக்கத்தின் தீமைகளையும் சமதர்மக் கொள்கையின் நன்மைகளையும் பற்றிய பிரசங்கங்களைக் கேட்டு வளர்ந்தேன்

அது அவரது பிரசங்க மேடையாகவும் நாங்கள் சிறைப்பட்ட கூட்டமாகவும் இருந்தோம்

அவரது அரசியல் எங்களுக்கு உண்மையாகவே வலிந்து திணிக்கப்பட்டது என்றே சொல்வேன்

கானா சுதந்திரமடைந்தபின் அவர் திரும்பியிருந்தால், ஒருவேளை அவர் அங்கே முக்கிய நபராக இருந்திருப்பார்

மாறாக எங்கள் குடும்ப வாழ்வுக்கான அதிபராக இருக்கிறார்

நான் அல்லி (*lesbian*) என்பது அவருக்குத் தெரியாது, என்ன விளையாடுறியா? என் அம்மா அவரிடம் சொல்ல வேண்டாமென்று சொல்லிவிட்டாள், அவளிடம் சொல்வதே ரொம்பக் கடினமாக இருந்தது, ஒடிசலான பென்சில் போன்ற முழங்காலுக்குக் கீழேவரை நீளும் பாவாடையையும் சுருண்ட கேசமும் புதிய பாணியாகத் தொடர்ந்த நிலையில் நான் ஆண்களின் லெவிஸ் அணியத் தொடங்கியபோதே தான் சந்தேகித்ததாகச் சொன்னாள்

அது ஒரு வளர்ச்சிப் படிநிலை என்றும் எனக்கு நாற்பது வயதாகையில் பழையநிலைக்கு வந்துவிடுவேன் என்பதிலும் உறுதியாக இருக்கிறாள்

அப்பாவுக்கு 'ஓரினச்சேர்க்கையாளர்களுக்கெல்லாம்' நேரமில்லை, தொலைக்காட்சியில் ஒவ்வொரு சனிக்கிழமை இரவும் நகைச்சுவை நடிகர்கள் அவர்களது மாமியாரையோ கருப்பினத்தவரையோ அவமதிக்காத நிலையில், அவர்கள் சொல்லும் ஓரினச்சேர்க்கையாளரிடம் வெறுப்பைக்காட்டும் நகைச்சுவைகள் எல்லாவற்றுக்கும் சிரிப்பார்

பிரிக்ஸ்டனிலுள்ள கருப்பினப் பெண்கள் குழுவுக்கு பள்ளி இறுதியாண்டில் முதன்முதலாகச் சென்றது குறித்துப் பேசினாள், அவளது உள்ளூர் நூலகத்தில் ஒரு துண்டுப்பிரசுரத்தைப் பார்த்திருந்தாள்

கதவைத் திறந்த பெண் எலைன் ஆப்பிரிக்கப் பிரபையுடன் மிருதுவான கை கால்களுடன் இருந்தாள், வெளிர்நீல ஜீன்ஸ் சட்டை காற்சராய்க்குள் இறுக்கப்பட்டிருந்தன

பார்த்தவுடனேயே அம்மாவுக்கு அவள் வேண்டுமென்றிருந்தது, முதன்மை அறைக்குள் அவளைத் தொடர்ந்து சென்றாள், அங்கே சோபாக்களில், நாற்காலிகளில், மெத்தைகளில், சம்மணமிட்டபடி தரைகளில் பெண்கள் அமர்ந்துகொண்டு கோப்பைகளில் காபியையோ ஆப்பிள் மதுவையோ அருந்திக்கொண்டிருந்தனர்

அவர்கள் சிகரெட்டை ஒருவர் மாற்றி ஒருவர் புகைக்கையில் அவள் படபடப்புடன் ஏற்றுக்கொண்டாள், தரையில் அமர்ந்து பூனை பிறாண்டி வைத்த தடித்த கம்பளி போர்த்திய கைவைத்த நாற்காலியில் சாய்ந்துகொண்டு, தன் கையில் எலைனின் கதகதப்பான கால் படுவதை உணர்ந்தபடி இருந்தாள்

ஒரு கருப்பினப் பெண்ணாக இருப்பதன் அர்த்தம் குறித்து அவர்கள் விவாதித்தபோது அவள் கவனித்துக் கேட்டாள்

வெள்ளையினப் பெண்ணிய அமைப்புகள் அவர்களை வரவேற்காதபோது பெண்ணியத்துக்கு என்ன அர்த்தம்

மக்கள் ‘நீக்ரோ’ என்று அழைக்கையில் அல்லது இனவாதக் கொடூரர்கள் அடித்துக் காயப்படுத்தும்போது எப்படி உணர்ந்தார்கள்

பொதுப் போக்குவரத்துகளில் வெள்ளையின ஆண்கள் வெள்ளையினப் பெண்களுக்கு கதவுகளைத் திறந்துவிடவும் இருக்கைகளை விட்டுக்கொடுக்கவும் செய்கையில் (அது பாலியல் பாகுபாடுதான்), அவர்களுக்கு அப்படிச் செய்யாதது (அது இனப்பாகுபாடு) எப்படி இருந்தது

அம்மாவால் அவர்களது அனுபவங்களைத் தொடர்புபடுத்திப் பார்க்க முடிந்தது, அவளும் அந்தப் பல்லவியோடு சேரத் தொடங்கினாள், புரியுது சகோதரி, எங்க எல்லாருக்கும் அப்படி நடந்துருக்கு சகோதரி

அது நெடிய பயணத்துக்குப் பின் வீடடைதல் போலிருந்தது

அவளது முதல்நாள் மாலை, பிற பெண்கள் விடைபெற்றுக் கொண்டு கிளம்புகையில் அம்மா கோப்பைகளையும் சாம்பல் கிண்ணங்களையும் எலைனுடன் சேர்ந்து கழுவி வைக்கிறேனென்று பின்தங்கினாள்

ஆட்டம் கண்ட சோபாக்களில் ஒன்றில் தெருவிளக்கு வெளிச்சத்தில் காவல்துறை வாகனச் சங்கொலி முழங்க அவர்கள் புணர்ந்தார்கள்

கிட்டத்தட்ட அது தன்னைத்தானே புணர்வதற்கு அருகில் வந்த அனுபவம்

அது மீண்டும் ஒருமுறை வீடடைதல்

மறுவாரம் அவள் கூட்டத்துக்குச் சென்றபோது

எலைன் மற்றொரு பெண்ணுடன் ஒட்டி உறவாடிக் கொண்டிருந்தாள்

அவள் இருப்பதை முழுக்கவே கண்டுகொள்ளவில்லை

அவள் திரும்பவும் அங்கே செல்லவில்லை

அம்மாவும் டாமினிக்கும் மது அருந்தகத்திலிருந்து வலுக்கட்டாயமாக வெளியேற்றப்படும்வரை ஏகப்பட்ட சிவப்பு ஒயின் குவளைகளைக் காலிசெய்தபடி வழி காண்பதில் முனைந்தனர்

நடிகர்களாக ஆவதற்கு தாங்களே சொந்தமாக நாடகசாலையைத் தொடங்கிவிடுவது என்று முடிவெடுத்தார்கள், ஏனென்றால் வேலை தேடுவதற்காக இருவருமே தங்கள் அரசியலுக்குத் துரோகம் செய்யத் தயாராக இல்லை

அல்லது அதைத் தக்கவைத்துக் கொள்ள வாயை மூடிக் கொண்டிருக்கவும் தயாரில்லை

முன்னோக்கிச் செல்ல அது ஒரு தெளிவான பாதையாகத் தோன்றியது

கழிப்பறையிலிருந்து எடுத்துவந்த திண்ணமான துடைப்புத்தாளில் பெயர்களுக்கான யோசனைகளைக் கிறுக்கினார்கள்

Bush Women நாடக நிறுவனம் என்ற பெயர் அவர்களது நோக்கத்தைச் சிறப்பாக வெளிப்படுத்துவதாயிருந்தது

அரங்கம் அமைதியாக இருக்கையில் அவர்கள் குரல் ஒலிக்கும்

கருப்பினம் மற்றும் ஆசியப் பெண்களின் கதைகள் அங்கே வெளிவரும்

அவர்கள் தங்கள் சொந்த விதிகளின்படி அரங்கத்தை உருவாக்குவார்கள்

அதுவே அவர்களது நிறுவனத்தின் தாரக மந்திரமானது

எங்கள் சொந்த விதிகளின்படி

அல்லது அறவே இல்லை.

2

நடுக்கூடங்கள் ஒத்திகை பார்க்கும் இடங்களாயின, பழைய வாகனங்களிலிருந்து தளவாடங்கள் கொண்டுவரப்பட்டன, இரண்டாம்தரக் கடைகளிலிருந்து ஒப்பனைப்பொருட்கள் வந்தன, பழையபொருட்கள் விற்குமிடத்திலிருந்து அரங்கப் பொருட்கள் பிரித்தெடுக்கப்பட்டன, உதவிக்கு தோழர்களை அழைத்தார்கள், எல்லோருமே வேலை செய்தே கற்றுக்கொண்டபடி, எண்ணிய நோக்கத்தில் வெற்றியடையும் முனைப்புடன் அனைவரும் ஒன்றிணைந்தனர்

மானிய விண்ணப்பங்களை விடுபட்ட விசைகளுடன் கூடிய பழைய தட்டச்சுப்பொறியில் எழுதினார்கள், வரவு செலவைப் பார்க்கையில் பகவு இயற்பியலைப்போல சம்பந்தமே இல்லாததாக இருந்தது, மேசைக்குப் பின்னால் சிக்கிக்கொண்டதில் அவள் திணறினாள்

நிர்வாக அமர்வுகளுக்குத் தாமதமாக வந்தபோதும் தலைவலி அல்லது மாதவிடாய்க்கு முந்தைய சோர்வைக் காரணம் காட்டி அவள் முன்னதாகவே வெளியேறுகையிலும் டாமினிக் வருத்தமடைந்தாள்

ஒரு எழுதுபொருள் கடைக்குள் சண்டையிட்டபடி நுழைந்த அவர்கள் அது திடீர் படபடப்பையும் பயத்தையும் ஏற்படுத்தும் தாக்குதலை உண்டாக்கிவிட்டது என்று திரும்பவும் ஓடிவந்துவிட்டார்கள்

எழுதுவதாக வாக்களித்த எழுத்துப்பிரதியை டாமினிக் கொடுக்காதபோது, ஆனால் அதற்கு மாறாக நள்ளிரவுவரை மதுவிடுதி மன்றத்தில் கழித்தபோது அல்லது நாடகத்தின் நடுவில் வசனங்களை மறந்தபோது டாமினிக்கை விமர்சித்தாள்

தொடங்கி ஆறுமாதங்களுக்குப் பிறகு, அவர்கள் எப்போதும் முரண்பட்டவாறு இருந்தாலும் உடனே சமாதானமுமாகி தோழிகளாகத் தொடர்ந்தனர் என்றாலும், கடைசியில் தாங்கள் ஒன்றாகப் பணிபுரிய முடியாது என்பதைக் கண்டுகொண்டனர்

அம்மா அவளுடன் செய்-அல்லது-விலகு வகை சந்திப்பை ஏற்படுத்தினாள்

திராட்சை மதுவும் சீன துரித உணவுடனும் அமர்ந்து பேசியதில் பார்வையாளர்களுக்கு முன்னால்போய் நின்று வேறொருவராக நடிப்பதைக் காட்டிலும் அவள் அவளாகவே இருக்கவும் நிறுவனத்துக்கான சுற்றுப்பயணங்களை ஏற்பாடு செய்வதும் தனக்கு மேலும் மகிழ்ச்சியைக் கொடுக்கும் என்பதை டாமினிக் ஏற்றுக்கொண்டாள்

அம்மாவும் தனக்கு எழுதுவதில் விருப்பமென்றும் நிர்வாகத்தை வெறுப்பதாகவும் கூறினாள், அவள் உண்மையில் நன்றாக நடிப்பாளா? அவளால் நன்றாகக் கோபப்படமுடியும் - அதுதான் அவள் எல்லை

டாமினிக் நாடக நிறுவனத்தின் மேலாளர் ஆக, அம்மா கலை இயக்குநர் ஆனாள்

அவர்கள் நடிகைகள், இயக்குநர்கள், வடிவமைப்பாளர்கள், மேடைக் குழுவினரை வேலைவாங்கிப் பல மாதங்கள் தொடர்ந்த தேசியச் சுற்றுப்பயணங்களை அமைத்தார்கள்

அவர்களது நாடகங்களான *பெண்ணின் பெருமை, FGM: இசை நாடகம், ஒழுங்கற்ற திருமணம், சூழ்ச்சியான சண்டைகள்* ஆகியவை சமூக மையங்கள், நூலகங்கள், சிறிய அரங்குகள் ஆகியவற்றிலும்

பெண்கள் திருவிழாக்கள் மற்றும் கலந்துரையாடல்களிலும் அரங்கேறின

அரங்கங்களுக்கு வெளியே பார்வையாளர்கள் வரவும் போகவுமாயிருக்கையில் துண்டுப்பிரசுரங்களை விநியோகித்தனர், சந்தடியற்ற இரவுகளில் சாலையோர விளம்பரப் பலகைகளில் சுவரொட்டிகளைச் சட்டவிரோதமாக ஒட்டினர்

மாற்று ஊடகத்தில் அவர்களுக்கு மதிப்புரைகள் வரத் தொடங்கின, Bush Women என்ற பெயரில் மாதாந்திர சுய-பிரசுரம் கூடச் செய்தார்கள்

ஆனால் ஒரு கோடைகால மாலையில் சிஸ்டர்ரைட்டில் வைத்து மாபெரும் தொடக்கத்துக்குப்பின் அநியாயத்துக்கு விற்காமல் போக, நேர்மையாகச் சொல்வதானால், படுமோசமான எழுத்து காரணமாக, இரு வெளியீடுகளோடு அது நின்றுபோனது

அங்கே பெண்கள் கூட்டம் இலவசமாகக் கிடைத்த மலிவுவிலை மதுவைக் கொண்டாடுவதற்காகவும் உணர்ச்சி பொங்க தங்கள் பிரச்சினைகளையெல்லாம் ஒருவருக்கொருவர் கொட்டித் தீர்ப்பதற்காகவும் கூடியிருந்தது

பிக்காடிலி கழைக்கூத்து அரங்கத்தில் ஒரு பர்கர் விற்கும் கடையில் துணை வருவாய்க்காக அம்மா வேலைசெய்தாள்

அங்கே அவள் மறுநீரேற்றம் செய்த வெங்காயங்களையும் இழுவையான பாலாடைக்கட்டியையும் வைத்து மேலே மீளாக்கம் செய்த அட்டை வைத்த ஹாம்பர்கர்களை விற்றாள்

இடைவேளைகளில் இலவசமாக அவளும் அவை எல்லாவற்றையும் உண்டாள் - இதனால் அவளால் கூடுதல் மேசைகளைக் கவனிக்க முடிந்தது

ஆரஞ்சு நிற நெய்ப்பட்டு உடையையும் தொப்பியையும் அவள் அணிந்திருப்பதன் அர்த்தம், அதைப் பார்க்கும் வாடிக்கையாளர்கள் சீருடையணிந்த பணியாளராகக் கருதி தங்களுக்கு வேண்டியதைக் கேட்பதற்குத்தான்

அவளது அருமையான, கலைநயமுள்ள, உயர்ந்த தனித்துவமான கலகக்கார சுயத்தை அல்ல

அவள் நட்பு பாராட்டிய நிலையத்தைச் சுற்றி விபச்சாரம் செய்துவரும் பையன்களுக்கு ஆப்பிள் சுவைகொண்ட சர்க்கரைக் கட்டிகள் நிரம்பிய மொறுமொறுப்பான அப்பங்களை யாருக்கும் தெரியாமல் கொடுப்பாள்

வரவிருக்கும் ஆண்டுகளில் அவர்களது இறுதிச்சடங்கில் தான் கலந்துகொள்வோம் என்பதை அறியாமலேயே

பாதுகாப்பில்லா உடலுறவு என்பது மரணத்துடன் நடமாடுவது என்பதை அவர்கள் உணரவில்லை

யாருமே

வீடென்பது டெப்ட்ஃபோர்டில் கற்காரைச் சுவர்களுடன், உடைந்த கூரைகளுடன் அழித்தொழிக்கும் அத்தனை முயற்சிகளையும் வென்ற எலிக்கூட்டங்களுடன் ஒரு கைவிடப்பட்ட தொழிற்சாலையாக இருந்தது

அதன்பின் அவள் அதேபோன்ற அழுக்கடைந்த கைவிடப்பட்ட மனைகளில் தொடர்ந்து இடம்பெயர்ந்து கடைசியாக இலண்டனிலேயே மிகவும் விரும்பத்தக்க, கிங்'ஸ் கிராஸின் பின்பக்கத்தில் முன்பு அலுவலகமாக இயங்கிய மிகப் பரந்த அளவிலான ஒரு காலியான கட்டடத்தில் அனுமதியின்றி வசிக்கத் தொடங்கினாள்

அதில் ஆள் யாரும் வரும்முன் முதல் நபராக அதைக் கேள்விப்பட்டது அவளது அதிர்ஷ்டம்தான்

மண் அகழும் எந்திரத்தை முதன்மை வாயிலில் நீதிமன்ற அதிகாரி அமைத்தபோது அவள் மேற்தளத்தில் தங்கினாள்

அது வன்முறை எதிர்நடவடிக்கையைத் தூண்டியதுடன் நீதிமன்ற அதிகாரியை வசமாகச் சாத்தவேண்டுமென்று நினைத்த மரமண்டைக்கு சிறைத்தண்டனை கிடைத்தது

அதை அவர்கள் கிங்'ஸ் கிராஸ் போர் என்று அழைத்தனர்

அந்தக் கட்டடம் அதன்பின் ஃப்ரீடமியா (சுதந்திரக்) குடியரசு என அறியப்பட்டது

அவர்களும்கூட அதிர்ஷ்டசாலிதான், காரணம் மான்டே கார்லோவில் வரி கட்டாமல் வசித்துவரும் ஜாக் ஸ்டானிஃபோர்த்

போன்ற கட்டட உரிமையாளருக்கு அவரது குடும்பத் தொழிலான ஷெஃபீல்டு கரண்டிகள் தந்த இலாபமே அதிகம் இருந்ததால், அவரது பண்ணை உடைமை நிறுவனத்திலிருந்து அவருக்குச் செய்தி எட்டியதும் அவர்களது காரணத்தின்பால் அவருக்குப் பரிவே ஏற்பட்டது

ஸ்பானிய உரிமைப்போரில் சர்வதேச படையணிக்காக அவர் போரிட்டிருக்கிறார்

அத்துடன் அவரது கணக்குகளில் இலண்டனின் அருவருப்பான மாவட்டங்களில் ஒன்றில் ஒரு கட்டடத்தில் மோசமான முதலீடு என்பது மறந்துபோகக்கூடிய அடிக்குறிப்பு, அவர் எழுதினார், அந்த இடத்தை அவர்கள் பராமரித்துக் கொள்வதாக இருந்தால்

அவர்கள் அங்கே இலவசமாகத் தங்கலாம்

சட்டவிரோதமாக மின்சாரத்தைத் திருடியதை நிறுத்திவிட்டு அவர்கள் இலண்டன் மின்வாரியத்தில் கணக்கைத் திறந்தார்கள்

எரிவாயுவும் அப்படித்தான், அளவுமானி செயல்பட முடியாதவாறு ஐம்பது பென்ஸ் நாணயத்தை வைத்து எடுத்து வந்தார்கள்

ஒரு மேலாண்மை அமைப்பை ஏற்படுத்த வேண்டியிருந்ததால் எல்லாவற்றையும் வெளிப்படையாகப் பேசிமுடிப்பதற்காக ஒரு சனிக்கிழமை காலை எல்லோரும் ஒன்றுகூடினர்

மார்க்ஸியவாதிகள் தொழிலாளர்களின் ஃப்ரீடமியா குடியரசு மத்தியக் குழுவை அமைக்க வேண்டுமென்றனர், அது கொஞ்சம் ஆடம்பரமான யோசனையென்று அம்மா நினைத்தாள், ‘முதலாளித்துவத்தைக் கண்மூடித்தனமாகப் பின்பற்றுவோருக்கெதிரான கொள்கைரீதியான நிலைப்பாட்டைப் பெரும்பாலானோர் எடுத்திருப்பதைக் காண்கையில் அது வேலைசெய்யாதிருப்பதற்கான சாக்குப்போக்காகத் தோன்றியது

ஹிப்பிகள் ஒரு சமுதாயக் கூட்டுவாழ்வை உருவாக்கவும் எல்லாவற்றையும் பகிர்ந்துகொள்ளவும் பரிந்துரைத்தனர், ஆனால் அவர்கள் அலட்டிக்கொள்ளாமல் கவலையற்று இருந்தனர், எல்லோரும் அவர்களைப் பற்றித்தான் பேசினார்கள்.

சூழலியலாளர்களோ வாயுக்கள், நெகிழிப் பைகள், நாற்ற நீக்கி ஆகியவற்றைத் தடைசெய்ய வேண்டுமென்றார்கள், இது

எல்லோரையும், ஏன் அப்படியொன்றும் புத்துணர்வு மணம் கொண்டவர்களாக அறியப்படாத விலைமாதர்களைக் கூட அவர்களுக்கு எதிராகத் திருப்பியது

சைவ விரும்பிகள் இறைச்சியில்லாக் கொள்கை வேண்டுமென்றனர், இதில் தீவிரமானவர்கள் பால் பொருட்களையும் தவிர்க்க வேண்டுமென்றனர், இயற்கை வாழ்வியலாளர்களோ எல்லோரும் காலை உணவுக்கு வேகவைத்த வெள்ளை முட்டைக்கோசு எடுத்துக்கொள்ளப் பரிந்துரைத்தனர்

கஞ்சா புகைக்கும் வழக்கமுள்ள சிறுபான்மையான பிரத்யேக மத நடைமுறைகளைக் கொண்ட ரஸ்டாக்கள், கஞ்சாவைச் சட்டப்பூர்வமாக்க வேண்டுமென்றும், தங்களது வழிபாட்டுக் கூடுகைகளுக்காக கொல்லைப்புற நிலத்தில் இடம் ஒதுக்கித்தர வேண்டுமென்றும் கேட்டனர்

ஹரே கிருஷ்ணா அமைப்பினர் அந்தப் பின்மதிய நேரத்திலேயே எல்லோரும் தங்களோடு சேர்ந்து ஆக்ஸ்ஃபோர்டு தெருவில் கொட்டடித்துக்கொண்டு வர வேண்டுமென்றனர்

சம்பிரதாயத்துக்கு எதிரான உரத்த பங்க் இசையை விரும்புவோர் சத்தமாக இசைக்க சத்தமாக அனுமதி கேட்டனர்

உவகையர் (*gays*) கட்டட அரசமைப்புச் சட்டத்தில் ஓரினச் சேர்க்கைக்கு எதிரான சட்டம் பாதுகாக்கப்பட வேண்டுமென்றபோது, எல்லோரும் பதிலளித்தனர், என்ன அரசியலமைப்பு?

தீவிரப் பெண்ணியவாதிகள் பெண்களுக்கு மட்டுமான, கூட்டுறவு மூலம் செயல்படும் சுயாட்சிகொண்ட குடியிருப்புகளை விரும்பினர்

அல்லி பெண்ணியவாதிகள் அல்லி அல்லாத தீவிரப் பெண்ணியவாதிகளிடமிருந்து தள்ளித் தங்களுக்கென சொந்தக் குடியிருப்புகள் வேண்டுமென்றதோடு, கூட்டுறவு முறையிலான சுயாட்சி வேண்டுமென்றனர்

கருப்பினத் தீவிரப் பெண்ணியவாதிகளும் இதையே கேட்டதோடு வெள்ளையினத்தைச் சேர்ந்த எந்தப் பாலினத்தவரும் உள்ளே அனுமதிக்கப்படக்கூடாது என்ற நிபந்தனையை வைத்தனர்

அரசிலாக் கோட்பாட்டாளர்கள் எந்த வடிவிலான ஆளுகையும் அவர்கள் நம்பும் அனைத்துக்கும் துரோகமிழைப்பது என்ற காரணத்தால் வெளிநடப்பு செய்தனர்

மற்றவர்கள் மீது தங்கள் எண்ணத்தைத் திணிக்க முயற்சிக்காத வர்களோடு கலந்துபேசியபடி, அம்மா தனியாகச் செயல்படுவதை விரும்பினாள்

இறுதியில் ஒளிவுமறைவற்ற சுழற்சிமுறை மேலாண்மைக் குழுவானது போதைப்பொருள் பயன்பாடு, பாலியல் துன்புறுத்தல், பழமைவாதக் கட்சிக்கு வாக்களிப்பது ஆகியவற்றுக்கு எதிரான பல்வேறு விதிகளுடன் உருவானது

பின்புறக் காலிமனை உடைந்த உலோகத்தில் செய்த சிற்பங்கள் கொண்ட சமூக வெளி ஆனது

கலைஞர்களின் உபயம்

*

அம்மா அவள் சுற்றித் துள்ளியோடக்கூடிய அளவுக்குப் பெரிய அளவிலான தட்டச்சுப் பகுதி ஒன்றை வேண்டி வாங்கிக்கொண்டாள்

அதற்கென தனியான கழிப்பறை மற்றும் கைகழுவும் கிண்ணத்துடன் இருந்தது, அவற்றை அவள் நல்ல சுத்தத்துடனும் மலர்ச்செண்டு வாசனைகளாலும் நிறைத்தாள்

சுவர்களையும் கூரையையும் அடிக்கும் இரத்தச் சிவப்பு வர்ணத்தால் பூசினாள், பெருநிறுவனத்தின் சாம்பல்நிறத் தரைவிரிப்பை அகற்றிவிட்டு மரத்தரையில் சில தென்னையோலைப் பாய்களை விரித்தாள், குக்கர், குளிர்சாதனப் பெட்டி, பஞ்சுப்பொதி போன்ற இருக்கைகள், மென்மெத்தைகள், குளியல் சமாச்சாரங்களைப் பழையபொருள் விற்கும் கடையிலிருந்து வாங்கி நிறுவினாள்

அவள் அறை விருந்துகளை நடத்துமளவுக்கும் ஆட்கள் மோதிக்கொள்ளுமளவுக்கும் பெரிதாக இருந்தது

பழைய சீனத் தூதரகத்துக்கு வெளியே குப்பைக்கூடையிலிருந்து எடுக்கப்பட்ட பதினெட்டாம் நூற்றாண்டைச் சேர்ந்த பளபளப்பான கருப்பு சீனத் திரைக்குப் பின்னே

டோனா சம்மர், சிஸ்டர் ஸ்லெட்ஜ், மின்னி ரிபெர்டன், சக்காகான் ஆகியோரின் சுழலும் இசைத்தட்டுகளிலிருந்து வந்த டிஸ்கோ தாளங்கள் அவளது விருந்துகளைத் தொடரச் செய்தன

ராபர்டா, சாரா, எடித், எட்டா, மதில்டா சாண்டிங் அவளது இரவின் இறுதி மயக்கங்களுக்கு இசைத்தட்டுகளாக இருந்தனர்

ஃப்ரீடமியா பெண்களில் பலரைச் சிரமப்பட்டுத்தான் அவள் கையாள வேண்டியிருந்தது

அவர்களிடம் ஓர் இரவை மட்டும் செலவிட அவள் விரும்பினாள், பெரும்பாலானோர் அதற்குமேல் எதிர்பார்த்தனர்

இது முன்பு அவள் தன் கட்டுக்குள் வைத்திருந்த குவாடலூப் தீவைச் சேர்ந்த மொழிபெயர்ப்பாளர் மேரிஸ் என்பவளை இடைகழிகளில் கடந்துசெல்கையில்கூட பார்த்துப் பயப்படுமளவுக்குச் சென்றது

நள்ளிரவில் அம்மாவின் கதவைத் தட்டி உள்ளே அனுமதிக்குமாறு கெஞ்சிக்கொண்டு அல்லது வெளியே பதுங்கியிருந்து அவள் விரும்பியதை அடைந்துகொண்டிருந்த யாராயிருந்தாலும் அவர்களை வதைத்துக் கொண்டும் இருந்தாள்

எப்போதெல்லாம் அம்மா கட்டடத்தை அணுகுவதைப் பார்த்தாலும் அவளது சாளரத்திலிருந்து அவளைக் கண்டபடி வசைபாடுமளவுக்கு இது சென்றது, இப்படியே இது வளர்ந்து கடைசியில் ஒருநாள் அவளது சாளரத்துக்குக் கீழே அம்மா கடந்துசென்றபோது வாளி நிறைய காய்கறித் தோலை அப்படியே அவள் தலையில் கொட்டிவிட்டாள்

இதனால் கடுப்படைந்த சூழலியல்வாதிகளும் மேலாண்மைக் குழுவும் அம்மாவுக்கு அவள் 'தன் சொந்த வீட்டு வாசலிலேயே மலம் கழிப்பதை நிறுத்தவேண்டும்' என்று கைப்பட எழுதினர்

சொற்பமான அதிகாரம் கொடுக்கப்பட்டவுடன் எத்தனை விரைவாக மக்கள் சர்வ வல்லமை கொண்ட எதேச்சாதிகாரிகளாக மாறிவிடுகிறார்கள் என்பது எத்தனை சுவாரசியமானது என்று அம்மா பதிலெழுதினாள்

ஆனாலும் அவள் தனது பாடத்தைக் கற்றுக்கொண்டாள், அவள்மீது கவனம் ஒன்றும் குறைவாக விழவில்லை; Bush Women அரங்கத்தில்

அம்மாவையும் டாமினிக்கையும் முதன்மையானவர்களாகக் கருதி அவர்களுடன் பாலுறவு வைத்துக்கொள்ள இளம்பெண்கள் தொடர்ந்து வந்தபடி இருந்தனர்

பதின்பருவக் கடைசியில் இருக்கும் அனுபவமில்லா அல்லி முதல் அவர்களுக்குத் தாய்மார்களாக இருக்கக்கூடிய பெண்கள்வரை ஒவ்வொருவரும்

அம்மா பாகுபாடெல்லாம் காட்டவில்லை, தனது இரசனையானது கலாச்சாரம், வர்க்கம், கொள்கை, இனம், மதம், தலைமுறை கடந்த உண்மையான சமத்துவம் கொண்டது என்று தனது தோழிகளுடன் பீற்றிக்கொண்டாள்

இது மற்றவர்களைக் காட்டிலும் பெரிய களத்தை அவளுக்கு ஏற்படுத்தித் தந்தது

(பெரிய முலைகள் மீது அவளுக்கிருந்த அபிமானத்தை தனக்குள் வைத்துக்கொண்டாள், காரணம் உடல் உறுப்புகளைப் பாலியலுக்கான பொருளாக மட்டும் பிரித்துப் பார்ப்பது பெண்ணியத்துக்கு எதிரானது)

டாமினிக் ரொம்ப தேர்ந்தெடுக்கக்கூடியவளாக ஒருநேரத்தில் ஒருத்தி என, தொடர்ந்துகூட வைத்துக்கொண்டாள், அவள் நடிகைகள், வழக்கமாக பொன்னிறக் கேசமுடையவர்களை, நுண்ணோக்கியிலும் காண முடியாத அளவு சிறிய திறமையைக் கண்ணுக்குத் தெரியும் அழகால் மறைத்திருக்கக் கூடியவர்களைத் தேர்ந்தெடுத்தாள்

அல்லது தங்கள் தோற்றமே திறமையாக வாய்த்திருக்கும் நவீன பாங்கியற் பாவைகள்

பெண்களுக்கு மட்டுமான மது அருந்தகங்கள் அவர்கள் அடிக்கடி செல்லுமிடங்களாக இருந்தன

திங்கட்கிழமையில் Fallen Angel, Rackets, the Bell, the Drill Hall திரையரங்க மது அருந்தகம் அல்லி அறிவுஜீவிப் பெண்கள் கூடுமிடங்களாகவும், அடித்தளத்திலிருந்த அறைகலன்களை அகற்றிவிட்டு, அங்கே ஒலியமைப்பை அமைத்துக்கொண்டு நுழைவாயிலில் கட்டணம் வசூலிக்கும் நடுத்தர வயது ஜமைக்கா

பெண்மணியான பேர்லின் மதுவிடுதியில் வெள்ளிக்கிழமை இரவிலும் கூடினர்

ஒருவருடன் மட்டும் ஈடுபாடு கொள்வதை அம்மா சிறைத்தண்டனையைப் போல அனுபவித்தாள், அவள் வீட்டை விட்டு வெளியேறியது சுதந்திரமும் சாகசமும் கொண்ட வாழ்க்கைக்காகத்தானே தவிர இன்னொருவரின் ஆசைகளுக்குக் கட்டப்பட்டுக் கிடப்பதற்கு அல்ல

ஒரு பெண்ணுடன் இரண்டு மூன்று தடவை உறவுகொண்டால், கவர்ச்சிகரமான சார்பில்லா நிலையிலிருந்து அவர்கள் மென்மேலும் தேவையுடையவர்களாக ஆகிவிடுகிறார்கள்

ஒரு வாரத்துக்குள்ளாகவே

அவர்களது இன்பத்துக்கான முழு ஆதாரமாக அவள் ஆகிவிடுவதால், அவளது தன்னுரிமை மீது தேவையான எல்லா உபாயங்கள் மூலமும் தங்கள் அதிகாரத்தை நிலைநாட்டத் தொடங்கிவிடுகிறார்கள்

ஊடல்கள், கண்ணீர், சுயநலவாதி, இரக்கமில்லாதவள் என்று குற்றச்சாட்டுகள்

எல்லாப் பெண்களையும் தவிர்ப்பதற்கு, முன்னதாகவே தனது நோக்கங்களைச் சொல்லிவிடுவதற்கு, ஒரே பெண்ணுடன் ஒருபோதும் இருமுறை உறவுகொள்ளாதிருப்பதற்கு மிஞ்சிப்போனால் மூன்றுமுறை உறவுகொள்ளாதிருப்பதற்கு அம்மா கற்றுக்கொண்டாள்

அவளே விரும்பினாலும்கூட

காமம் எளிமையானது, தீங்கில்லாதது, மனித சுகம் அது, முப்பதுகளின் கடைசிவரை அவளுக்கு அது நிறையவே கிடைத்தது

எத்தனைபேர் இருப்பார்கள்? ஒரு நூறுபேர், இன்னொரு ஐம்பது? நிச்சயம் அதற்குமேல் இல்லையா?

நண்பர்கள் சிலர் அவள் நிலையான உறவை ஏற்படுத்திக் கொள்ள உதவுவதற்கு சிகிட்சையை முயற்சிக்கச் சொல்லிப் பரிந்துரைத்தார்கள், ஆயிரக்கணக்கில் பெண்களுடன்

உறவுகொண்டதாக பெரிய ஆண் நட்சத்திரங்கள் பீற்றிக் கொள்ளும்போது அதற்காக அவர்கள் வியந்து போற்றப் படுவதுடன் ஒப்பிட்டால் நடைமுறையில் தான் இன்னும் ஒரு கன்னிப்பெண்தான் என்று பதிலளித்தாள்

அவர்களிடம் யாராவது போய் உளப்பகுப்பாய்வு செய்யும்படி சொன்னார்களா?

கெடுபேறாக, அவள் ஆரம்பத்தில் உறவுகொண்ட ஒன்றிரண்டு பெண்கள், கடந்தகாலம் முகத்தில் அறையக் காத்திருக்கும் சமூக ஊடகத்தில் காலம்கடந்து அவளை வசைபாடிக் கொண்டிருக்கின்றனர்

முப்பத்தைந்து வருடங்களுக்கு முன்னால் அம்மாவோடு உறவு வைத்துக்கொண்டபோது அவள்தான் தான் முதலில் பாலுறவு கொண்ட பெண் என்றும் ரொம்பவே குடித்திருந்ததால் அவள் மேலெல்லாம் வாந்தியெடுத்து வைத்ததாகவும் பதிவிட்ட பெண்ணைப் போல

அது ரொம்ப அதிர்ச்சியா இருந்தது, அதிலிருந்து என்னால் மீளவே முடியவில்லை, என்று அவள் ஒப்பாரி வைத்தாள்

அல்லது கிட்டத்தட்ட அதே சமயத்தில் அவளைத் தேடிக் கண்டுபிடித்து ரீஜெண்ட் தெருவில் வைத்து தனது அழைப்புகளுக்கு அம்மா பதிலளிக்கவில்லை என்று கத்திய பெண்

உன்னை யாருன்னு நினைச்சுக்கிட்டு இருக்கே, பெரிய நாடக நடிகையாட்டம் போலி வேசம் போடுறவதானே நீ? நீயெல்லாம் ஒன்னுமே இல்லை, ஆமா, ஒன்னுமே இல்லை

டாப்ஷாப்பின் சுரங்கப்பாதைக்குள் தப்பிச் செல்லும்முன்பாக, அம்மா திருப்பிக் கத்தினாள், உனக்கு மருந்து காலியாப் போயிருச்சின்னு நினைக்கிறேன் கண்ணு

ரொம்பகாலத்துக்கு முன்பாகவே பலருடன் உறவுகொள்வதில் அம்மா ஆர்வமிழந்துவிட்டாள்; காலப்போக்கில் பிரத்யேகமாக இல்லாவிட்டாலும், இன்னொருவருக்கு நெருக்கமாக, உணர்வுப்பூர்வமான அந்தரங்கமான உறவுக்கு அவள் ஏங்க ஆரம்பித்துவிட்டாள்

அவளுடைய விசயத்தில் பிரத்யேகமாக ஒருவர் என்று இல்லாத உறவுகள் அல்லது யாஷ் விவரித்தபடி இப்போது பலபெண் உறவுகள் என்று அழைக்கவேண்டுமா? அவளைப் பொறுத்தவரை ஒருத்தியோடு மட்டும் வாழ்வது என்பது வெறும் பெயர்தான், குழந்தாய்

பிரிட்டனில் வாழும் வரைகலை வடிவமைப்பாளரான டொலோரஸ், அப்புறம் ஹைகேட்டில் தொழில்சார் சிகிட்சையாளரான ஜாக்கி

இவர்கள் ஏழு மற்றும் மூன்று ஆண்டுகள் முறையே இதிலிருந்து வருகிறார்கள், இருவருமே அவளுடனான உறவுக்கு வெளியே முழுமையான வாழ்க்கைகளுடன் (மற்றும் குழந்தைகளுடன்) சுதந்திரமாக வாழும் பெண்கள்தான்

அவர்கள் தொங்கிக்கொண்டோ அல்லது பிக்கல் பிடுங்கல் செய்வதோ அல்லது உடைமை கொண்டாடுவதோ இல்லை, உண்மையில் அவர்களுக்கு ஒருவரையொருவர் பிடித்திருக்கிறது, அதனால் ஆமாம், சிலநேரங்களில் மூவருமாக இணைந்து பாலுறவு கொள்வதில் இன்பமடைகிறார்கள்

அவ்வப்போது

(யாஷுக்குத் தெரிந்தால் மிரண்டுவிடுவாள்)

நடுத்தர வயதான அம்மா சிலநேரங்களில் தனது இளமை நாட்களை எண்ணி ஏக்கம் கொள்கிறாள், புகழ்பெற்ற அல்லி மன்றத்துக்கு (lesbian club) ஒரேயொருமுறை அவளும் டாமினிக்கும் யாத்திரை சென்றது நினைவுக்கு வருகிறது

அதன் ஐம்பது ஆண்டு இருத்தலின் கடைசி ஆண்டுகளில் செல்சியா அடித்தளம் மறைந்து கிடந்தது

அது கிட்டத்தட்ட காலியாக இருந்தது, இரண்டு நடுத்தர வயதுப் பெண்கள் ஆண்களைப் போல கத்தரிக்கப்பட்ட தலைமுடியுடனும் உடைகளுடனும் மதுவருந்தகத்தில் நின்றுகொண்டிருந்தனர், தி வெல் ஆஃப் லோன்லினெஸ் பக்கங்களிலிருந்து நேராக நடந்து வந்தவர்களைப் போல

நடனத்தளத்தில் மங்கலான வெளிச்சமிருந்தது, இரண்டு மிக வயதான மிகச் சிறிய பெண்கள், ஒருத்தி கருப்பு ஆடையிலும், இன்னொருத்தி நாற்பதுகள்-பாணி ஆடையிலுமாக, டஸ்டி ஸ்பிரிங்ஃபீல்ட் பாடிய 'காதல் பார்வை' பாடலுக்குக் கன்னத்தோடு கன்னம் வைத்து ஆடினர்

கூரையின் நடுவிலிருந்து அவர்கள் மீது நட்சத்திரத்துகள்களைத் தூவுவதற்கு மினுக்கும் டிஸ்கோ பந்துகூட அங்கே சுழலவில்லை.

3

அம்மா தனது காஃபியை குப்பைக்கூடையில் வீசிவிட்டுக் கிறுக்கல் ஓவியங்கள் பொறித்த கற்காரையிலான ஸ்கேட்போர்டு பகுதியைக் கடந்து நேராக அரங்கத்தை நோக்கி நடந்தாள்

தலைக்கவசங்களோ முழங்கால் பாதுகாப்புப் பட்டைகளோ இன்றி தாவுவதும் திருப்புவதும் இத்தனை இளம் வயதிலேயே மரண அபாயத்துள் கொண்டுசெல்லும்

இளங்கன்று பயமறியாது

யாஷ் மாதிரி, அவளும் தலைக்கவசம் இல்லாமல் மிதிவண்டி ஓட்டுகிறாள்

தலைக்கவசம் அணிவது என்பது

அ/ தலைவலியை வரச்செய்வது

ஆ/ திரும்பவும் பேசக் கற்றுக்கொள்வது

இவற்றுக்கிடையிலானே வேறுபாடாக இருக்கலாம் என்று அவள் அம்மா சொல்லும்போது கோபத்தோடு சென்றுவிடுகிறாள்

அரங்கப் பின்கதவைத் திறந்து நுழைகிறாள், காவலாளி பாப்-க்கு முகமன் சொல்கிறாள், இன்றிரவுக்கான வாழ்த்தை அவளிடம் சொல்கிறான், இடைகழிகள் வழியே நடந்து படிகளில் ஏறிச் சென்று இறுதியில் குகை போன்ற மேடைக்கு வருகிறாள்

நாடகத்தை இடையூறின்றிப் பார்வையாளர்கள் அனைவரும் காண்பதை உறுதிசெய்வதற்காக, கிரேக்க பாணியில் மேற்கூரை

இல்லாத வட்டரங்க வடிவில் கட்டப்பட்ட காலியான, கட்டுக்கடங்கா கேட்பொலி கொண்ட விசிறி வடிவிலான கலையரங்கத்தைப் பார்த்தாள்,

இந்த மாலைவேளை ஆயிரத்துக்கும் மேற்பட்டோர் இந்த இருக்கைகளில் நிறைந்திருப்பார்கள்

இவ்வளவுபேர் அவளது தயாரிப்பைக் காணக் கூடுவதை உண்மையிலேயே நம்பமுடியவில்லை

எந்த விமர்சனமும் வருவதற்கு முன்பே கிட்டத்தட்ட அத்தனை நுழைவுச்சீட்டுகளும் விற்றுத் தீர்ந்துவிட்டன

முற்றிலும் மாறுபட்ட ஒன்றுக்கு எதற்கு இத்தனை கிராக்கி?

*

டஹோமியின் கடைசி அமேசான், எழுதி இயக்கியவர் அம்மா போன்சு

பதினெட்டு, பத்தொன்பதாம் நூற்றாண்டுகளில் வீராங்கனைகள் அரசருக்குச் சேவகம் புரிந்துவந்தனர்

அரசரின் மதிலுக்குள் தங்கியிருந்த பெண்களுக்கு உணவுடன் பெண் அடிமைகளும் வழங்கப்பட்டனர்

அரண்மனையை விட்டு வெளியே சென்றபோது அவர்களுக்கு முன்னே அடிமைப்பெண் ஒருத்தி ஆண்கள் வேறுபுறம் திரும்பிக்கொள்ள வேண்டும் அல்லது கொல்லப்படுவார்கள் என எச்சரிக்கும் மணியடித்துக்கொண்டே செல்வாள்

பெண்களே அரண்மனைக் காவலுக்கு இருந்தனர், காரணம் அரசரின் தலையை வெட்டியெறிய மாட்டார்கள் அல்லது அவர் தூங்கும்போது குறுவாளால் அவர் விதைப்பைகளை அறுத்தெறிய மாட்டார்கள் என்ற நம்பிக்கை

தங்களை உறுதியானவர்களாக்கிக் கொள்ள ஆடையின்றி முள் நிறைந்த கருவேலமரக் கிளைகளில் ஏறிப் பயிற்சி செய்வார்களாம்

தங்களைத் தாங்களே காப்பாற்றிக் கொள்வதற்காக அபாயகரமான காட்டுக்குள் ஒன்பது நாட்கள் அனுப்பி வைக்கப்பட்டார்கள்

நீண்ட துப்பாக்கிகளால் சுடுவதற்கும் எளிதாக எதிரிகளின் தலையைக் கொய்யவும் குடலை உருவவும் அவர்களால் முடிந்தது

அருகிலிருந்த யோருபா இனத்தவருடனும் நாடு பிடிக்க வந்த பிரெஞ்சுக்காரர்களுடனும் போரிட்டனர்

ஆறாயிரம்பேர் கொண்ட இராணுவமாக வளர்ந்திருந்த படை அது, அவர்கள் எல்லோருமே முறைப்படி அரசரை மணமுடித்தவர்கள்

மற்றபடி அவர்கள் பாலுறவு கொள்ள அனுமதிக்கப்படவில்லை, அவர்களுக்குப் பிறக்கும் ஆண் குழந்தை கொல்லப்பட்டது

இதைப்பற்றி முதலில் கேள்விப்பட்ட அம்மா அவர்களுக்குள்ளாகவே அது இருந்திருக்க வேண்டும் என்று தீர்மானித்தாள், காரணம் பாலினம் பிரிக்கப்படும்போது அப்படித்தானே நடந்திருக்கும்?

அவள் நாடகத்துக்கான யோசனை பிறந்தது

கடைசி அமேசானான நாவி, மேடையில் அப்பிராணிப் பதின்பருவ மணப்பெண்ணாக அரசர் முன் தோன்றுகிறாள்; அவரது குழந்தையைச் சுமக்க முடியாத அவள் அவரது அந்தப்புரத்திலிருந்து வெளியேற்றப்பட்டு அவரது பெண் போராளிக்குழுவுடன் கட்டாயமாகச் சேர்க்கப்படுகிறாள், அபாயகரமான பயிற்சிகளில் தப்பிப்பிழைத்து அவளது சக்திவாய்ந்த உடல்பலத்தாலும் தந்திரமான போர் யுக்திகளாலும் அவள் பதவி உயர்ந்தபடி சென்று புகழ்பெற்ற அமேசான் படைத்தலைவி ஆகும் அவள் தனது பயமற்ற ரௌத்திரத்தால் வேற்றுநில நோக்கர்களுக்கு அதிர்ச்சியளித்தாள்

நாவி தனக்கு பல பெண் காதலிகள் அலுத்துவிட்ட பின்பும் வெகுகாலம் அவர்களிடம் அவள் கொண்டிருந்த பற்றினை அம்மா காட்டினாள், அரசர் மதிலுக்கு வெளியே துரத்திவிட்டு அவர்கள் தரித்திரம் பிடித்த வாழ்க்கையை வாழாமல், பளுவில்லா வீட்டு வேலைகளை அவர்களுக்கு ஒதுக்குமாறு பார்த்துக்கொண்டாள்

நாடகத்தின் முடிவில், வயதாகித் தனிமையில், நாவி தனது பழைய காதலிகளோடு திரும்ப இணைகிறாள், ஒளியில் தோன்றும்

முப்பரிமாணத் தோற்றத்தின் உபயத்தால் அவர்களது மங்கலான தோற்றம் வந்துவந்து போகிறது

அமெரிக்காவில் ஒழித்துக் கட்டப்பட்ட அடிமை வர்த்தகத்துக்காக, அவருடன் வணிகம் செய்வதற்காக மறைந்துதிரியும் குற்றவாளி அடிமைகளின் கப்பல் முற்றுகைகளைத் தாண்டி விரைவதுடன், கைதிகளை வழங்குவதற்கு அரசர் தூண்டுவது உட்பட, போர்க்காட்சிகளை அவள் அமைத்திருந்த விதத்துக்காக அவள் பெயர் பிரபலமானது

தனது சாதனைகளை எண்ணி அவள் பெருமைகொண்டாள்

காணொளிகள் அவளது போர் நடவடிக்கைகளைக் காட்டின, அமேசான்கள் சுழற்சிப்படி நீள் துப்பாக்கிகளையும் பட்டையான நெடுங்கத்திகளையும் கொண்டு தாக்கும் இடிமுழக்கம் போன்ற படைகள்

பார்வையாளர்களை நோக்கி ஓலமிட்டபடி அடிபட்ட வீக்கத்துடன்

முதுகெலும்பைச் சில்லிடச் செய்து, திகிலூட்டுவதாக இருக்கிறது

முடிவில்

நாவியின் இறப்பு

விளக்குகள் மெதுவாக மங்குகின்றன

இருள்கிறது

பத்து வருடங்களுக்கு முன்பே அம்மா இதை எழுதிவிட்டாள், முதலில் படித்திருந்த டாமினிக் நாடகத்தைப் பார்ப்பதற்கு பறந்து வந்திருக்கக்கூடாதா என அம்மா நப்பாசை கொண்டாள்

அரங்கேறுவதற்கு இத்தனை காலம் எடுத்துக்கொண்ட ஒரு நாடகம், காரணம் அவள் அனுப்பிய ஒவ்வொரு அரங்கமும் அது அவர்களுக்கு ஏற்றதல்ல எனத் திருப்பி அனுப்பிவிட்டது

Bush Women அரங்கத்துக்குப் புத்துயிர் கொடுக்கலாம் என்ற எண்ணத்தை அவளால் தாங்கமுடியவில்லை

டாமினிக் சென்றபின், அவள் தனியாக அந்தப் போர்க்கப்பலைச் செலுத்தும்படி விடப்பட்டாள்

அதைச் சில வருடங்கள் செய்தாள், தனித்துவிடப்பட்டதாக அவள் உணர்ந்தாள், அம்மாவின் படைப்பூக்க யோசனைகளுக்கு நடைமுறைத் தீர்வுகளை வழங்கிய டாமினிக்குக்கு மாற்றாக ஒருவரை அவளால் கண்டுபிடிக்கவே முடியவில்லை

கடைசியில் நிறுவனத்தைக் கலைத்துவிட்டு

நிறுவனம்சாராக் கலைஞராகிப் போனாள்

ஷிர்லி

அவளது மிகப் பழைய தோழி இன்று இரவு வருகிறாள், அம்மா பதின்பருவத்தில் இருந்தபோதிருந்தே அவளது ஒவ்வொரு நாடகத்துக்கும் வந்திருக்கிறாள், இலக்கணப் பள்ளியில் அங்கிருந்த இன்னொரு கபிலநிறப் பெண் ஷிர்லி மட்டுமே, பதினோரு வயதில் அவர்கள் சந்தித்துக்கொண்டது முதலாக அவள் வாழ்வில் தொடர்ந்து இருப்பவள், ஒருநாள் மதியவுணவு நேரத்தில் பச்சைநிறச் சீருடை அணிந்த சிறுமிகள் கிறீச்சிட்டபடியும் கூச்சலிட்டுக்கொண்டும் கயிறைவைத்து தாண்டிக்குதித்து விளையாடிக்கொண்டும் பாண்டி விளையாடிக்கொண்டும் இருந்தபோது அம்மா தனியாக நிற்பதைப் பார்த்துவிட்டு விளையாட்டு மைதானத்தில் அவளுக்காக வந்து நின்றவள் அவள்

அவளுக்கு முன்னால் அங்கே ஷிர்லி நின்றுகொண்டிருந்தாள்

ஷிர்லி, முழுமையாக நேராக்கப்பட்ட கேசத்துடன், பளபளப்பான முகத்துடன் (வாசலின், அதை அம்மா பின்னர் கண்டுபிடித்தாள்), அவளது கச்சிதமாக முடிச்சிட்ட பள்ளிக்கூட கழுத்துப்பட்டையுடன், முழங்கால்வரை இழுத்துவிடப்பட்ட வெள்ளைக் காலுறைகளுடன் இருந்தாள்

ரொம்ப அமைதியாக, நேர்த்தியாக, பார்க்க அழகாக இருந்தாள்

அம்மாவின் தாறுமாறான கேசம் போலன்றி, அதற்கு முக்கியக் காரணம் தினசரி காலையில் அவள் அம்மா பின்னிய இரட்டைச் சடையிலிருந்து நாடாவை உருவாமலிருக்க அவளால் முடியவில்லை

அல்லது அவளது காலுறைகள் கணுக்காலுக்குக் கீழே நழுவுவதையும் நிறுத்தமுடியவில்லை, காரணம் ஒருகாலை இன்னொரு காலோடு தேய்ப்பதை அவளால் நிறுத்தமுடியவில்லை

காலர் இல்லாத பள்ளிச்சீருடை மூன்றுமடங்கு பெரியதாக இருந்தது, காரணம் அவள் அம்மா மூன்று வருடம் உழைக்கும்படி அதைத் தைத்து வாங்கியிருந்தாள்

அவள் கேட்டாள், ஹலோ, என் பேரு ஷிர்லி, நான் உன் தோழியா இருக்கறதை விரும்புறியா?

அம்மா தலையாட்டினாள், ஷிர்லி அவள் கையை எடுத்து குழுவுக்கு வழிநடத்தினாள் இரப்பர் பட்டைகளில் தாண்டிக் குதித்து விளையாடிக் கொண்டிருந்ததைப் போட்டுவிட்டு வந்திருந்தாள்

அதன்பின் அவர்கள் பிரிக்கமுடியாதவர்களாக இருந்தனர், ஷிர்லி வகுப்பில் கவனம் செலுத்தினாள், வீட்டுப்பாட உதவிக்கு அவளைத் தாராளமாக நம்ப முடிந்தது

பையன்கள் மீது அவளுக்கு இருந்த மையல்கள் குறித்து அம்மா பேசுவதை ஷிர்லி மணிக்கணக்கில் கேட்டுக்கொண்டிருப்பாள், பிறகு, இருபாலின மாறுகைக் காலகட்டத்துக்குப் பிறகு (கொஞ்சகாலம் ஷிர்லியின் சகோதரர்கள் எர்ரோல் மற்றும் டோனி மீது மையல் இருந்தது), அது பெண்பிள்ளைகளுக்கு மாறியது

அவளது பாலுணர்வு குறித்து எதிர்மறையாகச் சொல்ல ஷிர்லிக்கு ஏதுமில்லை, பள்ளிக்கு வராமல் டிமிக்கி கொடுத்துவிட்டு அவள் சுற்றியபோது அதை மறைத்தாள், ரொம்ப ஆர்வத்துடன் இளையோர் அரங்கத்தின் கதைகளைக் கேட்டாள் - புகைபிடிப்பது, முத்தமிடுவது, குடிப்பது, நடிப்பது - இந்த வரிசையில், பள்ளிப்படிப்பு முடிந்து அவர்களது பாதைகள் பிரிந்தபோதும்கூட, ஷிர்லி ஆசிரியையாகவும், அம்மா அரங்கத்துக்கும் சென்றாலும், அவர்களது நட்பைப் பேணிக்காத்தார்கள்

அம்மாவின் கலைத்துறை நண்பர்கள்கூட இந்த உலகத்திலேயே மந்தமான ஆள் ஷிர்லி, அவளையெல்லாம் அழைக்க வேண்டுமா என்று கேட்டபோது ஷிர்லியின் சாமானியப் பண்புக்காகப் பரிந்து பேசினாள்

அவள் நல்லவள் என்று எதிர்ப்புத் தெரிவித்தாள்

கேட்டுக்கொண்ட போதெல்லாம் யாஷை ஷிர்லி கவனித்துக் கொண்டாள் (ஒன்றிரண்டு தடவை அம்மாவும் ஷிர்லியின் மகள்களைப் பார்த்துக்கொண்டாள், இருக்கலாம்தானே?)

தனது கடன்களை அடைக்க அம்மாவுக்குக் கைமாற்று தேவைப்பட்டபோது ஷிர்லி ஒருபோதும் புகார் செய்ததில்லை, சிலசமயம் அந்தக் கடன்களைப் பிறந்தநாள் பரிசாகத் தள்ளுபடியும் செய்திருக்கிறாள்

இந்தக் கொடுக்கல் வாங்கல் ஒருவழிப் பாதையாகவே இருந்ததாக வெகுகாலம் அவளுக்குத் தோன்றிவந்தது. பிறகு ஷிர்லியின் பாதுகாப்பான கணிக்கத்தக்க வாழ்க்கையை மேலும் சுவாரசியமானதாக மிளிர்வதாக தான் ஆக்கியுள்ளதாக அம்மா காரணம் கற்பித்துக்கொண்டாள்

அதைத்தான் அவள் அவளுக்குத் திருப்பித் தந்தாள்

அப்புறம் அவளுடைய குழு அல்லது படை இருந்தது, யாஷ் குழு என்று சொன்னால் திருத்துவாள், யாரும் நண்பர்கள் குழுன்னு சொல்றதில்லம்மா, அதெல்லாம் அந்தக்காலம் தெரியுமா?

அவர்கள் முன்பு எப்படியிருந்தார்களோ அதை நினைத்த ஏக்கம் அம்மாவுக்கு வருகிறது, அவர்கள் தங்கள் சுயத்தைக் கண்டறிந்தபடி வரவிருக்கும் ஆண்டுகளில் என்னவாக மாறுவோமோ என்று தெரியாமல் மாறிக் கொண்டிருக்கிறார்கள்

அவளது குழு முதல்நாள் இரவு நிகழ்ச்சிக்கு வந்திருந்தனர், ஒன்றாக இரவு வெளியே செல்வதற்காக தொலைபேசியின் மறுமுனையில் (ஆம், தரைவழித் தொலைபேசிதான் - அப்போதெல்லாம் இதை எப்படிச் செய்ய முடிந்தது?) இருந்தனர்

நாடகங்கள் குறித்துப் பகிரவும் ஒரு கலக்கு கலக்கவும் அங்கிருந்தனர்

மேபல் சுயாதீனப் புகைப்படக் கலைஞர், தனது முப்பது வயதுகளில் அவள் எதிர்பால் சேர்க்கையாளராக மாறிவிட்டாள், அவளது மறுகண்டுபிடிப்பின் பகுதியாக, ஒருவேளை ஷைர்ஸில் உள்ள முதல் கருப்பின, மெழுகிட்ட பருத்தி மேலங்கி

அணியக்கூடிய, குதிரை சவாரி செய்யும் இல்லத்தரசியாக, அவளது அல்லி தோழிகள் அனைவரையும் தோண்டியெடுத்தாள்

ஓலிவைன் பிரிட்டனில் அவள் மிகவும் கருப்பாக இருந்ததால் நடிக்கவே முடியாத நிலையிலிருந்து ஹாலிவுட்டில் பிரபல குற்றத்தொடர்களுக்குச் சென்றுவிட்டாள், பளபளப்பான இதழ்களை விரித்துவைத்தபடி கடலைப் பார்க்க அமர்ந்துகொண்டு ஒரு நட்சத்திர வாழ்க்கை வாழ்கிறாள்

கத்ரினா ஒரு செவிலியாக இருந்து தனது சொந்த நகரமான அபர்தீனுக்குத் திரும்பிவிட்டாள், நானும் இங்கிலாந்தை நேசிப்பவளாக மறுபிறப்பெடுத்து கிர்ஸ்டி என்ற மருத்துவரைத் திருமணம் செய்தேன் என்று சொன்னவள், இப்போது இலண்டனுக்கே வர மறுக்கிறாள்

இன்று இரவு லட்சுமியும் இங்கிருப்பாள், அவர்களது நாடகங்களுக்கு இசையமைத்த சாக்சஃபோன் கலைஞர், ஒரு பாட்டையும் இராகத்தையும்விட மோசமானது எதுவுமில்லை என்று தீர்மானிப்பதற்கும், புதுமையான பரீட்சார்த்த இசைக்குள் சரியான ஒன்றை வைக்கத் தொடங்குவதற்கும் முன்பாக, அம்மா தனிப்பட்ட முறையில் அதைக் குதப்புணர்ச்சி இசை என்று எண்ணினாள், வழக்கமாக குக்கிராமங்களில் சூதாடிகளைக் காட்டிலும் நிறைய பசுக்கள் பார்வையாளர்களாக இருக்க நடக்கும் விநோதமான திருவிழாக்களில் பிரமாதமான இசையாகத் தோன்றக்கூடியது

லட்சுமியும்கூட இசைக்கல்லூரியில் தான் கற்றுக்கொடுக்கும் எளிதில் ஏமாறக்கூடிய மாணவர்களுக்காக, வாராது வந்த குருவைப்போன்ற பிம்பத்தை வளர்த்துக் கொண்டுவிட்டாள்

அவளது நகரவை மன்ற அடுக்குமாடிக் குடியிருப்பின் அடுப்படியைச் சுற்றிலும் அவர்கள் கூடியமர்ந்து மலிவான ஆப்பிள் மதுவை தேநீர்க் கோப்பைகளிலிருந்து பருகியபடி இருக்க

சோபாவில் குளித்துவிட்டு அணியும் இடைநாடா வைத்த நீளங்கி அணிந்து கால்மேல் கால் போட்டு அவள் அமர்ந்திருக்க, நீண்ட கேசத்தில் ஆங்காங்கே வெள்ளி வரிகள் ஓடின

இசையில் மீச்சிறு இடைவெளிகளை மேம்படுத்துதல் மற்றும் படிப்படியாக மாறக்கூடிய பல தனித்தனி தாளகதி, ஒரேநேரத்தில் இசைக்கும் பல தாளங்கள் மற்றும் குரலோடு சேர்ந்து

இசைக்கருவியை இசைத்து பன்னொலி அமைப்புகள் மற்றும் விளைவுகளுக்குச் சாதகமாக ஒத்திசைவான ஒலியெழுப்புவதில் உள்ள முன்னேற்றங்களைக் கண்டித்தாள்

பிள்ளைகளா, பசங்களா, பண்ணிசை செத்துவிட்டதுன்னு நான் சொல்றப்ப

சமகாலத்தில், இப்ப இந்த தற்காலிக நிலையைப் பத்தித்தான் சொல்றேன்

லட்சுமி அறுபதை நெருங்கிக் கொண்டிருந்தாலும்கூட, அவள் தேர்ந்தெடுக்கும் காதலர், ஆணோ பெண்ணோ, 25-35 வயதுக்குள்ளாக இருக்கின்றனர், இதில் மேல் வரம்பு முடியும்போது அந்த உறவும் முடிந்து விடுகிறது

அது பற்றி அம்மா கேட்கையில், அவர்கள் அதற்குமேல் ஈர்க்கக்கூடியவர்களாகவோ, புதுமுகமாகவோ, இறுக்கமான தோலுடனோ இருப்பதில்லை என்பதைத் தவிர வேறொரு காரணத்தைச் சொல்கிறாள்

அப்புறம் தொண்ணூறுகளில் தாக்குப்பிடிக்க முடியாத ஒரேயொரு நபரான ஜார்ஜி

வேல்ஸில் ஒரு குழாய் பழுதுபார்ப்பவரின் உதவியாளரான அவள் திருநம்பியாக இருந்த காரணத்தால் கர்த்தரை பிதாவின் பிள்ளையாக நம்பும் யெகோவாவின் சாட்சி மதத்தைத் தழுவிய குடும்பத்தால் கைவிடப்பட்டாள்

அவர்கள் எல்லோரது ஆதரவையும் பெற்ற தொலைந்துபோன அநாதைக் குழந்தையாகிப் போனாள்

ஆட்சிக்குழுவின் குழாய் பழுதுபார்ப்புக் குழுவில் இருந்த ஒரே பெண் அவள், அவளது சக ஆண் பணியாளர்களிடமிருந்து தொடர்ந்து வரும் ஆணித் துளை இடங்காட்டி, புளோ பேக்ஸ், காம்புகள், தொட்டிக்குள் பாயும் திரவத்தைக் கட்டுப்படுத்தும் பால்காக்ஸ் என்று இரட்டையர்த்த நகைச்சுவைகளை அவள் சகித்துக்கொள்ள வேண்டியிருந்தது

அதேபோல பாத்திரம் கழுவும் தொட்டிக்குக் கீழே எதையாவது அவள் பொருத்திக் கொண்டிருக்கும்போது அல்லது தாழ்வான

குழாயைக் குனிந்து பார்த்துக் கொண்டிருக்கையில் அவள் பிட்டத்தில் தாங்கள் என்னவெல்லாம் செய்ய விரும்புகிறோம் என்று பேசுவது

ஜார்ஜி

ஒருநாளைக்கு இரண்டு லிட்டர் கொகோகோலா குடித்தாள், இரவில் அதில் சாராயத்தையும் போதைப்பொருளையும் கலந்தாள்

அவர்கள் குழுவின் கவர்ச்சியான பெண்களில் மிகக்குறைந்த நற்பேறு கொண்டவளாக, கவலைக்குரிய வகையில் முட்டாள்தனமாக, எப்போதைக்கும் தனித்தே இருப்போமென்று நினைத்துவந்தாள்

அவள் மற்றவர்களை ஈர்க்கமுடியாதபடி மிகவும் அவலட்சணமாக இருப்பதாகச் சொல்லிச் சொல்லியே ஜார்ஜியுடன் வெளியே சென்ற பல இரவுகள் கண்ணீரில்தான் முடிந்தன, அது உண்மையில்லை, அவர்கள் எல்லோரும் முடிவேயின்றி அவள் எந்தளவு கவர்ச்சியாக இருக்கிறாள் என்று நம்பிக்கையூட்டினர், எனினும் அம்மா அவளை எரிச்சலூட்டுபவள் என்பதைவிட திறமையான ஏமாற்றுக்காரியாகவே கருதினாள்

அல்லியர் உலகில் அது ஒன்றும் மோசமான விசயமில்லை

கடைசியாக அவளைப் பார்த்ததை அம்மாவால் ஒருபோதும் மறக்கமுடியாது, பெல்லுக்கு வெளியே குடிகாரர்கள் களிவெறியில் திரிந்துகொண்டிருக்க சாலையோர விளிம்பில் இருவரும் அமர்ந்திருந்தனர், கழிப்பறையில் ஜார்ஜி எடுத்துக் கொண்ட மாத்திரைகளைக் கக்கச் செய்வதற்காக அவளது தொண்டைக்குள் அம்மா வலிந்து விரலைத் திணித்துக் கொண்டிருந்தாள்

இப்படியொரு நம்பிக்கை இழந்த ஆளாக இருப்பதற்காக, மிகவும் பாதுகாப்பற்ற உணர்வுடன் இருப்பதற்காக, தன் வயதுக்குத் தக்க முதிர்ச்சியற்று இருப்பதற்காக, எல்லா நேரமும் இப்படி போதையிலேயே இருப்பதற்காக அவர்கள் நட்பில் முதல்முறையாக உண்மையாகவே அம்மா அவளிடம் எரிச்சலைக் காட்டினாள், அறிவோட நடந்துக்க ஜார்ஜி, கொஞ்சமாவது அறிவு மயிரோட நடந்துக்க!

ஒருவாரம் கழித்து அவள் வசித்துவந்த டெப்ட்ஃபோர்டிலுள்ள பெப்பிஸ் எஸ்டேட்டின் மேல் கடைசி தளத்தின் முகப்பு மாடத்துக்குச் சென்றாள்

இன்றுவரை ஜார்ஜி எப்படி இறந்தாள் என்று அம்மா தன்னைத் தானே கேட்டுக்கொள்கிறாள்

அவள் விழுந்துவிட்டாளா (விபத்தாக), பறந்தாளா (கால்தடுக்கி), தானாகவே குதித்தாளா (தற்கொலை) அல்லது அவளைத் தள்ளிவிட்டார்களா (வாய்ப்பில்லை)

இப்போதும் அவள் குற்றவுணர்ச்சியடைகிறாள், இன்னும் அது தனது தவறோ என்று எண்ணிப் பார்க்கிறாள்

விருந்துக்குப் பிறகு இலவசமாக மது கொடுத்தால் மட்டும், முதல்நாள் இரவு நாடகத்துக்கு சில்வஸ்டர் எப்போதும் வந்துவிடுவான்

இருந்தாலும் சில நாட்களுக்குமுன் ஒத்திகை முடிந்து வீட்டுக்குச் செல்லும் வழியில் பிரிக்ஸ்டன் நிலத்தடி இரயில்நிலையத்தில் வைத்து மடக்கி அவள் விலைபோய்விட்டாள் என்று குற்றம் சாட்டினான்

ரிட்ஸியில் தன்னுடன் மதுவருந்துமாறு வற்புறுத்தியதால், நாடகப் பள்ளியில் மாணவர்களாக அவர்கள் முதலில் சந்தித்துக் கொண்டதிலிருந்து அவர்கள் இணைந்து ஒன்றாகப் பார்த்துவந்த சுயேட்சை திரைப்படங்களின் சுவரொட்டிகளால் சூழப்பட்ட மேல்தளத்து மது அருந்தகத்தில் அமர்ந்தார்கள்

அபரிமிதமான ஒப்பனைகளோடு டிவைன் நடித்திருந்த Pink Flamingos, Born in Flames, Daughters of the Dust, Farewell My Concubine, அப்புறம் பிளாக் ஆடியோ ஃபில்ம் கலெக்டிவ் தயாரித்த பிரதிபா பார்மரின் A Place of Rage மற்றும் Handsworth Song

ஒரு அரங்க-கர்த்தாவாக அவளது சொந்த இரசனைகளுக்கு உயிர்ப்பூட்டிய திரைப்படங்கள் இவை

புரிந்துகொள்ளக் கடினமான மிகவும் அரசியல் கறார்த்தன்மை கொண்ட சில்வஸ்டருக்குச் இணையானதாக தனது அறிவுத்திறன் குறைந்த இரசனைகளை அவள் ஒருபோதும் கருதவில்லை என்றாலும்

Dynasty and Dallas என்ற தொடரும் அவற்றின் சமீபத்திய அவதாரங்களும் அவளை அடிமையாக்கி வைத்திருப்பது போன்றவை

அல்லது America's Top Model அல்லது Millionaire Matchmaker அல்லது Big Brother மற்றும் எஞ்சியவை...

குற்றங்களின் நாற்றம் பிடித்த ஆனால் கட்டுப்படியானதாக இருந்தபோது பிரிக்ஸ்டனில் குடியேறிய மாற்று நிறத்தவர்களை மதுவருந்தகத்தில் அம்மா சுற்றிலும் பார்த்தாள்

இவர்கள் அவளுடைய மக்கள், இரண்டு கலவரங்களைப் பார்த்திருக்கிறார்கள், வந்துபோன திருநம்பிச் சமூக மையத்துக்கு சுயத்தைத் தேடி வந்து செயிண்ட் லூசியாவிலிருந்து புதிதாக வந்திருந்த கர்வெனைச் சந்தித்து வாழ்க்கைத்துணையாகவும் ஆக்கிக்கொண்ட சில்வஸ்டர் போல தங்கள் பல்லினச் சமூக வட்டங்கள் மற்றும் மூதாதைகளைக் கொண்டிருப்பதில் பெருமைகொண்டவர்கள்

அவர்கள் அப்படியொரு அட்டகாசமான தம்பதிகளாக இருந்து வருகின்றனர்

சில்வஸ்டர் அல்லது சில்வீ அப்போது பொன்னிறக் கேசத்துடன் அழகாக இருந்தான், எண்பதுகளின் பெரும்பகுதியில் பெண்ணுடைகளை அணிந்தான், அவனது நீண்ட கூந்தல் பின்புறம் அலைபாயும்

இப்போதைய பாணி வருவதற்கு வெகுகாலம் முன்னதாகவே சமூகத்தின் பாலின எதிர்பார்ப்புகளை எதிர்க்கத் தீர்மானித்தவன், நான்தான் முதலில் செய்தவன் என்று புகார் சொல்பவன்

கர்வென் முகத்தில் பருக்களுடன் வெளிர் கபில நிறத்தில், தலைப்பாகை, சிறுபாவாடை, லெதர் காற்சராயுடன் முழு ஒப்பனையுடன் வருவாள்

நான் விரும்பும்போது பல்வேறு பிற எதிர்பார்ப்புகளை

எதிர்க்க வேண்டுமென்பதற்காக

என்றான் அவன்

சில்வஸ்டருக்கு இப்போது தலை நரைத்து, வழுக்கையாகி வருகிறது, தாடியுடன் இருக்கிறான், இற்றுப்போன சீன வேலையாள் உடையைத் தவிர்த்து வேறு எதை அணிந்தும் பார்க்க முடிவதில்லை

உண்மையில் அதை இபேயில் வாங்கியதாகச் சொல்கிறான்

ஆனால் கார்வென், ரெட்ரோ டாங்கி சட்டையும் துறைமுகப் பணியாளர்கள் அணியும் டங்கரீஸும் அணிகிறாள்

அவர்களை அடுத்து இரண்டு இளைஞர்கள் மேசைமுன் அமர்ந்திருக்கின்றனர், அசிங்கமாக பொருத்தமில்லாதவர்களாக அலுவலகத்துக்காகக் கத்தரிக்கப்பட்ட தலைமுடி, மிருதுவான கன்னங்கள், நறுக்கான சூட்டுகள், பளபளக்கும் காலணிகள் உடன்

அம்மாவும் சில்வஸ்டரும் பார்வையைப் பரிமாறிக் கொண்டனர், தேவையில்லாமல் மூக்கை நுழைத்து அண்டையிலிருப்பவரைக் காலனியாதிக்கத்துக்கு உட்படுத்துவதை அவர்கள் வெறுத்தனர், ஆடம்பரமான உணவு விடுதிகளுக்கும் மதுவருந்தகங்களுக்கும் வழக்கமாகச் சென்று வந்தார்கள், அது இப்போது உட்கூடச் சந்தையாக மாற்றப்பட்டுவிட்டது, இதற்கு முன்பு கிளி மீன், கருணைக்கிழங்கு, அக்கிப் பழம், ஸ்காட்ச் போனட் எனப்படும் ஒருவகை மிளகாய், ஆப்பிரிக்கப் பொருட்கள், துணிகள், டச்சு பானைகள், மிகப்பெரிய நைஜீரிய நில நத்தைகள் மற்றும் சீனாவிலிருந்து வந்த பச்சை முட்டை ஊறுகாய் விற்கும் கடைகளுக்குப் பெயர் போனவையாக இருந்தன

இந்த விலையுயர்ந்த பொருட்களை விற்கும் சந்தைகளில் உள்ளூர் ஆட்களை உள்ளேவிடாமல் தடுக்க பாதுகாப்புக் காவலர்களை வேலைக்கு வைத்திருந்தனர்

காரணம் அவர்களது வாடிக்கையாளர்கள் பிரிக்ஸ்டனை அல்லது ஸ்டாக்வெல்லைச் சேரியாக்குவதை விரும்பினர்

மத்திய இலண்டனும் செல்சியாவும் அவர்களது மரபணுவிலேயே இருந்த உண்மையை அவர்களால் மறைக்க முடியவில்லை

Keep Brixton Real என்ற பிரச்சாரத்தில் மிகச் செயலூக்கத்துடன் சில்வஸ்டர் பங்கெடுத்தான்

தனது புரட்சிக்கான ஊக்கத்தை அவன் இழக்கவே இல்லை

அது நிச்சயம் நல்ல விசயம் இல்லை

அந்த நாளின் ஏழாவது காஃபியை அம்மா பருகினாள், இதில் *Drambuie* மது கலக்கப்பட்டுள்ளது, சில்வஸ்டர் போத்தலிலிருந்து அப்படியே பியரைக் குடித்தான், அவனைப் பொறுத்தவரை ஒரு புரட்சியாளன் அப்படித்தான் குடிக்க வேண்டும் என்பான்

இப்போதும் தனது சமதர்மவாதி நாடக நிறுவனத்தை நடத்தி வருகிறான், அவர்கள் நடத்தியதில் 97% ஊருக்கு ஒதுக்குப்புறமான இடங்களில், 'சென்றடைவது கடினமாயுள்ள சமூகங்கள்', அதை அவளும் செய்துவர வேண்டும் என்கிறான்

அம்மா, உன் நாடங்களை சமூக மையங்களுக்கும் நூலகங்களுக்கும் நீ கொண்டுட்டுப் போகணும், நேஷனலுக்கு வர்ற நடுத்தர வர்க்கத் தேவடியா மகன்கள் கிட்ட இல்ல

சென்றமுறை நூலகத்துக்குக் காட்சியை எடுத்துச் சென்ற போது அங்கே பார்வையாளர்களாக இருந்தவர்களில் பெரும்பாலானோர் வீடில்லாதவர்கள்தான், அவர்களிடமிருந்த மிகச்சிறந்த விசயம் தூங்குவது; மிக மோசமான விசயம் குறட்டை விடுவது என்று பதிலளித்தாள்

அது நடந்து பதினைந்து வருடங்கள் இருக்கும், ஒருபோதும் திரும்ப வரக்கூடாதெனச் சபதம் எடுத்துக்கொண்டாள்

வெற்றியைவிட அனைவரையும் உள்ளடக்கிய சமூகம் என்பது முக்கியமானது இல்லைனா அதை மாபெரும் வெற்றினு சொல்லலாமா என்றான் சில்வஸ்டர், அவளுடைய செலவில் அவன் தொடர்ந்து பியர்களாகக் குடித்துக்கொண்டிருந்ததால் (ஆமா, நீ இந்தத் துறைல பெரிய ஆளாயிட்டதால, உனக்குத்தான் நிறைய வரும்படி வருமே) பெரிய விவகாரங்களுக்கு நகர்வதற்கு தான் முடிவெடுத்தது சரியென்று அம்மாவால் அவனை ஏற்கச்செய்ய முடியவில்லை

நேஷனலில் இயக்குநராயிருப்பது தனது உரிமை என்றும் உள்நாட்டுக்குள் அன்றாடம் போய்வரக்கூடிய மத்திய தர வர்க்கத்தைத் தாண்டி பார்வையாளர்களை ஈர்க்க வேண்டியது அரங்கத்தின் வேலை என்று வாதிட்டாள், இதில் பெர்க்ஷயரில் இருந்து இலண்டனுக்கு அதன் கலாச்சாரம் காரணமாக வந்த ஓய்வுபெற்ற வங்கியாளரும் இல்லத்தரசியுமான அவனது

பெற்றோர், பதின்பருவத்தில் அவன் வெளியேறினாலும் அவனை ஆதரிக்கும் பெற்றோரும் இதில் அடக்கமென்பதை நினைவுபடுத்தினாள்

ஒருமுறை குடிபோதையில் வழுக்கி விழுந்தபோது அவனுக்கு மாதாந்திரப் படி கிடைத்தது

(இதை நினைவுபடுத்தாமல் இருக்குமளவு நயமுடையவள் அவள்)

அவள் சொன்னாள், விசயம் என்னன்னா, விளிம்புநிலை மக்களிடத்தில் குட்டையைக் குழப்புவது எல்லாம் சரிதான், இருந்தாலும் மையவோட்டத்துக்குள்ளும் நாம் மாற்றத்தை உருவாக்க வேண்டியிருக்கு, இந்த அரங்கங்களுக்கு நிதியைக் கொடுக்கிற வரியை நாம எல்லாரும்தானே கட்டுறோம், சரிதானே?

வரி ஏய்ப்பு செய்யும் சட்டவிரோதியாக மட்டுமீறிய மகிழ்ச்சியை சில்வஸ்டர் வெளிப்படுத்தினான்

குறைந்தது இப்போ நான் கட்டுறேன், நீயும் கட்டு, என்றாள் அவள்

அவன் திரும்ப உட்கார்ந்தான், பியர் குடித்துக் குடித்து அவன் கண்களில் நீர் கோர்த்திருந்தது, அமைதியாய் அவளை மதிப்பிட்டுக் கொண்டிருந்தான், அந்தப் பார்வையை அவள் அறிவாள், அவளது நல்ல தோழனிடம் வேறு தருணங்களில் காணாத நஞ்சை அந்த மது வெளிக்கொண்டுவரப் போகிறது

ஒத்துக்கோ, அம்ஸ், உன்னோட இலட்சியத்துக்காகக் கொள்கைகளைக் கைவிட்டுட்டே, இப்ப ஒரு அமைப்பா நீ மாறிட்டே, நீ ஒரு துரோகி, என்றான்

அவள் எழுந்தாள், அவளது ஆப்பிரிக்க அச்சு ஒட்டுவேலைப் பாடமைந்த கைப்பையை எடுத்துக்கொண்டு கட்டடத்திலிருந்து வெளியேறினாள்

பிரதான வீதியில் சற்றுதூரம் சென்றபின் திரும்பிப் பார்த்தாள், அவன் ரிட்ஸியின் சுவரில் சாய்ந்துகொண்டு சிகரெட்டை சுருட்டிக் கொண்டிருந்தான்

இன்னும் சுருட்டிக் கொண்டிருக்கிறான்

நீ அங்கேயே இரு, சில்வீ.

4

இருட்டில் அம்மா தனது வீட்டுக்கு நடந்துசென்றாள், ஒரு காலத்தில் வீடற்றவளாக இருந்திருக்கிறாள் எனும்போது வாழ்வில் மிகத் தாமதமாகவேனும் ஒரு வீட்டை வாங்க முடிந்தமைக்காக நன்றியுணர்ச்சி கொண்டிருக்கிறாள்

முதலில் ஜாக் ஸ்டானிஃபோர்த் இறந்தார், அவர் மகன் ஜொனாதன் தனது அப்பா ஒருநாள் இலண்டனிலிருந்து பாரிஸுக்கு நேரடியாக தொடர்வண்டி இயங்குவதாக இருந்த கிங்'ஸ் கிராஸ் மீளுருவாக்கத் திட்டத்தில் அந்த இடத்தை விற்காமல் விட்டது மிகமோசமான முடிவு என்று சொல்லி பல ஆண்டுகளாகப் பொறுமையின்றி நச்சரித்துக் கொண்டிருந்தார்

ஃப்ரீடமியா குடிமக்களுக்கு மூன்றுமாத அவகாசமளித்து அறிவிப்பு தரப்பட்டது

நிலைகுலைந்துபோனாள் அம்மா, இந்தக் கிரகத்திலேயே மிகச் செலவுமிக்க நகரங்களில் ஒன்றாக ஆன இடத்தில், வாடகை என்று ஒரு தாமிரக் காசுகூட ஒருபோதும் தந்திராத அவள் பிரமாதமாக அதை நடத்திவந்தாள் என்பதை ஏற்கத்தான் வேண்டும்

அந்த மிகக்குறுகலான வட இங்கிலாந்திலிருந்து நிலையத்துக்குள் வரும் தொடர்வண்டிகளைப் பார்த்தபடி உள்ள சாளரங்களையும் கொண்ட முந்தைய அலுவலகத்தை விட்டு வெளியேறியபோது அவள் அழுதாள்

அவளால் வணிகக் கட்டடங்களுக்கு வாடகை கொடுக்க முடியாது, மானியத்தில் வீட்டுவசதி பெறவும் தகுதிபெறவில்லை

ஒருவர் அவளுக்கென அறையை வழங்கும்வரை வெவ்வேறு தோழர்களின் இடத்தில் படுத்துறங்கினாள்

பழைய நிலைக்கே திரும்பவும் வந்துவிட்டாள்

அவளது தாய் இரக்கமற்ற, பசித்த, ஊனுன்னும் நோய் ஓர் உறுப்பில் தொடங்கி மற்ற உறுப்புகளை அழிக்கத் தொடங்கி உள்ளிருந்து பேராவலுடன் அவளை விழுங்க, அப்புறம் இறந்துபோனாள்

அவளது தாயின் குரூரத்தின் அறிகுறியாகவும் அடையாளமாகவுமே அம்மா அதைப் பார்த்தாள்

அம்மா அதை அவளாகக் கண்டுபிடிக்கவேயில்லை என்று நண்பர்களிடம் சொன்னாள், அவள் திருமண பந்தத்தில் மட்டுமீறிய பணிவுடனிருக்கும் நிலையை ஏற்றுக்கொண்டாள், அது அவளை உள்ளிருந்து அழுகச் செய்தது

இறுதிச்சடங்கின்போது அவளது அப்பாவை முகம் கொடுத்துப் பார்க்கவும் அவளுக்கு மனம் வரவில்லை

அதன்பின் கொஞ்ச காலத்திலேயே அவரும் தூக்கத்தில் இதயம் செயலிழந்து இறந்துபோனார்; இங்கிலாந்தில் அவரது ஆரம்ப நாட்களிலிருந்து அவரை ஆதரித்து வந்த அவளது தாய் இல்லாமல் அவரால் வாழமுடியாது என்பதால் அவரும் அதைத்தான் விரும்பியிருப்பார் என்று அம்மா நம்பினாள்

தன் துக்கத்தின் வலிமையைக் கண்டு அவளுக்கு ஆச்சரியமாயிருந்தது

அவரிடம் தன் அன்பை ஒருபோதும் சொல்லாதிருந்ததற்காக வருந்தினாள், அவர் அவளுடைய அப்பா, ஒரு நல்ல மனிதர், நிச்சயம் அவர் மீது அவளுக்குப் பாசம் இருந்தது, அவர் இப்போது இல்லை, அவர் தந்தைவழி மரபைச் சேர்ந்தவர் என்றாலும் அவள் தாய் சொன்னது சரிதான், அவர் அவரோட காலத்தையும் கலாச்சாரத்தையும் சேர்ந்தவர், அம்மா

அவரது மூத்த சமதர்மவாதத் தோழர்கள் பங்கேற்ற அவரது நினைவேந்தல் நிகழ்வின்போது அவரைப்பற்றிப் புகழ்ந்து பேசினாள், கானாவிலிருந்து திடீரெனத் தப்பிச் சென்றதில் என் அப்பாவுக்கு மிகவும் வருத்தம்

அவரது வீட்டை, குடும்பத்தை, நண்பர்களை, கலாச்சாரத்தை, அவரது முதல் மொழியை இழந்து அவரை விரும்பாத ஒரு நாட்டுக்கு வருவது மிகுந்த மனவேதனைக்குரியதாக அவருக்கு இருந்திருக்கும்

குழந்தைகள் பிறந்தபின் அவர்களை இங்கிலாந்தில் படிக்கவைக்க விரும்பினார், அவ்வளவுதான்

இடதுசாரிய அரசியலின் உயர் நோக்கங்களில் என் தந்தை நம்பிக்கை கொண்டவராக உலகைச் சிறந்ததாக ஆக்குவதில் செயலூக்கத்துடன் பணியாற்றினார்

அவள் தன் தந்தையைப் பொருட்படுத்தாமல், குழந்தைப் பருவத்திலிருந்து அவரது மரணம்வரை குறுகிய பார்வையுடன் அவரைப்பற்றி தான் நினைத்தது சரி என்ற கண்ணோட்டத்துடன் இருந்தது குறித்து அவர்களிடம் அவள் சொல்லவில்லை, அவளது பெண்ணிய எதிர்பார்ப்புகளை அவர் நிறைவுசெய்யத் தவறிவிட்டார் என்பதைத்தவிர உண்மையில் அவர் எந்தத் தவறும் செய்யவில்லை

அவள் சுயநலவாதியாக, முட்டாள்தனமாக எரிச்சலூட்டும் பிள்ளையாக இருந்து வந்திருக்கிறாள், இப்போது ரொம்பத் தாமதமாகிவிட்டது

அவள் தாய் உயிரோடு இருந்தபோது, அவள் வாங்கி அவருக்கு அனுப்பிய அட்டையில் அவர் கையொப்பமிட்டபோது ஒவ்வோர் ஆண்டும் அவளது பிறந்தநாளில் அவளை நேசிப்பதாக அவர் சொல்லியிருக்கிறார்

அவளது வெற்றிகரமான மூத்த சகோதரர்கள் பரிவுடன் பெக்ஹாமிலுள்ள குடும்ப வீட்டின் பெரும்பங்கினை அவளுக்குத் தந்தனர்

அது ரெயில்டன் சாலை, பிரிக்ஸ்டனில் ஒரு பூந்தொட்டிகள் நிறைந்த தோட்டத்துடன் கூடிய சிறிய ஒரேமாதிரியான வீடுகளில் ஒன்றுக்குக் கணிசமான முன்பணம் செலுத்த உதவியது

தனக்குச் சொந்தமானது என்று சொல்லத்தக்க ஓர் இடம்.

5

யாஷ்

பத்தொன்பது ஆண்டுகளுக்குமுன் அம்மாவின் மெழுகுவர்த்திகள் ஏற்றிய நடுக்கூடத்தில் வெதுவெதுப்பான நீர் நிரப்பிய பிரசவத் தொட்டியில் பிறந்தாள்

ஊதுபத்தி மணம், அலைகளின் இசை, ஒரு உதவியாளரும் பேறுகாலச் செவிலியும் ஆக ஷிர்லியும் அவளது குழந்தைக்குத் தந்தையாக இருக்க ஒப்புக்கொண்ட அவளது மிகச்சிறந்த நண்பனான ரோலண்டும் சூழ்ந்திருந்தனர், அவளது பெற்றோரின் இறப்பு முன் எப்போதும் நிகழ்ந்திராததைத் தூண்டியிருந்ததால் குழந்தை பெற்றுக்கொள்ள வேண்டும் என்ற ஆசை அவளை ஆட்டுவித்தது

நற்பேறாக கென்னியுடன் ஐந்தாண்டு உறவில் இருந்த ரோலண்டும் தான் ஒரு தந்தையாவது குறித்துச் சிந்தித்து வந்தான்

ஒவ்வொரு வாரக் கடைசியிலும் ஒப்புக்கொண்டபடி யாஷை அவன் கூட்டிச் செல்வான், வெள்ளிக்கிழமை பின்மதியம் முதல் ஞாயிறு மாலைவரை உற்சாகமாக ஓய்வுநேரத்தைக் கழிப்பதற்கு மாறாக குழந்தை இல்லாமல் வெறுமையாய் இருப்பதைக் கண்டு வருந்தினாள்

நினைத்தே பார்த்திராத ஓர் அதிசயம் யாஷ், குழந்தை உண்மையாகவே அவளை முழுமையாக்கியது, அதை அரிதாகவே அவள் வெளிப்படுத்தியிருக்கிறாள், காரணம் ஏதோவொரு வகையில் அது பெண்ணியத்துக்கு எதிரானதாகத் தோன்றியது

அவளது எதிர்க்கலாச்சாரப் பரிசோதனையாக யாஷ் இருக்கப் போகிறாள்

தேவையேற்பட்டபோது எந்த இடத்திலும் அவளுக்குத் தாய்ப்பாலூட்டினாள், குழந்தைக்கு பாலூட்டுவதற்கான தாயின் தேவையால் யார் புண்பட்டார்கள் என்று அவள் அக்கறை கொள்ளவில்லை

எல்லா இடத்துக்கும் அவளைக் கொண்டுசென்றாள், முதுகுப்புறத்திலோ அல்லது முன்புறமாகக் கழுத்தைச் சுற்றியோ கட்டிக்கொண்டாள், ஒத்திகை அறைகளின் மூலைகளில் அல்லது கூட்டங்களின்போது மேசையில் வைத்துக்கொண்டாள்

பயணத்துக்குத் தேவையான எல்லாவற்றையும் வைக்கத்தக்க பெட்டிபோலிருந்த பயணத் தொட்டிலில் வைத்து அவளை தொடர்வண்டி மற்றும் விமானப் பயணங்களில் கொண்டுசென்றாள், ஒருமுறை கிட்டத்தட்ட விமானநிலைய ஸ்கேனர் வழியே

குழந்தையை அனுப்பிவிட்டாள், அதற்காகத் தன்னைக் கைது செய்துவிட வேண்டாம் என்று கெஞ்சிக் கொண்டிருந்தாள்

அவளது குழந்தையைச் சமாளிக்கவோ தூக்கிச்செல்லவோ முடியாமல் போகும்போது குழந்தையைப் பார்த்துக் கொள்வதற்கான ஆட்களை உறுதிசெய்வதற்காக

ஏழு நற்தாய், இரு நற்தந்தையர் பட்டங்களை அவள் உருவாக்கினாள்

தனக்கோ அல்லது உடல்நலத்துக்கோ தீங்கு ஏற்படுத்திக் கொள்ளாதவரை யாஷ் தான் விரும்பியதை அணிய அனுமதிக்கப் பட்டாள்

அவளது குழந்தையின் சுதந்திர ஆத்மாவைக் கல்வியமைப்பின் கட்டுத்திட்ட ஒடுக்குமுறையினால் நசுக்க அவர்கள் முயற்சிக்கும் முன்பாகவே தன்னை வெளிப்படுத்தக் கூடியவளாக அவள் இருக்கவேண்டுமென விரும்பினாள்

அவளுடைய மகள் ஆரஞ்சு நிற பாலே நடனப்பெண் அணியும் பாவாடை அணிந்து அதன்மேல் பிளாஸ்டிக்கில் செய்த ரோமானிய இராணுவக் கவசவுடை அணிந்து, வெண்ணிறத் தேவதைச் சிறகுகள், சிவப்பு வெள்ளை வரிகள் கொண்ட இறுக்கமான முழுக் காற்சட்டை மீது மஞ்சள்நிற அரைக்காற்சட்டையணிந்தபடி, ஒவ்வொரு பாதத்துக்கு வெவ்வேறு காலணி அணிந்தபடி (ஒரு செருப்பும் முழங்கால் உயர பூட்ஸும்), உதடுகளில் தாறுமாறாக போடப்பட்ட உதட்டுச் சாயத்துடன், கன்னங்கள் மற்றும் முன்நெற்றி (ஒரு கட்டம்), அவளது கேசத்தில் பொம்மைகளின் சிறிய உருவங்கள் முனைகளில் தொங்குமாறு சேர்த்துக் கட்டப்பட்டு தெருவில் நடப்பது போல புகைப்படம் அவளிடம் உள்ளது

விளையாட்டு மைதானத்தில் அல்லது பாலர்பள்ளியில் கடந்துசெல்லக் கூடியவர்களிடமிருந்தும் சின்ன புத்தியுள்ள தாய்மார்களிடமிருந்தும் வரும் இரக்கப்படுகிற அல்லது குறைகாணும் பார்வைகளை அம்மா புறக்கணித்தாள்

தன் மனதில் இருப்பதைப் பேசுவதற்காக யாஷை அவள் ஒருபோதும் கடிந்து கொண்டதில்லை, இருந்தாலும் சத்தியம்

செய்வதற்காக அவளிடம் கடிந்துகொண்டாள், காரணம் அவள் தனது சொல்வளத்தை மேம்படுத்திக் கொள்ள வேண்டியிருந்தது

(யாஷ், மரிஸ்ஸாவைச் சொரி மூஞ்சி நாத்தக் குண்டினு விவரிக்கிறதுக்குப் பதிலா விரும்பத்தகாதவள் அல்லது இனிமையற்றவள்னு சொல்லணும்)

எல்லா நேரமும் அவளுக்கு விரும்பியது கிடைக்கவில்லை என்றாலும், அவளது தரப்பை போதிய வலுவுடன் அவள் வாதிட்டால், அவளுக்கு வாய்ப்பளிக்கப்பட்டது

அம்மா தனது மகள் சுதந்திரமாக, பெண்ணியவாதியாக, சக்திவாய்ந்தவளாக இருக்கவேண்டுமென விரும்பினாள்

பின்னர், எந்த அமைப்பிலும் செழிப்படைவதற்குத் தேவையான நம்பிக்கையையும் பேச்சுக்கலையையும் கொடுக்கும் குழந்தைகளுக்கான ஆளுமை வளர்ச்சி பாடத்தொகுதிகளில் சேர்த்தாள்

பெரிய தவறு

யாஷுக்கு பதினான்கு வயதிருக்கையில் தனது தோழர்களுடன் ரீடிங் இசைத்திருவிழாவுக்குச் செல்ல அனுமதி பெறுவதற்காகச் சொன்னாள், அம்மா, நீங்க எதிர்பார்க்கும் சுதந்திர மனசோட முழுசா தன்னை வெளிப்படுத்தும் நபராக உருவாகிறதுக்கான என்னோட பயணத்தின் இந்த முக்கியமான கட்டத்தில் என்னோட நடவடிக்கைகளை நீங்க இப்படில்லாம் குறைத்துவிட்டால் என்னோட இளம்பிராயத்து வளர்ச்சிக்கு அது தீங்கு விளைவிக்கும், அதாவது என் வீடு தர்ற பாதுகாப்பிலிருந்து விலகியோடி தெருவில் வாழ்ந்து பிழைப்புக்காக விபச்சாரம் செஞ்சு, போதைக்கு அடிமையாகி, குற்றம்புரிந்து, பட்டினி கிடந்து என்னைவிட இருமடங்கு வயதுள்ள சுரண்டல் தேவடியாப் பசங்களோட துன்புறுத்தும் உறவுகளை ஏற்படுத்திக்கிட்டு உங்கள் பழையபாணி விதிகளுக்கு எதிராக நான் கலகம் செஞ்சி அப்புறம் ஒரு விரிசல் வீட்டில் சீக்கிரமே செத்துப்போறதை நீங்க உண்மைலயே விரும்புறீங்களா?

தனது சின்னப்பெண் இல்லாத வார இறுதி முழுவதும் அம்மா பதற்றத்தில் இருந்தாள்

வயதுக்கு வருவதற்கு முன்பிருந்தே வயதுவந்த ஆண்கள் அவள் மகளை விழுங்குவதுபோல் வெறித்துப் பார்த்து வந்தனர்

மக்கள் நினைப்பதைக் காட்டிலும் குழந்தைகள்மீது காம நாட்டம் உடையோர் மிக அதிகமானோர் உள்ளனர்

ஒருவருடத்துக்குப்பின் ஒரு விருந்துக்குக் கிளம்பிக்கொண்டிருந்த போது தைரியத்தை வரவழைத்துக் கொண்டு அம்மா அவளது பாவாடையையும் செருப்பின் குதிகால் உயரத்தையும் கீழே இறக்கிவிடும்படியும் முன்பக்கம் இறங்கிக் கிடக்கும் சட்டையை உயர்த்திவிடும்படியும் சொன்னாள், இதனால் கண்ணியத்துக்கு என்று மதிப்பளித்தால் இப்போது கொடுக்கப்பட்ட 20% உடன் ஒப்பிட குறைந்தது அவள் உடல் நிறையின் 30% மூடப்படும் என்று சொன்னபோது யாஷ் அவளைப் பெண்ணிய அடிப்படைவாதி என்று அழைத்தாள்

அந்த ஆண்தோழன் அவளை அவனது காரில் இறக்கிவிட்டபோது கணநேரப் பார்வையைச் செலுத்தியதைக் குறிப்பிட வேண்டியதில்லை

யாஷ் கதவுப்பக்கம் வந்ததுமே எந்தவொரு பெற்றோரும் கேட்கக்கூடிய காயமேற்படுத்தாத வகையான கேள்விகளைக் கேட்பதற்காக அம்மா தாழ்வாரத்தில் காத்திருந்தாள்

யார் அவன், என்ன செய்கிறான்? அவன் பள்ளி இறுதியாண்டுகளில் படிக்கிறான், தீங்கில்லாத பள்ளிக்கூடப் பையன் என்று யாஷ் சொல்வாளென்ற நம்பிக்கையோடு கேட்டாள்

முகத்தில் எவ்வித உணர்ச்சியையும் வெளிக்காட்டாமல் துடுக்காக யாஷ் பதிலளித்தாள், அம்மா, அவன் முப்பது வயசான மனநோயாளி, கதியில்லாத பெண்களைக் கடத்திக் கொண்டுபோய் வாரக்கணக்கில் தனியறையில் பூட்டி வைத்திருந்து எல்லா கெட்ட காரியங்களையும் பண்ணிட்டுக் கடைசியில் அவங்களைத் துண்டுதுண்டா வெட்டி, குளிர்காலத்துல குழம்பு பண்ணி சாப்பிடுறதுக்காக உறைகலனில் வச்சிடுவான்

மேல்தளத்திலுள்ள அவள் அறைக்கு சிலுப்பிக்கொண்டு செல்லும் முன்பாக கஞ்சா நாற்றத்தை விட்டுச்சென்றாள்

இப்போதெல்லாம் தான் வளர்த்த இந்தப் பிள்ளை தன்னை ஒரு பெண்ணியவாதி என்று அழைத்துக்கொள்வதில்லை

யாஷ் சொன்னாள், பெண்ணியம்கிறது ஒரு ஆட்டுமந்தை மாதிரி, நேர்மையாச் சொல்லணும்னா, பெண்ணா இருப்பதுகூட இப்போது வழக்கற்றுப்போன ஒன்று, பல்கலைக்கழகத்தில் பாலிலி செயற்பாட்டாளர் மோர்கன் மலிங்கானு ஒருத்தர் இருந்தார், அவர்தான் என் கண்களைத் திறந்து வச்சார், எதிர்காலத்தில் நாம எல்லோரும் பாலிலியா ஆயிடுவோம்னு தோணுது, ஆணுமில்லை பெண்ணுமில்லை, ஒரு பாலினம் செய்ய வேண்டியதுதான் என்ன, அதாவது அம்மு உங்களோட பெண்களின் அரசியல் தேவையில்லாத மிகையான ஒன்னா ஆயிடும், அப்புறம் இன்னொரு விசயம், நான் ஒரு மனிதாபிமானி, இது பெண்ணியத்தைக் காட்டிலும் ரொம்ப உயர்ந்த தளத்தில் இருப்பது

உங்களுக்கு அது என்னன்னாவது தெரியுமா?

அம்மா அவளது மகள் இல்லாத வெறுமையை உணர்கிறாள், அவள் பல்கலைக்கழகத்தில் இருக்கிறாள்

தனது தாயைக் காயப்படுத்துவதற்காக நாவிலிருந்து விரைந்து நெளிந்தூர்ந்து வெளியேறும் தீய பாம்பாக அல்ல, காரணம் யாஷின் உலகில் இளையர் மட்டுமே உணர்ச்சி உடையவர்கள்

தொம் தொம்மென்று காலடிச் சத்தமிட்டு நடக்கும் யாஷின் இன்மையை உணர்கிறாள்

அறைக்குள் ஒரு சூறாவளி அடித்ததுபோல் பாய்ந்துவருவாள் - எங்கே என் பை/கைபேசி/பேருந்து அனுமதி அட்டை/புத்தகங்கள்/நுழைவுச்சீட்டு/தலை?

அவள் அங்கே இருக்கும்போது குளியலறைக்குள் செல்லும்போது கதவைப் பூட்டும் கிளிக் ஓசை பரிட்சயமான பின்னணிச் சத்தங்களாக இருந்தன, வீட்டில் அந்த இருவர்தான் இருந்தனர் என்றாலும், வயதுக்கு வந்த நாள் முதலாகவே தொடங்கிய பழக்கம் அது, அம்மாவுக்கு அது அவமதிப்பாக இருந்தது

தக்காளி அல்லது காளான் வடிசாறில் (தகர டப்பாவில் அடைத்தது!) மிளகுத்தூள் தூவியிலிருந்து சரியாக பத்து தூவல்கள்

செய்து சாப்பிடுவதை அம்மா வீட்டில் செய்வதைக் காட்டிலும் விரும்பினாள்

காலையில் அவள் படுக்கையறையிலிருந்து இசையும் வானொலி உரையாடலும் முணுமுணுப்பாகக் கேட்கும்

சனிக்கிழமைகளில் நள்ளிரவில் அவள் வெளியே கிளம்பத் தயாராகும்வரை நடுக்கூடத்தில் சோபாவில் படுக்கை விரிப்புக்குள் அவள் மகள் சுருண்டு படுத்தபடி தொலைக்காட்சி பார்த்துக்கொண்டிருக்கும் காட்சி

அம்மாவும்கூட தாமதமாக வெளியே சென்று காலை பேருந்தில் வீட்டுக்குத் திரும்பி வந்தது நினைவுக்கு வருகிறது

யாஷ் இல்லாதபோது இந்த வீடு வேறுவிதமாய்ச் சுவாசிக்கிறது

அவள் திரும்பிவந்து சற்று சப்தத்தையும் குழப்பத்தையும் உருவாக்குவதற்காகக் காத்திருந்தபடி

பல்கலைக்கழகம் முடிந்தபின் அவள் வீட்டுக்கு வருவாள் என்று நம்புகிறாள்

இந்தக் காலத்தில் பெரும்பாலானோர் செய்கிறார்கள், இல்லையா?

இல்லாவிட்டால் அவர்களுக்குக் கட்டுப்படியாகாது

யாஷ் எப்போதைக்குமாகத் தங்கியிருக்கலாம்

உண்மையாகவே.

யாஷ்

1

யாஷ்

அவளது அம்மா அவளுக்கென தேர்வு செய்திருந்த கூடங்களுக்கு நடுவில் உள்ள இருக்கையில் அமர்ந்திருக்கிறாள், அது சிறந்த இருக்கைகளுள் ஒன்று, இந்த நாடகம் இன்னொரு வெட்கக்கேடாக ஆகும் பட்சத்தில் மறைந்துகொள்ளத் தோதாக பின்னிருக்கையையே விரும்பினாள்

அவளது துடிப்பும் வலிமையும் மிக்க பரந்த ஆப்பிரிக்க முதுகினை இருத்தி வைத்திருந்தாள், காரணம் அரங்கத்தில் பின்னால் அமர்ந்திருப்பவர்கள் மேடையைப் பார்க்கவில்லை என்று புகாரளிப்பார்கள்

இந்தக் காரணத்துக்காகவே அவர்களை இனவெறி அல்லது நுண்பாகுபாடு கொண்டவர்களென்று அவளது ஆப்பிரிக்க தேசத்தவர்கள் குற்றம் சாட்டினர், இசை நிகழ்ச்சியின்போது மேடையைப் பார்க்க முடியாமல் ஒழுங்கில்லாத ஒரு புதர்ச்செடி மறைத்துக்கொண்டிருந்தால் அவர்கள் எப்படி உணர்வார்கள் என்று அவர்களிடம் யாஷ் கேட்டாள்

அவளது பல்கலைக்கழக அணியின் இரு உறுப்பினர்கள், யாரும் வம்புக்கு வரத் துணியாத வாரிஸ் மற்றும் கர்ட்னி, அவளுக்கு இருபுறமும் அமர்ந்திருந்தனர், அவளைப் போலவே கடுமையான உழைப்பாளிகள், ஏனென்றால் அவர்கள் எல்லோரும் நல்ல பட்டங்களைப் பெறத் தீர்மானித்தவர்கள், ஏனென்றால் அது இல்லாமல் அவர்கள்

அர்த்தமில்லாதவர்கள்

இருந்தாலுமே அவர்கள் அனைவரும் அர்த்தமில்லாதவர்கள்தான், அவர்கள் ஒப்புக்கொள்கின்றனர்

அவர்கள் பல்கலைக்கழகத்தை விட்டுச் செல்லும்போது எக்கச்சக்க கடனும் வேலைக்கு ஏகப்பட்ட போட்டியுமாக இருக்கும், தாறுமாறான வாடகையை எல்லாம் பார்க்கையில் அவள் தலைமுறையினர் எப்போதைக்குமாக திரும்ப வீட்டுக்கே செல்ல வேண்டியதுதான், இதனால் எதிர்காலத்தின்மீது அவர்களில் மேலும் பலரை நம்பிக்கையிழக்கச் செய்யும் என்பதுடன் அபாயகரமான அரசியல் மாற்றமான ஐரோப்பாவிலிருந்து ஐக்கிய இராச்சியம் விரைவில் பிரிய இருக்கும் நிகழ்வு வேறு, பூமியில் என்ன நடக்கப்போகிறதென்று தெரியவில்லை, அத்துடன் திரும்பவும் எதேச்சாதிகாரத்தைப் பின்பற்றக்கூடியதாக ஆக்குவதும் நிரந்தரமாக சூரியனால் முகம் பழுத்த இந்த அருவருக்கத்தக்க கோடானு கோடீசுவரர் அமெரிக்க அதிபதியாக இருந்து ஒரு புதிய அறிவு ஜீவித, தார்மீகத் தாழ்நிலையை அமைத்துள்ளார், அடிப்படையில் இவை எல்லாவற்றுக்கும் அர்த்தம் பழைய தலைமுறை எல்லாவற்றையும் நாசமாக்கிவிட்டது, அவள் தலைமுறை அழிந்துவிடும்

தாமதமின்றி மிகச் சீக்கிரமாக

மூத்த தலைமுறையிடமிருந்து அறிவுசார் கட்டுப்பாட்டை அவர்கள் பிடுங்கிக் கொள்ளாவிடில்

ஆங்கில இலக்கியம் படித்துவரும் யாஷுக்கு உலகளவில் வாசிக்கப்படும் செய்தித்தாளில் அவளது சொந்த முரண்பாடான பத்தியில் எழுதும் பத்திரிகையாளராக ஆகும் திட்டமிருக்கிறது, காரணம் அவளுக்குச் சொல்ல நிறைய இருக்கிறது, ஒட்டுமொத்த உலகமும் அவள் சொல்வதைக் கேட்க நேரம் வந்துவிட்டது

அவளது வலதுபுறம் அமர்ந்திருக்கும் வால்வர்ஹாம்ப்டனைச் சேர்ந்த வாரிஸ், அரசியல் படித்துக்கொண்டிருக்கிறாள், பாராளுமன்ற உறுப்பினராக, பிரதி-நிதி ஆக இருப்பதற்கு, சமூகச் செயல்பாட்டியப் பாதையில் முதலில் இறங்குவாள், பராக் பாணி ‘முக்கிய இலட்சிய மாதிரி’ ஒபாமா

திரும்ப வாருங்கள் பராக்!

சஃபோல்க்கைச் சேர்ந்த கர்ட்னி அவளது இடதுபுறம் அமர்ந்திருந்தாள், அவள் அமெரிக்க ஆய்வுகளைப் படிக்கிறாள், காரணம் அவள் ஆப்பிரிக்க-அமெரிக்க ஆண்களை விரும்புகிறாள், அவள் இந்தப் பாடப்பிரிவைத் தேர்ந்தெடுத்ததே மூன்றாவது ஆண்டில் அமெரிக்காவில் படிக்கக்கூடிய தெரிவு இதில் உள்ளதாலும் அங்கே ஒரு கணவனைத் தேர்ந்தெடுக்க முடியும் என்ற நம்பிக்கையாலும்தான்

வழக்கம்போல அரங்கத்தில் நரைத்த மண்டைகள் ஏகத்துக்குக் காணப்பட்டன (சராசரி வயது நூறு)

அம்மாவின் நண்பர்களும் தீவிர விசிறிகளும் எங்கெனும் காணப்பட்டனர், அவர்களும் நரைத்த தலைகளாகத்தான் இருக்க வேண்டும், ஆனால் பெரும்பாலும் அதைச் சிரைத்தோ, நிறச்சாயம் பூசியோ அல்லது தலைப்பாகைக் கட்டியோ இருக்கின்றனர்

அவள் சில்வஸ்டரைப் பார்க்கிறாள், தனது இருக்கையில் சரிந்து கிடக்கிறார், அவரது கிழிந்த, அழுக்கான துப்புரவற்ற நீலநிற 'பொதுவுடைமைச் சீனா' மேலங்கியுடன், அவரது தாடி அவரை நகரத்து பாணியைத் தழுவியவராக அன்றி எளிய விவசாயியைப் போலக் காட்டியது

அதற்கான வயதை எப்போதோ தாண்டிவிட்டீர்கள், சில்வீ

கைகளைக் குறுக்காகக் கட்டியபடி, நாடகம் தொடங்குவதற்கு முன்பாகவே அதை உண்மையாகவே இரசிக்க விரும்பாதது போல முகத்தைச் சிடுசிடுப்பாக வைத்திருக்கிறார், அவரை அவள் வெறித்துப் பார்ப்பதை அவர் கவனித்ததும், புன்னகை முகத்தைத் தருவித்துக் கையசைக்கிறார், அவரது மனதை அவள் வாசித்தறிந்ததால் ஒருவேளை வெட்கமடைந்திருக்கலாம்

அவளும் கையசைத்தாள், உங்களைப்-பார்ப்பதில்-மகிழ்ச்சி முகத்தைத் திரும்பவும் அணிந்துகொண்டாள்

அவர் அவளது நற்தந்தைகளில் ஒருவர், ஆனால் வரிசையாகத் தொடர்ந்து மூன்று வருடங்களாக ஒரே பிறந்தநாள் வாழ்த்து அட்டையை - ஒரு மலிவான திரும்பப் பயன்படுத்துவதற்காக இரக்கப்பட்டுத் தரும் ஒன்று - அவர் அனுப்பியபோது அவரை C பட்டியலுக்குத் தரம் இறக்கினாள், பிறந்தநாள் பரிசுகளைப் பொறுத்தவரை, அவளுக்குப் பதினாறு வயதானபோது அவற்றை நிறுத்திவிட்டார், என்னவோ சட்டப்படி அவள் உடலுறவு

கொள்ள முடிந்தவுடன் நிதியாதரவு அவளுக்குத் தேவையில்லை என்பதுபோல

A பட்டியலிலுள்ள நல்லோர் எல்லாம் பணம் உள்ளவர்கள், நிறைய வைத்திருப்பவர்கள், ஒவ்வோர் ஆண்டும் அவள் பிறந்தநாளுக்கு இளைய தலைமுறையை நல்லபடியாகப் பார்த்துக்கொள்வதால், அவளிடம் நல்லபடியாக நடந்துகொள்வதால் அவர்களே சிறந்தவர்கள்

இதில் இரண்டு நல்லோர் ஏதோ அர்த்தமற்ற உணர்ச்சிகரமான நாடகத்துக்காக அம்மாவோடு சண்டை போட்டுக்கொண்டு மொத்தமாகக் காணாமலேயே போய்விட்டார்கள்

சில்வஸ்டர் அற்பத்தனமாக மற்றவர்களின் (அம்மாவின்) வெற்றியை விமர்சிப்பதை நிறுத்தவேண்டும், காலப்போக்கில் அவன் மாறமாட்டான் என்பதால், அவன் பின்தங்கி விட்டான் என்று அம்மா சொல்கிறாள்,

அதாவது கொஞ்சகாலத்துக்கு முன்னாடி நீங்க இருந்த மாதிரியாம்மா?

நேஷனல் ஒப்பந்தம் வந்ததிலிருந்தே அவள் அரங்கத் தோழர்களின் அல்லல்கள் குறித்து ரொம்ப அகந்தையோடு நடந்துகொள்கிறாள், என்னவோ இவள்தான் வெற்றிக்கான இரகசியத்தைக் கண்டுபிடித்ததைப்போல

என்னவோ தொலைபேசி மணி ஒலிப்பதற்காகக் காத்திருந்த வேளைகளில் குப்பை தொலைபேசி நிகழ்ச்சிகளைப் பார்ப்பதில் வாழ்வின் பல ஆண்டுகளைக் கழிக்காதவள் மாதிரி

ஊடுகதிர்ப் பார்வை கொண்ட மகளைப் பெற்றிருப்பதில் உள்ள சிக்கல் இதுதான்

பெற்றவர்களின் போலித்தனங்களை அவளால் ஊடுருவிக் காண முடியும்

கர்வென் மாமா இன்றிரவு சில்வஸ்டரோடு இல்லை, காரணம் அரசியல் என்பது ஓர் அரங்க மேடையில் நடப்பதைக் காட்டிலும் மிகவும் நாடகீயமானது என்று அவர் நம்புகிறார்: 'பிரெக்சிட் & டிரம்ப் பூகம்பம்! - நம் காலத்துப் பிழைகளின் நகைச்சுவையைக் காணுங்கள்' இதுதான் அவரது சமீபத்திய மந்திரம்

லாம்பெத் மாவட்ட தொழிலாளர் ஆலோசனைக்குழு உறுப்பினராக வழக்கமாக அவர் பிரச்சினைகளைக் கையாளும் கூட்டங்களில் அல்லது சில்வஸ்டர் காலை வாருவதுபோல, பிரச்சினைகளுக்குக் காரணமாக இருப்பார், கர்வெனின் அரசியல் சுய தம்பட்டத்தை ஆட்டங்காணச் செய்வது அவருக்குப் பிடித்திருக்கிறது

உங்கள் வாழ்க்கைத் துணை தொடர்ந்து உங்களுக்குக் குழி பறித்துக் கொண்டிருந்தால் அப்புறம் எதிரிகள் எதற்கு?

கர்வென் 'சரிதான்' என்பதுபோன்ற அரதப்பழைய பாவனையைப் பயன்படுத்துவார், பழங்காலத்து ஆட்கள் சுற்றி அமர்ந்து இப்போதும் மேகி தாட்சரையும் சுரங்கத் தொழிலாளிகளின் வேலைநிறுத்தத்தையும் முணுமுணுக்கக்கூடிய, இன்னமும் மது அருந்தகமாக மாறாத, அம்மா கடுப்போடு புகார் சொல்வதுபோல உணவையும் சேர்த்து வழங்கும் மது அருந்தகமாக அல்லது ஷாம்பெயின் மது அருந்தகமாக மாறாத ஒருசில மதுக்கடைகளில் ஒன்றான பிரிக்ஸ்டனிலுள்ள மிகவும் அழுக்கடைந்த மதுக்கடைக்கு அடிக்கடி செல்வதன் மூலம் அதை உண்மையாக்குவதை விரும்புவார்

என்னவோ பிரிக்ஸ்டனின் பண்பாட்டில் பல ஆண்டுகளுக்கு முன்பு அவளும் ஒரு பகுதியாக இல்லாதவள்போல

என்னவோ ரிட்ஸி போன்ற கலைஞர்கள் கூடுமிடங்களுக்கு அடிக்கடி சென்று வராதவள் மாதிரி

என்னவோ ஷாம்பெயின் மது அருந்தகங்களில் ஒன்றுக்கு யாஷை கூட்டிச் செல்லாதவள் மாதிரி

ஒரு வருடம் முன்பாகவே தனது 'A' நிலைகளில் தேர்ச்சி பெற்றதைக் கொண்டாடுவதை அவள் வெறுத்தாள் என்றுதான் சொல்லவேண்டும்

இப்போதெல்லாம் மேற்தட்டு வங்கியாளர்களைப் போன்றோர் அடிக்கடி வரும் இடமாகிவிட்ட உட்கூடச் சந்தையின் பகுதிக்குள் நுழைகையில் இந்த ஒருதடவை மட்டும் என்று அவள் அம்மா கிசுகிசுத்தாள், அவர்களும் மது அருந்தகங்களுக்கிடையே உள்ள பாதையில் அவர்கள் நடந்துசெல்கையில் அவர்களது கலாச்சாரத்தைப் பார்வையிடுவதற்காக வந்தவர்களைப் பார்க்கும் தாய்நாட்டினர்போலப் பார்த்தனர்

ஆனாலும் கொஞ்சகாலத்துக்கு முன்னால் யாஷின் தோழர்களில் ஒருவர் ஸ்டாக்வெல்லில் உள்ள சீரியல் லவர்ஸ் கஃபேயில் யாரைப் பார்த்ததாகச் சொன்னார்?

இந்த கஃபே நூற்றுக்கும் மேற்பட்ட வகையான தானியத்தில் செய்த காலையுணவுகளை அநியாய விலைக்கு விற்பதில் பேர் போனது

முட்டாள் கலகக்காரர்களின் நரகத்துக்குத் தங்கள் ஆன்மாவை உண்மையாகவே விற்றவர்களால் மட்டுமே தொடங்கியிருக்கக் கூடிய ஒன்று இந்தக் கஃபே

தொடர்ந்து உள்ளூர் மக்கள் சாளரக் கண்ணாடிகளை அடித்து நொறுக்குமளவுக்குக் கடுப்பேற்றும் ஒரு கஃபே

அப்பாவைப் பொறுத்தவரை

(என்னை ரோலண்டுனே கூப்பிடு, இல்லை, நீங்க என் அப்பா)

அவளுக்கு இரண்டு வரிசை முன்பாக அவரது ஓஸ்வால்டு போட்டெங் முற்றாடை - வெளியே அட்டகாசமான நீலத்திலும் உள்ளே செந்நீல ஒண்பட்டிலும் - அணிந்து அமர்ந்திருக்கிறார்

அவர் தலை பளபளப்பாக இருப்பதற்கு காலையில் எழுந்ததும் முதல் வேலையாகவும், இரவில் கடைசியாகவும் பயன்படுத்தும் கொக்கோ வெண்ணெய்க்குத்தான் நன்றி சொல்லவேண்டும்

அவர் முதுகு நேராக நிமிர்ந்திருப்பதற்கு கல்விப்புல கூனல் நோய்க்குறி என்று அவர் அழைக்கும் ஒன்றைத் தணிப்பதற்காக மாதாந்திர அலெக்சாண்டர் யுக்தி அமர்வுகளுக்கு அவர் சென்றுவருவதுதான் காரணம்

தொலைக்காட்சி பார்த்து தன்னை யாராவது அடையாளம் கண்டுகொண்டிருக்கிறார்களா என்று காண அடிக்கடி தற்செயலாகப் பார்ப்பதுபோலச் சுற்றிப் பார்க்கிறார்

ஆடைக்காக அப்பா செலவிட்ட தொகையில் ஒரு வருடத்துக்கான அவளது பல்கலைக்கழகக் கட்டணங்களைச் செலுத்தி விடலாம், அந்தக் கட்டணத்தைத்தான் தன்னால் தர இயலாது என்கிறார்

அவர் அப்படித்தான், சரியான தந்தைமையின் தியாகத்தைவிட மோஸ்தருக்கு முன்னுரிமை அளிப்பார்

அவளுடையது என்னவென்றால், கிளாபம் காமனில் வெள்ளை மரத் தரைகளுடன், மஞ்சள்நிறச் சுவர்களும் மக்கள் காரின் பின்பக்கத்தில் வைத்து தேவையற்ற பொருட்களை விற்கும் சந்தையில் அவர் பதின்பருவத்தில் விற்று வாங்கிய அசல் கார்டியர்-பிரெஸ்ஸன் புகைப்படங்களைக் கொண்ட (நான்கு மாடி) வீட்டில் அவரது உடைமாற்றும் அலமாரியில் அவரது சட்டைப் பைகளில் அவர் விட்டுச்செல்லும் அதிகளவு பணத்தாள்களுக்காக அவரது பொருட்களைக் கண்டபடி கலைத்துத் தேடுவது

முதல்தடவையாக வருவோர் அனைவரிடமும் நுழைவு மண்டபத்தைக் கடந்து நடக்கும்போது அவர் பெருமையடித்துக் கொள்வார்

ஒருவகையில் மிக இளவயது என்று கருதக்கூடிய பதிமூன்று வயதில் வெள்ளந்தியாக அவரது படுக்கைக்கு அடியிலுள்ள இழுப்பறையை அவள் திறந்தபோது தோலில் செய்த புகைத்தடுப்பு முகக்கவசமும் அதன் மூக்கு இருக்க வேண்டிய இடத்தில் தோலாலான ஆண்குறி ஒன்றையும், சாட்டை, களிம்புகள், கைவிலங்குகள் மற்றும் பிற விளக்கமுடியாத பொருட்களைப் பார்க்க நேர்ந்தது

கெடுபயனாக, ஒருமுறை பார்த்த காட்சியை அழிக்க முடியாதே, அத்தோடு ஒருவரது இழுப்பறைகள் முழுவதையும் பார்க்கும்வரை ஒருவர் குறித்து நாம் ஒருபோதும் தெரிந்துகொள்ள முடியாது என்ற பாடத்தை இளம் வயதில் கற்றுக்கொண்டாள்

அத்துடன் கணினியில் விட்டுச்சென்ற சுவடுகள்

அப்பா

நியூ யார்க் டைம்ஸ் மற்றும் சன்டே டைம்ஸ் சிறந்த விற்பனையிலுள்ள முத்தொகை நூலின் ஆசிரியர்: How We Lived Then (2000), How We Live Now (2008), How We Will Live in the Future (2014)

டாக்டர் ரோலண்ட் குவார்டி, இலண்டன் பல்கலைக்கழகத்தில் நாட்டின் முதல் நவீன வாழ்க்கை பேராசிரியர்

மெய்யாலுமா? எல்லாத்துக்குமாப்பா? தனது புதிய பேராசிரியருக்கான எண்ணை தொலைபேசியில் பெருமிதமாக அவளிடம் அவர் சொன்னபோது கேட்டாள்

இது, ஒருமாதிரி, கொஞ்சம் ஏத்துக்கமுடியாததா இல்லையா? இருநூறு நாடுகளையும் ஆயிரக்கணக்கான மொழிகளையும் கலாச்சாரங்களையும் கொண்ட எழுநூறு கோடி பேர் அடங்கிய உலகில் எல்லாவற்றிலும் நீங்க நிபுணரா இருக்கணுமில்லியா?

அது கடவுளின் வேலை மாதிரி இல்லையா? சொல்லுங்க, இப்ப நீங்க கடவுளாயிட்டீங்களாப்பா? அதாவது அதிகாரப்பூர்வமா?

அவர் இணைய சமாச்சாரங்கள், போகிமான், தீவிரவாதம், உலக அரசியல், பிரேக்கிங் பேட் மற்றும் கேம் ஆஃப் த்ரோன்ஸ் பற்றியெல்லாம் முணுமுணுத்துவிட்டு நன்கு அளவிடுவதற்கு தெரிதாவும் ஹைடெக்கரும் காரணமென்று மேற்கொள்களை வீசினார், இது சங்கடமான தருணங்களில் சமாளிக்க முடியாதபோது அவர் எப்போதும் செய்வதுதான்

பெல் ஹூக்ஸ் பத்தி என்ன சொல்றீங்க? அவள் திருப்பி அடித்தாள், அவளது கைபேசியில் அவளுக்கான வாசிப்புப் பட்டியலிலிருந்து ‘பாலினம், இனம், வர்க்கம்’ தொகுதியை விரைவாகக் கீழுருட்டி எடுத்தாள்

குவாம் அந்தோனி அப்பியா, ஜூடித் பட்லர், ஐமே செசைர், ஏஞ்சலா டேவிஸ், சிமோன் டி பியூவோயர், ஃப்ரான்ட்ஸ் ஃபனான், ஜூலியா கிறிஸ்டெவா, ஆட்ரே லார்ட், எட்வர்ட் சைட், காயத்ரி ஸ்பிவக், குளோரியா ஸ்டீனெம், வி. ஓய். முடிம்பே, கார்னல் வெஸ்ட் அப்புறம் மத்தவங்களைப் பத்தியெல்லாம் என்ன சொல்றீங்க?

அப்பா பதில் சொல்லவில்லை

அவர் இதை எதிர்பார்க்கவில்லை, குருவை மிஞ்சிய சிஷ்யை (அறியாச்சிறுமி பட்டையைக் கிளப்புகிறாள்!)

நான் என்ன சொல்ல வர்றேன்னா, நீங்க குறிப்பிடுற எல்லாருமே ஆண்களாகவும், சொல்லப்போனா எல்லாருமே வெள்ளையினத்தவராகவும் இருக்கிறப்ப (நீங்க அப்படி இல்லாதபோது என்று சேர்ப்பதைக் கட்டுப்படுத்திக் கொண்டாள்) நீங்க எப்படி நவீன வாழ்க்கை பேராசிரியரா இருக்க முடியும்

இறுதியாக அவர் பேசியபோது, அவர் குரல் திணறியது, அவர் கார் (வாடகை கார் அல்ல) சேருமிடத்தை அடைந்திருந்தது, அவர் விரைவாக முடிக்க வேண்டியிருந்தது

உண்மையாக இருக்குமானால், அந்த கார் (கார் = பெரிய, விலை அதிகமுள்ள கார்) ஓர் ஓட்டுநர் மூலம் தொலைக்காட்சி நிலையத்துக்கு அழைத்து வந்திருக்கும், காரணம் அவர் அவரைக் காட்டிலும் ஆணவமிக்கவர்களுடன் விவாதிப்பதற்காகத் தொடர்ந்து தொலைக்காட்சிகளில் தலையைக் காட்டுகிறார்

அவர் ஓர் ஊடக விபச்சாரியாகிவிட்டார், அவள் அம்மா மறுக்கிறாள், அவர் பிரபலமடையறதுக்கு முன்னாடி ரொம்ப நல்லாத்தான் இருந்தார், புகழ் அவரைக் கெடுத்துருச்சு, முன்னாடி ஒரு விசயத்தின் மேல நம்பிக்கை வச்சிருந்தார், இப்ப அவரை மட்டும்தான் நம்புறார், உங்கப்பா ரொம்ப நிலைபெற்றவராயிட்டார் யாஷ், அதனாலதான் அவங்க அவரைப் பிரபலமானவராப் பார்க்கிறாங்க, கிடைக்கிற ஒரு ரொட்டித் துண்டுக்காக வாசலில் காத்திருக்க அவர் என்னை மாதிரி வெளியாள் இல்லை, யாஷ், ரொட்டித்துண்டுகள்

இதில் நகைச்சுவை என்னவென்றால், தொலைக்காட்சியில் அம்மா அவரைப் பார்க்கும்போது, அவர் சொல்லும் எல்லாவற்றையுமே வெறுப்புடன் ஏற்றுக்கொள்வதுதான், அவள் வெளியாள் என்றெல்லாம் சொல்லமுடியாது, இப்போது அவள் நேஷனலில் இருக்கிறாள்

யாஷ் அவரைக் காலிசெய்த வீரகாவியத்துக்குப் பிறகு, அப்பா காவியமயமான பிணக்கைக் கைக்கொண்டார்

அந்த வார இறுதியில் அல்லது அதற்கடுத்து அல்லது அதற்கடுத்து அவரோடு அவள் தங்க முடியவில்லை

காலக்கெடுகள்- காலக்கெடுகள்- காலக்கெடுகள், அது எப்படியிருக்கும் தெரியுமா?

*

விசயம் என்னவென்றால், அவளும் அவள் தந்தையும் வருங்காலத்தில் ஆரோக்கியமான உறவைக் கொண்டிருக்கப் போகிறார்கள் என்றால், அவரைக் கட்டுப்பாட்டில் வைத்திருப்பது அவள் கையில்தான் உள்ளது, காரணம் அதை வேறு யாரும்

செய்யப்போவதில்லை, அவரைச் சுற்றிலும் அவரது ‘ஆமாம் சாமிகள்’ என்று அம்மா அழைப்பவர்களை அவரது விருந்துகளில் யாஷ் சந்திக்கும் அத்தகையோரை வைத்துக்கொண்டு, அதில் முக்கியமாக தொலைக்காட்சியிலிருந்து வரும் பிரபல வெள்ளையர்கள் அவரை மரியாதைக்குரியவர்களில் ஒருவராகப் பார்க்கிறார்கள்

அவள் அம்மாவுடன் ஏறக்குறைய அதை எட்டிவிட்டாள், அது கடினமாக இருந்தாலும், குறிப்பாக அவளுக்கு பதினான்கு அல்லது பதினைந்து வயதிருக்கையில், அவள் நினைத்தபடி நடக்காவிட்டால் அம்மா மட்டுமீறிய உணர்ச்சியால் எளிதில் பாதிக்கப்பட்டாள்

இப்போது அவளது மகளைக் கட்டுப்படுத்த அல்லது முரண்பட முயல்வதைக் காட்டிலும் நன்கு அறிந்துகொண்டாள்

இப்போதெல்லாம் யாஷ் சொல்ல வேண்டியதெல்லாம், மரியாதையில்லாமப் பேசாதீங்கம்மா! அத்தோடு அம்மா வாயை மூடிக்கொள்வாள்

அப்பாவும் அந்தக் கற்றல் வளைவில் இருக்கிறார்

கடைசியில் அவர் அதற்காக அவளுக்கு நன்றி சொல்வார்

கென்னி (நற்தந்தை எண் இரண்டு, இவர் அறிவோடு இரண்டு சுழியங்கள் இருக்கக்கூடிய காசோலைகளை அவளது பிறந்தநாளுக்குத் தருபவர்) அப்பாவுக்கு அருகில் விசுவாசத்தோடு அமர்ந்திருக்கிறார்

கென்னிக்கும் வழுக்கை விழுந்துவிட்டது 1970 மோஸ்தரில் மீசை (நல்லாவேயில்லை), அவர் ஒரு தோட்ட அலங்கரிப்பாளர், அவளும் அவரும் ஒத்துப்போவதற்கு முக்கியக் காரணம் தனது சொந்த மகத்துவங்களைப் பற்றிய மயக்கங்கள் அவருக்கு இல்லை, அவர்கள் ஒன்றாக அமர்ந்து பிடித்திருக்கிறது என்பதற்காகவே *X Factor* பார்ப்பார்கள், ஆனால் அப்பாவோ அதன் கலாச்சார முக்கியத்துவம் குறித்து எழுதப்போவதாக நடிப்பார்

நகரம் விழிக்கும்முன்பாக, ஞாயிறு விடிகாலையிலேயே அவர்கள் தங்கள் மிதிவண்டியில், அவர்கள் வழக்கமாகச் செல்லும் பேட்டர்சீ, ரிச்மோண்ட் தெருக்களுக்கும் ஆற்றுப்பகுதிக்கும்

அதை அனுபவிப்பதற்காகவே வெளியே செல்வார்கள், எடையைக் குறைப்பதற்காக வலிந்து செய்யும் உடற்பயிற்சியாக அல்ல

அப்பா மரத்தான்களில் ஓடுவதற்கு அது ஒன்றுதான் காரணம்

ஒருநாள் அப்படியொன்றும் புண்படுத்தக்கூடியதாக இல்லாத ஒரு கருத்தை அவள் சொன்னபிறகு அப்பாவிடம் எதிர்மறையாக நடந்துகொள்வதைக் குறைத்துக்கொள்ளும்படி கென்னி கேட்டுக்கொண்டு புண்பட்டவராக மாடிக்குச் சென்றுவிட்டார்

பதின்பருவத்தின் கடைசியில் வரும் சிடுசிடுப்புக் காலகட்டத்தைத் தான் கடந்துகொண்டிருப்பதாக யாஷ் பதிலளித்தாள்

என்னால தவிர்க்க முடியலை கென்னி, மறுபடியும் நான் அன்பானவளா மாறினதும் உங்களுக்குச் சொல்றேன்

கென்னி அதைக்கேட்டு உடைந்துவிட்டார், சோதனைக்குழாய்க்குள் அவளது அப்பாவின் இலட்சக்கணக்கான விந்தணுக்களில் ஒன்றாக அவள் இருந்தபோதிருந்தே, அவள் அம்மா அவள் வயிற்றுக்குள்ளிருந்து நல்லா உதைப்பதாகப் புகார் சொன்ன சமயத்திலிருந்தே அவளைத் தெரியும் என்பதை அவளுக்கு நினைவூட்டினார்

அதற்கு அவள் உடனே குறுக்கிட்டு அதற்குக் காரணம் அவளுக்கு தான் வறுமையானவளாகப் பிறக்கப்போகிறோம் என்ற முன்னுணர்வு இருந்ததுதான் என்றாள்

அவள் பட்டம்பெற்று வேலையில் சேர்ந்ததும், அம்மாவை அவளது வீட்டை, திருத்தம், அவர்களது வீட்டை விற்க இணங்கச் செய்ய இருக்கிறாள், அதன் மதிப்பு இப்போது எக்கச்சக்கம் இருக்கும், அம்மாவின் பிரிக்ஸ்டன் மாற்றத்துக்குத்தான் நன்றிசொல்ல வேண்டும்

அம்மா ஒரு மாளிகையாகக் குறைத்துக்கொள்ளலாம், அது அவள் வயதுப் பெண்ணுக்கு மிகவும் நடைமுறைக்கேற்றது, ஒருவேளை அவ்வளவு ஆடம்பரம் இல்லாத மலிவான கடற்புற ஊர்களில் ஒன்றாக இருக்கலாம்

வீட்டை விற்று எஞ்சிய பணத்தில், யாஷ் ஒரு சிறிய அடுக்குமாடிக் குடியிருப்பொன்றை வாங்கலாம்

இப்போதைக்கு ஒரு படுக்கையறை போதும்

சொத்து ஏணியில் நான் ஏற உதவுவது உங்க வாழ்க்கையை வரையறுக்கிறதா இருக்கலாம் அம்மு

அவள் பதில்சொல்லவில்லை

இந்த நாடகம் ஏற்கெனவே ஐந்து நட்சத்திரத்துடன் ஒட்டுமொத்த உலகின் பாராட்டையும் பெற்று தொடங்கியிருந்தால் முன் அங்கீகார முத்திரையுடன் அதைப் பார்க்கமுடியுமே என ஆசைப்பட்டாள், ஏனென்றால் அது விமர்சகர்களின் கடுமையான விமர்சனத்துக்குள்ளானால் அம்மா உணர்ச்சிக் கொந்தளிப்புக்கு ஆளாகி அது வாரக்கணக்கில் நீடிக்கும் என்பதையும் அவள் எண்ணிப் பார்க்க வேண்டியிருந்தது - விமர்சகர்கள் கருப்பினப் பெண்களின் வாழ்க்கையினுள் முழுக்கவே அவர்கள் ஆழ்ந்த பார்வையைச் செலுத்தாமை குறித்தும் நாற்பது ஆண்டுகளுக்கும் மேலாகக் கடுமையாக உழைத்தபின் இது எப்படியொரு பெரிய வாய்ப்பாக அமைந்தது என்று புலம்பியும் அவர்களால் நாடகத்தைப் புரிந்துகொள்ள முடியாமைக்குக் காரணம் அது ஆப்பிரிக்காவின் நிவாரணப் பணியாளர்களைப் பற்றியதாகவோ அல்லது சிக்கலுக்குள்ளான பதின்பருவப் பையன்களையோ அல்லது போதைப்பொருள் விற்பவர்களையோ அல்லது ஆப்பிரிக்க இராணுவத் தலைவர்களையோ அல்லது ஆப்பிரிக்க-அமெரிக்க புளூஸ் இசைப் பாடகர்களையோ அல்லது கருப்பின அடிமைகளை மீட்கும் வெள்ளையினத்தவர் பற்றியோ அல்லாமல் இருப்பதுதான் என்றெல்லாம் அவர்கள் அவள் பணிவாழ்க்கையை நாசப்படுத்துவது குறித்துப் புலம்புவாள்

தொலைபேசியின் மறுமுனையில் ஆறுதல் சொல்லித் தேற்றி பழையநிலைக்குக் கொண்டுவருவது யாரென்று ஊகிக்க முடிகிறதா?

அவள் அம்மாவின் உணர்ச்சிகளுக்குப் பொறுப்பானவளாக எப்போதும் இருந்துவருகிறாள், எப்போதும் இருப்பாள்

ஒரே குழந்தையாக, குறிப்பாகப் பெண்குழந்தையாக இருப்பதன் சுமை இதுதான்

இயல்பாகவே அவர்கள் கூடுதல் அக்கறையுடன் இருப்பார்கள்.

2

பல்கலைக்கழகத்தில் யாஷ் தனது அறையில் ஹெண்ட்ரிக்ஸ் அவரது தாறுமாறான சிகையுடன் நாடோடி தலைப்பட்டையும் அலையாய் எழுந்த மார்பும் புடைத்த தொடையிடுக்கும் மின் கிடாருடன் உள்ள மிகப்பெரிய சுவரொட்டியை வைத்திருக்கிறாள்

அவள் அறைக்குள் வரும் எல்லோருக்கும் அவள் எந்தமாதிரியான ஒரு மிரட்டலான ஆள் என உடனடியாகத் தெரிவிக்கும் ஒரு கலாச்சாரக் குறிகாட்டி

அவளது பன்முக கணிக்கமுடியாத இரசனை மின்னணு ராக் இசை வரலாற்றுக்கு முந்தையதையும் தாண்டி *A$AP* ராக்கிக்கு, மொசார்ட்டுக்கு, ஸ்டோர்ம்ஸிக்கு, தி ப்ரீஸ்டுக்கு, ஏஞ்சலிக் கிஜோவுக்கு, விஸ்கிட்டுக்கு, பே-க்கு, சாபினுக்கு, ரிரிக்கு, ஸ்காட் ஜோப்ளினுக்கு, டாலி பார்டனுக்கு, ஏஎம்ஆர் டையாப் என்று நீண்டுகொண்டே செல்கிறது

அதிகம் பாடினால் பூமி கிடுகிடுத்துவிடுமென்று பிரமாதமாக மிகக்குறைந்த கீழ்த்தாயியில் ரஷியப் பாரம்பரியப் பாடல்களைப் பாடக்கூடிய ரஷ்யப் பாடகர்களின் இசைப்பதிவைக்கூட வைத்திருக்கிறாள்

மிக அதிக வெறித்தனம், அத்துடன் எல்லாரையும்விட முன்னால் இருப்பது யார்?

அவள் இருக்கும் கட்டடத்தில் அவள் அறைதான் மிகப் பெரியது, ‘அதீதத் தனிமையச்சம் மற்றும் சமூகம் குறித்த பீதி’ என்று சண்டையிட்டதன் காரணமாக அதைப் பெற்றாள்

இது வளாகத்தையொட்டி ஓடி அதைத் தாண்டியுள்ள நன்செய் நிலங்களை நோக்கி நீர்நாய்களுடனும் (அல்லது அவை வளைக்கரடிகளா?) நாரைகளுடனும் (அல்லது வாத்துகளா?) பிற பறவையினங்களுடனும் செல்லும் கால்வாயைப் பார்த்தவாறு அமைந்துள்ளது, விலங்குகளை அவளால் நினைவுகூர முடிவதில்லை, அதை வளர்த்துக்கொள்ளவும் அவள் அலட்டிக்கொள்ளவில்லை

அதற்குப்பதில் அவள் காலம் தள்ளுவதற்கு உதவக்கூடிய சமாச்சாரங்களைத் தலையில் நிரப்பிக்கொள்வாள், கிழக்கத்திய இங்கிலாந்தின் வனவிலங்குகளுக்குப் பெயரிடுவது அதில் வராது

வளாகம் முழுவதும் நெளிவரியாகச் செல்லும் நடைபாதையைப் பார்த்தாற்போல் அவளது அறையின் மறுபக்கம் அமைந்திருக்கும், அங்கிருந்து பெரும்பாலான இரவுகளில் வழக்கமாக ஊரில் அல்லது மாணவர் சங்க மது அருந்தகத்தில் குடித்துவிட்டு போதையில் சத்தமாகப் பேசியபடி அவளது சாளரத்தைக் கடந்து குடிகாரர்கள் தள்ளாடியபடி அவர்களது அறைக்குத் தொடர்ந்து சென்றபடி இருப்பார்கள்,

அது குடிகார உதவாக்கரைகள் நிறைந்திருக்குமிடம் என்பதால் அங்கே அவள் ஒரு முறை மட்டுமே சென்றிருக்கிறாள், அதாவது, படிப்படியாக முடைநாற்றம் ஏறிக்கொண்டே செல்லும் வகையான பசங்கள், படிப்படியாக என்ற பதத்துக்குக் காரணம் அவர்களது அம்மாமார்கள் தினசரி இரவு கதறக் கதற அவர்களைக் குளியல்தொட்டியில் போட்டு முக்கியெடுப்பதில்லை

காயம்பட்டதுபோல முகத்தை வைத்துக்கொள்வது அதிகரித்துச் செல்லும் வகையான பசங்கள், காரணம் பாடம் நடக்கும்போது ஏன் யாரும் அவர்கள் அருகில் அமர்வதில்லை என்பது அவர்களுக்குப் புரியாது, யாரும் அவர்களுக்குச் சொல்ல விரும்புவதில்லை, ஏய், உம்மேல நாத்தமெடுக்குப்பா

பல்கலைக்கழகத்தில் காதலுறவைக் கண்டுகொள்ளலாம் என யாஷ் நினைத்தாள், சொங்கி மாதிரி இல்லாமல் அவள் தகுதிக்கேற்ற அழகான அவளைவிட வளர்த்தியான (கட்டாயத் தேவை) பையன்

சனிக்கிழமை மாலைவேளைகளில் கட்டிக்கொண்டு கிடக்கவும் ஞாயிறு காலைகளில் படுக்கையில் இசையைக் கேட்டபடி அவள் New Yorker, Observer, gal- dem, The Root, Atlantic, thegrio வாசிக்கும்போது சும்மா கிடப்பதற்குமான ஒருவர்

காரணம் ஒருநாள் இந்த இதழ்களில் அவள் எழுதுவாள்

கவலைப்படும்படியாக, அவளைவிட அம்மாவுக்கு அதிக ஈர்ப்புத்திறன் உள்ளது, அது உண்மையில் அல்லி உலகில் கவர்ச்சியானதாகக் கருதப்படுகிறது

என்னதான் அம்மா மனித குலத்தின் எல்லா இனங்களுடனும் படுக்கையைப் பகிர்ந்திருந்தாலும் (அது பல்லின விபச்சாரம் என்று அழைக்கப்படுகிறது) அவளது தோழிகள், *du jour* (பிரெஞ்சில் பிரபலம்) என்று அப்பா சொல்வார் (ஏய், பிரெஞ்சு பேச முடியிறப்போ எதுக்கு ஆங்கிலம்?), இரு வெள்ளையினப் பெண்கள், டோலோரஸ் மற்றும் ஜாக்கி

அவர்கள் எல்லாம் ஒருவருக்கொருவர் அந்நியோன்யமாய் இருப்பது பார்க்க இதமளிப்பதாயிருக்கும், அம்மாவின் மற்ற காதலிகளோ அவளுக்காக ஒருவருக்கொருவர் போரிட்டுக் கொள்வார்கள்

இது வினோதமானது, சந்தேகத்துக்குரியது, காரணம் டோலோரஸ், ஜாக்கிக்கு அலறல் போட்டி இருக்காது, பதிலளிக்கும் தொலைபேசிச் செய்திகளின் அலறல் இருக்காது, நடு இராத்திரியில் யாரும் வந்து முன்கதவை எற்ற முயற்சிக்க மாட்டார்கள், யாரும் மூலையில் பதுங்கிக்கொண்டு அம்மாவின் விருந்துகளில் அவளது போட்டியாளரை வெறித்துப் பார்ப்பதில்லை

இது உண்மையாகவே அவர்கள் ஒருவரையொருவர் விரும்புவதைப் போல, அவர்கள் கொடூரமான மூவர் உறவு வைத்திருப்பதாக யாஷ் சந்தேகித்தாள், அவள் கேட்கத் துணியவில்லை

போக, அவளது உபத்திரவத்துக்கான ரிக்டர் அளவுமானியில் வெறுமனே பதிவுசெய்துகொள்ளும் புதியவர்கள்வரை வந்துபோகும் பெண்களின் எண்ணிக்கைக்குக் கணக்கே இல்லை

காலையுணவு மேசையில், ஓடியாடி அவளுக்கு ரொட்டி, பாலாடைக்கட்டியும் தக்காளியும் சேர்த்துச் செய்த ஆம்லெட் செய்து கொடுப்பது, பழரசம் ஊற்றித்தருவது, சாப்பிட்டபின் அவள் தட்டைக் கழுவுவது என அவர்களது புதிய காதலியின் மகளை நட்பாக்கிக் கொள்ள முயற்சிக்கும் விதமாக புதிய முகம் சுற்றிவருவது தவிர்க்கவே முடியாதது

தனது பிறந்தநாள்/கிறித்துமஸ்/ஈஸ்டர் நெருங்கும்போது வெளிப்படையாகப் பல சாடைகளை விட்டுச்செல்லும் மகள்

(அப்புறம் ஏன் ஆரஞ்சுப்பாகு இன்னும் மேசைக்கு வரலை?)

தனது வழக்கத்துக்கு மாறான வளர்ந்தமுறை பற்றி யாஷ் ஆட்களிடம் பேசும்போது, வெள்ளந்தியானவர்கள், அதனால் அவள் உணர்வுரீதியாக பாதிக்கப்பட்டிருப்பாள் என்று எதிர்பார்க்கிறார்கள், அதாவது உன் அம்மா பல பெண்களுடன் உறவிலிருக்கும் அல்லி, உன் அப்பா ஒரு சுயமோக உவகை (gay) (அவள் விளக்கியபடி) என்று இருக்கையில் நீ எப்படி அவ்வாறு இல்லாமல் இருக்க முடியும், உன்னைப் பெத்தவங்க அவங்கவங்க வாழ்க்கைத்தொழிலில் ஈடுபடும்போது நீ ரெண்டுபேர் வீடுகளுக்கிடையிலும் பந்தாடப்பட்டதோடு பல நற்பெற்றோர் கிட்டயும் அடைஞ்சு கிடந்திருக்கே, இல்லையா?

அவளது பெற்றோரைப் பற்றி மக்கள் எதிர்மறையாக ஏதாவது சொல்லும்போது அதைத் தாங்கமுடியாமல் யாஷுக்கு எரிச்சல் வரும்

அது அவளது சிறப்புத் திறன்

இருந்தாலும், பசங்களை வேட்டையாடுவதற்காக வெளியே செல்வதற்குப் பதில் அவர்களிடமிருந்து ஒதுங்கி பல்கலைக்கழகத்தில் உள்ள அணியோடு நேரம் செலவிட்டாள்

கைபேசியில் மூழ்கும்-விருப்பக்குறியிடும்-அரட்டையடிக்கும்-அழைப்பு விடுக்கும்-ஓக்கும் தலைமுறைகளில் ஒன்றில் அவள் பிறந்திருப்பது கெடுபேறு, இதில் ஆண்கள் முதல் (ஒன்றே ஒன்றுதான்) காதல் சந்திப்பிலேயே அதைக் கைவிடவேண்டுமென்று எதிர்பார்க்கிறார்கள், சுத்தமாக பூப்பு மயிர் இருக்கக்கூடாது, இணையத்தில் அவர்கள் பார்த்த ஆபாசத் திரைப்படங்களில் பெண்கள் செய்வதைப்போன்ற கண்றாவியான காரியங்களைச் செய்ய வேண்டும்

அவளது கூடங்களில் இரவும் பகலும் பசங்கள் அதைப் பார்ப்பதாக அவள் சந்தேகிக்கிறாள், அரிதாக தங்கள் அறையைவிட்டு வரும் பசங்கள் (பாடங்கள்? என்ன பாடங்கள்?)

பல்கலைக்கழகத்தில் ஒரேயொரு காதல் சந்திப்பு மட்டுமே அவளுக்கு இருந்துள்ளது, அதில் சுவாரசியமான ஆள் என்று அவள் நினைத்த ஆண் மாதிரியுடன் ஒரு மது அருந்தகத்தில் அமர்ந்திருக்க வேண்டியிருந்தது, இரங்கத்தக்க வகையில் படிக்க வேண்டுமென்று காரணம் சொல்வதற்குமுன்,

சுற்றுவட்டாரத்தில் இன்னும் கவர்ச்சியானவள் இருக்கிறாளா என்று வெளிப்படையாகவே அவனது கைபேசியில் தேய்த்துப் பார்த்துக்கொண்டிருந்தான்

அவன் போன கொஞ்சநேரத்திலேயே அவளும் கிளம்பிவிட்டாள், வீட்டுக்குச் செல்லும் வழியில் கொஞ்சதூரத்திலுள்ள ஒரு மது அருந்தகத்தில் ஒரு பெண்ணுடன் அவன் அரட்டையடித்துக் கொண்டிருப்பதைப் பார்த்தாள்

அவள் வயதுப் பசங்கள் நிலைகொண்டு வாழ்க்கையைத் தொடங்கும் சமயத்தில் அவளது கருப்பை வெடித்துவிடும், எளிதில் குழந்தை பெற்றுக்கொள்ளக்கூடிய அவர்கள் வயதில் பாதியுள்ள பெண்களின் பின்னால் அவர்கள் சுற்றிக்கொண்டிருப்பார்கள் என்று யாஷ் நினைத்தாள்

எனவே

ஓரளவு அவள் கவர்ச்சிகரமானவளாகக் கருதப்பட்டாலும் (100% அவலட்சணமில்லை என்பதுபோல), அவளுக்கேயுரிய தனித்துவமான பாணியுடன் (கொஞ்சம் 90களின் கோத் இசை, கொஞ்சம் ஹிப்-ஹாப்புக்கு பிந்தைய இசை, கொஞ்சம் ஒழுக்கமின்மை, கொஞ்சம் அந்நியம்), பாலியல் தளங்களில் திரட்சியான கீழுதட்டைக் கடித்தபடியும் பருத்த கன்ம மார்பகங்கள் வெளித்தெரியும்படியும் காட்சிதரும் இளம்பெண்களின் படங்களுடன் அவள் போட்டியிட வேண்டியுள்ளது

முப்பதுகளிலுள்ள முதிர்ந்த ஆண்களுடன் (அவர்கள் எப்போதும் பதின்பருவத்தினருடன் உடலுறவு கொள்வதில் ஆர்வம் காட்டுவர்) அவர்களது மூக்குத்துவார முடியையும், மடிப்புகள் கொண்ட ஆண்குறியையும் பானை வயிறுடன் காட்சிதருவதையும் மனக்காட்சியில் காணும்வரை அவர்களுடன் காதல் சந்திப்பு ஏற்படுத்துவது குறித்து யாஷ் யோசித்திருக்கிறாள்

எனவே அத்தகு நேரம் வரையிலும், நீண்டகால ஒருதார மணவுறவில் முறையான உறுதிப்பாட்டை அளிக்கக்கூடிய (அவள் அம்மா அப்படியில்லை) பொருத்தமான ஒருவர் வரும்வரை (எப்போதாவது வருவாரெனில்), 'எண்பதுகளில் ஹிப் ஹாப் மற்றும் இன அரசியல் இடையிலான உறவும் அழகியலும்' என்ற தலைப்பில் முனைவர் பட்டம் படித்துவரும் அமெரிக்கரான ஸ்டீவிடமிருந்து அவளுக்கு ஓர் பாலுறவுக்கான அழைப்பு வந்தது,

கெடுபேறாக, சிகாகோவில் அவருக்கும் ஒரு பெண் தோழி இருந்தாள், அவர்கள் படுக்கையில் ஒன்றாக இருக்கையில் அவள் அழைக்கும்போது அவன் என்ன செய்துகொண்டிருந்தானென்பது குறித்துப் பொய் சொல்லும்போது அது தார்மீகக் குழப்பத்தை ஏற்படுத்திவிடுகிறது

அவள் வாழ்க்கை முழுவதும் அவள் தனியாகவே இருக்கப் போகிறாள் என்ற கவலையில் சிலசமயம் இரவில் யாஷால் தூங்கமுடிவதில்லை

பத்தொன்பது வயதில் ஒரு சரியான ஆண் தோழனைப் பெறமுடியாவிட்டால் அவளுக்கு வயதாகும்போது என்ன எதிர்பார்ப்பது?

அம்மாவின் பெண் தோழிகளில் இருவர் பல தசாப்தங்களாக தனியாகத்தான் இருந்துவருகிறார்கள், அவர்கள் ஒருவரையொருவர் பிரிந்துசெல்வதில் கொஞ்சம் மனத்தாங்கல் கொண்ட அல்லிகள் அல்ல, ஆனால் நல்ல வேலை, வீடு என்றிருந்தும் அதைப் பகிர்ந்துகொள்ள துணை இல்லாமல், தங்கள் வாழ்க்கையில் இந்தக் கட்டத்திலும் நிலைகொள்ளத் தயாரில்லை என்று சொல்லும் எதிர்பாலினச் சேர்க்கையாளர்கள்

அம்மா அவர்களை ‘ஒபாமா நோய்க்குறியைத் தேடுபவர்கள்’[1] என்று குற்றம் சாட்டுகிறாள்

அவர்கள் முதுகுக்குப் பின்னே

அணியிலிருக்கும் மூன்றாவது உறுப்பினரான நெனட்டுக்கு அமெரிக்காவில் படித்துவரும் காதிமுடன் நிச்சயதார்த்தம் நடந்துள்ளது, அவள் பெற்றோர் அவளுக்கு அவனைத் தேர்ந்தெடுத்துள்ளனர்

முதலில் அவள் மறுத்தாள், அப்புறம் அவர்கள் அவளை வெளியேற்றிவிடுவதாக அச்சுறுத்தினார்கள், பல்கலைக்கழகப் படிப்பு முடித்து உண்மையாகவே ஒரு வேலையைத் தேடிக் கொண்டு மற்றவர்களைப் போல சொந்தமாகச் சம்பாதிப்பது

---

1. ஒபாமா நோய்க்குறி என்பது, வெள்ளையினத்தவர் ஒருவர் ஆப்பிரிக்க அமெரிக்கரைப் போல நடந்துகொள்ள முயற்சித்து, அதில் மீச்சிறு அளவு மற்றும் வெற்றிபெறுவது – மொ.பெ.)

குறித்த எண்ணம் வந்ததும் அவளுக்குத் தன்னுணர்வு வந்துவிட்டது

நற்பேறாக, அவள் அவனை மெய்யாகவே சந்தித்து அவனைப் பற்றி அறிந்துகொண்டபின் ரொம்பவே நெருக்கமாகிவிட்டாள், அடிக்கடி அவன் படித்துவரும் கனெக்டிகட் மாகாணத்துக்கு நீண்ட வார இறுதிகளாகச் (புதன்கிழமை முதல் திங்கள்கிழமைவரை என்பதுபோல) சென்றுவிடுகிறாள்

அப்படியிருந்தும் அவளது பாடங்களில் A தரமதிப்புகளைப் பெறுகிறாள், அந்தளவு கெட்டிக்காரி அவள்

அவளுக்கு அதீத தன்னம்பிக்கை உண்டு, யாரும் வம்பு வைத்துக்கொள்ள நினைக்கும் கடைசி நபராகத்தான் அவள் இருப்பாள்

பல்கலைக்கழகத்தில் ஒரு பையன் வெளிப்படையாக குறுஞ்செய்திகளை அனுப்பத் தொடங்கியபோது அவனைப் பற்றி அவள் புகார் செய்ததில் கிட்டத்தட்ட பல்கலைக்கழகத்திலிருந்து வெளியேற்றப்படவிருந்தான்

வகுப்புத்தோழியொருத்தி வன்புணர்வுக்கு ஆளாகி அவள்முன்னே உடைந்து அழுதபோது, நெனட் ஒரு வக்கீலுக்குப் பணம் தந்து குற்றவாளிக்கு ஆறு ஆண்டுகள் சிறைத்தண்டனை கிடைக்கும்படி செய்தாள்

அதன்பிறகு, அவன் திரும்ப வந்து மேலும் பல பெண்களை வன்புணர்வுசெய்வான் என்பதை அவர்கள் எல்லோரும் ஒத்துக்கொள்கிறார்கள்

வாரிஸ் சோமாலிய-நார்வீஜிய பையன் எயினருடன் காதல் சந்திப்பு வைத்துள்ளாள், பள்ளியில் வரலாறு பாடத்தின்போது ஒன்றாக அவர்கள் அமர்ந்தபோதிருந்தே அவள் இதைச் செய்து வருகிறாள்

இருவருமே ஜப்பானிய அசைபட வகையான அனெமிக்கு பெரிய இரசிகர்கள், ஒவ்வோர் ஆண்டும் இலண்டன் காமிக் கான் திருவிழாவுக்குச் சென்றுவிடுவார்கள்

வாரிஸுக்கு கேலிச்சித்திரங்கள் வரைவது பொழுதுபோக்கு, சோமாலிய மீநாயகப் பெண்ணை உருவாக்கி வருகிறாள்

அவள் பெண்களைக் கொடுமைப்படுத்தும் ஆண்களை வேட்டையாடுகிறாள்

மெல்ல, அவர்களைக் காயடிக்கிறாள்

மயக்கமருந்து இல்லாமல்

அவர்கள் ஓய்வாக இருக்கும்போது, யாஷ் எல்லோருக்கும் சூடான சாக்கலேட் பொட்டலங்களிலிருந்து எடுத்து தயார் செய்து, வழக்கமான தாய்மார்களைப் போல தான் இல்லை என்பதை உணர்ந்து கிட்டத்தட்ட தன்னைத் திருத்திக் கொண்டதைப்போல, யாஷ் பல்கலைக்கழகம் சென்றதிலிருந்து விநோதமாக அவள் அம்மா அவளுக்காகத் தயார் செய்துதரும் மொறுமொறுப்பான ரொட்டி பிஸ்கோத்துகளை வழங்கினாள்

அணியில் முக்கால்வாசிப்பேர் அவ்வளவு குடிக்க மாட்டார்கள்

யாஷின் மனம் மிக மதிப்புவாய்ந்த சொத்து என்பதால் அதை அவள் குழப்பப்போவதில்லை

வாரிஸ் ஹிஜாபுக்கும் திருமண பந்தத்துக்கு வெளியே பாலுறவுக்கு சரியென்றும், போதைக்கும் பன்றி இறைச்சிக்கும் இல்லையென்றும் சொல்கிறாள்

காதிமுடன் திருமணமாகி சில வருடங்கள் கழித்து, அவன் அதிகாரப்பூர்வமாக முதல் வைப்பாட்டியை அடைக்கலமடையும் போது தான் மது அருந்தத் தொடங்கக்கூடுமென்று நெனட் சொல்கிறாள், தனது நாளை போதைப்பொருளில் தொடங்கி மதுவில் முடிக்கும் அவள் சொந்த அம்மாவுக்கும் அதுதான் நடந்தது, இடையிடையே ஒன்று அல்லது மூன்று போத்தல் ஒயின்

கர்ட்னி மட்டும்தான் சமூக உறவாடல்களின்போது சிவப்பு ஒயினைத் துணைக்கு வைத்துக் கொள்பவள்

விளையாட்டுக்கூடத்தில் புதியோருக்கான வாரத்தின் இரண்டாம்நாளில் வரவேற்பு விருந்தில் இருவருமே ஓரமாக பம்மியபோதுதான் யாஷ் வாரிஸிடம் ஈர்க்கப்பட்டாள்; வாரிஸின் சிடுமூஞ்சியைப் பார்த்துதான் யாஷ் ஈர்க்கப்பட்டாள் என்பதை அவளிடம் பின்னர் சொல்லியும் விட்டாள், வாரிஸ் அதை

நல்ல நகைச்சுவையாக எடுத்துக்கொண்டாள், சமீபத்தில் நீ கண்ணாடியைப் பார்க்கலையா என்று யாஷை அவள் திருப்பிக் கேட்டாள்

மற்ற பிற புதியவர்கள் தங்கள் நுரை தூவிய விருந்துகளில், துப்பாக்கிகளில் இருந்து வர்ணங்களைப் பீய்ச்சுவது, புதையல் வேட்டை, குழுவாக குடிமனைகள் ஒவ்வொன்றாகச் செல்வது என ஓடியாடிக் கொண்டிருந்த பைத்தியக்காரத்தனத்திலிருந்து வெகுதொலைவில் பல்கலைக்கழக வளாகத்திலிருந்த ஸ்டார்பக்ஸ் மூலையில் அமர்ந்து குளிர் தேநீர் பருகும்போது அவர்களது சகாக்கள் மெய்யாகவே முதிர்ச்சியற்றவர்கள் என்பதை அவர்கள் ஒப்புக்கொண்டனர், இப்படிக் குழுவாகக் குடிமனைகளைத் தேடிச் செல்வது தீவிர விபத்தில்போய் முடியுமென்று யாஷ் கணித்தாள்

அதிகாரப்பூர்வ புதியோர் வாரத்துக்கான பின்னூட்டப் படிவத்தில்

வீட்டிலிருந்து வந்த முதல் வாரத்திலேயே பாவப்பட்ட இளம் பிராயத்தவர்களுக்கு ஆல்கஹால் நஞ்சை அறிமுகப்படுத்துவது யாருடைய யோசனை?

அவர்களது இரண்டாமாண்டில் கல்லீரல் சேதத்துக்கான முதல் அறிகுறிகளுக்காகக் காத்திருப்பதற்குப் பதில் ஏன் அவர்களை இப்போதே நல்வாழ்வு மையத்தில் சேர்க்கக்கூடாது என்று எழுதினாள்

வாரிஸ்

அவளது நீளங்கியின் நிறத்தோடு ஹிஜாப் பொருந்திப்போகிறது

அவளுக்குப் பச்சை தினங்கள், பழுப்பு தினங்கள், நீல தினங்கள், பூப்போட்ட தினங்கள், ஒளிர் தினங்கள் உண்டு -கருப்பு தினங்கள் ஒருபோதும் இல்லை (அவள் பழமைவாதியில்லை)

கைகளைப் பயன்படுத்தாமல் கைபேசியில் உரையாடுவதற்காக, பெரும்பாலும் அவளது கைபேசியை அவளது ஹிஜாபுக்குள் பொருத்திக்கொள்கிறாள், இது மதத்தையும் நடைமுறையையும் பிரமாதமாகக் கலப்பதாக யாஷ் அவளிடம் சொல்கிறாள்

தனது இஸ்லாமிய அடையாளத்தைப் பறைசாற்றுவதற்காக தான் ஹிஜாப் அணிவதாகவும், முறையான மத விவகாரமாக

அதை மற்றவர்கள் ஆக்கிவரும் வேளையில், குரானில் அப்படிப் பெண்கள் மூடிக்கொள்ள வேண்டுமென்று எதுவும் சொல்லப்படவில்லையென்று உனக்குத் தெரியுமா என்று வாரிஸ் பதிலிறுத்தாள்

ஏற்கெனவே நிறைவான தோல்நிறம் கொண்ட அவள் மிருதுவான அடிப்படை ஒப்பனைப் பசைப்பூச்சு இன்றி ஒருபோதும் வெளிவர மாட்டாள்

ஏற்கெனவே காடாக அடர்ந்திருக்கும் கண்ணிமைகளை அடர்த்தியாக்க கண்மைக் குப்பி முழுவதையும் போடுவாள்

உயர்ந்து வளைந்திருக்கும் அவளது புருவங்கள் காது வரை நீண்டிருக்கும்

சோமாலியப் பெண்கள்தான் உலகிலேயே மிக அழகான பெண்கள், அதில் நீயும் அடக்கம் வாரிஸ் என்று அவளிடம் யாஷ் உறுதியளித்தாலும் 'ஒப்பனை' இல்லாமல் தான் அவலட்சணமாக இருப்பதாக வாரிஸ் சொல்கிறாள்

இயல்பான உடல் எடையைக் கொண்டிருந்தாலும், தான் குண்டாயிருப்பதாக வாரிஸ் சொல்கிறாள், தனது தொடைகளை சிவந்துபோகுமளவு அழுத்திக் கிள்ளி பின்னர் யாஷிடம் அவளது 'கொழுப்புத்திட்டு' இருப்பதைக் காட்டுவாள், அப்படியெல்லாம் இல்லை, வாரிஸ், சதையை வெடித்துவிடுமளவு அழுத்தி நசுக்கியிருக்கிறாய், அவ்வளவுதான்

சூரியனே எட்டிப்பார்க்காதபோது சிலநேரங்களில் - இரவிலும் கட்டடங்களுக்கு உள்ளும் - அவள் குளிர்கண்ணாடிகளை அணிகிறாள்

அதை வகுப்பறையில்கூட முயன்று பார்த்தாள், ஒரு தைரியமான பேராசிரியரான டாக்டர் சாண்ட்ரா ரெனால்ட்ஸ் (பசங்களா, பொண்ணுகளா என்னை சான்டினு கூப்பிடுங்க) வாரிஸிடம் அவளுக்கு மருத்துவக் காரணம் இருந்து அதை நிரூபிக்க சான்றிதழ் இல்லாதபட்சத்தில் அதைக் கழட்டும்படி ஆணையிட்டு அவர்கள் நினைப்பதுபோல தான் எளிதில் வசப்படக்கூடியவளில்லை என்று காட்டும்வரை அது மூர்க்கமானதாகவும் அட்டகாசமானதாகவும் இருந்தது

அல்லது அவளது வகுப்பைவிட்டு வெளியேறும்படி கூறினாள்

ஒரு சனிக்கிழமை மதியவுணவுக்கு அவர்களுக்குள்ளாக பீட்ஸா கொடுத்துக் கொண்டாடிக் கொண்ட பிறகு பல்கலைக்கழகம் இருந்த மழைபெய்து வழுக்கும் உருளைக்கற்கள் பாவிய தெருக்களில் வளாகம் நோக்கித் திரும்பிச் சென்றுகொண்டிருந்தபோது யாஷிடம் வாரிஸ் விளக்கினாள், அது என்னை பயமற்றவளாகக் காட்டுவதற்காகத்தான்

இல்லாட்டி ஒருவேளை உன் பயத்தை மறைக்கிறதுக்காக இருக்கலாம், யாஷ் கருத்துரைத்தாள், உனக்கு உண்மையிலேயே பயம், பயத்துக்கும் பயமின்மைக்கும் சில எழுத்துக்கள்தான் வித்தியாசம், ஆனாலும் முழுக்கவே வேறானது, பார்த்தியா?

அவளது வயதைத்தாண்டிய இயல்புக்கு மீறிய ஞானப் பீறிடலை யாஷ் உணர்ந்தாள்

அப்படியான தருணங்களில் ஒன்று அது

அவர்கள் அமைதியாக நடந்துசென்றபோது வாரிஸ் சிந்தனையில் ஆழ்ந்தவளாகத் தோன்றினாள், அதற்கேற்ற விவேகத்தோடு பிறகு பதிலளித்தாள், ஒருவேளை இரண்டுமானதாக இருக்கலாம்

அந்தக் கணத்தில் அவர்களுக்கிடையே ஏன் நன்றாக ஒத்துப்போகிறதென்று யாஷ் புரிந்துகொண்டாள், அவர்கள் ஒரே அறிவுசார் வீச்செல்லைக்குள் இருந்தனர்

ஊரைவிட்டு விலகி பரபரப்பான பிரதான சாலை வழியே சாம்பல்நிறக் கற்கள் நெருக்கமாக அடுக்கிக் கட்டப்பட்ட பழைய பெரிய வீடுகளைக் கடந்து நடந்து சென்றபோது வாரிஸ் சொன்னாள், 9/11க்கு முன்பாக வாழ்க்கை வேற மாதிரி இருந்தது; ஹிஜாப் அணிந்த பெண்களை மக்கள் ஆச்சரியத்துடன், குறுகுறுப்புடன் அல்லது இரக்கத்துடன் பார்த்ததாக அவள் அம்மா சொன்னபோது 'சகாப்தத்துக்கு முன்' என்பதை நினைவுகூர முடியாத அளவு சிறுமியவள்

அவர்கள் வெளிப்படையான விரோதத்துடன் பார்க்கத் தொடங்கி ஜிகாதிகள் வெள்ளையர்களை குண்டுவீசி அழிக்கையில் அல்லது ஒரு பார வண்டி ஏற்றி அவர்களைக் கொல்லும் ஒவ்வொரு சமயமும் அது மோசமாகிக் கொண்டே சென்றதாக அவள் அம்மா சொன்னபோது, 'சகாப்தத்துக்குப் பின்' ஆக இருந்தது,

இது போன்ற சமயங்களில் வாரிஸ் மேலும் அதிகமாகத் தள்ளப்படுவதற்கு தன்னைத்தானே தயார்படுத்திக் கொள்கிறாள், துப்பினார்கள், நான் அராபியாகக்கூட இல்லாதபோது அசிங்கம் பிடித்த அராபி என்பதுபோல அசிங்கமாகத் திட்டினார்கள், யாஷ்

நூத்தம்பதுகோடி இஸ்லாமியர்கள் எல்லோரும் ஒரேமாதிரி சிந்திக்கவும் செயல்படவும் செய்கிறார்கள் என்று மக்கள் முட்டாள்தனமாக நினைப்பது பைத்தியக்காரத்தனம், ஒரு இஸ்லாமிய ஆண், மக்கள்திரள் மீது துப்பாக்கிச்சூடு நடத்தினால் அல்லது வெடிகுண்டு வீசினால் அவன் தீவிரவாதி என்று அழைக்கப்படுகிறான், இதையே ஓர் வெள்ளையின ஆண் செய்தால் அவனைப் பைத்தியக்காரன் என்கிறார்கள்

இருசாராருமே பைத்தியம்தான் யாஷ்

எனக்குத் தெரியும், வாரிஸ், எனக்குத் *தெரியும்*

அவர்கள் ஊரின் வழியே நடந்துசெல்லும்போது வாரிஸ் மீது வீசப்படும் அசிங்கமான பார்வைகளை யாஷ் பார்க்கிறாள்

அவளது தோழியின் சார்பாக அதே அசிங்கமான பார்வையைத் திருப்பித் தருகிறாள்

தனது பாட்டி வால்வர்ஹாம்டனிலுள்ள அவர்களது நகரவைக் குடியிருப்பிலிருந்து அரிதாகவே வெளியே செல்வதாக வாரிஸ் சொன்னாள், அவளுக்குத் தெருவில் நடந்துசெல்வதே கடினம், அதுவும் இத்தகைய விரோதத்தை வைத்துக்கொண்டு, அவள் இழந்த அனைத்துக்காகவும் துக்கிப்பதை அவள் நிறுத்தவே இல்லை

மொகதிசுவில் 1991வரை வயதுவந்த ஆண்கள் அனைவரும் பல்மருத்துவம் செய்துவந்த குடும்பத்தில், அவர்கள் அனைவரும் கொல்லப்பட்டுத் தனது மகள்களுடன் இங்கே தப்பியோடி வரும்வரை வசதியான வாழ்க்கை வாழ்ந்தவள் அவள்

இந்த நாட்களில் அவளது பாட்டி மாத்திரைச் சீட்டுகளை எழுதித் தருகிறாள்

நடுக்கூடத்தில் அமர்ந்தபடி தனக்குள் மூழ்கிவிடுகிறாள்

ஒருநாள் எப்போதைக்குமாக அவர்கள் அவளை இழந்துவிடும் வரை

இருந்தாலும் அவள் அம்மா சானன் முற்றிலும் மாறுபட்டவள், குழந்தைகளான எங்களிடம் வரலாற்றின் எடையாலும் நவீனகால அக்கிரமங்களாலும் நசுக்கப்படப் போகிறீர்களா அல்லது நாம் போர்வீரர்களாகப் போகிறோமா என்று ஓதிக்கொண்டே இருப்பாள்

அப்பா ஒரு தொழிற்சாலையில் வேலைசெய்கிறார், அம்மா இரண்டு வேலைகள் பார்க்கிறாள், இஸ்லாமியப் பெண்களுக்கான புகலிடத்தில் பணிபுரிவது முதலாவது வேலை, ஹிஜாப் அணியும் பெண்களுக்கு தற்காப்பு கற்றுத்தருவது இரண்டாவது, இதனால் 'ஹிஜாப் பறிப்போர்' மற்றும் அது தொடர்பான தாக்குதல்களிலிருந்து தங்களை எப்படிக் காத்துக்கொள்வது என்று அவர்கள் கற்றுக்கொள்வார்கள்

அவள் உள்ளூர் சமூக மையத்தில் கிராவ் மாகா, ஜியூ ஜிட்சு, ஐகிடோ, பென்காக் சிலாட் ஆகியவற்றைக் கலந்து கற்றுத் தருவதாக வாரிஸ் பெருமையுடன் கூறினாள்; அவள் அம்மாவுக்கு அருகிலிருந்து வாரிஸும் கலவையான தற்காப்புக் கலைகளைக் கற்றுக்கொண்டாள்

யாஷும் வாரிஸும் வளாகத்துக்குத் திரும்ப வந்து நடைபாதையில் நடக்கின்றனர், மழை தணிகிறது, வானம் தெளிவடைகிறது, வானவில் தோன்றுகிறது

மாணவர்கள் விளையாட்டு உபகரணங்களை அணிந்தபடி வருவதும் போவதுமாயிருந்த உடற்பயிற்சிக்கூடத்தைக் கடக்கின்றனர்

மாணவர்கள் நடைபிணங்களைப் போல சுழலும் எந்திரங்களை வெறித்துப் பார்த்தபடி அல்லது தங்கள் கைபேசியை நோண்டியபடி இருந்த சலவையகத்தைக் கடக்கின்றனர்,

கலைக்கூடமும் அதைப் பயன்படுத்துவதற்காக வளாகத்துக்குள் வரும் மேட்டுக்குடியினருக்காக உள்ளே கட்டுப்படியாகாத விலையில் காஃபியும் கேக்குகளும் விற்கும் கஃபேயும் கொண்ட கலை மையத்தைக் கடக்கிறார்கள்

இசையும் கஞ்சா வாடையும் கசிந்துவரும் குடியிருப்பகத்தைக் கடந்து தங்கள் இடம் வரும்வரை நடக்கிறார்கள்

வாரிஸ் பேச்சைத் தொடர்கையில், அவர்கள் கட்டடத்துக்குள் சென்று படிகளில் ஏறினர், யாராவது பின்வருமாறு ஏதாவது சொன்னால் அதேபோலத் திருப்பிக் கொடுக்க அவள் கற்றுக்கொண்டதாகச் சொல்கிறாள்

தீவிரவாதத்தின் இன்னொரு பெயர் இஸ்லாம்

அவள் ஒடுக்கப்பட்டிருப்பதாகவும் அவர்கள் அவளது வலியை உணர்வதாகவும் சொல்வது

யாராவது அவளிடம் அவள் ஒசாமா பின் லேடனுக்கு உறவுக்காரியா என்று கேட்டால்

யாராவது அவளிடம் அவர்கள் வேலையின்றி இருப்பதற்கு அவள்தான் பொறுப்பு என்று சொன்னால்

யாராவது அவளிடம் அவள் புலம்பெயர்ந்த கரப்பான்பூச்சி என்று சொன்னால்

யாராவது அவளிடம் அவளது ஜிகாதி ஆண் தோழனிடம் திரும்பச் செல்லுமாறு சொன்னால்

யாராவது அவளிடம் அவளுக்கு மனித வெடிகுண்டுகளைத் தெரியுமா என்று கேட்டால்

யாராவது அவளிடம் அவள் இந்த இடத்தைச் சேர்ந்தவளல்ல, எப்போது கிளம்புகிறாய் என்று சொன்னால்

யாராவது அவளிடம் அவள் பெற்றோர் நடத்திவைக்கும் திருமணம் செய்துகொள்வாளா என்று கேட்டால்

யாராவது அவளிடம் அவள் ஏன் கன்னியாஸ்திரீபோல ஆடையணிகிறாள் என்று கேட்டால்

யாராவது அவளிடம் அவளுக்கு ஆங்கிலம் தெரியாது என்பதுபோல நிறுத்தி மெதுவாகப் பேசினால்

யாராவது அவளிடம் அவளது ஆங்கிலம் உண்மையிலேயே நன்றாக இருப்பதாகச் சொன்னால்

யாராவது அவளிடம் பாவப்பட்ட பெண்ணே, உன் பிறப்புறுப்பு சிதைக்கப்பட்டிருக்கிறதா எனக் கேட்டால்

யாராவது அவளிடம் அவளையும் அவள் குடும்பத்தையும் கொல்லப்போவதாகச் சொன்னால்

யாஷ் சொன்னாள், நீ உண்மையிலேயே பாதிக்கப்பட்டிருக்கே, உனக்காக வருத்தப்படுறேன், வெறும் வார்த்தையாச் சொல்லலை, உண்மையிலேயே உன்னைப் புரிஞ்சுக்கிட்டு வர்ற பரிவு

நான் பாதிக்கப்படலை, உண்மையாத்தான் சொல்றேன், எங்கம்மாவும் பாட்டியும் பாதிக்கப்பட்டிருக்காங்க, அதுக்குக் காரணம் அவங்களுக்குப் பிரியமானவங்களையும் தாய்நாட்டையும் இழந்திருக்காங்க, என்னோட துயரம் எல்லாம் முக்கியமா என் தலைக்குள்தான் இருக்கு

ஆளுங்க வேணும்னே உன்கிட்ட வம்பிழுக்கும்போது அது உன் தலைக்குள் இருக்கிறதில்லை

சோமாலியா உள்நாட்டுப்போரில் இறந்த ஐந்து இலட்சம் பேருடன் அது ஒப்பிடப்படுகிறது, நான் இங்குதான் பிறந்தேன், இந்த நாட்டில்தான் நான் வெற்றிபெறப் போகிறேன், நான் கடுமையாக வேலைசெய்யாமல் இருக்கமுடியாது, வேலைக்கான சந்தைக்குப் போகும்போது இது கடினமாக இருக்கும்னு தெரியும், ஆனா உனக்குத் தெரியுமா, யாஷ்? நான் பாதிக்கப்பட்டவள் இல்லை, ஒருபோதும் என்னை அப்படி நடத்தாதே, எங்கம்மா என்னை அப்படி வளர்க்கலை.

3

அன்று பின்மதியம் அவர்கள் யாஷின் அறையில் அம்ரு தியாப் பாடலுக்கு நடனமாடுவதில்போய் முடிந்தது

மூளைசார்ந்த நிலையில் இருப்பதை உடல்சார் நிலையைக் கொண்டு சமப்படுத்திக்கொள்ள வேண்டுமென்று யாஷ் வாரிஸிடம் சொல்கிறாள்

அவர்கள் சிந்திப்பதில் அதிக நேரம் செலவிடுவதால் உடலுழைப்பைத் தர வேண்டுமென்ற அர்த்தத்தில் அவள் சொல்கிறாளா என்று வாரிஸ் அவளிடம் கேட்கிறாள்

நடனமாடிக்கொண்டே தனது கைகளை விரித்து அசைத்தபடி யாஷ் சொல்கிறாள், ஆமா, அதேதான்

அப்போ அதைச் சொல்ல வேண்டியதுதானே?

பின்னர் அதே இடைகழியில் வசிக்கும், தங்களுக்கு பிரபல எகிப்திய பாடகரை முதலில் அறிமுகப்படுத்திய நெனட்டுடன் அன்று மாலையும் அவரது பாடல்களை மிகவும் சத்தமாக வைத்துக் கேட்டுக்கொண்டிருக்கிறார்கள்; திரையில் தியாபின் கவர்ச்சியான உதடுகளிலிருந்து பாடல் வரிகள் உதிரத்தொடங்கியவுடனே யாஷ் தன்னை அது எங்கோ கொண்டுசெல்வதை உணர்ந்தாள்

வாரிஸுக்கும் அவரைப் பிடிக்கும், தியாபின் இசை அவள் ஆன்மாவை அசைத்துவிடுவதாகச் சொன்னாள்

ஒருநாள் தனது தாபத்தைப் பெறக்கூடியவனிடம் அவளுக்கிருக்கும் காதலை அவர் உணரச் செய்வதாக யாஷ் சொன்னாள்

அந்த மனிதன் பயப்படுவான், ரொம்பவே பயப்படுவான் என்று வாரிஸ் சொன்னாள்

போதைமாத்திரை தந்த போதையில் மிதந்தபடி, இடுப்பை வீசி கைகளைச் சுழற்றியபடி அராபிய பாணியில் எப்படி நடனமாடுவது என்று அவர்களுக்குக் காட்டிக்கொண்டு, தியாப் எல்லாம் அந்தக்காலம் என்றும் அது அதிகமும் வீட்டுநினைவு ஏக்கத்துக்கான சமாச்சாரம் என்று நெனட் சொன்னாள்

அது அவர்களுக்கான விசயமாகிப் போனது - அம்ரு தியாப் மாலைகள்

*

அடுத்த அறையில் வசிக்கும் கர்ட்னி, தொளதொளப்பான காற்சராயுடன் வந்து கதவைத் தட்டி, அவள் தூங்க முயற்சிப்பதால் சத்தத்தைக் குறைக்கும்படி வந்து கேட்டாள், இப்ப என்ன நடுராத்திரி இருக்குமா?

கட்டடத்தின் பிற பகுதிகளில் மற்றவர்கள் சத்தமாக வைத்து இசையைக் கேட்பதை மிகக் கவனமாகக் கேட்கும்படி அவளிடம் யாஷ் சொன்னாள், அவளால் கேட்க முடிகிறதா? மேலேயும் கீழேயும்?

நிச்சயம் முடியும், இது சனிக்கிழமை இரவு, காவலாளி கிளம்பியதுதான் தாமதம், சத்தம் திரும்பவும் அதிகரிக்கிறது

இடுப்பில் கைகளை வைத்தபடி, குறிப்பாலுணர்த்தும் பார்வையைக் கார்ட்னி மீது செலுத்தியவாறு யாஷ் சொன்னாள், எல்லோரும் அப்படித்தான், சரியா? குறிப்பா எங்களை ஏன் குறி வைக்கிறே?

அதுவொரு பதற்றமான தருணம், நெனட்தான் அதை இலகுவாக்கினாள், எகிப்தின் அதிபராக முபாரக் இருந்த முழுமையான முப்பது ஆண்டுகளும் இராஜாங்கச் சேவையில் அவளது அப்பா இருந்த காரணத்தால் முரண்பாட்டினை எப்படித் தீர்ப்பது என்று அவளுக்குத் தெரியுமென்று கூறினாள்

வாரிஸ் அவளுக்குச் சவால்விட்டாள், அதற்குப் பெயர் சர்வாதிகாரம்

நெனட் திருப்பி அடித்தாள், அதற்குப் பெயர் அரசியல் நிலைத்தன்மை

நெனட்டின் தாத்தா காஃபிர் எல்-மிசெல்லாவில் முபாரக் உடன் வளர்ந்தவர், அவருடன் நீதித்துறையில் பணிபுரிந்தார், அவர்களது குடும்பங்கள் நட்புடன் இருந்தன

ஒரு இராஜிய தம்பதியராக, அவளது பெற்றோர் யாருடனும் பேசக்கூடிய திறமைகளை அதில் ஆழ்ந்த ஆர்வம் கொண்டிருந்தவர்களைப் போல கைவரப் பெற்றிருந்தனர், ஒருமுறை ஆறுதல் சொல்லும் வகையில் நெனட் சொன்னாள், தேவடியாப் பசங்களை அவர்கள் வெறுத்தாலும்கூட, உன்கிட்டக்கூட அவங்க தன்மையாக நடந்துப்பாங்க, வாரிஸ்

நெனட் என்ன அர்த்தத்தில் சொல்கிறாள் என்று வாரிஸுக்குத் தெரியும், எகிப்தில் சோமாலியர்கள் இழிவாகப் பார்க்கப்பட்டனர்

எகிப்தியப் புரட்சியின்போது முபாரக் அரசாங்கம் கவிழ்ந்த சமயம், நெனட்டின் குடும்பம் ஐக்கிய ஒன்றியத்துக்குத் தப்பியோடியது, அங்கேயும் அவர்களுக்குக் குடியுரிமை இருந்தது, அதைப் பெறுவதற்காக அவளது அப்பா இங்கே பத்து இலட்சம் பவுண்டுகளைச் செலவிட்டிருந்தார்

அதற்கு முன்பாக, சஸ்ஸெக்ஸில் உண்டுறைப் பள்ளிக்கு அவள் சென்றபோது, அவளது பெற்றோர் பல நாடுகளில் வசித்துள்ளனர்

வாரிஸின் கேள்விக்குப் பதிலளிக்கும்விதமாக அவள் சொன்னாள், என் குடும்பத்துக்கு பணம் எங்கிருந்து வந்ததென்று என்னிடம் கேட்காதே

அவர்கள் என்னிடம் ஒருபோதும் சொன்னதில்லை

யாஷின் அறைக்கு கர்ட்னியை நெனட் வரவேற்றாள், சூழ்நிலை இறுக்கத்தைத் தளர்த்த முழுவதும் தொழில்முறைப் புன்னகையுடன், உள்ளே வா, உன் பெயரென்ன? அவளுக்கு கொகோகோலா கொடுத்து இசை திரும்பவும் தொடங்கியபோது, அவளது நடன அசைவுகளைக் காட்டினாள்

உன்னை நீயே மிதக்கவிடு, கர்ட்னி, நீ தண்ணீரில், காற்றில், ஒளியில் இருப்பதாக நினைத்துக்கொள், இசை உன் உடலை அசைக்க அனுமதி, ரொம்பவெல்லாம் யோசிக்காதே, உன் நோக்கம் உனக்கு நீயே, உனக்காக நடனமாடுவதாக இருக்கணும்

விரைவிலேயே கர்ட்னியும் மற்றவர்களுடன் சேர்ந்து சுழலவும் மிதக்கவும் தொடங்கிவிட்டாள், அவளுக்கு இந்த ஃபாலா-லா-லா இசை பிடித்திருந்தது, இதை இதற்குமுன் அவள் கேட்டதேயில்லையே?

யாஷ் கேட்டாள், இது கொஞ்சம் அவமதிப்பான கேள்வியா உனக்குத் தோணலையா?

ஏன்? எனக்கு இது பிடிச்சிருக்கு, இடைநடனமும் கேளிக்கையானதுதான்

யாஷ் பதிலளித்தாள், இதுக்குப்பேர் இடைநடனமில்லை, இது கீழைத்தேயவாதியின் பார்வை, நாங்கள் இதை இங்கே சகிச்சுக்க மாட்டோம், அந்தச் சமயத்தில் நெனட் யாஷை நிறுத்தச் சொல்லி அவர்களது நடனம் ரக்ஸ் ஷர்கி என்றழைக்கப்படும் எகிப்திய இடை நடனத்திலிருந்து உருவானது என்பதை விளக்கினாள்

தோள்களைக் குலுக்கியபடி, இடையிலிருந்து கீழ்ப்பகுதியை, மார்பிலிருந்து இடையை, உடலிலிருந்து கைகளை, தோள்களிலிருந்து கைகளைத் தனியே பிரித்துவிடுவாள் என்பதுபோல ஒருவிதமாக சுழன்று ஆடிக்கொண்டே கர்ட்னி சொன்னாள், சரி,

அவர்கள் எல்லோரையும்விட அவள் அசைவுகள் நன்றாக இருந்தன

அன்று இரவு அவர்கள் அனைவரும் களைத்துப்போய் யாஷின் அறையில் கிடந்தனர், உணவுக்கூடத்தில் ஒன்றாக அமர்ந்து காலையுணவு உண்டனர்

ஃஸபக்கில் உள்ள கோதுமையும் பார்லியும் விளையும் பண்ணையில் தான் வளர்ந்ததாக கர்ட்னி அவர்களிடம் சொன்னாள், அவள் ஏன் வயலில் வேலை பார்ப்பவள் போலிருக்கிறாள் என்பது புரிகிறதென்று அவர்கள் கிண்டலடித்தனர்

சுடர்விடும் விழிகள், நெனட் சொன்னாள்

மிளிரும் மேனி, யாஷ் சொன்னாள்

பால்காரியின் மார்புகள், தன் பங்குக்கு வாரிஸ் சொன்னாள்

பல்கலைக்கழகத்தைப் பார்ப்பதற்காக வந்ததற்குமுன் வால்வர்ஹாம்டனை விட்டு வாரிஸ் ஒருபோதும் வெளியே சென்றதில்லை, வாழ்க்கையில் ஒருபோதும் வயலில் நின்றதில்லை என்பதையும் அவள் ஒப்புக்கொண்டாள்

யாஷ் சொன்னாள், நானும்தான், என் ஆன்மா ஒரு நகரவாசி, நாட்டுப்புறவாசியல்ல

காட்ஸ்வோல்ட்ஸில் தனது பெற்றோர் பண்ணையில் லாமாக்களை வளர்ப்பதாகவும், தென்னாப்பிரிக்காவிலுள்ள ஃபிரான்ஷோக் சமவெளியில் திராட்சைத் தோட்டம் வைத்திருப்பதாகவும் நெனட் தெரிவித்தாள்

சிலருக்கு அது ஏற்றதுதான் என்றாள் வாரிஸ், அதற்கு நெனட் அது என் தவறல்ல என்றாள், நியாயம்தான் என்றாள் வாரிஸ்

யாஷ் தனக்கு கறந்த பால் பிடிக்குமென்றாலும் தான் தூங்க விரும்பும்போது சேவல் கூவி தூக்கத்தைக் கலைத்துவிடுகிறது என்றும் அதேபோல தனக்கு கறந்த பால் பிடிக்குமே தவிர அதற்காகப் பால் கறப்பதோ அல்லது உங்கள் மாட்டிறைச்சி பர்கர்களுக்காக அவற்றைக் கொல்வதோ பிடிக்காது என்றாள்

தனக்குப் புல்வெளிகளில் தினசரி காற்றாட நடந்துசெல்வது பிடிக்குமென்று வாரிஸ் சொன்னாள், அதற்கு கர்ட்னி தான் நடைப்பயிற்சியை வெறுப்பதாகவும் அவளது பண்ணைக்கு அருகில் எங்கும் புல்வெளி இல்லையென்றும் சொன்னாள்

தனது முட்டை, பன்றி இறைச்சி, சுட்ட அவரைகள் கொண்ட காலையுணவை உண்டபடி வாரிஸ் ஏன் ஹிஜாப் போட்டிருக்கிறாள் என்ற கேட்கக்கூடாத கேள்வியைக் கர்ட்னி கேட்டுவிட்டாள்

வாரிஸ் என்ன செய்யப்போகிறாள் என்பதைக் காணும் எதிர்பார்ப்புடன் தனது ஓட்ஸ் உணவை நிறுத்திவிட்டு யாஷ் பார்த்தாள், மாறாக அடர்த்தியான ஓட்ஸ் கஞ்சியினுள் தனது கரண்டியைச் செருகிவிட்டு ஆச்சரியப்படும்படி மிருதுவான குரலில் அவள் சொன்னாள், முதலாவதாக - கலாச்சாரம் சார்ந்தது, இரண்டாவது - அரசியல் ரீதியிலானது, பின்னர், மூன்றாவதாக - உனக்கு இதில் ஒரு மயிரும் சம்பந்தமில்லை என்று சொல்வாளென்று யாஷ் எதிர்பார்த்தாள், அவள் சொல்லவில்லை

அவளது அம்மா யாரிடமும் அவளைப்பற்றி விளக்கிச் சொல்லவேண்டிய அவசியமில்லை என்று சொல்லியிருப்பதாக வாரிஸ் வெறுமனே சொன்னாள்

நெனட், தனது இரண்டாவது எஸ்பிரெஸ்ஸோ பருகியபடி அவித்த முட்டையைக் கொறித்தபடி, அவளும் உள்ளே வரத் தயாரானாள் - தேவையில்லை, நான் சும்மா தெரியாமத்தான் கேட்டேன், கர்ட்னி மன்னிப்புக் கோரினாள், இருந்தாலும் அதில் மன்னிப்பைவிட திமிரே தெரிந்தது

சரி, இப்ப உனக்குத் தெரிஞ்சிருக்கும்

*

மற்ற கலாச்சாரங்கள் குறித்து கர்ட்னி அறியாமல் இருக்கிறாளென்று யாஷ் தீர்மானித்தாள், தனது மனவுறுதியையும் திமிரையும் அவள் காட்டிவிட்டாள், மனதில் பட்டதைப் பேசும் யாரும் வம்புக்கு வரத் துணியாதோர் அணியில் இணைய ஒரு முன்நிபந்தனை அது, நெஞ்சுரம் இல்லாமல் அழுதுகொண்டு கழிப்பறைக்கு ஓடிச்செல்லாமல் திருப்பிச் சண்டையிட வேண்டும்

அவளுக்கு கர்ட்னியைப் பிடித்திருந்தது

அவளுக்கு அவளைப் பிடித்திருந்ததால்

அவள் அந்த அணியில் இருந்தாள்

சில மாதங்களுக்குப்பின் ஒருநாள் திங்கள்கிழமை காலை, இனம், வர்க்கம், பாலினத்துக்குள் வர்க்கம் ஆகியவற்றுக்குப்பின் கழிப்பறை செல்ல அவர்கள் வரிசையில் நின்றபோது யாஷ் அவளிடம் தெரிவித்தாள், அவள் இப்போதிருந்து ஒரு சிறப்புச் சகோதரி (honorary sistah) என்றாள், இந்தப் பதம் கருப்பினப் பெண்களிடமிருந்து உருவாகியது ஆனால் அப்படி அல்லாதோர் தங்களதாக்கிக் கொண்டுவிட்டனர் (எதிர்பார்த்ததுதான்!)

இருந்தாலும், கர்ட்னியால் ஒருபோதும் முழுமையாக சகோதரியாக (sistah) இருக்கமுடியாது, மரியாதை நிமித்தம் மட்டுமே இருக்கமுடியும், எனவே

சகோதரியாக இருப்பது என்றால் நாம் யாராயிருக்கிறோம் என்பதைப் போலவே எப்படிப் பார்க்கப்படுகிறோம் என்பதற்கான பொறுப்பு அது, இது உண்மையில் எளிமையான சுருக்கல்வாதத்தை எதிர்க்கிறது, நாம் யார் என்பது நாம் எப்படிப் பார்க்கப்படுகிறோம் என்பதின் பகுதியளவு எதிர்வினைதான் குட்டி, என்று விளக்கினாள்

இப்போதெல்லாம் தனக்குப் பிடித்தவர்களை 'குட்டி' என்று யாஷ் அழைக்கிறாள், அது வலிந்தோ அல்லது பாவனையாகவோ வருவதில்லை, இயல்பாகவே அப்படி நிகழ்கிறது

அவள் அவரை இரசமும் (மூளைக்கான புரதம்) கர்ட்னி இறைச்சியும் மசித்த மிருதுவான பட்டாணியும் மதியவுணவாக உண்டு கொண்டிருக்க யாஷ் உரையாடலைத் தொடர்ந்தாள், இதுவொரு சிக்கலான பிரச்சினை

மக்கள் இனி உன்னை வெறுமனே இன்னொரு பெண்ணாகப் பார்க்கமாட்டார்கள், ஆனால் பழுப்புத் தோல் உடையவர் களுடன் சுற்றும் வெள்ளைப் பெண்ணாகத்தான் பார்ப்பார்கள், உன்னுடைய சிறப்புரிமைகளில் கொஞ்சத்தை நீ இழப்பாய், இதை நீயே சோதித்துப் பார்க்கலாம், உனக்கு உரிமை இருக்கான்னு சரிபார்த்துக்கோ அப்படின்னு சொல்றதைக் கேட்டிருக்கியா, குட்டி?

ஒரு பேராசிரியருக்கும், மிகப் பிரபலமான அரங்க இயக்குநருக்கும் யாஷ் மகளாக இருப்பதை வைத்துப் பார்க்கையில் அவள் அப்படியொன்றும் தாழ்த்தப்பட்டவளாக இல்லை, அதேசமயம் அவள், கர்ட்னி, உண்மையாகவே வறுமையான சமூகத்திலிருந்து

வருவதால் பதினாறு வயதில் தொழிற்சாலையில் வேலை செய்வதும் பதினேழு வயதில் கணவன் இன்றி முதல் குழந்தையைப் பெறுவதும் அங்கே வழக்கமானதுதான் என்றும் அவளது அப்பாவின் பண்ணையின் உரிமை வங்கியிடம் இருப்பதாகவும் கர்ட்னி பதிலளித்தாள்

ஆமா, ஆனா நான் கருப்பு, கர்ட்ஸ், இது மத்தவங்களைக் காட்டிலும் என்னை அதிகம் ஒடுக்கப்பட்டவளா ஆக்குது, இதில் வாரிஸைச் சேர்க்கக்கூடாது, ஏன்னா எல்லாரைக் காட்டிலுமதிகம் ஒடுக்கப்பட்டவள் அவள்தான் (இருந்தாலும் அவகிட்டச் சொல்லிடாதே)

ஐந்து வகையினங்களில்: கருப்பு, இஸ்லாமியர், பெண், ஏழை, ஹிஜாப் அணிந்தவர்

அவளிடம் மட்டும்தான் அவள் உரிமையைச் சரிபார்க்கும்படி யாஷால் கேட்க முடியாது

'சிறப்புரிமை ஒலிம்பிக்ஸில்' விளையாடும் யோசனைக்கு எதிராக ரோக்ஸான் கே எச்சரிக்கை செய்துள்ளதாகவும் அவர் எழுதிய *Bad Feminist* புத்தகத்தில் சிறப்புரிமை என்பது சுற்றமும் சூழலும்தான் என்று எழுதியிருப்பதாகவும் கர்ட்னி பதிலளித்தாள், நான் ஒத்துக்கிறேன் யாஷ், அதாவது, இதெல்லாம் எங்குபோய் முடியும்? குடிகாரத் தாயுடனும் சிறைப்பறவை தந்தையுடனும் இழுவண்டிக் குடியிருப்பில் வளரும் ஒரு மலைவாழ் வெள்ளையினத்தவரைக் காட்டிலும் ஒபாமாவுக்குச் சிறப்புரிமை குறைஞ்சிருக்கா? சித்திரவதை செய்யப்பட்ட புகலிடம் தேடும் சிரிய நாட்டவரைக் காட்டிலும் மோசமாக ஊனமுற்ற ஒருவர் கூடுதல் உரிமை கொண்டவரா? ஏற்றத்தாழ்வு குறித்து விவாதிப்பதற்கு நாம் புதிய கருத்தாடலைக் கண்டறிய வேண்டுமென்று ரோக்ஸான் வாதிக்கிறார்

யாஷுக்கு என்ன சொல்வதென்று தெரியவில்லை, கர்ட்னி எப்படி அற்புதத்திலும் அற்புதமான ரோக்ஸான் கே படித்தாள்?

குருவை சீடர் மிஞ்சும் தருணமா இது?

#வெள்ளைக்காரிகருப்பிமேல்விட்டகுசு

தனக்கு கருப்பின ஆண்களிடம் மட்டுமே நாட்டம் இருப்பதால் கலப்பினக் குழந்தையைப் பெற வாய்ப்புள்ளது என்று கர்ட்னி மேலும் கூறினாள், அவளது 'வெள்ளை சிறப்புரிமையில்' எப்படியும் கடுமையான துண்டு விழப்போகிறது, குறைந்தது 50% ஆவது போய்விடும், மூன்று ஆசியர்களைத் தவிர்த்து முழுக்கவே வெள்ளையினத்தவர் வாழும் டாரிங்ஃபோர்டிலிருந்து பல்கலைக்கழகத்துக்கு அவள் வருவதற்கு முன்பாக சதையுள்ள கருப்பினத்தவர் யாரையும் அவள் சந்திக்கவேயில்லை என்பது இந்தக் காலத்தில் வியப்பூட்டுவது

இந்த உரையாடலுக்கு இது தொடர்பில்லாதது என்றாள் யாஷ்

தொடர்பற்றுப் பேசுவதற்கு நான் பரம இரசிகை என்றாள் கர்ட்னி, சொல்லப்போனால், அது உண்மையில் ஊகிக்க முடியற எறிபாதை மாதிரி இல்லாமல் உரையாடலோட தடையில்லா ஓட்டத்தை மட்டுமே குறிக்கக்கூடியது, உணர்வுப்பூர்வமானது

கழிப்பறைக்குப் போவதாகச் சொல்லிக்கொண்டு யாஷ் கிளம்பிவிட்டாள்.

4

அவர்களது முதலாம் ஆண்டு முடிவில் தன்னுடன் வந்து இருக்குமாறு கர்ட்னியை யாஷ் அழைத்தாள்

அம்மாவோட அந்தப்புரப் பெண்களில் குறைந்தது ஒருத்தியாவது காலைல அரைகுறையா திரிய வாய்ப்பிருக்கு, என்னை நம்பு, வயசானவங்களை அப்படிப் பார்க்க நல்லாவே இருக்காது என்று அவளை எச்சரித்தாள்

இதற்குமுன் ஒரேயொருமுறைதான் கர்ட்னி இலண்டனுக்கு வந்திருக்கிறாள், பக்கிங்ஹாம் அரண்மனை, டிராஃபல்கர் சதுக்கம், பிக் பென், புனித பவுல் கதீட்ரல், இலண்டன் கோபுரம் ஆகிய இடங்களைப் பேருந்தில் சுற்றிப் பார்த்துவிட்டு நேராக டார்டிங்ஃபோர்டு திரும்பிய ஒருநாள் பயணம் அது

முதல்நாள் இரவில் யாஷின் இரட்டைப் படுக்கையை அவர்கள் பகிர்ந்துகொண்டு விளக்குகளை அணைத்துவிட்டு அரட்டையடித்துவிட்டு உறங்கினர், நிலவொளி நேராகப்

படுக்கையில் படர்ந்திருந்தது, அது அந்த இரவைச் சிறப்பானதொன்றாக யாஷ் உணரச் செய்தது, குறிப்பாக திறந்த சாளரங்களும் கதகதப்பான இரவுகளாகவும் இருக்கும்போது

அவர்கள் படுத்திருந்தபோது கர்ட்னியிடம் அவள் ஏன் அடிக்கடி தலைநகரத்துக்கு வருவதில்லை என்று யாஷ் கேட்டாள், நீ இழந்தது என்னன்னு உனக்குத் தெரியாது குட்டி

கர்ட்னி பதிலளித்தாள், அதுக்குக் காரணம் என் அப்பா அம்மாக்கு இலண்டன் பிடிக்காது, கருப்பினத்தவர்கள், மனித வெடிகுண்டுகள், இடதுசாரிகள், போலித்தனமான நடிகர்கள், உவகையர் (*gays*), நன்றாக வாழும் வாய்ப்புக்காக இந்த நாட்டின் கடினமாக உழைக்கும் ஆண்கள் பெண்களின் வாய்ப்பைத் தட்டிப் பறிக்கும் போலந்திலிருந்து குடிபெயர்ந்தோர் ஆகியோர் நிரம்பிய கழிசடை நிலையில் இருப்பதாக அவர்கள் நினைக்கிறார்கள்; அப்பாவோட எல்லா அரசியல் கருத்துக்களும் செய்தித்தாள்கள்ல இருந்து எடுக்கிறதுதான், அப்படியே வார்த்தைக்கு வார்த்தை மேற்கோள் காட்டுவார், இருந்தாலும் இதில் வேடிக்கை என்னன்னா கிராமத்தில் விசைப் பொறிஞரா இருக்கிற ராஜ் அவரோட நண்பர், ரெண்டுபேரும் சேர்ந்து குடிமனைல வச்சு ஒன்னாக் குடிப்பாங்க

அவரை ஒரு வேடதாரின்னு நான் சொல்றப்போ, அவர் சொல்றார், அது ராஜ் கர்ட்னி, அவன் *வேற*

உயர்வான பணி தரநிலைகளை அமைக்கிறதுக்கு புலம் பெயர்ந்தவங்க இல்லாட்டி பொருளாதாரமே சரிஞ்சிடும், உள்நாட்டுப் பணியாளர்களைவிட போலந்து குழாய்க் கம்மியர் அல்லது மின் பணியாளரை என்னைக்கு வேணாலும் நம்பிக் கூப்பிடலாம்னு நான் சொன்னதா உங்க அப்பாகிட்டச் சொல்லுன்னு அம்மா சொல்றாங்க

அவருக்கு எந்த வித்தியாசமும் கிடையாது, அவங்க எல்லாரும் ஒன்னுதாம்மான்னு சொல்றார், அதாவது அவர் வெறுக்கிற எல்லோரும்

கலப்பினக் குழந்தையை நான் வீட்டுக்குக் கொண்டு வர்றப்ப அவர் முகம் எப்படி இருக்கும்னு பார்க்க எனக்கு ஆவலா இருக்கு

பெக்காம், ஸ்டாக்வெல், பிரிக்ஸ்டன், ஸ்ட்ரீதம் நகரங்களை எல்லாம் கர்ட்னிக்கு யாஷ் சுற்றிக் காண்பித்தாள்

பிரிக்ஸ்டனின் பெருவீதியில் அவர்கள் நடந்துசென்றபோது காட்சிக்கு வைக்கப்பட்டிருக்கும் மாட்டிறைச்சியை எல்லாம் பார்த்து அவளுக்கு மயக்கமே வந்துவிட்டதாக கர்ட்னி சொன்னாள், உள்ளாடை முழுசும் தெரியிற மாதிரி தொளதொளன்னு கால்சராயைப் போட்டுட்டுத் திரியிற பசங்களோட கொழுத்த குண்டிகளை என்னால வெறிக்காம இருக்க முடியலை

கர்ட்னியின் நீலநிற முரட்டுத்துணியில் தைத்த சட்டைக்கு மேலாக மிருதுவான மார்புகள் கவர்ச்சியைச் சொரிந்து கொண்டிருப்பதை வெறிப்பவர்களுக்கு ஈடாக அவர்களது குண்டிகள் கர்ட்னியின் கவனத்தை ஈர்ப்பதை யாஷ் கவனித்தாள்

அவர்கள் கர்ட்னியை வெறித்துப் பார்த்தார்கள், யாஷை அல்ல, வழக்கமாக அவளை யாரும் பார்ப்பதில்லை, வழக்கமாக அவள் நிறையபேரைப் பார்ப்பாள்

பிட்டத்துக்குக்கீழே இறங்கியிருக்கும்படி காற்சராய் அணியும் ஆண்களிடம் அவளுக்கு ஆர்வமிருக்கிறது என்றில்லை

கர்ட்னி அப்படியொன்றும் கவர்ச்சியானவள் இல்லை என்றாலும், என்னவோ யாஷ் கண்ணுக்குத் தட்டுப்படாதவள் போலவும் அவளது தோழி கவர்ச்சியான தேவதை போலவும் இன்று எல்லோரும் அவளைத்தான் பார்க்கிறார்கள்

ஒரு கருப்பினப் பெண்ணுடன் நடக்கும் வெள்ளையினப் பெண் எப்போதும் கருப்பின ஆணிடம் நட்பார்ந்தவளாகப் பார்க்கப்படுகிறாள்

யாஷ் இதற்குமுன் வேறு வெள்ளைத் தோழமைகளுடன் இங்கு வந்திருக்கிறாள்

அது அவளை மிகவும்

சோர்ந்தவளாக உணரச் செய்கிறது

குயின்ஸ்வேக்குப் பின்னாலுள்ள அவளது குடும்ப வீட்டில் வைத்து நௌட்டைச் சந்திப்பதற்கு அவர்கள் ஏற்பாடு செய்திருந்தனர்

குறுஞ்செய்தியில் நெனட் வழிசொன்னாள், 'ஹைட் பார்க்கிற்கு மிக அருகே LOL'

பாதுகாப்பு வாயிலுக்குப் பின்னால் இருந்த ஒரு பெரிய வீட்டுக்கு அவர்கள் வந்து சொரசொரப்பான சரளைகளால் ஆன பாதையில் செல்ல அழைப்புமணியை அழுத்த வேண்டியிருந்தது

கையில்லா வெள்ளைச்சட்டையுடன் கூடிய கருப்புச் சீருடை அணிந்திருந்த பணிப்பெண் அவர்களை மார்பிள் தரைகளும், செயற்கை நீரூற்றும், தூண்களின் வரிசையும், குவிமாடம் வரையிலும் செல்லும் ஹாலிவுட் பாணியிலான சுழல்படிக்கட்டுகளும் கொண்ட நடுக்கூடத்துக்குள் அனுமதித்தாள்

புசுபுசுவென்ற வெண் மயிராலான சிறிய பந்துபோன்ற லேடி மெய்சி என்ற பெயர்கொண்ட அவளது ஷி-ட்சு வகை நாய்க்குட்டியைப் பிடித்தபடி அவர்களை வரவேற்பதற்காக நெனட் படிகளிலிருந்து கீழே இறங்கிவந்தாள்

இந்தாங்க, கட்டிப் பிடிச்சுக்கங்க, என்றவள் அதை அவர்களிடம் தள்ளினாள்

அதைச் செய்வதில் கர்ட்னிக்கு சந்தோசம்தான், முகத்தோடுகூட அணைத்து வைத்துக்கொண்டாள், எவ்வளவு அழகாக இருக்கிறது என்று கொஞ்சிக் கொண்டிருந்தாள், பன்றிகளும் மலச்சிக்கலில் வெளிவராத மலத்தை விடுவிக்க பசுக்களின் மலத்துளைக்குள் கையைவிட்டு எடுப்பதுமாய் மிக மோசமான பண்ணை விலங்குகளிடமே அவள் பழக்கப்பட்டிருந்தது காரணமாயிருக்கும் என்று யாஷ் நினைத்துக்கொண்டாள்

அவள் அதைத் தொட மறுத்துவிட்டாள், தங்கள் உடலின் அடிப்புறங்களைச் சுத்தப்படுத்த தானாகவே நக்கிக்கொள்ளும் சமாச்சாரங்களுக்கு மிக நெருக்கமாகச் செல்வதை அவள் விரும்பவில்லை

நெனட் வீட்டை மேலோட்டமாகச் சுற்றிக் காண்பித்தாள், யாஷுக்கு அது நோய்மையாகத் தெரிந்தது, அற்புதம் என்று சொல்வதில் இருக்கிற நோய்மை இல்லை, ஆபாசமான பணக்காரத்தனம்

வீட்டு அலங்காரத்தில் அவள் அம்மாவின் பகட்டான இரசனைக்கு நெனட் மன்னிப்புக் கேட்டாள், அவளது செல்வச்செழிப்புக்காக அல்ல

எதையும் பார்த்துத் தொடுங்க, போராளிகளே!

நெனட் எப்படி வாழ்ந்துவந்தாள் என்பதைப் பார்ப்பதற்கு அனுமதிக்கப்பட்டது தனக்கான மரியாதை என்பதுபோல கர்ட்னி நடந்துகொண்டதை யாஷ் கவனித்தாள்

இப்போது நெனட் என்பவள், ‘ஹைட் பார்க் அருகிலுள்ள மிகப்பெரிய வீட்டில் வசிக்கும் நெனட்’, யாஷூக்குத் தனது தோழியைப் பற்றிய அபிப்பிராயத்தை மனதளவில் மாற்றவோ அல்லது காரணியை நீக்கவோமுடியவில்லை

ஒருவரைப் பணக்காரர் என்று அறிந்துகொள்வதும் அதை நெருக்கமாக இருந்து பார்ப்பதும் ஒன்றல்ல என்பதை அவள் உணர்ந்தாள்

*

பரிதியொளி வீசும் வேளையில் ஹைட் பார்க்கில் செர்பண்டைன் ஏரியோரமாக ஒரு நடை சென்றார்கள்

நீலநிற ஏரியில் மக்கள் மிதிபடகுகளிலும் துடுப்புப் படகுகளிலும் ஓய்வாகச் சென்றபடி இருப்பதை யாஷ் பார்த்தாள்

அதைச் சுற்றியுள்ள பாதை பணக்கார அரேபியர்களுக்கான பயணப் பாதையாகத் தோன்றியது, வாகன நிறுத்துமிடத்தில் விலையுயர்ந்த மேல்நோக்கித் திறக்கும் கதவுகளுடன் கூடிய தங்கச் சக்கரங்களுள்ள கார்கள் நெருக்கமாக நின்று கொண்டிருந்தன, இந்தப் பணத்தைக் கொண்டு தேசிய சுகாதாரச் சேவையையே ஈடுகட்டிவிடலாம்

வழக்கமாக பல்கலைக்கழகத்தில் விளையாட்டுக்கென வடிவமைக்கப்பட்ட ஆடைகளை அணியும் நெனட், இறுக்கமான மேலாடை, குட்டைப் பாவாடை, உயர்ந்த குதிகால் கொண்ட செருப்புகளை அணிந்து, தோளைச்சுற்றி தங்கச் சங்கிலியுடன் கூடிய செனல் பையைத் தொங்கவிட்டிருந்தாள்

ஓர் இளைஞர் குழு அவளை அணுகி வியப்புடன் பார்க்கும் போதெல்லாம் அவளது உடல் மொழி மாறியது, அவர்கள் அதைத்

தவறாமல் செய்தார்கள், அப்புறம் அவளுடைய அலையலையாக விழும் கருங்கேசத்தையும், பளபளக்கும் பழுப்புநிறத் தோலையும் வாளிப்பான கால்களையும் என்ன சொல்ல

அவளது சமூகச் சூழலாக இது இருந்தது, அவளே கொஞ்சம் இளவரசிபோலத்தான் நடந்து கொண்டிருந்தாள்

நெனட் எப்பொழுதும் தான் கருப்பினமோ அல்லது ஆப்பிரிக்கரோ அல்ல மத்தியதரைக் கடல் பகுதியைச் சேர்ந்தவள் என்பதை வலியுறுத்தி வந்தாள், அவளது குடும்பத்தினர் எகிப்திய கடற்கரையில் உள்ள அலெக்ஸாண்ட்ரியாவைச் சேர்ந்தவர்கள் என்று நம்பவைக்க அவள் முயற்சித்தது யாஷுக்கு வேடிக்கையாகவும் வாரிஸுக்கு எரிச்சலையும் ஊட்டியது

நீ ஆப்பிரிக்காக்காரி நெனட், அதை ஒத்துக்கோ, நீ ஒரு ஆப்பிரிக்கப் பெண் என்று வாரிஸ் அவளை நையப் புடைத்தாள், நெனட் மீது தாவி அவளை அடிப்பதுபோல் பாவனை செய்தாள், ஆறுவயதுப் பிள்ளைகள்போல அவர்கள் இருவரும் கீச்சிட்டுக் கொண்டிருந்தனர்

செர்பண்டைன் படகு சவாரிகள் யாஷைக் கண்டுகொள்ளவில்லை, காரணம் அவர்களுக்கு அவள் மிகவும் இருட்டாகத் தெரிந்தாள் (ஆமா அவங்க நாசமாப் போகட்டும்)

அவர்கள் தங்கள் பணிப்பெண்ணைப் போல தைரியமாக தங்கள் கண்களால் கர்ட்னியை மெதுவாகத் துயிலுரிந்துகொண்டிருந்தனர்

கர்ட்னிக்கு அது கிளர்ச்சியை அளித்தது, தன்மேல் பார்வை படுவதை அவள் விரும்பினாள்

இந்த விசயத்தை அவளுக்குத் தெரிவிக்க யாஷ் விரும்பவில்லை

*

அவர்கள் மூவரும் பல்கலைக்கழக வளாகத்தில் இருந்தபோது செய்யாத வகையில் பல்கலைக்கழகத்தைப் பற்றி விவாதித்தனர், ஆனால் இன்று என்னவோ வித்தியாசமாக உணர்ந்தனர், அவர்களின் முதல் வருடம் கடந்துவிட்டது, நெடுங்கோடை முன்னே நீண்டு கிடக்கிறது

யாஷும் கர்ட்னியும் தங்களது வாசிப்புப் பட்டியல்களில் உள்ளவற்றை வாசித்து முடிப்பதன் மூலம் இரண்டாம்

ஆண்டுக்குத் தயாராவதில் அதைச் செலவிடப் போகிறார்கள், அதுவும் கோடைகால வேலைகளும் அவர்களைச் சுறுசுறுப்பாக வைத்திருக்கும்

ஒரு வால்வர்ஹாம்டன் தொண்டு நிறுவனத்தில் வாரிஸ் ஏற்கெனவே முன்னாள் குற்றவாளிகளுக்கான உள்ளிருப்புப் பயிற்சியைத் தொடங்கிவிட்டாள்

பத்தாயிரம் பவுண்டுகளுக்கு அடுகலன்களை விற்கும் சஃபக்கிலுள்ள ஒரு வாழ்வியல் வேளாண் கடையில் கர்ட்னி வேலையைத் தொடங்க இருந்தாள்

தன்னலக் குழுக்கள், பிரபலங்கள், தங்கள் வெற்றிக்கோப்பை மனைவிகளுடன் பிரீமியர் லீக் கால்பந்து வீரர்கள், வைப்புகள், விலைமகள்கள் அடிக்கடி வரும் நவீன வெஸ்ட் எண்ட் உணவகத்தில் யாஷ் பரிமாறும் வேலையில் இருந்தாள்

அவளது வருங்கால நினைவுக்குறிப்புக்காக கைபேசியில் குறிப்புகளை எடுத்தாள்

அத்துடன் அவளது ஐபோனில் இரகசியமாக புகைப்படங்களை எடுத்தாள்

நெனட் தனது இயற்கையான வாழ்விடத்தில் இருப்பதால் எல்லோர் கவனத்தையும் ஈர்க்கும் மையமாக இருப்பது பழகிவிட்டது, கலை வரலாறு பாடம் எதையும் படிப்பதாயில்லை என்று உறுதியாகச் சொன்னாள் - ஏன் தெரியுமா?

தனக்கு அது அவசியமில்லை என்று பட்டென்று சொன்னாள்

இது ரொம்ப இரகசியமானதுப்பா, அதனால யார்கிட்டயும் சொல்லிடாதீங்கடி, குறிப்பா வாரிஸ்கிட்ட, உண்மை என்னன்னா ஓர் ஓய்வுபெற்ற கல்வியாளர்கிட்ட என் கட்டுரைகளை எழுதித்தரச் சொல்லிருக்கேன்

அவள் மெச்சுதலையும், உடன்பாட்டையும் எதிர்பார்த்து அவர்களை நோக்கித் திரும்பினாள்

யாஷ் திகைத்துப்போய், அமைதியாகச் சொன்னாள், நீ மத்தவங்களப்போல உன் பட்டப்படிப்புக்கு வேலை செய்யணும், நீ ஏமாத்துப்பேர்வழினு எனக்குத் தெரியாது

மத்த எல்லாரும் இதைச் செய்றப்ப இது ஒன்னும் ஏமாத்து இல்லை

அதுக்காக அது சரியாயிடாது, அப்புறம் எல்லோரும் அப்படிச் செய்றதில்லை

எந்த லோகத்தில் இருக்கே, யாஷ், யாரும் இப்படி வந்து சொல்லமாட்டாங்க, இல்லையா? காதிமோட எம்பிஏக்கு ஏகப்பட்ட செலவாச்சு

நெனட்டின் அதீத சிறப்புரிமைக்கும் மேலாக அவளது ஏமாற்று வேலையையும் வெல்லும் அளவுக்கு அவர்கள் நட்பு வலுவானதா என யாஷ் வியந்தாள், தேர்வுக்கு முந்தைய நாள் இரவு முழு நெட்ஃபிக்ஸ் தொடரையும் தொடர்ந்து பார்த்தும் பாடத்தில் அவள் *A++* பெற்றது எப்படி என்பதை அது விளக்கியது

நெனட் ஒரு செல்லம் கொடுத்துக் கெடுக்கப்பட்ட, சோம்பேறியான, ஒழுக்கக்கேடான இளவரசி, அவள் விதிகளின்படி நடந்துகொள்ளவில்லை, தனது சலுகையைத் தக்கவைத்துக்கொள்ள எதையும் செய்வாள், ஏன், அவள் பெற்றோர் தேர்ந்தெடுக்கும் ஒருவரைத் திருமணம்கூட செய்து கொள்வாள்

ஒரே இடைகழியை நடுக்கூடங்களில் பகிர்ந்து கொள்வதும், வெள்ளையினத்தவரின் வளாகத்தில் இருக்கும் சில பழுப்புநிறப் பெண்களில் ஒருத்தியாக இருப்பதும் பல்கலைக்கழகத்தை விட்டுச் சென்றபின் அல்லது அவர்களின் இரண்டாம் ஆண்டில்கூட யாரும் வம்புக்கு வரத் துணியாதவர்களான அவர்களை ஒன்றாக வைத்திருக்கப் போதுமானதா என்று யாஷ் யோசித்தாள்

வருங்காலத்துக்கான அடித்தளமிடுவதற்காக யாஷ் கடினமாக உழைக்க வேண்டியிருந்தது, ஏனென்றால் அவளது ஆட்டத்தில் அவள் முன்னணியில் இருக்க வேண்டும், கர்ட்னி (அல்லது அதற்கு மாறாக ரோக்ஸான் கே) உண்மையில் சரியாகச் சொன்னாள், அது இப்போது தெரிகிறது, சிறப்புரிமை என்பது சந்தர்ப்ப சூழ்நிலையைப் பொறுத்தது

அவள் பணக்காரியாக ஆனாலும் அவள் ஏமாற்ற மாட்டாள், பட்டப்படிப்பில் முதல் வகுப்பில் அவள் தேர்ச்சியடைவாள், அதேபோல வாரிஸூம் அதைப் பெற கடுமையாக முயற்சிப்பாள், ஒரு மோசமான பட்டப்படிப்பை வைத்துக்கொண்டு எந்தப்

பெரிய திட்டமும் இல்லாமல் பெரிய பொல்லாத உலகத்துக்குள் அவள் தள்ளப்பட மாட்டாள், கடந்த பருவத்தில் அவள் பட்டதாரியாவது குறித்து மூன்றாம் ஆண்டு மாணவர்களைச் சந்தித்தாள், அவர்களது அடுத்த படிகளைக் குறித்து அவள் கேட்டபோது அவர்கள் திகிலோடு பார்த்தனர்

இலண்டனில் அவளுக்குப் பொருந்தக்கூடிய ஊடகவியலில் முதுகலைப் பட்டம், அத்துடன் வாடகை இல்லாமல் அவளது அம்மாவோடு வாழலாம்

அவள் ஏற்கெனவே *Nu Vox* என்ற மாணவர்களுக்கான செய்தித்தாளில் தொடர்ந்து கட்டுரைகளை எழுதி வருகிறாள், அவளது பத்தியின் தலைப்பு, *என் பேராசிரியர் ஏன் கருப்பினத்தவர் இல்லை?*, முதல் பருவத்தில் அவள் கலந்துகொண்ட மாணவர் கலந்துரையாடலால் உத்வேகம் பெற்று இத்தலைப்பிட்டாள், அந்த மாதத்தில் மற்றவற்றைக் காட்டிலும் அதிக இணையவழிப் பின்னூட்டங்களை அது பெற்றது, அதில் பாதி முழுக்கவே அறியாமையில் வந்தவை, ஆமாம், அவை அநாமதேயமாக தகாத உறவில் பிறந்தவர்களால், படு முட்டாள்களால், இனவெறியாளர்களால், கோழைத்தனமாக, கேவலமாக, இந்தக் கிரகத்திலேயே சுத்தமாக நட்புணர்வேதுமின்றி *வேண்டுமென்றே தாக்கக்கூடியவர்களால்* எழுதப்பட்டவை

விசயம் என்னவென்றால், அந்தக் கட்டுரை அவளது நற்பெயரை உயர்த்தியதுடன் பல்கலைக்கழக வளாகத்தில் ஓர் ஆளுமையாகவும் உருவானாள், மீடியா சொசைட்டியிலிருந்தும் மாணவர் வானொலியிலிருந்தும் அவளது அபிப்பிராயமெல்லாம் கேட்டு வாங்கினர்

தொழில்முறை செய்தித்தாள்களிலும் உபெர் வலைப்பூக்களிலும் அடுத்த ஆண்டில் தனது கட்டுரைகளை இட அவள் முயற்சிக்கப் போகிறாள், அவள் தகுதிபெறும்போது அவளது மூன்றாம் ஆண்டில் *Nu Vox* நாளிதழின் ஆசிரியர் பொறுப்பை ஏற்கப்போகிறாள்

மீடியா சொசைட்டியின் தலைவராக அவள் தேர்வு செய்யப்படுவாள்

இப்போதே அவள் தனது பிரச்சார யுக்தி குறித்து சிந்தித்து வருகிறாள்

தன் வழியில் தேவையின்றிக் குறுக்கிடும் உதவாக்கரைகள் யாராயினும் துன்பத்தை அனுபவிக்க வேண்டியிருக்கும்

அது எளிதானதல்ல என்று அவளுக்குத் தெரியும், சண்டைக்கு அவள் தயார்

*

யாஷின் பிரதிபலிப்பு அவளது அணியிலுள்ளோரிடத்திலும் தெரிந்தது

கர்ட்னி உண்மையிலேயே நல்லவள், முன்பு பல்கலைக்கழகத்துக்கு வந்த புதிதில் அப்பாவியாக சிக்கலின்றி இருந்தவள் ரொம்பவே கற்றுக் கொண்டுவிட்டாள், அணியில் இருப்பதால் இப்போது மேலும் உலக ஞானம் பெற்றிருக்கிறாள், கிழக்கு இங்கிலாந்திலுள்ள உங்கள் வழக்கமான மாணவி அல்ல இவள், அதாவது:

அல்லி அம்மாவுக்கும் ஓரினச்சேர்க்கை 'அறிவுசீவி' அப்பாவுக்கும் பிறந்த பொல்லாத மனிதாபிமானி

பழங்கால எகிப்திய மேல்தட்டு வர்க்கத்துடன் அரசியல்ரீதியான தொடர்புகொண்ட ஒரு பெரும் பணக்காரர் (மோசடி)

தற்காப்புக் கலைகளை கலந்துகட்டி அடிக்கும் ஹிஜாப் அணியும் ஓர் இஸ்லாமிய சோமாலியப் பெண்

இவர்களில் மிக ஆழமானவள் வாரிஸ்தான், காரணம் அவளது குடும்பத்துக்கு அத்தகு வலிமிகுந்த வரலாறு இருக்கிறது, அவளுக்காக மக்கள் வருத்தப்படும்போது அதை அவள் வெறுத்தபோதிலும்

வாரிஸின் வாழ்க்கை மிகவும் அநீதியானதாக இருந்து வந்துள்ளது, பிஞ்சில் வெம்பிய பழமாக அது கட்டாயப்படுத்தியது

வாழ்க்கையின் தடைகள் அவளைக் கட்டாயப்படுத்தியதைப் போல, யாஷும் கூட பிஞ்சில் வெம்பிய பழம்தான்

எனவே அது தொடங்குகிறது

டஹோமியின் கடைசி அமேசான்

நாடகம்.

டாமினிக்

1

பரபரப்பான வேளையில் விக்டோரியா நிலையத்தில் டாமினிக் என்சிங்காவைக் காண நேர்ந்தது

இலண்டனின் இரக்கமேயில்லாத பயணிகள் எப்பாடுபட்டாவது தங்கள் தொடர்வண்டியைப் பிடிக்கத் தீர்மானித்துக் கடுமுயற்சி செய்ததன் விளைவால் அவள் கீழே தவறி விழுந்த சமயம் அது

கீழே விழுந்த தோள்பையிலிருந்து எல்லாம் சிதறி வெளியில் விழுந்தன: கடவுச்சீட்டு, A-Z, இலண்டன் சுருக்கமான வழிகாட்டி, சணலில் செய்த பணப்பை, பஞ்சுத்தக்கைகள், ஜெனித் ஈ புகைப்படக் கருவி, கைக்குப் போடும் பால்மர் களிம்பு, கண்ணேறு மாட்டி, தந்தக் கைப்பிடி வைத்த வேட்டைக் கத்தி

ஒரு வழிப்போக்கரான டாமினிக் உதவிகேட்டு அணுகியபோது என்சிங்கா மிகவும் சந்தோசமடைந்தாள், அந்த இருவரும் அங்குமிங்கும் ஓடி இரயில்நிலையத்தின் தரையில் அவளது உடைமைகளைச் சேகரித்தனர்

அது முடிந்தது, என்சிங்கா அமைதியடைந்து மீண்டும் நிமிர்ந்ததும், ஓர் அசாதாரணமான தோற்றத்தின்முன் தான் நிற்பதை டாமினிக் உணர்ந்தாள்

அந்தப் பெண் ஓர் சிலை போலிருந்தாள், அவள் மேனி மின்னியது, அவள் மேலங்கி அசைந்தாடியது, அவள் அங்கங்கள் வடித்த சிலைபோலிருந்தன, ஈர உதடுகள், வெள்ளித் தாயத்தும் பொலிவான பரல்களும் கோர்க்கப்பட்ட அவளது பிரிசடையின் மென்நூல்கள் இடைவரையிலும் சரிந்து கிடந்தன

அவளைப்போல ஒருபெண்ணை டாமினிக் இதற்குமுன் பார்த்ததேயில்லை, காஃபி வாங்கித் தரலாமா என்று கேட்டாள், சரியென்று சொல்வாளென்று அவளுக்கு நம்பிக்கை இருந்தது, காரணம் அல்லிகள் - இவள் அப்படித்தான் என்று சந்தேகித்தாள் - வழக்கமாக சம்மதிப்பார்கள்

நிலையத்தின் கஃபேயில் எதிரெதிரே அமர்ந்திருக்க ஒரு குவளை சூடான நீரில் எலுமிச்சைத் துண்டை இட்டு என்சிங்கா அருந்தினாள், தன் உதடுகளைக் கடந்துசெல்ல அவள் அனுமதிக்கக்கூடிய ஒரே சூடான பானம் அதுதான் என்றாள், என் உடம்பை நிந்திக்க மாட்டேன்

இதற்கிடையே

டாமினிக், மணித்திரளான காஃபியில் இரண்டு சர்க்கரைத் துண்டுகளைப் போட்டு அருந்துவதும் செரிமான பிசுக்கோத்துகளை அடுத்தடுத்து முக்கியெடுத்து உண்பதுமாக இருந்தாள் (கடைசியில் உண்பதற்காகச் சாக்கலேட் சுவை கொண்ட பால் பவுடர் ஒரு பக்கம்), யோசிக்காமல் தனது வயிற்றுக்குள் இடும் குப்பை குறித்து அவளுக்குக் குற்றவுணர்ச்சி ஏற்பட்டது - உடலை நிந்திக்கிறேன், ஆமா, நிந்திக்கிறேன்

இதற்குமுன் அவள் ஓர் ஆப்பிரிக்க அமெரிக்கப் பெண்ணைச் சந்தித்ததில்லை, என்சிங்கா உச்சரிக்கும்விதம் வெதுவெதுப்பான சோளரொட்டி, விலாக்கறி சாந்து, கம்போ எனப்படும் தொக்கு, ஜம்பாலயா, சீமைக்கீரை, பொரித்த பன்றியிறைச்சி, பொரித்த முட்டைக்கோசு, கடலைமிட்டாய் - மற்றும் ஆப்பிரிக்க அமெரிக்கப் பெண்களின் புதினங்களில் அவள் வாசித்த பிற உணவுகளின் சுவையுணர்வுகளை எழச்செய்தது

சிறுகுழந்தையாக இருந்தபோது சென்றது, அதன்பின் இப்போதுதான் யாத்திரையாக இருவாரம் கானாவில் இருந்துவிட்டு திரும்பும் வழியில் முதல்முறையாக என்சிங்கா இங்கிலாந்துக்கு வருகிறாள், தாய்நாட்டில், பிடிபட்ட ஆப்பிரிக்கர்களை அமெரிக்காவுக்கு அடிமைகளாகக் கப்பலில் அனுப்புமுன் அவர்களைச் சிறைவைத்திருந்த எல்மினா கோட்டைக்கு வருகைதருவது அவளுக்கு இதுதான் முதல்முறை

வழிகாட்டி அவர்களைச் சிறைக் கிடங்குக்கு அழைத்துச் சென்று கதவை அடைத்தார்

வெக்கையான, மூச்சுமுட்டும் இருட்டில் வெறும் இருநூறுபேர் மட்டுமே இருக்கக்கூடிய இடத்தில் எப்படி ஆயிரம்பேர்வரை அடைத்து வைக்கப்பட்டனர் என்பதைப் படத்தோற்றத்தில் காட்டினார், எந்த வசதியோ அல்லது கழிவுநீக்க வசதியோ இன்றி குறைவான உணவுடனும் நீருடனும் மூன்று மாதங்கள்வரை வைத்திருக்கப்பட்டனர்

அந்தக் கணத்தில் அதற்குமுன் இல்லாத வகையில் நானூறு ஆண்டுகால அடிமைத்தனத்தின் வலிமிக்க வரலாறு எல்லாம் என் உடலுக்குள் நுழைந்தது, நான் உடைந்து அழுதேன், டாமினிக், நான் விம்மியழுதேன், வெள்ளையர் பதிலளிக்க வேண்டியது அநேகமுள்ளது என்று எப்போதையும்விட அப்போதுதான் அதிகம் உணர்ந்தேன்

ஆப்பிரிக்கர்களும்கூட ஆப்பிரிக்கர்களை அடிமைகளாக விற்றுள்ளனர், இது மிகவும் சிக்கலான ஒன்று என்று பதில்சொல்ல வந்த டாமினிக் கட்டுப்படுத்திக் கொண்டாள்

என்சிங்கா 'அமெரிக்க ஐக்கியமில்லா மாகாணங்கள்' என்ற பகுதியில் 'பெண்களின் நிலங்கள்' என்ற பேரில் மரவீடுகளை உருவாக்கி வந்தாள், ஐந்து வயதுமுதல் அங்குதான் வசித்து வந்தாள், என்சிங்காவின் அப்பா இங்கிலாந்திலும் கரீபியனிலும் பல பெண்களிடம் மாறிமாறித் தாவிக் கொண்டிருந்ததால் சோர்வுற்ற அவள் அம்மா பேனா நட்பு மூலம் அறிமுகமான அழகான முன்னாள் படைவீரரிடம் புகலடைந்தாள்

என்சிங்காவையும் அவளது சகோதரன் ஆன்டியையும் லூடன் நகரத்திலுள்ள அவர்களது அடுக்குமாடிக் குடியிருப்பிலிருந்து டெக்சாஸில் ஒரு இழுவண்டிக் குடியிருப்புக்கு முட்டாள்தனமாக மாற்றியபோது அவள் தாய்க்கு வெறும் இருபத்திமூன்று வயது

அடுப்படியில் அவளும் அவள் சகோதரனும் படுத்துக்கொள்ள, சில அடிகள் தள்ளி மடித்து வைக்கத்தக்க இரட்டைப் படுக்கையில் அவள் அம்மாவும் இன்னொருவனும் பகிர்ந்துகொண்டு சத்தமாகப் புணர்ந்திருக்கிறார்கள்

காலை எழுந்த நிமிடத்திலேயே தரங்கெட்ட விஸ்கியைக் குடிக்கத் தொடங்கி மட்டையாகும்வரை குடிப்பான், இரவில்

போதைமருந்தின் மயக்கத்திலேயே கிடப்பான், அங்கேயிங்கே கிடைக்கும் சில்லறை வேலைகளைச் செய்துவந்தான்

அவள் அம்மாவுக்கு கோழி தொழிற்சாலையில் வேலை கிடைத்தது, அவனது போதைப்பழக்கங்களைச் சரிப்படுத்தி குழந்தைகளும் அவனுமாக ஒரு வாழ்க்கையை ஏற்படுத்திக்கொள்ள முடியுமென்று வெகுளியாக நம்பினாள்

அவனது போதைப்பழக்கத்தைக் குறைப்பதற்காக அவள் செய்த பயனற்ற முயற்சிகளால் அடிக்கடி அவளுக்கு அடி விழுந்து கடைசியில் அவனை மாற்றும் முயற்சியைக் கைவிட்டுவிட்டு அவளே போதை வாழ்க்கையினுள் விழுந்துவிட்டாள்

அவளையோ அவளது சகோதரனையோ பொருட்படுத்தாத இரு போதை அடிமைகளால் வளர்க்கப்படும் நிலையில் மோசமாகத் தொடங்கிய ஒன்று படுமோசமான நிலைக்கு வந்ததை என்சிங்கா உணர்ந்தாள்

அவள் பூப்படைந்தபோது கடைசியாக அந்தத் தவிர்க்கமுடியாதது நிகழ்ந்தது, அதற்கு முன்பே அதற்கான அறிகுறிகள் தென்பட்டன, முறையற்ற தொடுகைகளையும் சாடைப்பேச்சுகளையும் விளங்கிக்கொள்ளும் வயது அவளுக்கு இல்லை, அதன்பின் விலகிச் செல்லுமளவு வலிமையும் அவளிடமில்லை

அவள் தாயும் சகோதரனும் வெளியே பொருள் வாங்கச் சென்றிருந்தபோது வீட்டுப்பாடம் செய்ய அவள் தங்கியிருந்த நிலையில் அவளது கன்னித்தன்மை களவுபோனது

மறுநாள்காலை பள்ளியில் வெடித்து அழுதபின் ஓர் ஆசிரியரிடம் எப்படியோ நடந்ததைக் கூறினாள், ஓர் ஆண், அவள் புத்திசாலிக் குழந்தை என்று எப்போதும் அவளிடம் சொல்லிவந்தவர் - உண்மையில் அவளுக்குத் தெரிந்து அவர் ஒருவர்தான் நல்ல மனிதர்

ஒரு சமூகப் பணியாளர் நியமிக்கப்பட்டார், அவளும் அவள் சகோதரனும் குழந்தைகளை வளர்ப்பதற்காக ஒரு குடும்பத்திடம் ஒப்படைக்கப்பட்டனர்

அவர் அக்கறை காட்டினாரே தவிர அன்பை அல்ல

ஆழமானதோ, நிபந்தனையற்றதோ அல்ல

பதினாறு வயதில் ஆன்டி இராணுவத்தில் சேர்ந்தான், காளை அல்லியாக (bull-dyke) ஆன சகோதரியைப் புறக்கணித்தான், தனது பெண் தோழியுடன் படுக்கையில் அவள் இருப்பதைப்பார்த்து அப்படித்தான் அவன் அழைத்தான்

நற்பேறாக, நான் உண்மைலயே நல்லாப் படிக்கிற பொண்ணுங்கிறதால, உள்ளூர் சமூகக்கல்லூரியில் சேர்றதுக்குப் பதிலா ஆஸ்டினில் சமீபத்தில் தனியாப் பிரிக்கப்பட்ட டெக்சாஸ் பல்கலைக்கழகத்தில் சேர கடுமையா உழைச்சேன்

பட்டம் கிடைச்சதும், என் சகோதரன் மாதிரி, அந்த மிருகம் மாதிரியானவங்க கிட்ட இருந்து விலகியிருக்கிறதுக்காக பெண்கள் கூட்டுக்குழுவில் வாழ்றதுக்காகக் கிளம்பினேன்

அதிகமா போதைப்பொருளை எடுத்ததால எங்கம்மா இறந்தப்போ

அந்த இறுதிச் சடங்கில நானும் என் சகோதரனும் பேசிக்கவேயில்லை

இப்பவரைக்கும்

டாமினிக் அங்கு அமர்ந்து தன் முன்னிருந்த அசாதாரணத் தோற்றம் பேசுவதைக் கேட்டுக்கொண்டிருந்தாள், ஒரு பெண் தனது பயங்கரமான குழந்தைப் பருவத்தின் அவலத்திலிருந்து மிக அற்புதமானவளாக உயர்ந்து, அத்தகைய கனிவையும் அனுபவத்தையும் வெளிக்காட்டினாள்

டாமினிக்கைப் பார்ப்பவர்கள் அவளை உறுதியானவளாகவும் தன்னிறைவுடையவளாகவும் பார்த்தனர், என்சிங்காவுடன் ஒப்பிட்டால் அப்படிச் சொல்லமுடியாது, என்சிங்கா சக்தி மிக்கவளாக, வெல்ல முடியாதவளாக இருந்தாள், அவளது இருத்தலும் ஆற்றலும் அந்தக் கஃபேவை ஆதிக்கம் செய்தது, அவளது குரல் சாம்பல்நிற திங்கள்கிழமை பின்மதியத்தை புலன்களை ஆட்கொள்ளும் விசித்திரமான நீண்டொலிக்கும் மென்குரலால் நிரப்பியது

அவள் ஓர் அல்லியாக இருந்தாள், ஒரு கவர்ச்சியான சகோதரியாக (sistah) இருந்தாள், உத்வேகமளிப்பவளாக, ஒரு தரிசனமாக இருந்தாள்

இந்தப் பெண்ணுக்குள் அப்படியே சுருண்டு கொள்ளவும் அவள் அரவணைப்பையும் டாமினிக் விரும்பினாள்

அதுவொரு புதுவித உணர்வு, வீட்டைவிட்டு வந்ததிலிருந்து அவள் முழுக்கவே யாரையும் சாராமல் இருந்து வந்திருக்கிறாள், இங்கே இவள், என்ன உணர்வு அது? கிளர்ச்சியா? நிச்சயமாக ஒருவேளை முழுக்கவே அந்நியர் ஒருவருடன் காதலில் விழுவதாயிருக்கலாம்

பொன்னிறக் கேசமுடைய பெண் தோழிகளுடனான டாமினிக்கின் உறவுமுறை வரலாறு சுய வெறுப்பின் அறிகுறியாக இருக்கலாமென்று என்சிங்கா கருத்துத் தெரிவித்தபின் அவர்கள் லெஸ்டர் சதுக்கத்திலுள்ள கிராங்க்ஸ் இயற்கையுணவு விடுதியில் அமர்ந்திருக்கையில் சொன்னாள், டாமினிக் நீ சொல்றது சரின்னு தோணுது; வெள்ளை இலட்சிய அழகினால நீ மூளைச்சலவை செய்யப்பட்டிருக்கியான்னு உன்னை நீயே கேட்டுக்கணும் சகோதரி, உன்னோட கருப்புப் பெண்ணிய அரசியலில் நீ இன்னும் கடினமா உழைக்கணும், தெரிஞ்சுக்கோ

அவள் சொல்வது சரிதானோ என்று டாமினிக் யோசித்தாள், அவள் எதற்கு அச்சுவார்த்த மாதிரி பொன்னிறக் கேசமுள்ள பெண்களை நாடினாள்? அவளைப்பற்றிக் கருத்தேதும் சொல்லாமல் அது குறித்து அம்மா அவளைக் கேலி செய்திருக்கிறாள், அவளேகூட பல்வேறு கலவைகள் சேர்ந்த தயாரிப்புதான், அடிக்கடி எல்லா நிறங்களிலும் துணைகளோடு சேர்ந்திருக்கிறாள்

மாறாக, என்சிங்கா தனித்திருந்த தெற்குப் பிரதேசத்தில் வளர்ந்தவள், இருப்பினும் அதற்கு எதிராக இருப்பதைக் காட்டிலும் இன ஒருமைப்பாடு கொண்டவளாக அது ஆக்கியிருக்க வேண்டாமா?

தான் உண்மையாகவே வெள்ளையினச் சமூகத்தினால் மூளைச்சலவை செய்யப்பட்டிருந்தோமோ, அவள் மிகவும் போற்றிய கருப்புப் பெண்ணியவாதி என்ற அடையாளத்தில் தோற்றுக்கொண்டிருந்தோமோ என்று டாமினிக் வியந்தாள்

தனது சிறந்த வடிவமாக அவள் உருவாக உதவுவதற்காக அனுப்பப்பட்ட தேவதைதான் என்சிங்கா என்று தீர்மானித்தாள்

என்சிங்காவுக்கு நகரத்தைச் சுற்றிக்காட்டும் தனிப்பட்ட வழிகாட்டியாக அவள் ஆனாள், பேருந்துகளில் தாவியேறுவதும் இறங்குவதுமாக, நிலத்தடியிலுள்ள புதிரான சுரங்கப்பாதைகள் வழியே குறுக்குவழிகளில் செல்வதும், நகரத்தின் மிகப்பழைய பகுதிகளின் புராதனச் சந்துகளில் நழுவியபடி, கிட்டத்தட்ட இரண்டாயிரம் ஆண்டுகளுக்கு முந்தைய ரோமானியச் சுவரின் எஞ்சிய பாகங்களை அவளுக்குக் காட்டுவதுமாக, புதைவுண்ட தொன்மையான நினைவுச்சின்னங்களுக்காக சேற்றுக்குள் ஆட்கள் சல்லடைபோட்டுத் தேடிய கூழாங்கற்கள் நிறைந்த தேம்ஸ் கரையோரம் அலை குறைவான நேரத்தில் கூட்டிச்செல்வதுமாக, எண்ணற்ற பூங்காக்கள் பசுமையான இடங்கள், பொதுமக்களுக்கான தோட்டங்கள் மற்றும் இயற்கையான பொதுவிடங்கள் வழியே, லிட்டில் வெனிஸிலிருந்து வால்தம்ஸ்டோவின் சதுப்பு நிலங்கள் வரையிலுமாக, நீண்ட நீரோடையோர நடைகளும் கிரீன்விச் மற்றும் கியூ வரையிலான நதிப் பயணங்களுமாக நகரின் வரலாற்றையும் முக்கிய இடங்களையும் எந்தளவு அவள் நன்றாக அறிந்திருந்தாளென்று காட்டுவதில் குறியாயிருந்தாள்

இரவில், மறைவான பெண்களின் கேளிக்கை விடுதிகளுக்குள் புகுந்தார்கள்

அங்கே இருளடர்ந்த மூலைகளில் முத்தமிட்டுத் தழுவிக் கொண்டனர்

அவர்கள் சந்தித்த நாளிலும் அதன்பின் ஒவ்வொரு இரவிலும் இருவரும் ஒன்றாகத் தூங்கினர்

இருவாரம் கழித்து மேசை நிறைய முடிக்கப்படாத வேலைகளுக்காக அவள் திரும்பி வந்தபோது அது மிகவும் உன்னதமானது, புனிதமானது என்று டாமினிக் அம்மாவிடம் பிதற்றினாள்

என் வாழ்க்கைலேயே முதல்முறையா உண்மையாவே காதலிக்கத் தொடங்கிருக்கேன், நான் சந்திச்சதுலயே ரொம்ப அற்புதமான பெண் அவள், அவளோட ஆன்மாவில் இருந்து என்னை நேசிக்கிறாள், அம்மா, இது உனக்கு வித்தியாசமாத் தெரியலாம் ஆனா எனக்கு இது புதுசா இருக்கு படு கவர்ச்சியா இருக்கு, அவள் விரும்புற போதெல்லாம் என் ஆடையைக் கிழிச்செறிய முடியும்கிற மாதிரி (அப்படித்தான் செய்றாள்) என்னால எதுவுமே பண்ணமுடியலை, என்னை அவள் ஆதிக்கம் செய்றா (அது

எனக்குப் பிடிச்சிருக்கு), என்னோட முந்தைய காதலிகள் பலவீன நிலையிலிருந்து, ஆராதிப்போடு என்னை விரும்பினாங்க, அதில் எனக்கு இனி விருப்பமில்லை

எங்களுக்கிடையில் இருக்கிற ஈர்ப்புவிசை மின்சாரம் மாதிரி அம்ஸ், மின்னழுத்தம் என் மேல ஏறிக்கிட்டே இருக்கிற மாதிரி இருக்கு, அஞ்சு நிமிசம் பிரிஞ்சிருக்கிறதைக்கூட எங்களால தாங்க முடியலை, அடக்கியொடுக்கும் வெள்ளையுலகத்துல சுதந்திரமான கருப்பினப் பெண்ணா எப்படி இருக்கிறதுங்கிறதப் பத்தி என்சிங்காவுக்கு நிறைய ஞானம் இருக்கு, அவள் என்னோட அறிவுக்கண்ணையும் திறந்துட்டாள், சரி, எல்லாம்தான், இது எப்படின்னா அவள் ஆலிஸ், ஆட்ரா, ஏஞ்சலா, அரீதா எல்லாரும் ஒன்னாத் திரண்டுவந்த மாதிரி, நிஜம்மாத்தான் அம்ஸ்

இந்த என்சிங்கா நம்மில் மிக இனிமையான அல்லியைக்கூட காதலால் தாக்குண்ட பதின்பருவப்பெண்ணாக மாற்றும் ஒருத்தியாக இருக்கிறாள் என்று அம்மா பதிலளித்தாள், எப்ப இந்த ஆலிஸ்-ஆட்ரா-ஏஞ்சலா-அரீதாவை சந்திக்கப்போறேன்? அப்புறம் அவ உண்மையான பேரு என்ன?

அவசியம் நீ தெரிஞ்சுக்கணும்னா, அவ பேரு சிண்டி, நான் சொன்னேன்னு அவகிட்ட எப்பவும் சொல்லிடாதே

கருப்பினப் பெண்கள் மட்டுமே அழைக்கப்பட வேண்டும், முழுக்கவே இயற்கையாக விளைந்த புதிதாகத் தயாரான சைவ உணவு மட்டுமே இருக்கவேண்டுமென்ற என்சிங்காவின் நிபந்தனையின்பேரில், அவர்கள் குடியிருக்கும் அனாமத்தான கிங்'ஸ் கிராஸுக்கு மதியவுணவுக்கு அவளை அழைத்துவர டாமினிக் ஒப்புக்கொண்டாள்,

இல்லாவிடில் அவளால் அதே அறையில் இருக்க முடியாது.

2

ஃப்ரீடமியாவில் உள்ள அம்மாவின் அறைக்கதவைத் திறந்து என்சிங்கா உள்ளே நுழைந்தபோது அவள் உண்மையிலேயே பார்க்க கண்கவரும் வண்ணமிருந்தாள்

அலங்கரிக்கப்பட்ட முடிக்கற்றைகள், பிள்ளைவரம் வேண்டி நேர்ச்சைக்குப் போடும் பெரிய மரப்பாச்சியாலான காதணிகள், சிவப்பு அரைக்கால் சட்டை, குழைவான பூந்தையல் கொண்ட தளர்வான மேலங்கி, வார் வைத்த ரோமானியச் செருப்புகள் அணிந்தவளாகக் குறைந்தது ஆறடி உயரத்தில் இருந்தாள்

அவர்களைக் காட்டிலும் சற்று வயதானவளாக இருந்தாலும் ஒருவித வயதற்ற தோற்றம் அவளிடமிருந்தது

அவளது இருப்பின் விசை எப்படி மற்றவர்களுடைய இருத்தலைக் குறைப்பதில் தாக்கத்தைச் செலுத்தியது என்பதை அம்மா கவனித்தாள்

அவள் வருவதற்கு முன்பாக, டாமினிக்கின் விருந்தினரான என்சிங்காவை விரும்புவதில் நாட்டம் கொண்டிருந்தனர், காரணம் அவர்களுக்கு டாமினிக்கைப் பிடிக்கும், இப்போது அவள் அங்கிருந்ததால் அவளை ஈர்க்க விரும்பினர்

டாமினிக்கின் காதலுக்குத் தகுதியானவளாக என்சிங்கா தன்னை மெய்ப்பித்துக் காட்டவேண்டுமென்று அம்மா விரும்பினாள்

மதியவுணவு உண்ணுமிடத்தில் தரையில் சம்மணமிட்டிருந்த என்சிங்காவைச் சுற்றி பெண்கள் அனைவரும் அமர்ந்திருந்தனர் (உணவு மேசையை புறநகர்ப்பகுதி மக்களுக்கானதாக அம்மா பார்த்தாள்)

அவர்களுக்கு முன்னால் நெகிழி மேசைவிரிப்பின்மேல் சீனிக்கிழங்குடன் காய்கறியில் செய்த கேசரோல், காய்கனியமுது, கோதுமை ரொட்டிகள் பரத்தி வைக்கப்பட்டிருந்தன

(எல்லாமே மலிவான பல்பொருள் அங்காடியில் வாங்கியவை, எதுவுமே இயற்கை வேளாண்பொருளோ புதியதோ அல்ல, காய்கறிகளைச் சமைத்த பின்னால் அல்லது நறுக்கிய பின்னால் யார்தான் சொல்லமுடியும், அத்துடன் தான் விரும்பியபடிதான் எல்லோரும் சாப்பிடவேண்டுமென்று சொல்ல என்சிங்காவுக்கு என்ன ஒரு தைரியம்)

உரையாடல் சுவாரசியமாக இருந்தது, எல்லோரும் என்சிங்காவுடன் பேச விரும்பினர், சும்மா மேனாமினுக்கி-சூனியக்கார-இராணி

மாதிரி இருக்கிற அவளுக்கு தனக்கு இதுவரை கிடைத்திராத மதிப்பு மரியாதை தரப்படுவதாக அம்மா நினைத்தாள்

என்சிங்கா மிகுந்த மகிழ்ச்சியோடு எல்லோரது கவனத்தையும் பெற்றுக்கொண்டாள், எல்லோருடனும் நட்பாக இருந்தாள், பெருந்தன்மையாக இல்லை, இத்தனை கருப்பினப் பெண்கள் பிரிட்டிஷ்ஷ்ஷ் உச்சரிப்பில் பேசுவது எவ்வளவு வினோதம் என்று சற்று வெறுப்புடன் வியப்போடு அவள் சொன்னதும் அவை எல்லாவற்றையும் குலைத்துவிட்டாள்

அவர்கள் ரொம்ப வெள்ளையினத்தவர்போல அல்லது சொல்லப்போனால் அசலான கருப்பினத்தவரைப்போல் இல்லையென அவள் குற்றம் சாட்டுவதாக அம்மா எண்ணினாள், இதற்குமுன் இதுபோல் நடந்திருக்கிறது, அயல்நாட்டினர் ஆங்கில உச்சரிப்பை வெள்ளைத்தன்மையுடன் பொருத்திக்கொள்கிறார்கள், பிரித்தானியக் கருப்பர்கள் ஆப்பிரிக்க-அமெரிக்கர்கள் அல்லது ஆப்பிரிக்கர்கள் அல்லது மேற்கிந்தியர்களைக் காட்டிலும் தாழ்ந்தவர்களாக மறைமுகமாகக் குறிப்பிடப்படும்போது குரல்கொடுக்க வேண்டிய தேவையை அவள் எப்போதும் உணர்ந்துள்ளாள்

எவ்வாறாயினும், என்சிங்காவுடன் இருந்த சிறிது நேரத்திலேயே அமெரிக்க ஓசைநயத்தை டாமினிக் ஏன் பின்பற்றத் தொடங்கினாள் என்பதை அது விளக்கியது (ஓ டாமினிக்!)

அம்மா பதிலளித்தாள், அதுக்குக் காரணம் நாங ்க பிரித்தானியர்கள், நாங்க எல்லோருமே, புரியுதா? இருந்தாலும் என்சிங்காவை எதிர்ப்பது உசிதமானதல்ல என்று அவள் உள்ளுணர்வு கூறியது

கருப்பினப் பெண்கள் இனவெறியை எங்கு கண்டாலும், குறிப்பாக, இந்தளவு ஆழமான சுயவெறுப்பால் நாம் நிரம்பியிருக்கும்போது நமக்கு எதிராகவே நாம் திரும்பிவிடுகிறோம் என்பதால் அந்நிய கலாச்சாரத்தைத் தழுவுவதில் நமக்குள்ளாக ஏற்படும் இனவெறியை அடையாளம் காணவேண்டும் என்று அசராமல் என்சிங்கா பதிலளித்தாள்

இவள் வெல்லமுடியாத எதிரி என்பது அம்மாவுக்கு உறைத்தது, அதுவரை வெப்பத்தை வெளிப்படுத்திய ஆற்றல் விரைவில் கதிரியக்கமாக மாறியது

வழக்கமாக டாமினிக் வாய்கிழிய அபிப்பிராயம் சொல்வாள், அறையில் - இரு ஆல்ஃபா பெண்களும் அழிப்பதற்குத் தயாராக இருந்த நிலையில் - இருதரப்பினரிடையே இருந்த பதட்டநிலையைக் கவனியாததுபோல இருந்தாள்

அவளது அன்புக்குரியவளின் பக்கத்தில் குற்றேவல்காரிபோல அமர்ந்திருந்தாள்

என்சிங்காவினால் மனோவசியத்துக்கு ஆளானவர்கள் போலத் தோன்றிய குழுமியிருந்த பெண்களிடம் சொன்னாள், நாம் விழிப்புடன் இருக்க வேண்டும், நம் வாழ்க்கைக்குள் யாரை அனுமதிக்கிறோம் என்பதில் எச்சரிக்கையாக இருக்க வேண்டும், இப்போது அம்மாவை வெளிப்படையான விரோதத்துடன் வெறித்தபடி சொன்னாள், நமக்குள்ள சில பெண்கள் இருக்காங்க, அவங்க நம்மை அழிக்கிறதுக்குன்னே அனுப்பப்பட்டவங்க, அந்நிய கலாச்சாரத்தைத் தழுவுவதில் ஏற்படும் இனவெறி எல்லா இடத்துலயும் இருக்குது, என் தோழர்களே (அவள் தோழர்கள்?)

எல்லாத்திலயும், எல்லார்கிட்டயும் நாம் விழிப்பா இருக்கணும்

சொல்லவேண்டியதைச் சொல்லிவிட்டாள், அதன்பின் அம்மாவைப் புறக்கணிப்பதைத் தொடர்ந்தாள்

அவள் தொடர்ந்தாள், நம்ம மொழிலயும் நாம் விழிப்போட இருக்கணும், நீங்க கவனிச்சிருக்கீங்களா கருப்புன்ற வார்த்தை உதாரணமா, எப்பவுமே எதிர்மறையான ஒன்றைக் குறிக்கிறதை?

தலைகள் ஆமோதித்தன, அம்மாவால் நம்பமுடியவில்லை, இவர்களுக்கு என்ன ஆயிற்று?

என்சிங்கா தொடர்ந்தாள், கருப்புக் கால்மிதியைத் தாண்டிச் செல்வதற்குப் பதில் அதன்மீது மிதித்துச் செல்வது, கருப்பு காலுறைகளை அணியாமல் இருப்பது (உங்க சொந்த மக்கள் மேலே எதுக்கு மிதிக்கிறீங்க?), ஒருபோதும் கருப்பு குப்பைப் பைகளைப் பயன்படுத்தாமல் இருப்பது போன்றவற்றில் உள்ள இனரீதியான தாக்கத்தை ஏற்படுத்தினாள், அதேபோலத்தான் பிளாக்மெயில், பிளாக் பால், பிளாக் மூட், பிளாக் ஷீப், பிளாக் ஹார்ட்டடு போன்றவையும் என்று அறிவுறுத்தினாள், நான் ஒருபோதும் கருப்பு உள்ளாடையை அணியமாட்டேன், எதுக்கு என்மேலேயே அசிங்கம் செய்யணும்? உங்களுக்கெல்லாம் இது இன்னமும் தெரியாம இருக்கிறது ஆச்சரியமா இருக்கு

மேலும் பலர் தலையாட்டினர், அம்மா அடிக்கடி டாமினிக்கின் பார்வையைக் கவனித்தாள், இவள் அறிவோடுதான் செய்கிறாளா? அறிவோடுதான் இருக்கிறாயா நீ? இந்தக் குப்பையைத் தன்னை மறந்து இலயித்துக் கேட்டுக்கொண்டிருந்தாள் டாமினிக்

அம்மாவுக்குப் போதும் போதுமென்றிருந்தது, மற்ற எல்லோருடைய மூளையையும் அவள் வசீகரித்துவிட்டதைக் காண்கையில் இந்தப் பெண்மணியை அவள் தனியாகத்தான் சமாளிக்க வேண்டியிருக்கும்

அவள் சொன்னாள், அது எனக்குப் பிரச்சினை இல்லை, ஏன் தெரியுமா, சின்னப்பிள்ளையிலிருந்தே அரையாடை உடுத்துறதை நான் நிறுத்திட்டதால என் கால்சட்டையை நான் அசிங்கம் பண்ணினதில்லை

அறையில் அடக்கப்பட்ட சிரிப்பலையை உணர முடிந்தது, பிரமாதம்! என்சிங்காவின் மந்திரத்தை அவள் முறித்துக் கொண்டிருக்கிறாள், என்சிங்கா கடும் கோபத்திலிருந்தாள், மட்டமான நகைச்சுவைக்கு இது நேரமில்லை அம்மா, நீ மனதளவில் உள்ள அடிமைத்தனத்திலிருந்து உன்னை நீயே விடுவிச்சுக்க பாப் மார்லியோட 'மீட்சிப் பாடல்' கேட்கணும்னு நினைக்கிறேன்

மனதளவில் அடிமையாக இருப்பதாக என்சிங்கா சொன்ன தகவலுக்கு நன்றி சொல்லலாமா என்று அம்மா யோசித்தாள், ஆங்கில மொழியில கருப்புன்ற சொல் தோன்றி வெகுகாலத்துக்குப் பிறகுதான் ஆப்பிரிக்க மக்கள் கருப்பர்கள்னு குறிப்பிடப்பட்டாங்க, அதனால அதோட அன்றாடப் பயன்பாட்டுக்கு கடந்தகாலத்தோடு தொடர்புபடுத்தி இனவெறி அர்த்தத்தைச் சுமத்துவதில் அர்த்தமில்லை, அப்படி நீ செஞ்சா, உனக்குப் பைத்தியம்தான் பிடிக்கும், அதோட உன்கூட இருக்கிற மத்தவங்களுக்கும்தான், இதைச் சொல்றதுக்கு வருத்தப்படுறேன் என்று அவளிடம் சொன்னாள்

உனக்கு இது இன்னமும் தெரியாம இருக்கிறது ஆச்சரியமா இருக்கு

ஒரு நிமிடத்திற்குள்ளாகவே என்சிங்கா சாக்குச் சொல்லிவிட்டுக் கிளம்பினாள், பின்னாடியே டாமினிக்கும்

பயங்கரமான சிண்டி பின்வாங்குவதைப் பார்க்க அம்மாவுக்கு திருப்தியாயிருந்தது

அவள் நிலையில் பழைய டாமினிக்கும் இதையே செய்திருப்பாள்

இந்தப் புது டாமினிக் சூனியக்கார இராணியின் எல்லாப் பினாத்தல்களையும் நம்புபவளாகிவிட்டாள்

இது எப்படித்தான் நடந்தது?

இந்தப் பெண் அமெரிக்காவுக்குத் திரும்பும்போது என்சிங்கா காலகட்டம் முடிந்துவிடுமென்று அம்மா நம்பினாள்

அவள் அமெரிக்காவுக்குத் திரும்பிக் கொண்டிருந்தாள், இல்லையா?

அவர்களின் கோடைகாலக் காதலின் முடிவில், டாமினிக் (கோழைத்தனமாக) என்சிங்கா மூலம் ஓர் இறுதி எச்சரிக்கை விடுக்கப்பட்டதாக அம்மாவிடம் தொலைபேசியில் சொன்னாள், ஒன்னு நான் அவகூட அமெரிக்கா போணும் இல்லைனா நாங்க அவரவர் வழியைப் பார்த்துட்டுப் போகணும், என்னால இவ்வளவு தூரத்தைத் தாங்கமுடியாதுடா செல்லம்

அம்மா அவளிடம் சொன்னாள், உனக்குப் பைத்தியம்தான் பிடிச்சிருக்கு, அந்தப் பொம்பளைகூடப் போகாதே டாமினிக், போகாதே

ஆனால் உண்மைக்காதலைக் கண்டுகொண்ட டாமினிக் அதைப் பின்தொடர்ந்து அமெரிக்கா சென்றாள்.

3

என்சிங்கா மதுவருந்துவதில்லை, புகைபிடிப்பதில்லை, சைவம், தீவிர பெண்ணியப் பிரிவினைவாத வீடு கட்டுமானியான அல்லி, அமெரிக்காவெங்கும் உள்ள பெண்ணியப் பிரிவினைவாதிகளுக்கான சமூகத்தில் வாழவும் பணிபுரியவும் செய்கிறாள், அங்கு வருமுன்பாக நாடோடி வீடுகட்டுமானி

டாமினிக் குடிக்கவும் அவ்வப்போது போதைப்பொருள் பயன்படுத்தவும் தொடர்ந்து புகைபிடிக்கவும் இரவு விடுதிக்கு

அடிக்கடி செல்லவும் புலால் உண்ணவும் கூடிய இலண்டன் அடுக்குமாடிக் குடியிருப்பில் வாழ்ந்த, பெண்களால் ஏற்படுத்தப்பட்ட அரங்கத் தயாரிப்பாளராயிருந்த அல்லி பெண்ணியவாதி

விரைவிலேயே அவளும் மதுவருந்தாத, புகைபிடிக்காத, சைவம் உண்ணும், தீவிர பெண்ணியவாதியாக, ஸ்பிரிட் மூன் என்றழைக்கப்படும் அல்லிகளை மட்டுமே தங்க அனுமதிக்கும் பெண்ணியப் பிரிவினைவாதிகளின் சமூகத்தில் வீடுகட்டும் அல்லியாக ஆகிப்போனாள்

பிற பெண்கள் வருகை தரலாம், வயதுவந்த ஆண்களும் பத்துவயதுக்கு மேற்பட்ட பையன்களுக்கும் அனுமதியில்லை

அவர்களது வேலை முதியோர் சமூகத்துக்குப் புத்துயிரளிக்கும் விதத்தில் இளம் பெண்களைத் தூண்டுவதற்காக கட்டுப்படியாகும் விலைகளில் வீடுகளைக் கட்ட உதவுவதாயிருந்தது

பிரிஸ்டலிலிருந்து முதன்முதலாக டாமினிக் வந்ததிலிருந்து இலண்டனின் மாசுபட்ட காற்றும் அழுக்கு வீதிகளும் வெறிபிடித்த சூழலும் உணர்ச்சியற்றதும் ஆண் தன்மை கொண்ட (என்சிங்கா சுட்டிக்காட்டியபடி) அப்பெருநகரத்தின் பெருஞ்சுழலின் வேகமான வாழ்க்கை ஓட்டத்தில் அவள் அடித்துச் செல்லப்பட்டதுடன் ஒப்பிட்டால், ஸ்பிரிட் மூனின் பரந்த வெளியுடன் கூடிய நாட்டுப்புற அமைப்பும் அழகிய தோற்றமும் டாமினிக்கிற்குப் புத்துணர்வை அளித்தது

பண்ணையின் கடைக்கோடியில் ஏகாந்தமாய் தனித்திருந்த மூலையில் ஒருவரையொருவர் அணைத்தபடி உலகை மறந்திருக்கும்படி திறந்த அடுப்பில் வெண்ணெய் தடவிய ரொட்டியைச் சுவைக்கத் தோதாக மரத்தாலான சிற்றறை அவர்கள் இருவருக்கும் ஒதுக்கப்பட்டது

அவர்களுக்கு முன்னே வயல்வெளி; பின்னே பீச், பிர்ச், மேப்பிள் மரங்களடர்ந்த காடு

முதல் நாளிரவில் உறங்கமுடியாதபடி டாமினிக் உற்சாகத்தில் இருந்தாள், பரிட்சயமில்லாத நாட்டுப்புறத்தின் சப்தங்களைக் கேட்பதற்காக இருளில் தாழ்வாரத்தில் அமர்வதற்காகச் சென்றாள்

இந்த அனுபவத்தை அவள் நிராகரிக்க வேண்டுமென்று எப்படி அம்மாவால் நினைக்க முடிந்தது? அம்மாவை மிக முக்கிய நபராக தன் வாழ்க்கையில் வைத்திருந்த டாமினிக்கை அவள் அபகரித்துக் கொண்டதை அம்மாவால் தாங்கமுடியவில்லை என்று என்சிங்கா சந்தேகித்தபடி அது பொறாமையா?

பாலுறவின்றி அவளும் அம்மாவும் உயிர்த்துணைகளாக இருந்தது உண்மைதான், இப்போது என்சிங்கா அவளது உயிர்த்துணையாக, ஒரு முழுமையான, அற்புத தேவதையாக இருக்கிறாள், இதையேன் அம்மாவால் பார்க்க முடியவில்லை? இரவுணவின்போது அவள் நடந்துகொண்டவிதம் மன்னிக்கமுடியாதது, இனவாதம் எப்படி இயங்குகிறது என்பதை ஒவ்வொருவரும் புரிந்துகொள்ள வேண்டுமென்று மட்டுமே என்சிங்கா முயற்சித்தபோது அவளது வார்த்தைகளை எப்படி அவள் திரிக்கலாம்?

என்சிங்கா பெரிய இதயம் கொண்ட நல்ல பெண்

வெவ்வேறு காதலர்களுக்கிடையில் டாமினிக் உழன்று கொண்டிருக்கையில் அதிலிருந்து ஒரு மாற்றத்துக்கு அவள் தயாராக இருந்தபோது அவள் வாழ்வில் இறங்கியவள் அவள்

வெறும் 10% ஆதாயத்துக்கு மாறிமாறி மானிய விண்ணப்பங்களை எழுதுவதிலேயே அவளது பெரும்பாலான நேரத்தை எடுத்துக்கொண்ட அரங்க நிறுவனத்தை நடத்தி அவளும் அலுத்துப் போயிருந்தாள்

இது குறித்த அவளது புகார்களை அம்மா உண்மையாகவே கவனத்தில் எடுத்துக்கொள்ளவில்லை, அவர்கள் எப்படியொரு சிறந்த கூட்டணி என்பதை எப்போதும் நினைவுபடுத்திக் கொண்டிருந்தாள், டாம், நாம சாதிச்சிருக்கிறதைப் பாரு

ஆம், ஆனால் இன்னதென்று தெளிவாகப் புலப்படாதிருந்தாலும் அது என்ன வடிவம் எடுக்குமென்று தெரியாமல் இருந்தாலும் அடியாழத்தில் டாமினிக் புதிய ஒன்றை விரும்பினாள், ஒரு சாகசம்

தொடர்ந்து ஏழு ஆண்டுகளைக் கழித்தபின் நூற்றுக்கணக்கிலான பிற அல்லிகளுடன் கடற்கரையில் அவள் முகாமிட்டிருந்த லெஸ்போஸின் நீண்ட கோடைகாலங்கள் ஒன்றும் ஈர்க்கக் கூடியதாக இல்லை

ஐரோப்பிய சிற்றுலா பயணங்கள் ஏதோ பரவாயில்லை என்றாலும் நிறைவை அளிக்கவில்லை, இரண்டுமுறை குயானா சென்றிருந்தாலும் அங்கே உண்மையில் அத்தனை எளிதில் ஒரு அல்லியாக வாழ்க்கையை நடத்தமுடியாது, மேலும் பிற இருபத்தி சொச்சம் தெரிவுகளில் பரவலான ஒன்றான வெளிநாட்டில் ஆங்கிலத்தை இரண்டாம் மொழியாகக் கற்பிப்பதிலும் அவளுக்கு ஆர்வமில்லை

அதன்பின் எல்லாவற்றையும் மாற்றிவிடும் சிறந்த காதலை அவளுக்குத் தருவதற்காக வெள்ளி கிரகத்திலிருந்து விக்டோரியா நிலையத்தில் அவளை நோக்கி வந்திறங்கினாள் என்சிங்கா

ஸ்பிரிட் மூனில் அந்த முதல் வாரத்தில் பண்ணையின் சொந்தக்காரியும், தனது உயிலில் சாசுவதமாக பெண்ணியப் பிரிவினைவாதிகளிடமே அது தொடர்ந்து நீடிப்பதை உறுதிசெய்வதற்காக அதை அறங்காவலர்களுக்கே எழுதி வைத்திருப்பவளுமான கையாவின் வீட்டில் தானே எடுத்துண்ணும் விருந்துக்கு அவர்கள் அழைக்கப்பட்டனர்

அலங்கார ஒட்டுத் தையல் கொண்ட படுதாக்கள், பெண்ணுடல்களின் வளைகோட்டுச் சிற்பங்கள், மண் குவளைகள், முல்லை நிலப்பரப்பு ஓவியங்கள், கையா தானே உருவாக்கிய ஓவியத் திரைச்சீலைகள் மற்றும் ஓங்கியுயர்ந்த கூரைகளுடன் பரந்துவிரிந்த பண்ணைவீடாக அவளது இல்லம் இருந்தது

எந்தவொரு ஆணுருவங்களுமில்லை

எங்குமில்லை

புல்தரையில் தீப்பந்தங்கள் ஊன்றி வைக்கப்பட்டிருக்க, கதகதப்பான இரவைக் கொண்டாட வெளிப்புறத்தில் திரண்டனர்

தாழ்வாரத்தில் இருந்த ரெகார்டு பிளேயரிலிருந்து ஜூஆன் பயஸின் தெளிவான மேல்தாயிக் குரல், ஜோனி மிட்செலின் மென்குரல், ஜூஆன் ஆர்மட்ரேடிங் மற்றும் டிரேசி சாப்மேனின் மெல்லிசை கசிந்து கொண்டிருந்தது

சுவர்க்கோழிகளின் மௌன அலறல்களை, ஆந்தைகளின் தூரத்து அலறல்களை, தங்கள் துணையுடன் மகிழ்ந்திருக்கும் பெண்களின் ரீங்காரத்தை டாமினிக் கேட்டாள், அது அவளுள் ஒருவித

மயக்கத்தை ஏற்படுத்தியது, மிக மாறுபட்ட ஒரு சமூகத்துக்குள் வந்திறங்கிய காலப்பயணிபோல உணர்ந்தாள்

பெண்களின் முகங்கள் பழுப்பு நிறத்துடன், ஆரோக்கியமாய், தங்களுக்குள்ளாகவும் ஒருவருக்கொருவர் நிம்மதியாய் இருப்பதைப் போல கலக்கமேதுமற்ற தோற்றத்துடன் இருந்தனர்

உண்மையான உற்சாகத்துடன் முகமன் தெரிவித்த இந்த அந்நியர் குழுவினிடையே நகர்ந்து செல்கையில் இந்த மகிழ்ச்சி அனைத்தும் டாமினிக்கிற்கு விநோதமாய் இருந்தது

இது என்ன ஒரு சடங்கா?

தங்கள் நேரத்துக்கும் உரையாடலுக்கும் ஒருவர் தகுதியானவரா என்று தீர்மானிக்கும் முன்பாக விமர்சனக் கண்கொண்டு சோதிக்கும் இலண்டன்வாசிகளுக்கு அவள் பழகிப் போயிருந்தாள்

கையா தனது நரைத்த முடியை அவசர கோலத்தில் முடிந்து கொண்டை போட்டிருந்தாள், மற்றவர்கள் பின்னல் சடைகளுடனோ அல்லது குட்டையாகக் கத்தரித்தோ இருந்தார்கள், கருப்பினப் பெண் சோடியொன்று தலைகளில் தோல் தெரியும் வண்ணம் பின்னலிட்டிருந்தனர்

அவர்கள் உரத்த காற்சராயுடன் தொய்வு சட்டை, T-சட்டைகள், தளர்வான சட்டைகள், கையில்லாச் சட்டைகள் அல்லது கைகளிலில்லாத உள்சட்டை, காற்சராயுடன் இணைந்த சட்டைகள், தளர்வான உடைகளை அணிந்திருந்தனர், யாரும் ஒப்பனை இட்டிருக்கவோ அல்லது குதியுயர் காலணிகளை அணிந்திருக்கவோ இல்லை

அவர்களே சொந்தமாக பியர் தயாரித்தனர், சொந்தமாக திராட்சைத் தோட்டமிருந்தது, சிலர் சிகரெட்டும் சிலர் கஞ்சாவும் புகைத்தனர், டாமினிக்குக்கும் புகைக்க ஏக்கம் எழுந்தது, ஆனால் அந்தப் பழக்கத்தைக் கைவிட்டுவிட்டதாக என்சிங்காவுக்கு வாக்குக் கொடுத்திருந்தாள், நஞ்சுடைய உடல் என்பது நஞ்சான மனதின் அறிகுறியாம்

அந்தச் சமூகத்தில் வாழ்ந்த பெண்கள் வெவ்வேறு துறையைச் சேர்ந்தவர்களாக இருந்தனர், அதேபோல முன்னாள் குடும்பத் தலைவிகள், அவர்கள் கைவினைஞர்களாக,

சமையற்கலைஞர்களாக, ஆசிரியர்களாக, விவசாயிகளாக, கடைக்காரர்களாக, இசைக்கலைஞர்களாக இருந்தனர், பலர் ஓய்வுபெற்றவர்களாய் இருந்தனர்

மேலும் தெரிந்துகொள்வதில் டாமினிக் ஆர்வம் கொண்டிருந்தாள்

ஐம்பது அறுபதுகளில் சமூக மற்றும் சட்டப்பூர்வ ஒப்புதலுக்கான போர்களில் தான் கலந்துகொண்டதாகவும் கடைசியில் ஆண்களைப் புறக்கணிக்க முடிவுசெய்து ஆணாதிக்கத்திலிருந்து வெளியேறிவிட்டதாக கையா அவளிடம் தெரிவித்தாள்

அவளது பெற்றோரின் லாங் ஐலேண்ட் மாளிகை அவள் கைக்கு வந்தபோது, இந்தப் பண்ணையை வாங்கினாள்

ஆண்கள் இல்லாத குறையை உணர்ந்தாளா?

ஒருபோதுமில்லை, ஸ்பிரிட் மூன் பெண்கள், விவாதங்கள் வெடிக்கும்போதுகூட இணக்கத்துடன் வாழ முயற்சிக்கிறாங்க, எங்ககிட்ட இருக்கிற பேசும் வட்டத்தின் மூலமா பிரச்சினையைத் தீர்க்க முயற்சிக்கிறோம், விவகாரங்கள் தணிந்து அமைதியடையும்வரை பெண்கள் நூற்றுக்கணக்கான ஏக்கர் தள்ளி வசிக்கவும் செய்யலாம், ஒரு பகை ஆற பல ஆண்டுகள் ஆகலாம், வடுக்கள் எஞ்சி இருந்தாலும் காலப்போக்கில் மன்னிக்கப்படும்

எப்போதாவது வன்முறை அல்லது திருட்டு போன்ற அனுமதிக்க முடியாத நடத்தையினால குடியிருப்பவரை வலிந்து வெளியேற்ற வேண்டி வரும், ஒரு பெண் ஆண்கிட்ட ஈர்ப்புள்ளவளாக மாறி அவங்ககூட உறவை விரும்பினால், அவள் வெளியேறணும், பாலுறவு வச்சிக்காம இருந்தா, அவள் தங்கியிருக்கலாம், ஒருதடவை அப்படி மாறிப்போன ஒரு பெண் இராத்திரி நேரத்துல ஆண்களை இந்த இடத்துக்குள்ள கள்ளத்தனமா உள்ளவிட்டதைக் கண்டுபிடிச்சோம்

அவள் வெளியேற வேண்டியிருந்தது

இந்தப் பெண்கள் கவலையில்லாதவங்களாத் தெரியறாங்க, நான் கற்பனை செஞ்சிருந்தபடி ஆண்களுக்கு அச்சுறுத்தலா இருக்கிறவங்களாத் தெரியலை, அப்படி அச்சுறுத்தும்படியா இருக்கிறதில் எந்தத் தப்பும் இல்லை என்றாள் டாமினிக், அவள்மீது கூட அப்படியொரு குற்றச்சாட்டு இருந்தது

ஆண்களை அச்சுறுத்தும்படி நடந்துக்க எந்தத் தேவையும் இல்லை, டாமினிக் (உன் பேரு எவ்ளோ அழகா இருக்கு), ஏன்னா இங்கதான் ஆண்கள் யாருமே இல்லியே, அதனாலதான் நாங்க சாந்தமா இருக்கிறதா உனக்குத் தெரியுது, நாங்க நாங்களாவே இருக்கோம், பூமித்தாயுடன் இணைவதற்கும் பாதுகாப்பதற்கும் தெய்வீகமான பெண்மையை மீட்டெடுக்கிறோம், எங்ககிட்ட இருக்கிறதைப் பகிர்ந்துக்கிறோம், கூட்டாகச் சேர்ந்து முடிவுகளை எடுத்தாலும் எங்க தனியுரிமையையும் சுயாட்சியையும் தக்க வச்சுக்கிறோம், யோகா, தற்காப்புக் கலைகள், நடைப்பயிற்சி, ஓட்டப்பயிற்சி, தியானம், ஆன்மீகப் பயிற்சி மூலமா பெண் உடலும் மனமும் தானா சுகப்படுது

ஒவ்வொருத்தருக்கும் எது சரியா வருமோ அதைச் செய்றோம்

டாமினிக் கட்டின்றி உரையாடினாள், பெண்களுக்கிடையே இலகுவாக நகர்ந்துசென்றாள், அவளிடம் அவர்கள் ஈர்க்கப்பட்டதைப் போலவே அவளும் இருந்தாள், ஒரு கருப்பின பிரித்தானியப் பெண்மணி இந்தப் பகுதிகள்ல ரொம்ப அரிது என்றார்கள், வெளிப்படையாகவே அவளைப் பார்வையால் அளந்தார்கள்

அவளுக்கு அது பழக்கமானதுதான், அதை அனுபவித்தாள்

இரவு முழுவதும் என்சிங்கா தாழ்வாரத்தில் தனது இருக்கையிலேயே கடுமையான முகத்துடன் இருந்தாள், இதனால் யாரும் அவளை எச்சரிக்கையுடனேயே அணுகினார்கள், டாமினிக் அவளை நோக்கித் திரும்பியபோதெல்லாம், அவளது ஒவ்வொரு அசைவையும் என்சிங்கா நோட்டமிட்டுக் கொண்டிருந்ததைக் கவனித்தாள், இருந்தாலும் அது அவளை எஸ்தர் என்ற பிரமிப்பூட்டும் அமெரிக்கப் பழங்குடிப் பெண்ணுடன் பழகுவதை, உரையாடி மகிழ்வதை நிறுத்தவில்லை, எஸ்தர் காற்சராயுடன் கூடிய இறுக்கமான சட்டை அணிந்திருந்தாள், ஊரில் உள்ள பெண்களுக்கு அஷ்டாங்க யோகாவைக் கற்றுத்தந்து வந்தாள், அவளது அறுபத்து ஐந்தாவது பிறந்தநாள் கொண்டாட்டத்துக்கு டாமினிக் வருவாளென நம்பிக்கை தெரிவித்தாள்

அவள் வயதுக்கு மாறாக பார்க்க மிக நன்றாக இருப்பது குறித்து எஸ்தரைப் பாராட்டி, கலந்துகொள்ள எனக்கும்

விருப்பம்தான் என்று பதிலளித்தாள் டாமினிக், அந்த நேரத்தில் எதிர்பாராவிதமாக என்சிங்கா அவளது தோளில் தட்டினாள்

நாம் போகணும்

அப்படியா?

அவர்களுக்கு இருபுறமும் வயல்வெளிகள் பரந்திருக்க இருளடர்ந்த பாதையில் தங்கள் வீட்டை நோக்கி நடந்தனர், என்சிங்கா முன்னோக்கித் தீப்பந்தத்தைக் காட்டினாள், தனது வழமையான இலண்டன் வாழ்க்கையிலிருந்து அகன்று இப்படி முழுக்கவே சிறப்பான இடத்தில் இருப்பதற்காக டாமினிக் உவகையடைந்தாள், அவளும் முழுக்கவே ஒரு ஹிப்பியாக மாறப்போகிறாளா என்ன?

சற்றுநேரம் என்சிங்கா அமைதியாக இருந்தாள், பின்னர் அறிவித்தாள், இனிமேல நாம மத்தவங்ககூட பழகாம இருக்கிறதுதான் நல்லது, ஒருதடவையே போதுமானது, உன்கூட இருக்கத்தான் நான் இங்கே இருக்கேன், அவங்களுக்காக இல்லை, இந்த வெள்ளைக்காரிகளோட போலியான நட்பையும் அவங்களோட அடிமைகளையும் என்னால ஓரளவுக்குமேல சகிச்சுக்க முடியாது, உன்னை அவங்க பேச்சு வட்டத்துக்குக் கூப்பிட்டா வரலைன்னு சொல்லு, உன்னோட தனிப்பட்ட விவகாரங்களைத் தெரிஞ்சுக்கவும் பின்னாடி அதை உனக்கெதிராப் பயன்படுத்தவும் அவங்க பண்ற சூழ்ச்சி அது

ஞாபகம் வச்சுக்கோ, இங்கே நாம வேலை செய்றதுக்காக இருக்கோம், அந்த எல்லைக்கோட்டை மழுங்கடிச்சா காரியங்கள் கெட்டுடும், என்னை நம்பு, இந்தப் பூமித்தாய் கருமத்தை எல்லாம் நம்பாதே, இந்தச் சூனியக்காரிகள் எல்லாம் இருக்கிற மத்தவங்களுக்கு தீங்கு பண்றவங்கங்கிறதைத் தெரிஞ்சுக்கிற அளவு இந்தப் பொம்பளைங்க கூட்டத்தோட பழகியிருக்கேன்

இந்தளவு அவங்க மேல விமர்சனம் இருந்தா நாம எதுக்கு இங்க இருக்கணும்? டாமினிக் கேட்டாள்

ஏன்னா ஆண்கள் உலகத்துல நான் வாழ விரும்பலை

கற்தரையில் பாதங்கள் சரக் சரக்கென ஒலியெழுப்பியபடி வர அவர்கள் தொடர்ந்து பேசியபடி நடந்தனர்

என்சிங்கா சொன்னாள், என்கூட நீ பத்திரமா இருப்பே, ஆனாலும் டாமினிக் அப்படியொன்றும் பாதுகாப்பில்லாததாக உணரவில்லை

என்கூட, நீ முழுமையா இருப்பே, ஆனாலும் டாமினிக் அப்படியொன்றும் முழுமையற்றவளாக உணரவில்லை

என்கூட, நீ வீட்டில் இருப்பதாய் உணர்வாய், ஏன்னா வீடுங்கிறது ஓர் ஆள், அது இடம் இல்லை

டாமினிக்கின் பெயரை சோஜர்னர் என மாற்ற நினைத்திருப்பதாக என்சிங்கா சொன்னாள், ஒரு பெண்ணியவாதியின் மறு ஞானஸ்நானம், அடிமை ஒழிப்புப் போராளியான சோஜர்னர் ட்ரூத் ஞாபகார்த்தமாக என்று சொல்லி அவரைப்பற்றி விவரிப்பதைத் தொடர்ந்தாள், இருந்தாலும் யார் புகழ்பெற்ற அடிமை ஒழிப்புப் போராளி என்று, எல்லா சுயமரியாதையுள்ள கருப்பினப் பெண்ணியவாதிகளையும்போல டாமினிக்கும் அறிவாள், அதை அவளிடம் சொன்னாள்

இருந்தாலும் அவளுக்குப் பாடம் நடத்தப்பட்டது

என்சிங்கா விளக்கினாள், டாமினிக்குன்ற பெண்மையான பெயரைக் காட்டிலும் இன்னும் பொருத்தமான ஒரு பெயரை வச்சுக்கிட்டா அது உன்னோட புதிய சுயத்தோட பெண்ணிய விழிப்பூட்டலா இருக்கும்

என்னோட பேரே எனக்குப் பிடிச்சிருக்கு

சரி வச்சுக்கோ, இருந்தாலும் நான் உன்னை சோஜர்னர்னுதான் கூப்பிடுவேன் குட்டி

என்சிங்கா எப்படி வேண்டுமானாலும் கூப்பிடட்டும், அந்தக் கொடூரமான சோஜர்னர் என்ற பெயருக்கோ வேறு எந்தப் பெயருக்குமோ தான் பதிலளிக்கப் போவதில்லை என்று டாமினிக் தீர்மானித்தாள், என்சிங்கா கொஞ்சம் விநோதமாக நடந்துகொள்ளும் அறிகுறிகள் தெரிந்தன, ஒருவேளை அந்தப் பொம்பளையோட அமெரிக்கா போகாதே டாம், நீ வருத்தப்படுவேன்னு அம்மா எச்சரித்தது சரிதானோ

அவர்களது மரக்குடிலின் தாழ்வாரத்து வெளிச்சம் இருளில் துலங்கியது, பெண்கள் மட்டுமே இருக்கிற மண்ணில்

வாழும்போது இந்த இருட்டு பயப்படக்கூடிய ஒன்றாக இல்லை என்று என்சிங்கா சொன்னாள்

வல்லுறவாளர்களும் தொடர் கொலையாளிகளும் தங்கள் இரையைப் பிடிக்க உயரமான வேலியைத் தாண்டுவது ஒன்றும் பெரிய வித்தையில்லை என்று டாமினிக் நினைத்தாள்

படுக்கையறையில் மெழுகுவர்த்திகளை ஏற்றினர், காதல் கலவியில் ஈடுபட்டனர், நம்முடைய ஆழமான பிணைப்பை இப்படித்தான் பகிர்ந்துகொள்கிறோம் என்றாள் என்சிங்கா, டாமினிக் அதை ஒப்புக்கொண்டாள், என்சிங்காவுடனான பாலுறவு முழுமையாக துய்க்கக்கூடிய அனுபவம், அவளது கடந்தகால பாலுறவுகளில் அதிகமும் உண்மையான சமத்துவம் என்றிருந்ததற்கு மாறாக, இதில் முக்கியமாக என்சிங்காவே அவளுக்குச் சேவைபுரிபவளாய் இருந்தாள், அது அவளுக்குப் பிடித்திருப்பதைக் கண்டுகொண்டாள், அந்த நேரத்தில் அப்படியிருந்தாலும், இப்போது அது ஒரு நிறைவின்மையாகவே இருக்கிறது

அதன்பிறகு ஒருவரையொருவர் அணைத்தபடி படுத்திருந்த நிலையில், டாமினிக் முழுமையானவளாக அல்லது குறைந்தபட்சம் கூடுதல் முழுமையானவளாக உணர்ந்தாள்

தாழ்வான உத்தரத்தை வெறித்தபடி, தனது வாழ்க்கை குறித்து மேலும் தெரிந்துகொள்ளும் உரிமையை அவள் பெற்றுவிட்டாள் என்று என்சிங்கா டாமினிக்கிடம் கூறினாள், அவளது முதல் துணைவரான ரோஸ் என்ற பெண்ணுடன் தொடங்கியது, இப்போது அவர்கள் தங்கள் எஞ்சிய வாழ்வை ஒன்றாகக் கழிக்கப்போவது தெளிவாகிவிட்டது என்றாள்

இது முதிர்ச்சியற்றது என டாமினிக் நினைத்தாள்

அறியமுடியாத எதிர்காலத்துக்குள் வாழ்நாள் என்பது மிகநீண்ட தூரம்

நீ இன்னும் உனது இருபதுகளில்தான் இருக்கிறாய் எனும்போது இப்போதே சொல்லிவிட முடியாது, என்சிங்கா

அவள் சொல்ல விரும்பினாள்

ஓரிகனில் உள்ள பிரிவினைவாத அல்லியர் சமூகத்தில்தான் என்சிங்கா ரோஸைச் சந்தித்தாள், அவளே தான் தேடிக்கொண்டிருந்த காதல் என்று நினைத்தாள், ரோஸ் ஓர் வயதான வெள்ளைக்காரி, ஆண்கள் இன்றி பெண்கள் இன்னும் சந்தோசமாக இருக்கமுடியும் என்பதை அவளுக்குக் காட்டியவள்

தோட்டக் கொட்டகையிலிருந்து மரவீடுகள், சிற்றறைகள், பெரிய வீடுகள், தானியக் குதிர்கள் என ரோஸால் எல்லாவற்றையும் கட்டியுருவாக்க முடியும், என்சிங்கா அவளிடம் பயிற்சி எடுத்தாள்

முதல் சில ஆண்டுகள் அன்பு செலுத்தப்படுபவளாக, ஆசீர்வதிக்கப்பட்டவளாக அவள் உணர்ந்தாள்

பகலில் ஒன்றாக வேலை செய்வது, இரவில் ஒன்றாகக் காதல்புரிவது என அது ஓர் அழகிய ஏற்பாடாக இருந்தது, ரோஸ் ஒரு மதுப்பழக்கத்துக்கு அடிமையானவள் என்பதை இரகசியமாக வைத்திருந்ததை அவள் கண்டறியும்வரை அவ்வாறு இருந்தது, ரோஸ் இரகசியமாய்ப் பதுக்கி வைத்திருந்த ஜின்னை என்சிங்கா கண்டறிந்ததும் அது வெளியில் வந்தது, என்சிங்கா தூங்கும்போது அவள் இதைச் செய்து வந்திருக்கிறாள்

முதல் மோதலுக்குப்பிறகு, என்சிங்காவால் எதையும் சரியாகச் செய்யமுடியவில்லை

அவர்கள் சண்டையிட்டனர், முதலில் வாய்மொழியாக, பிறகு உடல்ரீதியாக, ஆபரணங்கள் அடித்து நொறுக்கப்பட்டன, அறைகலன் புரட்டிப்போடப்பட்டன, திரைச்சீலைகள் கிழிக்கப்பட்டன, சாளரக் கண்ணாடிகள் உடைக்கப்பட்டன, ஒருநாள் இரவு ரோஸ் மருத்துவமனைக்கு விரைய வேண்டியிருந்தது, ஓர் எலும்பு உடைந்துவிட்டது, சின்னதாய் தலையில் வீக்கம், பெரிதாய் ஒன்றுமில்லை, உயிருக்கு ஆபத்தான ஏதுமில்லை

இந்தப் (எல்லோரும் வெள்ளையர்தான், அதிலென்ன சந்தேகம்) பெண்களின் சமூகம் என்சிங்காவைக் குற்றம் சாட்டியது, அவர்களால் இதற்குமேல் பொறுக்கமுடியாது என்றும் அவள் வெளியேற வேண்டும் என்றும் கூறினர், இது மிகப்பெரிய அநியாயம்

கல்நெஞ்சோடு அவளை வெளியேற்றினர், ஒரேயொரு முதுகுப்பையில் தனது உடைமைகளை எடுத்துக்கொண்டு,

வாசல்வரை பத்திரமாகக் கூட்டிவந்து வெளியுலகில் தள்ளப்பட்டாள்

அந்த அநியாயத்தை மறக்க அவளுக்குப் பல ஆண்டுகள் ஆனது

தெருவுக்கு வந்துவிட்ட என்சிங்கா கிழக்கத்தியக் கடலோரப் பெண்கள் சமூகங்களில் தன்னைப் பணியமர்த்திக்கொண்டு, மன அளவில் மீண்டுவந்தாள், இரண்டு உறவுகள் அமைந்தாலும் அவர்கள் தங்கள் உண்மையான சுயத்தை வெளிப்படுத்தும்போது அவை மோசமாக முடிந்ததனால், உண்மையான உயிர்ச் சகோதரியைத் தேடத் தீர்மானித்தாள், அதற்குப் பல ஆண்டுகள ஆயின

அவளைக் கண்டுபிடிக்க வெகுதொலைவில் நான் இலண்டன் வரை பயணிக்க வேண்டியிருந்தது

நீ - சோஜர்னர்

என்சிங்கா டாமினிக்கை நோக்கித் திரும்பினாள், தலையணையோடு தலையணையாக, தனது பெரிய வலுவான கைகளைக் குவித்து அவள் கன்னங்களைத் தாங்கினாள்

இப்ப உன்கிட்ட என்னைத் திறந்து காட்டிட்டேன், இப்பயிருந்து நமக்குள்ள எந்த இரகசியமும் வச்சுக்கக்கூடாதுன்னு ஒத்துக்குவோம், உன்னைப்பத்தி எல்லாத்தையும் தெரிஞ்சுக்க விரும்புறேன், அதோட நீயும் என்னைப்பத்தி எல்லாம் தெரிஞ்சுக்குவே

சரியா?

டாமினிக் தலையாட்டினாள், இருந்தாலும், இடதும் வலதுமாக அவளது தலையை ஆட்டுவது நடைமுறை சாத்தியமின்றி இருந்தது, காரணம் அது கனிவோ காதலோ இன்றி எந்திரத்தனமாக என்சிங்காவின் இரும்புப்பிடிக்குள் இருந்தது

இப்பவும் என்னைக் காதலிக்கிறியா?

முன்னெப்போதையும்விட, டாமினிக் நேர்மையாகப் பதிலளித்தாள், என்சிங்காவின் நேர்மைக்கும் இத்தனை சோதனைகளைக் கடந்துவந்த வலிமைக்காகவும் என்சிங்கா மீது மேலும் வியப்பு ஏற்பட்டிருந்தது

இப்படியொரு பெண் தன்னைத் தேர்ந்தெடுத்ததற்கு நன்றியோடிருந்தாள்

அல்லது மாறாக

என்சிங்கா சொன்னதுபோல், காதல் அவர்களைத் தேர்ந்தெடுத்தது.

4

ஒருசில மாதங்களில் அவர்களைத் தேர்ந்தெடுத்த காதல் அடிக்கடி கொந்தளிக்கத் தொடங்கியது

தனது வாழ்வில் டாமினிக் முன்னெப்போதும் செய்திராத அளவில், என்சிங்கா ரோஸுடன் உறவை முறித்துக்கொண்டதன் உண்மை குறித்து அவள் எண்ணி வியக்குமளவுக்கு, அவர்கள் வாக்குவாதத்தில் ஈடுபட்டனர்

என்சிங்கா தன்னைக் குற்றமற்றவள் என்பதற்கு ஒருமாற்றுக் குறைவாக ஒருபோதும் பார்த்ததில்லை

பிரச்சினை உங்கிட்டதான் சோஜர்னர், அடக்கமா இருக்கிறதுக்குப் பதிலா நீ அடக்கியாண்டு பழகிட்டே என்பாள், என்கிட்ட நீ பயிற்சி எடுத்துக்கிட்டு இருக்கேன்றதை மறந்துடாதே - ஒவ்வொரு தடவையும் என்கிட்ட சண்டை போட்டுக்கிட்டு இருந்தேன்னா, வீடு கட்டுறதில், உண்மையான தீவிரப் பிரிவினைவாத பெண்ணியவாத அல்லி வாழ்க்கைல, எதிரியிடமிருந்து விலகிச் செல்றதுல, இரசாயன நச்சு இல்லாம வாழ்றதுல, மண்ணைச் சார்ந்து இல்லாமயும் மண் மீதும் வாழுறது, இதெல்லாம் வேலைக்காவாது

அப்ப நம்ம காதல் உறவு எப்ப பணிக்கான பயிற்சியா மாறிச்சு? எனக்கு நானேதான் தலைவி, இல்லையா?

ஆஹ், ஆனா அது உண்மையான நீயா? என்சிங்கா சவால் விடுத்தாள், அடிக்கடி நள்ளிரவில் டாமினிக் தூங்கக் கடுமையாகப் போராடிக் கொண்டிருக்கும் சமயங்களில் மணிக்கணக்கில் வாக்குவாதம் நடக்கும், அப்போதுதான் கண்ணயர்ந்திருப்பாள், என்சிங்கா அவளை உலுக்கி எழுப்பி சொன்னதைத் திரும்பச் சொல்லத் தொடங்குவாள்

முரட்டுப் பெண்பிள்ளையா நடிக்கிறதை விட்டுட்டு நீ நீயா இருந்தா என்ன?

உண்மையாவே உனக்குள் ஆழத்தில் நீ யாருங்கிறதை நீ கண்டுபிடிச்சா என்ன?

நான் உன்னை முழுமையா கவனிச்சுக்கிற அந்த ஆடம்பரத்தை நீ அனுமதிச்சாத்தான் என்ன?

டாமினிக்கின் உணர்வுகள் குழம்பிப் போயிருந்தன, என்சிங்கா இன்னும் மகத்தானவளாக, இன்னும் அற்புதமானவளாக, இன்னும் அவளது வேட்கையின் இலக்காக, இன்னும் தனக்கு நல்லதையே செய்ய விரும்புபவளாகத் தான் நம்பும் ஒருவராக, தன்னை இலண்டனிலிருந்து மீட்டு வந்தவளாகத் தோன்றினாள்

அவளுக்கு அப்படித்தான் அடிக்கடி நினைவுபடுத்தப்பட்டது

எல்லாம் நன்றாகச் சென்றபோது டாமினிக் காதல் மயக்கத்தோடு இது நிஜமாகவே எப்போதைக்குமாக நீடிக்குமென நினைத்தாள்

அப்படி இல்லாதபோது, தனது மனம் உட்பட முழு வாழ்க்கையையும் நுட்பமாக நிர்வகிக்க விரும்பும் ஒருவரோடு தான் என்ன செய்கிறோம் என்று வியந்தாள்

காதலிப்பது என்றால் தனது சுதந்திரத்தை விட்டுக்கொடுத்து முழுமையாகச் சரணாகதி அடையவேண்டுமென்று என்சிங்கா ஏன் நினைக்கிறாள்?

இது ஆணாதிக்கம் மாதிரியான ஒன்றல்லவா?

சிறிது காலத்திற்குப் பிறகு டாமினிக் தன்னையே ஒரு மாறுபட்ட ஆளாக உணர்ந்தாள், அவளது மனம் தெளிவற்றதாக, உணர்ச்சிக் கொந்தளிப்புடன், எளிதில் உணர்ச்சிவசப்படக் கூடியதாய் இருந்தது

பாலுறவையும் மோகத்தையும் அவள் அனுபவித்தாள் - கோடை வந்தபோது, வெளியே வயல்வெளிகளில், வேண்டுமென்றே வெம்மையில் பிறந்த மேனியாக, வேறு யாரும் வரக்கூடும் என்ற கவலையின்றி, என்ன சொன்னாள் என்சிங்கா? இது டாமினிக்கின் பாலியல் குணப்படுத்தலாம், என்னவோ அவளைச் சந்தித்தபோது கடுமையாக அவள் அவதிப்பட்டுக் கொண்டிருந்தது மாதிரி

அது கடந்துபோக டாமினிக் அனுமதித்தாள்

இதைப்பற்றித் தோழிகளுடன் பேச விரும்பினாள், முக்கியமாக அம்மாவிடம் அல்லது ஸ்பிரிட் மூனில் உள்ள பெண்களிடம், யாரிடமாவது பேசி அவர்கள் கருத்துகளைக் கேட்க விரும்பினாள், அது நடப்பதாய் இல்லை, என்சிங்கா அவர்களைத் தூரத்திலேயே நிறுத்திவைத்திருந்தாள், டாமினிக் அவர்கள் பணிபுரிந்த இடத்துப் பெண்களுடன் நட்புகொள்ளத் தொடங்கியது தெரிந்தபோது அநியாயத்துக்குக் கோபமடைந்தாள்

அவளும் அப்படியொரு தொந்தரவை ஏற்படுத்திக்கொள்ள விரும்பவில்லை, அம்மாவுக்கு அவள் மூன்று கடிதங்களை அனுப்பியிருந்தாலும், அவளது பெற்றோரிடமிருந்தும் உடன்பிறந்தாரிடமிருந்தும் பதில்கள் வந்தபோதும், அவளிடமிருந்து பதில் வரவேயில்லை

அவளையும் அரங்கையும் விட்டுச் சென்றதில் அம்மா இன்னமும் கோபமாக இருக்கிறாளா?

ஊரிலுள்ள தபால்நிலையத்திலிருந்து தொலைதூர அழைப்பைச் செய்ய ஒருமுறை அவள் பரிந்துரைத்தபோது, என்சிங்கா பல நாட்கள் நடுக்கமூட்டும் அச்சத்தில் மூழ்கிப்போனாள்

டாமினிக் அவளை நிராகரிப்பதற்கான அறிகுறி அது

அதன்பின் அந்தப்பேச்சை அவள் ஒருபோதும் எடுக்கவில்லை.

5

ஸ்பிரிங் மூனுக்கு வருவதற்குமுன், வீடுகட்டுவது என்பதைச் சுத்தமாக ஏதோ உணர்வுப்பூர்வமான ஒன்றாக அப்பாவியாக எண்ணியிருந்தாள்; பரந்த வெளிப்புறங்களில் வேலைசெய்து, கடினமான உடற்பயிற்சியைச் செய்து, சக பணியாளர்களுடன் தோழமை கொண்டாடி, உடலில் தூசியோடு வியர்த்து ஒழுக வேலைசெய்து, நாள் முடிவில், தூம்புதாரையின் கீழே ஒரு குளியல்போட்டுவிட்டு அருமையான உணவை ருசிப்பதை எதிர்பார்த்தபடி - அவளது ஒல்லியான நீண்ட அழகிய உடலை இயற்கை உத்தேசித்தபடி அதைப் பயன்படுத்துவதன் வாயிலாக

மேலும் உறுதியாகி, நெகிழ்வுடனும் வலுவுடனும் இருக்குமெனக் கற்பனை செய்திருந்தாள்

வேலையும் எளிதானதாக, மும்முரமாக வாழ்வை மேம்படுத்துவதாக இருக்கும் என நினைத்திருந்தாள்

அது அப்படி இருக்கவில்லை

அரங்க மேடை வேலைகளைத் தவிர கனமான எதையும் தூக்கியிராத அவளுக்கு எட்டுமணி நேர உடலுழைப்பு என்பது நம்பமுடியாத சித்திரவதையாக இருந்தது, அவள் மூட்டுகள் வலியெடுத்தன, சரிப்படுத்திக்கொள்ள ஒருபோதும் நேரம் கிடைக்கவில்லை, அவளது மிருதுவான வனப்பான கைகள் பாதுகாப்புக் கையுறைகள் அணிந்திருந்தும் சிராய்ப்பும் கரடுமுரடாகவும் கொப்புளங்களுமாய் ஆயின, அவள் அணிந்திருந்த தலைக்கவசம் சூரியனிலிருந்து அவளது முகத்தைப் பாதுகாக்கவில்லை

கூடிய சீக்கிரம்: உண்மையாகவே ஊனமுற்று, முரட்டுத் தோலோடு, ஆதிகால மீனவர் போல முகத்தில் வரிவரியாகக் கோடுகளுடையவளாக ஆகிவிடுவோம் என்று நினைத்தாள்

என்சிங்கா உட்பட செங்கல் வீடுகள் போன்றவற்றைக் கட்டும் அவள் சக பணியாளர்களைப் போன்ற வேலைக்குத் தான் ஏற்றவள் இல்லை என டாமினிக் தீர்மானித்தாள்

அவர்கள் அல்லி ஆண்கள், அவள் அப்படியில்லை, ஒருவேளை அப்படி இருந்தாலும் (இப்படியெல்லாம் வகைப்படுத்த வேண்டுமென்று அவள் கருதவில்லை) அல்லி ஆண்களின் உலகில் அமெரிக்கர்கள் முழுக்கவே பிரித்தானியர்களை விஞ்சிவிட்டவர்கள்

அவர்கள் அருகிருக்கையில் டாமினிக் தன்னை அல்லிப் பெண்ணாகவே உணர்ந்தாள்

அவளது வேலையின் இரண்டாம் வாரத் தொடக்கத்தில், முதுகு முறிந்துவிட்டதுபோல வலியெடுப்பதால் படுக்கையிலிருந்து எழ மறுத்தாள், ஆமா, உடைஞ்சுதான் போச்சு, என்று என்சிங்காவிடம் கூறினாள், என்சிங்கா இலேசான வேலைகள் தருவதாக உறுதியளிக்கும்வரை சோகத்தோடு, பரிதாபமாக, கண்ணீரோடு பார்த்துக் கொண்டிருந்தாள், என் செல்லத்தை நாந்தானே பார்த்துக்கணும், இல்லியா?

அதன்பின் டாமினிக்கின் வேலைகளில் ஆணியடிப்பது, மரச் சட்டகங்களுக்கு உறையிடுவது, வர்ணமடிப்பது, அலங்கரிப்பது, ஒருநாளில் பலதடவை காபியும் தின்பண்டங்களும் தருவது எனச் சின்னச்சின்ன வேலைகளாகவே இருந்தன

வீட்டில், தங்கள் மரக்குடிலைத் தானே சுத்தப்படுத்த வேண்டுமென என்சிங்கா வலியுறுத்தினாள், முடிந்தவரை தூசுப்பேன் இல்லாமல் இருக்கவேண்டுமென விரும்பினாள்

இந்த வீட்டுவேலை என்பது அவளைப் பொறுத்தவரை எப்போதும் இறகுத் துடைப்பானால் அறைகள் எங்கும் விசிறிக்கொண்டிருப்பதுதான் என்கையில் டாமினிக் அதை ஆட்சேபிக்கவில்லை

சமையல் முழுவதையும் தானே செய்யவேண்டுமென்றும் என்சிங்கா வலியுறுத்தினாள், காரணம் அவர்கள் நீடித்த ஆரோக்கியத்துடன் இருப்பதற்கான சமச்சீர் உணவை எப்படி உருவாக்குவது என்று அவளுக்கு மட்டுமே தெரியும், இதையும் டாமினிக் பொருட்படுத்தியிருக்க மாட்டாள், ஆனால் என்சிங்கா உப்பே போட மாட்டாள், அந்த வீட்டில் அது தடைசெய்யப்பட்டிருந்தது, அப்புறம் மசாலாப் பொருட்களும் கிடையாது, அது வயிற்றையும் உணர்ச்சிகளையும் கலக்கிவிடுமாம்

சாப்பாடு ஒரு சத்திய சோதனையாகவும் அனுபவிக்கக் கூடியதாகவும் ஒருங்கே இருந்தது

என்சிங்கா டாமினிக்கின் உடைகளையும் அவளே கையால் துவைத்துப் போட்டாள், டாமினிக் தன்னுடைய அரையாடையையாவது, குறிப்பாக மாதவிடாய்க் குருதி படிந்தவற்றைத் தானே துவைத்துக் கொள்கிறேன் என்று ஆட்சேபித்தபோதும் அவள் விடவில்லை, அவள் சொன்ன காரணம், உன் மேல இருக்கிற காதலால் உனக்கு நான் அடிமையாயிட்டேன், ஒருவேளை பரிகாசம் பண்ணினாளோ என்னவோ

அவளுக்காக எல்லாவற்றையும் செய்யவும் அவளுக்காக முடிவுகள் எடுக்கவும் என்சிங்காவை அனுமதித்ததற்காகவும் டாமினிக் வருந்தத் தொடங்கினாள்

வீட்டுவேலைகளைத் தானே செய்ய, சமையல் செய்ய, சுத்தம் செய்ய, இன்னும் அறிவார்த்தமான வேலையைச் செய்ய ஏங்கத் தொடங்கினாள்

நிபந்தனையின்றி என்சிங்காவைக் காதலிப்பதைத் தவிர்த்து நோக்கம் ஏதுமற்றதாக அவள் வாழ்க்கை மாறிக் கொண்டிருந்தது, அவளுக்குக் கீழ்ப்படிவதும் அதிகரித்துக்கொண்டிருந்தது

மிக எளிய விசயங்கள்கூட சிரமத்துக்கான காரணமாக மாறிவிட்டது

அவள் முழங்கால்நீளக் காற்சராயும், கைகள் இல்லாத தொளதொளப்பான T-சட்டை அணிந்தபோது ஊரில் ஆண்கள் அவளை விழுங்கிவிடுவதுபோல் பார்த்தது உண்மையில் அவள் குற்றமா

என்சிங்கா அவளைக் குற்றம்சாட்டியபடி 'தூண்டும் வகையில்' உடை உடுத்தாமல் எல்லாவற்றையும் மூடிக்கொள்ள வேண்டுமா

எதற்கு தலைத்தோல் தெரியும்படி, இந்த நோக்கத்திற்காகவே என்சிங்கா வாங்கி வைத்துள்ள முடிவெட்டுபவரின் கத்தரிக் கோலால் வெட்டி (வழக்கமாக அடர்த்தியாக, அலையடிப்பதாக ஆப்பிரிக்க இந்தியக் கலவை) தலையை அலங்கரித்துக்கொள்ள வேண்டும்?

காலைவேளைகளில் ரொட்டி வாங்க அவள் போகும்போது சாதுவான சமூக அடுமனைக்காரி டில்லியுடன் அவள் ஏன் உரையாடக்கூடாது?

ஏன்னா ரொம்ப நல்லவங்க மாதிரித் தெரியிற பொம்பளைங்கதான் ரொம்ப வெளித் தெரியாத மூர்க்கத்தோட இருப்பாங்க, கடைசில ரொம்ப அபாயகரமானவங்களா ஆயிடுவாங்க, ஏன்னா அவங்க நமக்கு இடையில வந்துடுவாங்க, இங்க உள்ளவங்க நம்ம காதலை அழிக்க நினைக்கிறாங்கன்றது உனக்குத் தெரியலையா?

ஊரில் உள்ள நூலகத்திலிருந்து அவள் எடுத்து வந்த ஆண்கள் எழுதிய புத்தகங்களை அவள் ஏன் வாசிக்கக்கூடாது?

உன் தலைக்குள்ள ஆணோட குரல்களைக் கேட்டுக்கிட்டு உன்னால ஒரு பெண்ணியவாதியா வாழமுடியாது, சோஜர்னர்

இதைப் புரிஞ்சுக்கவே முடியலை, இது எல்லைமீறிப் போகுது

பேசாம வாயை மூடிக்கிட்டு இருக்கியா

அவர்கள் படுக்கையில் அமர்ந்திருந்தனர், விடிகாலை நேரம், திரும்பவும் என்சிங்கா மணிக்கணக்கில் தனது முன்னாள் பெண் தோழியரைப் பற்றிச் சொல்லிக்கொண்டிருந்தாள், அடிக்கடி அவர்களைப் பற்றிய பேச்செடுக்கிறாள், இந்த முறை, அவர்களெல்லாம் விளையாட்டு பொம்மைகள்போல, அவளுக்கு அவர்கள் ஒரு பொருட்டே அல்ல என்று டாமினிக்கைச் சமாதானப்படுத்த முயன்று கொண்டிருந்தாள்

அவர்களது இப்போதைய உறவுக்கு அவளது முன்னாள் பெண் தோழிகள் அச்சுறுத்தலே இல்லை என்று அவளைச் சமாதானப்படுத்த முயன்று டாமினிக் சோர்ந்துவிட்டாள், அவர்களில் இருவரோடு அவள் கொண்ட காதலை என்சிங்காவிடம் அவளுக்குள்ள காதலுடன் ஒப்பிட அவை ஒன்றுமே இல்லை என்று ஏற்கெனவே பலமுறை சொல்லியிருக்கிறாள், அவளது முன்னாள்- களுடனான எந்த வகையான காதலையும் ஒப்புக்கொள்வதென்பது ஏற்கத்தக்கதல்ல என்பதை அவள் உணரவில்லை

அவள் அறையைவிட்டு வெளியேறிக் குடிலுக்குள் வேறு எங்காவது அல்லது திண்ணையில் உறங்க விரும்பினாள், என்சிங்காவின் சலிப்பூட்டும் குரலில் இருந்து தப்பிக்கக்கூடிய எங்காவது; வாய்ப்பில்லை, என்சிங்காவும் பின்னாலேயே வந்து இதையே தொடருவாள், சிலநேரங்களில் விடியும்வரை

அவங்க எல்லாம் வெள்ளைக்காரிங்க, அவங்க ஒருபோதும் உன்கூடச் சேரமாட்டாங்க

நாந்தான் அவங்களை விட்டுவந்தேன், உண்மைதான், அவள்தான் கைவிடுபவளாக இருந்தாள், ஒருபோதும் கைவிடப்பட்டவளாக இருந்ததில்லை

நான் என்ன சொல்றேன்னா, ஒரு கருப்புப் பெண்ணை இன்னொரு கருப்புப் பெண்ணாலதான் உண்மையா காதலிக்க முடியும்

சரி, ஒத்துக்குறேன், இப்ப விளக்கை அணைச்சுட்டுத் தூங்குவோம்

நீ ஒத்துக்கறது எனக்குத் தேவையில்லை, எனக்குத் தேவை உன்னோட மாற்றம், ரொம்ப ஆழமா நான் சொல்றதைப் புரிஞ்சுக்கிட்டு அதை உண்மையா ஏத்துக்கணும்.

6

கிட்டத்தட்ட ஸ்பிரிட் மூனுக்கு டாமினிக் வந்து ஓராண்டாகியிருந்த ஒருநாள் பிற்பகல் இறுதியில் குடில் கதவை யாரோ தட்டினார்கள்

என்சிங்கா சமையலில் இருந்தாள், டாமினிக் சோபாவில் படுத்தபடி வானில் நகரும் மேகங்களை வெறுமனே பார்த்துக்கொண்டிருந்தாள்

அவளுக்கு முன்னால் வந்து அவளைப் பார்த்த சந்தோசத்தோடு நின்று கொண்டிருந்தது, அம்மா

தெய்வமே, டாமினிக் கூவினாள், இருவரும் தாவி அணைத்துக் கொண்டனர், அவளைப் பார்த்தது மிக்க மகிழ்ச்சியாக இருந்தது

உன்னை நினைச்சு ரொம்ப கவலைப்பட்டேன், டாம், நீ வந்து சேர்ந்தப்ப ஒரேயொரு தபால் அட்டை வந்தது, அத்தோட சரி, என் கடுதாசிகளுக்கும் நீ பதிலே போடலை

என்ன கடிதங்கள்? டாமினிக் கேட்கப்போகும் சமயம் என்சிங்கா அவளுக்குப் பின்னால் வந்து நின்று கேட்டாள், இந்த நபரை எதுக்கு தங்க அழைச்சுட்டு வந்துருக்கே?

அவள் அழைத்திருக்கவில்லை, கெஞ்சலோடு டாமினிக் பதிலளித்தாள், அம்மா இங்க இருக்கிறது எவ்வளவு நல்லா இருக்கு

என்சிங்கா ஒன்றும் சொல்லாமல் அடுப்படிக்குத் திரும்பி சமையலைத் தொடர்ந்தாள்

என்சிங்காவின் அவமதிப்பைக் கண்டுகொள்ளாமல் அம்மா நடுக்கூடமும் அடுப்படியும் இணைந்த முக்கியப் பகுதிக்குச் சென்று உத்தரத்துக் கொக்கிகளில் பிணங்கள் தொங்குவதை எதிர்பார்த்தவள் போல ஆராய்ந்தாள்

தனது முதுகுப்பையைத் தரையில் வீசிவிட்டு, சோபாவில் போய் விழுந்தாள், நாக்கு வறண்டு போச்சு டாம், பனிக்கட்டி போட்டு மருந்துத் தண்ணி எடுத்துட்டு வா, அப்படியே அதில் வோட்கா கலந்துடு, உனக்குத்தான் தெரியுமே

வடிகட்டிய ஜாடியிலிருந்து அம்மாவுக்குத் தண்ணீரை ஊற்றிக்கொண்டே அந்த வீடு ஆல்கஹால் இல்லாத பகுதி என்பதை டாமினிக் விளக்கினாள்

அம்மா கேட்டாள் (அவளது முகத்தோடு) எப்ப இருந்து என்சிங்கா அமைதியாக திண்மையான பூண்டு சேர்த்த பீன்ஸும் காளான் குழம்பும் தயாரித்து ரொட்டியுடன் பரிமாறியபடி பதட்டத்துடன் கூடிய சூழலை உருவாக்கினாள்

மரத்தாலான உணவுண்ணும் மேசை - இருபுறமும் விசுப்பலகை

சாப்பிடும்போது என்சிங்கா உணவைப் பார்த்துக் கவிழ்ந்து கொண்டாள், அம்மாவுக்கு அந்த உணவு சுவையின்றிச் சப்பென்று இருக்குமென்று டாமினிக் அறிவாள், அவள் உப்பு கேட்டாள், அங்கு எதுவும் கிடையாது

இப்போது டாமினிக்கும் ஏறத்தாழ உப்பு மசாலா இல்லாத உணவுக்குப் பழகிவிட்டாள், ஆரம்பகட்ட ஏக்கங்கள் போய்விட்டன, அவளது பசி அதன் எதிர்பார்ப்புகளைச் சரிசெய்துகொண்டது

ஊரில் உள்ள ஒவ்வொருவரையும் தன் தோழியிடம் கேட்டாள், கிசுகிசுக்களை அறிந்துகொள்ள ஆர்வமாய் இருந்தாள், அதேசமயம் அவள் விட்டு வந்தவர்களிடம் எந்தவிதப் பிரியங்களை அல்லது அவர்களை விட்டுவந்த வருத்தத்தையோ காட்டிக்கொள்ளாமல் கவனத்தோடு இருந்தாள்

பதிலுக்கு ஸ்பிரிட் மூன் வாழ்க்கை குறித்து சில கேள்விகளை அம்மா கேட்டாள்

அவர்கள் வாரத்தில் ஐந்து நாட்கள், சிலசமயம் ஆறுநாட்கள் கட்டுமானப் பணியிடத்தில் வேலை செய்வதாகவும் மாலை நேரம் பெரும்பாலும் சோர்ந்துபோய் இங்கே வருவதாகவும், என்சிங்கா மாலையில், வழக்கமாக இரவின் தொடக்கத்தில் அருமையாகச் சமைத்துப் போடுவதாகவும், வார இறுதிகளில் அவர்கள் பொருட்கள் வாங்கவோ நடைப்பயிற்சிக்கோ செல்வதாகவும் அவர்களுக்குக் காய்கறித்தோட்டம் இருப்பதையும் அதைப் பராமரிக்க வேண்டியிருப்பதையும், புத்தகங்களை - பெண்கள் எழுதியவற்றை வாசிப்பதாகவும் கூறினாள், பெண்ணியவாதிகள் எழுதியவை என்பதைச் சொல்ல வேண்டியிருக்கவில்லை, சிலநேரம் ஊரில் திரைப்படம் பார்க்கச் செல்வதாகவும், அது புண்படுத்துவதாக இருந்தால் பாதியில் வெளியேறிவிடுவதையும் சொன்னாள்

அவள் இதையும் சேர்க்க விரும்பினாள் - இது கொஞ்சம் ஆரம்பகால அரங்க நாட்களில் இருந்த உன்னையும் என்னையும் போலத்தான் அம்மா, என்ன, இப்படி நமக்கு எரிச்சலூட்டும் காட்சிகளில் தகராறு பண்ணாமல் நாம் இப்படிப் பாதியில் எழுந்து வந்ததில்லை, என்சிங்காவைக் குறைத்துச் சொல்வதுபோல் ஆகிவிடும் என்பதால் அவள் இதைச் சொல்லவில்லை, வெறுமனே திரையரங்கிலிருந்து வெளியேறுவதைத் தொடர்புபடுத்தி அம்மாவுடன் சேர்ந்து கலகம் செய்த அவளது இடதுசாரிய வரலாற்றைப் பூதாகரமாக்கிக் காட்டுவதாக டாமினிக் மீது குற்றம் சாட்டுவாள்

அம்மாவின் கேள்விகளுக்கு இல்லை என்று பதிலளித்தாள் டாமினிக், சமூகத்தில் பிற பெண்களுடன் அவர்கள் கலந்துகொள்வதில்லை, அப்படி ஈடுபடுவதை அவர்கள் விரும்பவில்லை, ஆம், அவர்கள் விரும்பியபடி வாழ்க்கை அமைதியாகச் செல்கிறது, நிறைவாய் இருக்கிறது, ஆம் அப்படித்தான் இருக்கிறது, நிறைவாய்

பேசிக்கொண்டிருந்தபோது அவளது வாழ்க்கை எப்படி இரங்கத்தக்கதாக இறுக்கமானதாக ஆகிவிட்டது என்று நினைத்து டாமினிக் சங்கடமடைந்தாள், அங்கிருந்தபோது நிகழ்ந்தவற்றை எந்தளவு இழந்திருக்கிறாள், உறவுகளின் முடிவில்லா நாடகங்கள், பெண்களின் காட்சி, திரையரங்க நிறுவனத்தை நடத்துவதில் ஏற்றங்களும் சரிவுகளும், நகரத்தில்கூட அந்த அரசியல், மேகி தாட்சருக்கு எதிரான அந்த ஆர்ப்பாட்டங்கள், சட்டப்பிரிவு 28க்கு எதிரான போராட்டங்கள், இரவில் பெண்கள் சுதந்திரமாக நடந்து செல்வதை வலியுறுத்தி நடைபெற்ற இரவை மீட்டெடுத்தல் (Reclaim the Night) அணிவகுப்பில் கலந்துகொண்டது, கிரீன்ஹாம் காமனில் வார இறுதிகளைக் கழித்தது, பல்பொருள் அங்காடியில் எச்சரிக்கை மணி அடிக்காமல் இருப்பதற்காக வெள்ளிநிறத் தகடு போன்ற தாளால் பொருள்வாங்கும் பைகளை மூடிக் கொண்டவர்களும், இரயில் நிலையங்களில் பயணச்சீட்டுத் தடைகளைத் தாண்டிக் குதிப்பதையும் போக்குவரத்து சமிக்ஞைகளை மீறுவதையும் ஒரு விதியாகவே வைத்திருந்த 'தொலைந்துபோன' காசோலைப் புத்தக மோசடியில் ஈடுபட்ட அவர்களது சட்டத்திற்குப் புறம்பான நண்பர்கள்

இதெல்லாம் ரொம்ப காலத்துக்கு முன்னால் நடந்ததுபோல் இருக்கிறது

என்சிங்காவுடனான ஒரு வருடம் அம்மாவுக்கு தொடர்ந்து தகவல் தெரிவிக்காமல் கழிந்துவிட்டது, அவள் எல்லாவற்றையும் கேள்விகேட்டு எல்லாவற்றுக்கும் சவால் விட்டிருப்பாள்

அவள் தனக்குச் சரியானதைச் சொல்பவள், அவளது உண்மை விளம்பி, அவளை ஆதரிப்பதில் முதலாவதாக இருப்பவள்

சாப்பிட்டு முடித்தபிறகுதான் என்சிங்கா தலைதூக்கிப் பார்த்தாள், தூங்கப் போணும், மண் கோப்பையை உலோகத்தாலான பாத்திரம் துலக்கும் தொட்டிக்குக் கொண்டுசென்றவள் அதை எட்டுமுன்பாக, விசையோடு வீசியதில் அது உடைந்து சில்லுகள் தெறித்து விழுந்தன

தரையில் புயல்போல அம்மாவை உரசியபடிக் கடந்து படுக்கையறைக்குச் சென்றாள், சோஜர்னர் நீ வர்றியா?

டாமினிக் துள்ளியெழுகையில் அம்மா கேட்டாள், யாரு சோஜர்னர்?

அறையைவிட்டுச் செல்லும்போது டாமினிக் பதிலளிக்கவில்லை

அப்போது இரவு மணி ஏழு

மறுநாள் காலை என்சிங்கா குளித்துக் கொண்டிருந்தபோது வெளியே படியில் தனது தோழியுடன் அமரும் வாய்ப்பு டாமினிக்குக் கிடைத்தது

தனக்குப் பின்னால் பதட்டத்துடன் பார்த்தபடி டாமினிக் சொன்னாள், அவ வர பத்து நிமிசம் ஆகும், நீ இங்க இருந்தாலும்கூட, இது அவளுக்கு ஒரு கைவிட முடியாத சடங்கு

இந்தப் பைத்தியக்கார இல்லத்திலிருந்து தூரமாய் நடந்து செல்லலாம் என்று அம்மா பரிந்துரைத்தாள், உக்காந்தே இருப்போம் இல்லைனா என்சிங்காவுக்குச் சந்தேகம் வந்துடும் என்றாள் டாமினிக்

என்ன சந்தேகம்?

7

அந்தக் காலைவேளையில் குடிலுக்கு எதிரே உள்ள வயல், மனையின் இறுதிவரை கண்ணெட்டும் தூரத்தையும் தாண்டி நீண்டிருந்த ரை புல்வெளி மிகவும் பசுமையாகக் காட்சியளித்தது.

தொலைவில் பைன் மரக்காடுகளைக் காணமுடிந்தது, மேகமற்ற வானம் அற்புதமாய் இருந்தது

இலண்டனில் சாளரங்களைத் திறந்தால் மது அருந்தகத்தின் கரிபடிந்த சுவர்களும் கடமுடவெனச் சத்தமிடும் நீர்க்குழாய்களும் தெரியும் அவளது அடுக்குமாடிக் குடியிருப்பு பற்றி நன்கு அறிந்திருந்த அவளுக்கு இத்தோற்றத்தை அம்மாவுக்குக் காட்டுவதில் பெருமையாய் இருந்தது

குறைந்தது இந்த ஒன்றுக்காவது அவள் சரியான முடிவை எடுத்ததாக நிச்சயம் அம்மா சமாதானமடையக்கூடும் - சொர்க்கம் மாதிரி இருக்குதுல்ல?

சரியான இடத்தில் தவறான ஆளுடன் என்று ஏதோ அம்மா முணுமுணுத்துவிட்டு மிக மோசமான அந்த மூலிகை 'காபி' குடிக்க வேண்டி வந்தது குறித்துப் புகாரிட்டாள், காஃபின் உட்கொள்ளாததால் தலைவலி வந்து வலி நிவாரணிகளால் மரத்துப் போயிருந்தது இப்போது திரும்பவும் வலிக்கத் தொடங்கியது, காலையுணவின்போது பாலிதீன் உறையிலிருந்து அவள் எடுப்பதைப் பார்த்த என்சிங்கா தனது வீட்டுக்குள் போதைப்பொருட்களைக் கொண்டுவரக்கூடாது என்று சொல்லிவிட்டாள்

அவ என்கிட்டப் பேசினது இதுமட்டும்தான், டாம்

தங்களுக்குள் மூழ்கியபடி சற்றுநேரம் அப்படியே அமர்ந்திருந்தனர், அம்மா எப்போது தொடங்கப்போகிறாளோ என்று எண்ணிக்கொண்டிருந்தாள் டாமினிக்

அவள் ஏமாறவில்லை, அவளது தோழி எப்படி ஒரு சூனியக்காரி சிண்டியின் வசியத்துக்கு ஆட்பட்டு இருக்கிறாள் என்றும் சில வழிபாட்டு முறைகளில் குருக்கள் தங்கள் சீடர்களை அவர்களது குடும்பம், நண்பர்கள், உடன் பணிபுரிபவர்கள், அண்டைவீட்டார், குறுக்கே வரக்கூடிய யாராயிருந்தாலும் அவர்களிடமிருந்து

பிரித்துவைப்பதன் மூலம் கட்டுப்படுத்துவதைப் பற்றி அவளுக்குத் தெரியுமா என்றும் கேட்டாள், சொல்லு, இங்க என்னதான் நடக்குது?

நான் ஒரு மீட்பு முயற்சிக்கு ஏற்பாடு பண்ணப்போறேன், டாம், இலண்டனிலிருந்து என் சகாக்கள் சிலர் எஸ் ஏ எஸ் படை மாதிரி வந்து இறங்கி இந்தக் கேடுகெட்ட பைத்தியக்கார சிண்டிகிட்ட இருந்து உன்னை மீட்கப் போறேன்

அவள் சிரித்தாள், டாமினிக் சிரிக்கவில்லை

நான் இன்னொரு காரியத்தில் இருக்கேன் அம்ஸ், வேறொரு புதிய வாழ்க்கை முறையை முயற்சி பண்ணிட்டிருக்கேன், வாழ்வதற்கான ஒரு புதிய வழி, என்சிங்கா உண்மையான பெண்ணியவாத வாழ்க்கையை எப்படி வாழ்றதுன்னு எனக்குக் காட்டியிருக்கா, ஆணோட சக்தி இதுக்கு இடையூறானது அம்மா, ஆணாதிக்கம் எப்பவும் பிளவுபடுத்தும், வன்முறையும் சர்வாதிகாரமும் செய்யும், பெண் மீதான வெறுப்பு நினைச்சுப் பார்க்க முடியாத அளவு வேரூன்றிக் கிடக்கு, பெண்கள் ஏன் அவர்களை முழுவதுமாக் கைவிடுறாங்கன்னு என்னால் பார்க்க முடியுது, இங்க அப்படி இல்லை, ஒவ்வொரு நாளும் ஆணின் அடக்குமுறையைக் கையாள வேண்டிய அவசியமில்லாத சுதந்திரம் இருக்கு

உன்னை எப்பவுமே ஆண்களை விரும்பக்கூடியவளாத்தான் பார்த்து வந்திருக்கேன், டாம், நமக்கு நெருக்கமா இருக்கிறவங்களைக்கூட நாம நேசிச்சிருக்கோம், ஆணாதிக்கம்ங்கிறதை நாம புரிஞ்சுக்கணும் (அப்புறம், அது எப்படிச் செயல்படுதுன்னு சொன்னதுக்கு நன்றி), ஆனா நாம ஆண்களைத் தனித்தனி நபர்களாத்தான் பார்க்கிறோம், இல்லையா? நீ ஒருபோதும் பிரிவினைவாதியாவோ அல்லது ஆணின வெறுப்பாளராவோ இருந்ததில்லை, உனக்கு என்ன ஆச்சு?

அவளுக்கு ஒன்னும் நடக்கலை, என்சிங்காவின் குரல் அவர்கள் தலைக்கு மேலிருந்து முழங்கியது, அவர்களுக்குப் பின்னால் நின்றுகொண்டிருந்தாள்

அவர்களுக்கிடையில் தசைப்பற்று மிக்க தனது ஈரமான கால்களை வைத்துக்கொண்டு உடல்ரீதியாக இருவரையும் பிரித்துக்கொண்டு நின்றாள் - அவர்கள் கைகளைக் கோர்த்துக் கொண்டிருந்தனர்

அப்படி தான் உருவாக்கிக் கொண்ட இடைவெளியில் தொப்பென உட்கார்ந்தாள், ஒரு துவாலை மட்டும் உடுத்தியிருந்தாள், அதில் இன்னும் ஈரம் சொட்டிக்கொண்டிருந்தது, தனது உரையை நிகழ்த்தத் தயாரானாள், எல்லா ஆம்பளைங்களுமே, பெண்களின் பிறப்புறுப்பைச் சிதைக்கச் செய்யும் ஆணாதிக்க அமைப்புக்கு உடந்தைதான், உலகம் முழுக்க கலாச்சாரம் அல்லது மதம் அல்லது ஏதோவொன்னை வச்சு பெண்ணின் உறுப்பு வெட்டித் துண்டாடப்படுறதைப் பார்க்கிறப்ப, உலகத்தில் பாலியல் வன்முறையை அதிகளவில் நிகழ்த்திக்கிட்டிருக்கிற ஆண்களுக்கு அதையே ஏன் செய்யக்கூடாது? பதின்பருவத்தில இருக்கிறப்ப அவங்க விந்தைச் சேகரிச்சுக்கிட்டு அந்தத் தேவடியாப் பசங்களை அப்புறம் காயடிச்சு விட்றணும்

டாமினிக்கின் கழுத்தைச் சுற்றி கையைப் போட்டுக்கொண்டு அவளோடு தன்னை அழுத்திக் கொண்டாள் என்சிங்கா

அதில் பாசம் இருந்ததாகத் தெரியவில்லை

நெரிப்பது போலிருந்தது

அம்மா எழுந்து வீட்டுக்குள் சென்றாள், தனது பெரிய தோள்பைக்குள் பொருட்களை எடுத்துவைத்து, அவர்கள் முன் திரும்ப வந்து நின்றாள்

நான் வீட்டுக்குக் கிளம்புறேன், அது உன்னோட வீடும் கூடத்தான், டாம், என்கூட வா

டாமினிக்கை மீட்க வேண்டிய தேவையிருக்கவில்லை, தலையை இடவலமாக ஆட்டினாள்

என்சிங்கா அவளை அருகில் இழுத்து சத்தமாக அவள் கன்னத்தில் முத்தமிட்டாள், நல்ல பிள்ளை.

8

ஸ்பிரிட் மூனில் பத்து புதிய சொத்துக்களை டாமினிக்கும் என்சிங்காவும் முடித்தபின், வேறு இடத்தில் ஓர் ஒப்பந்தத்தைப் பெறும்வரை அவர்கள் வீட்டில் தங்கியிருக்க கையாவிடம் என்சிங்கா நல்லபடியாகப் பேசிமுடித்தாள்

நாள் முழுதும் ஒருவரோடொருவர் நேரம் செலவிடுவதைத் தவிர அவர்களுக்கு வேறு வேலை இருக்கவில்லை

டாமினிக் முன்னரே சத்தமில்லாமல் தப்பித்து ஓடியிருக்க வேண்டும், அந்த உறவு ஏற்கெனவே சரிசெய்ய முடியாததாக ஆகியிருந்தது, ஆனால் அவளால் அப்படியொரு பெரிய முடிவை தனித்து எடுக்கமுடியவில்லை, என்ன சாப்பிடுவது என்ன உடுத்துவது, யாரிடம் பேசலாம் என்பது போன்ற மிகச்சிறிய முடிவுகளைக்கூட எடுக்கும் திராணியை இழந்து விட்டிருந்தாள்

என்சிங்காவின் கூடிக்கொண்டே செல்லும் சந்தேக நோயின் பயங்கரக் கூட்டுக்குள் சுற்றி வளைக்கப்பட்டிருந்தாள்

இந்தப் பொம்பளைங்க நம்மளோட சிறந்த காதலை அழிக்கதுக்குன்னே வர்றாங்க, சோஜர்னர்

இன்னொரு பெண்ணைச் சந்திக்கையில், அவர்களிடம் அவள் தடையின்றிப் பேச முடியாதபடி என்சிங்கா அவள் பக்கத்தில் இருந்தாள் இல்லாவிட்டால் தவறாகச் சொல்லிவிட்டாள் என்று பிறகு வந்து சொல்வாள்

டில்லியிடமிருந்து ரொட்டி கொண்டுவரும் காலைநேரப் பயணங்களில்கூட, என்சிங்கா அவளைப் பின்தொடர்ந்து வந்து தொலைவிலிருந்து அவர்களது உடல்மொழியை ஆராய்ந்து அவர்கள் சரசமாடுவதாகத் தீர்மானித்த பின்னர், இன்னொரு முழு இரவுக்கும் கூச்சலைத் தூண்டி விட்டுவிட்டது

இனிமேல் நானே போய் ரொட்டி வாங்கி வருகிறேன் என்று என்சிங்கா அறிவித்துவிட்டாள்

ஆண்களிடத்தில் டாமினிக்கின் கற்பித நடத்தை காரணமாக வாரம்தோறும் பொருள்வாங்க ஊருக்குள் செல்வதற்கும் அவளாகவே சென்றாள், இல்லை, உனக்குத் தனியா சாக்லேட் எதுவும் கிடையாது, அது உனக்குக் கெடுதி, இல்லை *உண்மையயே* நீ ஒரு பல் மருத்துவரைப் பார்க்க வேண்டியிருக்கோ *(அவர் ஓர் ஆண்)*, இல்லை இதுவொரு *சூழ்ச்சியா?*

டாமினிக் கையில் என்சிங்கா குத்திய அன்றுதான் அவள் வெளியேறுவதைப் பற்றி யோசித்தாள், இது ஒரேயொரு முறை நிகழக்கூடியதாக நினைத்தவள் அந்த ஒற்றைக் குத்து பலவாக அதிகரித்தபோது அப்படியில்லை என்பதைக் கண்டுகொண்டாள்

பதிலுக்குச் சண்டைபோட்டு என்சிங்காவின் சினத்தை மேலும் அதிகரிப்பதற்கு, தான் உண்மையிலேயே அப்படிச் செய்யக்கூடியவள் அல்ல என்பதைப் புரிந்துகொள்ளும்வரை, டாமினிக் அதை விரும்பவில்லை, உண்மையாகவே அவள் அகிம்சாவாதி

கடுமையான வாக்குவாதத்தின்போது வீட்டிலிருந்து வெளியேற அவள் முயன்றபொழுது, என்சிங்கா தனது மலைப்பூட்டும் உடல் அளவுடன், இருபக்கமும் கால்களை வைத்து கதவை மறித்து நின்றாள், போய் நாற்காலில உக்காந்து ஆழமா மூச்சை இழுத்துவிடு சோஜர்னர், ஆழமா மூச்சுவிடு, எதிர்மறையான சக்தியை உன்னைவிட்டுத் துரத்து, வெளில இருக்கிற உலகம் ஆபத்தானது

நாள் முழுக்க என்சிங்காவின் குரல் ஒலிபெருக்கியாக டாமினிக்கின் பிரக்ஞைக்குள் எதிரொலித்தது, விண் விண்ணென்று தெறித்தது, தனியாக சொற்பநேரமே இருந்திருப்பாள், அவளுக்குத் தனியாக நேரம் செலவிடுவது எப்படி என்பதுகூட மறந்துவிட்டது, படுக்கைக்குச் சீக்கிரமாகச் சென்று தாமதமாக எழுந்தாள், வெளியே இடைவிடாது ஒளிரும் கதிரவன் ஒளியில் இருப்பதை அவள் வெறுத்தாள்

அவள் தூங்காதபோது, வெட்டவெளியை வெறித்தபடி இருந்தாள்

அதுவொரு சனிக்கிழமை காலைவேளை, வாராந்திர பொருள்வாங்கும் நாள், என்சிங்கா ஒரு பழுவண்டியில் ஏறி ஊருக்குச் சென்றாள், இன்னைக்கு முழுக்க வரமாட்டேன் - இது ஒரு சோதனை, வழக்கமாக அவள் இரண்டுமணி நேரங்களில் திரும்பிவிடுவாள், குடிலுக்குள் சத்தமில்லாமல் வந்து டாமினிக் என்ன செய்கிறாள் என்று பார்ப்பாள்

இந்த முறை, அவள் கிளம்பிய உடனேயே, அவர்கள் வீட்டுக்கு வெளியே என்சிங்கா கிளம்பும்வரை எங்கோ காத்திருந்ததுபோல தனது இருசக்கர வாகனத்தில் கையா தோன்றினாள்; முதலில் டாமினிக் எந்திர ஓசையைக் கேட்டாள், யாருமே வர்றது இல்லையே, யாராயிருக்கும்?

குடிலை நோக்கி கையா நடந்து வருவதைப் பார்த்தாள்

கையா சொன்னாள், இங்க நடக்கதைப் பார்த்து எங்களுக்குக் கவலையா இருக்கும்மா, இங்க வந்தப்ப இருந்த பொண்ணா இப்ப நீ இல்லை, உன்னை ஒரு மாசத்துக்கு மேல பார்க்கவே முடியலை, ஏதாவது பிரச்சினையா?

எல்லாம் சரியாத்தான் இருக்கு, கதவருகில் நின்றபடி அதை அகலமாகத் திறக்கத் துணியாமல் டாமினிக் பதிலளித்தாள்

வயது வந்ததிலிருந்து பெண்கள் சூழ இருந்து பழகிய அறிவும் ஞானமும் கொண்ட கண்களால் கையா அவளை வெறித்தாள், படிகளில் அமர்ந்தாள்

டாமினிக், வந்து எங்கூட உட்காரு

அவ எப்படிப்பட்டவள்னு எங்களுக்குத் தெரியும், அவளோட மூர்க்கம், அவளோட நியாயமற்றதனம், இந்த உலகத்தோட, எங்களோட அவளுக்கு இருக்கிற பொதுவான பகைமை இது எல்லாத்தையும் நாங்களும் அனுபவிச்சிருக்கோம், நீ எங்கிட்டப் பேசலாம், கையா சொன்னாள்

எதையும் சொல்வதற்கு டாமினிக் தயங்கினாள், என்னைப் பற்றியோ அல்லது நம்ம உறவைப் பத்தியோ ஒருபோதும், ஒருபோதும் நீ யார்கிட்டயும் பேசக்கூடாது என்று காயம் ஏற்படும்படி அவளது கையை ஓங்கிக் கிள்ளிய போதெல்லாம் முழுமையான விசுவாசத்தை வலியுறுத்திய என்சிங்காவுக்குச் செய்யும் துரோகமாக அது இருக்குமே

டாமினிக்கின் கையோடு தனது கரத்தை மிருதுவாக வைத்தபடி கையா திரும்பவும் சொன்னாள், நீ எங்கிட்டப் பேசலாம், அது அவளுக்கு இரக்கத்தின் பலத்தை அளித்தது, டாமினிக் இளக்கமடைந்து கையாவை, ஏன் தன்னைத்தானே ஏற்றபிறகு சொன்னாள், ஆமா நான் ஒரு வன்முறையான புத்தி சுவாதீனமில்லாத பெண்ணோட ஓர் உறவுக்குள்ள சிக்கியிருக்கேன், தப்பிக்க எந்த வழியும் தெரியலை

என்சிங்காவுக்குத் துரோகமிழைப்பதில், கடைசியாக அவள் தனக்குத்தானே உண்மையாக நடந்துகொண்டாள்

கையா அவளுக்கு ஆறுதல் சொன்னாள், நீ தப்பிக்கிறதுக்கு நாங்க உதவுறோம், சரியா?

உண்மையாவா?

உன்கிட்ட பணம் ஏதும் இருக்கா?

கூட்டு வங்கிக் கணக்கா இருக்க வேண்டியதில் கடைசிவரை என்னோட பேரைச் சேர்க்காமலேயே வச்சிட்டா, எங்க சேமிப்பிலிருந்து என்னோட பங்கைக் கேட்கிறதும் நான் அவளை விட்டுப் போறேன்னு சொல்றதும் ஒன்னு, அப்படிச் செஞ்சா என்ன நடக்கும்னு எனக்குத் தெரியாது

நீ சரிப்படுத்திக்கறதுக்குத் தேவையான பணத்தை நான் கடனாத் தர்றேன், நீ எங்க போக விரும்புறே, திரும்பவும் இங்கிலாந்துக்கா?

அங்க இல்லை, இன்னும் அதுக்கு நான் தயாராகலை, அந்த அவமானத்தை என்னால எதிர்கொள்ள முடியாது, அமெரிக்காவை இன்னும் பார்க்க விரும்புறேன்

மேற்கு ஹாலிவுட்டில் எனக்கு நண்பர்கள் இருக்காங்க, நீ உனக்கான திட்டங்களை வகுத்துக்கிறவரை அவங்ககூடத் தங்கிக்கலாம், உன்னால முடிஞ்சபோது பணத்தைத் திருப்பித் தந்தாப் போதும், உன்னோட கடவுச்சீட்டு உங்கிட்ட இருக்கா?

என்சிங்கா எனக்காக அதைப் பத்திரப்படுத்தி வச்சிருக்கா - அவளோட இரகசிய இடம் எனக்குத் தெரியும்

அடுத்த சனிக்கிழமை இதே நேரத்துக்கு நாங்க வர்றோம்

உன்னை விமான நிலையத்துக்குக் கூட்டிட்டுப் போறதுக்கு.

9

என்சிங்காவுடன் அவள் இத்தனை காலம் தங்கியிருந்ததற்கு டாமினிக் தன்னைத்தானே நொந்துகொள்வதை நிறுத்த ஆண்டுக்கணக்கில் ஆயின - கிட்டத்தட்ட மூன்று ஆண்டுகள், மூன்று ஆண்டுகள்

அவள் அத்தனை வலிமையானவளாக இருந்தபோது எப்படி இத்தனை பலவீனமானவளாக ஆனாள், அதுவும் அவளை விட்டுச்சென்ற பிறகும்?

அவள் தொலைத்துவிட்ட சுயத்துக்குத் திரும்பிச் சென்றதை பெரிய விசயமாகக் கருதினாள்

ஸ்பிரிட் மூனுக்குப் பிறகு அவள் கையாவின் வழக்கறிஞராயுள்ள நண்பர்களான மாயா, ஜெஸ்ஸிகா ஆகியோருடன் தங்கினாள், அவள் வந்துசேர்ந்த பின்மதியத்தில் அவளை வரவேற்று பசும் காய்கனியமுது உணவளித்து அவர்களது விலையுயர்ந்த குடியிருப்பின் பின்புறம் அவர்களது ஆரஞ்சு, எலுமிச்சைத் தோப்பைப் பார்த்தபடி அமைந்திருந்த அமைதியான சிறிய மஞ்சள் அறையை அவளுக்கு ஒதுக்கினர்

அந்த முதல் நாளிரவில் டாமினிக் திசையறியாத குழப்பத்தில் இருந்தாள், என்சிங்கா இன்னும் அவள் தலைக்குள் இருந்தாள், உண்மையில் அதை முறையற்று மிக நீண்டகாலம் அவள் ஆக்கிரமித்திருந்தாள் என்றுதான் சொல்ல வேண்டும்

அடிக்கடி அவளுக்குக் கெட்ட கனவுகள் வந்தன, அவர்கள் முதன்முதலாகச் சந்தித்தபோது என்சிங்கா வைத்திருந்த வேட்டைக் கத்தியுடன் - அதை எப்போதும் படுக்கைக்கு அடியில் வைத்திருப்பாள் - ஆக்ரோஷமாக படுக்கையறைச் சாளரத்தின் வழியே வருவதுபோல

மறுநாள் மாயாவும் ஜெஸ்ஸிக்காவும் அவளுக்கு இரவுணவு என்ன வேண்டுமென்று கேட்டனர், இப்படித் தெரிவுகள் கொடுக்கப்பட்டு அவள் பழகியிருக்கவில்லை, வெகுநேரம் யோசித்தாள்; கடைசியில் அவளது விருப்பப்படி சுட்ட இறைச்சி வைத்த பர்கர், வான்கோழி தொடைக்கறி, இறைச்சிக் கொத்துடன் கூடிய மசாலா, பன்றி இறைச்சி, வெள்ளாட்டுக் கறித் துண்டுகள் - காய்கனியமுதுடன் சமைத்தனர்

கொஞ்சமாய்ச் சாப்பிட்டதும் கழிப்பறைக்குப் போய் வாந்தியெடுத்தாள், திரும்பி வந்து காய்கனியமுது மட்டும் எடுத்துக்கொண்டாள்

அன்று மாலை வெகுநேரம் அந்த இரு பெண்களுடன் நேரம் செலவிட்டாள், அவர்கள் கலைப்பள்ளியில் ஒருவரையொருவர் சந்தித்து ஏழ்மையான கலைஞர்களான அவர்கள் பெருநிறுவனச் சட்டம் பயில்வதற்காக தங்கள் வாழ்க்கைத்தொழிலை மாற்றிக் கொண்டனர், அதிகப் பணம் சம்பாதிப்பதற்காக பணித்

திருப்தியைக் கைவிட்டனர், தினமும் பதினெட்டு மணிநேரம் வேலைசெய்ததால் அவர்களது படைப்பூக்கத்தை அது சாகடித்துவிட்டது

ஐம்பது வயதில் ஓய்வுபெற்றுவிட்டு காலம் அனுமதித்தால் தங்கள் ஓவியச் சுயத்துக்குப் புத்துயிர்ப்பளிக்கத் திட்டமிட்டிருந்தனர்

இலண்டனில் அவளது அரங்கம் குறித்தும் இரவுநேர மன்ற வாழ்க்கை குறித்தும் அறிந்து பரவசமடைந்தனர், நிதிசார்ந்த நிலையற்ற தன்மை இருந்தும், அவர்கள் ஒருபோதும் சொந்தமாக வீடு வாங்கவோ அல்லது ஓய்வூதியம் பெறவோ முடியாதிருந்தும்கூட அவளும் அம்மாவும் படைப்பூக்கமான பாதையைத் தேர்ந்தெடுத்தது அவர்களை வியக்க வைத்தது

பின்னிரவில் அவர்களோடு அழகான தோப்புக்குள் அமர்ந்து சுவையான திராட்சை மதுவைப் பருகினாள்

மயக்கம் தெளிந்து தான் ஆற்றலுடன் மீண்டெழுவது போலிருந்தது அவளுக்கு

அவள் உற்சாகமாயிருந்தாள், போதையில் இருந்தாள், வாழ்க்கைக்குத் திரும்பிக் கொண்டிருந்தாள்.

10

வெஸ்ட் கோஸ்ட் டாமினிக்குக்கு மிகவும் பிடித்துப் போயிற்று, ஓர் உவகை நபருடன் வசதிக்காக திருமணம் செய்துகொண்டாள், இதற்கான செலவைச் செய்து மாயாவும் ஜெஸ்ஸிகாவும் உதவினர்

அமெரிக்கர்களைக் கையாளுகையில் அவளது ஆங்கில உச்சரிப்புக்கு பெரிய வரவேற்பு இருந்தது, அதேபோல அவளது விளம்பரப் பெண்ணைப் போன்ற தோற்றமும் (அவளிடம் அடிக்கடி இதைச் சொல்லியிருக்கின்றனர்), விலங்குத்தோலாலான மேற்சட்டை பாணியும் அவளது நிலையை மேம்படுத்தியது, குறிப்பாக அல்லியர் அவளுக்கு உதவ விரும்பினர், அவளுக்குக் கதவுகளைத் திறக்க, அவள் என்னவாக இருக்கிறாள் என்று நினைத்தார்களோ அதில் பங்கெடுக்க விரும்பினர்

அவள் தனது சொந்தக் காலில் நிற்கும்வரை இரு வருடங்கள் தங்கள் இடத்தில் மலிவான வாடகையில் தங்கிக்கொள்ள மாயாவும் ஜெஸ்ஸிகாவும் அவளை அனுமதித்தனர்

முதலில் ஒரு திரைப்பட நிறுவனத்தில் நிர்வாகியாகப் பணிபுரிந்தாள், நேரலை கலை நிகழ்ச்சிகளைத் தயாரிப்பதற்கான முதல் படிக்கல்

தன்னைத்தானே விரைவாக நிலைப்படுத்திக் கொள்ள முடிந்ததைத் தனது பாக்கியமாக உணர்ந்தாள், அப்படியொரு நிலையை எட்டியதும், அம்மாவை வந்து பார்ப்பதற்கு அழைத்தாள்

அவள் ஒருபோதும் நேரடியாகச் சொன்னதில்லை, நாந்தான் சொன்னேனே

டாமினிக் குடும்ப வன்முறையிலிருந்து வெளிவந்த பெண்களுக்கான வாராந்திர மனநல ஆலோசனைக் குழுவிலும் கலந்துகொண்டாள்

வாரங்கள் செல்லச்செல்ல மற்றவர்கள் தங்கள் கதைகளையும் அவர்களது வாழ்வை மாற்றிய தெளிவை அடைந்தது குறித்தும் பகிர்ந்துகொண்டதைக் கேட்டாள்

அவள் துணிந்து முடிவெடுத்தபோது, இந்தளவு இதை மிகைப்படுத்தியிருக்கத் தேவையில்லை என்பதைக் கண்டுகொண்டாள்

பத்துபேர் கொண்ட குடும்பத்தில் மூத்த பிள்ளையாக இருந்தது குறித்து நன்றி பாராட்டினாள், தாயின் அரவணைப்பு அவளுக்குக் கிடைத்திராத நிலையில், இளையவர்களுக்கு அவள் தாயாக இருந்தாள்

அவள் பிறந்தவுடனேயே, அவள் தாய் அடுத்த குழந்தையை வயிற்றில் சுமந்திருந்தாள், ஒவ்வொரு புதிய குழந்தைக்கும் தாயின் முழுக் கவனம் தேவைப்பட்டது

என்சிங்காவை நோக்கி டாமினிக் ஈர்க்கப்பட்டதற்கு ஆழ்மனதில் அவள் தாய்மையைத் தேடிக்கொண்டிருந்தது காரணமாய் இருந்திருக்கும் எனக் கண்டறிந்தாள்

பின் அந்தத் தாய்மையே மூச்சுவிட முடியாத அளவு அழுத்தத்தைக் கொடுத்தது, தாயாய் இருக்க வேண்டியவள்

தந்தையாக மாறிவிட்டாள், அப்படித்தான் அவள் தோழி அம்மாவிடம் சொன்னாள், அதை மறுத்த அவள், இது தீர்க்கப்படாத பால்யகாலப் பிரச்சினை என்பதைவிட கெட்ட நேரம்னுதான் சொல்லணும், நீ ரொம்ப அமெரிக்கக்காரியா ஆயிட்டு வர்றே டாம் என்றாள்

கையா இறக்கும்வரை அவளோடு தொடர்பில் இருந்தாள், டாமினிக் வெளியேறிய உடனேயே சமூகத்திலிருந்து என்சிங்கா வெளியேற்றப்பட்டதாகவும், தனது 'சோஜர்னர்' எங்கே போய்விட்டாள் என்பதைக் கண்டுபிடிக்க வளாகத்தைச் சுற்றி வெறியுடன் திரிந்தபடி ஆட்களைப் பயமுறுத்தியும் சாளரங்களை உடைத்ததாகவும் எழுதியிருந்தாள்

காவல்துறையினரைக் கூப்பிட வேண்டியிருந்தது, அந்தப் பெண்கள் வழக்குப் பதியவில்லை

மற்றவை எளிதாக முடிந்தது, நீ எங்கே இருக்கிறாய் என்று அவளுக்குத் தெரியாது

என்சிங்கா ஒரு கூட்டத்திலிருந்து அவளை நோக்கி வருவதுபோல அல்லது ஒரு தெருவைக் கடக்கையில் தன்னை நோக்கி வாகனத்தில் மோத வருவதுபோல அல்லது பொது இடத்தில் தோன்றுவதுபோல கெட்ட கனவுகள் அவளுக்குப் பல ஆண்டுகளாகத் தொடர்ந்து வந்துகொண்டிருக்கின்றன, சில ஆண்டுகளுக்குப்பின் லூசியானாவில் பெண்களுக்கான கலைத்திருவிழாவில் அறிமுக உரையின்போதுகூட அவள் தட்டுப்பட்டதாகத் தோன்றியது

அவளைக் கனிவுடன் வேலை பழகுபவளாக எடுத்துக்கொண்டு, பெண் வெறுப்பு சூழ்ந்த உலகில் எப்படி ஒரு முழுமையான பெண்ணியவாதியாக வாழ்வது என்று அவளுக்குக் காட்டிய தன்னை விட்டுச் சென்றதற்காக என்சிங்கா அவளைக் கண்டிப்பாள்

உனக்கு எல்லாத்தையும் தந்தேன், எல்லாத்தையும், நான் இல்லாம நீ ஒன்னுமே இல்லை சோஜர்னர், ஒன்னுமே இல்லை

பல ஆண்டுகள் கழித்து, அவள் விலகிச்சென்ற பன்னிரெண்டு ஆண்டுகளுக்குப்பின் என்சிங்கா இறந்துபோனாள் என்று டாமினிக் அறிந்தாள்

அவளது கடைசி பெண் தோழியாக இருந்த சஹாரா அந்தத் திருவிழாவில் தன்னை அறிமுகப்படுத்திக் கொண்டாள்

அரிசோனாவிலுள்ள வெள்ளையினத்தவரல்லாத பெண்களுக்கான ஆன்மீக மையத்தில் என்சிங்காவும் அவளும் காதலர்களானார்கள்

உன்னைப்பத்தி நிறையச் சொல்லியிருக்கா, டாமினிக், இந்தத் திருவிழாவோட வெற்றியைப் பத்திக் கேள்விப்பட்டிருக்காள், அதுக்கான முழுப் பெருமையையும் அவள் எடுத்துக்கிட்டாள், உன்னோட வழிகாட்டியா இருந்து உன்னை உருவாக்கினதாச் சொல்வாள், நீ அவளைப் பயன்படுத்திக்கிட்டே, ஒரு நன்றி இல்லை, பொது அங்கீகாரமில்லை, உன்னோட தனிப்பட்ட வளர்ச்சியில் அவளோட விரிவான முதலீட்டுக்கு பின்னாடி எதையும் நீ திருப்பித்தரலை, இப்படியெல்லாம் சொல்லி லூசியானா வந்து உங்கூட சண்டை போடணும்னு நினைச்சிருந்தா, ஆனா அதுக்கு நேரம் அமையலை

இப்ப எனக்கு என்ன தோணுதுன்னா அவள் பலவீனமானவளா நினைச்சிருந்த ஒருத்தி சக்தி வாய்ந்தவளா மாறினதைப் பார்த்து அவள் பயந்திருப்பாள்

நாங்கள் உறவில் இருந்த முதல் சில மாதங்களுக்குப் பிறகு, என்னை ஒரு காதலியா நடத்தாமல் ஒரு சிஷ்யை மாதிரி நடத்த ஆரம்பிச்சு, உடைமை கொண்டாடவும் மூர்க்கமாவும் மனசைக் கட்டுப்படுத்தற விளையாட்டுகளை ஆடத் தொடங்கிறவரை நானும் அவள் சொன்னதை முழுக்கவே நம்பிட்டிருந்தேன்

நான் என்னோட இருபதுகளில் இருந்தேன், அவள் நாற்பதுகளில் இருந்தாள்

அவளோட பார்வைல இருந்து என்னை விலகவே விடமாட்டா, என்னை மீட்டெடுத்ததுக்கு நான் நன்றியோட இருக்கணும்னாள், எதிலருந்து மீட்டாளாம்? யாருக்குத் தெரியும், அர்த்தமுள்ள பதில் எதுவும் அவள் சொன்னதே இல்லை

ஒரு வருசத்தில் அவகிட்டயிருந்து கிளம்பத் தயாராயிட்டேன், அப்போ அவளுக்கு பெரிய அளவில் பக்கவாதம் தாக்குச்சு, அவளால நகரமுடியாமப் போனதால என்னால கிளம்ப முடியலை

என்னைத் தவிர இந்த உலகில் முழுக்கவே அவ தனிச்சு இருந்தாள் - வீடு இல்லை, நண்பர்கள் இல்லை, குடும்பம்னு சொல்லிக்க யாருமில்லை, எல்லோருமே எப்பவுமே அவளை விட்டுப் போயிடுறதாச் சொன்னாள்

அவள் இறந்தப்ப நான் விடுபட்டதாக உணர்ந்தேன்

அவளது முன்னாள் காதலியின் இறப்பைக் கேள்விப்பட்டபோது டாமினிக்கும் விடுதலையாக உணர்ந்தாள், கவலையாகவும்தான், என்சிங்காவின் வாழ்க்கை உண்மையிலேயே கைவிடப்பட்ட ஒன்றுதான்

வயதுவந்த ஒருவராக, பிழை தன்னிடம்தான் இருக்கிறது என்பதைக் காணும் திறன் அவளுக்கு இருந்திருக்கவில்லை

மனநல ஆலோசனைக் குழுவில் லெவெர்ன் என்ற பெண்ணை டாமினிக் சந்தித்தாள், ஒருவருக்கொருவர் ஈர்க்கப்பட்ட அல்லியர் அந்த இருவர் மட்டுமே

லெவெர்ன் ஓர் ஆப்பிரிக்க-அமெரிக்கப் பெண்மணி, பிறர் கவனத்தில் படாமல் கலந்துவிடுவதை விரும்புபவள், மென்மையான பேச்சு, ஆழ்ந்த சிந்தனை

ஓக்லாந்தைப் பூர்வீகமாகக் கொண்டவள், இபோது லூசியானாவில் ஒலி தொழில்வினைஞராக இருக்கிறாள், அவளது முன்னாள் பெண் தோழி வன்முறையானவளாக இருந்திருக்கிறாள்

தீவிர விபத்தில்போய் முடிவடைந்தபின் மூன்றாவது முறையாக அவளை விட்டு விலகினாள்

லெவெர்னை இனிமையான எளிய துணையாக டாமினிக் பார்த்தாள், அவள் சர்வதேச உறவுகள் குறித்துப் படித்திருக்கிறாள், நன்கு வாசிப்பவளாகவும் உலகளாவிய தற்போதைய விவகாரங்களில் ஆர்வமுடையவளாகவும் இருந்தாள்

பெண்கள் இலக்கியத்தைத் தாண்டி, பேரளவில் உலகம் குறித்த அல்புனைவுப் புத்தகங்களில் டாமினிக் தனது வாசிப்பை விரிவுபடுத்தத் தொடங்கினாள்

பெர்லின் சுவர் வீழ்ச்சி, சோவியத் ஒன்றியம் நொறுங்கியது ஆகியவற்றின் விளைவுகள் பற்றி அவர்கள் மணிக்கணக்கில் பேசினர்

அல்லது ஊடகங்களில் இளவரசி டயானாவுக்கும் இளவரசர் சார்லஸுக்கும் நடக்கும் திருமண யுத்தம் குறித்து

அல்லது மத்திய கிழக்கில் நடைபெறும் போர்கள் அல்லது பிரிக்ஸ்டன், லூசியானா கலவரங்கள்

அல்லது பருவநிலை மாற்றத்துக்கும் முதலாளித்துவத்துக்குமான உறவு

அல்லது பின்காலனீய ஆப்பிரிக்க, இந்திய கரீபிய, அயர்லாந்து வரலாறுகள்

அவர்களது நட்பு காலப்போக்கில் ஆழமானதாகி இறுதியில் உடல்ரீதியான தொடர்பு ஆனது

சுயாதீனமான விருப்பங்களை ஒருவருக்கொருவர் மதித்து எந்தத் தேவைகளையும் வலியுறுத்தவில்லை

நான்காண்டுகள் காதலர்களாக இருந்தபின் ஒன்றாக வாழத் தொடங்கினர், அதன்பின்னும்கூட ஒருவரையொருவர் வாரத்தில் பலமுறை பார்ப்பதிலிருந்து தினசரி பார்த்துக்கொள்வது அவர்களது உறவின் சமநிலையை இழக்கச் செய்யுமென்று டாமினிக் கவலைப்பட்டாள்

அப்படி நடக்கவில்லை

அவர்கள் குழந்தைகள் வேண்டுமென்று விரும்பினர், தாலியா மற்றும் ரோரி என இரட்டைக் குழந்தைகளைத் தத்தெடுத்துக் கொண்டனர், நிழல் உலகத்தினர் நடத்திய துப்பாக்கிச்சூட்டில் அந்தக் குழந்தைகளின் பெற்றோர் கொல்லப்பட்டிருந்தனர்

ஓரினச்சேர்க்கையாளர்களின் திருமணம் சட்டப்பூர்வமாக ஆனபோது அவர்கள் திருமணம் செய்து குடும்பமாக ஆயினர்

டாமினிக் அமெரிக்கா சென்று கிட்டத்தட்ட முப்பது ஆண்டுகள் ஆகிறது

அதைத் தனது சொந்த நாடாகவே எண்ணுகிறாள்.

அத்தியாயம் இரண்டு

கரோல்

1

கரோல்

கொரிந்திய பாணித் தூண்களால் தாங்கப்பட்ட பால்வெளி போன்ற கண்ணாடியும் எஃகுக் கூரையும் கொண்ட லிவர்பூல் ஸ்ட்ரீட் நிலையத்தின் வழியே நடக்கிறாள்

மின் படிக்கட்டை நோக்கி அவள் நடந்தாள், உயர்ந்த சாளரங்களின் வழியே காலைக் கதிர்கள் ஒளிர்ந்தன

புறப்பாடுகள், வருகைகளைக் காட்டும் நேர அட்டவணைப் பலகைக்குக் கீழாகக் கடந்துசென்றாள்

பலகைகளில் எண்ணெழுத்துக்கள் சீராக ஒளிர, எழுத்துக்கள் புதுப்பித்த தகவல்களுடன் நிலைமாறியபடி இருக்க, பயணிகளுக்கு நடைமேடை எண்களையும் இறுதியாகச் சேருமிடத்துக்கு இடையே வரும் அனைத்து நிறுத்தங்களையும் தெரிவிக்கும் அறிவிப்புகளை ஒலிபெருக்கிகள் கனைத்துக் கொண்டிருந்தன

இந்தத் தொடர்வண்டி எங்குபோய் முடியும்

தண்டவாளங்களில் நாசவேலை அல்லது தண்டவாளங்களில் சருகுகள் குவிந்து கிடப்பது அல்லது வெப்பத்தால் தண்டவாளம் விரிவடைவது அல்லது தொடர்வண்டிக்கு அடியில் பிரேதம் இவைகளால் எண்ணற்ற தாமதங்கள்

கொஞ்சம்கூட முன்யோசனை கிடையாது, அவளுக்கு அல்ல

ஆயிரக்கணக்கான கல்லெடையுடன் மணிக்கு இருநூற்றி இருபத்தி நான்கு கிலோ மீட்டர் வேகத்தில் விரையும் இரும்பு எந்திர மிருகத்தின் முன்னால் வந்து விழ ஒருவர் தீர்மானிப்பது எப்படி?

அப்படியொரு கொடூரமான நாடகீய முடிவைத் தேர்ந்தெடுப்பதற்கு

அத்தகைய மனமுறிவுக்கு மக்களைச் செலுத்துவது எதுவென்று, ஊசலாட்டத்தில் இருந்தபடி ஆனால் பார்ப்பதற்கு இயல்பாகத் தோன்றுவது எப்படியிருக்குமென்று கரோல் அறிவாள்

ஒரு தாவல் தூரம்தான்

உயிரோடு

இருப்பதற்கான போதிய நம்பிக்கையைத் தங்கள் இதயங்களில் சுமந்தபடி நடைமேடைகளில் குழுமியிருக்கும் கூட்டத்திலிருந்து

ஊசலாடுகிறது

ஒரேயொரு தாவல் தூரம்

சாசுவதம்

அமைதி

இருப்பினும் இந்த நாட்களில் அவள் மிகவும் உயிரோட்டமாக உணர்கிறாள், வேலைபார்க்குமிடத்தில் அவர்கள் சொல்வதுபோல ரொம்பவே 'எதிர்நோக்கியிருப்பவளாக', அடுத்த 'வாய்ப்பு காத்திருப்பதாக'

இப்போதெல்லாம், ஒவ்வொரு வருடமும் கிட்டத்தட்ட 150 மில்லியன் சோடி பாதங்களால் மிதிபடும் இலண்டனின் மிகப் பரபரப்பான நிலையத்தின் இரைச்சலான இசைக்குழுவில் விருப்பத்துடன் பங்கேற்கும் கலைஞராக அவள் ஆகிவிட்டாள், மரபணுரீதியாக 99.9% ஒத்திருக்கும் பயணிகள், அவர்கள் பார்வைக்கு எப்படியிருந்தாலும் அவர்களது உளவியல் எவ்வளவு சிதைந்து, பிணங்கி, பாதிக்கப்பட்டதாக இருந்தாலும் அடையாளமற்று ஒன்றுகூடுகிறார்கள்

இவர்கள் அனைவரும் இந்தத் திங்கள்கிழமை காலைவேளையில் பொதுவெளியில் இருப்பதற்கேற்ப தங்கள் உண்மையான இயல்பை வெளிக்காட்டாதபடி மிகவும் அமைதியானவர்களாக, கட்டுப்பாட்டுடன் சமநிலை இழக்காதவர்களாக, சமூகத்தோடு

ஒன்றியவர்களாக சமூகத்தில் ஏற்கத்தக்க உறுப்பினர்களாக இருக்கிறார்கள்

அவளைப் பாருங்கள்

கச்சிதமாக தைக்கப்பட்ட நாகரீக உடைகள், நன்கு வளைந்த தோள்கள், தற்காப்புக் கலைஞரைப்போல உச்சியில் முடிந்த நேர் செய்யப்பட்ட கூந்தல், அழகாகத் திருத்திய புருவங்கள், அவளது எளிமையாகத் தோன்றும்படி பிளாட்டினத்தாலும் முத்துகளாலும் ஆன சிரத்தையோடு அணிந்திருக்கும் ஆபரணங்கள்

கரோல்

அவளது அன்றாடச் சொல்லாடல்கள் பங்குகள், ஊக பேரங்கள், நிதிக் கணக்கீடுகளைச் சுற்றி அமைந்திருக்கும்

நிதி அணுக்கள் தங்களது பிரம்மாண்ட எண்களின் பிரதிகளை உருவாக்குவதற்காகப் பிரிந்து அழகான முடிவிலியில் சுழலும் ஓர் பிரபஞ்சத்துக்குள் தன்னை அமிழ்த்திக்கொள்வதை அவள் விரும்புகிறாள்

உலகை சுழலச் செய்யும் செல்வத்தின் மினுக்கும் நட்சத்திரங்கள்

தூங்கச் செல்லுமுன் வணிகங்களின் இலாப வாய்ப்புகளை ஆழ்ந்து ஆராயவும் ஆப்பிரிக்க, ஆசியச் சந்தை மூலப்பொருட்களுக்கான முதலீட்டுத் திட்டங்களை மேற்பார்வையிடுவதற்காகவும் வாசிக்கிறாள்

அவள் வாசிப்பறையின் பழைய பாணியிலான சறுக்குச் சட்ட சாளரத்தின் வழியாக இருள் சொட்டிக் கொண்டிருக்கும்

அவளது முகத்தை மனவசியத்துக்கு ஆட்படுத்தும் அவளது 24 அங்குல ஐமேக்கின் நீல ஒளி குளிப்பாட்டியது

சமூக வலைதளங்களின் மெய்நிகர் உலகை நேரத்தை உறிஞ்சும் சபலங்களாகக் கருதி அதைப் புறக்கணித்து அவள் மட்டும் கவனம் செலுத்தும் கணினித் திரை

தன் மின்னணு ஏற்புப் பலகை மீதான ஈடுபாடு பயனுள்ளதுதான் என்று அவள் தன்னைத்தானே சமாதானப்படுத்திக் கொண்டு, நாஸ்டாக், வால் ஸ்ட்ரீட் ஜர்னல், இலண்டன் ஸ்டாக் எக்ஸ்சேஞ்ச் போன்ற மேல்வரும் இணையவெளியின் நிதிசார் இணையதளங்களைச் சொடுக்கிக் கொண்டே இருந்தாள்

அத்துடன் சந்த நிலவரங்களைப் பாதிக்கும் சர்வதேசச் செய்திகள், பயிர்களைப் பாதிக்கும் வானிலை, நாடுகளைச் சீர்குலைக்கும் தீவிரவாதம், வர்த்தக ஒப்பந்தங்களைப் பாதிக்கும் தேர்தல்கள், ஒட்டுமொத்த தொழில்துறையையும் துடைத்தெறியும் இயற்கைப் பேரிடர்கள், வேளாண்மை, சமூகங்கள் ஆகியவற்றையும் அவள் கவனித்து வந்தாள்

ஒரு விசயம் வேலை தொடர்பானதாக இல்லாவிட்டால், அது வாசிக்கத் தகுதியானதில்லை

*

ஆனால் இப்போது செய்திகள் ஒவ்வொரு நிமிடமும் உடனுக்குடன் கிடைக்கின்றன, எல்லாவற்றையும் அவளால் தொடர முடிவதில்லை, அடுத்தடுத்து உரலிகளைச் சொடுக்கிச் செல்வதை அவளால் நிறுத்த முடியவில்லை

அவளால் அதற்குமேல் முடியாது என்ற நிலையிலும்கூட, கடைசியாக அவள் பார்த்த இணையதளத்தை நினைவுக்குக் கொண்டுவர முடியாவிட்டாலும், தனது மேசையில் அப்படியே படுத்து உறங்கிவிடுவோம் என்று தெரிந்திருக்கையில், பெரும்பாலும் அது நள்ளிரவு தாண்டிய நேரமாக இருக்கும், சிலமணி நேரங்களுக்குப்பின் விழித்தெழுந்து சிவந்த கண்களுடன் போராடி படுக்கைக்குச் செல்ல வேண்டியிருக்கையில், இன்றைக்கு இது போதுமென்று முடித்துக்கொள்ள தன்னால் ஏன் முடியவில்லை என்பது அவளுக்குப் புரியவேயில்லை

விருப்பபேர விலையின் நேரக்குறைவு, விலைமாற்றக் கடவுள்களின் பயங்கரம்

அவளைக் காக்கும் பிரக்ஞையைக் களவாடியது யார்

உறக்கம்

கெட்ட சிறுமிகளுக்கு

கெட்டவை நிகழும்போது

யாருக்கு

அது

வேண்டும்.

2

மந்தமான அலுவலக உடைகளை அணிந்திருக்கும் கூட்டத்தினருடன், கரோல் வெள்ளி நிற மின் படிக்கட்டில் அடியெடுத்து வைத்தாள், அது அவர்களை நிலத்தடியில் இருந்து பிஷப்ஸ்கேட் தெருவின் மட்டத்திற்கு மேல்நோக்கி உயர்த்திச் சென்றது

ஹாங் காங்கிலுள்ள ஒரு புதிய கட்சிக்காரருடன் அதிகாலைச் சந்திப்புக்காக அவள் சென்றுகொண்டிருந்தாள், அவரது நிகர சொத்து மதிப்பு உலகின் வறுமையான நாடுகளின் மொத்த உள்நாட்டு உற்பத்தியில் பலமடங்கு பெறும்

நிர்வாகச் சந்திப்பு அறைக்குள் அவள் நுழைந்தபோது அவர் தன்னை இருமுறை பார்க்காமல் இருப்பது நல்லது என்று நினைத்தாள்

நீண்ட கண்ணாடிச் சுவரொன்று நகரத்தைப் பார்த்தபடி

மற்றொன்றில் இலண்டனின் மத்தியில் உள்ள ஒரு வீட்டின் விலைக்கு இணையான வரி விலக்குள்ள கண்கவர் ஓவியம்

அவர் அவளைப் பார்க்காமல் இருப்பது நல்லதென்று நினைத்தாள், ஏதோ அவள் காஃபி குடுவை, வெவ்வேறு தேநீர் வகைகள் (மூலிகை, பச்சைத் தேயிலை, இலங்கைத் தேயிலை), தனித்தனியாகப் பொதிக்கப்பட்ட பெருநிறுவன பிஸ்கோத்துகளைத் தாங்கியிருக்கும் தள்ளுவண்டியோடு இணைந்தவள் என்பதைப் போல

அவளைத் தாண்டி தெளிவாகவே வேறொருவரைச் சந்திக்க எதிர்நோக்குவதுபோலப் பார்க்கும் கட்சிக்காரர்களுக்கும் புதிய சக பணியாளர்களுக்கும் அவள் பழகிவிட்டிருந்தாள்

அவள் கட்சிக்காரரிடம் முன்னேறிச் சென்று, அவரது கையை உறுதியாகக் குலுக்கி (பெண்மையோடு), இதமாகக் கண்ணோடு கண் பார்க்கும் வேளையில் (நம்பிக்கையோடு) கபடமற்ற புன்னகையைப் படர விட்டு, நறுக்கென்ற துல்லியமான பெறப்பட்ட உச்சரிப்புடன் தன் பெயரை அறிவித்து, அவளது நுண்ணிய இளஞ்சிவப்புப் பூச்சு கொண்ட அழகான உதடுகளைப் பெருமையுடன் காட்டியபடி (அவை ரொம்ப திண்ணமாக இல்லாததற்கு

கடவுளுக்கு நன்றி), உண்மைக்கும் எதிர்பார்ப்புக்கும் இடையிலான மோதலில் தன்னைத் தகவமைத்துக் கொள்ளும்போது, அவள் சூழ்நிலையையும் உரையாடலையும் தன் கட்டுப்பாட்டுக்குள் கொண்டுவருகையில் அவளது உதடுகளுக்குள்ளிருந்து வரிசையான பற்கள் வெளிப்படாமலிருக்க முயற்சிப்பாள்

கரோலைப் பொறுத்தவரை இந்தச் சிறிய வெற்றிகளை அவள் கற்பனை செய்தபடி சந்தர்ப்பம் கிடைக்கும்போது வசப்படுத்துவது எல்லாமே தன்னுடைய ஆதிக்கத்தின்கீழ் கொண்டுவருவதற்காகத்தான்

ஒருவேளை எதிர்பாராமல் அவள்மீது அவருக்கு ஈர்ப்பு ஏற்படலாம், சில ஆண்டுகளுக்குமுன் தனது தொகுமுதலீட்டில் தாமிரத்தைச் சேர்க்க விரும்பிய நைஜீரியாவில் பெட்ரோலிய வேதிமத்துறையைச் சேர்ந்த கோடானுகோடிகளுக்கு அதிபதியொருவரைப் போலன்றி அதிக அனுபவசாலிகள் அதை மறைக்க முயற்சிப்பார்கள்

சவாய் நகரில் வேலைநேர மதியவுணவுக்கு அவளை அழைத்திருந்தார், ராயல் சூட் விடுதியில் அவரது தனிப்பட்ட உணவறையாக அது இருந்ததைக் கண்டு ஆச்சரியமடைந்தாள்

கிரேக்க ரோமானிய தூண் வரிசைகள், பலவித ஆபரணக் கற்கள் பதித்த அலங்காரச் சரவிளக்குகள், பீடத்தின் மீது வைக்கப்பட்ட பழங்கால மார்பளவுச் சிற்பங்கள், வெள்ளித் தாளினாலான சுவர்கள், இங்கிலாந்தின் மேய்ச்சல்நில ஓவியங்கள் ஆகியவை கொட்டிக்கிடக்கும் வரலாற்றுச் சிறப்புமிக்க எட்டு அறைகள் கொண்ட பழங்காலத்து இல்லத்தை அவர் சுற்றிக் காண்பித்தார்

முதன்மையான பெண்ணுக்கான படுக்கையறையில் மெத்தையில் உள்ள ஒவ்வொரு சுருளும் கையால் சுருட்டப்பட்டு காஷ்மீரிலிருந்து வந்திருப்பதாகச் சுட்டிக்காட்டினார்

அந்த அறைத் தொகுதியின் ‘தலையணைகளுக்கான பட்டியல்’ என்று வெள்ளியில் பொறிக்கப்பட்டிருந்த அட்டையை அவளுக்குக் காட்டியபடி இது அப்படியே காத்துல மிதந்துட்டே தூங்குற மாதிரி, மிஸ் வில்லியம்ஸ் என்றார்

என்னவோ அவரது அலங்காரச் சேகரிப்பில் ஒன்றாக ஆவதற்காக தனது கனவுகளைக் கைவிட்டுவிடும் பெண் அவள் என்பதுபோல

அந்த வணிகத்தைக் கெடுத்துவிடாமல் அவரது நோக்கங்களிலிருந்து நயமாக அவள் தன்னைக் கழற்றிக்கொள்ள வேண்டியிருந்தது

ஃப்ரெடெரிக் மார்ச்மண்ட் என்பவருடன் தனக்கு நிச்சயமாகியுள்ளது என்று அவருக்குத் தெரியப்படுத்தினாள், ஒரு அழுத்தத்துக்காக

அவள் சிரமப்பட்டு வென்றெடுத்த தொழில்திறனை அவர் குறைத்து மதிப்பிட நினைத்ததற்காகச் சீற்றமடைந்தாள்

இன்று அவள் ஒரு நேர்மறையான அணுகுமுறையை உருவாக்க இந்தச் சந்திப்பில் அவள் கவனம் செலுத்துவாள், எல்லாவற்றுக்கும் மேலாக, அவளது அலமாரிகள் முழுக்க அமெரிக்காவிலிருந்து வரவழைத்த, நீங்கள் உருவாக்க விரும்பும் எதிர்காலத்தை மனதுக்குள் காணுங்கள், உங்களை நம்புங்கள் நீங்கள் பாதித் தூரத்தைக் கடந்திருப்பீர்கள், நீங்கள் ஒரு சக்திவாய்ந்த நபராகத் திட்டமிட்டால், மரியாதை தானே வரும் என்றெல்லாம் சொல்லக்கூடிய சுய முன்னேற்றப் புத்தகங்களால் நிறைந்திருக்கின்றன

எனவே, அவளது சந்திப்பு எப்படி இருக்கும்?

அமர்க்களப்படுத்துவாள்!

ஆனாலும் அவளால் சின்னச்சின்னக் காயங்களை நினைக்காமல் இருக்க முடியவில்லை, வியாபாரத் தோழர்கள் அவள் பேச்சுத் திறனைப் பாராட்டும்போது, அவர்களின் குரலில் தெரியும் மறைக்க முடியாத ஆச்சரியத்தால் அவள் காயப்படாததுபோல் நடித்து, என்னவோ அது ஓர் உண்மையான பாராட்டு போல அதை ஏற்றுக்கொண்டு புன்னகைக்க வேண்டியிருக்கும்

உலகத்தைச் சுற்றி வரும்போது, மற்ற தொழில்முனைவோரைப் போல முற்றாடை அணிந்து கைப்பேழையுடன் செல்லும்போது மற்றவர்கள் எந்தத் துன்புறுத்தலும் இன்றி சுங்கத்துறை வழியாகச் செல்லும்போது, அவளை மட்டும் நிறுத்தும் சுங்க அதிகாரிகளைப் பற்றிச் சிந்திக்காமல் இருக்க முடியவில்லை

ஓ, இந்த உலகைத் தடையின்றி, சந்தேகத்துக்கு ஆளாகாமல், மரியாதையுடன் சுற்றிவருவது தங்கள் உரிமை என்பதுபோல சிறப்புரிமை பெற்றவர்களில் ஒருவராய் இருக்க வேண்டும்

மின் படிக்கட்டு மேலே, மேலே, மேலே சென்றுகொண்டிருக்கையில் போச்சு, போச்சு, போச்சு

என்ன இது, இதுமாதிரி எதிர்மறைச் சிந்தனைகளை அழி கரோல், கடந்தகாலத்தை விடுவிச்சிடு, எதிர்காலத்தை நேர்மறையானதா ஒரு குழந்தையைப்போல உணர்ச்சி மூட்டைச் சுமை ஏற்றப்படாமல் இலகுவானதா நினை

வாழ்க்கைங்கிறது திறந்த மனதோட நேசிக்கும் இதயத்தோட தழுவிக்க வேண்டிய ஒரு பயணம்

ஆனால், ஒருமுறை அவள் உத்தியோகத்தில் இறங்கியிருந்த சமயம், மனித உரிமைகள் மீது அக்கறையில்லாத ஒரு நாட்டில், அவர்களது தேசிய வங்கியிலிருந்து ஒரு குழுவைச் சந்திப்பதற்காக வந்திருக்கிறாள் என்று அவர்களிடம் சொல்லியபோதும், ஆவணங்களை அவர்களிடம் எடுத்துக் காட்டியபோதும், அவர்கள் அதைப் பார்க்க மறுத்துவிட்டனர்

மாறாக அவளது உடலை

முற்றுகையிட்டனர்

என்னவோ அவள் அரைக்கிலோ போதைப்பொருளைக் குண்டிக்குள் வைத்துக் கடத்தி வந்திருப்பதைப் போல, அல்லது அதை மலக்குடலிலிருந்து வெளியேற்றி அன்று காலையுணவுக்காக வைத்திருந்த சிறிய நெகிழிப் பை என்று வெளிப்படையாகத் தெரியக்கூடிய ஒன்றினுள் இடக் காத்திருப்பதுபோல

விமான நிலையத்தின் ஓட்டத்திலிருந்து துண்டிக்கப்பட்டிருந்த அந்தச் சாளரமில்லாத குகை போன்ற அறையில் அந்நியக் கைகள் முற்றுகையிட, வியர்வைக் கறையுடன் நீலச் சீருடையில் இருந்த இன்னொரு அழுக்கடைந்த குடிவரவு அதிகாரி

பார்த்துக் கொண்டிருந்தான்

இது அம்மாதிரியான நினைவுகளைக் கொண்டுவருகிறது

இதுபோன்ற நினைவுகளை அவள் பூட்டி வைத்திருக்கிறாள், அவளால் செய்ய முடிந்ததெல்லாம் விசாரணை அறையின் தரையில் சரிந்து விழாமல் இருந்ததுதான்

கரோல் தனது பதிமூன்றரை வயதில், சிறைக்காவலர்கள் போல எல்லோரது கேளிக்கையையும் சீர்குலைக்கப் பெரியவர்கள் இல்லாமல் தனது முதல் விருந்தில் இருந்தபோது, அது நிகழ்ந்தது அதன்பின் அவளுக்குள் பல ஆண்டுகளாக அது செயலற்றுக் கிடந்தது

லடிஷாவின் இடத்தில், அவள் அம்மா வேலையின் பொருட்டு வார இறுதி சிறப்புப் பயிற்சிக்குச் சென்றிருந்தபோது, அவளது மூத்த சகோதரி ஜெய்லா அவளைப் 'பார்த்துக்கொள்ளும்' கடமைகளை விட்டுவிட்டு அவளது ஆண்தோழனுடன் இரவைக் கழிக்கச் சென்றுவிட்டிருந்தாள்

லடிஷாவை ஒழுங்காக இருக்கும்படியும் யாரையாவது சேக்காளிகளை வரவழைத்தால் கொன்றுவிடுவதாகவும் அல்லது இருவருமே மாட்டிக்கொள்வோம் என்றும் சொல்லிவிட்டுத்தான் சென்றாள்

வாழ்க்கையிலேயே முதல்முறையாக தனக்கு மட்டுமே என இடம் கிடைத்தால் லடிஷா என்ன செய்வாள்? மதுப்போத்தலையும் பெண்டுகளையும் அவர்களுக்கு இணையாகப் பசங்களையும் கூட்டி வரும்படி தன் அணியினருக்குச் செய்தி அனுப்பினாள், வயித்துல ஆறு கட்டு இருக்கறவங்க மட்டும், ஹாஹா, உடம்பு சும்மா கும்முனு இருக்கணும் இல்லைனா உங்களுக்கு அனுமதியில்லை, புரியுதா?

இதுவரை கரோல் பையன்களிடத்தில் ஆர்வம் காட்டியதில்லை, 9ஆம் வகுப்பு மண்டைக்காரி, கணக்குப் புதிர்களைத் தீர்ப்பதில் மூளையைக் கசக்கி இன்பம் காண்பவள் என்று முத்திரை குத்தப்பட்டிருந்தாள், அவளது அம்மா பம்மியின் ஊக்கத்தில் வளர்ந்தவள், அவளது அப்பா இறந்தபிறகு தனியாக அவளை வளர்த்துவந்தாள்

லடிஷாவின் விருந்துக்கு முந்தையநாள் இரவு கரோலும் அவள் அம்மாவும் கழுவித் துடைக்கப்பட்ட அடுப்படி மேசையில் அமர்ந்திருந்தனர், ஒரு பக்கம் கரோலின் வீட்டுப்பாடங்கள் குவிந்துகிடந்தன

கரோல் பருத்தியாலான மிருதுவான அரைக்கால் சட்டையும் அவளுக்குப் பிடித்த பொம்மைக்கரடி வரையப்பட்ட உள்சட்டையும் அணிந்திருந்தாள்

மரக் கிண்ணத்தில் வைக்கப்பட்ட இரவுணவான அரைத்த சேனைக்கிழங்கும் கசப்பு இலையும் இட்ட இரசத்திலிருந்து ஆவி பறந்தது

பெட்டி பெட்டியாகப் பரவலாகவும் உயரமாகவும் வரிசையாக அடுக்கப்பட்டது போன்ற நூற்றுக்கணக்கான பிற குடியிருப்புகளுக்கூடாக உயரமான அடுக்குமாடிக் குடியிருப்பின் முப்பத்தி இரண்டாவது தளத்தில் அவர்கள் அமர்ந்திருக்கிறார்கள்

கற்காரைப் பலகையிலிருந்தும் கீழே தரையிலிருந்த பசுமையான மரங்களிலிருந்தும் அறுநூறு அடி உயரத்தில் இருக்கிறார்கள்

நகரத்து விமானநிலையத்தின் விமானப்பாதையிலுள்ள விமானங்களைக் காட்டிலும் நெருக்கமாக இருக்கிறார்கள்

*

கரோலினுடைய தாய்

வீட்டில் அணியக்கூடிய மார்புக்கு மேல் முடிச்சிடப்பட்ட வெளிறிய செம்மஞ்சள்நிறப் பூக்கள் கொண்ட நீளங்கியை அணிந்திருந்தாள்

அங்கியில் கைகள் இல்லை, அவள் கேசம் வெவ்வேறு கோணங்களில் நீட்டிக் கொண்டிருந்தது

அவளது முதுகெலும்பு நேராக இருந்ததற்குக் காரணம், தரையில் சம்மணமிட்டு நிமிர்ந்து அமர அவளுக்குக் கற்றுத்தரப்பட்டுள்ளது, கூன்போடும்போதெல்லாம் அவளது மகளுக்கு அவள் நேராக உட்கார்ந்து சரியாகப் பேசச் சொல்லித் தருவதுபோல, எதுக்குத் தெருக்காட்டுப் பிள்ளைகளை மாதிரிப் பேசுறே

அவளது அம்மா

அவளது கால்கள் வலுவானவை, காட்டில் வெறுங்காலுடன் நடந்து நடந்து வெடிப்புகள் கொண்டவை

அவளது அம்மா

அரைத்த சேனைக்கிழங்கைக் கைகளால் எடுத்துக் குழம்பில் தோய்த்து பேசிக்கொண்டே சாப்பிட்டாள்

நினைச்சுப் பார்த்தா ஆச்சரியமா இருக்கும், கரோல், குவிபிறை வடிவியலில், கோணங்களின் கூட்டுத்தொகை 180 பாகைக்கும் குறைவாயிருக்கும்

அதேபோல பழங்கால எகிப்தியர்கள் சீரற்ற வடிவ வயலை எப்படி அளந்தார்கள் என்பதை யோசித்தாலும் ஆச்சரியமாய் இருக்கும்

இயற்கணிதம் வர்ற வரைக்கும் எப்படி *X* என்பது ஓர் அரிதான எழுத்தாக இருந்ததுங்கிறதையும் அதோட உள் மதிப்பை வெளிக்கொண்டு வர்றதுக்கு சிக்கலை அவிழ்க்கக்கூடிய சிறப்பான ஒன்னா ஆனது எப்படின்னு நினைச்சாலும் ஆச்சரியமா இருக்கும்

கணிதம்ங்கிறது கண்டுபிடிப்போட ஒரு வழிமுறை, கரோல், வான்வெளியை ஆராயுற மாதிரிதான், கிரகங்கள் எப்பவுமே அங்கேதான் இருந்தது, அதைக் கண்டுபிடிக்கத்தான் நமக்கு ரொம்ப காலம் ஆனது

அறிவுத்திறனுள்ள அம்மா அவளுக்கு சிக்கலான கணக்கீடுகளுக்குள் *X*, *Y*ஐ அனுப்பவும் சரியான முடிவுகளை அவளுக்குக் காட்டுவதற்கு அவற்றை ஆழமாக நம்பவும் கற்றுக்கொடுத்தாள்

இருபடிச் சமன்பாடு என்றால் என்னவென்றே அவள் வகுப்பினருக்குத் தெரியாதிருக்கையில் மனப்பாடம் செய்வதில் எத்தனை ஆர்வம் கொண்டிருந்தாள்

ஏதோவொன்றில் தலைசிறந்து விளங்குவதையும், தனித்துத் தெரியக்கூடியவளாக இருப்பதையும் அவள் எவ்வளவு விரும்பினாள்

மறுநாள் லடிஷாவின் வீட்டுக்குச் செல்ல அவள் நிச்சயம் செய்ததுபோல, அவள் அம்மாவிடம் (அவள் கணிதத்தைத் தவிர எல்லாவற்றையும் அரைத்தூக்கத்தில்தான் கேட்பாள்) அங்கே தூங்கப்போவதாகச் சமாதானப்படுத்தினாள்

விருந்துக்கு அவள் வந்தபோது தாழ்வாரத்தில் பதின்ம வயதினர் குழுமியிருக்க, திரைச்சீலைகள் மூடப்பட்டு, அறைகலன்கள் நடுக்கூடத்தில் ஓரங்களில் ஒதுக்கப்பட்டு, இரு மேசை பக்கவாட்டு விளக்குகள் சிவப்புத் துணிகளால் மூடப்பட்டு இரவு விடுதியைப் போல கிளர்ச்சியூட்டியது

வாலைக் குமரிகள் குழுக்களாக நின்றபடி தன்னுணர்வுடன் அறை நடுவில் ஆடிக் கொண்டிருக்க, வாலிபர்கள் சுவரோரமாகத் தாமதிக்க, அண்டைவீட்டார்களுக்குத் தொந்தரவு தராதபடி பஸ்டா ரைம்ஸ் குறைவான ஒலியில் இசைத்தது

யாரும் குடித்துவிட்டு மட்டையாகிவிடவோ அல்லது மோசமாக நடந்துகொள்ளவோ வேண்டாமென்று லடிஷா கத்திக்கொண்டிருந்தாள், யாராவது படுக்கையறைக்குப் போனீங்க கொன்னுடுவேன், நிச்சயம் புகைபிடிக்கக்கூடாது, யாராவது கஞ்சா அடிக்கிறது தெரிஞ்சா புகையை வெளிய விட்ட உடனேயே அந்தத் தப்புப் பண்ணவங்களை வெளிய தள்ளிடுவேன், என் உயிர் மேல ஆணையாச் சொல்றேன், இது விளையாட்டில்லை

ஆனால் தன் வாழ்வில் முதன்முறையாக கரோல் மதுவருந்திக் கொண்டிருந்தாள், வோட்கா மதுவினால் விரைவிலேயே அவளுக்கு முழு போதை ஏறியிருந்தது, எலுமிச்சை பானம் இனிப்பாக இருந்ததில் அதிலிருந்த 40% ஆல்கஹாலை அவள் சரியாகக் கவனிக்கவில்லை, அது ஏதோ கோடைகாலப் பின்மதியத்தில் குடிக்கும் எலுமிச்சைச் சாறு என்பதுபோல நெளிநெளியான ஒளிரும் உறிஞ்சி வழியே பல கோப்பைகளைக் காலி செய்திருந்தாள்

பல்கலைக்கழகத்தில் விளையாட்டு அறிவியல் படித்துக் கொண்டிருந்த அலிசியாவின் மூத்த சகோதரன் டிரே அவனது குழுவினரோடு வந்தபோது

கடைசியாக நல்ல உடற்கட்டுடன் உள்ள அசலான வாலிபர் குழு வந்துவிட்டது, நடுக்கூடத்துக்குள் கர்வத்துடன் நுழைந்தனர், இன்னும் மைதானத்தில் வைத்து பெண்பிள்ளைகளின் முடியைப் பிடித்து இழுப்பதும் கெக்கபிக்க என்று சிரித்துக்கொண்டு ஓடுவதுமாக இருக்கும் கரோல் வயதுப் பசங்களைவிட இவர்கள் நன்றாகவே இருந்தனர்

அவர்களுக்கு முன்னால் அவர்களைக் கவர முனைந்தாள்

நல்லா உடுத்திக்கிட்டு இந்த உருப்படாத புத்தகங்களை உன் மண்டையில இருந்து கழட்டி எறிஞ்சுட்டு வளரப்பாரு கரோல் என்று லடிஷா வலியுறுத்தியதற்காக மகிழ்ந்தாள்

அவள் கவர்ச்சியாக உதடுகளைக் குவித்ததில், முதல்முறையாக அவள் இட்டிருந்த உதட்டுச்சாயம் அழிந்திருக்காது என்று நம்பினாள்

அவளது தோள்வரை தொங்கிய பளபளப்பான கிளியோபாட்ரா பொய்முடியை அவள் அசைத்தபடி

இசைக் காணொளிகளில் வரும் பெண்கள் செய்வதுபோல கவர்ச்சியாக இடையைத் துடிப்புடன் திருப்பியபடி இருந்தாள், அவள் அணிந்திருந்த கவர்ச்சியான பிவிசி காற்சராயை குளோயியிடமிருந்து கடனாக வாங்கியிருந்தாள், உயரமான குதிகால் வைத்த செருப்புகளை லாரனிடம் கடனாக வாங்கியிருந்தாள், அது அவளது கால்களைச் சட்டென உண்மையாகவே நீண்டதாகவும் வடிவானதாகவும் காட்டியது

அவள் கவனித்தபோது, இதற்குமுன் அவளைப் பொருட்படுத்திக் கவனித்ததே இல்லையென்றாலும், அவள்தான் தான் தேடிய பெண் என்பதுபோல டிரே அவளை வெறித்துக் கொண்டிருந்தான்

இன்று இரவு டிரே அவளைப் பார்த்துக் கொண்டிருந்ததைப்போல யாரும் அவளைப் பார்த்ததில்லை, தடமின்றி இருந்து கடந்த ஆண்டில் மிகப் பெரிதாக வளர்ந்துவிட்ட அவளது உடைமைகளைப் பின்புறமாக முடிச்சிடக்கூடிய சிறிய கையில்லாத மேற்சட்டை காட்டிக் கொண்டிருந்தது

அவை எங்கிருந்து வந்தன?

மனித உயிரியல் ரொம்ப விசித்திரமானது, தற்போக்கானது என்று அவளும் லடிஷாவும் ஒப்புக்கொண்டிருந்தனர்

இத்தகைய பார்வையாளர்களுடன் அவள் நடுக்கூடத்தின் நடுவே கைகளை விரித்தபடி சுழன்று சுழன்று ஆடிக்கொண்டிருந்தாள், இப்படிச் சுழன்று ஆடுவது அவளுக்குப் பிடித்திருந்தது, காரணம் அவள் அருந்தியிருந்த மது அவளைச் சுதந்திரமானவளாக உணரச் செய்தது, அவள் உணர்ச்சிகள் குமிழியிட்டுக் கொண்டிருந்தன, பாடகர் பஸ்டாவின் உறுமல் அதிர்வுகளுடன் ஒலிபெருக்கியிலிருந்து வரவர அவளது உடலை அங்குமிங்கும் சுற்றவிட்டது, அப்படிச் சுழல்கையில் அவள் மிகக் கவர்ச்சியாக இருந்தாள், சுழற்சி அவளது பாதங்களிலிருந்து தலைக்கு ஏறி அதற்குமேல் முடியாமல் கீழே விழும்வரை ஆடினாள், கொஞ்சம்

முன்னர் அவள் சாப்பிட்டிருந்த பொரித்த உருளைக்கிழங்கு சீவல் எல்லாவற்றையும் கிட்டத்தட்ட வாந்தியெடுத்தாள், காதில் சிரிப்பொலிகள் கேட்டன, இப்படிப் பெருமை பீற்றிக்கொண்ட அவளுக்குத் தேவைதான்

இந்த ஒட்டுமொத்த அவமானத்திலிருந்தும் டிரேதான் மீட்டான், கூட்டத்துக்குள் குதித்து அவளுக்கு உதவினான், அவளைத் தான் கவனித்துக் கொள்வதாகச் சொன்னான், நீ செம்மயா இருக்க, உன்னைக் கைது செய்யணும் பெண்ணே

தனது கரங்களை அவளைச் சுற்றிலும் போட்டுக்கொண்டான், அவளுக்குப் பத்து வயது ஆன பிறகிலிருந்து யாராலும் அணைக்கப்பட்டதில்லை, அம்மாவின் மூச்சுமுட்டும் அணைப்பிலிருந்து தப்பிக்கத் தொடங்கியிருந்தாள்

அம்மாவின் உடல் கதகதப்பாகவும் மிருதுவாகவும் இருக்கும், டிரேயின் மார்பு திடமாக இருந்தது, அவள் அவனை மேல்நோக்கிப் பார்த்தபோது அவனது சாம்பல்நிறக் கண்கள் அவளது ஆன்மாவுக்குள் ஆழமாகப் பார்ப்பதைப் போல மிருதுவாக இருந்தன

காதல், இது காதலா? இப்போதுதானே அவர்கள் சந்தித்துக் கொண்டார்கள், அவள் இன்னும் மயக்கத்தில் இருக்கிறாளா?

டிரே - வாய்க்குள் சொல்லிப் பார்த்தாள், கரோல் - டிரே அல்லது இது டிரேயா (*T-R-A-Y*)? ஓ இல்லை, அது சரிவராது, அடுப்படிச் சாமானை அவளால் கல்யாணம் செய்துகொள்ள முடியாது, ஹாஹா, கல்யாணமா? அம்மாடியோவ், இது எங்கேயிருந்து வந்தது? அடக் கடவுளே, புருஷ், அவளோட வருங்கால புருஷ் இவன்தானா?

அவனது கரம் அவளது தலையின் பின்புறம் வருடியது, அப்படிச் செய்யாமல் இருந்தால் நன்றாயிருக்குமென நினைத்தாள், பொய்முடி துண்டாக வந்துவிடக் கூடாதே

அவள் காற்றோட்டமான இடத்தில் இருக்கவேண்டுமென்று சொன்னான், நீ மிகவும் மென்மையானவள், உன்னை நான் பாதுகாக்க வேண்டும், பெண்ணே

லடிஷாவிடம் உடனே சொல்லவேண்டும் போலிருந்தது அவளுக்கு, ர்ர்ரொம்பவே பொறாமைப்படுவாள் ஆனாலும் அவளை நினைத்துச் சந்தோசப்படவும் செய்வாள், நீ வளந்துட்டே, கரோல்

நடுக்கூட நெரிசல் வழியே அவளை அழைத்துச் சென்றான், முன்கதவை அவளுக்காகத் திறந்துவிட்டான், வெளியே தெருவிளக்குகளைத் தவிர வேறு வெளிச்சமில்லை, குளிராயிருந்தது

வெளியே வந்ததும் அவளை நெஞ்சோடு வைத்து தன் ஆடைக்குள் மூடிக்கொண்டான், என்னவோ அவளது தலை அவன் சுமந்துவரும் சுமை என்பதுபோல, அவள் தலையை உயர்த்த முயன்றபோது, அவளால் முடியவில்லை, இது இப்படியே தொடர்ந்துகொண்டிருந்தது, அவனது உடலிலிருந்து எழும் வாசனைத் திரவியத்தின் மணம் அவளைக் கிறங்கச் செய்தது அல்லது அது நாற்றநீக்கியின் மணமா? உண்மையில், அது வளி நறுமியைப் போலத்தான் மணந்தது

அவர்கள் ஓரிடத்தில் நின்று முத்தமிடுவார்களா? அவளது முதல் முத்தம், நாவுகளால் அல்லாமல், அது கிளர்ச்சியூட்டுவதாய் இருக்கும், ஆனால் அம்மா விரும்பிப் பார்க்கும் பழைய கருப்பு வெள்ளை திரைப்படத்தில் வருவதுபோல மென்மையாக உதடுகளில்

ஆனால் பண்ணை வீட்டிலிருந்து அவளை அவன் வெளியே கூட்டி வந்ததிலிருந்து அவனது அக்குளிலிருந்து அவளால் தலையை அசைக்க முடியவில்லை

கால்களிலிருந்து தனியாக அவளை உயர்த்தியதுபோல, காதல் சிறகுகளில் மிதப்பதுபோல, இப்படி ஒரு பாட்டு உண்டோ? ராக்ஸ்லீ பூங்காவை நோக்கிச் செல்லும் சிறிய சந்து நோக்கிச் சென்றார்கள், அந்தப் பூங்காவில் லடிஷாவும் அவளும் குழந்தைகளாக இருந்தபோது ஊஞ்சலில் ஆடியபடி வாழ்க்கையின் அர்த்தத்தைப் பற்றியும் பிறக்கப்போகும் புத்தாயிரம் முழுக்கவே ஒரு காவியம்போல விநோதமான அறிவியல் புனைவுபோல என்று பேசியபடி, முன்னந்தலையில் இருந்து நெருக்கமாய் பின்னப்பட்ட சடைமுடி வழியே காற்றுவீசுவதை உணர்ந்தபடி கால்களைக் காற்றில் உதைத்துக் கொண்டார்கள்

நீரோடைக்கு மேலிருந்து சிறிய பாலத்தின் மீது, பின் நகரவைப் பூட்டை மாற்றுவதைக் கைவிடும்வரை வழக்கமாகப் பூட்டியே கிடக்கும் கதவு வழியே அவளைக் கூட்டிச் சென்றான்

அவர்கள் தனியாக இல்லை

மற்ற குரல்களையும் அவள் கேட்டாள்

திரும்பவும் அவள் மேலே பார்க்க முயன்றாள், அவள் தலை இறுக்கமான பிடிக்குள் இருந்தது போலிருந்தது, அதற்குமேல் அவள் நடக்கவில்லை, அவள் இழுத்துச் செல்லப்பட்டாள்

பின்னர் தரையில் மல்லாந்து கிடத்தப்பட்டாள், அவளது வெற்று முதுகில், கால்களில், கைகளில் ஈரப்புற்களை உணரமுடிந்தது, அவளுக்குத் தூங்க வேண்டும் போலிருந்தது, அமைதியான ஐந்து நிமிடத் தூக்கம் போதும், அவள் கண்கள் மூடுவதை உணர்ந்தாள், பின்னர் கண்களைத் திறந்து பார்த்தாள், அவளால் பார்க்க முடியவில்லை, கண்களைக் கட்டியிருந்தது, அவள் கைகள் தலைக்குமேல் பின்னப்பட்டிருந்தன

அவளது ஆடைகள் எப்படி அவிழ்ந்தன?

அதன்

பின்

அவள்

உடல்

அவளுக்குச்

சொந்தமானதாய்

இல்லை

அது

அவர்களுக்குச்

சொந்தமானதாய்

இருந்தது

எண்களை நேசித்த அவள், எண்ணற்றவளாகிப் போனாள்

எண்ண முடியவில்லை, எண்ண விரும்பவில்லை

அவளுக்கு அந்தரங்கமாய் இருந்த அவளது உடலின் பாகங்களுக்குள் அந்நிய உடலின் பாகங்களை உணர்ந்தாள், மிக

அருவருப்பூட்டும்படி, அவள்கூட அவற்றை இதுவரை உணர்ந்ததில்லை

வலிவலிவலி

திரும்பத்திரும்பத்திரும்பத்திரும்ப முடிவேயின்றி, அது முடிவேயில்லாத 0.3333 அல்லது 0.999999 போலிருந்தது, ஆனால் அது முடிந்துவிடும், காரணம் அம்மா அவளுடைய பழைய திருமண புகைப்படங்களைக் கவலையோடு பார்த்தபடி அவளிடம் ஒருமுறை சொன்னதுபோல வாழ்க்கையின் நோக்கம் அதன் முடிவை நோக்கிப் பயணிப்பதுதான், இல்லாவிட்டால் அது வாழ்க்கையல்ல, இரண்டும் இணைந்தே இருக்கும்

கரோல் வலிந்து அவளுக்குப் பிடித்த எண்ணைப் பற்றி யோசித்தாள், 1729

இந்த ஓர் எண் மட்டும்தான் வெவ்வேறு வழிகளில் 3வது வர்க்கத்துக்கு இரு எண்களின் கூட்டுத்தொகையாக இருக்க முடியும்

ஒன்றின் மூன்று மடங்கு ஒன்று

பன்னிரெண்டின் மூன்று மடங்கு 1728

இரண்டையும் கூட்டினால் 1729

பத்தும் ஒன்பதும்கூட உண்டு, ஒவ்வொன்றும் மூன்று மடங்கு வைத்தால், அது $1000 + 729$

நிமிடங்கள் அல்லது மணிக்கணக்கில் அல்லது நாட்கணக்கில் அல்லது ஆண்டுக்கணக்கில் அல்லது பல பிறவிகள் கழிந்தபின், அது நின்றது

இதுக்கு நீ ரொம்பத் துடிச்சிக்கிட்டிருந்தே, அப்புறம் இன்னொன்னு, செம்மையா இருந்துச்சு

அப்புறம் அவர்கள் போய்விட்டனர்

அவளும்

கூடத்தான்.

3

கரோல் ஒருவரிடமும் சொல்லவில்லை

நிச்சயம் அம்மாவிடம் இல்லை, பொய் சொன்னதற்காகத் திட்டுவாள்

அல்லது லடிஷாவிடமும் மற்றவர்களிடமும், காரணம் இதே பூங்காவில் 8 வயதிருக்கும்போது ஷெரிலுக்கு இப்படி நடந்தபோது தேவடியாள்தனமாக ஆடையுடுத்தியது அவளது தவறுதான் என்று எல்லோரும் சொன்னார்கள்

இது கரோல் செய்த தவறா?

அவள் அப்படித்தான் சந்தேகித்தாள், படுக்கையறைக்குள் சென்று பூட்டிக்கொண்டாள், படுக்கைத் துணிகளுக்குள் தன்னைப் புதைத்துக்கொண்டாள், பள்ளிக்குத் தாமதமாகச் சென்றாள் அல்லது போகாமல் இருந்தாள், இப்படி ஒன்று நடந்தபிறகு கற்றதில் என்ன அர்த்தம் இருக்கிறது?

மழைக்காடுகளை அழிப்பதற்கும் பருவநிலை மாற்றத்துக்கும் இடையிலான உறவைக் கற்றதில் என்ன அர்த்தம் இருந்தது?

அல்லது ரஷிய, பிரெஞ்சு, சீன, அமெரிக்கப் புரட்சிகள்?

அல்லது 1997இல் சைபீரிய மலைகளில் கண்டெடுக்கப்பட்ட நாற்பது-ஆயிரம்-ஆண்டு-பழமையான கம்பளி யானைக் குட்டி ஏன் கெடாமல் இருந்தது?

அல்லது இடைநிலை மற்றும் நீண்ட அலைவரிசைகளில் வர்த்தக வானொலி ஒலிபரப்புகளுக்கு ஏன் பண்பலையைப் பயன்படுத்துவதில்லை?

நான் என்ன சொல்கிறேன் என்றால், இதற்கு-எல்லாம்-என்ன-அர்த்தம்?

அந்தநாள்

வரும்வரை

அவள் ஏதோ தீய கனவிலிருந்து எழுந்தது போலிருந்தது, அது நடந்த ஓராண்டு நினைவுநாளில் நகரின் பரபரப்பான அந்தப் பள்ளியின் கற்காரையிலான நிலவறைத் தாழ்வாரத்தைப் பார்த்தாள்

வழக்கம்போல அவளுடன் படிப்பவர்கள் கிண்டலடித்தபடி, வகுப்பில் பின்னால் அமர்ந்து சிரிப்பதற்குத் தயாராகிக் கொண்டிருப்பதைக் கவனித்தாள்

முட்டாள்தாம்பா படிப்பாங்க என நம்பும் லடிஷாவை

போதைப்பொருள் கொண்டுவந்து கொடுப்பதற்காகவே பள்ளிக்கூடம் வரும் குளோவை

அடுத்து யாருக்குக் காலைவிரிக்கலாம் என்பதில் மட்டுமே ஆர்வமாய் இருக்கும் லாரனை

ஒரு மோசமான இலண்டன் பள்ளிக்கூடம் பற்றிய ஆவணப் படத்தைத் திரையில் பார்ப்பதுபோல கரோல் உணர்ந்தாள், அவர்களின் பாவாடை மேலே ஏறிக் கிடந்தது, கழுத்துப் பட்டை கழற்றிவிடப்பட்டு, தலைமுடி, ஒப்பனை, அணிகலன்கள் குறித்த ஒவ்வொரு பள்ளியிலும் உள்ள விதி மீறப்பட்டிருந்தன

அவள் அவர்களது எதிர்காலங்களையும் தன்னுடையதையும் கண்டாள், குழந்தையைத் தள்ளுவண்டியில் வைத்துத் தள்ளிச் செல்லும் தாய்மார்களாக, தந்தையில்லாத வெடிகுண்டுகளைத் தள்ளியபடி

வீட்டு உபயோகக் கட்டணத்துக்குச் சோபாவின் ஓரங்களில் தட்டுத்தடுமாறி சில்லறைகளை எப்போதைக்கும் தேடிக்கொண்டிருக்கும் அம்மாவைப் போல

பவுண்ட்லேண்டில் பொருள்வாங்கச் செல்லும் அம்மாவைப் போல

சந்தை மூடும் நேரம் மிச்சமீதிக் கழிவுகளுக்காகச் சுற்றித்திரியும் அம்மாவைப் போல

நான் இல்லை, நான் இல்லை, நான் இல்லை, அவள் தனக்குத்தானே சொல்லிக்கொண்டாள், நான் இவர்களைத் தாண்டி மேலே பறப்பேன்

இருக்காது சிறுநீர் வீச்சமடிக்கும் மின் தூக்கிகளைக் கொண்ட இந்த அடுக்ககம்

இருக்காது குறைந்த கூலிக்கு மாரடிக்கும் வேலைகளும் போக்கிடமின்றி வேலையற்று அரசாங்கத்திடம் கையேந்தி நிற்பதும்

இருக்காது எனது குழந்தையைத் தனியாக வளர்க்க நேரிடுவது

இருக்காது அம்மா மாதிரி ஒருபோதும் சொந்தவீடு வாங்க முடியாமல் இருப்பது

அல்லது அம்மா மாதிரி எனது குழந்தையை விடுமுறை நாளில் வந்து கூட்டிச் செல்வது அல்லது மிருகக்காட்சிச் சாலைக்குச் செல்வது

அல்லது திரைப்படங்களுக்கு அல்லது பொருட்காட்சிக்கு அல்லது தேவாலயம் தவிர்த்த எங்காவது

ஆசிரியர்கள் வழக்கமாகச் செய்வதைப்போல அவளையும் கைகழுவிவிட்ட ஆசிரியர்களுக்கு அது தவறானது என்று நிரூபிக்கத் தீர்மானித்தாள்

சிறைச்சாலை பாணியிலான தாழ்வாரத்தில் அதிர்ச்சிக் குள்ளானவளைப் போல நடந்து சென்றாள், இரண்டாயிரம் பதின்பருவத்தினர் ஒரேநேரத்தில் பேசும் இரைச்சல் அவளுக்கு எட்டவில்லை, அவர்களது கண்கள் சோர்வு மயக்கத்தில் இருந்தன

குறிப்பாக கரோல் இருக்கும் கிரீன் ஹவுஸின் தலைவி, மிஸஸ் ஷிர்லி கிங், 7, 8ஆம் வகுப்புத் தேர்வுகளில் மிகவும் நம்பிக்கையளிக்கும் மாணவியாக அவளைக் குறிப்பிட்டதுடன் தங்களுக்குக் கிடைத்த மிகச்சிறந்த மாணவிகளில் ஒருத்தி கரோல் என்று காட்டியிருந்தாள்

அவள் பள்ளிக்குச் சரியாக வராமல் போகவும் அவளைக் கண்டுகொள்ளாமல் விட்டுவிட்டாள்

மிஸஸ் கிங்

ஒரு கிழட்டு வௌவால், ஓல் மூஞ்சி, எரிந்து விழுபவள், ஒருத்தரையும் விட்டுவைக்க மாட்டாள், பள்ளிக்கூடத்துக்கு ஐந்துநிமிடம் தாமதமாக வந்தால்கூட உள்ளே விடமாட்டாள், இடும்புக்காரி, இவ்வளவும் செய்துவிட்டு எல்லாம் அவர்களது நன்மைக்காக, ஒழுக்கத்தைக் கற்றுத் தருவதற்காகத்தான் செய்தேன் என்றும் சொல்வாள், அவர்கள் எல்லோரும் ஒப்புக்கொண்டதைப் போல அது மட்டுமீறிய செயல்

ஆனால் இப்போது வேறு யாரிடம் உதவி கேட்பது? தன்னை மேம்படுத்திக்கொள்ள விரும்புவதைக் கரோல் அறிவாள்

நீண்ட யோசனைக்குப்பின் அந்தக் கடினமான முடிவை எடுத்தாள், வௌவாலிடம் சென்றாள், அவளிடம் சிறந்த உத்தியோகத்துக்கு எந்தப் பாடங்களை அவள் படிக்கலாம், அந்த நேரம் வரும்போது எந்தப் பல்கலைக்கழகத்தில் விண்ணப்பிக்கலாம் என ஆலோசனை கேட்டபோது அவள் எதிர்பார்த்ததுபோல அவள் தலையைக் கடித்துக் குதறவில்லை

எல்லாவகையிலும் அவள் பொறுப்பேற்றுக்கொண்டது ஆச்சரியமாய் இருந்தது, ஆனால் இனி ஒருநாள்கூட வகுப்பைத் தவற விடக்கூடாது, தாமதமாக வரக்கூடாது, வீட்டுப்பாடத்தைச் சரியான நேரத்தில் முடிக்கவேண்டும் என்ற கறாரான நிபந்தனை விதித்தாள், நல்லாப் படிச்சி நல்ல உத்தியோகத்தைப் பார்த்துப் போகணும்னு இங்க வந்திருக்கிற முன் இருக்கைல இருக்கிற பிள்ளைங்ககூட உட்காரு, கரோல்

அப்புறம் உன்னோட சமூக வட்டத்தையும் நீ மாத்தணும் (சமூக வட்டமா, அது என்ன கருமம்னே எனக்குத் தெரியாதே?)

மிஸஸ் கிங்

பள்ளியில் அவள் நேரம் முழுவதையும் எடுத்துக்கொண்டாள், நூற்றுக்கணக்கான குழந்தைகளின் மத்தியில் கரோலைக் காணும் ஒவ்வொரு முறையும், சத்தமாகச் சிரிப்பது அல்லது தாழ்வாரங்களில் மிக வேகமாக நடப்பது (இதுவும் ஓடுவதும் ஒன்றல்ல) போன்ற அவள் அங்கீகரிக்காத ஒன்றைச் செய்ததற்காக அவளது பருந்துக் கண்கள் அவளைப் பயமுறுத்தின, குறிப்பாக அவளை லடிஷா, குளோ அல்லது லாரனுடன் பார்த்தபோது,

அவளைத் தனியாகக் கூப்பிட்டுக் கண்டித்தாள், இந்தப் பிள்ளைங்க உன்னை வளரவிடமாட்டாங்க, கரோல் எனப் பாடமெடுத்தாள்

மிஸஸ் கிங்

அவள் பழையநிலைக்குத் திரும்பிய பிறகு, அவள் உதவி தேவைப்படாதபோதும் கரோலை நான்கு வருடங்கள் துன்புறுத்தினாள்

எல்லாவற்றிலும் மூக்கை நுழைத்தாள், அவளது மதிப்பெண் கொஞ்சம் குறைந்தாலும்கூட அவள் அம்மாவிடம் தொலைபேசியில் பேசினாள்

மிஸஸ் கிங்

கரோல் தனது GCSE சான்றிதழ்கள் அனைத்திலும் நட்சத்திரங்கள் நிறைந்த முதல் மதிப்பெண்களைப் பெற்றபோது நியாயமற்ற முறையில் எல்லாப் புகழையும் அவளே எடுத்துக்கொண்டாள், ஒரு வருடம் கழித்து ஆக்ஸ்ஃபோர்டு பல்கலைக்கழகத்தில் கணிதம் பயிலுவதற்கான நேர்காணலுக்கு வரும்படி அழைப்பு வந்தது

அங்கே புத்தகங்கள் அடுக்கப்பட்ட அறையில் இருந்த சேர்க்கை ஆசிரியர், கரோலின் படித்த வகுப்பறையில் சட்டத்துக்குப் புறம்பாக அறுபத்தைந்துபேர் இருந்ததைக் கேட்டு வியந்தாள், இது உன்னோட சாதனையை இன்னும் உசத்திக் காட்டுது, இளம்பெண்ணே

கரோலின் பள்ளி இறுதிநாளில் அவளது வழிகாட்டியாக மிஸஸ் கிங் மட்டுமே மாணவர் கூட்டத்தில் உரையாற்றினாள், மிஸஸ் கிங் தந்த மிகுந்த அர்ப்பணிப்பினாலும் கடுமையான உழைப்பினாலும் பள்ளி வரலாற்றில் இத்தகு பெருமைமிக்க பல்கலைக்கழகத்தில் இடம் பெற்ற முதல் பிள்ளையாகச் சாதித்திருக்கிறாள்

கரோலினுடைய பெருமைக்குரிய தருணங்களைக் கொள்ளையடித்துவிட்டாள்.

4

பேருந்திலும், சுரங்கப்பாதைகளிலும், தொடர்வண்டிகளிலும் நீண்ட நடையுமாக கூட்டமான நிலையத்திலிருந்து தனது கைப்பெட்டியைச் சக்கரவண்டியில் வைத்துத் தள்ளிக்கொண்டு அந்தப் புராதன பல்கலைக்கழகத்துக்கு கரோல் வந்துசேர்ந்தாள், கிறீச்சிடும் மரத்தினாலான சுருள் படிக்கட்டில் ஏறித் தனது அறைக்கு அவளாகவே வந்து சேர்ந்தாள், அவளது அறை கூரை விளிம்பையொட்டி செயற்கைக்கொடி படர்ந்த பழங்காலக் கட்டுமானத்தின் முற்றத்தைப் பார்த்தபடியிருந்தது

அவளாகவே

எப்படியும் அவள் அம்மாவால் விடுப்பு எடுத்திருக்க முடியாது, அதுவும் ஒருவகையில் நல்லதுதான், காரணம் அவள் அம்மா மிகவும் அந்நியமான ஆயிரக்கணக்கான கஜ தூரத்திலிருந்தே பளிச்செனத் தெரியும் நைஜீரிய உடையை அணிந்து, பத்து மாடி உயரத்துக்கு முக்காடு போட்டு வருவாள், அப்புறம் முதல்முறை தன் பிள்ளையைப் பிரிகிறேன் என்ற பெயரில் ஒப்பாரி வைப்பாள்

பைத்தியக்கார ஆப்பிரிக்கத் தாயின் மகளாக கரோல் என்றென்றும் அறியப்படுவாள்

முதல்வாரம் அரிதாகவே காணக்கூடிய பழுப்புத் தோல் கொண்டவர்கள் எத்தனை பேர் என்று எண்ணினாள், அவளளவு கருப்பானவர்கள் யாருமில்லை

யாரோடும் பேசுவது ஒருபுறம் இருக்கட்டும், அவளால் அந்த ஆடம்பரமான உணவுக்கூடத்தில் வெறுக்கத்தக்க கற்கால உணவுத் தட்டிலிருந்து நிமிர்ந்துகூட பார்க்க முடியவில்லை

உண்டுறைப் பள்ளியின் தங்குமிடங்கள் அங்குலாவும் போதைப்பொருள் பற்றி, கிறித்துமஸ் விடுமுறைகளில் கோவா மற்றும் பஹாமாஸ், பள்ளி முடித்துக் கல்லூரியில் சேர்வதற்கு முந்தைய நாட்களில் மச்சு பிச்சு ஏறி நேரம் செலவிட்டது அல்லது கென்யாவில் ஏழைகளுக்குப் பள்ளிக்கூடம் கட்டியது குறித்து, இலண்டனில் வார இறுதிகளில் M4 நெடுஞ்சாலைகளில் அதிவேகத்தில் வாகனம் ஓட்டிச் செல்வது பற்றி, கிராமப்புறத்தில் வீட்டில் விருந்து வைப்பது பற்றி, பாரிஸ், கோபன்ஹேகன்,

பிராக், டப்ளின் அல்லது வில்னியஸில் (இதெல்லாம் முதலில் எங்கிருக்கிறது?) நீண்ட வார இறுதிகளைச் செலவிடுபவர்கள் பற்றி உரத்த நினைவலைகள் அவள் காதில் விழுந்தது.

பெரும்பாலானவர்கள் இப்படியெல்லாம் இல்லை, ஆனால் பகட்டாகத் தெரிந்தவர்கள் அதிகச் சத்தமாகவும் மிக நம்பிக்கையுடனும் தோன்றினர், அவர்களுடைய குரல்களை மட்டும்தான் அவள் கேட்டாள்

அவர்கள் அவளை நொறுங்கிப்போனவளாக, ஒன்றுமற்றவளாக அடையாளமற்றவளாக உணரச்செய்தனர்

அவளிடம் ஒருவார்த்தையும் பேசியிருக்கவில்லை

அவளைப் பார்க்கக்கூட இல்லை

தூய்மைப்பணியாளராக இருக்கும் தனியாக தாயுடன் மட்டும் இருக்கும் மிக உயர்ந்த அடுக்குமாடி நகரவைக் குடியிருப்பில் வளர்ந்தது குறித்து யாரும் சத்தமாகப் பேசவில்லை

ஒருமுறைகூட விடுமுறைக்கு வெளியில் சென்றிருக்காதது குறித்து யாரும் சத்தமாகப் பேசவில்லை

ஒருபோதும் வானூர்தியில் சென்றிராதது குறித்து, ஒரு விளையாட்டைப் பார்க்கவோ அல்லது கடலைப் பார்க்கவோ அல்லது பரிமாறுபவர்கள் உள்ள உணவகத்தில் சாப்பிடவோ செய்திராதது குறித்து யாரும் சத்தமாகப் பேசவில்லை

யாரும் மிகவும் அவலட்சண-முட்டாள்-குண்டு-ஏழையின் உணர்வு குறித்து அல்லது இடத்துக்குப் பொருந்தாமல் இருப்பது குறித்து, மனச்சோர்வு குறித்து, தங்கள் தயாரற்ற நிலை குறித்து சத்தமாகப் பேசவில்லை

யாரும் பதிமூன்றரை வயதில் கூட்டாக வன்புணர்வு செய்யப்பட்டது குறித்து சத்தமாகப் பேசவில்லை

இன்னொரு மாணவி தன்னை 'சேரிப்பெண்' என்று குறிப்பிடுவதைக் கேட்டபொழுது, சட்டெனத் திரும்பி அவளிடம் கத்த நினைத்தாள், என்ன சொன்னே? என்னடி சொன்னே? என் மூஞ்சப் பார்த்துச் சொல்லுடி, முண்ட!

(இதைவிட சிறிய காரணங்களுக்கெல்லாம் அவள் வசிக்கும் இடத்தில் கொலைகள் நடந்திருக்கின்றன)

ஒருவேளை அவள் சரியாகக் கேட்கவில்லையோ? உண்மையில் அவர்கள் சொன்னது *சரி போகலாம்* - நூலகத்துக்கு? பல்பொருள் அங்காடிக்கு?

நூற்றாண்டுகளுக்கு முன்னர் பெண்களும் நுழைவதற்கு அனுமதிக்கப்பட்டிருந்த, சிறிய ஆண்களுக்கென கட்டப்பட்ட குறுகலான தாழ்வாரத்தில் அவள் நடந்தபோது யாரையும் கண்கொண்டுகூட அவளால் பார்க்க முடியவில்லை, முதல் அறிமுகச் சந்திப்பில் அவளிடம் சொல்லப்பட்டிருந்தும், எல்லோரும் உடனடியாக நண்பர்களாகிக் கொண்டதுபோலத் தோன்றியபோதும், அவளால் யாருடனும் பேசமுடியவில்லை

ஆட்கள் அவளைச் சுற்றி நடந்தனர் அல்லது அவளைக் கடந்து பார்த்தனர், அல்லது அவள் அப்படிக் கற்பனை செய்துகொண்டாளா? அவள் இருந்தாளா அல்லது அவள் ஒரு மாயத்தோற்றமா? நான் இப்போதே ஆடைகளைக் களைந்து கல்லூரி வளாகத்துக்குள் நேராக நடந்தால் யாராவது என்னைப் பார்ப்பார்களா? வாயிற்காவலர்கள் நிச்சயம் பார்ப்பார்கள் - காவல்துறையை அழைப்பதற்கு, அவளை முதன்முதலில் பார்த்ததிலிருந்தே இப்படியான ஒரு காரணத்தைத்தானே தேடிக் கொண்டிருக்கிறார்கள்

ஒரு விரிவுரை முடிந்தபிறகு போதைப்பொருள் கிடைக்குமா என்று ஒரு மாணவர் இரகசியமாகக் கேட்டபொழுது, அடுத்த தொடர்வண்டியில் ஏறி வீட்டுக்குக் கிளம்பிவருவதாக அவள் அம்மாவுக்கு கரோல் கிட்டத்தட்ட குறுஞ்செய்தி அனுப்பவிருந்தாள்

முதல்பருவ முடிவில் அவள் பெக்ஹாம் திரும்பினாள், அவளுக்கு படிப்பு பிடித்திருந்தாலும் பெரும்பாலும் எப்படியோ முன்னிலையில் இருக்க முடிந்தாலும், அது அவள் இடமல்ல என்று உணர்வதால் பல்கலைக்கழகத்துக்குத் தான் திரும்பிச்செல்ல விரும்பவில்லையென்று அவள் அம்மாவிடம் கூறினாள்

போதும்மா, அவ்வளவுதான்

ஏய்! ஏய்! என்னா பேசுறே நீ? பம்மி சத்தமிட்டாள், நீ சொன்னது என் காதுல சரியாத்தான் விழுந்துச்சா இல்லை தீக்குச்சிய விட்டு காதைக் குடையணுமா நானு?

சொல்றதை நல்லாக் கேட்டுக்கோ, கரோல் வில்லியம்ஸ்

முதல்ல - ஓப்ரா வின்ஃப்ரே (மிக முக்கியமான நபர்) அவளோட சின்ன வயசுல ஏற்பட்ட பின்னடைவுகளைக் கடந்து எழுந்து நிக்காமப் போயிருந்தா, உலகம் முழுக்க ஒரு தொலைக்காட்சி இராணியா வந்திருக்க முடியுமா?

ரெண்டாவது - டயான் அபோட் (மிக முக்கியமான நபர்) அரசியலுக்குள்ள நுழையுறதும் தன்னோட சமூகத்தைப் பிரதிநிதித்துவப்படுத்தறதும் தன்னோட உரிமைன்னு நினைச்சிருக்காட்டி, பிரிட்டனோட முதல் கருப்பினப் பெண் அமைச்சரா ஆகியிருப்பாங்கன்னு நினைக்கிறியா?

மூனாவதா - வலேரி அமோஸ் (மிக முக்கியமான நபர்) மேல்சபைக்குள் நடந்தப்ப அங்க முழுக்க வயசான வெள்ளையினக் கனவான்கள் இருக்கிறதைப் பார்த்து வெடிச்சு அழுதிருந்தா, முதல் கருப்பினச் சீமாட்டியா ஆகியிருக்க முடியுமா?

கடைசியா, நானும் உங்கப்பாவும் இந்த நாட்டுக்கு வந்ததுக்குக் காரணம் எங்க பொண்ணு தன்னோட வாய்ப்புகளை இப்படிக் கைவிட்டுட்டு, நம்ம ஊர்ப் பொம்பளைங்க பலருக்கும் தலைல எழுதிருக்கிறபடி, இரவு விடுதிக் கழிப்பறைகளில் அல்லது கச்சேரி நடக்குமிடங்களில் காகிதத் தாள் துவாலைகளைக் கொடுத்து அஞ்சுக்கும் பத்துக்கும் அலையறதைப் பார்க்கிறதுக்காகவா?

ஜனவரி மாசம் நீ பல்கலைக்கழகத்துக்குத் திரும்பிப் போயாகணும்; மத்தவங்களுக்கு வாய்ப்பே கொடுக்காம எல்லாரும் உன்னை வெறுக்கிறதா நினைக்கிறதை முதல்ல விடு; அவங்ககிட்ட நீ கேட்டியா? அவங்ககிட்டப் போய், நீங்க என்னை வெறுக்கிறீங்களான்னு கேட்டியா?

அவங்க எல்லாரும் வெள்ளையர்களா இருந்தாலும் உன்கூட நண்பர்களா இருக்க விரும்புறவங்களை நீ கண்டுபிடிக்கணும்

இந்த உலகத்துல ஒவ்வொருத்தருக்கும் கண்டிப்பா யாரோ ஒருத்தர் இருப்பாங்க

ஓர் உண்மையான நைஜீரியனா, நீ திரும்பிப்போய் உன்னோட பிரித்தானிய பிறப்புரிமைக்காகச் சண்டைபோடு

அடுத்த இரண்டரை ஆண்டுகள் தான் கழிக்கப்போகும் இடத்தை வென்றெடுக்கும் தீர்மானத்தோடு கரோல் தன்னுடைய கல்லூரிக்குத் திரும்பினாள்

அவள் அம்மா அறிவுரை தந்தபடி, அந்த இடத்தோடு பொருந்திப் போக வேண்டுமென்று தீர்மானித்தாள், அவள் தனக்கானவர்களைக் கண்டுபிடிப்பாள்

தங்கள் தலைமுடியில் பசையிட்டு சிவப்பிந்தியர்களைப் போலிருக்கக்கூடிய, முகத்தை உர்ரென்று வைத்துக்கொண்டு பதுங்கித்திரியும் மற்றவர்களால் ஏற்கப்படாதவர்களுடன் அல்ல

அல்லது பலவண்ணத் திரிசடைகளுடன் இருப்பவர்கள், கரோலைப் பொறுத்தவரை எங்கும் வேகமாகச் செல்லாதவர்கள், ஊருக்குள் பெரிய அறிவிப்பு அட்டைகளுடன் பெரிய ஒலிபெருக்கியுடன் அவர்கள் நடந்து செல்வதைப் பார்த்திருக்கிறாள், அந்த மாதிரியானவர்களை வீட்டுக்குக் கூட்டிவந்தால் அவள் அம்மா மிரண்டுவிடுவாள்

இவ்வளவு தூரம் வருவதற்கா? நாற்றம் பிடித்த கலகக்கார மத அரசியல் இயக்கத்தைச் சேந்தவராக ஆவதற்காகவா உன் அப்பா தன் உடல்நலத்தையெல்லாம் கெடுத்துக் கொண்டார்?

சலிப்பான எளியவர்களிடத்திலும் கரோலுக்கு ஆர்வமில்லை, அவர்களைப் பற்றிச் சிந்திக்கையில் உப்புச்சப்பில்லாத அந்த மாணவர்கள் அவளது பார்வையிலிருந்துகூட மறைந்து விடுகின்றனர்

நிச்சயம் மேட்டுக்குடியினரின் குறுங்குழு கிடையாது, அப்படியொன்று இருப்பது இப்போது அவளுக்குத் தெரியும், அவர்கள் எட்டமுடியாதவர்கள், அவர்கள் புகழ்பெற்ற பொதுப் பள்ளிக்கூடங்களுக்குச் செல்வது பிரதம மந்திரிகள், நோபல் வெற்றியாளர்கள், தலைமைச் செயல் அதிகாரிகள், ஆர்க்டிக் ஆய்வாளர்கள், பிரபல அரங்க இயக்குநர்கள் மற்றும் பேர்பெற்ற உளவாளிகளை உற்பத்தி செய்வதற்காகத்தான்

அவர்கள் உணவுக்கூடத்தில் ஒவ்வொரு மாலையும் நெடுஞ்சட்டை அணிந்தபடி அமர்ந்திருக்கையில் அங்கு வசிக்கும் ஆசிரியர்கள்

அவர்களைக் கவனிப்பதில்லை, அவர்களே தெளிவாகத் தனக்குரியவர்கள், அவர்களே இளங்கலைப்பட்டதாரிகள் என்பதால் பெரும்பாலும் அவர்கள் விலகிச் செல்வதில்லை, அவர்கள்தான், 'விண்வெளி நேரத்தின் தொடரியத்தை கிரீன்விச் சராசரி நேரத்துக்குத் திரும்பவும் கொண்டுவந்து நிலைப்படுத்துவதற்காக நள்ளிரவு இரண்டு மணிக்கு பட்டதாரி அங்கியை அணிந்துகொண்டு கையில் போர்ட் ஒயின் குவளையுடன் ஆய்வாளர்கள் முற்றத்தை பின்னோக்கி நடந்துவருவது' போன்ற சுத்த அபத்தமானது என்று மாணவர்கள் கருதக்கூடிய சடங்குகளில் தேர்ச்சி பெற்றவர்கள்

அறை முழுக்க வருங்காலப் பிரதமர்களும் நோபல் வெற்றியாளர்களும் இருக்கும்போது ஆசிரியர்கள் உணவுண்ணுவதை ஒருவேளை விரும்பாதிருக்கலாம், அது அசௌகரியமாக இருக்கும்

கரோலின் பள்ளிக்கூடம் பதின்பருவத் தாய்மார்களையும் சிறுவயதிலேயே குற்றங்களைத் தொழிலாகச் செய்பவர்களையும் உற்பத்தி செய்வதில் புகழ்பெற்றது

தன் அறைக்குச் செல்லும் வழியில் *Pot* பிராண்டு நூடுல்ஸ் சாப்பிடுவதை அவள் விரும்பினாள்

தனக்குச் சிறப்பாகப் பொருந்தக்கூடியவர்களைக் கண்டறி வதற்காக உடன் விடுதியில் தங்கியிருப்பவர்களை அவள் ஆய்வுசெய்தாள், மிகவும் நட்பாகத் தோன்றுவோரை அணுகினாள், அவர்கள் பரிவோடு பதிலளிப்பதைப் பார்க்க அவளுக்கு ஆச்சரியமாய் இருந்தது

அவள் உண்மையாகவே அவர்களுடன் பேசத் தொடங்கியதும்

இரண்டாம் பருவ முடிவில் அவள் நண்பர்களைப் பெற்றிருந்தாள், ஏன் ஓர் ஆண் தோழன் கூடக் கிடைத்துவிட்டான், மார்கஸ், கென்யாவைச் சேர்ந்த வெள்ளையினத்தவன், அவனுடைய குடும்பத்துக்கு அங்கே கால்நடைப் பண்ணை இருக்கிறதாம், கருப்பினப் பெண்பிள்ளைகள் மீது வெட்கங்கட்டத்தனமாய் ஒரு இது உண்டாம், அவள் அதைப் பொருட்படுத்தவில்லை, காரணம் விரும்பப்படுவது குறித்து உள்ளூர மகிழ்ந்தாள், அவனும் அக்கறையோடு அவளை நடத்தினான்

அவனைப் பற்றி அவள் அம்மாவிடம் ஒருபோதும் சொல்லமுடியாது என்று அவளுக்குத் தெரியும், அவள் ஒரு நைஜீரியனைத்தான் கல்யாணம் செய்துகொள்ள வேண்டும் என்று கறாராகச் சொல்லியிருக்கிறாள், மார்கஸைத் திருமணம் செய்ய அவள் நினைக்கக்கூட இல்லை, அவர்களுக்கு பத்தொன்பது வயதுதான் ஆகிறது, அப்புறம் எதற்கு உன்னைத் திருமணம் செய்யத் தயாராக இல்லாதவனைப் போய் காதலிக்கிறாய் என்று அவள் அம்மா கேட்பாள்

இருவருக்குமே அது இழப்புதான்

மார்கஸைச் சந்திக்கும் முன்பாக, கரோலுக்கு ஆண்கள் என்றாலே பயமிருந்தது, அவளது எஞ்சிய பள்ளியாண்டுகள் முழுவதும் ஆண்கள் அருகில் செல்லக்கூட அவள் விரும்பவில்லை

விருப்பமில்லாதபோது அவளைப் பாலியல்ரீதியாக அத்துமீறாத, அவள் ஆழமாக நம்பிக்கை வைக்கக்கூடிய ஒருவரைத் தன்னால் கண்டுகொள்ள முடியாதென்றே அவள் நினைத்திருந்தாள்; மார்கஸுடன் நூலகத்தில் ஒன்றாகப் படிக்கத் தொடங்கி, அதன்பின் நடைப்பயிற்சி ஒன்றாகச் செல்லத் தொடங்கியபின் அந்த நட்பு காதலாக மலர்ந்ததைக் கண்டு அவளுக்கே வியப்பாயிருந்தது

விரைவிலேயே இரவுகளில் அவனை இரகசியமாக அனுமதித்தாள்

அவளாகவே சாதித்திருக்கக் கூடியதைக் காட்டிலும் மார்கஸ் அவளைச் சமூக அளவில் ஏற்கக்கூடியவளாக உணரச் செய்தான்

பொதுவெளியில் இருக்கும்போது, கைகளைக் கோர்த்தபடி காண்பித்துக் கொள்வதில் பெருமைப்பட்டான்

அவளது பத்தொன்பதாவது பிறந்தநாளில் உணவுவிடுதியில் தனியறையை வாடகைக்கு எடுத்தான்

அவள் அனுமதியோடு அவளோடு காதல் புணர்வு கொண்ட முதல் ஆள் அவன்தான்

கரோல் அவளது புதிய சமூக வட்டத்தைக் கவனித்து அதிலிருந்து கற்றுக்கொண்டாள்

இன்னா வோணும் ஒனக்கு? என்பதற்குப் பதில் உனக்கு என்ன பிடிக்கும்?

நீ பேசிட்டுருக்கது யாரு? என்பதற்குப் பதில் யாரிடம் பேசிக் கொண்டிருந்தாய்?

அவர்கள் என்ன சாப்பிடுகிறார்கள் என்பதைக் கவனித்து அதைப் பின்பற்றினாள்

ஆங்கில முட்டை ஊத்தாப்பத்தைக் காட்டிலும் (முட்டைகளும் இத்யாதிகளையும் போட்டுச் செய்வது) ஸ்பானிய முட்டை ஊத்தாப்பம் பிரமாதமாக இருப்பதைத் தெரிந்துகொண்டாள்

ஒரு பவுண்டுக்கு இருபது என்று வாங்கும் உறைந்த ரொட்டியுருண்டைகள் மிருதுவான, சுவையான, எளிதில் பிய்க்கத்தக்க இனிய மென் அப்பத்துக்கு இணையாகாது

ஆலிவ் எண்ணெயில் தோய்த்த அவித்த சோள மாவில் செய்த சீவல்களும் மூலிகைகளும் மலிவான மாரடைப்பை ஏற்படுத்தும் நிறைவுறாக் கொழுப்பில் தோய்த்த எண்ணெய்ப்பசையான உருளைக்கிழங்கைவிட மிகவும் விரும்பத்தக்கது

அரிசி மாவையெல்லாம் வைத்து ரொட்டி தயாரிக்கலாம் என்று யாருக்குத் தெரியும், அந்த ரொட்டிகளை ஆலிவ்களால் அடைக்கலாம், அந்த ஆலிவ்களை உலர்ந்த தக்காளித் துண்டுகளால் அடைக்கலாம், அந்தச் சுட்ட தக்காளிகளைப் பாலாடைக் கட்டிகளால் அடைக்கலாம், அந்த பாலாடைக் கட்டியைக் கொத்துப்பேரியாலும் பாதாம் பருப்புகளாலும் அடைக்கலாம், பாதாம் பருப்பில் பால் தயாரிக்கலாம்

அவளுக்கு சுஷி உணவும் (கிறித்துமஸ் பரிசாக வீட்டிலேயே செய்யக்கூடிய சுஷி மூலப்பொருள் அடங்கிய தொகுப்பு காரணமாக இருக்கலாம்) குவாக்கமோல் (குவாக்கமொலாய் என்று உச்சரிக்க வேண்டும்) அறிமுகமானது

சிறுநீரில் வேடிக்கையான வாசனை எழச்செய்யும் நீர்விட்டான் கொடி என்றழைக்கப்படும் ஒன்றைக் கண்டுபிடித்தாள், குளிர்ச்சியாக, இலேசாக வேகவைத்த மற்றும்/அல்லது மொறுமொறுப்பான பச்சையான எதுவும் சாப்பிட உகந்தது என்று கற்றுக்கொண்டாள்

அவள் முழுக்கவே அவர்களைப் போலின்றி, அவர்களைப் போல கொஞ்சமாக கரோல் மாறிக்கொண்டாள்

அவளது முகத்தில் ஒட்டியிருந்த திண்ணமான ஒப்பனையைத் துடைத்துவிட்டாள், கண்ணிமைகளைக் கனக்கச் செய்த ஒட்டகச்சிவிங்கியின் கண்ணிமை ஒப்பனையை அகற்றிவிட்டாள், பெரும்பாலான அன்றாட காரியங்களைக் கடினமாக்கிவிடும் நீண்ட நகங்களை வெட்டிவிட்டாள்

இந்த நகங்கள் உடை உடுத்துவது, பொருட்களை எடுப்பது, உணவு தயாரிப்பது, கழிப்பறைத் தாளைப் பயன்படுத்துவது போன்ற வேலைகளைச் செய்யக்கூட இடைஞ்சலாக இருந்துவந்தன

ஒவ்வொரு முறையும் மாதக்கணக்கில் நீடிக்கும்படி தலைத்தோலில் கோர்த்துச் சடை பின்னுவதை நிறுத்திவிட்டாள், இந்தியா அல்லது பிரேசிலிருந்து வரும் விலையுயர்ந்த கருப்பு சவுரிமுடி வாங்குவதற்குச் சேமிப்பதற்காக அறிவுறுத்தப்பட்டதையும் தாண்டி பல மாதங்களுக்கு அந்தப் பின்னலைக் கலைக்காமல் வைத்திருப்பாள், அவளது சவுரி முடி வழிந்தோடிய நாற்றம்பிடித்த துணித்தையலுக்கு அடியில் அவளது தலைத்தோலில் சீழ் வைத்தபோதுகூட தனது பணத்தின் மதிப்புக்கேற்றதை வாங்க விரும்பினாள்

கடைசியாக அந்தத் தையல்கள் பிரிக்கப்பட்டபோது சுதந்திரமாக உணர்ந்தாள், அவளது தலைத்தோல் சுதந்திரக் காற்றை உணர்ந்தது

மனிதர்களால் தயாரிக்கப்பட்ட துணி இடையில் இல்லாமல் நேரடியாக வெதுவெதுப்பான நீர் அதன்மேல் படுவதன் இனிமையை இரசித்தாள்

பின்னர் தனது நெருக்கமான சுருள்முடியை நேர்ப்படுத்தினாள், அவளது இயல்பான முடியையே தான் விரும்புவதாக மார்கஸ் சொன்னான், அப்படிச் செய்தால் தனக்கு ஒருபோதும் வேலை கிடைக்காது என்றாள் அவள்

தனிப்பட்ட உரிமையான குடும்ப வீடுகளுக்கு அவள் அழைக்கப்பட்டாள்

தரைவிரிப்புகள் இல்லாத வீடுகள் (வேறு வழியில்லை), சாளரங்களில் வலைகள் இல்லை என்பதால் அடுத்தவர்

காரியத்தில் மூக்கை நுழைப்பவர் யாரும் உள்ளே பார்க்க முடியும் (*விநோதம்*)

நடுக்கூடத்தில் கணகணவென ஓங்கியொலிக்கும் தாத்தா காலத்துக் கடிகாரங்கள், உளுக்கள் அரித்த பழங்கால அலமாரிகள் போன்ற வயதானவர்கள் விரும்பக்கூடிய சிதிலமடைந்த வீடுகள்

அமரும்போது கிறீச்சிடும் பளபளப்பான தோலாலானதைக் காட்டிலும் உறைகள் (*விரிப்புகள்*) போர்த்திய தேய்ந்த பழைய சோபாக்கள் *ரொம்பவே விரும்பப்பட்டன*

மரத்தாலான உணவு மேசைகள் பல தலைமுறைகளின் கிறுக்கல்களினால் ஏற்பட்ட கத்தி காயங்களைப் பெருமையுடன் பறைசாற்றின, அந்தக் கிறுக்கல்கள் இப்படி இருந்தன

மனிதனின் விதியும் சட்ட விதியும்: விவாதிக்கவும்

சாம்பல் என்பது புதிய கருநிறமா?

கிளமென்ஸியைக் காதலிக்கும் பிரிஸிலாவைக் காதலிக்கும் மரிஸாவைக் காதலிக்கும் கிளாரிஸாவைக் காதலிக்கும் ஜாஸ்பரைக் காதலிக்கும் மாண்டியைக் காதலிக்கும் பாப்பியைக் காதலிக்கும் ஜாண்டியைக் காதலிக்கும் எஸ்மி

அல்லது அதுபோல் ஏதோ

அவளது புதிய தோழியான ரோஸியின் வீட்டில் கிளைகள், அரண்கள் என்றழைக்கப்படும் பிரிவுகள்கூட இருந்தன, ரோஸிகூட கரோலுக்குச் சுற்றிக்காட்டும்போது ஒருவேளை வைக்கிங்குகள் படையெடுத்து வந்தால் பாதுகாப்பதற்காக என்று இதைப் பற்றிக் கிண்டலுடன் குறிப்பிட்டாள்

சுற்றிலும் பல கல் தொலைவுக்கு வீடுகளே இல்லாமல் நிலங்களாகக் கிடந்த தோட்டங்கள், ஏனென்றால் அது மிகவும் ஒதுக்குப்புறமாக இருந்தது, இஷ்டம்போலக் கத்தலாம், ரோஸி அவளது இருபதாவது பிறந்தநாள் கொண்டாட்டத்துக்காக ஒரு பொழுதுபோக்கு வாத்தியக்குழுவை அமர்த்தி அந்தப் புல்வெளியில் அவர்களை இசைக்க வைத்தாள்

விருந்தினர்களில் இப்போது கரோலும் நண்பர்கள் என்று அழைக்கக்கூடிய மெலானி, டோபி, பாட்ரிசியா, லூசி, ஜெர்ரி வந்திருந்தனர்

காலையில் வெப்பமண்டலப் பசுங்கிளி கிறீச்சொலியுடன் படுக்கையறைச் சாளரத்தைத் தாண்டி பறந்தபோது, அவற்றைக் கிளிகள் என்றே தவறாகப் புரிந்துகொண்டாள்

புல்வெளியை, ஏரியைப் பார்த்தாள், மயில்கள் சுதந்திரமாகத் திரிந்துகொண்டிருந்தன

அந்த நாளின் பிற்பகுதியில் அவளுக்கு நடப்பது என்றால் என்ன என்பது அறிமுகமானது

வெறும் மகிழ்ச்சிக்காக.

5

இன்று காலையில், கரோல் மின் படிக்கட்டிலிருந்து இறங்கி, லிவர்பூல் ஸ்ட்ரீட் நிலையத்தைவிட்டு வெளியேறுகிறாள்

மிகவும் பரபரப்பான நெருக்கடி மிகுந்த பிஷப்ஸ்கேட் தெருவில் கூட்டத்தைத் தள்ளிக்கொண்டு நகர்ந்தாள்

அடுத்த பதினான்கு மணிநேரம் உட்கார்ந்தே இருக்க வேண்டுமென்பதால் கொஞ்சம் கூடுதல் உடற்பயிற்சியாக இருக்கட்டுமே என்று அவள் வேலை செய்யுமிடத்துக்குச் சுற்றுவழியாக வருகிறாள்

தினசரி மெல்லோட்டப் பயிற்சிக்கென சென்றாலும் கூட

கிளம்புவதற்கு இருபது நிமிடம் இருக்கும்போதுதான் ஃப்ரெடி எழுந்திருப்பான், குளியல், சவரம், ரைஸ் கிறிஸ்பீஸ் ஒரு கோப்பை, அப்புறம் இருக்கிற எட்டு மேலுடைகளில் ஒன்றை உடுத்திக்கொண்டு கிளம்புவான்

காலணிகளும் அப்படியே

மெல்லோட்டத்துக்கான பளிச்சென்ற உடைகளையும் இரத்த அழுத்தம், இதயத்துடிப்பு முதல் தப்படிகள்வரை அளவிடும் கைக்கடிகாரத்தையும் அணிந்துகொண்டு செல்லும் பிற உடற்பயிற்சி வெறியர்களுடன்

தினமும் காலையில் ஃபெல்ஹாமிலிருந்து ஹாமர்ஸ்மித்துக்கு அவள் ஓடுகிறாள்

அவளைப் போன்ற சிலர் பனிக்காலத்தில் உறையச்செய்யும் குளிரில்கூட விடாமல் ஓடுகிறார்கள்

பனிபடர்ந்த ஹாமர்ஸ்மித் பாலம் பழமையைப் பறைசாற்றியபடி பச்சை நிறத்திலும் பொன்னிறத்திலும் விநோதமாய் ஒளிரும்

அவள் உயிரைக் கையில் பிடித்தபடி ஓடுகிறாள், ஏனென்றால் வழுக்கி விழுதல் என்பது தோல்விக்கு, செயலற்ற நிலைக்கு, எதிர்பாரா நேரத்தில் இப்போதும் அவளது நினைவில் முன்னால் வந்து நிற்கும் அவள் வாழ்வில் வருத்தத்துக்குரிய அந்தக் கணங்களுக்கு இடங்கொடுப்பதாகும்

அப்போது அவள் குழந்தை, எப்படி அந்த மிருகங்களால் அதைச் செய்ய முடிந்தது? அவள் குற்றமற்றவளாக இருந்தும் ஏன் அவள் பழியைச் சுமந்துகொண்டிருக்கிறாள்?

அவளுக்கு மாதவிடாய் வலி இருமடங்காக ஆகிவிடும்போது மட்டும்தான் காலைவேளைகளில் அவள் ஓடாமல் இருக்கிறாள், வேலையில் ஈடுபடுவதற்காக சக்தி வாய்ந்த வலி நிவாரணிகளை எடுத்துக் கொள்கிறாள் அல்லது மாதாந்திர மருத்துவ விடுப்பு எடுத்ததாகக் குற்றம் சாட்டப்படலாம்

மாட்டிக்கொண்டாயா! ஆம், நீ ஒரு பெண்

இந்த மாதவிடாய்களை ஒட்டுமொத்தமாக நிறுத்திவிடுவதற்காக கருப்பையை நீக்கிவிடலாமா என்றுகூட யோசித்திருக்கிறாள், நிச்சயம் அவளது உத்தியோகத்தில் மிகப்பெரிய நகர்வாக இருக்கும், மாதவிடாய்ப் பிரச்சினைகளுள்ள இலட்சியவாதப் பெண்களுக்கான கருப்பை அறுவைசிகிட்சை யுக்தி

ஆற்றைப் பார்த்தபடி இருக்கும் வங்கியின் தலைமை அலுவலகத்துக்கு கரோல் வந்துசேர்ந்தாள், வேலையின் முதல்நாளிலேயே அமெரிக்கத் தொலைக்காட்சி நாடகங்களில் வரும் பெண் வழக்கறிஞர்கள், அரசியல்வாதிகள், துப்பறிவாளர்கள்போல தன்னை ஒப்பனை செய்துகொள்ள வேண்டுமென்பதை அவள் புரிந்துகொண்டாள்

அசௌகரியமான இறுக்கமான பாவாடை, கால்கட்டு போட்டதுபோல நடக்க மிகவும் சிரமத்தை ஏற்படுத்தும் உயர்குதிச் செருப்புகள் அணிவதற்காகப் பெண்கள் தங்கள் வேலைநாளை அற்புதமாகச் செலவிடுகிறார்கள்

கவர்ச்சி நடனக்காரிகளின் உயர்குதிகால் செருப்புகளால் நசுக்கி இறுக்கப்பட்ட எலும்புகளும் தசைகளும் கொண்ட பாலுணர்வைத் தூண்டும் அங்கங்கள்

தனது கல்வி, திறமை, புத்திசாலித்தனம், தலைமைப்பண்பு அங்கீகரிக்கப்படுவதற்கு அவள் தன்னைத்தானே ஊனமாக்கித்தான் ஆகவேண்டுமென்றால், அப்படியே ஆகட்டும்

குளியலறைக் கண்ணாடியில் அவளது காலை மந்திரம் இதுதான்

நான் மிகவும் பொருத்தமான, விரும்பத்தக்க, பழகக்கூடிய, புரிந்துகொள்ளக்கூடிய, ஊக்குவிக்கத்தக்க, வெற்றிகரமான பெண்

நான் மிகவும் பொருத்தமான, விரும்பத்தக்க, பழகக்கூடிய, புரிந்துகொள்ளக்கூடிய, ஊக்குவிக்கத்தக்க, வெற்றிகரமான பெண்

நான் மிகவும் பொருத்தமான, விரும்பத்தக்க, பழகக்கூடிய, புரிந்துகொள்ளக்கூடிய, ஊக்குவிக்கத்தக்க, வெற்றிகரமான பெண்

அவளது கைபேசி அழைப்பொலியாக விவால்டியின் *'Four Seasons'* வைத்திருப்பதை விடுங்கள், அவளது இசை இரசனையின் பொதுமுகம் அது

சிலநேரங்களில்

போருக்குச் செல்கையில் முகத்தில் இடும் வர்ணக்கோடுகளைப் பூசிக்கொண்டிருக்கும் ஆன்மீகத் தலைவர் ஃபெலா குட்டியின் வெறித்தனமான தாளங்களுக்கு போராளி இராணியைப் போல நடனமாடுவதை கரோல் விரும்புகிறாள்

அவரது தாள வாத்தியங்களின் பல்வேறு சந்தங்கள் அவளது உணர்ச்சிகளைக் கிழித்தெடுப்பதை அவள் விரும்புகிறாள், அவரது ஊழலுக்கு எதிரான விசாலமான அரசியல் தொனிக்கும் வரிகளுடன் எழும் வெட்கமற்ற கொம்பின் ஓசை போலியான கற்பனாவாதங்கள் அனைத்தையும் வெடித்துச் சிதறச் செய்யும்

பார்லிமெண்ட் ஃபுன்கெடலிக்கின் இசை ஏற்படுத்தும் மாயத்தோற்றங்கள்

அவர்களது வெறித்தனமான *mothership logic* அவளது மூளைக்குள் ஏறி அதன் புறக்கணிக்கப்பட்ட வலது பக்கத்தைச் செயலுறச் செய்து சாத்தியங்களின் புது உலகை அவளுக்குக் காட்டுகிறது

அவர்களது நிந்திக்கும் ஆடையலங்காரத்துடன் கூடிய நிகழ்ச்சிகளை யூடியூபில் பார்ப்பதை அவள் விரும்புகிறாள்

தனக்காகவே

நடனமிடும்போது

எல்லாவற்றையும் மறந்து

கிறுக்குத்தனமாக

உடலைத் தாண்டி

அதை உணர்கிறாள்

அதை விடுவிக்கிறாள்

யாரும் பார்க்கவில்லை

யாரும் அவளைப்பற்றி முடிவுசெய்யவில்லை

அப்படியே ஜேம்ஸ் புரௌனுக்கு நகர்கிறாள், ஆன்மாவின் அருட்தந்தை

ஆடு, கரோல், ஆடிக்கொண்டே இரு

உயர்ந்த அலுவலகக் கட்டடத்தின் கண்ணாடிச் சுழல் கதவுகளுக்கிடையே அவள் மறையும்போது சரியாக அதைத்தான் அவள் செய்கிறாள்

பெருங்கடலின் பச்சைநிறமும் 90 இலட்சம் ஆண்டு வயதான கொன்னமாரா பளிங்குக்கல்லின் சாம்பல்நிறச் சுழல்களும் கொண்ட படிகள் (பெருமையுடன் பலகையில் எழுதிவைக்கப்பட்டுள்ளது)

கரோல் தன்னிடம் நின்று உற்சாகப்படுத்தும்படி பேசுவதை விரும்பும், - என்ன யோசிச்சு வச்சிருக்கே, டெஸ்? இங்கேயே வாழ்க்கை முழுக்க ஓட்டிட முடியாது, அடுத்த கட்டத்துக்கு நீ நகர்ந்தாகணும் - பள்ளிப்படிப்பை முடித்துவிட்டு மலிவான

நெகிழிப் பின்னலாடையுடன் (நிஜமாகவே இதை அவளிடம் சொல்ல வேண்டும்) வரவேற்பாளராக இருப்பவளைக் கடந்து செல்கிறாள்

தானியங்கிக் கதவில் தனது அட்டையை அவள் தேய்த்து, கருவறைக்குள் வருகிறாள்

மின் தூக்கியின் கண்ணாடிக் கதவுகள் மௌனமாக விலக, அதன் பின்னால் அவளுடைய முதலாளி, பிரையன்

இந்த நிறுவனத்தில் அவள் சேர்ந்த ஒரு வருடத்துக்குப்பின் அவளை மதுவருந்தக் கூட்டிச் சென்றவன்

கீழ்த்தளத்தில் உள்ள மதுவருந்தகத்தில் செங்கலால் ஆன உட்கவிகைக்குள் அவனோடு மணிக்கணக்கில் செலவிட்டாள், அவனுடைய அப்பா தாத்தா, பாட்டன் எல்லாம் பில்லிங்ஸ்கேட்டில் மீன் வியாபாரியாக இருந்து வீட்டுக்கு அழுகல் நாற்றத்துடன் வந்ததையும் அந்தத் துர்நாற்றம் இப்போதும் தன்னைத் துரத்துவதாகவும் அவன் கூறிக்கொண்டிருந்ததைக் கேட்டுக்கொண்டிருந்தாள், நவீன மேல்நிலைப் பள்ளிப் படிப்பை மட்டும் வைத்துக்கொண்டு (அந்தக் காலத்தில் அது சாத்தியமாய் இருந்தது) பங்குச்சந்தையில் வர்த்தகராக வேலைதேடிப் போனானாம், எண்களில் அவனுக்கிருந்த அசாத்தியத் திறமையையும் நைச்சியமான பேச்சையும் தவிர வேறு தகுதிகள் ஏதும் அவனுக்கு இருக்கவில்லை

படிப்படியாக முன்னேறினான்

உன்னைப் போன்றவர்களுக்குக்கூட வலிந்து கதவுகளைத் திறந்துவிடுவேன், காரணம் தராதரம் பார்க்கும் வங்கிக் கலாச்சாரம் என்பதே ஒரு சடங்குதான், உன்னை யாரும் எந்தவொரு கனவான்களின் குழாம்களுக்கோ அல்லது கோல்ஃப் குழாம்களுக்கோ சேரக் கூப்பிடப்போவதில்லை, இந்த வழியில் வேகமாக முன்னேறமுடியும்

அவளது நேரடி மேலாளர் அவனிடம் சொல்லியிருந்தானாம், அவளுக்கு நல்ல ஆராய்ச்சித் திறமைகள் இருக்கு, அட்டகாசமான பகுப்பாய்வுச் சிந்தனை, சுருக்கமான ஆனால் முழுமையான அறிக்கைகள், தன்னம்பிக்கையோடு விளக்கப்படம் அளிக்கும் திறமைகள், காலக்கெடுவுக்குள் பணியை முடிப்பது, சாதாரண

மனிதர்களுக்குச் சாத்தியமே இராத நிதிசார் தரவுகளைக் கிரகிக்கும் திறன், அதேபோல சின்னச்சின்ன விபரங்களுக்கு அவள் கொடுக்கும் கவனம் இதெல்லாமே ரொம்பவே ஆச்சரியப்படத்தக்க விசயம் - அவள் தப்பா ஒரு காற்புள்ளி இட்டோ, இட மறந்தோ யாரும் பார்த்ததில்லைனு பேசிக்கிறாங்க

அதனால் அவன் மற்றவர்களைக் காட்டிலும் அவளைக் கூட்டாளியாகப் பதவியுயர்வு அளிக்க முடிவெடுத்துள்ளான்

காரணம் அவள் அதற்குத் தகுதியானவள்

அவள் விரிதாள்களில் மட்டும் ஆர்வம் கொண்டிருந்து கால்களை விரிப்பதில் ஆர்வமின்றி இருந்தால் என்னாகும், பெண்கள் முன்னேறுறதுக்கு அது ஒரு வழியா இருந்த அந்தக்காலம் எல்லாம் மலையேறிப் போச்சுங்கிறதும் சரிதான் என்றான், எண்பதுகளில் அவனது பங்கு வர்த்தகத் தொழிலிலேயே அவன் மூழ்கிப் போய்விட்டான், நிறைய மதுவுடன் மதிய உணவு என்பது 'ஜின் மது & தேநீர் நேரம்' என ஆனபோது, அதிலிருந்து கொஞ்சம் போதையேற்றிக்கொண்டு 'மதுக்கலவை நேரத்துக்குள்' போகும், அதற்குமுன் சிலர் கூட்டாக வெஸ்ட் எண்ட் மதுவருந்தகத்துக்கு இழுத்துச் செல்லப்பட்டு கடைசியில் அது ஆடை அவிழ்ப்பு நடனத்தில்போய் முடியும்

நடுத்தர வயதினனாகவே இருந்து பழகிவிட்டேன், என்றான்

அவனுக்குப் போதை ஏற ஏற அப்படியான அடையாளங்கள் எதுவும் தெரியவில்லை, நாளுக்குநாள் நெகிழித்தனமாக தன் மனைவி மாறிவருவதையும், இயற்கை உயிரைப் போலில்லாமல் செய்து வைக்கப்பட்ட பொருளாக அவள் மாறிவருவது குறித்தும் அந்தரங்கமான விசயங்களைத் தெரிவித்தான்

அவன் வழங்குகிற வாழ்க்கைக்காக அவனது விவகாரங்களை அவள் சகித்துக் கொண்டிருக்கிறாள், சமீபத்தில் அவர்களது மிகப் பழமையான, அரிதான, அருவருப்பான, உலகிலேயே மிக விலைமதிப்புள்ள மீனுக்காக ஒரு மீன் தொட்டி வாங்கினார்கள்

அவளுக்கு எல்லாம் இருக்கும்போது அவனது பணத்தை வேறு எதற்குத்தான் செலவிடப்போகிறாள்?

சமீபத்தில் கணினி அறிவியலில் பட்டம் பெற்றிருந்த இளம் காமக்கிழத்தி ஒருத்தியை லிதுவானியாவிலிருந்து

கூட்டிவந்து பத்திரமாக பார்பிகனில் உள்ள ஒரு வீட்டில் அவன் குடியமர்த்தினான்

என்னோட வாழ்க்கைல மூனாவது பொண்ணுக்காக இடம் ஒதுக்கியிருக்கேன், எப்பவாச்சும் உனக்கு சபலம் தட்டுச்சுன்னா, அதாவது இந்த மூளைகளோட இருக்கிற உடல் மேல எனக்கு விருப்பம் இருக்கு, இந்த இரகசியத்தைச் சொல்லும் முன்பாக கழிப்பறைக்கு வாந்தியெடுப்பதற்காக விரைந்தான்

ஆறுபேரை ஆறு நொடியில் மேல்தள அலுவலகங்களுக்குக் கொண்டு செல்லக்கூடிய ஒளி ஊடுருவத்தக்க மின் தூக்கியில் ஒருவருக்கொருவர் எதிராக நின்றபடி கரோலும் பிரையனும் முகமன் கூறி இன்சொல் பரிமாறிக்கொண்டனர்

அதன்பின் நகரத்தின் ஊசிக்கோபுர தேவாலயங்களையும் அவனுடையதையும் சேர்த்து வரலாற்றுச் சிறப்புமிக்க வர்த்தகச் சங்கங்களின் ஒழுங்கற்ற வடிவிலான நடுக்கூடங்களையும் நோக்கியிருந்த கண்ணாடிச் சுவரைப் பார்த்து அமர்வதற்காக பிரையன் தனது அறையை நோக்கித் திரும்பினான்

சர்வதேச வங்கியாளர்களின் வணக்கத்துக்குரிய நிறுவனம்

*

அவன் இன்னும் அவளை எதிர்பார்க்கிறான், அவளால் சொல்லமுடியும், அசிங்கம் பிடித்த கிழட்டுக் கபோதி, அவளிடம் அப்படிப் பேசுவதற்கு என்ன தைரியம், இருந்தாலும் முன்னதாகவே அவளுக்குக் கூட்டாளியாகப் பதவி உயர்வு கிடைத்தது, அதற்காக ஓரளவு அவன் மீது மரியாதை இருக்கத்தான் செய்கிறது, சமீபத்தில் அவள் இந்த வங்கியின் நூற்றுக்கணக்கான கிளைகளில் ஒன்றுக்கு, துணைத் தலைவராக ஆகியிருக்கிறாள், இதுவே மற்ற வங்கிகள் என்றால் ஆயிரக்கணக்கான துணைத்தலைவர்கள் இருப்பார்கள்

அவள் அம்மா எல்லோரிடமும் தன் மகள் துணைத்தலைவர் என்று சொல்கிறாள்

என்னவோ அவள் அமெரிக்கத் துணை ஜனாதிபதி என்பது போல

கரோல் அவ்வப்போது கண்ணாடிச் சுவர் வழியாக அலையலையாகத் தெரியும் மில்லேனியம் பிரிட்ஜைப் பார்க்கிறாள்

நேர்த்தியான மெல்லிய கோடு, ஆரம்பத்தில் திறக்கப்பட்ட குறுகிய காலத்திலேயே அது நிலையற்றதாக இருந்ததால் இரண்டு ஆண்டுகள் மூடப்பட்டிருந்தது, காரணம் ஒரே நேரத்தில் பலரும் நெருக்கியடித்தபடி அதைக் கடப்பார்கள் என்று யாரும் எண்ணியிருக்கவில்லை

இதனால், படைவீரர்களின் அணிவகுப்பில் ஒரே நேரத்தில் தரையில் காலை ஊன்றுவதுபோல நிகழ்ந்ததால் அதிர்வுகள் ஏற்பட்டு பாலம் ஊசலாட ஆரம்பித்தது

தன்னைத்தானே அவள் அப்படித்தான் பார்க்கிறாள், வெவ்வேறு இடங்களுக்குச் செல்லக்கூடியவர்களுடன் சேர்ந்து நெருக்கமாக, அமைதியாக நடைபோடுபவளாக

இன்று காலையில் மக்கள் வெள்ளம் அந்தப் பாலத்தைக் கடப்பதைப் பார்த்தாள், பெரும்பாலானோர் தங்கள் கைபேசியுடன் அதிக ஈடுபாடு கொண்டிருந்தனர், பாலத்தின் எந்தப் பக்கத்திலிருந்தும் அதன் தோற்றங்களைப் படமெடுப்பதற்குப் பதில் சுயமிகளை, சுற்றுலாப் படங்களை எடுப்பதும் பதிவிடுவதும் உரைச்செய்தி அனுப்புவதுமாக இருந்தனர்

இந்த நாட்களில் மக்களுக்கு அவர்கள் செய்வது எல்லாவற்றையும் பகிர வேண்டியிருக்கிறது, உணவிலிருந்து இரவு வெளியே செல்வது, கண்ணாடியில் அரைகுறை ஆடையுடன் சுயமிகளை எடுப்பதுவரை

பொதுவெளிக்கும் அந்தரங்கத்துக்குமான எல்லைக்கோடுகள் மறைந்து வருகின்றன

கரோலுக்கு இது வசீகரமாகவும் திகிலூட்டுவதாகவும் தோன்றுகிறது, ஒருநாள் மனிதர்களின் நரம்புகளில் குறுகிய மின் துகள்களின் வலைத்தொடர்பு இணைக்கப்பட்டு, கருத்தரித்த ஒரு மாதத்துக்குப்பின் உயிரணு அளவில் உட்செலுத்தப்பட்டு, சுயமாக வளரக்கூடிய, சுயமாக பழுதுநீக்கக்கூடியதாக உருவாகலாம் என்று படித்திருக்கிறாள்

எளிதில் கட்டுப்படுத்த முடியாத கற்காலத்தவர் போலன்றி, சமூகத்தில் ஏற்கப்படுபவர்களாக இருப்பதை முதன்மை நோக்கமாகக் கொண்டு, நாம் அனைவரும் எந்திர மனிதர்களாக்கப்படுவோம் என்று நினைக்கிறாள்

ஒருவேளை இது கேடுகெட்ட ஆண்கள் குடித்திருக்கும் சிறுமிகளை வன்புணர்வு செய்வதைத் தடுத்துவிடும்

(அத்தோடு தப்பிச் செல்வதையும்)

ஒருவேளை சிறுமிகள் அதெல்லாம் தங்கள் தவறு என்று நினைப்பதைத் தடுத்துவிடும்

(அத்துடன் யாருக்கும் சொல்லாமல் இருப்பதையும்)

வெகுதொலைவில், ஒரு விமானம் நகர விமான நிலையத்தில் தரையிறங்குவதைக் கரோல் பார்க்கிறாள், ஒருவேளை பெக்ஹாமில் அவளது குழந்தைப்பருவப் பண்ணையைத் தாண்டிக் கொண்டிருக்கும் லடிஷாவுக்கு என்ன ஆனது என்று அவள் யோசிக்கிறாள், கடைசியாக அவளைப் பதினாறு வயதிருக்கையில், இருவிரல்களை உயர்த்திக் காட்டியபடி பள்ளிக்கூடத்தில் அவள் நின்றுகொண்டிருப்பதை, முன்னால் பணிமனையின் கதவுகளைத் தாண்டி அவள் வெளிவந்தபோது பார்த்தாள், அவர்கள் சிறந்த தோழிகளாக இருந்தனர் - எம்மேல சத்தியமாச் சொல்றேன்டி, இது பொய் இல்ல

ஒருவேளை லடிஷா இப்போது குழந்தைக்குத் தாயாகியிருக்கலாம், அல்லது ஒரு அடியாள் கூட்டத் தலைவராக, அல்லது சிறையில் இருக்கலாம், அல்லது இந்த மூன்றும் நடந்திருக்கலாம்

கரோலுக்கு நெருக்கமான நட்பு வட்டத்தினர் அனைவரும் பல்கலைக்கழகத்தைச் சேர்ந்தவர்கள், பெரும்பாலானவர்கள் மிகவும் வெற்றிகரமானவர்கள்

பல்கலைக்கழகம் முடிந்து மார்க்கஸ் கென்யாவுக்குச் சென்றபோது அவனுடன் உறவு முடிவுக்கு வந்தபின், இப்போது சிறந்த நண்பனாய் இருக்கிறான், வனவுயிர்ப் பாதுகாப்பு அமைப்பில் பணிபுரிகிறான், கென்ய மனைவியுடன் கலப்பினக் குழந்தைகள் அவனுக்குண்டு, அதில் மூத்த குழந்தைக்கு கரோல்தான் ஞானத்தாய்

ரோஸி இலண்டனின் ஐந்து பெருமைக்குரிய சட்ட நிறுவனங்களில் ஒன்றான Slaughter & May-இல் வழக்கறிஞராக இருக்கிறாள்;

டோபி உலகின் மிகப்பெரிய நான்கு தணிக்கை நிறுவனங்களில் ஒன்றான KPMG-இல் மேலாண்மை ஆலோசகராக இருக்கிறாள்; பாட்ரிசியா கோட்பாட்டுப் பௌதீகவியலில் முனைவர் பட்டம் முடிக்கும் நிலையில் இருக்கிறாள்; மெலானி ஐக்கிய இராஜ்ஜிய கூகுள் நிறுவனத்தில் ஒரு நிர்வாகியாக உள்ளாள்; பிரியா மருத்துவர் ஆவதற்குப் பயிற்சி பெற்று வருகிறாள்

இதில் தடுமாறிக் கொண்டிருப்பவர்கள் இருவர்தான், ஒன்று லூசி, அவளுக்கு நீண்டகால நோக்கில் என்ன விரும்புகிறோம் என்பது தெரியவில்லை, அதனால் குறுகியகால ஒப்பந்தங்களை எடுக்கிறாள், அதில் வரும் சேமிப்பைக் கொண்டு பையைத் தூக்கிக் கொண்டு விடலைப்பெண் போல சுற்றக் கிளம்பிவிடுகிறாள், ஏகப்பட்ட கதைகளுடன் இங்கிலாந்துக்குத் திரும்பி வருகிறாள், ஆனால் அவள் வாழ்க்கைத் தொழில் நகரவில்லை

பாவப்பட்ட ஜெர்ரி வடக்கத்திய உழைக்கும் வர்க்கத்தைச் சேர்ந்த பையன்கள் குறித்து தான் எழுதவிருக்கும் புதினத்துக்கு தகவல்களைச் சேகரிப்பதற்காக மிடில்ஸ்பரோ பள்ளியில் கற்றல் குறைபாடுள்ள மாணவர்களுக்குப் பயிற்சி அளிப்பவராக இருக்கிறான்

ஏழு ஆண்டுகளுக்குப் பின்னும் அவன் அங்கேயேதான் இருக்கிறான், புதினமும் எழுதியபாடில்லை

முடிந்தபோது அவர்கள் தனியாகவோ, குழுவாகவோ சந்திக்கிறார்கள், இரவுணவு விருந்துகளில், திருமண நிகழ்வுகளில் அல்லது ரோஸியின் பெற்றோருடைய பண்ணையில் வார இறுதிகளைச் செலவிடக் கூடுகின்றனர், அவளது பெற்றோர் பார்படாஸில் உள்ள அவர்களது இரண்டாவது வீட்டில் வசித்து வருவதால், அவள்தான் இந்தப் பண்ணையை நடத்துகிறாள்

மாணவியாய் இருந்தபோதே கரோல் அங்கே குதிரையேற்றம் செய்திருக்கிறாள், இப்போது அவள் ஒரு குதிரை வீராங்கனை அளவுக்குத் தேறிவிட்டாள்

அங்கே களிமண்ணில் செய்த இலக்குகளைக் குறிபார்த்துச் சுடுவதும் அவள் பொழுதுபோக்காக இருந்தது

நதிக்கு எதிர்ப்புறம் இருக்கும் டேட் அருங்காட்சியகத்தைப் பார்த்தாள், மதியவுணவு நேரத்தில் (அவள் சாப்பிடுவதாக இருந்தால்) கொஞ்சம் மூளைக்கு ஓய்வளிக்க, தங்கள் கற்பனையிலிருந்து பிரமிப்பூட்டும் அத்தகு படைப்புகளை உருவாக்கிய ஓவியர்களின் திறமையை வியப்பதற்காக கலைக்கூடங்களூடே எப்போதாவது உலாவுவாள்

கற்பனை

அப்படியென்றால் என்ன?

அவளுக்கு அப்படி ஒன்று ஏதும் இருக்கிறதா?

தெற்காக நேஷனல் அரங்கத்தை நோக்கிச் செல்லும் நதிப்பாதையோரம் தன் பார்வை உலாவ அனுமதிக்கிறாள், முழுக்கவே பெண்களால் தயாரிக்கப்பட்டு வெளிவரும் கருப்பின அல்லிப் போராளிகள் குறித்த நாடகம் இன்று இரவு நடக்கிறது, அப்படித்தான் ஃப்ரெடி சொன்னான், அவன் கொஞ்சம் வேடிக்கைக்காக ஒருவேளை மிகைப்படுத்திச் சொல்லியிருக்கலாம்

அவனிடம் நுழைவுச்சீட்டுகள் இருப்பதாகவும் அவள் கலந்துகொள்ள வேண்டுமென்றும் வற்புறுத்துகிறான், கவர்ச்சியான அல்லிகளின் மேடை நாடகத்தைக் காண அவளைக் கூட்டிச் செல்லப் போவதாகவும், இரு பெண்கள், ஓர் ஆண் என்ற புராதன குழுப்புணர்ச்சியைப் பார்த்து போதுமான கிளுகிளுப்படையலாம், உனக்குப் பிடிக்கும்னு தெரியும் செல்லம்

இல்லை, நிச்சயமா இல்லை என்று சொல்லிச் சிரித்தாள்

அவளை மகிழ்ச்சிப்படுத்த அவன் தவறுவதேயில்லை, அவன் தேவைப்படும் போதெல்லாம் தவறாமல் வந்து நிற்பான், அவள் எப்படி விரும்புகிறாளோ அப்படி அவளைக் காதலிக்க

அவளுக்குத் தனிமை தேவைப்படும்போது அவளைத் தனியே விட்டுச் செல்லவும்

கரோலுக்கு இரண்டு தோழர்கள் மட்டுமே உண்டு, மார்க்கஸ் மற்றும் ஃப்ரெடி, கருப்பின ஆண்களை அவள் வேண்டுமென்றே நிராகரிக்கவில்லை, உண்மையில் அதற்கு நேர்மாறானது இது, பல்கலைக்கழகத்தில் அவர்களை அதிகம் பார்க்கமுடிவதில்லை

அத்துடன் அப்படியே இருந்தாலும் அவர்கள் இருக்கக்கூடிய ஒருசில கருப்பினப் பெண்களுடன் சுற்ற விரும்புவதில்லை

அவள் துணையின்றி இருந்தபோது, துணையைத் தேடியபோது அவள் அடிக்கடி சென்ற நகர உணவகங்களிலும்கூட அப்படி இல்லை

அவர்கள் மீது அவள் குறைகாணவில்லை, முன்னேறிச் செல்வதற்கு, அவர்களால் சமூகத்துக்கு ஏற்படக்கூடிய அச்சுறுத்தலைக் குறைப்பதற்கு அவர்கள் அப்படித்தான் செய்ய வேண்டியிருக்கிறது

அவள் கற்றுக்கொண்ட ஒரு விசயம் என்னவென்றால், எதிர்காலத்தை அறியாமல், சட்டென்று காதலில் விழுவது எல்லாம் உண்மையில் மிகவும் அரிதானது

அவள் ஒருபோதும் தெருவைச் சுத்தப்படுத்தும் ஒருவரை மணக்கப் போவதில்லை, இல்லையா?

அவள் வேலைக்குச் சேர்ந்த இருவருடங்களில் ஃப்ரெடியை ஒரு விருந்தில் சந்தித்தாள், அப்போது அவள் அம்மாவுடன் பணத்தைச் சேமிப்பதற்காக வீட்டில் வசித்து வந்தாள்

இந்த அழகான, நேர்த்தியாக உடையுடுத்திய, உண்மையாகவே உயர்குடியைச் சேர்ந்த ஆணின் கவனத்தை ஈர்க்க அந்த அறையில் பணக்கார இளம்பெண்கள் தவம்கிடக்க, அவனோ அவளிடம் ஆர்வம் காட்டியது அவளுக்குப் பெருமிதமாக இருந்தது

ஒரு ஞாயிறு பின்மதியம் வெனிசுலா நாட்டுத் திரைப்படத்தைக் காண கர்சன் சோஹோ திரையரங்குக்குச் செல்ல சம்மதித்தாள்

வெஸ்ட் எண்ட் தெருவிலிருந்து ஹைட் பார்க் வரை ஓய்வாக நடந்துசெல்ல சம்மதித்தாள்

எட்ஜ்வேர் சாலையிலுள்ள லெபனிய உணவகத்தில் இரவுணவு உண்ணவும் அதன்பின் பால் மாலில் உள்ள அவனது தந்தையின் மனமகிழ் மன்றத்தில் பின்னிரவு மதுவருந்தவும் சம்மதித்தாள்

அவனது நகைச்சுவைக்கும், அவளது வாழ்க்கை மீதும், அபிப்பிராயங்கள் மீதும் அவன் காட்டிய உண்மையான ஆர்வத்துக்கும் சம்மதித்தாள்

அவனது புத்திசாலித்தனத்துக்கு, உரையாடல் திறமைகளுக்கு, எளிதாக எடுத்துக்கொள்ளும் பண்புக்குச் சம்மதித்தாள்

காதலுடன் கையைக் கோர்த்துக்கொள்ளவும் அவனது இங்கிதமாக நடத்தைக்கும் சம்மதித்தாள்

வெளிப்படையாக அவள்மீது அவன் கொண்ட மோகத்துக்குச் சம்மதித்தாள்

ரிச்மாண்டில் உள்ள ஒரு பண்ணைவீட்டில் அவன் வளர்ந்ததாகவும் அதன் நீண்ட புல்வெளி தேம்ஸ் நதியின் படித்துறையில் முடியுமென்றும் அங்கே மோட்டார் படகு பயணத்துக்காக நங்கூரமிடப்பட்டிருக்கும் என்றும் சொன்னான்

பெக்ஹாம் வீட்டுவசதிக் குடியிருப்பில் அவளது குழந்தைப் பருவத்தைக் கழித்தாள் என்பதை அறிந்து அதிசயித்தான், இத்தனை தடைகளைத் தாண்டி அவள் சாதித்திருப்பது அவன் மனதைக் கவர்ந்தது

அவனைப் பொறுத்தவரை அவனது குடும்பத்தால் முன்னரே தீர்மானிக்கப்பட்ட பாதையில் வெகு இயல்பாகத் தடம் பதிக்க முடிந்தது, 1880 முதல் அவனது குடும்பத்தில் கிட்டத்தட்ட எல்லா ஆண்களும் சென்ற வில்ட்ஷைரில் உள்ள விசித்திரமான உறைவிடப் பள்ளியில் அவனது கல்வி தொடங்கியது, அவன் அப்பா அங்கே இருந்தபோது வாரத்துக்கு முப்பத்தியொன்று வகுப்புகளில் இருபத்தியொன்றில் இலத்தீனும் புராதன கிரேக்க மொழியும் கற்பிக்கப்பட்டதாம்

நல்லவேளையாக ஃப்ரெடி படிக்கும்போது ஏழு வகுப்புகள் மட்டும் என்று குறைக்கப்பட்டுவிட்டது

பள்ளி முடிந்து வரும் இடையாண்டில் உலகெங்கும் சூறாவளிச் சுற்றுப்பயணம் சென்று வந்தபின், நியூ இங்கிலாந்து முற்போக்குக் கலைக் கல்லூரி என்ற தனியார் கல்லூரிக்குச் சென்றான், C தரநிலையிலுள்ள அவன் விண்ணப்பித்த ஆண்டில், அந்தக் கல்லூரியின் முன்னாள் மாணவரான அவனது அப்பா தாராளமாக நன்கொடை அளித்திருந்தார்

முதன்முறையாக பெற்றோர் கண்காணிப்பின்றி முப்பது பிற மாணவர்களுடன் தனியாக விடுதியில் தங்கியபோது அவனது

பாதை தடம் மாறி, பெரும்பாலான இரவுகள் விருந்தும் போதைப்பொருளுமாகக் கழிந்து, இதனால் வகுப்புகளுக்குச் செல்ல முடியாமல் சராசரிக்கும் குறைவான மதிப்பெண்களுடன் நான்கு ஆண்டுகளுக்குப்பின் பட்டம் பெற்றான்

பேசுவதே அவனுக்குக் கடினமாக இருந்தது, எழுதுவதைப் பற்றிக் கேட்க வேண்டியதில்லை

அது ஒன்றும் முக்கியமில்லை

கல்லூரியில் அவனது இறுதிப் பருவத்தில் அவனது அம்மா அவளது பள்ளித் தோழியாகவும் அவளுக்கு மணப்பெண் தோழியாகவும் இருந்தவளின் உதவியை நாடியதன் மூலம் நல்ல சம்பளத்தில் நகரத்தில் வேலை வழங்கப்பட்டது

நியூ இங்கிலாந்திலிருந்து ஓல்டு இங்கிலாந்துக்கு ஃப்ரெடி திரும்பியதும் அவன் வேலையைத் தொடங்கலாம் என்று சொன்னாள்

நேர்காணல் எல்லாம் கிடையாது, நீ சும்மா கொஞ்சம் சலிப்பூட்டும் படிவங்களை நிரப்பணும், அவ்வளவுதான்டா செல்லம்

அப்போதிருந்தே அவன் இந்தப் பெருநிறுவன வாழ்க்கைமுறையை முட்டாள்தனமானதாக ஆன்மாவை அழிக்கக்கூடியதாகவே காண்கிறான், வயலோரம் ஒரு சிறிய கூடாரத்தில் வாழ்ந்தபடி தனக்கான உணவைத் தானே பயிர்செய்து வாழ்வது அவனது கனவு

அடமானக் கடனை மிச்சப்படுத்துவதற்காக பட்டப்படிப்பு முடிந்தபின் இரண்டு வருடங்கள் வாடகையில்லாமல் தனது அம்மாவின் அடுக்ககக் குடியிருப்பில் தங்கியிருந்த கரோல் நேரடியாக

ஃபுல்ஹாமில் உள்ள ஃப்ரெடியின் வீட்டுக்கு வந்துவிட்டாள், அங்கே அவர்கள் உறவு நிச்சயதார்த்தக் கட்டத்தை நோக்கி நகர்ந்தது

நான் வீட்டு வேலையைப் பார்த்துக்கொள்ளும் புருசனா இருப்பேன் என்று வாக்களித்தான், கைக்கு அடக்கமான புருசனா புல்லு வெட்டுவேன், பழப்பாகு தயாரிப்பேன், வீட்ட நல்லாப் பார்த்துக்குவேன், நம்ம சிங்கக் குட்டிய நல்லா வளர்ப்பேன்

அவளது இலட்சியத்துக்கு அவன் உறுதுணையாக இருக்கத் தயாராவது அவளுக்குப் பிடித்திருந்தது

அவளருகில் அவன் இருக்கையில் அவளால் மேலும் வேகமாக நடைபோட முடியுமென்று அவளுக்குத் தெரியும்

அவனது பெற்றோர் அவர்களது வம்சத்தைப் போல - அது வெற்றிவேந்தனான வில்லியமில் போய் முடியும் - ஒன்றைச் சேர்ந்த ஒருத்தியை அவன் திருமணம் செய்துகொள்ள வேண்டுமென்று விரும்பினர்

அவங்ககிட்ட நம்மைப் பத்திச் சொன்னப்ப அவங்க முகத்தை நீ பார்த்திருக்கணும்.

பம்மி

1

பம்மி

தனது மகள் பணக்காரப் பிள்ளைகளுக்கான பிரபலமான பல்கலைக்கழகத்துக்குப் போவதிலுள்ள நீண்டகால எதிர்மறைத் தாக்கத்தை உணரவில்லை

குறிப்பாக அவளது முதல் பருவம் முடிந்து வீட்டுக்குத் திரும்பியபோது தான் அந்த இடத்துக்குரியவளல்ல, தன்னால் திரும்பப் போகமுடியாது என்று அவள் புலம்பியபோது

அவளது மகளின் கண்களிலும் கன்னங்களிலும் ஒன்றிரண்டு காகிதத்துணியை வைத்துத் துடைத்துவிட்டு வெளிப்படையாகவும் நேரடியாகவும் கேட்டாள், கரோல், நான் ஒரு போராளியை வளர்த்தேனா இல்லை சீக்காளியையா? நீ பல்கலைக்கழகத்துக்குத் திரும்பப் போயாகணும், போய் உன்னோட பட்டப்படிப்பை எப்படியாவது முடிச்சாகணும் இல்லைனா நான் என்ன செய்வேன்னு எனக்கே தெரியாது

நைஜீரியக் குரல் வலிமையின் ஆற்றல் மிக்க அதிர்வுகள் ஏதுமின்றி தும்மலை அடக்கிக் கொண்டு பேசுவதைப் போல கரோல் மூக்கால் பேசுவதைக் கேட்டபின் இரண்டாவது பருவத்துக்குப் பிறகு அவள் திரும்ப வருவாள் என்று பம்மி எதிர்பார்த்திருக்கவில்லை, அப்போதெல்லாம் அவர்களது சிறிய வசதியான குடியிருப்பை என்னவோ அசிங்கமான ஒன்றைப் பார்ப்பதுபோல பார்த்தாள்

அவள் அம்மாவுக்கு அவள் உள்மனதில் இருப்பதைப் புறத்தில் வெளிப்படுத்துவது தெரியாது என்று நினைக்கிறாளா? ம்! ம்! வெறும் சமிக்ஞைகள்ல காட்டுறதைப் பார்க்க முடியாத அளவுக்கு நாம முட்டாள்னு நினைச்சுக்கிறாங்க, ஆனா அதில சமர்த்தா இல்லாம ஒருத்தியால குழந்தை வளர்த்துக்கிட முடியாது

அந்த முதல் கோடை விடுமுறையில் லெவிஷாமில் உள்ள *Marks & Spencer*-இல் கரோல் வேலை பார்த்தாள், ஒரு பொறுப்பான வயதுவந்த நபராய் அவளது கல்விக்கடனைத் திருப்பிச் செலுத்தத் தொடங்காமல், நியூ லுக், பீகாக் கடைகளில் பேரம் பேசி வாங்குவதை விட்டுவிட்டு ஒசிஸ் அப்புறம் ஜாரா என்ற விலையுயர்ந்த நவீன துணிக்கடைகளில் துணிவாங்கப் பயன்படுத்தினாள்

அவளது இரண்டாம் ஆண்டில் அரிதாகத்தான் வீட்டுக்கு வந்தாள், இறுதியாண்டில் வார இறுதிகளையும் விடுமுறைகளையும் கிராமத்தில் உள்ள அவளது தோழி ரோஸியின் குடும்பப் பண்ணையில் கழித்தாள், அங்கே பண்ணை வீட்டைக் காட்டிலும் அதிக அறைகள் இருந்ததாம், அது தெய்வீகமா இருந்துச்சு, தாயே, தெய்வீகமா இருந்துச்சு

(தாய் - இது என்ன வஞ்சப் புகழ்ச்சியா?)

படிப்பு முடிந்து மகள் பட்டம் வாங்குவதை பம்மி பார்த்தபொழுது, கார் சாளரத்தில் மழைத்துளிகள் அடிப்பதுபோல கண்ணீர் அவள் முகத்தில் வடிந்தபடி இருந்தது

சாளரக் கண்ணாடி துடைப்பான்கள் இல்லாமல்

இதைப் பார்க்க அகஸ்டின் இல்லையே என்று ஏங்கினாள், கரோல் வீட்டுக்கு வந்து அவளுக்காக தான் சமைத்து வைத்திருந்த முயல்கறிக் குழம்பு (*bush stew*) சாப்பிட்டு இதைக் கொண்டாட வேண்டுமென விரும்பினாள், இப்போது அவளது மகள் பட்டம் பெற்றுவிட்டதால் அவள் தனது உண்மையான கலாச்சாரத்துக்குத் திரும்பிவிடுவாள் என நம்பினாள், கையால் உணவை எடுத்துச் சாப்பிடும் அவள் அம்மாவை என்னவோ காட்டுமிராண்டியைப் பார்ப்பதுபோல ஓரப்பார்வை பார்ப்பதற்கு மாறாக அவளும் கையால் உண்பாள் என்று எதிர்பார்த்தாள்

அவள் இலண்டனுக்குத் தொடர்வண்டியைப் பிடிக்கும் முன்பாக, கரோல் நல்ல சம்பளத்தில் வேலைக்குச் சேர்ந்து ஒரு மரியாதைக்குரிய நைஜீரிய கணவனைப் பெற்று தனக்கு பேரப்பிள்ளைகளைப் பெற்றுத்தர வேண்டுமென்று நூற்றியோராவது தடவையாக பம்மி சொல்லிக்கொண்டிருந்தாள்

இதுவரை கரோல் தனது ஆண் தோழர்களை அவளது அம்மாவிடம் அறிமுகப்படுத்தவில்லை, இதன் அர்த்தம் தனது மகள் அவர்களை அவ்வளவாகப் பொருட்படுத்தவில்லை என்று நம்புகிறாள்

*

கிட்டத்தட்ட ஒரு வாரத்துக்குப் பிறகு, கரோல் அடுக்ககக் குடியிருப்புக்குச் சிவந்த கண்களுடன் 'சோர்வுடன்' வந்தாள், காரணம், நான் 'விருந்துக்குப்' போயிருந்தேன் தாயே

இது என்ன இழவு விருந்து? பம்மி கேட்டாள், உனக்கு அதுக்கெல்லாம் வயசு ஆகலை, யார் கூடயாவது படுத்து எந்திரிச்சி வர்றியா? அதானா?

இல்லை, நான் இன்னும் கன்னி கழியாதவள்தான் (திரும்பவும் வஞ்சப்புகழ்ச்சியா?)

பம்மி அவளுக்குச் சந்தேகத்தின் பலனை அளித்தாள், நீ அப்படியேதான் இருக்கணும், ஞாபகம் வச்சுக்கோ, நீ ஒரு நைஜீரியக்காரி, வேசித்தனமா ஆங்கிலக்காரப் பிள்ளைங்க மாதிரி கிடையாது நீ, முயல்கறிக் குழம்பைச் சூடு பண்றேன், இராத்திரிக்கு அதைச் சாப்பிடுவோம்

தனது அறைக்குப் போகும் முன்பாக கரோல், எனக்குப் பசிக்கலை தாயே, சிரமப்படாதீங்க என்று பதிலளித்துவிட்டு கதவை மூடியவள் மறுநாள் காலையில்தான் வெளிவந்தாள்

கரோலுக்கு விரைவிலேயே ஒரு முதலீட்டு வங்கியில் நல்ல வேலை கிடைத்தபோது, வீட்டு அடமானத்தை மிச்சம் பிடிக்க வீட்டிலேயே இருக்க அவள் தீர்மானித்ததற்காக பம்மி மகிழ்ந்தாள்

தேவாலயத்துக்குச் சென்று அங்கே பம்மி தேர்வு செய்திருந்த மூன்று நைஜீரிய இளைஞர்களைச் சந்திக்க வைப்பதற்காக நைச்சியமாகப் பேசிப் பார்த்தாள், எல்லாருமே பட்டப்படிப்புப்

படிச்சவங்க, இலட்சணமாவும் இருக்காங்க (அவலட்சணமான பேரப்பிள்ளைகளை அவள் விரும்பவில்லை)

எனக்கு இப்ப இதில ஆர்வமில்லை தாயே, கரோல் பதிலளித்தாள்

ரொம்ப ஆறப்போடாதே, உனக்கு முப்பது வயசாகும்போது எல்லாத்தையும் கடந்து போயிருப்பே, பம்மி எச்சரித்தாள்

இவ்வாறாக இரு ஆண்டுகள் எல்லாமே நன்றாகவே போனது, கரோல் வெகுநேரம்வரை பணியில் இருந்தாள், பெரும்பாலான இரவுகளில் நண்பர்களுடன் தங்கினாள், அவங்க நகரத்துக்குப் பக்கத்துல இருக்காங்க, என்றாள்

பிறகு ஒருநாள் காலையுணவின்போது (கரோலுக்கு ஒரு கோப்பை சர்க்கரையில்லாத காபி) பல்கலைக்கழகத்துக்குச் செல்வதற்குமுன் தனது மகளுக்குப் பிடித்தமானதாய் இருந்த ருசியான சேனைக்கிழங்கு கஞ்சியை பம்மி சாப்பிட்டுக் கொண்டிருந்தபோது, இது சூடான சிமிட்டி மாதிரி இருக்கு, சாப்பிடவே முடியலை என்றாள்

கரோல் சொன்னாள், தாயே, உன்கிட்ட ஒன்னு பகிர்ந்துக்கணும் (நாகரீக ஆங்கிலம் பேசுறாளாம், சொல்ல வேண்டிய விசயத்தை நேரடியாச் சொல்லாமல் 'பகிரணும்'னு பீடிகை போடுறாள்)

எனக்குக் கல்யாணம் நிச்சயமாகியிருக்கு தாயே

அவள் மகள் வெளிர்ந்த அடுப்படித் தரை விரிப்பைப் பார்த்துக்கொண்டு பேசினாள், என்னவோ அதை இப்போதுதான் பார்க்கிறாள் என்பது போல, அவள் பிறப்பதற்கு முன்பிருந்தே அது அங்கேதான் கிடக்கிறது

ஃப்ரெடிங்கிற ஒரு அற்புதமானவன்

பம்மிக்குத் தன் மூளைக்குள் பட்டாசுகள் நாலா திக்கும் பறப்பதுபோல் இருந்தது (தரைச்சக்கரமும் ராக்கெட்டுகளும்)

என்ன இது? அவள் யோசித்தாள், இந்தப் பொண்ணு அவ அம்மாகிட்டக் கூட இன்னும் அறிமுகப்படுத்தாம ஒருத்தனைக் கல்யாணம் பண்ணிக்கப் போறேன்னு சொல்றா? அவள் வாயிலிருந்த திரளாயிருந்த கஞ்சியை விழுங்க முடியவில்லை,

இப்போது அது உண்மையாகவே சூடான சிமிட்டி மாதிரி இருந்தது, பம்மி கேட்டாள், இது எவ்வளவு காலமா நடக்குது?

கொஞ்சகாலமா, கரோல் சொன்னாள், ஓ, அவன் வெள்ளைக்காரன் என்று முணுமுணுத்தாள், பல வருசமா அவனைச் சந்திச்சுக்கிட்டு இருக்கேன், அவனை மெய்யாலுமே காதலிக்கிறேன், என் நிலையை விளக்கிச் சொல்லிட்டேன்

என் நிலையை விளக்கிச் சொல்லிட்டேன்

கரோல் பம்மியை நேருக்கு நேராகப் பார்த்தாள், அவள் பார்வை உன்னால என்னைத் தடுத்து நிறுத்த முடியாது என்று சொல்லியது

பம்மி பத்துவரை எண்ண முயன்றாள், 9.2 வரை வந்ததுமே தனது நாற்காலியிலிருந்து குதித்தெழுந்தாள், கரோலும் சட்டென்று எழுந்து நின்றாள்

எனக்கு ஏன் இப்படியொரு துயரத்தைக் கொண்டுவர்றே? நீ சும்மாதானே சொல்றே? ஐயோ கடவுளே! செத்துப்போன உங்கப்பன் மூஞ்சில எச்சில் துப்புறே நீ! உன் சனங்க மூஞ்சில எச்சில் துப்புறே! இந்தக் குடும்பத்துக்கு எப்படியொரு அவமானத்தை உண்டாக்குறே தெரியுமா? என்னைக் கேவலப்படுத்திட்டே! நீ எனக்கு மகளே இல்லை, இல்லவே இல்லை

அந்தச் சிறிய அடுப்பறையில் பம்மி முன்னும் பின்னுமாக நடந்தாள், இது கரோல் ஒரு மூலைக்குள் தன்னைத்தானே ஒடுங்கிக்கொள்ளச் செய்தது

மகளின் தலையில் ஓங்கி அறையும் உந்துதலைச் சிரமப்பட்டுக் கட்டுப்படுத்திக் கொண்டாள், அவள் சிறுமியாக இருந்தபோதுகூட எத்தனை சேட்டை செய்தாலும், அவளது கருப்பைக்குள் ஒன்பது மாதங்கள் இருந்து உருவாகி இந்த உலகிற்கு வந்த ஒரேயொருத்தியான அவளை ஒருபோதும் அடித்ததில்லை

நேர்த்தியான வடிவில் பெற்றெடுக்கப்பட்ட அம்மாவின் ஆற்றுப்படுத்தும் தாய்ப்பாலுக்காக அழுதபடி *Guy's* மருத்துவமனையில் பிறந்த குழந்தை

Great Maze Pond
Waterloo
London, SE1
United Kingdom of Great Britain

அகஸ்டின் இப்போது உயிரோடிருந்தால் இந்தப் பிள்ளைக்கு புத்திமதி சொல்லியிருப்பார் என்று எண்ணி ஏங்கினாள்

ஒரு அயல்தேசத்தில் இத்தனை உயரக் கட்டடத்தில் தனியாகக் குழந்தையை வளர்க்க வேண்டியிருக்குமென அவள் நினைத்திருக்கவில்லை

பதிமூன்று வயதிருக்கையில் கரோல் கடந்துவந்த இருண்ட காலகட்டத்தில் செய்வதறியாது திகைத்ததுபோலவே இப்போது உணர்கிறாள், அப்போது அவள் பள்ளிக்கு ஒழுங்காகச் செல்லவில்லை, மோசமான மதிப்பெண்களை எடுத்தாள், வார இறுதிகளில் படுக்கையறைக்குள்ளேயே இருப்பாள், கழுவுவதற்கும், சாப்பிடுவதற்கும், கழிப்பறை செல்லவும் மட்டுமே வெளியே வருவாள்

அங்க அப்படி என்னதான் செய்றே?

தூங்குறேன், எனக்கு அசதியா இருக்கும்மா, கதவு வழியாகப் பதிலளிப்பாள்

பள்ளிக்கூடத்துக்குப்போய் மூளைக்குத்தானே வேலை கொடுக்கிறே, இங்க நாந்தான் கிடந்து முட்டிபோட்டு தினம் தரையைத் துடைக்கிறேன், உனக்கு எதுக்கு எப்பப் பார்த்தாலும் அசதி வருது? யாருக்கு அசதியா இருக்கணும், உனக்கா எனக்கா?

பம்மி தேவாலயத்தில் பெண்களிடம் ஆலோசனை கேட்டபோது, அது பதின்பருவச் சுரப்பிகளின் பிரச்சினை, சீக்கிரம் கடந்துவிடும் என்றார்கள்

அப்படித்தான் ஆயிற்று

கிட்டத்தட்ட ஒரு வருடத்துக்குப் பிறகு

அவளது புத்திசாலிப் பிள்ளை முன்னைப்போல அடைந்து கிடக்காமல் திரும்பவும் பெரும்பாலான பாடங்களில் வகுப்பில் முதலிடத்துக்கு வந்தாள்

அவளது ஆசிரியர்களில் ஒருவரான மிஸஸ் கிங் ரொம்பக் கருணையுள்ளவள், அவள் மகளுக்கு உதவ தனிக் கவனம் செலுத்தினாள், இப்பப் படிக்கிற மாதிரியே அவள் தொடர்ந்தாள்னா

கரோல் நிச்சயம் ரொம்ப தூரம் போகமுடியும், மிஸஸ் வில்லியம்ஸ் என்றாள்

பணக்காரர்களுக்கான பிரபலமான பல்கலைக்கழகத்தில் கரோல் சேர்ந்தபோது பம்மிக்கு ரொம்பப் பெருமையாக இருந்தது, பல்கலைக்கழகத்தின் ஏற்புக் கடிதத்தை ஒருமுறையோ இருமுறையோ அல்ல, மூன்றுமுறை நகலெடுத்து வைத்துக்கொண்டாள்

அவற்றைச் சட்டம்போட்டு மாட்டிவைத்தாள் - ஒன்று நடுக்கூடச் சுவரில், இன்னொன்று கழிப்பறைக் கதவு உட்புறத்தில், மூன்றாவது தொலைக்காட்சிப் பெட்டிக்கு மேலே, அந்தப் பெட்டியைப் பார்த்துக் கொண்டிருக்கும்போது அவ்வப்போது அதை ஒரு பார்வை பார்த்துக் கொள்வாள்

ஆனால் இதெல்லாம் கரோல் தனது உண்மையான கலாச்சாரத்தை ஒதுக்கித் தள்ளுவதில் முடியுமென்று அவள் நினைத்திருக்கவில்லை

அவள் மகள் அடுப்பறை மூலையில், நகர்ந்தால் பாதுகாப்பில்லை என்று நினைக்கும் பொறியில் சிக்கிக்கொண்ட விலங்கைப்போல நிற்பதைக் கவனித்தாள்

அவளது பிள்ளை அவளைப் பார்த்துப் பயப்படுவதை அவள் விரும்பவில்லை

கரோல், வந்து உட்காரு, வா, நான் சொல்றதைக் கேளு, இந்த ஃப்ரெடிங்கிற பின்னால வந்தவனை உனக்கு அவ்வளவாத் தெரியாது, ஆனா உன்னை எனக்கு நீ பிறந்ததிலிருந்து தெரியும், எனக்கு எல்லாமே நீதான்கிறபோது உனக்கு அவன் யாரு? உண்மையலயே நீ யாருங்கிறதை இழந்துட்டா, இந்த நாட்டில் இருக்கிறதில் எந்தப் பயனும் இல்லை, நீ ஆங்கிலக்காரி இல்லை அல்லது உன்னை நீயே பெத்துக்கிட்டியா?

முதல்ல, முதலும் கடைசியுமா நீ ஒரு நைஜீரியக்காரி

கரோல், உன்னோட பாவப்பட்ட அப்பாவுக்காக நீ ஒரு நைஜீரியனைத்தான் கல்யாணம் பண்ணிக்கணும், இல்லியா?

அது தேவையான விளைவுகளை ஏற்படுத்தாத நிலையில், பம்மி அதிலிருந்து கரோலைப் புறக்கணிக்க முடிவுசெய்தாள், அவர்களுக்கான ஞாயிறு இரவுணவை வழக்கம்போல் ஒன்றாகத்

தயார்செய்ய கரோல் அன்று மாலை அடுப்பறைக்கு வந்தபோதே தொடங்கியது

குளிர்பதனி காலியாயிருந்தது, ரொட்டித்துண்டு, பால் அல்லது செயற்கை வெண்ணெய்கூட இல்லை, எல்லாவற்றையும் பம்மி குப்பைப் பையில் வீசிவிட்டாள்

*

பம்மி அவளது மகளைப் புறக்கணிப்பதைத் தொடர்ந்தாள்

அவர்கள் வழக்கமாக மூன்றுபேர் அமரத்தக்க சோபாவில் நெருங்கி அமர்ந்து நைஜீரிய காணொளி வட்டுகளில் அங்குமிங்கும் ஒளிப்படக்கருவியை ஆட்டி எடுக்கப்பட்ட படங்களைத் தட்டையான திரைகொண்ட தொலைக்காட்சியில் பார்க்கும்போது சத்தமாக உற்சாகத்துடன் ஒருவருக்கொருவர் கருத்துச் சொல்லியபடி பார்ப்பார்கள், வழக்கம்போல கொக்கோ வெண்ணெயினால் சோர்வுற்ற அவளது பாதங்களைக் கரோல் நீவிவிடுவதற்கு மறுத்தாள், சூடா ஒரு கோப்பை மைலோ பானம் தாங்க தாயே என்று அவள் தயக்கத்துடன் கேட்டபோது காது கேளாததுபோல் இருந்தாள்

சோபாவின் மறுவோரத்தில் இறுகிய முகத்துடன் அமைதியாக பம்மி அமர்ந்திருந்தாள், கரோல் அறையைவிட்டுச் செல்லும்வரை தொடர் இடைவெளிகளில் மூக்கை உறிஞ்சியபடி கண்களைத் துடைத்தபடி இருந்தாள்

அதன் பிறகிலிருந்து கரோல் அவளது வழியில் வரவில்லை, கதவு வழியாக நல்லிரவு வணக்கம் கத்திச் சொன்னபோதும் வீட்டுக்குத் தாமதமாக வந்தபோதும், பம்மி பதிலளிக்கவில்லை, அவள் நாட்டுப் பெண் புச்சி எமேசெட்டா எழுதிய *தாய்மையின் பூரிப்பு* தொடர்ந்து வாசித்துக் கொண்டிருந்தாள், தேவாலயத்தில் சகோதரி ஃப்ளோராவிடம் பம்மி தனது இன்னல்களையெல்லாம் இறக்கிவைத்தபோது இந்தப் புதினத்தை அவள் பரிந்துரைத்தாள்

சகோதரி ஃப்ளோரா அவளிடம் சொன்னாள், இந்தப் புதினத்துல வர்ற இன்னு ஈகோங்கிற தாயும் துயரப்படுறவதான், இதைப் படி, உனக்கு ஆறுதலா இருக்கும் சகோதரி பம்மி

பின்னர், கரோலின் மெதுவான பாத ஒலிகள் அடுப்படியிலிருந்து குளியலறைக்கும் பின்னர் அவளது படுக்கையறைக்கும் செல்வதைக் கேட்டாள், கதவு சத்தமின்றி மூடிக்கொண்டது

எல்லா இரவுகளிலும் அவளும் அழுதுகொண்டே தூங்குவதாக பம்மி நம்பினாள்

பிறகு ஒருநாள் காலை

பம்மி அடுப்படியில் அமர்ந்து சந்தையில் உள்ள பங்களாதேசி மளிகைக்கடையில் இருந்து வாங்கிவந்த பெரிய மூடையிலிருந்து பாசுமதி அரிசியைக் கைபார்த்துக் கொண்டிருந்தாள், இது தெருமுனையில் உள்ள பணக்காரர்களுக்கான பல்பொருள் அங்காடியில் விற்கப்படும் சின்னச் சின்ன பொதிகளைக் காட்டிலும் இருபது மடங்கு மலிவானது

வழக்கம்போல, *ஆங்கிலக்காரி* போன்ற தோற்றத்துடன் வேலைக்குச் செல்லும்முன் கரோல் உள்ளே வந்தாள், அவளது கருநீல மழையங்கி குறுகிய இடையைக் காட்டும் வண்ணம் இறுக்கமாக கீழாடைக்குள் செருகப்பட்டு, தலைமுடியை உருண்டையாகச் சுருட்டிக் கொண்டையிட்டு, கழுத்தைச் சுற்றி முத்துக்கள் அணிந்து வந்தாள்

நான் இங்கிருந்து வெளியேறி ஃப்ரெடி கூட வசிக்கப்போறேன் கிறதைக் கேட்க உனக்கு நிம்மதியா இருக்கும்னு நினைக்கிறேன் தாயே, என்னை இனி ஒருபோதும் திரும்பப் பார்க்க மாட்டாய்

அவள் அங்கே நின்றுகொண்டிருந்தாள், அவளைப் பம்மி புறக்கணிப்பதை எதிர்பார்த்து, அந்தத் தருணத்தில் உள்ளுக்குள் ஏதோவொன்று இடம் மாறியது, கோவென்ட்ரியிலிருந்து அவளுக்குப் பயணச்சீட்டை அளிப்பதுதான் சரியானது என்று பம்மி உணர்ந்தாள், அவளிடம் பேசாமல் இருப்பது கடினமாயிருந்தது, வாரங்கள் ஓடி இரண்டு மாதங்களாகி கிட்டத்தட்ட மூன்றாகியிருந்தபோது, அவளது வலியின் ஆழம் கூடிக்கொண்டே சென்றது, அவளது வாயிலிருந்து என்ன சொல் வருமென்று அவளுக்கே பயமாயிருந்தது

நான் கோபமாயிருக்கேன், இப்ப என்னால பேசமுடியாது

தனது சொந்த மகளைத் துறக்க அவள் விரும்பவில்லை

அவள் வாழ்க்கையில் அவள் நேசித்ததில் எஞ்சியுள்ள ஒரே ஜீவன் அவள்

பம்மி சொன்னாள், இங்க பாரு, அரிசிப்பையைச் சுட்டிக்காட்டியபடி, அலங்காரமா சிப்பம் கட்டி அதிக விலை வச்சு பொருட்களை விக்கிற விலையுயர்ந்த பல்பொருள் அங்காடியில ஆங்கிலேயர்கள் தங்களோட பணத்தை வீணடிக்க விரும்புறாங்க, அப்புறம் பேருந்துக்கு வரிசைல நிக்கையில *என்னைக் கேவலமாப் பார்த்துக்கிட்டு பொருளாதாரம் சீரழிஞ்சுட்டு வருதுன்னு* புகார் சொல்ல வேண்டியது, ஆமா, பகட்டான விளம்பரங்களைப் பார்த்து வாங்குறதுனால அவங்களோட காசு கரைஞ்சுபோய் சீரழியுறது *அவங்கதான்*

அந்த அசிங்கப்பார்வை பார்க்கிறவங்ககிட்ட நான் சொல்ல விரும்புறேன், ஆங்கிலேயர்களே, இந்த நாட்டுல பொருட்களை எப்படி வாங்குறதுன்னு என்கிட்டக் கேளுங்க, ஏன்னா வந்தேறிகளான நாங்க உங்களைவிடப் புத்திசாலிங்க, அழகான சின்ன கண்ணாடிச் சாடிகளில் 'ஏலக்காய்களின் சிதறல்' இல்லைனா 'சுத்தமான குங்குமப்பூ இழைகள்'னு எழுதி ஒட்டியிருக்குறதுக்காக மசாலாப் பொருட்களுக்கு அநியாயமா செலவு பண்ண நாங்க மறுக்கிறோம்

அது என்ன 'சிதறல்'? சொல்ல முடியுமா? அல்லது 'தாராளமான சிட்டிகை'? அது என்ன ஒரு பவுண்டா இல்லை கிலோவா? இல்லை, இது வெறும் ஒரு *சிட்டிகை, அட முட்டாள்களா,* அப்புறம் எங்களோட நல்ல தரமான சிக்கனமான வந்தேறிக் கடைகளைப் பார்த்து மூஞ்சைத் திருப்பிக்கிட்டுப் போறது, என்னவோ இந்தக் கடைகளுக்குள்ள நுழைஞ்சா தீவிரவாதிங்க கடத்திட்டுப் போயிடுவாங்கன்னோ அல்லது மலேரியா வந்துடுமோன்னோ பயப்படுவாங்க போல

அதோட, 'என்னைக் கொள்ளையடிங்க, நான் ஒரு முட்டாள்'னு எங்க நெத்தில எழுதிருக்குன்னு காட்டிக்கிட்டு கொள்ளை விலை குடுத்து வாங்குறதுக்குப் பதிலா சந்தைல எப்படி அடிச்சுப் பேசி நல்ல விலைக்கு வாங்குறதுன்னு நம்ம மக்களுக்குத் தெரியும்

நீயி நின்னு கடைக்காரன்கிட்ட நீ போனாப் போதும் சும்மாகூடக் குடுத்துரலாம்னு நினைச்சி அவனே வழிக்கு வர்றவரைக்கும் அடிச்சுப் பேசி குறைஞ்ச விலைக்கு வாங்குறதை

விட்டுட்டு எதுக்கு ஒரு பவுண்டு ஆப்பிளுக்கு ஒரு பவுண்டு குடுக்கணும்கிறேன்?

இப்படிச் சேமிக்கிறது காலப்போக்கில சேர்ந்துக்கிட்டே வரும், இதேமாதிரி கறிக்கடைக்காரன்கிட்டப் பேரம் பேசினா முழுக் கோழியையே வாங்கிடலாம்

ஒரு கோழியை இரசம் மாதிரி வச்சா பலநாளு சாப்பாட்டுக்கு ஆகும்

இடுப்பும் பெருக்காது

நான் என்ன சொல்ல வர்றேன்னா நீ ஒரு நைஜீரியன்

நீ உன்னை எவ்வளவு உயர்வாவும் வலிமையானவளாவும் நினைச்சுக்கிட்டாலும் சரி

உன் வருங்காலக் கணவன் எவ்வளவு பெரிய ஆங்கிலக்காரனா இருந்தாலும் சரி

நீ எவ்வளவு பெரிய ஆங்கிலக்காரியா நடிச்சாலும் சரி

அப்புறம், இன்னொருதடவை என்னை தாயேன்னு கூப்பிட்டே, இரத்தம் வர்றவரை அடிச்சு அந்த இரத்தம் காயுறவரை மேல்மாடத்துல தலைகீழாக் கட்டித் தொங்க விட்ருவேன்

நான் உன்னோட அம்மா

இப்பவும் எப்பவும்

ஒருபோதும் அதை மறந்துடாதே, புரியுதா?

அவள் முடித்தபோது, கரோலின் கண் மையின் தடம் அவள் கன்னத்தில் பதிந்திருந்தது, அவர்கள் ஒருவரையொருவர் அணைத்திருந்தபோது தனது குழந்தையின் உடல் வெம்மையைத் திரும்பவும் உணர முடிந்ததற்காக பம்மி நிம்மதியடைந்தாள்

அந்தக் காலைவேளையில் கண்ணீருடன் குடியிருப்பைவிட்டு அவள் குழந்தை அவளோடு திரும்பப் பேசியதற்கு அம்மாவுக்கு நன்றிசொல்லி வெளியேறியபோது சொன்னாள், ஏன்னா, என் சொந்தத் தாயே நான் இல்லேன்றமாதிரி நடிக்கும்போது, ஏதோ நான் செத்துட்ட மாதிரி இருக்கு

சிறுநீர் நாற்றமடிக்கும் மின் தூக்கிக்குள் கரோல் அடியெடுத்து வைத்து தரைத்தளத்தைத் தொடும்வரை பம்மி பார்த்துக் கொண்டிருந்தாள்

அவள் மகள் விரைவிலேயே முழுவதுமாக அவர்களைச் சேர்ந்தவளாகிவிடுவாள்.

2

எப்படி தனது சொந்தத் தாய் அவளைத் துணியில் சுற்றி எடுத்துக்கொண்டு நைஜர் டெல்டாவிலுள்ள ஒபலோவுக்கு ஓடிவந்தாள் என்பதை பம்மி நினைத்துப் பார்க்கிறாள்

பம்மியின் அப்பா மோசஸ் சட்டவிரோதமாக டீசலைச் சுத்திகரிப்புச் செய்யும்போது ஏற்பட்ட வெடிவிபத்தில் இறந்தபின்

சதுப்பு நிலத்தில் கச்சா எண்ணெய்ப் பீப்பாய்களைச் சூடுபடுத்தும்போது, இந்தக் குடிசைத் தொழிலில் தீத்தழலுக்கு மிக அருகில் நிற்பது அபாயகரமானது

திறந்தவெளி நெருப்பிலிருந்து இரண்டு பீப்பாய்கள் மட்டுமே தள்ளியிருக்கும் இடத்தில் கச்சா எண்ணெயிலிருந்து டீசல் உற்பத்தி செய்வது அபாயகரமானது

ஒட்டுமொத்த டெல்டாவுக்கும் தெரியும், இருந்தும் எண்ணெய் நிறுவனங்களின் பிரமாண்டமான துளையிடும் கருவிகளால் பூமியின் ஆயிரக்கணக்கான மீட்டர்கள் ஆழத்திலிருந்து இந்தக் கிரகத்தின் எஞ்சிய பகுதிகளுக்கு அரிய ஆற்றலை வழங்குவதற்காக மில்லியன் கணக்கிலான பீப்பாய்களில் எண்ணெய் உறிஞ்சப்படும் அந்தப் பாழாய்ப்போன இடத்தில் வேறு எப்படித்தான் உயிர்வாழ்வது

அதை உற்பத்தி செய்யும் நிலம் பாழ்பட்டுப் போகும்போது

பம்மியின் அப்பா இறந்தபோது, மரவள்ளியும் சேனையும் அவர்கள் பயிர் செய்துவந்த அவருக்குச் சொந்தமான நிலம் அவரது சொந்தக்காரர்களால் பட்டப்பகலில் எடுத்துக்கொள்ளப்பட்டது

அவரது இறுதிச் சடங்குக்குப் பிறகு நேராக அவள் குடிசைக்கு வந்திறங்கிய அவர்கள் அனைவரும் நீ அவரது மரபுவழிப் பெண்டாட்டி, சட்டப்படியான மனைவியில்லை என்று இயதுந்தேவை நோக்கிக் கத்தினார்கள்

இப்பவே இந்த இடத்தைவிட்டு வெளியே போ, இப்ப இது எங்க சொத்து, இங்க திரும்ப காலடி எடுத்து வச்சிராத, இந்த இடத்துக்கும் உனக்கும் சம்பந்தமில்லை!

காட்டு வழியே அவள் அம்மாவுடன் அவளது தாத்தா பாட்டி வீட்டுக்கு நீண்ட தூரம் நடந்துசென்றதை பம்மி நினைத்துப் பார்க்கிறாள்

அவர்களது உடைமைகளை இரண்டு கூடைகளில் வைத்து தலைமேல் சுமந்தபடி

அம்மாவின் வாழ்க்கை தொடங்கிய சின்னச்சின்னக் குடிசைகளில், அவள் தாத்தா அவர்களிடம் பம்மி வயதுக்கு வந்த உடனேயே அவளைத் திருமணம் செய்துகொள்ளப் போவதாகச் சொன்னார்

அவ சீக்கிரமே தயாராயிடுவா, எப்படியாச்சும் வரதட்சனை பணத்தைத் தயார் பண்ணிடுவேன், அது உங்களோட எல்லாப் பிரச்சினையையும் தீர்த்து வச்சிடும், எல்லாருக்கும் பணம்தானே பிரச்சினையா இருக்கு

அன்று இரவு தனக்கு பதினாலு வயதிருக்கையில் தனது தந்தை தனக்குக் கணவனானதுபோல இந்த மரபுவழி வாழ்க்கையை அவர் தன் பிள்ளைமீது திணிப்பதை தான் அனுமதிக்கப் போவதில்லை என்று அம்மா அவளிடம் சொன்னாள்

மறுநாள் காலை அவளும் மோசஸும் சேமித்து வைத்திருந்த கொஞ்சப் பணத்தை முடிந்துகொண்டு, அவள் அப்பா எழுந்திருக்கும் முன்பாக பம்மியைக் கையில் பிடித்துக் கொண்டு கிளம்பினாள்

எண்ணெய்ச் சுத்திகரிப்பு நிலையங்களிலிருந்து இருபத்து நான்கு மணிநேரமும் செம்மஞ்சள் தீப்பிழம்புகள் வெம்மையான வானில் கலக்கும் இடத்தைக் கடந்து நூற்றுக்கணக்கான கல்தொலைவு நடந்தனர்

ஆழமாக சுவாசித்தால் மெல்லச் சாவைக் கொண்டுவரக்கூடிய சுவாசிப்பதைக் கடினமாக்கும் நச்சுப்புகையைக் கடந்து சென்றனர்

நீரைக் குடிக்கமுடியாதபடி செய்த அமில மழையைக் கடந்து சென்றனர்

எண்ணெய்க் கசிவுகளால் நஞ்சாகிப்போன பயிர்களை, சகதியாகி இறுகிப்போன ஆற்றுப்பகுதிகளில் கைவிடப்பட்ட மீனவப்பகுதியைக் கடந்து சென்றனர், மீன் கூடைகளை நீரிலிருந்து வெளியே எடுக்கையில் கருப்புப் பசைபோன்ற கட்டியான எண்ணெய்தான் வந்தது

இறால், நண்டு, கல் இறால் - சாகின்றன

திருக்கை மீன்கள், கெளுத்தி, பன்னா மீன்கள் - சாகின்றன

சீலா, போங்கா ஷட், உக்கானந்தி பாறை மீன்கள் - சாகின்றன

*

அவர்கள் லகோஸுக்குப் பயணத்தைத் தொடங்கினர், அங்கிருந்து நீர் மேல் அமைந்த மகோகோ சோரியில் ஊன்றுகோல்கள் தாங்கிய மூங்கில் குடிசையை இன்னொரு குடும்பத்துடன் பகிர்ந்துகொண்டனர், அங்கே வெளியே அமர்வதற்கு ஒரு திண்ணையும் கருத்த அழுக்கு நீர்வழியே செல்வதற்கு ஒரு படகும் இருந்தது

நெருக்கடி மிகுந்த லகோஸ் நகரில் எல்லா இடங்களிலும் அம்மா வேலை கேட்டாள், அவள் பின்னாலேயே வந்த பம்மிக்கு அவளது அழுக்கான பழைய உடைகளையும் கருத்துப்போன செருப்புகளையும் எண்ணி அவமானமாய் இருந்தது

இவ்வளவு இரைச்சலான, அவள்மேல் இடிக்க முயன்ற நகரத்து கார்களிலிருந்து வரும் புகையுடன் கூடிய இந்தப் பெரு நகரத்தை அவள் வெறுத்தாள்

முதலில் அம்மா சுட்ட மக்காச்சோளத்தையும் மாவுப் பலகாரத்தையும் தெருக்களில் விற்க முயன்றாள், மற்ற வியாபாரிகள் அவளை விரட்டிவிட்டனர், இது எங்க சந்தை, வெளியே போ!

வேலைதேடி அவள் அம்மா அவமானத்துக்கு உள்ளாவதை பம்மி பார்த்தாள், உள்ளூர் மர அறுவை ஆலைக்கு வந்தனர்,

அங்கே உள்நாட்டில் இருந்து வெட்டப்பட்ட மரங்கள் மிதவைக் காடுபோல ஒன்றாகக் கட்டப்பட்டு நகரத்தை நோக்கிச் செல்லும் நீரோட்டத்தில் இழுத்துச் செல்லப்பட்டன

அவள் அம்மா மேற்பார்வையாளர் லபியைச் சந்தித்தாள், அவரிடம் தைரியமாகச் சென்று எந்தவொரு ஆணையும்போல தானும் பலம் மிக்கவள் என்றாள், விவசாயத்தினால் திடப்பட்ட அவளது சக்திமிக்க கரங்களை அவரால் பார்க்க முடியாதா?

ஐயா, என் குழந்தைக்கு பசியாத்தணும், இந்த வேலைய என்னால செய்ய முடியும், நான் இடையில நிக்க மாட்டேன், தயவுபண்ணி இந்த வேலைய எனக்குக் குடுங்க

காதைச் செவிடாக்கும் இரைச்சலும் தூசியும் நிறைந்த அந்த அறுவை ஆலையில் அம்மா வாரத்தில் ஆறுநாள் வேலை செய்தாள், அங்கிருந்த ஆண்களைக் காட்டிலும் அவள் கடினமாக வேலை செய்வதைப் பார்த்ததும் அவர்கள் அவளை ஏற்றுக்கொண்டதாகச் சொன்னாள்

பின்னர் ஒருநாள் லபி வந்து இனிமேல் அவள் மரக்கட்டைகளைத் தலையில் சுமக்கத் தேவையில்லை, அது முட்டாள் கழுதைகளுக்கானது, அவள் முட்டாள் இல்லை, அவள் வட்ட இரம்பத்தை இயக்க உதவலாம் என்றார்

முதலில் அம்மா சந்தோசமடைந்தாள், பிறகு வீட்டுக்கு வரும்போது தலையை ஆட்டியபடி வந்தாள், அந்தாளு சொல்றான், எதுவுமே இலவசம் இல்லையாம், என்றாள்

நான் உனக்கு நல்ல வாழ்க்கையை அமைச்சுக் கொடுப்பேன், இந்தத் துயரத்தில இருந்து வெளியே கொண்டுவருவேன்

நம்மால தப்பிக்க முடியும், பாப்பா

வாரநாட்களில் காயலில் உள்ள மிதவைப் பள்ளிக்கூடத்துக்கு படகில் பம்மி கூட்டிச் செல்லப்பட்டாள், ஒவ்வொரு குழந்தையும் வந்தவுடனேயே தனது சம்பளமாக ஆசிரியர் கட்டணங்களை வசூலித்தார், இல்லாவிட்டால் அவர்கள் வீட்டுக்கு அனுப்பப்பட்டனர்

அவளுக்கு ஒருபோதும் அப்படி நடக்கவில்லை, அவள் அம்மா பட்டினிகூடக் கிடப்பாளே தவிர ஒரு வகுப்பைக்கூட அவள் மகள் தவற விடமாட்டாள்

பம்மி அவளது கல்விப் பயணத்தைத் தொடர்ந்து, நன்கு படித்த கணவனையும் படித்தவர்களுக்கான வேலையையும் பெற்று நல்ல சம்பளத்தில் வாழ்க்கையை அமைத்துக்கொள்ள வேண்டுமென்றும், அப்போதுதான் ஒருவேளை கணவன் இறந்தால்கூட அவள் சொந்தக் காலில் நின்று அவளது குழந்தைகளையும் காப்பாற்ற முடியும் என்று சொன்னாள்

பம்மிக்கு பதினைந்து வயதிருக்கும்போது நினைத்துப் பார்க்க முடியாத ஒன்று நடந்தது

அம்மா அவளது முறைப்பணி முடிந்தபின் சரியாக இயங்காத நீராவியில் இயங்கும் இரம்பத்தைச் சரிசெய்து கொண்டிருந்தபோது அது வழுக்கிவிட்டது, அவள் சுதாரிப்பதற்குள் அதன் கோரப் பற்கள் கொடூரமாகச் செயல்படத் தொடங்கிவிட்டது

லபி பள்ளிக்கு வந்து இந்தக் கெட்ட செய்தியைப் பம்மிக்குச் சொன்னார்

பள்ளிக்கூடத்தின் மூங்கில் சக்கைகள் இட்ட தரையில் சரிந்து விழுந்து வெகுநேரம் அழுது கதறியதை நினைத்துப் பார்க்கிறாள், படகில் ஏறி அவளது குடிசைக்குத் திரும்பக் கூட்டிச் செல்லப்பட்டதையும் அங்கு பந்துபோல சுருண்டு கொண்டதும் நினைவுக்கு வருகிறது

அவளது ஒரு மாதத்து வீட்டு வாடகையையும் பள்ளிக் கட்டணத்தையும் தான் கொடுத்துவிட்டதாகவும், அவளது உறவினர்களைத் தான் தேடி வருவதாகவும் லபி சொன்னார், உங்கம்மாக்காகத்தான் உனக்கு இதைச் செய்றேன், தெரிஞ்சுக்கோ

தூரத்து உறவினரான அத்தை எகியோவை அவர் கண்டுபிடித்தார், அவர் அவளுக்குத் தங்குமிடமும் கல்வியும் தந்து கைமாறாக வீட்டு வேலையையும் குழந்தைப் பராமரிப்பு வேலைகளையும் கொடுத்தார்

லகோஸில் தான் மட்டும் தனியாகத் தங்கியிருக்க வேண்டியதில்லை என்பதில் பம்மி நிம்மதியடைந்தாள்

சந்தைக்கு அவள் தனியாகப் பொருள் வாங்கச் செல்கையில் ஆண்கள் அவளைத் தேடி வந்தனர்

இதில் பெரிய தொப்பையுடன் பெரிய காரில் வந்து தனக்கு வைப்பாட்டியாக இருக்குமாறு கேட்ட ஒரு பெரிய மனிதரும் அடக்கம்

அவள் முகத்தில் சுருட்டுப் புகையை ஊதியபடி

உன்னை நல்லா வச்சுப் பார்த்துப்பேன்

எகியோ அத்தையின் கற்காரையிலான வீட்டின் முன்கதவுக்கு வந்து கலங்கிய நிலையில் பம்மி கதவைத் தட்டியபோது, அத்தை கதவைத் திறந்தாள், பம்மி அவள் காலில் விழுந்து வணங்கினாள், வெகுகாலம் தொடர்பே இல்லாதிருந்த உறவினரைப் போலன்றி அவள் தனக்குப் பதிலுக்கு எந்த முகமனும் சொல்லாதது அவளுக்கு வருத்தமாயிருந்தது

உன்னை இங்க சேர்த்துக்கிட்டதுக்கு நீ நன்றியோட நடந்துக்கணும், எகியோ அத்தை சொன்னாள், மூன்றடுக்கு கற்காரை வீட்டை பம்மிக்குக் காட்டினாள், முதல்முறையாக மூங்கிலில் செய்யப்படாத, அறைகள் வேறு அறைகளுக்கு இட்டுச்செல்லும் வீட்டுக்குள் பம்மி வருகிறாள்

குழந்தைகள் பொம்மைகளை வைத்து விளையாட குழந்தை அறை என்றழைக்கப்பட்ட ஒன்றைப் போல

திருமதி எகியோவின் ‘ஆடைகள் கொண்ட அலமாரிகளுக்கென்று’ ஒன்று

அவளுடைய அத்தை பகல்களில் நவீன மோஸ்தர் இதழ்களை வாசிப்பதிலும், அழகுநிலையங்களுக்குச் செல்வதிலும், ‘திருவாட்டிகளுடன் மதியவுணவு சாப்பிடுவதிலும்’, செலவிடுவதை பம்மி விரைவில் கண்டுகொண்டாள், அவசியம் இருக்கும்போது சமைப்பாள், காணொளிகளைப் பார்ப்பாள்

பள்ளிக்கூடம் கிளம்புமுன்னும் வந்தபின்னும் கூப்பிட்ட குரலுக்கு ஓடிவர பம்மி தயாராய் இருக்கவேண்டும்

ப்பூமீஈஈ!!! படுக்கையில் இருந்தபடி அவளது காலைத் தேநீருக்காக எகியோ அத்தை கத்துவாள் அல்லது அறைகலன்களைச் சரியாகத்

துடைக்காமல் இருந்தால் அல்லது குழந்தைகள் ஆடைகளைக் குலைத்துப் போட்டிருந்தால் அல்லது அடுப்படியில் உதவி தேவைப்பட்டால் அல்லது தொலைக்காட்சி அலைவரிசையை மாற்ற வேண்டியிருந்தால் அல்லது சந்தையில் ஏதாவது வேண்டியிருந்தால்

ப்பூமீஈஈ!!! நகம் உடைந்துவிட்டால் எகியோ அத்தை கத்துவாள், உடனே போய் நகவெட்டி எடுத்துட்டு வா, பம்மி சாப்பிட்டுக் கொண்டிருந்தாலும் அல்லது கொல்லைக்குப் போய்க்கொண்டிருந்தாலும் அல்லது வீட்டுப்பாடம் செய்துகொண்டிருந்தாலும் அல்லது அந்த இரண்டு பையன்களும் குளியலறையில் ஒருத்தரையொருத்தர் அடித்துச் சாகடிக்காமல் குளித்துமுடிக்கும்படி பார்த்துக்கொண்டிருந்தாலும்கூட

தோட்டத்துக் குழாயைக் கொண்டு அவளைக் கழுவிவிடவும் வேண்டியிருக்கும்

*

ப்பூமீஈஈ!!!, அத்தையின் தேநீர்க் கோப்பைக்குள் துப்பியபடி, நீ என்கிட்ட அடிவாங்கப் போறே, பொம்பள, உன்னை அடிக்கப் போறேன் என்று முணுமுணுத்துக் கொண்டு ஒரு சிறிய தாம்பாளத்தின்மீது ஒரு அழகான நெகிழி விரிப்பின்மீது அதை எடுத்துச் செல்லும்முன் அவள் காதில் விழுந்தது

ப்பூமீஈஈ!!! அவள் சந்தைக்குச் சென்றபோது அவள் கேட்டாள், பின்னர் அது அவளது மனதின் தாழ்வாரத்தில் ஒலிக்கும் எதிரொலி என்று உணர்ந்தாள், வீட்டுக்கு அத்தையிடம் திரும்பி வருகிறாள், எதுக்கு இவ்வளவு நேரம்? என்னை ஏமாத்தப் பார்க்கிறியா? அந்தப் பசங்களோட அரட்டை அடிச்சுக்கிட்டு இருந்தியா?

ப்பூமீஈஈ!!! அவளது உறக்கத்தில் இதற்குமுன் லகோஸிலும் ஒபலோவிலும் கைவிடப்பட்டதைப்போல இந்த வீட்டையும் இழந்துபோவது போன்ற கொடுங்கனவுகளில் அக்குரல் கிறீச்சிட்டது

ப்பூமீஈஈ!!! கூட்டம் நிறைந்த பேருரை அரங்கத்தில் கணிதம் பயிலத் தொடங்குகையில் அபாதன் பல்கலைக்கழகத்துக்குச் செல்ல பேருந்தில் அமரும்போது, அவளுக்குக் கேட்டது

மாணவர்கள் தரையிலும் சாளர ஓரங்களிலும் அமர்ந்திருந்தனர்

அவளது முதல் விரிவுரையின்போது பின்புறம் அமர்ந்திருந்த பம்மி தூங்கிவிட்டாள்

அடுத்த விரிவுரைக்கு ஒழுங்குபடுத்துவதற்காகக் காலி அறைக்குள் நுழைந்த பட்டதாரி ஆசிரியரின் உதவியாளர்தான் எழுப்பிவிட்டார்

அந்த இளைஞனின் பெயர் அகஸ்டின் வில்லியம்ஸ்

அகஸ்டின்

அவள் ரொம்ப அழகாக இருப்பதாகச் சொல்லி அன்று அவளை மதியவுணவுக்கு அழைத்திருந்தான், அவள் உண்மையில் அப்படியெல்லாம் இல்லை என்பதை அறிவாள்

அகஸ்டின்

அதன் பிறகிலிருந்து மதியவுணவு நேரத்தில் எல்லாம் மரநிழலில் அவளுடன் தரையில் அமர்ந்து உக்பாவும் அபாச்சாவும் (ஆப்பிரிக்க உணவு) அல்லது மிளகு சேர்த்த நத்தைகள், சுட்ட இறைச்சி மசாலா அல்லது பீன்ஸ் புட்டு சாப்பிடுவதற்காகத் தேடத் தொடங்கினான்

விரைவிலேயே அந்த இருவரும் கல்லூரி வளாகத்தின் சந்தடிகளில் இருந்து துண்டிக்கப்பட்டவர்களாக அவர்களுக்கான தனி உலகில் சஞ்சரிக்கத் தொடங்கினர், தற்செயலாகச் சந்தித்துக்கொள்ளும் இருவர் பலகாலம் ஒருவரையொருவர் அறிந்தவர்களைப் போல உணர்வது என்பதெல்லாம் எப்படி நடந்தது?

அவள் ஓய்வாக இருக்கும்போது அவள் முகம் சோகமாய் இருப்பதைத் தன்னால் பார்க்கமுடிவதாகவும் அது மர்மமான வசீகரத்தை அவளுக்குத் தருகிறது என்றும் சொன்னான்

அவளை அவன் உற்று நோக்குவது அவளுக்கு ஆச்சரியமாக இருந்தது, அந்தளவுக்கு அது வெளித்தெரிகிறதா என்ன, இப்போது அவள் மர்மமானவளாகத் தோன்றுகிறாளா? அன்று மாலை எல்லாக் கோணங்களிலிருந்தும் கண்ணாடியில் தன்னை நோக்கியபடி அவன் பார்த்தபடி தன்னைப் பார்க்க முனைந்தாள்

பெண்களை ஏதோ கழிப்பறைபோல உபயோகிக்கும் கல்லூரியிலுள்ள பையன்களைப் போலில்லாமல், அவளை முத்தமிட முயற்சிக்கும்முன் வெகுநாள் காத்திருந்தான் - விரைவான மெலிதானதொரு முத்தம், இடது கன்னத்தில், அதை மூன்று நாட்களுக்குக் கழுவாமல் வைத்திருந்தாள்

அகஸ்டின் அவள் வாழ்வில் இருக்கையில், பம்மி தனிமையாக உணரவில்லை

ஒரு வட்டத்தின் இரு பாதிகளைப் போல ஒருவரையொருவர் நிரப்பியிருந்தனர்

அகஸ்டினின் அப்பா ஒரு சமூகப் பணியாளர், அம்மா ஒரு தட்டச்சர், கல்யாணம் ஆனதிலிருந்தே ஒரே வீட்டில்தான் வசித்து வருகின்றனர், அவன் தாய் தகப்பனும் உள்ளூரில்தான் வசித்து வந்தனர், அவனுடைய சகோதர சகோதரிகள், அத்தை மாமாக்கள், எல்லோருமேதான், எல்லோரும் ஞாயிறு பின்மதியத்தில் பாரம்பரிய மேற்கு ஆப்பிரிக்க உணவுகளான ஃபு ஃபு, பூக்கு அவியலுடன் வெண்டைக்காய் இரசம், பனங்கொட்டை எண்ணெய், காய்கறியுடன் சேனை, நூடுல்ஸ், பாஸ்தா, வறுத்த கறி மற்றும் இலையமுதுடன் எள்ளுக்கீரை அவியல் கொண்ட உணவுகளை ஒன்றாகச் சமைத்து உண்ணக் கூடுவார்கள்

பம்மியைத் தனது மனைவியாகும்படி அவன் கேட்டபோது, தனது பெற்றோர் அவளை ஏற்றுக்கொள்வார்கள் என்று உறுதியளித்தான், அவளுக்கு உறுதியளிக்க நெருங்கிய குடும்பத்தார் யாரும் இல்லையெனினும், அவனது பெற்றோர் திருமணத்தில் மற்ற எல்லாவற்றைக் காட்டிலும் காதலும் ஒருவருக்கொருவர் இணங்கிச் செல்வதும் முக்கியம் என்று நம்பினர்

முற்போக்கானவர்களாக இருப்பதில அவர்களுக்குப் பெருமிதம் இருந்தது

அகஸ்டின் வீட்டு வாசலைத்தாண்டி அவள் உள்ளே வந்தபோது பம்மியின் கேசம் அதிகச் சூடேற்றித் தேய்த்து நேராக்கப் பட்டிருந்தது, பூப்பின்னல் கொண்ட முழங்காலுக்குச் சற்று கீழே வரையிருந்த வெள்ளையாடையுடன் புதிய வெள்ளைநிற பாட்டா செருப்புகள் அணிந்திருந்தாள்

நடுக்கூடத்துக்கு அவளை வழிநடத்தி வந்தபடி திருமதி வில்லியம்ஸ் சொன்னாள், உன்னை வரவேற்கிறேன், உச்சிவேளை ஆதவனை பூ வண்ணத் திரைச்சீலைகள் மறைத்திருந்தன

திருமதி வில்லியம்ஸ் பறக்கும் நீலப் பறவைகளுடன் பூபூ எனப்படும் நேர்த்தியான ஆப்பிரிக்க நீளங்கி அணிந்திருந்தார்

கருப்பு வெள்ளையில் மூதாதையரின் பல புகைப்படங்கள் சுவர்களின் மேல் விளிம்புகள் எங்கும் நிறைந்திருப்பதைப் பார்த்தபடி, பிரம்பில் முடைந்த சோபாவில் இறுக்கமாக அமர்ந்திருந்த பம்மியின் அருகில் அமர்ந்தாள்

திருமதி வில்லியம்ஸ் பம்மியின் கையை எடுத்து தன் இருகைகளுக்குள் வைத்துப் பற்றிக்கொண்டாள், அவர்களது சோபாவின் வெதுவெதுப்பை எண்ணி பம்மி வியந்தாள், அவள் அம்மாவுடையது கடினமானதாகவும் கீறலுடனும் இருந்தது

தனது மகன் மரியாதைக்குரிய பொறுப்பான ஆளாக ஆகவேண்டும், ஒரு தாய் விரும்பக்கூடியது அது ஒன்றுதான் என்று திருமதி வில்லியம்ஸ் சொன்னார்

எங்களுக்கு வரதட்சணை வேண்டாம், உனக்கு எங்கள் ஆசீர்வாதம் எப்போதும் உண்டு, இப்ப இருந்து நீ எங்களோட மகள்

தான் மிகவும் நற்பேறுடையவள் என்று பம்மி நினைத்தாள்

அகஸ்டின் அந்தளவு பேறு பெற்றவனாக உணரவில்லை, மந்தமான சூரிய வெளிச்சத்தில் பல கல் தூரம் விரிந்து கிடக்கும் சோள வயல்களூடே ஞாயிறு பின்மதியத்தில் நீண்ட நடைகளின்போது அவன் புகார் சொன்னான்

அரசாங்கத்திலோ அல்லது தனியாரிடத்திலோ பொருளாதாரத்தில் முனைவர் பட்டம் பெற்ற தனக்குப் பொருத்தமான வேலையைப் பெற்றுத்தரும் அளவுக்கு அவனது குடும்பத்தில் யாருக்கும் தொடர்புகள் இல்லை

அவன் இங்கிலாந்து சென்றால், அடிக்கடி உலகைச் சுற்றிப் பயணிக்கும் ஒரு தொழிலதிபராக அல்லது ஆலோசகராக ஒரு வேலையில் நிச்சயம் அவனால் அமரமுடியும்

கடைசியில் நியூ யார்க், லூசியானா, ஜெனீவா, கேப் டவுன், அபாதன், லகோஸ், அப்புறம் ஆம், இலண்டனில் சொத்துக்களை வாங்க முடியும்

அவனால் முடியும், ஆம், அவனால் முடியும்

கடவுள் அருளால்.

3

கடவுள் அருளால்

பம்மியும் அகஸ்டினும் பிரிட்டனுக்குக் குடியேறினார்கள், அங்கும் அவனால் தன் தகுதிகளுக்கேற்ற வேலையைக் கண்டுபிடிக்க முடியவில்லை

தனக்கென ஒரு தொழிலை (இறக்குமதி-ஏற்றுமதி) அமைத்துக்கொள்ளும் அளவு போதிய பணத்தைச் சேமிக்கும்வரை வாடகை கார் ஓட்டினான்

துருக்கி, இந்தோனேஷியா, பங்களாதேஷில் உள்ள சட்டவிரோதத் தொழிற்சாலைகளில் இருந்து பிரிட்டனுக்கும் மேற்கு ஆப்பிரிக்காவுக்கும் இடையே வர்த்தகம் செய்யும் வாய்ப்புகளை ஆராய்ந்தான்

அந்தோ, அவன் நினைத்திருந்ததைக் காட்டிலும் இலண்டன் அதிகச் செலவுபிடிப்பதாக இருந்தது, சேமிப்பது குதிரைக்கொம்பாக இருந்தது, நைஜீரியப் பொருளாதாரம் சரிவை நோக்கிச் சென்றபோது வீட்டுக்கும் பணம் அனுப்ப வேண்டியிருந்தது

குறைந்தது, இங்கிலாந்தில் பெரிய கனவுகளை அடைவதற்கு முன் உள்ள ஒரேயொரு படி கடுமையாக உழைப்பது என்று நம்பியது தவறானது என்று பம்மியும் அகஸ்டினும் ஒப்புக்கொண்டனர்

குறுக்குவழிகள், தடைகள், மிகக் குறைந்த வாய்ப்புகள், முட்டுச்சந்துகளில் இரண்டாவது முனைவர் பட்டத்துக்குப் படித்துக் கொண்டிருப்பதாக அகஸ்டின் சுயபகடி செய்தான்

பயணிகளை ஏற்றிச் செல்லும்போது அவர்கள் தங்களை மிக உயர்ந்த இடத்திலிருப்பவர்களாகப் பாவித்து சமமானவர்களைப் போலப் பேசுவதில்லை

தான் என்னவாக இருக்கிறோம் (படித்த பெண்மணி) என்பதைக் காட்டிலும் தான் என்ன செய்கிறோம் (துப்புரவாளர்) என்பதை வைத்து மக்கள் பார்ப்பதாக பம்மி புகார் சொன்னாள்

பம்மி தனக்குள் அபாதன் பல்கலைக்கழகத்தில் கணிதத் துறையில் பட்டம் பெற்றவளாக அறிவிக்கும் சான்றிதழைச் சுருட்டி வைத்திருக்கிறாள் என்பதை அவர்கள் அறியவில்லை

அதேபோலத்தான் பட்டமளிப்பு மேடையில் நூற்றுக் கணக்கானோர் முன் அழகிய கச்சையில் சுருட்டப்பட்ட சான்றிதழ் பெறும்போது, பல்கலைக்கழக வேந்தரிடம் கை குலுக்கும்போது, மூன்றாம் உலகத்திலிருந்து பெற்ற அந்த முதல் வகுப்புப் பட்டம் இந்தப் புதிய நாட்டில் ஒன்றுமேயில்லை என்பதும் தெரிந்திருக்கவில்லை

குறிப்பாக அவளது பெயரும் தேசமும் அதில் இணைக்கப் பட்டிருக்கையில்

அந்த வேலை விண்ணப்ப நிராகரிப்புகள் தபாலில் தொடர்ந்து வந்தன, அவற்றைப் பாத்திரம் கழுவும் தொட்டியில் எரிப்பது ஒரு சடங்காகவே ஆகிப்போனது

அவை சாம்பலாகி நீரில் துளைவழியே இறங்குவதைப் பார்ப்பதும்தான்

அதனால்தான் அவர்களுக்குப் பெண்குழந்தை பிறந்தபோது, நைஜீரிய இடைப்பெயரின்றி கரோல் என்று பெயரிட்டனர்

அகஸ்டின் இரவுகளில் வேலைபார்த்துவிட்டு ஆடைகளைக்கூட மாற்றாமல் அப்படியே படுத்துவிடுவான், வீட்டுக்கு வரும்போது நாள் முழுவதும் அவன் பிடித்த சிகரெட் வாசமும் திடமான பியரின் வாசமும் அடிக்கும்

அந்தப் புதிய நகரத்தின் அதிகாலை வேளையில் மங்கலான தெருவிளக்குகளிடையே காலியான தெருக்களில் செல்லும் இரண்டடுக்குப் பேருந்துகளில் தொற்றிக்கொள்ளக் கலங்கிய

கண்களோடிருக்கும் அவளது சக பணியாளர் கூட்டத்தோடு இணைவதற்கு

பம்மிக்கும் காலையில் எழுவதே சிரமமாய் இருக்கும்

இந்த நாட்டில் சிறந்த வாழ்க்கையைப் பெறும் நம்பிக்கையோடு இருந்த மற்றவர்களோடு உறக்கச்சடவில் அமைதியாக அமர்ந்திருப்பாள், பஞ்சுவைத்துத் தைத்த குளிருறை ஆடைக்குள் ஒடுங்கிக் கொள்வாள், அவள் கால்கள் உயரமான காலணிகளுக்குள் அமிழ்ந்திருக்க, உறக்கத்துக்கு ஏங்கியபடி, அலுவலகக் கட்டடத்துக்கான நிறுத்தத்தைத் தவறவிட்டுவிடுவோமோ எனப் பயந்தபடி வருவாள், அங்குதான் கழிப்பறைக் கோப்பைகளில் காய்ந்துபோன மலக்கழிவுகளைச் சுரண்டியெடுத்து மனிதக் கழிவுகளோடு தொடர்புடைய அனைத்தையும் தொற்றுநீக்க வேண்டும்

அங்கே இறந்த தோல் அணுக்களைக் கற்றையாகத் தூசு உறிஞ்சியால் அகற்றுவாள், தரைகளைத் துடைத்து பளபளப்பாக்குவாள், காகிதக் கூடைகளையும் குப்பைக் கூடைகளையும் காலிசெய்வாள், விசைப்பலகைகளைச் சுத்தம் செய்து கணினித் திரைகளைத் துடைப்பாள், மேசைகளையும் அலமாரிகளையும் துலங்கச் செய்வாள், பொதுவாக எல்லாவற்றையும் கறை தூசியின்றி இருக்குமாறு பார்த்துக்கொள்வாள்

செய்யும் வேலை எப்படியானதாயினும், அதைச் சிறப்பாகச் செய்ய முனைவாள்

தன்னால் செய்ய முடிந்ததெல்லாம் குறைந்தபட்சம் கரோலுக்கு ஒரு நல்ல தகப்பனாக இருப்பதுதான் என்று அகஸ்டின் சொன்னான், அவன் அம்மா கடிதங்களில் அவனுக்குத் தொடர்ந்து வலியுறுத்தியபடி

விலகியிருக்காதே, அதிகாரம் பண்ணாதே, தொடர்பே இல்லாமல் இருக்காதே, உன் பொண்ணு கிட்ட சின்ன வயசுல நெருக்கமா இரு, அவளுக்கு வயசானாலும் அது நிலைச்சிருக்கும்

கரோலுடன் தனது கணவன் குதிரை சவாரி விளையாடுவதைப் பார்க்க பம்மிக்கு ரொம்பவும் பிடிக்கும், மணிக்கணக்கில் அவன் முதுகில் ஏறி குதிரை சவாரி செய்வாள்

வேகமாப் போ, அப்பா, வேகமாப் போ

சந்தையில் கிடைக்கும் மரப்பெட்டிகளைக் கொண்டு கரோலுக்கு ஒரு பொம்மை வீடு அவன் செய்து தந்தது அவளுக்குப் பிடித்திருந்தது, அதில் வர்ணம் பூசி, அட்டைப்பலகையால் சீர்படுத்தி, முளைக்குச்சிகளால் பொம்மைகள் செய்தான் - எப்பேர்ப்பட்ட மனிதன் அவன்

இங்கே நம்மால் சாதிக்க முடியாவிட்டாலும், ஒருநாள் ஒருவேளை நமது குழந்தை சாதிக்கும் என்று அவன் சொன்னபோது வருத்தமடைந்தாள்

அகஸ்டின்

அன்புக்குரிய அகஸ்டின், புத்தாண்டு தினத்தின் அதிகாலையில் விருந்தில் குடித்துவிட்டு வந்தவர்களைக் கொண்டுவிடுவதற்காக வெஸ்ட்மின்ஸ்டர் பாலத்தில் வண்டியோட்டிச் சென்றபோது மாரடைப்பால் இறந்துபோனான்

வழியில் கிடைப்பதை உண்டுகொண்டு தொடர்ந்து பல இரவுகளில் வேலை பார்த்தபின்

ஏற்கெனவே அறியாதிருந்த, மரபுரீதியாக, நாள்பட்ட இதயநோயால் வாழ்க்கை பாதியானபோது வருடத்தின் பரபரப்பான பருவங்களில் அவனது சம்பளம் இரட்டிப்பாகியிருந்தது

ஓய்வெடுப்பவர்களின் ஆலயத்துக்குள் நுழைந்து அவள் காதலித்த அகஸ்டினின் உயிரற்ற உடலைப் பார்த்த நிமிடத்தில் பம்மி அவளது பற்றை இழந்தாள்

அவனது உடலின் பழுப்பு நிறம் உயிரை இழந்து சாம்பல் பூத்துக் கிடந்தது

அவனது வாய் வலிந்து மூடப்பட்டு, இறுகிய தாடையுடன் ஒன்றுடனொன்று பிணைக்கப்பட்டதுபோல் இருந்தது

அவள் உள்ளே நுழைந்தபோது அவளைக் காதலுடன் பார்க்க அவன் கண்களைத் திறக்கவில்லை

அவள் அவனுடன் பேசியபோது, அவனுக்குக் கேட்கவில்லை, அவள் அழுதபோது அவளைத் தாங்கிக் கொள்ளவோ ஆறுதல் சொல்லவோ இல்லை

அவளைப் பார்த்துக்கொள்ளும், அவளையும் அவள் நேசிப்பவர்களையும் பாதுகாக்கும் பரிசுத்த ஆவி ஏதுமில்லை என்று தீர்மானித்தாள்

அவளது தேவாலயத்துக்கு, கர்த்தரின் ஊழியத்துக்குச் செல்லும் சடங்குகளைப் பம்மி செய்தாள், அது எதிர்பார்க்கப்பட்டது, அங்கிருக்கும் நண்பர்களிடம் அவளுக்கு ஆறுதல் கிடைத்தது

ஆனால் பிரார்த்தனையில் அல்லது சங்கீதங்களில் அல்லது கீர்த்தனைகளில் அவள் வாயிலிருந்து வரும் வார்த்தைகள் எதையும் அவள் நம்புவதை விட்டுவிட்டாள்

கர்த்தரால் நிரப்பப்பட்டிருந்த இடம் இப்போது வெற்றிடமாயிருந்தது, என்றென்றைக்குமான இரட்சிப்புக்கு வாக்குறுதியளிக்க எந்தக் கடவுளும் இன்றி, அவள் எவ்வளவு தனியாக இருக்கிறாள் என்பது அவளைப் பலமாய்த் தாக்கியது

அவளும் அகஸ்டினும் எப்படியொரு நிராசையினுள் சிக்கிக் கொண்டிருந்தனர், அதனால் அதிலிருந்து விடுபட முடியாமல் அது எப்படி அவர்களை முடக்கிப் போட்டிருந்தது, குடியேற்றத்துக்கான அவர்களது கனவில் வந்திராத நிராகரிப்பின் எடையினால் சூறையாடப்பட்டிருந்தனர்

அவள் தன்னைத்தானே கேட்டுக்கொண்டாள் - ஒற்றைத் தாயாக இருந்துகொண்டு கூலி வேலை செய்யும் நான் எனது குழந்தையை வளர்ப்பதற்கு இந்தச் சூழ்நிலையைத் தாண்டி எழுந்து நிற்பது எப்படி?

அவள் தன்னைத்தானே கேட்டுக்கொண்டாள் - நான் கணிதப் பட்டதாரி இல்லையா? மேலும், பேராசிரியருடன் படுக்காமல், கணிதத்தில் முதல் வகுப்பில் தேர்ச்சிபெறும் அறிவு எனக்கு இருந்ததே?

சிக்கலுக்கு விடைகாணும் சவாலை நான் விரும்புபவள் அல்லவா?

அவள் எந்தளவு அதிகம் கேட்டுக்கொண்டாளோ, அந்தளவு அதிகம் புரிந்துகொண்டாள், அகஸ்டின் எதைச் செய்வதில் மிகப்

பலவீனனாக இருந்தானோ அதைத் தான் செய்தாக வேண்டும் என்பதைப் புரிந்துகொண்டாள்

வேலைக்காகக் காத்திருக்கும் ஒருத்தியாக இல்லாமல், மற்றவர்களுக்கு வேலை கொடுக்கும் ஒருத்தியாக அவள் ஆகப் போகிறாள்

அவளுடைய சொந்த துப்புரவு நிறுவனத்தில் உரிமையாளராக ஆகப் போகிறாள், அது மற்ற துப்புரவு நிறுவனங்களைப் போல, சம வாய்ப்புகளை அளிக்கும் நிறுவனமாக இருக்கும்

இந்த நகைச்சுவையைப் பகிர்ந்துகொள்ள அகஸ்டின் இல்லையே என நினைத்தாள்

அன்று இரவு துப்புரவுப் பெண்கள் படையை அவள் வேலைக்கு அமர்த்துவது போலவும் இந்தப் பூமியெங்கும் சுற்றுச்சூழலுக்கு இழைக்கப்பட்ட எல்லாச் சேதங்களையும் சுத்தப்படுத்தும் பணியில் அவர்கள் ஈடுபடுவதுபோலவும் கனவு கண்டாள்

அவர்கள் ஆப்பிரிக்காவிலிருந்து வட தென் அமெரிக்காவிலிருந் தெல்லாம் வந்திருந்தனர், இந்தியா, சீனா முதல் ஆசியா எங்கிலுமிருந்து வந்தனர், ஐரோப்பா, மத்திய கிழக்கு நாடுகளிலிருந்து, ஏன் ஆர்க்டிக்கில் இருந்துகூட வந்திருந்தனர்

அப்படி மில்லியன் கணக்கிலானோர் அனைவரும் நைஜர் டெல்டாவில் இறங்கி எண்ணெய் நிறுவனங்களை ஈட்டிகளாகவும் நஞ்சு தோய்த்த வாள்களாகவும் எந்திரத் துப்பாக்கிகளாகவும் உருமாறும் தங்கள் துடைப்பத்தையும் விளக்குமாற்றையும் கொண்டு தாக்கி வெளியேற்றுவதாகக் கற்பனை செய்தாள்

வானிலுள்ள இயற்கையான வாயுவை எரிக்கும் எரிவாயுப் பிழம்புகள் உட்பட எண்ணெய் உற்பத்திக்குப் பயன்படுத்திய அனைத்து உபகரணங்களையும் இடித்துத் தரைமட்டமாக்குவது போலக் கற்பனை செய்தாள், அவளது துப்புரவாளர்கள் ஒவ்வொன்றுக்கும் தனித்தனியாகப் பொறுப்பேற்றுக்கொண்டு பாதுகாப்பான தூரத்திலிருந்து அவற்றை வெடிக்கச் செய்து பார்த்தனர்

உள்ளூர் மக்கள் நடனமாடி, பறையடித்து வறுத்த மீனுடன் உற்சாகமாகக் கொண்டாடுவதாகக் கற்பனை செய்தாள்

சர்வதேச ஊடகங்கள் அதைப் படமெடுப்பதாகக் கற்பனை செய்தாள் - CNN, BBC, NBC

அவளது பெண் துப்புரவாளர்களின் உலகப்படையின் பிரம்மாண்ட எண்ணிக்கையினால் பயந்து குறைவான சம்பளம் பெறும் உள்நாட்டு இராணுவத்தை அனுப்ப முடியாமல் அரசாங்கம் திணறுவதாகக் கற்பனை செய்தாள்

அவர்களது தெய்வீக சக்தியினால் அவர்களைக் காற்றில் கரையச் செய்துவிட முடியும்

அதன்பின், பாடும் பெண்களின் படையணி ஆறுகளையும் ஓடைகளையும் மாசுபடுத்திக் கொண்டிருந்த அடர்ந்த களிமண் போன்ற மசகெண்ணெயை அரித்தெடுத்து, மண்ணின் படிவுகளில் அதன் நச்சுத்தன்மை அகலுமட்டும் தோண்டி எடுத்தது

இந்த வேலைகள் முடிந்தபோது வானம் திறப்பதுபோலவும் இப்போது துப்புரவாகிவிட்ட மேகங்களிலிருந்து அந்தப் பிராந்தியம் முழுவதுமாகச் சுத்தமாகும்வரை நிறையும்வரை தூய மழைநீர் சொரிவதுபோலவும் கற்பனை செய்தாள்

தனது மூதாதையர்களின் கௌரவமான பாரம்பரிய வழியில் இப்போதும் தனது குடும்பத்தை ஆதரித்துவரும் எளிய மீனவரான அவளது அப்பா மோசஸ் கடற்கழியில் தெள்ளிய நீரில் படகோட்டி வருவதுபோலவும் கற்பனை செய்தாள்

அவர்களது நிலத்தில் விவசாயிகள் வேலை செய்ய அவள் அம்மாவின் வேலைப்பளு குறைந்து நல்ல உடல்நலத்துடன் இருப்பதாகக் கற்பனை செய்தாள்

மோசஸ் இறக்கவில்லை என்பதால் அவரது உறவினர்களால் அது களவாடப்பட்டிருக்கவில்லை

அவர்கள் வீட்டின் தோட்டத்து வழியில் பசுமை நிதிப் பொருளாதாரவாதியான அகஸ்டின் சிறிய கைப்பெட்டியுடன் வணிக மேலங்கி உடுத்தி வருவதாகவும் கற்பனை செய்தாள்

ஜெனீவா அல்லது நியூ யார்க்கில் ஐக்கிய நாடுகள் மாநாட்டில் அவனது சமீபத்திய பொருளாதாரமும் சுற்றுச்சூழலும் கருத்தரங்கில் தலைமையேற்றுவிட்டுத் திரும்பிக் கொண்டிருக்கிறான்

காரோட்டக் கற்றுக்கொள்ளவும் பிற தொடக்ககட்டச் செலவுகளுக்கும் பம்மிக்கு பணம் தேவைப்பட்டது; அவள் அறிந்த எல்லோரும் வாய்க்கும் கைக்குமாக வாழும்போது என்னதான் செய்வது

அவளது தேவாலயத்திலுள்ள ஆயர் அடேரமி ஓபியைத் தவிர

அகஸ்டின் இறந்தபின் அவர் அவளிடம் வித்தியாசமாக நடந்துகொள்ளத் தொடங்கிவிட்டார்

அவளைப் பார்க்கும்போதெல்லாம் பார்வையாலேயே அவளைத் துகிலுரித்தார், பட்டிக்காட்டான் மிட்டாய்க்கடையைப் பார்ப்பதுபோல

அவர் பேசியபோது, அகஸ்டின் ஆராதித்த அபரிமிதமான அவளது மார்புகளிடம்தான் பேசினார்

பிரார்த்தனைக்குப்பின் நம்பிக்கையூட்டும் அவரது கையை முதுகில் வைத்தபோது, இலேசாக அதை நழுவவிட்டு, தந்திரமாக வேறு யாரும் காணாதபடி அவளது பிட்டங்களைத் தடவினார்

அவரிடமிருந்து விலக அவள் முயற்சித்தபோது, இன்னும் நெருக்கமாகத் தன்னோடு அழுத்தினார்

ஆயர் ஓபி ஒரு பணக்காரர், அதிகாரம் படைத்தவர், இரண்டாயிரம் பேர் கொண்ட சபையினரின் அருளால் பூமியில் கர்த்தர் ஆணையிட்ட பணியைச் செய்யும் சர்வ வல்லமை அவருக்கு அருளப்பட்டுள்ளது

திருச்சபைப் பெண்களுக்குப் பாலியல் தொல்லை கொடுப்பது அவரது உரிமை என்பதுபோல் நடந்துகொண்டார், இங்கே அவளது தொழிலைத் தொடங்க பணம் கடன் கேட்பது அவளது உரிமையாக இருந்தது

பல வருடங்களாக அவரது பிச்சைப் பாத்திரத்தில் மாதாமாதம் தங்களது வருமானத்தில் அவர்கள் 10% தசமபாகம் அளித்து வரவில்லையா? மிகச் சிரமப்பட்டுச் சேகரித்த அந்தப் பணம்

அகஸ்டின் ஆயரின் பிரசங்கங்களை நம்பினான், தேவாலயத்துக்கு நிதியளிப்பது என்பது கர்த்தருக்கான அர்ப்பணிப்பு, கர்த்தருக்கு அர்ப்பணிப்பது அளவிலா பாக்கியத்தையும் சொர்க்கத்தில் முதல்வரிசை இருக்கையையும் முன்பதிவு செய்துவைக்கும்

அவளால் அதைக் காண முடிந்தது, மிகப் புத்திசாலியான மனிதனின் மிக இலாபமளிக்கும் தொழில்

அவள் கணவனும் புத்திசாலியானவனாகத்தான் இருந்தான், ஆனால் ஆயர் ஒபியின் வாயிலிருந்து வரும் ஒவ்வொரு வார்த்தையையும் நம்புவது என்று வருகையில் அவன் மூளை வெள்ளைப்பூண்டு இட்டு வறுக்கப்பட்டிருந்தது

இல்லாவிட்டால், அவனது திருச்சபையினரின் பணத்தில் ஆயர் தனக்கென தனிப்பட்ட தாரை விண்கலமும் *(jet)* பிலிப்பைன்ஸில் தீவு ஒன்றையும் வாங்கியபோது

அது அசைந்து கொடுத்திருக்கும்

ஒரு திங்கள்கிழமை மாலை, சேவை ஏதும் திட்டமிடப் பட்டிருக்காதபோது, முன்னர் பிங்கோ விளையாட்டரங்கமாக இருந்து இப்போது பிரம்மாண்ட தேவாலயமாக உருமாறியிருக்கும் இடத்தில் அவளது கடன் சம்பந்தமாக அவளைச் சந்திக்க ஆயர் ஏற்பாடு செய்திருந்தார்

தேவாலயத்தின் ஆடையறையில் அவரது கைகள் பேராசையுடன் அவளது ஆடையை அவிழ்க்க அனுமதித்தாள்

விடுவிக்கப்பட்ட அவளது *C*-கோப்பை மார்புகளை - அது என்னவோ கிறித்துமஸ் என்பதுபோல் - ஆர்வத்துடன் பற்றிக்கொள்ள அனுமதித்தாள்

அவளது பூப்பின்னலிட்ட புதிய உள்ளாடையை (ஒன்றுக்குரிய பணத்தில் பத்தாக வாங்கியது) கீழிறக்க அனுமதித்தாள்

அவளுக்குள் அவர் நுழைந்தபோது மெய்மறந்ததுபோல் நெடுமூச்செறியவும் முனங்கவும் செய்தாள், கடைசியாக அவர் கதறி, அவளை இடித்துக் கொண்டிருந்த அந்தக் கருப்பு நெகிழியுறைக்குள் அவரது குட்டிச்சாத்தான்களை வெளித்தள்ள வெகுநேரம் எடுத்துக்கொண்டார், திருத்தந்தை ஆசீர்வதிக்கப்படுவாராக! அவரது திருப்பெயர் ஆசீர்வதிக்கப்படுவதாக! ஓ கர்த்தரே! எல்லோருக்கும் இவ்வுலகில் அவர்களுக்கான இடத்தைக் கொடுப்பீராக, எல்லோரும் இன்புறுவோராக, அல்லேலூயா! சகோதரி பம்மி, அல்லேலூயா!

ஆயர் தன் குறிக்கோளை அடைந்ததும் பம்மி அவரை நோக்கி மென்மையாகப் புன்னகைத்தாள், விரைவாகவே தன் நிலைக்கு மீண்டுவந்தாள்

அவர் காற்சராயை மாட்டி இடைவாரை அணியும் வேளையில் அவளது நீலமும் செந்நீலமுமான ஆடையைத் திரும்ப அணிந்துகொண்டு முக்காட்டைத் திரும்பக் கட்டிக் கொண்டாள்

அவள் இப்போது பெண் தொழிலதிபர்

இது அவளது முதல் பரிவர்த்தனை

அவர் சட்டைப் பையிலிருந்து பண உறையை எடுக்கும்போது அவள் வேறுபக்கம் திரும்பிக் கொண்டாள், இரு ஆண்டுகளில் திரும்பச் செலுத்த வேண்டிய குறைந்த வட்டிக் கடன்

இது அவளது நான்குமாதச் சம்பளத்துக்கு இணையானது

நன்றி ஐயா, கர்த்தர் என் ரொட்டிக்கு வெண்ணெய் அளித்தார், என்று மரியாதையுடன் பவ்யமாகச் சொன்னாள்

வீட்டுக்கு நடந்துசென்றாள், உப்பிட்ட குளியல்தொட்டியில் மணிக்கணக்காகக் கிடந்தாள், அவ்வப்போது திரும்ப நீரை நிரப்பி அவரை அகற்றுவதற்கு முயன்றாள்

அவளும் அவள் மகளும் எழுந்து நிற்க எந்தளவுக்கு அவள் தாழ்ந்துபோனாள் என்று ஒருபோதும் யாரிடமும் சொல்லப் போவதில்லை

ஒவ்வொருமுறை அவள் தன் கண்களை மூடும்போதும், அவளால் அவரது சூடான நாக்கு வேட்கையுடன் மூர்க்கமாக அவள் காதுகளை நக்குவதையும், என்னோட தேவடியா முண்டை நீ என்று அவர் உதடுகள் சொல்வதையும், அவரது கொழுத்த கன்னங்கள் அவளது கன்னங்களில் இழைந்திருப்பதையும், அவரது பெரிய கரங்கள் அவளது பிட்டங்களைக் கசக்குவதையும், அவரது தொந்தி அவள் வயிற்றில் அழுந்துவதையும் அவளால் உணர முடிந்தது

அவளது உடலின் புனிதமான பாகத்துக்குள் ஊடுருவியபடி.

4

BW Cleaning Services International Plc நிறுவனத்தின் தலைமை நிர்வாகியாக ஊதாரி மக்களின் பல்பொருள் அங்காடியில் பம்மி விளம்பரம் செய்தாள், ஒருசில துப்புரவாளர்களும் வீட்டுக்கு தொழிலுக்கு என சில வாடிக்கையாளர்களும் வந்தனர், அவர்கள் எல்லாம் கடைசி நிமிடத்தில் காலைவாரிவிட்டுச் செல்லக் கூடியவர்கள் என்பதை விரைவிலேயே கண்டுகொண்டாள்

இதுவொன்னும் பூங்கால நடந்துபோற மாதிரி இல்லை, வாழ்க்கைங்கிறது பூங்காவில் நடைப்பயிற்சி போறது கிடையாது, இல்லையா? அவளுக்கு நம்பகமான ஒருவர் மட்டுமே இருந்தார், அது அவள்தான்

அவள் சிறிதாக ஆரம்பித்துப் பெரியதாக வளர்த்தெடுப்பாள், அவள் வேலைக்குச் செல்லும்போது கரோலைப் பார்த்துக்கொள்ள தேவாலயத்திலிருந்து சகோதரி ஃப்ளோராவைச் சேர்த்துக்கொண்டாள், அவளுக்குக் குழந்தைகள் மீது விருப்பம் ஆனால் பெற்றுக்கொள்ள முடியவில்லை

அவளது முதல் வாடிக்கையாளர் பெனிலோப் ஹாலிஃபாக்ஸ் என்ற பெண்மணி

கேம்பர்வெல்லில் அந்தக் காலத்தில் வேலையாட்களுக்கென மாடியில் சிற்றறைகளுடன் உள்ள பெரிய வீடுகளில் ஒன்றில் வசித்து வந்தாள்

இப்போதெல்லாம் அவர்களால் வாராந்திரத் துப்புரவாளரை மட்டும்தான் வைத்துக்கொள்ள முடிகிறது

முன்வாசல் சன்னல்களில் அழுக்கான கண்ணாடியும் நடுக்கூடத் தரையில் பழைய பாணி தரை ஓடுகளும் உயர்ந்த கூரைகளும் பெரிய சாளரங்களும் பல அடுக்குகளைக் கொண்ட சுருள் படிக்கட்டுகளும் கொண்ட அந்த வீட்டுக்குப் பம்மி வந்தாள், இங்கிலாந்தில் அவளது உலகம் எத்தனைச் சிறியது என்பதை உணர்ந்தாள்

சொந்தமாக வீடுகளை வைத்திருக்கும் தேவாலயத்தைச் சேர்ந்த அவள் நைஜீரிய நண்பர்கள் முதல் அவளுக்குத் தெரிந்த யாரும் இப்படி வாழவில்லை

இதுபோல் வாழ்ந்திருக்கவில்லை

பெனிலோப் உயரமாயிருந்தாள், ஓய்வுபெற்ற பள்ளி ஆசிரியை, பொன்னிறமோ, சாம்பல் நிறமோ அல்லது வெண்ணிறமோ இல்லாத ஒரு நிறத்தில் சிகைச்சாயம் பூசி பார்க்க இனிமையான தோற்றத்துடன் இருந்தாள்

ஒரு பெண்மணிக்கான அடையாளங்களை மறைக்கும்படி பொருந்தாத ஆடைகளை அணிந்திருந்தாள்

ஆங்கிலப் பெண்மணிகள் ஏன் அவர்களது செழுமையைக் கோடிட்டுக் காட்டும்படி ஆடையணிவதில்லை என்பதைப் பம்மியால் புரிந்துகொள்ள முடிந்ததே இல்லை, நயமான ஒழுக்கத்துடன் அதைச் செய்யும்போது எந்தளவு முழுமையாக இருக்கிறதோ அந்தளவு சிறப்பு

அவளது கலாச்சாரத்தில் வாளிப்பான பெண்ணே விருப்பத்துக்குரியவள்

பெனிலோப் கரோல் படிக்கும் பள்ளியில் ஆசிரியையாக இருந்தவள், நடுக்கூடத்தில் சட்டமிடப்பட்ட பிரியாவிடை அட்டை இருந்ததைக் கவனித்தாள்

அவளது வாடிக்கையாளருடன் நட்பார்ந்த பணியுறவை உருவாக்குவதற்காக இதைப் பெனிலோப்பிடம் குறிப்பிட விரும்பினாள், ஆனால் அவர்களுக்கு உங்களைப் பிடித்துவிட்டால் தொடர்ந்து உங்களையே வேலைவாங்க விரும்புவார்கள்

ஆனால் அந்தப் பெண்மணி அவளிடம் சொன்னாள், இங்க நீ வேலை பார்க்க வந்திருக்கே, வாயாடுறதுக்கு இல்லை, பிறகு இழுப்பறைகள், அலமாரிகள் அல்லது உடுப்புப் பெட்டிகள் எதையும் ஒருபோதும் திறக்கக்கூடாது என்று அறிவுறுத்தினாள்

அல்லது சட்டைப்பைகள் அல்லது கைப்பைகளுக்குள் நோண்டக்கூடாது

பம்மி அந்தப் பெண்மணியின் தலையைக் கடித்துத் துண்டாக்க விரும்பினாள், அதற்குப் பதில் நாக்கைக் கடித்துக் கொண்டாள்

விரைவிலேயே தனது சொந்த விதிகளை மீறி பெனிலோப் பம்மியிடம் நிறுத்தாமல் பேசிக்கொண்டிருந்தாள், அவள்

பின்னாலேயே வந்தபடி அவள் முதல் கணவனும் பொறியாளருமான கைல்ஸ் எப்படி மோசமானவனாக இருந்தான், எப்படி ஒரு பிற்போக்குவாதியாக ஆணாதிக்கம் பிடித்தவனாக இருந்தான் என்று புலம்பினாள், உளவியலாளனான அவளது இரண்டாவது கணவன் பிலிப் அதைவிட மோசம், சீக்கு வந்த அரிப்பெடுத்த எந்தப் பெண் பின்னாலும் போகும் சொறிநாய்

இந்தப் பெண்மணி வெளியில்தான் பார்க்க பண்பட்டவளாக இருக்கிறாளே தவிர உள்ளுக்குள் பண்பில்லாதவள் என்று பம்மி நினைத்தாள்

இருந்தாலும் அவள் தனியாகத்தான் இருக்கிறாள், அவள் பிள்ளைகள் ரொம்பகாலம் முன்பே வீட்டைவிட்டுச் சென்று விட்டனர்

பம்மி அவளுக்காக வருத்தப்பட்டாள், ஒவ்வொரு வாரமும் அடுப்பறைக் குப்பைக்கூடையில் போடப்பட்ட காலியான மதுப் போத்தல்களை அகற்றினாள்

அவளுக்குத் தொடர்ந்து வேலை கொடுக்கும் வாடிக்கையாளர்கள் பலர் வந்ததும், பம்மி ஆட்களை வேலைக்கு அமர்த்தத் தொடங்கினாள், தான் இதில் கறாராக இருப்பதை விண்ணப்பதாரர்களுக்குக் காட்டுவதற்காக வேலை விபரத்தைத் தயார்செய்தாள்

1/ சுத்தம் செய்வதில், குப்பைக் கூடைகளைக் காலிசெய்வதில் நியமிக்கப்பட்ட இடங்களில் இருந்து குப்பைகளை அகற்றுவதில் அதிகத் திறமையுடையவராய் இருக்க வேண்டும்

2/ துப்புரவு நடைமுறையில் கருவிகளையும் இரசாயனங்களையும் பயன்படுத்துவதில் நல்ல அறிவு பெற்றிருக்க வேண்டும்

3/ சவர்க்காரங்களையும் இரசாயனங்களையும் பத்திரமாகப் பயன்படுத்தவும் தூசு துடைப்பதில் நல்ல திறனும் பெருக்குதல், கையால் தூசுதட்டுதல், பொலிவூட்டுதல், துடைத்தலில் நல்ல அனுபவம் உடையவராய் இருக்க வேண்டும்

4/ நீர்க் குளிரூட்டியைத் தொற்றுநீக்கும் திறனைக் காட்ட வேண்டும்

5/ விளக்குகளைத் தூசு துடைப்பதிலும் உலோக வன்பொருட்களைப் பளபளப்பாக்குவதிலும் திறமை பெற்றிருக்க வேண்டும்

6/ விபரங்களைத் துல்லியமாகக் கவனத்துடன் கேட்பதில் முழு அர்ப்பணிப்பு

7/ பாதுகாப்பு ஆடைகள், சுயபராமரிப்பின் முக்கியத்துவம் குறித்த அறிவு

விரைவிலேயே அவளிடம் நான்கு நைஜீரியர்களும் இரண்டு போலந்து, ஒரு பாகிஸ்தானியர் இணைந்தனர்

அவளது தொழில்முறைத் தரநிலைகளைப் பூர்த்தி செய்வதற்காக ஒரு பயிற்சித் திட்டத்தை நடத்தினாள்

கணினிகளையும் இணையத்தையும் பரிட்சயம் செய்துகொள்ள நூலகத்தில் மாலை வகுப்புக்குச் சென்றாள், வரி ஏய்ப்புக்காக ஹாலோவே சிறைக்குச் செல்லும் நிலை வந்துவிடக்கூடாது என்பதற்காக ஒரு கணக்காளரைப் பணியமர்த்தினாள்

கரோல் நகரத்தில் தனது வங்கி வேலையைத் தொடங்கிய சமயம், பம்மியிடம் பத்துபேர் வேலையில் இருந்தனர்

அவர்களில் தேவாலயத்தைச் சேர்ந்த சகோதரி ஓமாஃபே மிகவும் இனிமையானவளாக கடினமாக உழைக்கக்கூடியவளாக இருந்தாள்

அவள் கணவன் ஜிமோ இரண்டு மகன்களான டயோ மற்றும் வோல் இருவரையும் தனியாக வளர்க்கும்படி விட்டுவிட்டு அவனது இரண்டாவது மனைவியுடன் போர்ட் ஹார்கோர்ட்டில் இருக்கிறான், அங்கே கைபேசித் தொழில் நடத்துகிறான்

இந்த இரண்டு பெண்களும் தரைகளைத் துடைத்தபடி மேசைகளைப் பளபளப்பூட்டியபடி மிக விரைவிலேயே நண்பர்களாகிவிட்டனர்

ஓமாஃபே சொன்னாள், இந்தாளப் பார்த்தியா? அவன் சாமான்ல சீக்கு வந்து சுருங்கிப்போய் அழுகித்தான் போகும்

நீ ஒன்னும் முதல் மனைவியா இருக்கிறதுக்காக அவனைக் கல்யாணம் பண்ணிக்கலையே? பம்மி பதிலளித்தாள்

இல்லை, நான் நவீனமானவள், அடுத்ததடவை பிரிட்டனுக்கு அவன் வர்றப்போ சாப்பாட்டுல எலிப் பாசாணத்தை வச்சுடுவேன், எங்கூட தங்கலாம்னு நினைச்சுட்டு இருக்கான், வந்து பையை வச்சுட்டு தின்னவுடனே இளவட்டப் பொண்ணுக அவுத்துப்போட்டு ஆடுற இரவு விடுதில குயினஸ் பியர் குடிக்கறதுக்குப் போயிடுவான்

சகோதரி ஓமாஃபே, வெள்ளிக்கிழமை சனிக்கிழமை இராத்திரிகள்ல சுரங்கப்பாதை இரயிலில் என் கண்ணாலயே நான் பார்த்திருக்கேன், நான் வேலைக்குப் போயிட்டு இருப்பேன், அவங்க விருந்துக்குப் போயிட்டு இருப்பாங்க, இந்த நாட்டுல பொட்டப்பிள்ளைங்க எல்லாம் தேவடியா மாதிரிதான் உடுத்திக்கிறாளுங்க

உண்மைலயே அவங்க அப்படித்தான், பம்மி, கொஞ்சம்கூட சுயமரியாதை இல்லை, என்னோட ரெண்டு பசங்களும் அப்படித்தான் இருக்காங்க, அவங்களை ஒழுங்குபடுத்த அப்பன்காரன் இல்லாமல் பங்கரையாத் திரியுதுங்க, நிறையப் பிரச்சினைய இழுத்து வைக்கானுங்க, நேத்துக்கூட காவல் அதிகாரிங்க வீட்டுக்கு வந்து என்னோட பசங்களும் பள்ளிக்கூடத்துலருந்து வர்ற வழில இருக்கிற மத்த கயவாளிப்பயகளோடயும் சேர்ந்துக்கிட்டு பேருந்துல மேல் அடுக்குல இருந்த ஒரு பொண்ணுகிட்டத் திருடியிருக்காங்கன்னு சொல்றார், சட்டத்தை மதிக்கிற மக்களோட பேருந்தின் கீழ அடுக்குல உட்காருங்கன்னு நான் அவங்ககிட்டச் சொல்லிருக்கேனே?

அடிச்சாலும் அவனுகளுக்குச் சொரணை இல்லை

வெளிய சுத்தக்கூடாதுன்னு மிரட்டுனாலும் மீறிடுறாங்க

அவங்களோட கணினிகளை என் படுக்கையறையில ஒளிச்சு வச்சப்ப, கதவை டங்குடங்குன்னு இடிக்குறானுங்க

ஒன்னு இவனுக கூலிப்படை துப்பாக்கிச் சண்டைல செத்துப் போவாங்க இல்லைனா கம்பி எண்ணப் போவாங்க, வாழ்க்கை முழுக்க இவங்க கல்லறைக்குப் போகணும் இல்லைனா வாரம் ஒருக்கா சிறைச்சாலைக்குப் பார்க்கப் போகணும்

இதான் என் தலையெழுத்தா?

சகோதரி ஓமாஃபே, அவங்களை நைஜீரியால இருக்கிற வீட்டுக்கு அனுப்பு, இது முயற்சி பண்ணி சோதிச்சுப் பார்த்த தீர்வுதானே?

எல்லாத்துக்கும் உன்கிட்டத் தீர்வுகள் இருக்கு, சகோதரி பம்மி, பம்மியின் கரத்தை எடுத்து அழுத்தியபடி ஓமாஃபே பதிலளித்தாள்

சில மாதங்களுக்குப் பிறகு, ஓமாஃபே அவளது மகன்களிடம் நைஜீரியாவுக்கு விடுமுறைக்குச் செல்கிறோமென்று கூறினாள், அங்குபோய்ச் சேர்ந்ததும் அபுஜாவிலுள்ள கட்டுப்பாடான உண்டுறைப் பள்ளியில் சேர்த்தாள், வங்கியிலிருந்து கடன் வாங்கிப் பணத்தைக் கட்டினாள்

அங்கிருந்து திரும்பியபின் பம்மியும் ஓமாஃபேவும் அதிகாலை மூன்றுமணிக்கு அந்தக் காலியான நகரத் தெருவில் பலமாடி உயரத்தில் இருந்த காலியான அலுவலகக் கட்டடத்தில் காலியான வரவேற்பறையில் விலையுயர்ந்த சிவப்புத் தோலுறை இட்ட சோபாவில் அமர்ந்திருக்கையில் பம்மி தயார் செய்த கோழிச்சோற்றையும் இலையமுதையும் சாப்பிட்டபடி

இப்ப நான் ரொம்பத் தனிமையா உணர்றேன் என்றாள் ஓமாஃபே

வேலையிலும் தேவாலயத்துக்குச் செல்லும்போதும் பம்மி ஓமாஃபேவை எதிர்பார்க்கத் தொடங்கினாள், தேவாலயத்தில் அவர்கள் ஒன்றாக அமர்ந்திருந்தனர், அவர்கள் பிரிந்திருக்கையில் பம்மி அந்தப் பிரிவை உணர்ந்தாள், அவளது புதிய தோழியை ஏற்கத்தகாத வழிகளில் தொடுவதற்கு தான் ஏங்குவதைக் கண்டாள்

கணவன் மனைவிபோல ஒன்றாகக் கிடப்பதுபோலக் கற்பனை செய்தாள்

அது குறித்த குற்றவுணர்வுக்குப் பதில் அது சரி என்றே தோன்றியது

ஒருநாள் காலையில் அவர்கள் வேலைகளையெல்லாம் முடித்துவிட்டு வீட்டுக்குச் செல்ல பேருந்தில் ஏறவிருந்த சமயம், நியூ கிராஸில் உள்ள தன்னுடைய அடுக்குமாடிக் குடியிருப்புக்கு தூங்குவதற்கு வருமாறு பம்மியை ஓமாஃபே அழைத்தாள்

அவர்கள் கால்கள் வலியெடுத்தன, கண்கள் சிவந்துபோய் உறக்கத்துக்கு ஏங்கின, அக்குள்களில் வியர்த்திருந்தது

பேருந்து வந்தது, அலுவலகப் பணியாளர்களின் கூட்டத்துக்குப் பின்னால் திடமான வாசனைத் திரவியம், ஷாம்பூ, காபி, ஏன் பற்பசை வாசம்கூட இறங்கிச் சென்றது, அவர்கள் ஏறி இருக்கையில் ஒன்றாக ஒட்டிக்கொண்டு வசதியாக அமர்ந்தனர்

ஓமாஃபேயின் உடலோடு ஒட்டியிருந்த பம்மியின் பக்கவாட்டு உடல்பகுதி சிலிர்த்தது

என்னோட வீடு ஒரு காலியான கூடு, நாம ஒருத்தருக்கொருத்தர் துணையா இருக்கலாம், ஓமாஃபே சொன்னாள்

அவர்கள் குளித்துவிட்டுப் படுக்கத் தயாரானபோது, அவள் படுக்கையறைக் கதவுப்பக்கம் சென்ற ஓமாஃபே, டயோ வோலோட அறையில உனக்குப் படுக்கை தயார் பண்ணிருக்கேன், அது இரண்டு அடுக்குப் படுக்கை, உன்னை மாதிரிப் பெண்மணிக்குப் பொருந்தாது

என்னோட இரட்டைப் படுக்கைல நீ தாராளமா வந்து படுக்கலாம், அதில் அதிக இடமிருக்கு

உன் விருப்பம்

ஓமாஃபேவின் வெற்றுப் பாதங்கள் அவளது படுக்கையறையின் திண்ணமான தரைவிரிப்பில் மென்மையாய் நடந்தன, பால்நுரை நிறத்தில் குளியல் துவாலையை உடலில் சுற்றியிருக்க, அவளது பருத்த பழுப்பு நிற முதுகின் மேல்புறமும் கால்களின் பின்புறமும் பளபளத்தன, சவுரிமுடியைக் கழட்டிவிட்டாள், அவளது இயற்கையான பழுப்பு நிறக் கேசம் குட்டையாக, பளபளப்புடன் இருந்தது

தோள்வழியே தலையைத் திருப்பி திரும்பவும் சொன்னாள், உன் விருப்பம், பம்மிக்கு முதுகைக் காட்டியபடி படுக்கையை அடைந்து துவாலையை நழுவவிட்டாள்

மந்திரத்துக்குக் கட்டுப்பட்டவளைப்போல பம்மி அவளைப் பின்தொடர்ந்தாள், அவளது குளித்துவந்த வெதுவெதுப்பான

ஓய்வுற்ற உடலை ஓமாஃபே தேடித் துழாவுவதை அனுமதிப்பதைத் தவிர அவளால் வேறொன்றும் செய்ய முடியவில்லை

இருவருக்குமே தாராளமான சதை மடிப்புகளும் செழிப்பான மார்பகங்களும் இருந்தன

பம்மிக்கு ஓமாஃபே அவளது வீடாக இருந்தாள், அவளது கைதேர்ந்த செயல்பாடுகள் ஆழமான உச்சக்கட்ட இன்பத்தைக் கொடுத்தது

அவர்களது நடவடிக்கைகள் மேலும் தொடர, திருப்பித் தருவதிலும் இன்பம் காணமுடியுமென்பதை அவள் கண்டுகொண்டாள், ஓமாஃபே வாய்விட்டுக் கதறும்வரை அவளது வாய் தான் விரும்பும் இடமெங்கும் பயணித்தது

பம்மி முடிந்தவரை அடிக்கடி ஓமாஃபே வீட்டில் தங்கினாள்

வெகுகாலம் தான் பசியுடன் இருந்துவந்ததை, இன்னொரு கணவனை ஒருபோதும் பரிசீலிக்கப்போவதில்லை என்பதால் இதைப் புறக்கணித்து வந்ததாக தனக்குத்தானே ஒப்புக் கொண்டாள்

மாற்றவே முடியாத ஒருவரை இடம் மாற்றுவது என்பது சாத்தியமே இல்லை

இது வேறு, ஓமாஃபே ஒரு பெண்

பல ஆண்டுகளுக்குப்பின் டயோவும் வோலும் நைஜீரியாவிலிருந்து திரும்பி வந்தனர், அவர்கள் அப்பா இருமுறை மட்டுமே வந்ததற்கும் அவர்களுடைய அம்மாவை ஏமாற்றியதற்கும் கோபத்துடன் இருந்த அவர்கள் நாகரீகமான பதின்ம வயதினராக உருமாறியிருந்தனர்

இருந்தாலும் அந்த இரு பெண்களும் பம்மியின் அடுக்ககக் குடியிருப்பில் கூடிக் கலப்பதைத் தொடர்ந்தனர், ஒரு காலத்தில் அகஸ்டினுடன் பகிர்ந்த படுக்கையை ஓமாஃபேவுடன் பகிர்வது வினோதமாய் இருந்தது, அந்த வீட்டை அவள் மகளுடன் பகிர்ந்து கொண்டிருந்தாள், அந்த மகளிடம் அவள் செய்த இந்தக் குறிப்பிட முடியாத விசயத்தை ஒருபோதும் சொல்ல முடியாது

அவள் மறைக்க முயன்ற அந்த மானக்கேடு அவளை நோக்கி நடந்துவரத் தொடங்கியது

அவள் இப்படிப்பட்டவள் அல்ல

பம்மியால் இன்பத்தை நுகருமளவுக்கு அதற்குமேல் ஓய்வளிக்க முடியவில்லை, திரும்பிப் படுத்து தூங்கச் சென்றாள், அடிக்கடி தயக்கத்துடன் ஓமாஃபே தொடுவதற்குப் பதிலளிப்பதை நிறுத்தினாள்

உன்னைச் சந்தோசப்படுத்த நான் என்ன செய்யணும், பம்மி? சொல்லு, அதுபடி என்னைச் சரிப்படுத்திக்கிறேன்

பிரச்சினை ஓமாஃபேயிடம் இல்லை எனும்போது பம்மிக்கு என்ன சொல்வது என்று தெரியவில்லை

*

நண்பர்களை வந்து தங்கும்படி அழைப்பதை நிறுத்தினாள், ஓமாஃபே தானாக வந்து அழைத்தபோது பம்மி மறுத்துவிட்டாள்

அவள் பணிபுரியும் முறைப்பணி நேரத்தை எடுப்பதையும் நிறுத்தினாள், சந்தைக்கு அவளுடன் பொருள்வாங்கச் செல்வதை நிறுத்தினாள், தேவாலயத்திலும் அவளைத் தவிர்த்தாள்

என்ன பிரச்சினையென்று பம்மியிடம் ஓமாஃபே கேட்க முயன்றாள், அவளுக்குப் பதிலேதும் கிடைக்கவில்லை, பின் பம்மியிடமிருந்து தன்னைத்தானே துண்டித்துக்கொண்டு இறுதியில் வேறொரு துப்புரவு நிறுவனத்தில் வேலை செய்வதற்காக வேலையிலிருந்து நின்றுவிட்டாள்

பிறகு சகோதரி மோட்டோவுடன் தேவாலயத்துக்கு வந்திருந்தாள் - போயும்போயும்

சகோதரி மோட்டோ பூசினாற்போலிருக்கும் அழகி, அதில் அவளுக்கு ரொம்பவே கர்வம், பாரம்பரிய உடையை உடுத்திக்கொண்டு என்னவோ பெக்ஹாம் இராணி மாதிரி தோரணையாக நிற்பாள்

அவளுக்கென்று சொந்தமாக சிகையலங்காரக் கடையொன்று பிரதான வீதியில் உள்ளது, அதன் சுவர்கள் எங்கும் அவளது

பழைய புகைப்படங்கள் வரிசையாக ஒட்டப்பட்டிருக்கும், நைஜீரியப் பெண்கள் சமூக மையம், தென்கிழக்கு இலண்டன் கிளை என்று அதைக் குறிப்பிடுவாள்

இது திமிர்த்தனம் என்றும் அபத்தம் என்றும் பம்மி நினைத்தாள்

சகோதரி மோட்டோவுக்கு சந்தேகம் எழுந்திருக்கவேண்டும் அல்லது கழிவிரக்கம் ஏற்பட்டிருக்க வேண்டும், காரணம் யாரும் அறிந்து அவள் இதுவரை ஆண்தோழனை வைத்துக் கொண்டதில்லை, இல்லை நிச்சயம் பண்ணிக்கொள்ளவோ, திருமணம் செய்துகொண்டதோ, பிற பெண்களின் கணவர்களுடன் தொடர்பு வைத்துக்கொண்டதோ ஏன் அவளை விரும்பியவர்களுடன் சரசமாடியதோ இல்லை

பெரும்பாலானோருக்கு அந்தச் சந்தேகம் இருந்தது

அந்த இரு பெண்களுக்குப் பின்னால் அமர்வதை பம்மி நிச்சயித்துக்கொண்டாள்

சகோதரி மோட்டோ வழக்கம்போல நிமிர்ந்து கர்வத்துடன் அமர்ந்திருந்தாள், அவளது வெளிர்பச்சை நிற நீளங்கி அவள் மாநிறத்தை எடுப்பாகக் காட்டியது

மாறாக ஓமாஃபே குள்ளமாக, கருத்த மேனியுடன் நன்கு உருண்ட தோள்களுடன் பம்மி தொட்டு வருட விரும்பும் கவர்ச்சியான சதைப்பிடிப்பான கரங்களுடன் இருந்தாள், அதேபோல அவளது கடைந்தெடுத்த தொடைகளும் அகன்ற பித்தேற்றும் இடையும்

நீட்டி முடக்குவதால் ஏற்படும் தழும்புபோன்ற கோடுகள் ஓவியம்போல, பிரெய்லி எழுத்துரு போல பம்மிக்குத் தோன்றியது

தேவாலயத்தில் ஆட்கள் நிறையும்போது யாரோ புதியவர்கள் போல அந்த இரு பெண்களும் அமைதியாக அமர்ந்திருந்தனர்

இருந்தும் அவர்களுக்கிடையில் அந்தரங்கமான ஒன்று இருந்தது, ஓமாஃபேவும் அவளும் ஒன்றாக அமர்ந்திருந்தபோது மற்றவர்களுக்கும் அப்படித் தோன்றியிருக்குமா என்று அவள் வியந்தாள்

பாடுவதற்காக எல்லோரும் எழுந்து நின்றபோது, அவர்கள் உடல்கள் ஒன்றின் மேலொன்றெனச் சாய்வதைக் கவனித்தாள்

எத்தனை விரைவாக ஓமாஃபே நகர்ந்துவிட்டாள் என்பதைக் காண பம்மிக்கு ஆச்சரியமாய் இருந்தது

இது ஏன் இவ்வளவு வருத்தத்தைத் தருகிறது என்பதும் அவளுக்கு ஆச்சரியமாய் இருந்தது.

5

கோஃபி

வேலைக்குச் சேர்ந்த இன்னொரு துப்புரவாளர், ஓய்வுபெற்ற கானாவைச் சேர்ந்த தையற்காரர், ஓய்வூதியத்துக்கு மேல் கூடுதல் வருவாயை எதிர்பார்த்தார்

அவளது பெரும்பாலான ஊழியர்களைக் காட்டிலும் வயதானவர், இருந்தாலும் கடினமாக வேலை பார்த்தார், ஒருபோதும் புகார் சொன்னதில்லை

மனைவி இல்லை, வயதுவந்த ஐந்து குழந்தைகளும் பல பேரப்பிள்ளைகளும் உண்டு, ஹொர்ன் ஹில்லில் மூன்று படுக்கையறை கொண்ட வீடு உள்ளது, நகரவையிலிருந்து பல ஆண்டுகளாக அதில் வாடகைக்கு இருந்து கடைசியில் அதை விலைக்கு வாங்கிவிட்டார்

அவர் காதுகளுக்கு மேலும் உச்சந்தலையிலும் வெண்ணிற முடிகள் புதர்போல எஞ்சியிருந்தது

அவரிடம் அதைச் சிரைக்கச் சொல்ல வேண்டுமென விரும்பினாள்

அவர் வழுக்கையாகிவிட்டார், அவர் அதை ஒப்புக்கொள்ள வேண்டும்

*

கோஃபி

பிரிக்ஸ்டனில் ரிட்ஸி என்றழைக்கப்படும் மதுவருந்தகத்தில் ‘கானா கலப்பிசை இரவுக்கு’ அவளை அழைத்தார்

தேவாலயத்தில் தவிர நேரடியாக இசையைக் கேட்பது இங்கிலாந்தில் அவளுக்கு இதுதான் முதல்முறை

ஒரு பாடகரும், டிரம்ஸ் வாசிப்பவரும், கிடார் வாசிப்பவரும் கொண்ட குழு எழுப்பும் ஓசை அவளுக்குப் பிடிப்பதில்லை, ஆனால் அந்த ஒளியமைப்பும் சின்னச் சின்ன மேசைகளும் அதில் தின்பண்டங்களை அவளும் அவரும் சாப்பிடுவதை, தனியாக புளிப்பான எலுமிச்சைச் சாறும் (அவளுக்கு) கசப்பான பியரும் (அவருக்கு) அருந்துவதை அவள் விரும்பினாள்

மற்றவர்கள் ஒழுக்கமின்றி பொஹிமியர்களைப் போல நோக்கம்போல் உடையுடுத்தியிருந்தனர்

எல்லா இனத்தவர்களும் விருப்பம்போல் ஒருவரோடொருவர் கலந்திருப்பதையும் இரு உவகையர் கைகளைக் கோத்திருப்பதையும் வினோதமாக அதை யாரும் கண்டுகொள்ளாததையும் கவனித்தாள்

இந்த விசித்திரமான சூழலில் கோஃபி இயல்பாக இருப்பதைப் பார்த்தாள், இசைக்கு ஏற்றாற்போல அவரது பாதங்கள் தாளமிட்டன, அந்நியர்களுக்குத் தலையசைப்பதும் பதிலுக்குச் சிரிப்பதுமாக இருந்தார், அவரது சாம்பல்நிற மேலங்கியும் கழுத்துப் பட்டையும் அந்த இடத்துக்கு எப்படிப் பொருந்தாமல் இருந்ததோ அதுபோலவே அவளது பளிச்சென்ற செம்மஞ்சள் நிறப் பாரம்பரிய ஆடையும் தலைக் கட்டும் இருந்தது

மேசைக்கு எதிர்புறத்திலிருந்து உலகிலேயே அவள்தான் மிக அழகான பெண் என்பதுபோல கோஃபி அவளை நோக்கும் விதம் அவளுக்குப் பிடித்திருந்தது

அவளது வாழ்க்கையைப் பற்றி கோஃபி கேட்டார், அவள் வெறுமனே தோளைக் குலுக்கினாள், அதில் சொல்றதுக்கு என்ன இருக்கு?

ஒரேயொரு மகள், ஒரு தொழில், இறந்துபோன கணவன்

நீ பேசத் தயாராகுறப்ப, கேட்குறதுக்கு நான் தயாரா இருப்பேன் என்றார்

அவரது பெந்தகோஸ்தே திருச்சபைக்கு வந்து கலந்துகொள்ளும்படி அழைத்தார் - அவள் மறுத்துவிட்டாள்

பள்ளிக்கூட கால்பந்துப் போட்டியில் அவரது பேரன் விளையாடுவதைக் காண வரும்படி அழைத்தார் - அவள் ஒப்புக்கொண்டாள்

அவரது இளைய மகள் திருமணத்துக்கு அழைத்தார் - இது ரொம்ப வேகம்தான்

அவர் வீட்டில் மதிய உணவுக்கு அழைத்தார், அதை ஏற்றுக்கொண்டாள், அவரது பனங்கொட்டை இரசம், நொதித்த சோள மாவு உருண்டைகள், ஆட்டிறைச்சி மற்றும் முட்டைக்கோசுவை இரசித்து உண்டாள்

ஓர் ஆணால் சமைக்க முடியும் என்பது அவளுக்குப் பிடித்திருந்தது

அதைவிட, அவளுக்காகச் சமைக்க விரும்பிய ஓர் ஆண்

நயமான நெருங்கிய பழக்கத்துக்குப்பின், படுக்கையில் அவளுடன் உறவுகொள்ள விரும்புவதை கோஃபி குறிப்புணர்த்தினார், அவர்கள் நண்பர்கள் என்பதையும் தாண்டிச் செல்லப் போகிறார்களா என்பதை அவள் தீர்மானிக்க வேண்டியிருந்தது, அப்படியென்றால் ஒரு கானா நாட்டவரிடம் அவள் என்ன செய்து கொண்டிருந்தாள்?

அதைத்தான் அவள் விரும்புகிறாளா என்று தன்னைத்தானே கேட்டுக்கொண்டாள்

தனக்குக் கொடுக்கப்பட்டது அதுதான் என்ற முடிவுக்கு வந்தாள்

அவரைச் சந்தித்த கரோல் சொன்னாள், அவர் உங்களை நல்லாப் பாத்துப்பாரும்மா, உங்க கல்யாண மோதிரத்தைக் கழட்டற நேரம் வந்தாச்சுன்னு உங்களுக்குத் தெரியலையா?

கழுவு திரவத்தைக் கொண்டு மோதிரத்திலிருந்து விடுபட அவளுக்குப் பதினைந்து நிமிடமானது

கிரான் கனாரியாவில் உள்ள அவரது ஓய்வில்லத்தில் தன்னுடன் விடுமுறையைக் கழிக்க வருமாறு கோஃபி அழைத்தார், நான் சோபால படுத்துக்குறேன், நீ படுக்கைல படுத்துக்கலாம்

ஒவ்வொரு காலையிலும் மேல்தள மாடத்தில் அமர்ந்து மணற்பரப்பையும், அலையலையான கூரைகளையும், அவள் சொந்த நாட்டில் பார்த்திருந்த பனை மரங்கள் சூழ்ந்த

நீச்சல் குளத்தில் கோஃபி நாற்பதுமுறை முன்னும்பின்னும் சென்றுவருவதைப் பார்த்தாள்

முதல்முறையாக பழச்சாறு கலந்த மதுவை அருந்த முயற்சித்தாள், அவளுக்குப் பிடித்திருந்தது, குறிப்பாக மார்கரிட்டாஸ். அது என்னவோ குளிர்பானம் மாதிரித்தான் இருந்தது, சிறுமிபோல அசட்டுத்தனமாகச் சிரித்துக் கொண்டிருந்தபோதுதான் அவளே உணர்ந்தாள்

மாலைவேளைகளில் கரும்பாறைகளில் அலைகள் மோதிக் கொண்டிருக்க வரிசையாகப் பனைமரங்கள் அணிவகுத்து நிற்கும் கடலோரப் பாதையில் கையோடு கை கோர்த்து நடைப்பயணம் சென்றனர்

அவளது ஆரம்பகட்ட வாழ்க்கைக் கதையை அவரிடம் சொன்னாள் - டெல்டாவின் நீரும் எண்ணெயும், நீரும் கழிமுக மரக்கட்டைகளும்

ஒபலோவுக்கு அவள் திரும்பிச் செல்கையில் பாதுகாப்புக்கும் அவள் மக்களைச் சந்திக்கவும் கோஃபி உடன் வருகிறேன் என்றார், அதை என்னால எதிர்கொள்ள முடியாது என்றாள், அங்க சூழ்நிலை இன்னும் சரியாகல, இன்னும் மோசமாயிடுச்சு, கொஞ்சநஞ்சமிருந்த உறவுக்காரங்களுக்கும் இப்ப அவளை யாருன்னே தெரியாது

அவள் வாழ்க்கையில் பலரும் இளவயதிலேயே இறந்துவிட்டதாகச் சொன்னாள்

ஒவ்வொருமுறை அவர் அவளது பார்வையிலிருந்து விலகும்போதும், திரும்பி வரமாட்டார் என எதிர்பார்ப்பதாகக் கூறினாள் - ஒரு வாகன விபத்து, குண்டு வெடிப்பு, குளத்தில் இருக்கையில் பக்கவாதம், அவள் தூங்கிக் கொண்டிருக்கையில் குளியலறையில் மாரடைப்பு

சாவதற்குத் தனக்கு பல வருடங்கள் இருப்பதாக அவர் உறுதியளித்தார், அவர் அப்பாவுக்கே தொண்ணூற்று நான்கு வயதாகிறது

அவரும் தினசரி காலை பல ஊட்டச்சத்துகள் அடங்கிய மாத்திரைகளையும் மீன் எண்ணெயும் எடுத்துவருகிறார்

கரோலைப் பற்றியும் அவரிடம் கூறினாள், நகரத்தில் வங்கியில் வேலை பார்ப்பது பற்றி, ஃப்ரெடி பற்றி, அவனது ஆங்கிலேய மேட்டுக்குடி பற்றி

ஒரு வெள்ளையனை மணக்கப்போவதாகக் கரோல் சொன்னபோது அவள் எந்தளவு உடைந்துபோனாள் என்பதைச் சொன்னாள், சுத்தமான நைஜீரியப் பரம்பரையின் முடிவுக்கான தொடக்கம் அது

அவர்கள் குழந்தை கலப்பினமாக இருக்கும், அவர்கள் பிள்ளைகளோ வெள்ளையாக இருப்பார்கள்

இரு தலைமுறைகளுக்குள் சுத்தமாகத் துடைக்கப்பட்டுவிடும்

இதற்காகவா இங்கிலாந்து வந்தோம்?

பார்த்தவுடனேயே ஃப்ரெடியை வெறுப்பதற்கு பம்மி தயாராய் இருந்தாள்

முதல்தடவை கரோல் அவனை அவள் வீட்டுக்கு அழைத்து வந்தபோது, அவனது பொன்னிறக் கேசம் துள்ளிவிழ கிட்டத்தட்ட கதவைத் தாண்டிக் குதித்துவிட்டான், அவனது நீண்ட கால்கள் வீடெங்கும் அலைந்துகொண்டே இருந்தன, உற்சாகம் நிறைந்தவனாக இருந்தான், அவளது எளிமையான வீடு அவனுக்கு எந்தவிதத்திலும் இழிவாகத் தோன்றவில்லை, எவ்வளவு வசதியாக இருக்கிறது என்றான்

ஒருவழியா உங்களைச் சந்திச்சதுல ரொம்ப சந்தோசம், உங்களைப் பார்த்தா கரோலுக்கு அம்மாவா இருக்கிற அளவு வயசானவங்களாத் தெரியலை, அவ அழகு எங்கருந்து வந்துருக்குன்னு இப்பப் புரியுது

நாலிவுட் (நைஜீரிய திரைத்துறை) படங்களை அவளுடன் பார்ப்பதை ஃப்ரெடி விரும்புகிறான், அவன் ஒரு கௌரவமான நைஜீரியன் என்றும் அவள் உணவை மிகவும் போற்றுவதாகவும், குறிப்பாக காலையுணவுக்கு அவள் தயாரிக்கும் சேனைக்கிழங்குக் கஞ்சி, அதைக் கரோல் திரும்பவும் வாங்கிச் சாப்பிடுவது மெய்யாலுமே ஒரு அதிசயம் என்று கிண்டலடிக்கிறான்

கரோலை மேலும் தளர்வாக மகிழ்ச்சியானவளாக ஃப்ரெடி மாற்றிவிட்டான் என்று கோஃபியிடம் கூறினாள்

பம்மி அவனது பெற்றோரைச் சந்திப்பதற்காக இலண்டன் உணவகத்தில் ஃப்ரெடி ஏற்பாடு செய்தான், அவள் அதை எதிர்பார்த்திருந்தாள்

கரோல் எப்படி ஓர் உயர்வான, நயமாகப் பேசக்கூடிய வெற்றிகரமான பெண் என்பதை அறிந்து (மிக முக்கியமாக அவன் அம்மாவுக்கு, அவள் எப்படி ஒல்லியாகவும் அழகாகவும் இருக்கிறாள்) அவர்கள் ஆர்வம் கொண்டிருந்தாலும் பம்மியிடம் அவன் எச்சரித்திருந்தான்

இன்னும் அவர்கள் பழங்காலத்துப் பஞ்சாங்கங்கள்தான்

ஃப்ரெடியின் தந்தை மார்க் அசௌகரியமாக உணர்வதாகத் தோன்றியது, இரவுணவில் கொஞ்சமே பேசினார், முழு நேரமும் கரோல் ஒரு போலியான புன்னகையை ஒட்டிக்கொண்டு இருந்தாள்

அவன் அம்மா பமீலா பம்மியை ஏதோ பாதிக்கப்பட்ட பெண் போலப் பார்த்தாள், உணவுக்குமுன் பரிமாறும் பசியூக்கி குறித்து அவள் விளக்கத் தொடங்கியபோது, ஃப்ரெடி அவளிடம் சொன்னான், நிறுத்தும்மா, போதும் நிறுத்து

அவர்களுடைய நிலவறையிலிருந்து 'திராட்சை மது' போத்தலை பம்மியிடம் கொடுத்தாள், 'இதைச் சீக்கிரமே திறந்து குடிச்சிடுங்க, இல்லாட்டி கீழ மண்டியாயிடும், இந்த மூடி வேற ஏற்கெனவே நொறுங்குற மாதிரி இருக்கு'

பம்மி அந்தப் பரிசை மனமார ஏற்றுக்கொண்டாள், இந்த ஆங்கிலேயர்கள் எதற்குப் பழைய திராட்சை மதுவை, ஒருவேளை நஞ்சேறியிருக்கக்கூடியதை மட்டுமே குடிக்கத் தகுந்ததாகக் கருதுகிறார்கள் என்பதைப் புரிந்துகொள்ள முடியவில்லை

பமீலாவுக்கும் அவள் ஓர் அழகான பரிசு வாங்கி வந்திருந்தாள், மேற்கு ஆப்பிரிக்காவைச் சேர்ந்த யொரூபா இன மக்களால் கையால் தைத்த ஐந்து கஜ நீளமுள்ள நீலத்துணி

தனது வாழ்நாளில் இந்த மக்களை இன்னும் ஒரேயொரு முறை மட்டுமே பார்க்க வேண்டியிருக்கும் எனப் பம்மி நம்பினாள் - திருமணத்தின்போது

ஆனால் கரோலும் ஃப்ரெடியும் யாருக்கும் சொல்லாமல் பதிவு அலுவலகத்தில் வைத்துத் திருமணம் செய்துகொண்டனர், முறையா கல்யாணம் பண்ணிக்கிறதைப் பத்தி யோசிச்சாலே ஏதோ அங்கங்கே கண்ணிவெடி வச்சிருக்கிற மலை மாதிரி இருக்குது

வாஸ்தவத்தில் பம்மி கோபப்பட்டிருக்க வேண்டும்

மாறாக அப்பாடா என்று இருந்தது.

6

கோஃபியுடன் பம்மி பகிர்ந்து கொண்டிருக்கும் ஹெர்ன் ஹில் வீட்டில், தோட்டத்திலுள்ள பச்சைநிற ஓய்வு நாற்காலியில் அவள் படுத்திருக்கிறாள்

சூரியன் நேரடியாக வைட்டமின் டி-யை அவள் தோலுக்கு இறக்குமதி செய்து கொண்டிருந்தது

அவளுக்குப் பின்னால் இருந்த அடுப்பறையில் கோஃபி அவர்களுக்கான மாலை உணவு தயாரித்துக் கொண்டிருக்கிறார்

அவர்களும்கூட பதிவு அலுவலகத்தில் திருமணம் செய்துகொண்டார்கள், அவர்களுக்குப் பிடித்தமான சில்லி தீவுகளுக்கு இரண்டுவார தேனிலவு சென்றுவந்தார்கள், அந்த மக்கள் இனிமையானவர்கள், நட்பானவர்கள்

ஓமாஃபேவைப் பிரியும்போது இருந்ததைக் காட்டிலும் இப்போது அவளில்லாத வெறுமை அதிகம் வாட்டியது

அவளும் கோஃபியும் தன் வாழ்வில் இருந்தால் நன்றாயிருக்குமென்று நினைத்தாள் - அபினி புகைத்தவனின் கனவுபோலத்தான், ஏனென்றால், இங்கே ஆண்கள் மட்டும்தான் ஒன்றுக்குமேல் திருமண பந்தங்களை வைத்துக்கொள்ளலாம்

இப்போதெல்லாம் ஓமாஃபே சகோதரி மோட்டோவின் முடி திருத்தகத்தில்தான் வேலை செய்கிறாள், ஆனால் அவளுடன் வசிக்கிறாள் என்பதுதான் வதந்தி

பம்மி நீண்டகாலமாக கர்த்தரின் ஊழியத்தைக் கைவிட்டிருந்தபடியால், அவர்களது பாதைகள் குறுக்கிடவில்லை, ஒரேயொருமுறை பெக்ஹாமுக்கு அவள் திரும்பி வந்திருந்தபோது சகோதரி மோட்டோவின் முடிதிருத்தகத்தைக் கடந்துசெல்கையில் சாளரம் வழியே உற்று நோக்கினாள்

சாளரத்தோர வரவேற்பு மேசைக்குப் பின்னால் இருந்த ஓமாஃபே, அவளை வெறித்தாள், அது இங்க உனக்கு என்ன வேலை என்று கேட்பது போலிருந்தது

தோட்டத்தின் எல்லையில் உள்ள கொட்டகை மீது செங்கருநீல விஸ்டீரியா மலர்கள் பூத்திருந்தன

அதற்கு முன்புறத்தில் அவள் புல்வெளி என்று அழைக்கக்கூடிய வெவ்வேறு வகையான நீண்ட புற்கள் நிறைந்த திட்டுகள் தரையெங்கும் விரிந்திருக்கும்

இடதுபக்கம் வரிசையாக நிற்கும் ஆப்பிள் மரங்கள் அவர்களது தோட்டம்

கோஃபி தோண்டி வைத்திருக்கும் சிறிய குளம், பெரிய சேற்றுக்குழியைவிட கொஞ்சம் பெரிது என்று அவரைச் சீண்டுவாள்

அதற்கு கோஃபி குளம் என்று பெயரிட விரும்பினார்

ஃப்ரெடியும் கரோலும் பெரும்பாலான ஞாயிற்றுக்கிழமைகளில் மதியவுணவுக்கு வந்துவிடுவார்கள்

ஃப்ரெடி அவளுக்குப் பூக்களும் சாக்கலேட்டுகளும் வாங்கி வந்து, அம்மா, உங்களைப் பார்க்க சந்தோசமா இருக்கு, எப்பவும்போல அற்புதமா இருக்கீங்க என்று சொல்லிக் கட்டியணைத்து முத்தமிடுவான்

சிலநேரங்களில் கோஃபியின் பிள்ளைகளும் பேரப்பிள்ளைகளும் அவர்களோடு இணைந்துகொள்வார்கள்

அப்போதுதான் பறித்த எலுமிச்சைக்கனிகளைக் கொண்டு எலுமிச்சைச்சாறு பிழிந்து கோஃபி அவளுக்கு எடுத்துவர பம்மி அதை அமர்ந்தபடி பருகிக் கொண்டிருக்கிறாள்

அவளது புதிய வாழ்க்கையை அனுபவிக்க அம்மா உயிருடன் இல்லையே என்று ஏங்கினாள்

இப்ப என்னைப் பாரும்மா, இப்ப என்னைப் பாரு.

லடிஷா

1

லடிஷா கனிஷா ஜோன்ஸ்

பேரங்காடி திறப்பதற்குப் பதினைந்து நிமிடங்கள் இருக்கையில் பழங்கள் & காய்கறிப் பிரிவுக்குள் நடக்கிறாள், அங்கே அவள் மேற்பார்வையாளர்

அவள் பதுங்கித் திரியும் தலையாய முண்டை

அல்லது மேஜர் ஜெனரல் அம்மா

அப்படித்தான் அவள் பிள்ளைகள் கூப்பிடுகிறார்கள்

காலியான சரக்குகளை இட்டு நிரப்புவதற்காக, இணைய வழியில் தாக்கீது செய்வதற்காக இரவில் இடைகழியில் தேடிக்கொண்டிருந்த கடையூழியர்களுடன் அவள் ஏற்கெனவே கலந்தாலோசித்திருந்தாள்

அவளது பிரிவுக்கான பட்டுவாடாக்கள் சரியான நேரத்தில் வருமென்பதை கிட்டங்கியில் அவள் சரிபார்த்திருந்தாள், விரைவிலேயே அவள் 600 கிலோ கிங் எட்வர்டு உருளைக் கிழங்குகள் வரவில்லை என்று பதிவுசெய்வாள், வழங்குநர் அதற்காக கடையில் தொகையை வசூலித்திருந்தாலும் (திருட்டுப் பயல்கள்!)

இன்று அவள் சரக்கு காலியாக விடப்போவதில்லை, நாளைக்கு அது அவள் மீது விளக்கம் அளிக்காத பற்றாக்குறையாகக் காட்டும், மற்றபடி அவளுடையது கறையில்லாத தேர்ச்சி அட்டை (கிட்டத்தட்ட)

வரியோடி எந்திரத்தில் சரக்கு சுழற்சியை செய்துமுடித்து, பழைய சரக்குகள் மேலே இருக்குமாறு சரியாகத் தட்டடுக்குகளில் அடுக்கப்பட்டிருப்பதை நிச்சயித்துக் கொண்டாள்

பழங்கள் நேர்த்தியாகக் காட்சிப்படுத்தப்பட்டிருப்பதை, வாடிக்கையாளர்கள் விரும்புவதுபோல அனைத்தும் ஒரே வடிவில், கறைபடாததாக இருப்பதை நிச்சயித்துக் கொண்டாள், பெரும்பாலான பழங்கள் அதன் அசலான கலப்படமற்ற நிலையில் தரப்படுத்தப்பட்ட வடிவில், புறத்தோற்றத்தில், அளவில், நிறத்தில் நிச்சயம் இருக்காது என்பதை வாடிக்கையாளர்கள் உணர்வதில்லை

பேரங்காடி பயிற்சி நிலையத்தில் அவள் இதைக் கற்றுக் கொண்டாள்

அல்லது பதினேழாம் நூற்றாண்டில் டச்சு விவசாயிகள் இன்று நாம் பார்க்கும் உருமாறிய ஆரஞ்சு நிறத்தில் பயிரிடும்வரை கேரட்டுகள் செங்கருநீலத்தில், மஞ்சள் நிறத்தில் அல்லது வெள்ளையாக இருந்தன

அவளது பிள்ளைகளான ஜேசன், யான்டெல், ஜோர்டானுக்கு கற்றுக்கொள்வதை மேலும் சுவாரசியமானதாக ஆக்க, அவர்களுடன் பகிர்ந்துகொள்ள விரும்புகிறாள், பரீட்சைகளில் நல்ல மதிப்பெண்களைப் பெறுவதைத் தவிர அவர்களுக்கு வேறு வழியில்லை

நிலவறையில் உணவோ, குடிநீரோ அல்லது கழிப்பறை வசதிகளோ இல்லாமல் சிறைப்பட்டுக் கிடக்க அவர்கள் விரும்பாத பட்சத்தில்

இருபத்திநான்கு மணி நேரமும்

அவள் அப்படித்தான் அச்சுறுத்துகிறாள்

அடிக்கடி

லடிஷா

அவளது சீருடையான முன்புறம் நீண்ட வரியுடன் நீலநிறக் காற்சராய், நீலக் கம்பளிச் சட்டை, உள்ளே வெள்ளைநிறச் சட்டை அணிந்திருக்கிறாள், கேசப்பராமரிப்புக் கூழ்மம் இட்ட கேசத்துடன் பக்க வகிடெடுத்திருக்கிறாள்

மிக சூட்டிகையான, தொழிலறிவு கொண்டவள், அவளது பதின்பருவம் எனும் திகில் திரைப்படத்திலிருந்து பையப்பையத் தவழ்ந்து வெளியேறியபின், அவள் அப்படித்தான் இருக்கிறாள்

சில்லறை வர்த்தகத்தின் தலைமை எனும் தலை கிறுகிறுக்கச் செய்யும் உயரங்களை நோக்கி ஏறத் தொடங்குவதற்கு

மூன்று வருடங்களில் ஆறு முறை மாதாந்திர சிறந்த பணியாளர் விருது வென்றுள்ளாள்

ஆறு மாதங்களில் மூன்றுமுறை மாதாந்திர சிறந்த மேற்பார்வையாளர் விருதும்

பிச்சைக் காசுதான், கூடுதல் நேர வேலைக்கு ஒரு மணிநேரத்துக்கு ஒரேயொரு பவுண்டு, ஆனால் எக்கச்சக்கப் பொறுப்பைத் திணிப்பார்கள், அவள் இன்னும் முறைப்பணிகளில் இருக்கிறாள், வார இறுதிகளிலும் வேலையுண்டு

குறைந்தபட்சம் இதற்கு அவள் நகர்ந்துகொண்டிருப்பதாக அர்த்தம், யாருக்குத் தெரியும், அவள் கடினமாக உழைத்தால், ஒருநாள் கடையின் பொது மேலாளராக ஆகலாம், மேலதிகாரிகளுக்கு ஆமாம் சாமி போடவேண்டும், சக ஊழியர்களின் கோபத்துக்கு (அளவுக்கு அதிகமாக) ஆளாகக் கூடாது, இலட்சியத்தில் கவனம் செலுத்த வேண்டும், இதன் அர்த்தம் தொடர்ந்து துணையின்றி இருப்பது

யாருடைய ஆணைக்கும் கீழ்ப்படியும் மனநிலையின்றி, எந்தத் தகுதியும் இல்லாமல் வீண் விவாதம் செய்யக்கூடிய லடிஷா பள்ளிப்படிப்பை முடித்துவிட்டு பேரங்காடியில் வேலைபார்க்கத் தொடங்கினாள்

பள்ளிக்கூடம் அதன் அர்த்தமற்ற விதிகளைத் திணிக்க இப்படித்தான் முயன்றது

தனக்கு மகிழ்ச்சியை ஏற்படுத்தாதபோது படிப்பதில் என்ன அர்த்தம் என்பதை அவளால் புரிந்துகொள்ள முடியவில்லை (புத்தகமே கதியெனக் கிடப்பவர்கள் பரிதாபத்துக்குரியவர்கள், ஒழுங்காக உடையுடுத்தவும் தெரியாது) அளவுக்கதிகமாகப் படித்தால் மூளை தேய்ந்துபோகும் (அறிவியல்பூர்வ உண்மை)

அவளது ஆசிரியர்களிடம் அவள் சொன்னதுபோல

குறிப்பாக ஓல் மூஞ்சி மிஸஸ் கிங், நடைக்கூடத்தில் வைத்து அவளைக் கடிந்துகொள்வதை வழக்கமாக வைத்திருப்பாள், நீ முட்டாள் இல்லை லடிஷா, நீ முயற்சி செய்தால் போதும்

மனதின் சக்தியைச் சேகரித்து வைப்பதுதான் அறிவுடைய செயல், மிஸஸ் கிங் என்று துடுக்காக லடிஷா பதிலளித்தாள், அவளுக்கு இருக்கும் தனித்திறமை இது என்பார்கள் ஆசிரியர்கள்

நம்முடைய மூளையில் உயிரணுக்கள் செத்துக்கிட்டே இருக்கு, என்னுடைய வளங்கள் குறைஞ்சு போயிடும் - ஆபத்தான நிலையில் இருக்கிற நம்முடைய கிரகத்தைப் போல, மிஸஸ் கிங், இவ்வளவு இளம் வயசுலயே அதை நிறையப் பயன்படுத்திட்டா, வயசானதுக்கு அப்புறம் புத்தி மழுங்கிப் போயிடும் என்றாள், உங்களை மாதிரியே ஆயிடுவேன், ஓல் மூஞ்சி என்று அவள் பார்வை சொன்னது

மிஸஸ் கிங் பதில்சொல்லத் திணறினாள், சரியான வார்த்தைகள் மனதில் தோன்றியதுபோலத் தெரிந்து அவள் பேசத் தொடங்கும் சமயம்

லடிஷா விலகிச் சென்றாள்

(முடிவு!)

*

விளையாட்டுகளிலும் இதேதான், மாதத் தொடக்கம் முதல் இறுதிவரை மாதவிலக்கைக் காரணம் காட்டி முடிந்தவரை அடிக்கடி வெளியேறிவிடுவாள்

அவர்கள் என்ன பயன்படுத்திய தூமைத்துணியைப் பார்க்க வேண்டுமென்றா கேட்கப் போகிறார்கள்?

அவள் பள்ளிக்கூடம் இல்லாத விளையாட்டு பிரச்சாரத்தைத் தொடங்குவது பற்றிக்கூட யோசித்தாள், ஏனென்றால் கட்டாயத்தின்பேரில் செய்யும் உடற்பயிற்சி உடலைச் சோர்வுறச் செய்யும், யாருமே அவர்களுக்கு உண்மையைச் சொல்வதில்லை

கட்டான உடலுக்கும் ஆரோக்கியத்துக்கும் விளையாட்டில் அவள் கலந்துகொள்வது அவசியம் என்று சொன்ன அவளது விளையாட்டு ஆசிரியை மிஸ் ராபர்ட்சனிடமும் அவள் இதைத்தான் சொன்னாள், அவளும்தான் ஆசிரியர்களின் நடைக்கூடத்தில்

வைத்து அவளைக் கண்டித்தாள், இவர்களுக்கெல்லாம் அப்பாவிகளைத் துன்புறுத்துவதைக் காட்டிலும் செய்வதற்கு உருப்படியாய் ஒன்றும் இல்லை

இது எப்படின்னா மிஸ், பாலே நடனக் கலைஞர்கள் வயதானபின் நொண்டியாகிடறாங்களே, ஏன்? அல்லது ஜிம்னாஸ்டிக் செய்றவங்களுக்கு கடைசியில் இடுப்பை மாத்த வேண்டி வருதே ஏன்? ஓட்டப் பந்தய வீரர்களுக்கு முழங்கால் பிரச்சினை வருதே, ஏன்? என்று லடிஷா பதிலளித்தாள்

நீங்க என்னடான்னா எனக்கு விளையாட்டு நல்லதுன்னு சொல்றீங்களா?

மிஸ் ராபர்ட்சனும் பதிலளிக்கத் திணறினார்

(முடிவு!)

அவள் கற்பனை செய்திருந்த பேரணியில் இவை அனைத்தையும் உரையாற்றும்போது சொல்லியிருக்கிறாள், ஒரு மேடையில் நின்றபடி, அவள் தலைமுறையைச் சேர்ந்த பதின்ம வயதினருக்கு அறிவுள்ள வார்த்தைகளைப் போதித்து, உலகிலுள்ள குழந்தைகளிடமிருந்து பேரளவில் கிளர்ச்சியைத் தூண்டி, முழுமையான அழிவை உருவாக்கினாள்

அப்பா கைவிட்டுச் சென்றபின் உள்ளுக்குள் அப்படித்தான் உணர்ந்தாள்

நகர்மன்றத்தில் பூச்சி கட்டுப்பாட்டுத்துறையில் அப்பா வேலை செய்தார், அந்த வேலை அவருக்கு மன நிறைவைத் தந்தது, அவர்கள் அடுப்படி மேசையைச் சுற்றியமர்ந்து தேநீரும் மாவிட்டுப் பொறித்த மீனும் இலையமுதும் சாப்பிட்டுக் கொண்டிருந்த வேளையில், ஒருநாள் போல இன்னொருநாள் இல்லை, என்னோட வேலை மக்களோட சொத்துக்களை நாசம் செய்து அவர்களுக்குச் சிம்ம சொப்பனமா இருக்கிற தீங்கான பூச்சிகளைக் கொல்லுறதும் அவர்களோட வேதனையைக் குணப்படுத்த ஆறுதலான வார்த்தைகளைச் சொல்றதும்தான் என்பார்

இது என்னோட வாழ்க்கைத் தொழில், இந்த உலகத்துக்கான என்னோட பங்களிப்பு, புரியுதா?

அம்மாவின் கண்கள் முன்நெற்றிக்குள் செருகி நிற்கும், லடிஷாவும் ஜெய்லாவும் நகைப்பார்கள், இவை எல்லாவற்றையும் அவர்கள் முன்னரே கேட்டிருந்தாலும், அவர் சொல்கையில் வேடிக்கையாய் இருக்கும்

வார இறுதிகளில் உயர்தர இரவு விடுதியில் ஆட்களை அனுமதிக்கக்கூடியவராக (Bouncer) வேலை பார்த்து வருமானத்தை அதிகரித்தார், ஐக்கிய நாடுகள் அமைதிப்படை மாதிரிதான், ஆனா அளவுதான் சிறுசு, புரியுதா?

அம்மாவுக்கு இன்னும் கொஞ்சம் கண் செருகும்

அப்பாவுக்கு நீண்ட கருத்த பிரிசடை இருந்தது, ஆறடி ஐந்தங்குலமும் அதற்கேற்ப அகன்ற உடல்வாகும் கொண்டிருந்தார்

உடற்பயிற்சிக்கூடத்தில் உடற்பயிற்சியின்போது அவரது பெருத்த புஜங்களை நெகிழ்த்தியபடி எல்லாமே தசை, கொழுப்பு இல்லை, இந்தா அமுக்கிப் பாரு, என்று லடிஷாவிடம் சொல்வார்

நசுக்கிப்பாரு, அவளால் பள்ளம் விழச் செய்யவோ அல்லது இரண்டு கைகளால் மேல்கை முன்தசையைப் பிடிக்கச் சொல்லும்போது அதைச் சுற்றிப் பிடிக்கவோ அவளால் முடியாது

நான் முயன்று பார்க்கவா என்று ஜெய்லா வரும்போது, நான் சாப்பிடணும், இப்ப வேண்டாம், அப்புறம் ஜெய்லா, அப்புறம் என்றுவிடுவார்

அந்த அப்புறம் வரவே வராது

அவர் பிரபல கால்பந்தாட்ட வீரர்களுடன் பேசுவதை விரும்பினார், அவங்ககிட்ட நல்லா சில்லறை தேத்தலாம், இரகசியமா சூதாடுவாங்க, இல்லைனா ரொம்பச் சின்ன விசயத்துக்கெல்லாம் இவ்வளவு சீக்கிரம் அளவுக்கதிகமாகச் சம்பாதிக்க முடியாது, அதனால அவங்களுக்கு பணத்தோட மதிப்பும் தெரியறதில்லை

விடுதிக்குப் பின்னால் ஓர் அறை இருந்தது, பெரும்பாலான மக்கள் தங்கள் வாழ்நாளில் சம்பாதிப்பதைவிட அதிகப் பணத்தை அங்கே இழந்தார்கள்; பிரபல கிளன்மோர் ஜோன்ஸ், பௌன்சர்களின் அரசனாகிய அவருடன் புகைப்படங்களை

எடுத்துக்கொள்ள அவர்கள் கெஞ்சினார்கள் என்று அடுப்பறை மேசையில் வைத்து பீற்றிக் கொள்வார்

தலைகீழா நடந்திருக்கத்தான் வாய்ப்பு அதிகம் என்றாள் அம்மா

அப்பா பொய்யான கோபத்தை வெளிப்படுத்துவார்

கால்பந்து வீரர்கள் தங்கள் தனிப்பட்ட பாதுகாவலராக அவருக்கு வேலைகளை வழங்கினர்; வீட்டில் தேநீர் நேரத்தைச் செலவிட அவர் விரும்பியதால் மறுத்துவிட்டார்

நான் உங்ககூட இருப்பதை விரும்புறேன், என் பிள்ளைகள் + என் மனைவி = என் வாழ்க்கை, Life என்பதில் L என்றால் Love, I என்பது Immortal, F என்பது family, E என்பது eternal

ஒருவாரம் விட்டு ஒருவாரம் இரவு விடுதியில் இரவு வேலைக்குச் சென்றார்

சனிக்கிழமை, ஞாயிற்றுக்கிழமை காலையில் வீட்டுக்கு வந்தார்

அவளது பெற்றோர் அவளையும் ஜெய்லாவையும் இலண்டனிலுள்ள எல்லா இலவச அருங்காட்சியகங்களுக்கும் கூட்டிச் செல்வார்கள்

வாழ்க்கையில் உயர்ந்த நிலைக்குச் செல்லும் பிள்ளைகளுக்கு சிறுவயதில் அவர்களை அருங்காட்சியகங்களுக்குக் கூட்டிச் செல்லும் பெற்றோர் இருந்ததுதான் காரணம் என்று அம்மா சொல்வாள், இதைச் செய்ய நீங்கள் பணக்காரராக இருக்க வேண்டியதில்லை

உள்ளே சென்றதும், அவளையும் ஜெய்லாவையும் சுற்றிப்பார்க்க அவர்கள் விருப்பப்படி விட்டுவிடுவார்கள், லடிஷா அவளது கூச்ச சுபாவமும் தயக்கமும் கொண்ட சகோதரியைவிட அவளே வழிநடத்துபவளாக இருந்தாள்

மற்றவற்றைக் காட்டிலும் அச்சுறுத்தும் டைனோசர்களைப் பார்ப்பதில் முழுநேரத்தையும் லடிஷா செலவிட விரும்பினால், அது அனுமதிக்கப்பட்டது

அவள் இதைப் பல வருடங்களாகச் செய்துவந்தாள், அவற்றின் எலும்புக்கூட்டுக்குள் ஏற மாட்டோமா என்று ஆசைப்பட்டாள்

ஒருகட்டத்தில் இந்த வரலாற்றுக்கு முந்தைய வினோதத்தில் அவள் சலிப்படைந்ததும், நல்லவேளை இந்தக் கட்டம் முடிந்தது என்று அம்மா சொன்னாள்

இலண்டன் மீன் காட்சியகத்தில் உண்மையிலேயே அபாயகரமான சுறாக்களிடத்திலும் கண்ணாடித் தொட்டிக்குப் பின்னால் கிட்டத்தட்ட தொட்டுவிடும் நெருக்கத்துக்குச் சென்றும், இதே கதைதான்

பயங்கரமான வடிவங்களில் கண்களை உருட்டிக் கொண்டு எல்லாவகை சிறிய மீன்களும் சூழ்ந்திருக்க

அவற்றைப் பார்க்கையில் ஏதோ கற்பனாலோகம் போலிருந்தது

அவை எல்லாம் உண்மை என்றே அவளால் நம்ப முடியவில்லை

வருடத்துக்கு ஒருமுறை ஸ்கெக்னெஸில் உள்ள பட்லின்ஸ் ஓய்வு விடுதிக்குச் சென்றனர்

உறவினர்களைப் பார்க்க விடுமுறைக்குச் செல்லும் முதலிடமாக கரீபியன்தான் இருந்திருக்க வேண்டும், ஆனால் குடும்பத்துடன் அங்கு செல்வது கட்டுப்படியாகாது

ஒருநாள் நீச்சல் குளமும் திரையரங்கமும் உள்ள ஒரு பெரிய ஆடம்பரமான கப்பலில் நாம் செல்வோம் என்று அம்மா சொன்னாள்

இந்த வாரமே நாம் சேமிக்கத் தொடங்குவோம் என்று அப்பாவும் ஒப்புக்கொண்டார்

*

செயிண்ட் லூசியாவிலிருந்து வந்தபோது அம்மாவுக்கு இரண்டு வயது இருக்கும்

அவள் லிவர்பூலில் வளர்ந்தாள், தேவாலயப் பள்ளிக்கூடத்துக்கு நற்பெயருடன் சென்றுவந்தாள், பள்ளிப்படிப்பு முடிந்த உடனேயே சமூகப் பணியாளர் பாடப்பிரிவில் சேர்ந்தாள்

அப்பாவோ பதிமூன்று வயதிருக்கையில் மாண்ட்செராட்டிலிருந்து வந்தார், அவர் பேச்சு அப்போது வேடிக்கையாகவும்

அந்நியமாகவும் இருந்தது, இதை இலட்சோபலட்சம் தடவை சொல்லிவிட்டார்

ரொம்பக் குளிர்வதாக அவர் புகார் சொன்னபோது, ஆசிரியர்கள் அவரது நடத்தையில் பிரச்சினை இருப்பதாகக் கூறினர்

அவரது கொச்சைப் பேச்சைக்கேட்டு, அவர் சொந்த நாட்டில் வகுப்பில் முதல் மாணவனாக இருந்திருந்தும், அவரைக் கற்றல் குறைபாடுடையவராகக் கருதி ஒரு வகுப்பு கீழே தள்ளினர்

வெள்ளையினப் பள்ளித் தோழர்களுடன் அவர் குறும்பாக நடந்துகொண்டபோது, அவரை மட்டும் தனியாக ஒதுக்கி வைத்தனர்

இந்த அநீதிகளுக்கு எதிராக அவர் கோபப்பட்டபோது, அவர் அவமதிப்புடன் நடந்துகொள்வதாகச் சொன்னார்கள்

தன் கோபத்தைத் தணித்துக்கொள்ள வகுப்பறையைவிட்டு அவர் வெளியேறியபோது, அவர் மூர்க்கமானவர் என்று முத்திரை குத்தப்பட்டார்

இதனால் ஆசிரியரை நோக்கி நாற்காலியை வீசியெறியத் தீர்மானித்தார், முதல்முறை அது குறி விலகிவிட்டது

ஆனால் இரண்டாம் முறை அப்படி நடக்கவில்லை

நாற்காலியை எறிந்ததற்காக அவர் போர்ஸ்டல் என்ற சீர்திருத்தப் பள்ளிக்கு அனுப்பி வைக்கப்பட்டார், லடிஷா, சின்ன வயசுல தப்புப் பண்ணினவங்களுக்கு அது சிறை மாதிரி இருக்கும், அங்கே இளவயதுக் கொலையாளிகள், வல்லுறவாளர்கள், தீ வைப்பவர்களுடன் தண்டனை அனுபவித்தார்

நான் அவங்களை மாதிரி ஆக விரும்பலைங்கிறதால எந்த வம்பும் வச்சுக்கலை, நல்லவேளையா நான் ஓங்குதாங்கா இருந்ததுனால யாரும் என்னைத் தொந்தரவு செய்யலை

அங்கருந்து விடுதலையான பிறகு, எனக்கு நானே வாழ்க்கையை அமைச்சுக்க முடிவு பண்ணி இந்த நாட்டுக்கு வந்தேன், லடிஷா, மேசையில் ஜெய்லாவும் இருந்தாலும் அவளை மட்டும் தனியாகக் குறிப்பிடுவார்

அப்பா செல்லமாக இருப்பதாக ஜெய்லா குற்றம் சாட்டுவாள்

அது உண்மைதான், அதை அவள் விரும்பவும் செய்தாள் அதை மறுக்கப் போவதில்லை

*

அடக்கி வச்சிருந்த என்னோட எல்லாக் கோபத்தையும் உடற்பயிற்சியில் காட்டினேன், அதுக்குப் பிறகு யார்கிட்டயும் கோபப்படுறதே இல்லை, அதனாலதான் நீ இப்பப் பார்க்கிற அப்பா சாந்தமானவரா ஏத்துக்கக் கூடியவரா இருக்கேன், அப்படித்தானே பாலின்?

உண்மைதான், உங்கப்பா ரொம்ப ஆமாஞ்சாமியாத்தான் ஆயிட்டார் பிள்ளைகளா, அது என்னவோ அவர்களுக் கிடையிலான தனிப்பட்ட நகைச்சுவை என்பதைப்போல இருவரும் சிரிப்பார்கள்

ஒரு நிமிடம் சிரிப்பும் கொண்டாட்டமுமான குடும்பம் போலிருந்தது, பிறகு அவள் செப்டம்பரில் மேல்நிலைப் பள்ளிக்குச் சென்றபோது, அவரும் போய்விட்டார்

போகப்போவதாகக்கூட அவர் தெரியப்படுத்தவில்லை, அதற்கான எந்தத் தயாரிப்பும் இல்லை, அவர்கள் பள்ளிக்கூடத்திலும் அம்மா வேலையிலும் இருந்த சமயம் மேசையில் அவர் வருத்தப்படுவதாக எழுதி வைத்துவிட்டுப் போய்விட்டார்

எப்படி இப்படி நடக்க முடியும்? இது உண்மையா இல்லை இதுவும் ஒரு நகைச்சுவையா?

அம்மா உடைந்துபோனாள், அவரைத் தொடர்புகொள்ள முயன்றாள் - அவர் கைபேசி ஒலித்தபோது, அது வீட்டுக்குள் இருந்ததை உணர்ந்தனர், அதைத் தலையணைக்கடியில் விட்டுச் சென்றிருந்தார்

அவரைத் தெரிந்த எல்லோரையும் அழைத்ததில் அவர் எங்கோ வெளிநாடு சென்றுவிட்டது தெரிய வந்தது

நடுக்கூடத்து சாளரத்தோரம் அமர்ந்தபடி அவர் திரும்பி வருவதற்காகக் காத்திருந்தாள் லடிஷா, ஜெய்லா அவள் அறைக்குள் இருந்தாள்

திங்கள்கிழமை இரவு முழுதும், லடிஷா அங்கேயே அமர்ந்திருந்தாள், அரை உறக்கத்தில் ஆழ்வதும், நரிகள் சண்டையிடத் தொடங்கியபோது அல்லது அண்டைவீட்டார் வாகனத்தை எடுக்கும்போது அல்லது ஆட்கள் சத்தமாகப் பேசியபடி கடந்துசெல்லும்போது விழிப்பதுமாக இருந்தாள்

செவ்வாய்க்கிழமையும் புதன்கிழமை இரவும்கூட

அம்மா சரியான மனநிலையில் இருந்ததால் அவளையும் ஜெய்லாவையும் பள்ளிக்கூடம் போகக் கட்டாயப்படுத்தவில்லை, கருணை விடுப்பு எடுத்துக் கொண்டாள், அவள் சகோதரியான அத்தை ஆஞ்ஜி வந்திருந்து சமையலையும் தேற்றும் வேலைகளையும் பார்த்துக்கொண்டாள், லடிஷாவைக் குளிக்கவும், சாப்பிடவும், பல் துலக்கவும் வைத்தாள், நான்காம் நாளிரவு சாளரத்தோரம் போய் அவள் அமரப்போனபோது வலிந்து படுக்கைக்கு அனுப்பினாள்

அன்றைய இரவில் குளியலறைக் கதவின் பின்புறம் இருந்த அப்பாவின் தொளதொளப்பான இரவு ஆடையை எடுத்து அவரது வியர்வையையும் நாற்றநீக்கியையும் முகர்ந்தபடி தன்னைச்சுற்றி அவரது கரங்களை உணர்ந்தபடி அதற்குள் படுத்து உறங்கினாள்

வாரங்கள் கடந்தபின், அம்மா அவரைத் தொலைபேசியில் தொடர்புகொண்டு கத்திக் கூச்சலிட்டாள்

அவரால் உருப்படியான ஒரு சமாதானத்தைச் சொல்ல முடியவில்லை, அவர் நிச்சயம் வேறொரு பெண்ணுடன் இருக்க வேண்டுமென்றும் ஆண்கள் தங்கள் குடும்பங்களை விட்டுச் செல்வதற்கு அதுதான் வழக்கமான காரணமாய் இருக்கிறது என்றும் ஆஞ்சி அத்தையிடம் அவள் அம்மா சொல்வதை லடிஷா கேட்டாள்

அவர் திரும்பி வரப்போறதில்லை, ஆஞ்சி, இப்பன்னு இல்லை, எப்பவுமே, அவர் ரொம்ப மென்மையானவர்னு நினைச்சேன், இப்பத்தான் தெரியுது அவரைப் பத்தி எனக்கு ஒன்னுமே தெரியலை

ஆஞ்சி தோண்டித் துருவி விசாரித்து அவர் நியூ ஜெர்சியில் மார்வாவுடன் வாழ்ந்து கொண்டிருப்பதைக் கண்டுபிடித்தாள்,

அம்மாவுடன் பணி செய்யும் தோழிகளில் ஒருத்தி அவள், அவள் அங்கு வளர்ந்தவள்

அவளுக்கிருந்த நான்கு வயது மகள் டியானா, அவருக்குப் பிறந்தவள்

அம்மா அவரது எல்லாப் புகைப்படங்களையும் ஆடைகளையும் எடுத்து தீயிட்டுக் கொளுத்தினாள், அவரது குவளை, இம்பீரியல் தோல் வழலை, பழைய கம்பளியாடை போன்ற அவருக்குப் பிடித்தமானவற்றை வெளியில் எறிந்தாள்

லடிஷாவும் ஜெய்லாவும் அதன்பின் அவரைப் பற்றிப் பேசவே இல்லை, அப்படியொருவர் இல்லை என்று ஆயிற்று

ஆனால் அவரது ஆவி ரூபத்தை ஒன்றும் செய்ய முடியவில்லை, லடிஷாவால் எல்லா இடத்திலும் அதைப் பார்க்கவும் உணரவும் முடிந்தது

அடுப்பறை மேசையில் முழுக்கவே இட்டுக்கட்டப்பட்டதாக அல்லது மிகைப்படுத்தியவையாக அவள் அம்மா கூறிய கதைகளைச் சொல்கிறது

அவளும் ஜெய்லாவும் என்ன செய்து கொண்டிருந்தாலும் அதை அப்படியே போட்டுவிட்டு முதலில் ஓடிவந்து கட்டியணைத்து முகமன் சொல்வார்கள் என்பதை அறிந்து கீழ்தளத்தில் தாழ்வாரத்தில் அவர் வந்து, அப்பா வந்துட்டேன்! என்று கூப்பிடுகிறது

நடுக்கூடத்தில் அவருடைய மின்னணு கால் தாங்கியுடன் கைவைத்த சிறப்பு நாற்காலியில், அவரது குறட்டைச் சத்தம் கேட்டு அவர்கள் கிச்சுகிச்சு மூட்ட அவர் பதறி எழுந்திருப்பது

அவர்கள் அனைவரும் பிறந்தநாள் விருந்துகளிலும் கிறித்துமஸ் தினத்திலும் சோல் மற்றும் மோடவுன் இசைத் தொகுப்புகளுக்கும் ஞாயிறு மாலைகளில் சந்த அழுத்தத்துடன் கூடிய மேற்கத்திய ரெகே இசைக்கும் நடனமாடுவது

சிறு குழந்தைகளாக இருக்கையில் அவரது பிரம்மாண்ட ஆகிருதி மேல்தள இடைகழியை அடைத்துக் கொண்டிருக்க, அவரைத்

தாண்டிச் செல்வதற்காக அவளும் ஜெய்லாவும் அவரது கால்களுக்கு அடியில் அவரிடம் சிக்காமல் ஓடி விளையாடியது

அவள் மேல்தளத்தில் இருக்கும்போது அவரது குரல் கீழ்தளத்திலிருந்து வந்து எட்டுவது

சீக்கிரம் வரச் சொல்லி குளியலறைக் கதவை அவர் தட்டுவதைக் கூட நினைத்து ஏங்குகிறாள், ஒரு வேலையைச் செய்ய இவ்வளவு நேரம் எடுத்துக்கிற இந்த மூனு பொம்பளைங்களோட ஒரு மனுசன் எப்படித்தான் வாழுறது?

அவள் அம்மா அதீதமாய் எதிர்வினையாற்றத் தொடங்கினாள், நள்ளிரவில் சத்தமில்லாமல் கீழே இறங்கி வந்து குளிர்பதனப் பெட்டிக்குள் தேடுவதும் அவர்கள் பார்க்கவில்லை என்று நினைத்து காலையுணவின்போது தண்ணீரில் ஜின் மதுவைக் கலப்பது அல்லது போத்தலை விரைவாகக் காலி செய்வதுமாக இருந்தாள்

அல்லது அவள் பொருள் வாங்கும் பையில் புதிதாக ஒன்று இருக்கும்

இரண்டு நாட்களுக்கு ஒன்று

பின்னர் அம்மா நடுக்கூடத்தில் சோபாவில் அவர்கள் இருவரையும் இருபக்கத்திலும் அமரச் செய்து அவர்கள் உண்மையைத் தெரிந்துகொள்ளும் நேரம் வந்துவிட்டது என்று சொன்னாள்

ஜெய்லா, உன் அப்பா பெயர் ஜிம்மி, என் முன்னாள் காதலனாக இருந்தவன், பிறகு வன்முறையாக நடந்துகொள்ளத் தொடங்கிவிட்டான், என்னைப் படியில் தள்ளிவிட அவன் முயற்சி செய்தப்ப, அன்னைக்கு சாயந்திரமே லிவர்பூலில் இருந்து இரயிலைப் பிடித்து இலண்டன் வந்துட்டேன்

அவன் குழந்தையை நான் வயிற்றில் சுமப்பதை அவன் அறிந்திருக்கவில்லை, அதன்பிறகு நான் அவனைப் பார்க்கவும் இல்லை

அவளது கர்ப்ப காலத்தின் கடைசி வாரங்களில் கிளன்மோரிடம் காதல் வயப்பட்டாள்

அந்தக் குழந்தையை தன் சொந்தக் குழந்தைபோல் நேசிப்பேன் என்று சொன்னார்

ஜெய்லா இதைப் பற்றி லடிஷாவிடம் பேசவில்லை, இன்னும் அதிகமாக அறைக்குள்ளேயே இருக்கத் தொடங்கினாள், பள்ளிக் கூடத்தில் இல்லாத நேரங்களில் கணினி விளையாட்டுகளை விளையாடினாள், லடிஷா அவள் படுக்கையில் அமர்ந்து வழக்கம்போல அரட்டையடித்தபோது, கணினியிலிருந்து பார்வையை எடுக்காமலேயே அவளிடம் போகும்போது கதவைச் சாத்திவிட்டுச் செல்லுமாறு கூறினாள்

ஒருநாள் காலை அவர்கள் ஒன்றாக அமர்ந்து உணவருந்திக் கொண்டிருந்தபோது, ஜெய்லா தனது தந்தையைச் சந்திக்க விரும்புவதாகச் சொன்னாள், என் வாழ்க்கை முழுக்க எங்கிட்ட இருந்து மறைத்து வச்ச அந்த மனுசனைப் பார்க்கணும், அம்மா - அவரது பெற்றோரின் முகவரியைத் தேடியெடுத்துக் கொடுத்தாள், நீ போறது நல்லதில்லை, ஜெய்லா, அந்தாள் ஆபத்தானவன்

ஆஞ்சி அத்தை ஜெய்லாவை லிவர்பூலுக்குக் கூட்டிச் சென்றார், அவர் வளர்ந்த வீட்டு வாசலுக்குச் சென்றார்கள், தான் யாரென்று அவள் வெளிப்படுத்தியபோது அவரது அம்மாவுக்கு அதிர்ச்சியாய் இருந்தது, நீ பார்க்க ஜிம்மி மாதிரியேதான் இருக்கே

தன்னைச் சந்தித்ததில் அவளுக்கு மகிழ்ச்சி ஏதுமில்லை என்று மட்டும் ஜெய்லாவால் சொல்லமுடியும்

வந்து அவரது பெண்ணைச் சந்திக்கும்படி தாழ்வாரத்திலிருந்த தொலைபேசியில் ஜிம்மியை அழைத்தாள், இது இன்னொரு மகள், அவள் கிசுகிசுப்பது கேட்டது

அறைக்குள் அவள் திரும்பி வந்தபோது அவன் உன்னைச் சந்திக்கப் போறதில்லை என்றாள், அவனுக்கு ஏற்கெனவே போதுமான அளவு பிள்ளைகள் இருக்காம், இதுக்கு மேல தேவையில்லையாம்

உன் வாழ்க்கைல அவன் இல்லாம இருக்கிறதே நல்லது

.

கலங்கிய இதயத்துடன் ஜெய்லா வீட்டுக்குத் திரும்பி வந்தபோது, லடிஷா அவளிடம் சொன்னாள், அவரை மறந்துடு, அவனும் அப்பா மாதிரியே ஒரு தேவடியாப் பயதான்

கிட்டத்தட்ட ஓராண்டுக்குப்பின், லடிஷாவின் பிறந்தநாளன்று அப்பா தொலைபேசியில் அழைத்தபோது, பாலினைக் காட்டிலும் மார்வாவை அவர் மிகவும் நேசித்ததை உணர்ந்ததால் இப்படிச் செய்துவிட்டதாக அவர் உடைந்து அழுதார்

அதுக்காக உன்னையும் ஜெய்லாவையும் நான் நேசிக்கலைன்னு அர்த்தமில்லை, புரியுதா?

அவள் தொலைபேசி இணைப்பைத் துண்டித்தாள்.

2

அவள் அப்பாவை இதுபோல இழந்த விசயத்தைப் பற்றி லடிஷா ஒருபோதும் பேசியதில்லை; யாராவது கேட்கும்போது, அவர் மாரடைப்பில் இறந்துவிட்டதாகச் சொன்னாள்

என்ன நடந்தது என்று விளக்கிச் சொல்லிக் கொண்டிருப்பதைவிட அது எளிதாய் இருந்தது, இல்லாவிட்டால், அவளிடமும் அவள் குடும்பத்திடமும் ஏதோ பிரச்சினை இருக்க வேண்டுமென்று மக்கள் நினைப்பார்கள்

இல்லாவிட்டால் அவர் எதற்குப் போகப் போகிறார்?

அவள் கட்டுக்கடங்காதவளாக, பள்ளிக்கூடத்தை வெறுப்பவளாக, கவனம் செலுத்த முடியாதவளாக ஆனாள், அவள் அம்மாவாலும் அவளைக் கட்டுப்படுத்த முடியவில்லை, இத்தனைக்கும் அவள் ஒரு சமூகப் பணியாளர், உன்னை நம்மோட ஜமைக்காவுக்கு அனுப்பப் போறேன், அப்போத்தான் உனக்கு புத்தி வரும் லடிஷா

ஆமா, எதுவானா என்ன, கரீபியனில் விடுமுறையைக் கழிக்கிறதும் நல்லாத்தான் இருக்கும்

அவளுக்கு பதிமூன்று வயதானபோது அந்தப் பிரபலமான விருந்தை அளித்தாள், மறுநாள் மாலையில் வீடு திரும்பியிருக்க வேண்டிய அம்மா காலையில் முன்னதாகவே வீட்டுக்கு வந்துவிட்டாள்

இல்லாவிட்டால் வீட்டைச் சுத்தப்படுத்தி இருந்திருக்கலாம், இது யாரோட தப்பு?

லடிஷா ஒரு பையனுடன் படுக்கையில் தூங்கிக் கொண்டிருந்தாள் (பெயர்? ஞாபகமில்லை)

அறைகலன்கள் தாறுமாறாய்க் கிடக்க, பானங்களும் வாந்தியெடுத்த கறைகளும் சிகரெட் சுட்ட தடங்கள், கிழிபட்ட திரைச்சீலைகள், உடைந்த விளக்கு, நெகிழிக் கோப்பைகள், சிதறிக் கிடக்கும் சாம்பலும் சிகரெட் துண்டுகளும், இரவில் விருந்து உச்சத்தை நோக்கி முன்னேறிக் கொண்டிருந்ததால், அந்நியர்கள் பலரும் உள்ளே வந்துவிட்டனர், எல்லோரும் ஒழுக்கமாகவும் போதைப்பொருள் பயன்படுத்தாமலும் இருக்கச் செய்ய முயற்சிப்பதை அவள் விட்டுவிட்டாள்

என்ன கருமம் இது

அவளும் அவர்களுடன் இணைந்துகொண்டாள்

ஐயோ! அன்று வாங்கிய அடிகளைப்போல அவள் வாழ்நாளில் வாங்கியதே இல்லை

உடல்ரீதியான தண்டனையில் நம்பிக்கை கொண்டிருக்காத அவள் அம்மாவே இடைவாரையும் குழம்புச் சட்டியையும் காலணிகளையும் எடுத்து அடித்தாள், இஸ்திரி பெட்டியால் தாக்கியதில் அவள் நாடிக்குக்கீழே வெட்டுக்காயம் ஏற்பட்டது, அந்தச் சமயத்தில் இது ஆபத்தானது என்று உணர்ந்த லடிஷா வீட்டைவிட்டு வெளியே ஓடினாள்

எஞ்சிய நாள் முழுவதும் பூங்காவில் ஊஞ்சலில் அமர்ந்திருந்தாள்

தேவையின்றி மூக்கை நுழைப்பவர்களைச் சகித்துக்கொள்ள வேண்டியிருந்தது, என்னாச்சுடா செல்லம்? இதில் சாலையோரம் தனியாக வசிக்கும் யாருடனும் பேசாத ஆளும் அடக்கம்

தன்னுடைய குடியிருப்புக்கு வந்து ஒரு கோப்பை தேநீரும் கேக்கும் சாப்பிட அழைத்தான்

அவளை என்னவோ முட்டாள் என்று நினைத்துக்கொண்டான் போல

இதைத்தான் அவள் அம்மா அவர்கள் உறவில் ஒரு 'திருப்புமுனை' என்று பின்னர் அழைத்தாள்

லடிஷா அதை G B H (கடுமையான உடற் காயம்) என்று அழைத்தாள், ஆனால் வெளியில் சொல்லவில்லை, அதன்பின் ஒழுங்காக நடந்துகொள்வதாகச் சத்தியம் செய்து வீட்டில் அதன்படி நடந்துகொள்ளவும் செய்தாள், வாழ்நாள் முழுக்க உடல் ஊனமாகிக் கிடக்கவோ பைத்தியமாகிவிடவோ அவள் தயாரில்லை

ஆனாலும் பள்ளியில் அப்படியில்லை, அது எப்போதும்போல எரிச்சலூட்டுவதாகத்தான் இருந்தது, குளோவுடனும் லாரனுடனும் சேர்ந்து பெரும்பாலான கெட்ட காரியங்களைச் செய்தாள், உடன் சேர்ந்து சிரிக்க அவர்களாவது இருந்தார்கள்

கரோலும் தான், ஆனால் பின்னர் இவர்கள் அணியிலிருந்து விலகிவிட்டாள்

அவர்களுடன் சுற்றித்திரிய அவள் அதிகம் விரும்பவில்லை, பின்னர் அதை முழுக்கவே நிறுத்திவிட்டாள், பள்ளிக்கூடத்தின் முக்கிய நோக்கமே கடினமாய் உழைத்து வாழ்க்கையைத் துயரமாக்கிக் கொள்வதுதான் என்று அவளிடம் யாரோ சொல்லியிருக்க வேண்டும்

அது அவர்கள் அணியின் கொள்கைக்கு எதிரானது

கரோல் புத்தகத்தைக் கட்டி அழுபவளாக மாறிப்போனாள், பரிசுகளை வென்றாள், என்னவோ பெரிய இவளாட்டம் முகரையைத் தூக்கிவைத்துக் கொண்டு அந்த ஓல்மூஞ்சி ஆசிரியை போலவே நடந்துகொள்ள ஆரம்பித்தாள்

சில வருடங்களுக்குமுன் ஒரு பரபரப்பான நேரத்தில் நிலத்தடி தொடர்வண்டி நிலையத்தில் வைத்து கரோலை லாரன் பார்த்தபோது, அவளைப் பார்க்காததுபோல் நடந்து கொண்டாளாம், சாமி சத்தியமாச் சொல்றேன், லடிஷா, அவள் முகத்துக்குக் கிட்ட நின்னு உத்துப் பார்க்கேன், அவள் என்னைக் கண்டுக்கவே இல்லை

இன்னொருநாள் இணையத்தில் உலாவிக் கொண்டிருந்தபோது கரோல் ஒரு வங்கியின் துணைத் தலைவராக இருப்பதை (ஆத்தாடி!) லடிஷா பார்த்தாள்

அவள் பார்க்க உண்மையிலேயே அந்தத் துறை சார்ந்தவளாகவும் மகிழ்ச்சியாகவும் தெரிந்தாள்

இது அவள் அறிந்த கரோல் இல்லை

இது வேறொருத்தி

*

லடிஷாவுக்கு கரோலிடம் அவள் முன்னைப்போல அவளைத் தோழியாக ஏற்க முடியாத அளவுக்கு இழிநிலையில் தான் இல்லை என்று காட்ட வெகுகாலமாக ஏக்கம் இருக்கிறது.

3

சூடான உணவுகள் பிரிவின் மேலாளர் இன்று இன்னும் வராததால், பதார்த்தங்களை வறுக்கும் இடத்துக்குச் சென்று ஆய்வு செய்தாள்

எல்லாமே சரியாக இருக்கிறது, வழக்கமாக மீன் முகப்பிடத்தில் இருக்கும் ரூபா கடந்தவாரம் பணியிலிருந்து நீக்கப்பட்ட டாமியின் இடத்தைப் பார்த்துக் கொண்டிருக்கிறாள், அவளது ரொக்கப் பதிவேட்டில் தொகை நேர்செய்வதில் பிரச்சினைகள் இருந்ததால் பாதுகாவலர் மறைவாக ஓர் ஒளிப்படக் கருவியைப் பின்னறையில் பொருத்தியபோது, மாட்டிக் கொண்டாள்

நல்ல காரமான கோழி இறக்கைப்பகுதி கறியைச் சாப்பிட்டுக் கொண்டிருந்தபோது கையும் களவுமாகப் பிடிபட்டாள், அதனால் வெளியேற வேண்டியதாயிற்று, இரகசியமாய் கோழிக் கறியை வாயில் திணித்துக் கொண்டிருந்ததற்காக ஏழாண்டுகளாகப் பார்த்து வந்த வேலையிலிருந்து தூக்கப்பட்டாள்

அவள் என்னதான் நினைத்துக் கொண்டிருந்தாள்?

எல்லோருக்கும் இதுவொரு எச்சரிக்கை என்று சொல்லப்பட்டது, ஆனாலும் ஒவ்வோர் ஆண்டும் ஊழியர்களின் திருட்டு,

கொள்ளை, காசாளர் மற்றும் நிர்வாகத்தினர் பிழைகள் மற்றும் ஏதோவொரு காரணத்தால் கடை தொடர்ந்து கிட்டத்தட்ட ஒரு மில்லியன் பவுண்டு அளவிற்கு இழப்பைச் சந்தித்து வருகிறது

லடிஷா தனது அடுத்த பதவி உயர்வுக்காக விரிவான தொழில்நுட்பத்துக்கும் பாதுகாப்புக்கும் ஈடுகொடுத்துத் தயாராகி வந்தாலும் பேரளவிலான சில்லறை வணிகத்தில் உள்ள இடைஞ்சல் இதுதான்

கடினமாக வேலை செய்ய வேண்டுமா?

அயர்வூட்டும் ஆவணங்களை வாசிக்க வேண்டுமா?

ரொம்பவே பிடித்திருக்கிறது!

ஆரம்ப நாட்களில் அடுக்குச் சட்டத்தில் பொருட்களை அடுக்கும்போது டாமியைவிட மோசமாக நடந்து கொண்டிருக்கிறாள், அப்போது பிடிபடாமல் இருந்ததற்காக நன்றியுடையவளாக உணர்கிறாள், ஆனாலும் அப்படி நடந்துகொண்டதற்கு அவளிடம் சரியான காரணம் இருந்தது

அது இப்படித்தான் நடந்தது

ஒரு விபத்தாக அவளுக்கு டுவைட் மூலம் முதல் பிள்ளை ஜேசன் பிறந்தான், அவன் ஆணுறை பயன்படுத்துவதை விரும்பவில்லை, வெளியே எடுத்துவிடுவதாகச் சொன்னான், ஆனால் நேரம் தவறிவிட்டது (பலமுறை இப்படித்தான்)

ரொம்பத் தாமதமாகும்வரை அவள் அதைக் காட்டவில்லை

டுவைட் கடையில் பாதுகாப்புக் காவலராக இருந்தான், சிற்றுண்டிச் சாலையில் அமர்ந்து ஏதோ ஆழமும் அர்த்தமும் நிறைந்த விசயத்தைப்பற்றி அவள் பேசிக் கொண்டிருந்தபோதுதான் அவர்கள் முதன்முதலாகச் சந்தித்தார்கள்

அவன் அவளிடம் சாய்ந்து, நீ நச்சுனு இருக்கே லடிஷா என்று கிசுகிசுத்தபோது

அதுவே போதுமானதாய் இருந்தது

அதுவுமின்றி, அன்று வேலை முடிந்தபின் மெக்டொனால்டு பர்கரும் பால் கலந்த ஸ்ட்ராபெர்ரி சாறும் வாங்கி வந்து,

செல்லும் வழியெங்கும் இனிமையாகப் பேசியபடி வந்தான், வார்த்தைக்கு வார்த்தை லடிஷா, லடிஷா என்றான்

அது அவளை அவன் அம்மணமாக்கி மேலெல்லாம் தேனூற்றி நக்குவது போலிருந்தது

அப்படித்தான் அவனும் செய்ய விரும்புவதாகச் சொன்னான், உன்னைப் பார்த்தாலே எனக்கு விறைச்சுக்குது

அவன் குடும்ப வீட்டுத் தோட்டத்தின் அடியில் இருந்த வாகனக் கொட்டிலாக இருந்து குடியிருப்பாக மாற்றிக்கொண்ட இடத்தில் அவளோடு பதுங்கினான்

அவன் அம்மா முன்னடி வீட்டில் தொலைக்காட்சி பார்த்துக் கொண்டிருந்தாள்

சத்தமில்லாமல் காலையில் அவன் அம்மா அவனை எழுப்பிவிடும் முன்பாக அவளை அனுப்பி வைத்தான், பெண் பிள்ளைகளை இப்படிக் கூட்டி வரக்கூடாது என்று அவள் எச்சரித்திருக்கிறாள்

வேறு பெண்களிடமும் இப்படி நடந்து கொண்டிருப்பானோ என்று லடிஷா வியந்தாள், அது பிரச்சினையில்லை, அவன் இப்போது அவளுடையவன், அவனுடன் நெருக்கமாக உணரத் தொடங்கினாள், குறிப்பாக காரியம் முடிந்தபிறகு அவன் பேசுவதை விரும்பினான்

இதற்கு முன்னால் எல்லாம் பையன்கள் உச்சக்கட்டத்தை மட்டுமே விரும்பினர், உரையாடலை அல்ல, அதனால் உறவை ஏற்படுத்திக் கொள்ள வாய்ப்பே இல்லை

ஆனால் ஏழு மாதங்கள் ஒன்றாக இருந்தபின் அவர்களிடம் அது இருந்தது, திரைப்படங்களுக்கும் இசைக்கச்சேரிகளுக்கும் செல்வது, வழக்கமான ஆண்-பெண் காரியங்களைச் செய்வது

அவள் அப்பா விட்டுச் சென்ற உண்மையை அவனிடம்தான் முதலில் கூறினாள், எவ்வளவு மனம் உடைந்துபோய் நிராகரிக்கப்பட்டதாக உணர்ந்தேன் என்று கூறினாள், சில நேரங்களில் அவள் அழுவதை அவன் பார்க்கவும் செய்திருக்கிறான், அது யாரிடமும் நடந்திராத ஒன்று

அவள் முதுகைத் தடவிக்கொடுத்தபடி டுவைட் சொன்னான், உங்கப்பா அப்படிச் செய்திருக்கக் கூடாது, அதுக்காக அவரைக்

கெட்டவர்னு சொல்லமுடியாது, பலவீனமானவர், நிறையபேர் அப்படித்தான்

அவள் அப்படி யோசித்திருக்கவில்லை

அப்ப என் அப்பா பலவீனமானவரா?

டுவைட்டும் அப்படித்தான் மாறிப்போனான்

புதிதாக வேலைக்கு ஒரு பெண் சேர்ந்தபோது இளைஞர்கள் அவளுக்கு பத்து தரமதிப்பை அளித்தனர் (வாலிபப் பெண்கள் மூன்றுதான் கொடுத்தனர்), அவள் அவனிடம் சரசமாகப் பழகியபோது அது எப்படி ஆகிப் போனதென்றால், லடிஷாவா யாரு அது?

அவள் அவனிடம் பேச முயன்றாள், அவன் அவளிடமிருந்து விலகிவிட்டதாகச் சொன்னான்

எதிலிருந்து விலகிவிட்டாய்? நமக்கு என்ன குறைச்சல், டுவைட்?

உன்கூட இருந்தா எனக்கு மூச்சு முட்டுதும்மா, நீ ரொம்ப உணர்ச்சி வசப்படுறே, எல்லாமே ரொம்ப சீக்கிரம் நடக்கிற மாதிரித் தோணுது, நான் அதுக்குள்ள ஒரு நிலைக்கு வர்றதுக்குத் தயாரா இல்லை, புரியுதா?

எல்லாமே ரொம்ப சீக்கிரம் நடக்கிறதுன்னு எதைச் சொல்றே? நான் உன்கிட்ட எதுவுமே கேட்கவே இல்லையே

அன்று இரவு லடிஷா அவள் நண்பர்களிடம் தொலைபேசியில் அவனைப் பற்றிப் பொல்லாததாய்ச் சொல்லிவைத்தாள், கடைசியில் அது பெருங்குரலெடுத்து அழுவதில் மட்டுமே முடிந்தது, அவள் இப்போதும் அவனை விரும்பினாள், அவனால் எப்படி அவளிடம் இப்படி நடந்துகொள்ள முடிகிறது?

நான் அவனை முழுவதுமாக நம்பினேன், அவன் அந்த நம்பிக்கையில் மலம் கழித்துவிட்டான்

அவர்கள் அவளைத் தேற்றினார்கள், அவன் ஒரு நாய், லடிஷா, அவனைவிட நல்ல ஆண் உனக்குக் கிடைப்பான், அவன் உனக்கு ஏற்றவனே இல்லை, அவனை மறந்துடு, தன் வயிறு பெரிதாகிக் கொண்டே வருவதைக் கவனிக்கும்வரை அவளும் மறக்கத்தான் முயன்றாள்

அவள் கர்ப்பம் தரித்திருந்தாள்

ஏழு மாதங்கள் ஓடிவிட்டது, பள்ளிக்கூடத்தில் பதின்பருவச் சிறுமிகள் கழிப்பறைக்குச் சிறுநீர் கழிக்கச் சென்றுவிட்டு அதற்குப் பதில் குழந்தையைப் பெற்றுக்கொள்வதைப்போல, அது எப்படியென்றால் ஐயோ கடவுளே, என்ன கருமம்டா இது என்பதுபோல, நான் கர்ப்பமாய் இருந்ததுகூட எனக்குத் தெரியாது

அப்புறம்

இந்தக் குழந்தைக்கு நீதான் தகப்பன், டுவைட், இங்கே உள்ளே இருக்கிறது, அவள் வயிற்றைத் தட்டிக் காண்பித்தாள்

அவர்கள் அவன் முறைப்பணி தொடங்குவதற்கு முன்பாக கடைக்கு வெளியே இருந்தனர், தன்னை இந்த நிலைக்கு ஆளாக்கிவிட்டானே என்று அவள் மிகுந்த கோபத்தில் இருந்தாள்

இதுக்கான பொறுப்பை நீ எடுத்துக்குவியா, டு?

இது அவனுடைய தவறுதான் என்றாள்

அவன் இல்லை என்றான்

எப்படி என்றால்

அவர்கள் புணர்ந்தபோது, அசலான ஆண்கள் ஆணுறை அணிவதில்லை, அது சரியாகத் தோன்றவில்லை என்று சொல்லி ஆணுறை அணிய அவன் மறுத்தபோது எப்படி அது அவனுடைய பொறுப்பு இல்லாமல் போகும்

உனக்கு முதலிலேயே தெரிந்திருக்க வேண்டும், என்றாள் அவள்

நீயும்தான் என்றான் அவன்

அம்மா கொதித்துப் போய் கூரையைப் பிய்த்துக்கொண்டு குதித்தாள், ஒரு ராக்கெட் மாதிரி வெடித்து அடுப்பறைக் கூரைவரை தாவியவள், பின்னர் அதற்கு மேலிருந்த குளியலறைக் கூரைக்கும், அதன்பின் கூரை வழியே வானத்துக்கும் தாவி கடைசியில் அமைதியடைந்து பொத்தென்று தரையில் விழுந்தாள்

எனக்கு ஏன் இப்படி நடக்குது, என்று தேம்பியழுதாள்

இது உங்களுக்கு ஒன்னும் நடக்கலை, லடிஷா எரிச்சலோடு சொன்னாள்

அதற்கு செவுளோடு சேர்த்து ஓர் அறைவிட்டதில் கிட்டத்தட்ட பறந்துபோய் சுவரில் மோதிக் கையும் காலும் கோணலாய்ச் சரிந்து கிடக்க விழுந்து கிடந்தாள்

அது சித்திரக் கதையில் வரும் கேலிச்சித்திரத்தைப் போலிருந்தது

அம்மா கடுங்கோபத்தில் இருந்தாள், லடிஷா குழந்தையை அவளே பார்த்துக்கொள்ள வேண்டுமென்று சொல்லி இன்னொருமுறை சண்டை நடந்தபின் அவளை வெளியே தள்ளினாள், குடும்பத்துக்கு லடிஷாவால் அவமானம் ஏற்பட்டுவிட்டதாகக் கூச்சலிட்டாள், என்னால நம்பவே முடியலை, ஒரு மகளா இருக்க வேண்டிய வயசுல *குழந்தைத்தாயா* வந்து நிக்கிறாளே என்று பிலாக்கனம் பாடினாள்

அதை நீங்க பேசுறீங்களா, லடிஷா திருப்பிக் கேட்டாள்

அம்மா வீட்டுக்கு வெளியே அவளைப் பலமாகத் தள்ளிவிட்டதில் அவள் நடைபாதையில்போய் விழுந்ததில் கிட்டத்தட்ட மண்டை உடைந்துவிட்டது

பூட்டிய கதவை நோக்கி பதிலுக்கு லடிஷா அலறினாள், தோட்டத்துச் சுவரில் பிடிமானமின்றி இருந்த செங்கல்லை எடுத்து நடுக்கூட சாளரத்தின் வழியே வீசியெறிந்தாள்

ஒரு விபத்தாக

அவள் சாளரத்தில் கீறல் விழச்செய்ய வேண்டுமென்றுதான் நினைத்தாளே தவிர, அதைச் சில்லுசில்லாக நொறுக்க நினைக்கவில்லை

நல்லவேளை, ஜேசன் பத்திரமாக அடுப்பறையில் இருந்தான்

அம்மாகூட காவல்நிலையத்தை அழைக்கப்போவதாகக் கத்தினாள்

அவள் ஒருபோதும் அப்படிச் செய்யமாட்டாள் என்று லடிஷாவுக்குத் தெரியும், ஒருவேளை செய்வாளோ?

அதற்குப் பதில் ஜேசன் முதற்கொண்டு அவளுடைய பொருட்களை வெளியே கொண்டுவந்தாள்

உன்னை மாதிரிப் பிள்ளைங்களோட நான் நாள் முழுக்க வேலை பார்க்கிறேன், வீட்டிலயும் அதே மாதிரி ஒன்னை வச்சு என்னால சமாளிக்க முடியாது

அவசர உதவி எண்ணை அவளிடம் தந்தாள்

ஆனால் அவளுக்காக அந்த எண்ணில் அழைக்கக்கூட இல்லை

இளைய தாய்மார்களுக்கான அவசரகாலத் தங்குமிடத்தில் போய்ச் சேர்ந்தாள், ஒரு குழந்தையைப் பார்த்துக்கொள்ள வேண்டிய நிலையில் அவள் அம்மாவால் எப்படி இதைச் செய்ய முடிந்தது, இதற்கு அர்த்தம் அவனை எப்படி வளர்ப்பது என்று காட்டக்கூடிய ஒரே நபரையும் அவள் இழந்துவிட்டாள்

குறைந்தபட்சம் டுவிட்டாவது ஒரு சில நொடிகளாவது பொறுப்பு எடுத்துக் கொண்டான்

அவர்கள் முறைப்பணிகள் பொருந்திப் போகும்படி பார்த்துக் கொண்டான், இதனால் யாரும் அறியாமல் குழந்தைக்குத் தேவையான பொருட்களை முடிந்தவரை அவளால் பெற முடிந்தது

அவளுக்குத் திருடுவது பிடிக்கவில்லை என்றாலும் அந்தப் பேரங்காடி பாவப்பட்ட ஊழியர்களைச் சுரண்டி பில்லியன் கணக்கில் இலாபம் பார்க்கும்போது இது தாங்கக்கூடியதுதான் என்று சமாதானம் சொல்லிக்கொண்டாள்

போதிய அளவு ஊதியம் தராதது அவர்கள் தப்பு, எப்படி இருந்தாலும், குழந்தையைத் தனியாளாக அவளால் வேறு எப்படிப் பார்த்துக்கொள்ள முடியும்?

ஒரு வாரத்திற்குப் பிறகு அம்மா வந்து, நீ ஓர் அடி முட்டாள், உனக்கு ஒரு பாடம் கற்பிக்கிறேன், அதை இப்படித் தனியா விட்டுட்டுப் போனால் அது செத்துப் போயிடும், தானாடாவிட்டாலும் தன் சதையாடும்னு சொல்வாங்களே, என்ன செய்ய என்று புலம்பிவிட்டு அவளை வீட்டுக்கு வரச் சொன்னாள்

லடிஷா அவளை இறுகக் கட்டிக் கொண்டாள், அவளிடம் எந்தளவு அன்பு கொண்டிருக்கிறாள் என்றும் ரொம்ப ரொம்ப ரொம்ப ரொம்ப நன்றி அம்மா என்றாள்

நற்பேறாக பதினாறு வயதில் பள்ளிப்படிப்பை முடித்ததில் இருந்து ஜெய்லா வேலையில்லாமல்தான் இருந்தாள், அதனால் லடிஷா வேலைக்குச் செல்லும் நேரத்தில் பகலில் அவள் ஜேசனைப் பார்த்துக்கொண்டாள்

ஜெய்லாவுக்குக் குழந்தைகளைப் பிடிக்கும், தன் சொந்தக் குழந்தைக்காக ஆவலுடன் காத்திருக்கிறாள்

அவள் நாள் முழுக்க கணினி விளையாட்டுகளையே விளையாடிக் கொண்டும் ஜேசனைப் பூங்காவுக்குக் கூட்டிச் செல்வதற்காக மட்டும் வெளியில் வருவதும் வேலைக்கு ஆகாத Tinder அரும்பு உறவுகளில் மட்டும் ஈடுபடுவதாக இருந்தால் இது எப்படிச் சாத்தியமென்று லடிஷாவுக்கு விளங்கவில்லை

முன்னதாகவே வீட்டுக்குத் திரும்பி வந்துவிட்டு அவன் அவளுக்கானவன் இல்லை என்பாள்

இப்போது லடிஷாவுக்கு ஜேசனை வளர்க்க உதவுவதற்கு இரண்டுபேர் இருக்கிறார்கள் என்பதால் அவளிடமிருந்த சுமை அவர்களிடம் மாறிவிட்டது

இருந்தாலும், எனக்குக் கொடுப்பதற்கு மிச்சம் மீதி அன்பு ஏதும் இருக்கிறதா என்று தெரியவில்லை என்று அம்மா சொன்னாள்

அவளை ஜேசனுடன் பார்க்கையில், அவனிடம் அவள் எல்லையில்லா அன்பு காட்டுவது லடிஷாவுக்குத் தெரிந்தது

அப்பா சென்றதிலிருந்து அவள் முகத்தில் சிரிப்பு வர அவனே காரணமாய் இருந்தான்

இவ்வாறாக, பதினெட்டு வயதான பேரங்காடி காசாளர், ஒண்டிக்கட்டையாக லடிஷா கனிஷா ஜோன்ஸ் இருக்கிறாள், ஒரு பிள்ளையுடன் தனியாக வாழும் தாய் என்பதால் அவளுடன் ஈடுபாடு காட்ட இளைஞர்கள் யாரும் வரிசையில் நிற்கவில்லை

மாதம் ஒருமுறை இரவு விடுதிக்கு லாரன், குளோவுடன் சென்று கொண்டிருந்த சமயத்தில் அவள் மார்க்கைச் சந்தித்தாள்

அவன் ஒரு மின் வினைஞர், ஸ்ட்ரீதம் மாவட்டத்தில் சொந்த அடுக்குமாடிக் குடியிருப்பில் வசிக்கிறான், மிகவும்

ஈர்க்கக்கூடியவனாய் இருந்தான், அவர்கள் நடனமாடியபோது அவனது விறைத்த குறியைக் கொண்டு அவள்மீது இடிக்கவில்லை

ஒரு திரைப்படம், பீட்சா, ஏன் திராட்சை மதுவகம் எல்லாம் கொண்ட அரும்பல் உறவுக்கு அவர்கள் ஏற்பாடு செய்தனர் - அப்படியொரு மதுவகத்துக்கு அவள் செல்வது அதுதான் முதல்முறை, அவளுக்கு ஷாம்பெயின் விருந்தளித்தான், வழியில் கதவுகளை அவளுக்காகத் திறந்துவிட்டான்

அவள் அதிர்ஷ்டத்தை அவளாலேயே நம்ப முடியவில்லை, அவனுடைய ஆசையுடன் பார்க்கும் கண்கள் அவளைக் கவர்ச்சியானவளாக உணரச் செய்தது, அப்போது அருந்தியிருந்த மது காதலை உணரச் செய்தது, அன்று மாலையே காலியான வாகன நிறுத்துமிடத்தில் அவனது காரின் பின்னிருக்கையில் பாதுகாப்பின்றி அவனை அனுமதித்தாள்

அவர்கள் செய்து முடித்ததும், உன்னைப் பார்த்த முதல் நிமிசமே நாம சேர்ந்து இருக்கக்கூடியவர்கள்னு எனக்குத் தெரியும், ஒன்னுக்குள்ள ஒன்னா உன்னோட ஆகுறதுக்கு ரொம்ப ஆவலோட இருக்கேன் என்று கிசுகிசுத்தான்

அது அப்படியொரு மகத்தான தருணமாக இருந்தது, ஜேசனுக்குத் தந்தையாக இருக்கக்கூடிய ஒரு மனிதனைத் தனது வாழ்வுக்குள் கொண்டுவர அவள் மிகவும் தயாராய் இருந்தாள்

இதனால் நடந்த ஒரே விசயம் யான்டெல் பிறந்ததுதான், அவளும் அவள் தந்தையைச் சந்தித்திருக்கவே இல்லை, காரணம் மார்க் அவளிடம் கொடுத்த எண்ணை லடிஷா அழைக்க முயன்றபோது

அப்படியொரு எண்ணே இல்லை

இப்போது அவளுக்கு பத்தொன்பது வயது, இரண்டு பிள்ளைகள் வைத்திருக்கிறாள், ஆண் துணை இல்லை, அவள் வாழ்க்கையில் ஏற்படுத்திக்கொண்ட முழுமையான குளறுபடியினால் திக்குமுக்காடிக் கொண்டிருக்கிறாள்

அம்மாவும் ஜெய்லாவும் செய்யும் உதவிக்கு மிகவும் நன்றியுணர்வுடன் இருக்கிறாள், ஏனென்றால் அவளது மற்ற நண்பர்கள் இன்னும் வேலையின்றி இருந்தும், அவள் அப்படியில்லை என்ற காரணத்தினால் பின்வாங்கிவிட்டனர்

இன்னும் பதினாறு ஆண்டுகளுக்கு தனது இரு குழந்தைகளுடன் கழிக்கவேண்டிய ஒற்றைத் தாயை ஒரு நெருங்கிய தோழியாக வைத்துக்கொண்டு சுமையேற்றிக் கொள்வதை அவர்கள் விரும்பவில்லை என்பது தெளிவாகத் தெரிந்தது

அதாவது அவர்களும் அவளைப்போல

இருக்க வேண்டியதாகிவிடும்.

4

குழந்தை எண் மூன்றுக்குத் தந்தை டிரே

முன்னாள் பள்ளித்தோழனின் மூத்த சகோதரன், இவன் கொஞ்சம் மற்றவர்களை விட மேம்பட்டவன், காரணம் அவளது பழைய பள்ளியில் (என்ன ஒரு ஆச்சரியம்??!!!) ஒரு விளையாட்டு ஆசிரியராகப் பணிபுரிந்து வந்தான்

அவள் கொடுத்த விருந்தில் அவனும் அவனது நண்பர்களும் வந்து பரபரப்பை ஏற்படுத்தியதை அவள் நினைவுகூர்ந்தாள்

முன்கதவைத் திறந்து அவன் உள்ளே நுழைந்ததுமே, லடிஷாவின் பார்வை அவன்மேல் பதிந்தது; அவள் அவனை அணுகுவதற்கு முன்பே, அதிக போதையில் நிற்கக்கூட முடியாமல் கரோல் அவனோடு விருந்திலிருந்து வெளியேறியதைப் பார்த்தாள்

பள்ளியில் அடுத்த திங்கள்கிழமை லடிஷா அவளிடம் அவனுடன் உறவு வைத்துக்கொண்டாளா என்று நேரடியாகக் கேட்டபோது, இல்லப்பா என்றாள் கரோல், அவள் கண்ணைப் பார்த்து அவள் பேசவில்லை, யாரோ பொய் சொல்கிறார்கள் என்பதற்கான நிச்சயமான சைகை (நம்பிக்கை)

முகநூலில் அவளுடன் அரும்பல் உறவுக்கு டிரே கேட்டான், ஒருவேளை அவனுக்கு அவளை நினைவிருக்கலாம், இல்லாமலும் இருக்கலாம், அவளது இரண்டு குழந்தைகளின் புகைப்படங்களை வண்டி வண்டியாய் அவள் பதிவேற்றியிருந்தது எல்லாம் அவனைப் பின்வாங்கச் செய்யவில்லை என்பது வெளிப்படை

பெரும்பாலான ஆண்களின் பார்வையில் ஒருவேளை அவள் ஆர்வத்துக்குரியவளாக இல்லாமல் போயிருக்கலாம்

அவனது சுயவிபரப் படத்தில் சட்டையின்றி இருந்தான், பக்கா கொள்ளைக்காரன் மாதிரி தோன்ற முயன்றிருந்தான், லடிஷாவுக்கு மட்டுமே தெரியும், இது எல்லாம் வெறும் நடிப்பு, காரணம் அவன் கண்கள் மென்மையாக இருந்தன

மற்ற புகைப்படங்கள் எல்லாமே அவனும் அவனது அணியினருமாக இருந்தன, சுத்தமாகப் பெண்பிள்ளைகளே இல்லை, இது அவன் மேலோட்டமான ஆள் இல்லை என்பதையும் உறுதி செய்வதற்குமுன் சரியான பெண்ணுக்காகக் காத்திருப்பதையும் காட்டுகிறது

அவர்களது முதல் உடன்போக்குக்காக அவள் இறுக்கமான, மினுக்கும் உடையையும் வார்க்கட்டு உள்ள உயர்குதிகால் செருப்புகளையும் அணிந்தாள், அவர்களது பத்தாவது உடன்போக்கு வரை உடலுறவு கொள்ளக்கூடாது என்று தீர்மானித்துக் கொண்டாள்

மேலும் ஆணுறை பயன்படுத்தவும் வலியுறுத்துவாள்

திட்டமிட்டபடி பிரதான தெருவிலுள்ள கரீபியன் உணவு விடுதியில் சந்திப்பதற்கு மாறாக அவள் வீட்டுக்குக் காரில் வந்து அவளைக் கூட்டிச் சென்றது அவனை ஒரு சிறந்த கனவானாகக் காட்டியது

தெருக்களைக் கடந்து சென்றபோது உரையாடுவது எளிதாக இருந்தது, பொதுவாகப் பேசுவதற்கு இருபாலருக்குமான பெக்ஹாம் பள்ளி இருந்தது, இன்னும் அங்கே, இன்னும் எல்லோராலும் வெறுக்கப்படுபவளான, இன்னும் ஓல்மூஞ்சி என்றழைக்கப்படும் மிஸஸ் கிங் குறித்து பேசிச் சிரித்தார்கள்

உணவு விடுதிக்குப் பதிலாக அவனது இடத்துக்கு தனிப்பட்ட காதல் நயமிக்க மதிய உணவுக்கு அவளைக் கூட்டிச் சென்றான், உணவு விடுதி இரைச்சலா இருக்கும், அத்தோட நிறையபேர் உன்னை வெறிச்சுப் பார்த்துட்டு இருப்பாங்க என்றான்

அதற்கு அவளால் என்ன சொல்ல முடியும்?

ஒரு படுக்கை, நிலைப்பேழை, ஒரு கைகழுவும் தொட்டியுடன் கூடிய பகிரப்பட்ட வீட்டிலுள்ள ஓர் அறையில் அவன் வசித்து

வருவதைக் கண்டுகொண்டாள், அங்கிருந்து உடனே வெளியேறிவிட நினைத்தாள், ஆனால், உன்னோட நடனமாடணும்னு ரொம்பநாள் ஆசை, வா லடிஷா, நடனமாடலாம், வா என்றான் அவன்

அப்புறமாய் நான் இந்திய உணவு வெளியிலிருந்து கொண்டுவரச் செய்கிறேன்

அவன் *John Legend* இசையை ஓடவிட்டான், தன்னை நோக்கி அவளை இழுத்துக் கொண்டான், சரி, நடனமாடுவதால் ஒன்றும் தீங்கில்லை என்று நினைத்தாள், ஆனால் அவன் கைகள் அங்குமிங்கும் அவளை ஆராயத் தொடங்கின, விரைவிலேயே அவர்களுக்கிடையே காம இச்சை கிளர்ந்தெழுந்தது

அவளுக்குக் குழந்தை பிறந்து ஒருவருடம் ஆகியிருந்தது, இந்தக் காலகட்டத்தில்

சொல்லப்போனால்

உடலுறவே இல்லை

அவள் அவனுடன் உடலுறவு கொள்வதாய் இல்லை, கொஞ்சம் மேலோட்டமான தொடுகைகளோடு முடித்துக்கொள்ள நினைத்தாள், ஆனால் நடனமாடிக் கொண்டிருக்கும்போதே டிரே தனது ஜீன்ஸை அவிழ்த்து அவனது உள்ளாடைக்குள் அவளது கையைத் திணித்தான்

சரி, டிரே, நான் இப்போது கிளம்பப் போறேன், தயவுசெய்து என்னை வீட்டில் விட்டுட முடியுமா இல்லைனா பேசாமல் பேருந்தைப் பிடித்துப் போய்க்கிறேன், நான் நிஜமாவே வீட்டுக்குப் போய்க் குழந்தைகளோட இருந்தாகணும், மேற்கொண்டு சிக்கலை இழுத்து வச்சுக்க நான் விரும்பலை

என்றாள் அவள்

அவள் தலைக்குள்

படுக்கையில் அவனுக்குக் கரபோகம் செய்தபோது, அவள் ஆட்சேபிக்கும் முன்னரே அவளுக்குள் புகுந்தான், பத்தாவது இருக்கட்டும், இது முதலாவது உடன்போக்கு கூட இல்லை, அவள் அதை எதிர்பார்த்திருக்கவும் இல்லை, அவன் உண்மையாகவே வேகமாக முயங்கிக் கொண்டிருந்தான், அவளுக்கு வலித்தது,

அவனிடமிருந்து விலகக் கீழிருந்தபடி போராடினாள், அவன் கற்காரை போல உறுதியாக இருந்தான், அதுக்குள்ள வேண்டாம், தயவுசெய்து என்னை விடு, டிரே என்றாள் அவள்

செவிடன் காதுகளில் ஓதிய சங்காகியது

எனவே அவளும் விட்டுவிட்டாள்

அவனை நிறுத்த முடியவில்லை

அவனது நடத்தைக்கு நான்தான் காரணம்

இருப்பினும், அவன் உச்சக்கட்டத்தில் முனகும்வரை

அவன் தொடர அனுமதித்தாள்

அவன் முடித்ததும்

அவனது ஒரு பாதியுடல் அவள் மேல் கிடந்தது

அவளது விலா எலும்புகள் நொறுங்கும்படி அழுத்தியபடி

அப்படியே தூங்கிப் போனான்

அசைவதனால் அவனைத் தொந்தரவு செய்ய அவள் விரும்பவில்லை

வீட்டுக்குச் செல்ல விரும்பினாள்

அவள் உண்மையாகவே வீட்டுக்கு, ஜேசனிடம், யான்டெலிடம் ஜெய்லாவிடம் அம்மாவிடம் செல்ல வேண்டும்

தப்பிக்குமளவு அவளிடமிருந்து அவன் புரண்டு படுத்தபோது, எங்கே விழித்துக்கொண்டால் இந்திய உணவை வரவைத்து விடுவானோ என்று சத்தமின்றி வெளியேறினாள்

பேருந்து நிறுத்தத்துக்கு வரும்வரை தெருக்களில் நடந்தாள், வெகுநேரம் பேருந்து வரக் காத்திருந்தாள், குளிராய் இருந்தது, அதற்கேற்ற ஆடையை அவள் உடுத்தியிருக்கவில்லை, இருமுறை பேருந்து மாறவேண்டி இருந்தது, வீட்டுக்கு வந்துசேர மூன்றுமணி நேரம் ஆனது

வெகுநேரம் தூம்புதாரையின் கீழ் நின்றாள்

அவன் ஏதேனும் தவறாக நடந்துகொண்டானா அல்லது அது அவளது பிழையா என்று குழப்பமாய் இருந்தது

அவள் அங்கே தங்கியிருந்து அவனிடம் அதைப் பற்றிப் பேசியிருக்க வேண்டும்

அவள் வேண்டாமென்று சொன்னதாகத் தனக்குக் கேட்கவில்லை என்று அவன் சொல்லியிருப்பான்

அல்லது பித்தேறுமளவு வேட்கை ஏற்பட அவளே காரணம் என்பான்

அது ஒருவகையில் பெருமைப்படும்படியாக இருந்திருக்கும்

அவனாலும்

நிறுத்தவே முடியவில்லை

அடுத்த வாரத்தில் அவன் அழைப்பான் என்று ஒரு பாதி எதிர்பார்த்தாள், ஏய், ஏன் சீக்கிரமே கிளம்பிட்டே? உன்னோட செலவிட்ட நேரம் அற்புதமா இருந்துச்சு, இந்த வாரக் கடைசில படத்துக்குப் போவோமா?

ஒருபோதும் வராத அழைப்புக்காக அவள் காத்திருந்தாள், ஆனால் வந்த ஒரே விசயம் ஜோர்டான் மட்டுமே

இப்போது அவளுக்கு மூன்று குழந்தைகள், ஜேசன், யான்டெல், ஜோர்டான், அவளது இருபத்தியோராவது பிறந்தநாளுக்கு முன்பாகவே

மூன்று குழந்தைகளும் அவர்கள் வாழ்க்கையில் தந்தையர் இன்றி வளர்வார்கள்

லடிஷா பணியின்போது மதிய உணவு இடைவேளையில் ஓல்டு கென்ட் சாலையின் உறுமும் வாகனங்களும் புகையும் நிறைந்த கொடூரத்திலிருந்து விலகி அமைதியான தெருக்களில் தனியாக நீண்ட நடை செல்லத் தொடங்கினாள்

அவள் எல்லாவற்றையும் புரிந்துகொள்ள முயன்றாள்

இப்படி முட்டாளாக, ஆம் முட்டாளாக இருப்பதற்காக அவள் தன்னையே நொந்துகொண்டாள்

இப்படியொரு உதவாக்கரையாக இருப்பதற்காக லடிஷாவை வசைபாடுவதும் இப்படி குழந்தையை வளர்த்ததற்காக தன்னைத்தானே பழிசுமத்துவதுமாக அம்மா இருந்தாள்.

5

பேரங்காடியில் காலைநேர ஆய்வினை லடிஷா முடித்துவிட்டாள்

காலியான உள் நடைபாதையில் வயதான பெண்மணிகள் அல்லது சிறு குழந்தைகள் மேல் இடித்துவிடும் கவலையின்றி தங்கள் தள்ளுவண்டிகளைத் தள்ளிச்செல்ல விரும்பும், சீக்கிரமே வந்து பொருள் வாங்க விரும்புவோரை உள்ளே விடத் தயாரானாள்

அது திறந்ததும், தனக்கு வந்த மின்னஞ்சல்களைப் பார்ப்பதற்காக மேலதளத்தில் அலுவலகத்துக்குச் செல்கிறாள், யாரார் உடல்நலமில்லை என்று நடிக்கிறார்கள் என்று பார்க்கிறாள், மட்டம்போட்டு ஏழாவது நாள்வரை அவர்கள் மருத்துவரின் குறிப்பைத் தர வேண்டியதில்லை என்பதால் சுரண்டலுக்கென ஓர் அமைப்பு ஏற்படுத்தப்பட்டுள்ளது

யாராவது இந்த அமைப்பை அளவுக்கதிகமாக தவறாகப் பயன்படுத்தினால், அவளுக்குத் தெரியும்

இப்போது அவள் ஒரு நல்ல பிரஜை, அப்படியில்லாத கார்ட்டர் போன்றவர்களை அம்பலப்படுத்தத் தீர்மானித்திருப்பவள், கிறித்துமஸுக்கு இருவாரங்களுக்கு முன்னதாக விடுமுறை விடுப்பு கேட்டான், அவள் மறுத்தபோது, உடல்நலமில்லை என்றான்

தாய்லாந்தில் இருந்து

பத்து நாட்களுக்குப் பிறகு யாரோ ஒரு நம்பகத்தன்மையற்ற அயல்நாட்டு மருத்துவரின் குறிப்பைக் கொண்டுவந்து கொடுத்தான், சந்தேகமே இல்லை, அவள் ஏற்கவில்லை என்பதற்காக குய்யோமுய்யோவென்றான், தொலைதூர அழைப்பிலிருந்து அவள் மீது புகார் செய்யப் போவதாக அவன் கனைத்தபோது ஒன்னுமே செய்யமுடியாது, கார்ட்டர், கடைசியா நான் பார்த்தப்ப தாய்லாந்து ஐரோப்பிய ஒன்றியத்தில இல்லை, அதனால இதை ஏத்துக்க முடியாது என்று அவள் அமைதியாகச் சொன்னாள்

உன் விருப்பப்படி செய்துக்கோ, கார்ட்டர், அதுக்கு உனக்கு உரிமை இருக்கு

பதிலுக்குக் கத்தியிருக்கக்கூடிய பழைய லடிஷாவை அடக்கிக் கொண்டது அவளுக்குப் பெருமையாய் இருந்தது - அது உன்னை எங்க கொண்டுவந்து சேர்த்திருக்கு பாரு, புண்ட

இதுதான் புதிய லடிஷா

மாலைநேரப் பள்ளியில் இரண்டு 'A' தரமதிப்பைப் பெற்றவள்

அது உண்மையிலேயே அவள் தலையைக் காவு வாங்கிவிட்டது, அதிகம் யோசித்து மனனம் செய்து தலை வலியால் மூளை அதிர்ந்தது, படித்துப் படித்துக் கண்களும் வலியெடுத்தன

இந்தப் பாடங்களைப் படித்ததால் அவள் மூளை அணுக்களில் பாதியை இழந்துவிட்டாள், ஆனால் செய்தாள்

மீதிப் பாதியை திறந்தவெளிப் பல்கலைக்கழகத்தில் இணையவழி சில்லறை வணிக மேலாண்மை பட்டத்துக்காகப் பயன்படுத்துகிறாள்

பகுதிநேரப் படிப்பின் இரண்டாமாண்டில் இருக்கிறாள், இன்னும் நான்காண்டுகள் உள்ளன

இதுதான் புதிய லடிஷா

கிட்டத்தட்ட முப்பது வயதானவள், அவளுக்கும் அவள் பிள்ளைகளுக்கும் ஏற்ற ஒருவனைச் சந்திக்கும்வரை தனியாய் வாழத் தீர்மானித்தவள்

வெளித்தோற்றத்துக்கு மின்னணு மற்றும் உபகரணங்கள் பிரிவின் மேலாளர் டைரோனுக்கு அவளிடம் ஈடுபாடு உள்ளது, அவன் வெறுமனே பெண்களைச் சுற்றித் திரிபவனா என்பதை நிச்சயித்துக் கொள்ள அவனது நடத்தையை ஆய்வு செய்து வருகிறாள், இதுவரை நன்றாகத்தான் உள்ளது

அவன் ஒண்டிக்கட்டை, திருமணமாகவில்லை, குழந்தைகள் இல்லை

அவன் மேல் ஒரு கண் வைத்திருப்பாள், எதிலும் அவசரப்பட மாட்டாள்

நடக்கலாம், ஒருபோதும் நடக்காமலும் போகலாம்

*

அவளது நீண்டகால உறவு என்றால் அது கமலுடன்தான், ஒன்பது மாதங்கள்வரை நீடித்தது, அவர்கள் முறையான அரும்பல் உறவில் இருந்தனர், அவனது நண்பர்களையும் குடும்பத்தையும் அவள் சந்தித்தாள், அவள் வீட்டில் நேரம் செலவிட்டிருக்கிறான்

அவன் பரவாயில்லை என்று அம்மா நினைத்தாள், அவளுடன் கணினி விளையாட்டுகள் ஆடியதால் ஜெய்லாவுக்கு அவனைப் பிடித்திருந்தது, குழந்தைகளுக்கு இனிப்புகளைக் கொடுத்துக் கெடுத்ததால் அவர்கள் உடனே அவனுடன் ஒட்டிக் கொண்டனர்

அவனது இன்ஸ்டாகிராம் பக்கத்தில் பார்ப்பதற்கு இந்த ஐந்துபேரும் குடும்பத்தினர் போல இருந்தனர்

அவள் குழந்தைகளை அவனுக்குப் பிடித்திருந்தது எனினும் அவனுக்கென்று குழந்தைகள் வேண்டுமென்று விரும்பியதால், அந்த உறவு முடிவுக்கு வந்தது

அவளுக்கு அவனைப் பிடித்திருந்தது என்றாலும், குழந்தையைப் பெற்றுத்தரும் எந்திரமாக இருப்பது இனி ஆகாது

நேருக்கு நேராக, முதிர்ச்சியுடன் அவரவர் பாதையில் செல்ல வேண்டிய நேரம் வந்துவிட்டதை இருவரும் ஏற்றுக்கொண்டனர்

அவனது தரப்பிலிருந்து பொய் சொல்லவில்லை, ஏமாற்றவில்லை, எந்தக் கெட்டத்தனமும் இல்லை

அவனுக்குப் பிறகு விருந்துகளில் சந்தித்த இரண்டுபேருடன் உடன்போகினாள், அவர்களில் ஒருத்தன் இன்னொரு பெண்ணுடனும் ஒரே நேரத்தில் உறவில் இருந்தது தெரியவந்தது, ஒருநாள் காலை அவன் குடியிருப்பிலிருந்து வெளியே வந்தபோது அவளுடன் அந்தப் பெண் சண்டைபோட்டாள்

இன்னொருத்தனுக்கோ அவனது குறுஞ்செய்திகள், Tinder, புலனம், முகநூல் ஆகியவற்றைப் பார்க்கையில் பல பெண்களுடன் தொடர்பிருப்பதுபோல் தோன்றியது

அவன் உறங்கிக் கொண்டிருந்தபோது அவற்றைப் படித்தாள்

இருவரிடமிருந்தும் சொல்லாமல் கொள்ளாமல் விலகிவிட்டாள் உடனடியாக

இதுதான் புதிய லடிஷா

அவள் இன்னும் குடும்பவீட்டில் அம்மாவுடனும் ஜெய்லாவுடனும் ஜேசன் (பன்னிரெண்டு), யான்டெல் (பதினொன்று) மற்றும் ஜோர்டான் (பத்து) உடன் வசிக்கிறாள்

அவளும் யான்டெலும் அறையைப் பகிர்ந்துகொள்ள, பையன்கள் இருவரும் அறையாக மாற்றப்பட்ட பரணிலும் ஜெய்லாவும் அம்மாவும் தங்கள் சொந்த அறைகளிலுமாக வசித்தனர்

மூத்த பையன் ஜேசன் அவர்களில் மிகவும் புத்திசாலி, மற்றவர்களைவிட நிறையப் படிக்க விரும்புகிறான், ஒருவேளை மூத்த பையன் என்பதால் அதிகப் பொறுப்புள்ளவனாக உணர்கிறானோ என்னவோ

அவனிடம் அவளுக்குத் தனிப் பிரியம் உண்டு, அவள் அறியாமலேயே பல மாதங்கள் அவள் வயிற்றுக்குள் இருந்திருக்கிறான் என்பதை அவளால் நம்பவே முடியவில்லை

அதை நினைக்கையில் அவள் வருத்தமாக உணர்கிறாள், அவனுடன் பேசாமல் வயிற்றைத் தடவிக் கொடுக்காமல் இருந்ததில் அவன் தனிமையை உணர்ந்திருக்கக்கூடும், மற்ற இருவருக்கும் அதைச் செய்திருக்கிறாள்

ஒரே பெண் என்பதால் யான்டெல் சிறப்பானவள், அவள் பார்ப்பதற்கு லடிஷா போலவே இருக்கிறாள், ஒரு குட்டி-நான், எப்போதும் ஏதாவது யோசித்துக்கொண்டே இருக்கிறாள், லடிஷா மேசைக்கு முன் கொட்டாவி விடும்போதெல்லாம், ஒரு குட்டித் தூக்கம் போடுங்கம்மா என்று வந்து சொல்வாள், உங்களுக்குத் தேன் கலந்து பாலை சூடா எடுத்துட்டு வரட்டுமா?

ஜோர்டான் டிரேவைப் போலவே இருக்கிறான், எங்கே அவனது குணங்களும் பரம்பரையாக வந்திருக்குமோ என்று அவள் சந்தேகிக்கிறாள்

ஏற்கெனவே பள்ளிக்கூடத்திலிருந்து ஜோர்டான் இடைநிறுத்தப்பட்டிருக்கிறான், வீட்டிலும் பெரும்பாலான

பிரச்சினைகளுக்கு அவனே காரணம், படுக்கப் போகச் சொன்னால் போகமாட்டான் அப்படியே கட்டாயப்படுத்தினாலும் அதில் உட்கார்ந்தபடி இருப்பான், பணத்தைத் திருடுகிறான், அண்ணன் அக்காவுடன் சண்டையைத் தொடங்குவதும் அவனாகவே இருப்பான், ஒரு இடத்தில் அமர்த்தி உட்கார வைத்தால் நைசாக விளையாடக் கிளம்பிவிடுவான்

சமீபத்தில் குடும்பக் கணினியில் அவன் பலானபடம் பார்த்துக் கொண்டிருந்தபோது அவளிடம் பிடிபட்டான்

இந்தக் குழந்தைகளுக்கு மூன்று அம்மாக்கள்

அதில் லடிஷா மிகக் கண்டிப்பான, மிகவும் சர்வாதிகாரமானவள்: வீட்டுப்பாடம், கீழ்ப்படிதல், ஒழுக்கம்

அவளிடம் காட்டியதைவிட பேரப்பிள்ளைகளிடம் மிகவும் இனிமையாகவும் குறும்புகளை மன்னிப்பவளாகவும் அம்மா இருந்தாள்

ஜெய்லாதான் இந்த மூவரில் அதிகக் கிறுக்குத்தனம் பிடித்தவள், இப்போதெல்லாம் வீட்டைவிட்டு வெளியேறுவதே இல்லை, மனநல மருத்துவரைப் பார்க்கவும் போவதில்லை, வைட்டமின் டி பற்றாக்குறையினால் வெளிரிப் போயிருக்கிறாள், எப்போது பார்த்தாலும் கணினியே கதியென்று கிடக்கிறாள், என்ன பார்க்கிறாள் என்பது கடவுளுக்குத்தான் வெளிச்சம்

சில வாரங்களுக்குமுன் அப்பா திடீரென்று வந்து நின்றார்

லடிஷா வீட்டுக்கு வந்தபோது நடுக்கூடத்தில் அவரது பழைய கை வைத்த நாற்காலியில் அமர்ந்திருந்தார், என்னவோ அவர் ஒருபோதும் விட்டுச் செல்லவில்லை என்பதுபோல

முன்னைப்போலவே பேருருவத்துடன் இருந்தார், அவரது பிரிசடை கறுப்பு நிறத்துக்குப் பதில் சாம்பல் நிறம் கொண்டிருந்தது, வயிறு பெரிதாகி இருந்தது

அவள் அறைக்குள் நடந்து வந்தபோது அவளை வியப்போடும் அன்போடும் நோக்கினார்

மார்வாவுடன் சரிப்பட்டு வரவில்லை, அவரது உண்மையான குடும்பத்தைப் பிரிந்த துக்கம் வாட்டியிருக்கிறது

அம்மாவும் அவரை இப்போதைக்கு வெளியே விரட்டுவதுபோலத் தோன்றவில்லை, கட்டுப்பாடற்ற அலைகளைப் போல அவர் மீதான காதல் அவளுக்குள் திரும்பப் பாய்வதுபோலத் தோன்றியது

ஜேசனும் யான்டெலும் தங்கள் தாத்தா என்று சொல்லப்படும் இந்த இராட்சத உருவத்தைப் பற்றிய நிச்சயமின்றி சோபா நுனியில் தயக்கத்துடன் அமர்ந்திருந்தனர்

ஜோர்டான் ஏற்கெனவே தீர்மானித்துவிட்டான், அவனது தாத்தாவை நோக்கி எச்சரிக்கையுடன் செல்லவும் கட்டியணைக்கும் தூரத்துக்கு அவன் வந்ததும் அவனை எட்டிப் பிடித்து அவனைக் கைகளால் அணைத்துக்கொண்டார்

தாத்தாவை வியந்து நோக்கிய ஜோர்டானின் முகம் மலர்ந்திருந்தது

அவளது இளைய மகனுக்கு அவளது தந்தை தேவையாய் இருந்ததை அவள் உணர்ந்துகொண்டாள்.

அத்தியாயம் மூன்று
ஷிர்லி

1

ஷிர்லி

(இன்னும் மிஸஸ் கிங் ஆகவில்லை)

பையன்களுக்கும் பெண்பிள்ளைகளுக்குமான பெக்ஹாம் பள்ளிக்கு வந்து சேர்கிறாள்

இருமுனைகளிலும் இரண்டு செவ்வக வடிவ கற்காரைத் தொகுப்புகள் சீரற்று இணைக்கப்பட்ட ஒரு முன்னால் விக்டோரிய ஆதரவு இல்லம்

ஒரு காலத்தில் ஏழைகளின் பாதை என அழைக்கப்பட்ட பாதை வழியே செல்ல வேண்டும்

அது அதன் கோட்டை அளவுள்ள கதவுகளை நோக்கி இட்டுச் சென்றது

அவள் வெளிர் சாம்பல் நிற ஒடிசலான பென்சில் போன்ற முழங்காலுக்குக் கீழ்வரை நீளும் பாவாடையும் மேல்சட்டையும், வெளிர் நீலச் சட்டையும், சாம்பல்நிறக் கழுத்துப் பட்டையும், கால்விரல்களை மட்டும் மூடியிருக்கும் கருப்புநிறத் தோலினால் ஆன காலணிகளையும் அத்துடன் கர்வத்தையும் அணிந்திருந்தாள்

அந்த வலிமையான கதவுகளைக் கடந்து மரத்தாலான நுழைவாயிலுக்கு வருகிறாள்

பரந்த படிக்கட்டுகள் தலைவாயிலின் இருபுறமும் மேல்தளங்களுக்கு ஏறிச் செல்கின்றன

நீண்ட தாழ்வாரங்கள் அவளது இருதிசைகளிலும் நீண்டு கிடந்தன

அவள் வெகு முன்னதாகவே வந்துவிட்டாள், காலியான பள்ளியில் உலாத்திக் கொண்டிருந்தாள், அதன் வெளிச்சம் நிரம்பிய வகுப்பறைகளைச் சென்று பார்க்கையில் அவளது ஆன்மாவுக்குள் அதன் சாரத்தை ஊற்றுவதாகக் கற்பனை செய்கிறாள், ஆம், அவளது ஆன்மாவின் ஆழத்தில்

அவள் நல்ல ஆசிரியையாக அல்ல, சிறந்த ஆசிரியையாக இருப்பாள்

உழைக்கும் வர்க்கத்தைச் சேர்ந்த குழந்தைகளின் பல தலைமுறைகள் அவளை வாழ்வில் ஏதோவொன்றைச் சாதிக்கும் தகுதியுடையவராக ஆக்கியவளாக நினைவில் வைத்திருக்கும்

உள்ளூரில் பிறந்து சாதித்த சிறுமி, அதைப் பெருந்தன்மையுடன் கடத்துவதற்காக திரும்பி வந்திருக்கிறாள்

அவளது பெற்றோர் வின்சம் மற்றும் குளோவிஸ் வரலாறு படிப்பதற்காக பல்கலைக்கழகம் சென்று அதன்பின் கல்வியில் அவள் சான்றிதழ் பெற்றதற்காக அவளை நினைத்துப் பெருமை கொள்கின்றனர்

அவள் மட்டும்தான் அதைச் சாதித்தாள், அவளது மூத்த சகோதரர்கள் அல்ல

அவர்கள் எந்த வீட்டுப்பாடமும் செய்ததில்லை அல்லது தங்கள் துணிகளைக்கூட துவைக்க மாட்டார்கள், சனிக்கிழமை காலைகளில் இரண்டையும் செய்வதில் அவள் நேரம் போனது

அவர்கள் ஒருபோதும் சமைக்க வேண்டியதிருக்கவில்லை என்றாலும் முதலில் அவர்களுக்குத்தான் உணவு பரிமாறப்பட்டது, அதுவும் அவர்கள் வளரக்கூடிய பிள்ளைகள் என்று கூடுதலாக வேறு, மிகவும் விருப்பத்துக்குரிய உணவுக்குப் பிறகான இனிப்பும் அதிகளவு அவர்களுக்குத் தரப்பட்டது

மனதில் பட்டதைச் சொல்வதற்காக அவர்கள் தண்டிக்கப் படவில்லை, அவள் கலாட்டா செய்வதற்கான சிறு சமிக்ஞை

தெரிந்தாலும் அவளது அறைக்கு அனுப்பப்பட்டாள், தேவையில்லாமப் பேசாத, ஷிர்ல்

இடைவாரால் அவர்களுக்கு அடி கிடைத்து அவளுக்குக் கிடைக்கவில்லை என்பது உண்மையென்றாலும் - அனுமதி இல்லாமல் வெளியே செல்வது அல்லது பள்ளிக்கூடத்திலிருந்து நேரத்துக்கு வீட்டுக்குத் திரும்பாமல் இருப்பது - அதற்குக் காரணம் அவள் விதிகளை ஒருபோதும் மீறியதில்லை

எல்லோருமே டோனியும் எர்ரலும் கால்பந்து நட்சத்திரங்களாக ஆவார்கள் என்று எண்ணினர், பீலேக்கள் தயாராகிக் கொண்டிருப்பதாகவும் உலகக்கோப்பை புகழை எட்ட இன்னும் ஒரேயொரு படிதான் என்பதுபோல

அவர்களுக்கு பதினாறு வயதானபோது அவர்களது ஆரம்பகட்ட திறமை தொழில்முறை ஆட்டக்காரருக்குத் தேவையான அளவு அத்தனை விரைவாக வளரவில்லை, அவர்களது இளையோர் சங்க உறுப்பினர் நிலையும் முடிவுறுத்தப்பட்டது

மேல்நிலைப் பள்ளியிலிருந்து விரைவாகவே வெளியேறி பேனாவைத் தள்ளிச்செல்லும் எழுத்தர்களாக மாறிப்போனார்கள்

வெம்ப்ளியில் பந்தை உதைத்துக் கொண்டிருப்பதற்குப் பதிலாக

அவள் அந்தக் குடும்பத்தின் வெற்றிக்கதை

ஆடிக் குழித்தட்டுகள், உலர்த்து கலன்கள், நுண்ணோக்கிகள், உறிஞ்சு குழாய்களும் நிறைந்த ஆய்வுக்கூடங்களைக் கடந்து ஷிர்லி நடந்தாள்

ஒரு சில நல்ல ஓவியங்களுடன் வண்ணமயமான ஓவிய அறைகளையும் பணி மேடைகளுடன் கூடிய தச்சுப்பட்டறைகளைக் (பையன்களுக்கு மட்டும்) கடந்து நடந்தாள்

உலோகத்தாலான உணவு தயாரிப்பு முகப்பிடங்களையும் எரிவாயு சமையற்கலங்களையும் கொண்ட மனையியல் வகுப்பறையைக் கடக்கிறாள், அடுத்த தலைமுறை குடும்பத் தலைவிகளை ஊட்டமளித்துத் தயார்படுத்துவதற்காக, முழுநேர குடும்பத்தலைவி மற்றும் பகுதிநேர வேலை, பெண் விடுதலை இயக்கத்துக்கு எதிரான ஒன்று

அவளுக்கு அப்படி இருக்காது

லெனக்ஸை அவள் திருமணம் செய்ததும், அவனுக்குச் சமையல் வேலை, அவளுக்குச் சுத்தம் செய்யும் வேலை, பொருள் வாங்குவது அவன் வேலை, அவள் துணிகளுக்கு இஸ்திரி போடுவாள் என ஒப்புக்கொண்டார்கள்

அவள் இதற்காகச் சண்டையிடக்கூட வேண்டியிருக்கவில்லை

அவன் கிடைத்தது அவளது நற்பேறு

வகுப்பறைச் சுவர்கள் நிகழ் வரைபடங்கள், விளக்கப்படங்கள், உடற்கூறியல் வரைபடங்கள், சூரியனைச் சுற்றும் கிரகங்கள், அழிந்துபோன பாலூட்டிகளின் சுவரொட்டிகள் மற்றும் ஆப்பிரிக்காவைவிட பிரிட்டனைப் பெரிதாகக் காட்டக்கூடிய உலக வரைபடத்தால் அலங்கரிக்கப்பட்டிருந்தன, குடியேற்றவாத நிலப்பட வரைஞர்களின் நினைவாக இந்த வரைபடங்களை யாரும் பொருட்படுத்தியதாகத் தெரியவில்லை, இப்போதுகூட இரண்டாம் தளத்திலுள்ள அவளது வகுப்பறையை அவள் அணுகும்போது, கட்டாயத்தின்பேரில் இங்கிலாந்து அரசர்கள் அரசியரின் படங்கள் சுவர்களில் வரிசையாக மாட்டப்பட்டுள்ளன

அதேபோல பிரித்தானிய அருங்காட்சியகக் கண்காட்சிக்கு அவள் பள்ளியுடன் சென்றபோது மணிக்கணக்கில் வரிசையில் காத்திருந்து வாங்கிய டூடன்காமுனின் தங்கத்தாலான முகக்கவசத்தின் சுவரொட்டி

கிறித்துவுக்கு முன் ஆயிரத்து முந்நூறு ஆண்டுகள் வாழ்ந்த அழகான வாலிப அரசன்

அவள் வகுப்பிலுள்ள எல்லாப் பெண்பிள்ளைகளும் அவன்மேல் காதல்வயப்பட்டனர், அவர்களது ஆசைக்குரிய புராதன எகிப்தியன் மீது பிரேமை கொண்டனர்

ஒற்றைக் கற்களால் நடுகற்களைப் போல் நிற்கும் புராதனச் சின்னத்தின் சுவரொட்டியும் இருந்தது, பின்புலத்தில் சூரியன் கீழிறங்கும்போது வில்ட்ஷயர் சமவெளிகளில் அந்நடு கற்களின் மர்மம் நீண்டு கிடக்கும், இன்னொரு மறக்கமுடியாத பள்ளிச் சுற்றுலா

விளையாட்டு மைதானத்தை நோக்கி இருக்கும் உயர்ந்த சாளரங்களுக்கிடையே பின்வரும் குறிப்புரையோடு நீல் ஆம்ஸ்ட்ராங் நிலாவில் நடக்கும் படம்: மனிதனின் ஒரு சிறிய அடி, மனித இனத்தின் ஒரு மாபெரும் பாய்ச்சல்

அவளைப் போல

அவள் எடுத்து வைக்கும் ஒவ்வொரு அடியும் இந்தக் குழந்தைகளை மேலே உயர்த்தும், எந்தக் குழந்தையையும் அவள் பின்தங்க விடமாட்டாள்

அவள் தனது பாவாடையைச் சீர்செய்துகொண்டாள், கழுத்துப் பட்டையையும் சுருண்ட கேசத்தையும் நேர்படுத்தினாள், மர மேசைகள் வரிசையாக உள்ளன, கரும்பலகை துடைக்கப்பட்டு பளிச்சென்று உள்ளது, வெவ்வேறு கலாச்சாரங்களில் இருந்து வரும் இந்த விசாலமான கலவையான திறன் கொண்ட வகுப்புக்கு அவள் உத்வேகமூட்ட வெள்ளை சாக்கட்டி சிறிய மரப்பெட்டிக்குள் தயாராய் உள்ளது

புதிய பள்ளியாண்டின் முதல் நாளில் வெளிச்சம் நிறைந்த வகுப்பறைக்குள் குட்டி தேவதைகளால் நிரம்பத் தொடங்கும் போது தங்கள் புதிய வரலாற்று ஆசிரியரைச் சந்திப்பதில் அவர்களின் முழு உற்சாகம் நிறைந்த மிழற்றும் குரலோடை, அவர்களைவிட அவள் அத்தனை வயதானவள் ஒன்றும் இல்லை என்றாலும் அந்தக் கணத்தில் அவள் நெஞ்சம் குதூகலிக்கும்

மேகங்களுக்கிடையிலிருந்து கதிரவன் வெளிப்பட்டு அவள் முகத்தில் கதிரொளி படும்போது அதன் ஆற்றலும் மேன்மையும் அவளுக்குச் சக்தியளிக்கும்

அன்றைய தினத்தில் ஒவ்வொரு வகுப்பும் வரும்போது அவள் பதிவேட்டில் உள்ள பெயர்களை வாசித்து அந்தப் பெயர்களை விரைவில் மனப்பாடம் செய்யத் தீர்மானிக்கிறாள், நல்லுறவை நிலைநாட்டுவதற்கு ஆசிரியரின் தனிப்பட்ட நெருக்கத்தின் முக்கியத்துவத்தை அவள் அறிவாள்

டேனி, டாவ்னா, டெசிமா, டெவோன், டோரீன், டேவிட்

ஜேனட், ஜென்னி, ஜாக்கி, ஜாசில், கிறிஸ், மார்க், மோனிகா, மேத்யூ

ரோஸ்மேரி, லென்னி, லாயிட், கீத், கெவின், ஹெலன், இயன்

ஷரோன், யாஸ்மின், ஜாஸ்மின், ஜாஸ்வின், மர்லின், மெர்லின், எகோவ்

கிளென்ஃபோர்ட், கேரி, ஜெர்ரி, டிம், டாம், ட்ரெவர், டோனி, டெர்ரி

குவெகு, குவாகு, குவாம், வின்ஸ்டன், ஸ்மிதா, லியா, அகுவா

ஜூலியா, ஜூல்ஸ், ஜூலி, ஜூலியட், பெவர்லி, பிரெண்டா, சாஸ், மாஸ், ரோரி

ரெமி, யெமி, அபி, ஆர்த்தி, எடி, கார்ல்டன், கிங்லி, ஷப்னம்

அவர்கள் எல்லோரையும் கடவுள் ஆசீர்வதிப்பாராக, வரலாற்றை வேடிக்கையானதாகவும் தொடர்புடையதாகவும் மாற்றிக் காட்டும் அவளது பணி துவங்கிவிட்டது, கடந்த காலத் தவறுகளைத் திரும்பத் திரும்பச் செய்வதை நாம் தவிர்க்க வேண்டியுள்ளதுடன் மனித இனத்தில் நாம் யார் என்பதை நாம் ஆழமாகப் புரிந்துகொள்ள வேண்டியிருக்கிறது, அப்படித்தானே, பசங்களா?

அமைதியா உட்கார்ந்து சொல்றதைக் கவனிங்க, நாம ஒன்னும் தனித்தனி மனிதர்கள் இல்லை பிள்ளைகளா, ஏய், பின்னால உட்கார்ந்திருக்கிறவங்க பேசாதீங்க, நன்றி, நாம எல்லோரும் இந்தச் சங்கிலியில் ஒரு கண்ணி, நான் சொல்றதைத் திரும்பச் சொல்லுங்க, எதிர்காலம் கடந்த காலத்தில் உள்ளது, கடந்தகாலம் நிகழ்காலத்தில் உள்ளது

அவர்களுடைய பிரகாசமான ஒளிரும் முகங்கள் அவளை ஏறிட்டு நோக்குகின்றன, கொஞ்சம் பருக்களுடன் கொஞ்சம் எண்ணெய்ப்பசையான முகங்கள், சற்று வயது கூடிய பிள்ளைகள் அநியாயத்துக்கு ஒப்பனை செய்திருக்கிறார்கள், இருப்பினும் அவளது பேரார்வத்துக்கும் அவளது ஆளுமைக்கும் கட்டுப்பட்டு அவர்கள் கீழ்ப்படிபவர்களாய் இருக்கிறார்கள், சொன்னபடி கேட்கிறார்கள், ஊக்கத்துடன் இருக்கிறார்கள், சந்தேகமே இல்லை

ஏன் கெவின், கெய்த், டெர்ரி போன்ற குறும்புக்காரர்கள்கூட தங்கள் பென்சில் டப்பாக்களில் சுவஸ்திகை வடிவங்களை வரையவும் தங்கள் பிளேசர்களில் தயங்காமல் தேசிய முன்னணி அடையாளங்களைப் பொறித்துக்கொள்ளவும் செய்தனர்

ஹிட்லரின் இறுதித் தீர்மானம் குறித்துக் கற்பித்தும், போரின் முடிவில் அமெரிக்கா விடுதலையளித்தபோது எடுக்கப்பட்ட பெர்கன்-பெல்சன் வதைமுகாம் புகைப்படங்களைக் காட்டியும் அதைக் கையாண்டாள்

அந்த அதிர்ச்சி ஒரு நூறு கேள்விகளை எழுப்பியது!

மிஸ்! மிஸ்! மிஸ்!

இல்லை, இவங்க எல்லாம் நடமாடும் எலும்புக்கூடுகள் இல்லை, உயிருடன் இருந்த போர்க் கைதிகள், இவை நச்சுவாயு அறைகள், இதோ இங்கே இருப்பது கொத்தாக ஆட்களைப் புதைத்த இடம், இங்கே முழுக்க எலும்புக்கூடுகள்தான், இந்தச் சித்திரத்தில் முகாம்களில் கடினமாக வேலை செய்ததால் கர்ப்பப்பை பெயர்ந்து விழுந்த பெண்களைக் காட்டுகிறது, பாருங்கள்

பார்த்துட்டு பக்கத்துல இருக்கிறவங்களுக்குக் காட்டுங்க, எல்லோரும் நல்லாப் பாருங்க

அல்லது வகுப்பறையில் இனப்போர்கள் வெடித்தபோது

1965இல் மிசிசிபியில் தூக்குதண்டனை நிறைவேற்றப்பட்ட இந்தப் புகைப்படத்தைப் பாருங்கள், ஆமா, அந்தக் குழந்தைங்க மரத்துல கழுத்து உடைஞ்சுபோய் தூக்குல செத்துத் தொங்குறதைப் பார்த்துக் கைகொட்டி ஆரவாரிக்கிறாங்க, அவர் செஞ்ச குற்றம் என்ன தெரியுமா, ஒரு வெள்ளைப் பெண்மணியை வெளிப்படையா இச்சையோட வெறிச்சுப் பார்த்ததுதான்

மிஸ்! மிஸ்! மிஸ்!

இல்லை, எந்த விசாரணையும் ஒருபோதும் நடந்ததில்லை, சந்தேகத்துக்குரியவர்களைத் தெருக்களில் இழுத்துச் சென்று தூக்கில் தொங்கவிட்டார்கள், சுட்டார்கள், அடித்தார்கள் அல்லது உயிரோடு எரித்தார்கள்

கவனிங்க பிள்ளைகளா, பாரபட்சமா அளவுக்கு மீறி நடந்தா இதுதான் நடக்கும்

அவர்கள் அவள் சொல்வதைக் கவனித்துக் கேட்டனர், ஒவ்வொரு பருவத்தின் முடிவிலும் அவர்களது பக்தி அவர்கள் கொண்டுவந்து தந்த வீட்டில் தயாரித்த அட்டைகள், கேக்குகள், சாக்லேட் ஈஸ்டர் முட்டைகள், கிறித்துமஸ் அன்பளிப்புகள், கூடை நிறையப்

பழங்கள் போன்ற பல பரிசுகள் வழியே வெளிப்பட்டது, ஆட்கள் நிறைந்த அலுவலர் அறைக்குள் கைகள் நிரம்பி வழிய அவற்றைத் தூக்கிச் செல்வது (எதிரிகளை உருவாக்கும் நிச்சயமான வழி) அவளுக்கு வெட்கமாக இருந்ததால் நேரடியாக அவளது காரின் பின்புறத்தில் கொண்டுபோய் வைத்தாள்.

ஷிர்லி

அவளது கற்பிக்கும் திறமையினால் தலைமையாசிரியர் வேவர்லியால் போற்றப்பட்டாள், குழந்தைகளுடன் நல்லுறவை எளிதில் உருவாக்க முடிவதால், தான் செய்ய வேண்டியதற்கும் மேலே அதையும் தாண்டிச் சென்று அவளது முன்மாதிரியான கற்பிக்கும் திறமைகளால் மிகச்சிறந்த பரீட்சை முடிவுகளைக் கொண்டு வந்திருக்கிறாள், அவள் அவளது சமூகத்தின் சொத்து

அவளது முதலாண்டு பணி மதிப்பீட்டில்

ஒரு சிறந்த ஆசிரியராக இருப்பதற்கும் உலகத்திலுள்ள ஒவ்வொரு கருப்பினத்தவருக்கும்

ஒரு தூதுவராக இருப்பதற்குமான அழுத்தத்தை ஷிர்லி உணர்ந்தாள்.

2

அலுவலர் அறையில் சோபாக்கள், மேசைகள், கைவைத்த நாற்காலிகள், மேலங்கி ஏந்தனங்கள், இடைவேளைகளைக் கண்காணிப்பதற்காக பங்கீட்டு வேலைமுறைப் பட்டியலுடன் தொங்கிக் கொண்டிருந்த தக்கையிலான அறிவிப்புப் பலகைகள், அஞ்சலட்டைகள், தீப்பற்றினால் வெளியேறுவதற்கான அறிவுறுத்தல்கள், மேலாடையில்லாப் பெண்ணின் சுவரொட்டி, சொல்லப்போனால் அவளுக்குப் பதினாறு வயதுதான் இருக்கும், ஆகியவற்றால் அடைக்கப்பட்டிருந்தன

ஆசிரியர்கள் வருகிறார்கள் போகிறார்கள், பிள்ளைகள் ஏதாவது கேட்டு கதவைத் தட்டுகிறார்கள், ஒருவர் அல்லது எரிச்சலடைந்த அலுவலர் ஒருவர் பதிலளிக்கிறார், இப்ப என்ன விசயம் மொய்ரா-பில்லி-மோனா-ருதின்-லெராய்?

மத்தியானம் ஒருதடவையாச்சும் நாங்க நிம்மதியாச் சாப்பிடமுடியுதா?

புகைபிடிப்போரிடமிருந்து வரும் அந்த மோசமான புகை நாற்றத்தால் அவளது கண்களில் எரிச்சல் ஏற்பட்டாலும் அவள் முடியில் கெட்ட நாற்றம் அடித்தாலும் ஷிர்லி புகாரின்றித் தாங்கிக் கொண்டாள், ஒவ்வொரு இரவும் அவள் தலைமுடியை நீரில் கழுவ வேண்டியிருந்தது

அவளது மடிப்பு கலையாத ஸ்கர்ட், மேல்பாதம் தெரியும் காலணிகளுடன் நேர்த்தியாக அமர்ந்தபடி, பள்ளி சிற்றுண்டியகத்தில் தரப்படும் அருவருக்கத்தக்க சகதி போன்ற உணவைச் சாப்பிடுவதற்குப் பதில், அவர்கள் பாலாடைக் கட்டியும் தக்காளி சாண்ட்விச்சுகளை அல்லது பன்றியிறைச்சியில் செய்த பதார்த்தங்களைச் சாப்பிடுவதைப் பார்த்துக் கொண்டிருக்கையில் இந்த ஆசிரியர்கள் ஒழுக்கமே இல்லாதவர்கள் என்று நினைக்கிறாள்

அந்நேரத்தில் அவள் உப்பிட்ட மீன், வாழைப்பழம் மற்றும் ரொட்டி உண்கிறாள்

யாரும் கண்டுகொள்ள மாட்டார்கள் என்ற நம்பிக்கையுடன், அதை விளக்குவதை அவள் வெறுக்கிறாள்

அவளுக்கு இடதுபுறம் இருப்பவள் மார்கோ (புவியியல்), பூக்கள் பூத்து வழியும் ஆடைகளையே உடுத்துவாள், நெற்றியைச் சுற்றி மெல்லிசான சடைகளைச் சுற்றிக் கட்டி நீண்ட கூந்தலை விரித்துப் போட்டிருப்பாள்

கோவாவில் உள்ள ஒரு ஆசிரமத்துக்கு ஆன்மீகப் பயணம் செல்லப் பணம் சேரும்வரை அவள் கற்பிக்கும் வேலையில் இருப்பாள், பின் அங்கே சென்று அவள் தன்னை அறிந்து (முதலாவது) ஒரு கணவனைக் கண்டுபிடித்து (இரண்டாவது) இதை, இதை எல்லாம் விட்டுவிடுவேன் என்கிறாள்

அவர்கள் ஒன்றாகவே வேலையில் சேர்ந்தவர்கள், பழைய ஆசிரியர்களுக்கு எதிராகக் கூட்டாக இருந்தார்கள், இவங்கள்ல பலருக்கும் கல்வியியல்னா என்னன்னுகூடத் தெரியாது

ஷிர்லிக்கு மார்கோவைப் பிடித்திருந்தது, காரணம் பூப் போன்ற மார்கோவுக்கு அவளைப் பிடித்திருந்ததும் அவளை ஏற்றுக் கொண்டதும்தான்

ஷிர்லியின் மறுபக்கத்தில் இருப்பவள் கேட் (ஆங்கில இலக்கியம்), அவளது இன்னொரு தோழி, முப்பத்து ஐந்து வயதாகுமுன் தலைமையாசிரியை ஆகிவிட வேண்டுமென்ற தீர்மானத்தில் இருப்பவள், அப்படியொரு நம்பிக்கை அவளுக்கு, ஷிர்லியும் மார்கோவும் தலையை மட்டும்தான் ஆட்டமுடியும், *நிச்சயம்* கேட் தலைமையாசிரியை ஆகிவிடுவாள்தான், *எல்லாமே* நம்பிக்கையில்தான் உள்ளது என்று சொல்லக்கூடிய அரசியலைச் சேர்ந்த பெற்றோரால் வளர்க்கப்பட்டவள் அல்லவா, கேட் சொன்னதுபோல அவர்களது நம்பிக்கையோடு அவள் பொருந்தவேண்டும் அல்லது அதனால் நொறுங்கிப்போக வேண்டும்

கரடி போன்ற ஜான் கிளேடன் (கணிதம்) எதிரே அமர்ந்திருக்கிறார், அவரது நீண்டதாடியில் பேன் படைக்கூட்டமே கூடுகட்டி வாழக்கூடும், அழுக்கான தோற்றம் கொண்ட டெனிம் ஜாக்கெட், தேய்ந்து நைந்த சொரசொரப்பான காற்சராய் மற்றும் அவரது பெரிய கால்களில் தேய்ந்துபோன இயேசுவினுடையதைப் போன்ற பாதரட்சைகள்

குழந்தைகளுக்கு முன்மாதிரியாக இருக்க முடியாதுதான் என்றாலும் ஒழுங்கற்ற, எப்போதும் மன்னிப்புக் கோரும் தோற்றத்தில் இருப்பவரை அவளிடம் நன்றாக நடந்துகொள்ளக்கூடியவர் என்பதால் - அவளுக்கு அதுதான் தேவை, அவளுக்கு அவரைப் பிடிக்கும்

அவர் செய்தித்தாள் வாசித்துக் கொண்டிருக்கிறார், அதன் முன்பக்கத்தில் காபி மேசை மீது சாம்பல் கிண்ணங்களும் தேநீர்க் கறைபடிந்த கோப்பைகளும் இருக்க, விலங்கு போன்ற கண்களைக் கொண்டிருந்ததால் அச்சுறுத்தப்பட்டு கருப்பின இளைஞனைக் காவலர்கள் கைது செய்யும் படம்

அவர் அதை மூடிவைக்க மாட்டாரா என்றிருந்தது, தனிப்பட்ட விதத்தில் மனதைத் தொந்தரவு செய்வதாக உணர்ந்தாள்

இதைப் பற்றி கேட், மார்கோவிடம் பேச விரும்புகிறாள், அவர்கள் ஆர்வம் காட்டுவார்களா, பரிவு காட்டுவார்களா அல்லது அவர்களால் புரிந்துகொள்ளத்தான் முடியுமா? அவர்கள் அவளது நிறத்தைப் பார்ப்பதுபோல் தெரியவில்லை, குறைந்தது அதைப்பற்றி அவர்கள் குறிப்பிட்டதும் இல்லை

ஊடகத்தால் தான் தனிப்பட்ட முறையில் தாக்கப்பட்டதைப் போல உணர்ந்ததாக அவர்களிடம் சொல்ல விரும்புகிறாள்

தெருவில் அவளைக் கடந்து செல்லும்போது அல்லது பேருந்தில் அவர்களை அடுத்து அவள் அமர்ந்திருக்கும்போது அந்தப் பெண்கள் பதட்டத்துடன் தங்கள் கைப்பைகளை இறுகப் பற்றிக்கொள்கிறார்கள், அவள் அம்மாவின் பணப்பையிலிருந்துகூட ஒரு பென்னியும் திருடியதில்லை எனும்போது, பெரும்பாலான பிள்ளைகளுக்கு இந்த அனுபவம் இருந்திருக்கும், அல்லது பள்ளியின் எழுதுபொருள் அலமாரியிலிருந்து ஒரு பென்சிலைக்கூட எடுத்திருக்காதபோது, பொது இடங்களில் கழிப்பறைத் தாளைக் களவாடிச் செல்வது இருக்கட்டும், பல்கலைக்கழகத்தில் அது ஒரு பொதுவான குற்றம், அறைத்தோழர்களாய் இருந்தவர்கள் முழுச் சுருளையும் சட்டைக்குள் அல்லது கைப்பைக்குள் திணித்துக்கொண்டு வந்திருக்கிறார்கள், அடுப்படி மேசையில் அவர்கள் கொள்ளையடித்தவற்றைப் பரப்பியபோது அவள் கண்டித்திருக்கிறாள், பொது-அல்லது-தோட்டத்துத் திருடர்கள்

தனது தோல் நிறம்தான் ஒவ்வொரு எதிர்மறை எதிர்வினைக்கும் காரணம் என்று நினைப்பதால் வரும் படபடப்புக்கு ஆளாகாமல் இருக்க ஷிர்லி முயல்கிறாள்

வாய் வார்த்தையாகச் சொல்லாதபட்சத்தில் ஆட்கள் ஏன் அவளுக்கு எதிராக இருக்கிறார்கள் என்பதை அவளால் ஒருபோதும் அறியமுடியாது என்று அவள் அம்மா சொல்லியிருக்கிறாள், உன்னோட இனம் காரணமா மக்களுக்கு உன்னைப் பிடிக்கலைன்னு நீயா கற்பனை பண்ணிக்காதே, ஷிர்ல், ஒருவேளை அவங்களுக்கு அன்னைக்கு மோசமான நாளா இருந்திருக்கலாம் அல்லது அவங்க குணக்கேடானவங்களா இருக்கலாம்

அருகில் அவள் அமரும்போதெல்லாம் எழுந்து சென்றுவிடும் டினா லோரி (உடற்கல்வி) போன்ற அவளுக்கு எதிராக நடந்து

கொள்ளும் சக ஆசிரியர்களிடம்கூட மரியாதையாக நட்பைப் பேண விரும்பும் விதமாகவே ஷிர்லி நடந்துகொண்டிருக்கிறாள்

அப்புறம் வேண்டுமென்றே செய்தது தெரியவேண்டு மென்பதற்காகவே அவள் முகத்துக்கு நேராய் மூன்றுமுறை கதவை ஓங்கி சாத்திய ராய் ஸ்டீவன்சன் (இயற்பியல்)

அப்புறம் பள்ளிக்கூட தாழ்வாரங்களில் ஷிர்லி முகமன் சொல்ல முயலும்போதெல்லாம் (குறைந்துவிட்டது) அதைப் புறக்கணிக்கும் பெனிலோப் ஹாலிஃபாக்ஸ் (உயிரியல், ஆறாம் வகுப்பு தலைமையாசிரியர், ரஷியக் குடியரசைச் சேர்ந்த செல்வச் சீமாட்டிகள் தாழ்ந்தகுடி கிராமத்தானைக் கடந்துசெல்வதுபோல் பெனிலோப் செருக்குடன் அவளைக் கடந்து செல்கிறாள்

பெனிலோப்

மட்டும்தான் அலுவலர் சந்திப்புகளில் பேசக்கூடிய ஒரே பெண்மணி, எல்லோரும் பெரிய வட்டமாய் உடற்பயிற்சிக் கூடமாகவும் சிற்றுண்டியகமாகவும் செயல்படும் சபாமண்டபத்தில் கூடியிருக்க, வியர்வை நாற்றமும் மட்கிய முட்டைக்கோசு வீச்சமும் எடுக்கும்

அவரது ஓங்கிய குரல் ஆதிக்க ஆண் ஆசிரியர்களின் முழக்கங்களை வெட்டிச் செல்லும்

அவர்கள் டென்னிஸ் வீரர்களின் ஆக்ரோஷமான ஆட்டத்தைப்போல மாறிமாறிக் கடுமையான விவாதிக்க விரும்புபவர்கள், ஷிர்லியும் பிற பெண்களும் குறுக்கிட முயலுகையில், அவர்களின் உறுதியற்ற குரல்கள் கேட்கப்படுவதற்குப் போராடும், அவர்கள் சொல்லவந்ததைச் சொல்லிமுடிக்கும் முன்பாகவே ஆணாதிக்கர்களால் அவை இடைவெட்டப்படும்

ஏன், சளசளவென்று பேசிக் கொண்டிருக்கும் கேட் கூட வாயை மூடிக்கொள்வாள்

அவர்கள் எல்லோரும் பரிதாபத்துக்குரிய வகையில் ஆண்களுக்கு வழிவிட்டு விடுவதைக் கண்டு வெறுத்துப் போயிருக்கையில், பெனிலோப்

அவர்கள் எல்லோருக்காகவும் முடிவுகளை எடுக்கிறாள்

இந்த மே மாதப் பின்னிறுதியில் ஒரு பின்மதியப் பொழுது

நெரித்துக்கொண்டு செல்லும் ஓராயிரம் இணைப் பாத ஒலிகள் கட்டடத்தைவிட்டு நகர்ந்து பள்ளியைவிட்டு அகன்றபின் அதிர்ச்சிக்குப் பிந்தைய அமைதி கவிந்தது

பள்ளிக்கூடத்தின் மோசமான பரீட்சை முடிவுகளைப் பற்றிப் பெனிலோப் பேசுகிறாள், பாதிக் குழந்தைகள் மரமண்டைகளாகவும் மோசமான நடத்தையுடையவர்களாக இருக்கிறார்கள், அதனால் அவர்களைப் பள்ளியிலிருந்து இடைநீக்கம் செய்யவேண்டும் அல்லது வெளியேற்ற வேண்டும் என்று அறிவிக்கிறாள்

எல்லோருக்கும் அவள் எந்தப் பாதியைப் பற்றிச் சொல்கிறாள் என்று புரிகிறது

சேட்டை செய்யும் இந்த உலகிலுள்ள பீட் பென்னெட்டுகளுக்கு கூடுதல் நேரம் தங்கியிருக்கும் தண்டனையும், வின்ஸ்டன் பிளாக்ஸ்டாக்குகள் போன்றோருக்கு இடைநிறுத்தத் தண்டனையும் வழங்கக்கூடியவள் பெனிலோப்

வெளியே தள்ளுவதற்கான முதற்படி

ஷிர்லியின் அபிப்பிராயப்படி அவளுக்குக் கட்டாய ஓய்வு கொடுக்கப்பட வேண்டும்

வயதானோருடன் சேர்த்து அனுப்பிவிட வேண்டும்

புதிய தலைமுறை உள்ளே வந்து

இளம் ஆசிரியர்கள்

அவளை வெளித்தள்ள வேண்டும்

ஷிர்லி இப்போது முன்னே வந்து பேசுவதற்கான நேரம் என்று தீர்மானிக்கிறாள்

நான் இதை ஒத்துக்கலை, பெனிலோப், அவர்களை அப்படிக் கழிச்சுவிட முடியாது என்கிறாள், ஆணாதிக்க ஆண்கள் தங்கள் இருக்கைகளில் அசௌகரியமாக அசைந்து கொடுக்கத் தொடங்கவும் அவளுக்கு நாக்கு வறண்டுவிட்டது

நம்ம பிள்ளைகளுக்கு இன்னும் சமத்துவமான சமுதாயத்தை உருவாக்குறதை நான் நம்புறேன், சீக்கிரம் சொல் அல்லது வாயை

மூடிக் கொண்டிரு என்று குறிப்புணர்த்திய இருமல்களைப் புறக்கணித்துவிட்டு அவள் தொடர்ந்து பேசினாள்

நம்ம பிள்ளைகள் - அவள் அழுத்திச் சொன்னாள் (கூட்டுப் பொறுப்புக்கான சாத்தியம்) - கிட்ட அவங்க வேற வகைல தங்களை நிரூபிக்கிறதுக்கு முன்னாடியே அவங்களோட தோல்விகளைச் சுட்டிக் காட்டுறோம், நீங்க சொல்றதுபோல மரமண்டைங்கிறோம்

பரீட்சைகள் எல்லாம் நல்லதுதான், ஆனா அழுத்தத்துல இருக்கிறப்ப எல்லோராலயும் நல்லாச் செயல்படவோ அல்லது இத்தனை இளம் வயசுலயே தங்கள் அறிவை வெளிக்காட்டவோ முடியுறதில்லை, அது பின்னால கைவரலாம், உங்களுக்கே தெரியும் அதுக்கு நாமதான் வளர்த்தெடுக்கணும், நாம ஆசிரியர்கள் என்பதையும் தாண்டிச் செயல்படணும், அவங்களைக் கவனிச்சுக்கணும், அவங்களை நம்பணும்

நாமளே உதவாட்டி, வேற யாரு செய்வா

பெனிலோப்?

*

ஒரு சிலிர்ப்பூட்டும்அமைதி அறையில் நிலவுகிறது

பெனிலோப் ஏமாற்றமடைந்ததாகத் தெரியவில்லை, முதலில் நான் ஒன்னும் சமூகப் பணியாளர் கிடையாது, ஷிர்லியின் அனுபவமின்மையையும், அப்பாவித்தனத்தையும் கடுமையாகத் தாக்கும் தொனியில் அவள் பதிலளித்தாள், அதுவுமில்லாம பதினைஞ்சு வருச அனுபவம் உள்ள ஒருத்தர்கூட ஒண்டிக்கொண்டி சண்டைக்கு வர்றதுக்கு உனக்கு வேலைல ரெண்டு பருவங்களுக்கு மேல தேவைன்னு நான் நினைக்கிறேன்

என்ன பேசுறோம்னு உண்மையாவே தெரிஞ்சு பேசுற ஒருத்தர்கிட்ட

இப்ப

நான்

சொல்லிட்டு இருந்தது போல.

3

பெனிலோப் குறித்த ஷிர்லியின் கோபம் அன்று மாலை லென்னாக்ஸுடனான உரையாடல்களில் ஆதிக்கம் செலுத்துகிறது, அடுத்து வரும் பல மாலைகளுக்கும் அது தொடர்ந்தது

அடுப்பறையில் தாய்லாந்தின் கோழிக்கறி தேங்காய் குழம்பு அவன் சமைத்துக் கொண்டிருக்க, கதவையடுத்து மடிக்கத்தக்க சிறிய மேசையில் அவள் அமர்ந்தபடி இருந்தாள், அந்தக் கதவைத் திறந்தால் அவர்களது சிறிய தோட்டம் தெரியும், அதையடுத்து அதேபோன்ற சிறிய மாடிவீடுகளின் சாளரங்கள் வழியாகவும் தோட்டத்தைப் பார்க்கலாம்

வாணலியில் நறுக்கிய சின்ன வெங்காயமும் அரைத்த பூண்டும் தாளிக்கும் வாசனை

வாடகை வீட்டுக்கு அவர்கள் குடிபெயர்ந்தபோது மேல்தளத்தில் இருந்த தம்பதிகள் தங்கள் எழுபதாண்டுகால வாழ்க்கையில் இப்படியொரு அருவருப்பான நாற்றத்தைக் கண்டதில்லை என்று புகார் செய்தார்கள்

நல்லது இப்போது கண்டுவிட்டீர்கள் என எண்ணியபடி அவர்கள் முகத்துக்கு நேராய் கதவைச் சாத்தினாள் ஷிர்லி

பெனிலோப் நினைக்கிறதுக்கு மாறா புத்திசாலித்தனம்கிறது பிறப்போட வர்றதில்லை, லென்னாக்ஸ், அது கத்துக்கக்கூடியது, எல்லோர் முன்னாடியும் எம்மேல பாயுற இவ எல்லாம் எப்படி பெண்ணியவாதின்னு தன்னைச் சொல்லிக்கிறா?

ஷிர்லி இந்த வழக்கத்துக்கு மாறான வெக்கையான மே மாத மாலையில் குளிர்ந்த லூகோஸேட் பானத்தைப் பருகுகிறாள்

நான் என்னை உசந்தவள்னு சொல்லிக்கலை, உனக்கே தெரியும், நான் இலக்கணப் பள்ளிக்குப் போயிருக்கேன், சமூகத்தில் அடித்தட்டிலிருந்து வந்திருக்கேன், எல்லாத்துக்கும் மேலா சமத்துவத்தை நான் நம்புறேன், இதையும் பொதுவுடைமை வாதத்தையும் குழப்பிக்கக்கூடாது, ஸ்டாலினைப் பத்தியும் மாவோவைப் பத்தியும் போதுமான அளவு எனக்குத் தெரியுங்கிறதால அந்தத் திசையில் எந்த மாயக் கற்பனையும் எனக்கு இல்லை

அதேநேரம், அதிகாரப் படிநிலையும் தனிச்சலுகையும் மறஞ்சுபோகாது, எல்லா வரலாற்றாளர்களுக்கும் இது தெரியும், அது மனித இயல்போட சேர்ந்தே பிறந்த, எல்லா சமூகங்கள்லயும் எல்லா சகாப்தங்கள்லயும் இருக்கிற ஒன்னு, விலங்குகள்லயும் இது இப்படித்தான் இருக்கு, அதனால நான் வேறுவிதமா பாசாங்கு பண்ண முடியாது

ஒரு ஆசிரியையா என்னோட வேலை பின்தங்கியவங்களுக்கு உதவுறதுதான்

லென்னாக்ஸ் மிளகாய்ச் சாந்தையும் அரைத்த இஞ்சியையும் கிளறிக் கொண்டிருந்தான்

அவனுடைய நேரான முதுகை, அவனது மேல் பொத்தான் கழற்றிவிடப்பட்ட நீலநிற அலுவலகச் சட்டையை, இடைவாருக்குள் அளவெடுத்ததுபோல் பொருந்தியிருக்கும் அடிவயிற்றுப் பகுதியை, தோள்கள், மேற்கை முன்சதை, பிட்டம், தொடைகள், கெண்டைக்கால் சதைகள் என அளவெடுத்தாற் போலிருக்கும் எஞ்சிய உடற் பாகங்களை வியந்தாள், தொடர்ந்து உடற்பயிற்சிக் கூடத்துக்குச் செல்வதால் வந்த பலன்

அவள் உடலைச் சுமக்கும் திராணியுள்ள ஆணையே அவள் விரும்பினாலே தவிர, உணர்வுரீதியாகச் சுமப்பதை அல்ல

தன்னைச் சமமாக நடத்தக்கூடிய, விவேகமான வாழ்க்கைத் தொழில் திட்டமுள்ள (வழக்கறிஞர்) பொறுப்பான, குடிப்பழக்கம் (அதிகமாக) இல்லாத, புகை (ஒருபோதும் கூடாது) பிடிக்காத, போதைப் பழக்கமில்லாத (ஒரேயொருமுறை மட்டும்) அல்லது சூதாடும் பழக்கமில்லாத (ஊக விளையாட்டு கூடவே கூடாது) ஓர் ஆணையே விரும்பினாள்

தோலுரித்த கோழிக்கறித் துண்டுகளின் மீது எலுமிச்சைப் புல், புதினா இலை, தேங்காய்ப் பால் சாற்றைப் பூசுகிறான், சாப்பாடு ருசியாக இருக்கும், லென்னாக்ஸ் கச்சிதமான சமையல் முறையைப் பின்பற்றுவதால் வழக்கமாக நன்றாகவே இருக்கும்

அறியாததை முயற்சிப்பதில் அவனுக்கு நம்பிக்கை இல்லை, அவளுக்குமே

*

அவள் தொடர்கிறாள், குறைந்தது இலக்கணப் பள்ளிகளாவது எல்லோருக்கும் சம வாய்ப்புத் தர முயன்றது, லென்னாக்ஸ், அறிவுக்கூர்மையுள்ள குழந்தைகளுக்கு நல்ல கல்வி கிடைப்பதைச் சாத்தியப்படுத்தியது

இல்லாட்டி அந்த அரசுப் பள்ளியில உள்ள பசங்கள் 1890களில் இருந்த மாதிரிதான் இருந்திருப்பாங்களே தவிர 1980களில் மாதிரி இருந்திருக்காது

லென்னாக்ஸ் பாசுமதி அரிசியைப் பண்டக அறையில் இருக்கும் பெரிய சாக்கிலிருந்து அள்ளுகிறான், இரண்டு வளையமுள்ள கணப்படுப்பின் மேலிருந்த கொதிக்கும் நீருள்ள பாத்திரத்தில் போடுகிறான்

நம்ம நாட்டோட தற்போதைய பிரதம மந்திரியையே எடுத்துக்கோ, வேற வகைல அவரால இந்த அதிகார அடுக்குல மேல வந்திருக்கவே முடியாது, உனக்கு அவரைப் பிடிக்குதோ இல்லையோ, நான் இங்க சொல்ல வர்றது சமூக நிலைபெயர்வுக்கான கோட்பாட்டைப் பத்தித்தான்

லென்னாக்ஸ் கொத்தமல்லி இலைகளை நறுக்கி ஆவிபறக்கும் தட்டுகளின்மேல் தூவுகிறான், வித்தியாசமான சர்வதேச உணவைப் பெரும்பாலான இரவுகளில் முயன்று பார்ப்பார்கள், அடமானத்துக்காகச் சேமித்து வருகையில் இந்த ஒரு பிரயாணத்தை மட்டும்தான் அவர்களால் தாங்கிக்கொள்ள முடிகிறது

அவர்கள் மத்திய தரைக்கடல் மற்றும் மத்திய கிழக்கு வழியாகப் பயணம் செய்திருக்கிறார்கள், சமீபத்தில் தென்கிழக்கு ஆசியாவிற்குள் தாவியிருந்தனர்

தொண்டைக்குள் செழுமையான குழம்பின் படலம் இறங்கும்போது ஏற்படும் சுவையுணர்வுக்காக ஆவலோடு காத்திருக்கிறாள்

இன்றிரவு அவர்கள் பாலுறவு கொள்வார்கள், வீடு கைக்கு வந்ததும், குழந்தை பெற்றுக்கொள்வார்கள்

கென் பூத், ஜான் ஹால்ட் இசைக்கு நடனமாடுவதை அவர்களின் இடை ஒன்றுக்கொன்று கண்டுகொண்டது, சேப்பல்டவுனிலுள்ள வீட்டின் நிலவறையில் இசைத்தட்டுச் சுழல சுவரெங்கும் பதித்திருந்த ஒலிபெருக்கிகளில் இசை கொட்டிக் கொண்டிருந்தது,

அடுப்பறையில் ஆட்டுக்கறிக் குழம்பு பானையில் இருந்தது, நகரில் வேறெங்குமுள்ள இரவு விடுதிகளில் காவலர்களைக் கடந்து உள்ளே செல்லமுடியாத மற்ற ஆப்பிரிக்க-கரீபிய இளைஞர்கள் எல்லாம் நெருக்கியடித்துக் கொண்டிருந்தனர்

அவர்கள் அங்கே செல்ல அனுமதிக்கப்பட்டாலும், அவர்கள் கேட்க விரும்பும் இசையைக் கேட்க முடியாது

அரும்பல் உறவில் இருந்த அடுத்த சில மாதங்களில் அவர்கள் ஒருவரையொருவர் அறிந்துகொண்டனர்

அவனது கயானிய பெற்றோரால் சிறுவயதிலேயே ஹார்லமில் வசிப்பதற்காக அனுப்பப்பட்டதாகவும், புதிதாகக் குடிபெயர்ந்த அவனது பெற்றோர் லீட்ஸில் கால் பதித்ததாகவும் அவளிடம் கூறினான்

அவனை வளர்த்தது எல்லாம் அவனது பெரிய அத்தை மிர்ட்டில் தான், ஒரு பருவ இதழின் நிருபர், பள்ளியில் நன்றாகப் படிக்க வேண்டுமென்று முடுக்கியது அவர்தான், அதனால் அவனது வகுப்புத்தோழர்களுடன் பழக்கம் குறைந்துபோனது என்றாலும் கூட

அவள் சொன்னாள், இப்போது நல்லாப் படி அதோட பலனை வாழ்க்கை முழுக்க அனுபவிப்பாய்

இதனிடையே அவனுடைய அம்மா விகார் லேன் பேருந்து நிலையத்தின் பின்புறமிருந்த பார்னியின் பிஸ்கட் மற்றும் டாஃபி தொழிற்சாலையில் தொட்டிகளைச் சுத்தம் செய்யும் வேலையில் இருந்து முன்னேறி மார்ஷல் தெருவிலுள்ள மாரிசன் அஞ்சலில் சிப்பம் கட்டுபவராக முன்னேறினார்

அவனுடைய அப்பா மாலை நேரங்களிலும் வார இறுதியிலும் கூலிவேலை செய்துவந்த ராபின்சன் ஸ்டீல் ஒர்க்ஸிலிருந்து அதைவிட நல்ல வேலைநேரமும் ஊதியமும் தந்த லீட்ஸ் போஸ்ட் ஆஃபீஸ் வேலைக்கு முன்னேறினார்

அவர்கள் போதிய அளவு சம்பாதித்தபோது, அவனையும் வரவழைத்துக் கொண்டனர்

மேலும் மூன்று குழந்தைகள் பெற்றுக் கொண்டனர்

தனது பெற்றோரைக் காட்டிலும் நன்றாகச் செயல்பட முடியும் என்ற நம்பிக்கையோடு லென்னாக்ஸ் லீட்ஸுக்குத் திரும்பினான்

இடைநிலை வகுப்பில் நல்ல மாணவனாகவே இருந்தாலும், அதையும் தாண்டி தான் ஒரு கெட்ட பையனாகவே பார்க்கப்படுவதை விரைவில் புரிந்துகொண்டான்

அவனது தோல் நிறத்தின் காரணமாக தேச எதிரியாகப் பார்க்கப்பட்டான்

காவலர்களால் நிறுத்தப்பட்டுச் சோதனையிடப்படுவது அவன் பன்னிரெண்டு வயதில் பதினைந்து வயதுக்குரிய தோற்றத்தில் இருந்தபோதே தொடங்கிவிட்டது, வளர்ந்தவர்கள் அவனிடம் முரட்டுத்தனமாக எல்லோர் முன்பும் தெருவில் நடந்துகொண்டபோது பீதிக்கு உள்ளானான், அழாமல் இருக்க முயன்றான், சிலநேரம் அழுதான்

போகும்போது சொல்வார்கள், கிளம்பு மரமண்டை, இந்த முறை தப்பித்தாய்

அது பயமுறுத்துவதாக, மயிர்க்கூச்செரியச் செய்து காயடிக்கப்பட்டதுபோல் இருந்தது, அவள் மீது நம்பிக்கை வைத்து மனம் விட்டுப் பேசியபோது முதல்முறையாக ஷிர்லியிடம் சொன்னான், ஒவ்வொருமுறை அது நடந்தபோதும் காவல்துறை வாகனத்தில் அல்லது சிறைக்குள் வைத்து அடிபடவோ அல்லது சாகவோ இல்லை என்பதே என்னை ஆற்றுப்படுத்துவதாக இருந்தது

நான் நல்ல பையனாய் இருந்தேன், வன்முறையானவர்களுடன் சேரவோ சண்டையில் பங்கெடுத்ததோ இல்லை

பள்ளிக்கூடத்துக்கு வெளியே நான் சூட் அணியத் தொடங்கினேன், என் நண்பர்கள் கேலி செய்தார்கள், மற்றவர்கள் நான் *Jehovah's Witness*[2] ஆகிவிட்டேன் என்று நினைத்தார்கள்

நான் நல்ல பையனாய் இருந்தேன், ஒவ்வொரு சனிக்கிழமை பின்மதியமும் லீட்ஸ் மத்திய நூலகத்துக்கு நடந்து சென்று அந்த வாரத்துக்குத் தேவையான புத்தகங்களை வாங்கிவருவேன், காரணம் நான் நன்றாகப் படித்தவனாக இருக்க விரும்பினேன்

---

2 Jehovah's Witness என்பது முறையாக உடையுடுத்தி வீட்டுக்கு வீடு சென்று கிறித்துவ ஊழியம் செய்யும் ஓர் அமைப்பு.

பெரிய அத்தை மிர்ட்டல் வெறும் அபிப்பிராயங்கள் கொண்டவனாக இல்லாமல் அறிவுள்ளவனாக இருக்க வேண்டுமென்று என்னுள் விதைத்திருந்தாள்

நான் ஒரு வழக்கறிஞராக, ஒருவேளை குற்றவியல் சட்டவுரைஞராகத் தீர்மானித்தேன்

இப்போதெல்லாம் காவலர்கள் அதை முயலும்போது, அவர்களுக்கு நான் ஒரு வழக்கறிஞர் என்பதைத் தெரியப்படுத்துகிறேன், அவர்களது அசிங்கம் பிடித்த கைகளை வைக்கக்கூடாத இடத்தில் வைக்கும் முன் ஒருமுறைக்கு இருமுறை யோசிக்கிறார்கள்

இள வயதிலிருந்தே காவல்துறையின் துன்புறுத்தலுக்கு ஆளான அவளது சகோதரர்கள் சார்பாக ஷிர்லியும் நீண்டகாலம் கோபத்தில் இருந்திருக்கிறாள்

அனைத்து கருப்பின ஆண்களும் இதைக் கையாளக் கற்றுக்கொள்ள வேண்டும், எல்லாக் கருப்பின ஆண்களும் உறுதியானவர்களாக ஆக வேண்டும்

காவல்துறை ஒருவரைக் கொல்லும்போது அல்லது அடிக்கும்போது, அவர்களே அதை விசாரிக்க அனுமதிக்கப்படுகிறார்கள், குற்றம் செய்தவர் விடுவிக்கப்படுகிறார்

வாராவாரம் லென்னாக்ஸுடன் சென்ற உடன்போக்கு அவர்களது இறுதி ஆண்டில் இணைந்து வாழும் நிலைக்கு உயர்ந்தது; பட்டம் பெற்றதும் அவர்கள் ஒன்றாக இலண்டனுக்குக் குடிபெயர்ந்தனர்

மிஸ் ஷிர்லி கோல்மன் இறுதியாக மிஸஸ் ஷிர்லி கிங் ஆனாள்

சனிக்கிழமை மாலைகளில் அவர்கள் திரையரங்குக்குச் செல்லவோ, நள்ளிரவில் ஒரு விருந்து அல்லது இரவு விடுதிக்குச் சென்று ஆரம்ப மணிநேரம் முதல் காதலர்களின் ராக், ரெகே, சோல், ஃபங்க் இசைவரை நடனமாடினர்

அத்தியாவசியப் பொருட்கள் தள்ளுபடி விலையில் வரும்போது அவர்கள் ஆண்டுக்கு இருமுறை பொருட்களை வாங்கினர், இரண்டு வாரங்களுக்கு ஒருமுறை பல்கலைக்கழகத்தில் உடன் படித்த தோழிகளைச் சந்தித்து வந்தாள்

அவளது நெருங்கிய தோழி, அம்மா, இந்த ஏற்பாட்டில் வருவதில்லை

நியூ கிராஸ் பெண்கள் இலக்கணப் பள்ளியில் அவர்கள் தோழியராயினர்

இது அவர்களுக்கு பெக்ஹாமின் பின் தங்கிய பகுதியைக் காட்டிலும் பிளாக்ஹீத்தின் உயர் வகுப்புகளுக்கும் கிரீன்விச், பிராக்லி மற்றும் டெலிகிராஃப் ஹில்லின் செல்வாக்கான இடங்களுக்கும் வழி ஏற்படுத்தித் தந்தது

பதினோரு வயதுகளில் அந்த ஆண்டில் இருந்த ஒரே கருப்பினப் பெண்களாக, அதனாலேயே கவனம் ஈர்க்கக்கூடியவர்களாகவும் தனித்து இருந்தனர்

இருவரில் அம்மா அதிகக் கூச்ச சுபாவி, ஷிர்லி அவளைப் பாதுகாப்பவளாக உணர்ந்தாள்; அம்மாவின் பெற்றோர் கல்வியறிவுள்ள சமதர்மவாதிகளாக இருந்தனர் (அவளுடைய பெற்றோர் படித்தவர்களோ அரசியல் ஈடுபாடுடையவர்களோ அல்ல), அவர்களது பதின்பருவத்தில் உள்ளூர் இளையோர் திரையரங்கத்தில் ஈடுபாடு கொண்டு, நம்பிக்கை ஏற்பட்டு வழக்கத்திற்கு மாறான, அமைப்புக்கு எதிரான பாதையில் செல்லத் தொடங்கினாள்

ஷிர்லிக்கு பதினாறு வயதிருக்கையில் அம்மா அல்லியாக உருவானாள்

அது ஆரம்பத்தில் அருவருப்பாக இருந்தது

அவர்களது நட்புக்கு துரோகம் இழைத்துவிட்டதுபோல, இருந்தாலும் ஷிர்லி ஒருபோதும் அவளது உண்மையான உணர்ச்சிகளை வெளிக்காட்டிக் கொண்டதில்லை, காரணம் அவள் அம்மாவைக் காயப்படுத்த விரும்பாததுதான்

நற்பேறாக, அம்மா ஆண்களின் உள்ளாடைகளை அணியத் தொடங்கவோ அல்லது குளிக்கையில் வகுப்புத் தோழிகளிடம் சில்மிஷம் செய்யவோ அல்லது ஷிர்லியிடம் அத்தகைய நோக்குடன் அணுகவோ இல்லை, அவள் தோழியுடன் இருக்கையில் அவளது உடல் குறித்த தன்னுணர்வு ஏற்படத் தொடங்கியது, இவள் அவள் வீட்டுக்கோ அவள் இவள் வீட்டுக்கோ சென்று தங்கிய சமயங்களில் படுக்கையைப்

பகிர்ந்துகொண்டது சிறிது காலத்துக்கு விழிப்புடன் இருக்கச் செய்தது

விரைவிலேயே அம்மாவுக்கு அவள்மீது ஈடுபாடு இல்லாதவரை (அதற்கான அறிகுறி எதுவும் தெரியவில்லை), அவள் யாரிடமும் சொல்லாதவரை, ஷிர்லியின் நற்பெயருக்கு ஒரு அல்லியின் தோழி என்ற களங்கம் ஏற்படாதவரை ஒரு மாதிரி ஏற்றுக்கொள்ள வேண்டியதுதான் என்ற முடிவுக்கு வந்தாள்

அதற்கு வாய்ப்பில்லை

அம்மா பள்ளிப்படிப்பை முடித்தபோது என்னவோ பெருமைப்படக்கூடிய ஒன்றைச் சொல்வதுபோல கூரைமேல் நின்று அதைக் கூவத் தொடங்கிவிட்டாள்

தன் ஒட்டுமொத்த வாழ்வின் நோக்கமே அவள் எதிர்த்த வேரூன்றிப் போயிருந்த பழமைவாதத்துக்கு எதிராக நின்று அதைச் சுக்குநூறாக உடைப்பதாக இருந்தது

அதற்குச் சாத்தியமே இல்லை, அப்படியென்றால் எதற்கு இதெல்லாம்?

ஷிர்லி இப்படியொரு அடையாளத்தைச் சுமக்கும் தோழியைச் சகித்துக் கொள்ள வேண்டும் அல்லது ஒரு நட்பை இழக்க வேண்டும், அவள் வாழ்வில் அம்மா இல்லாமல் போய்விடுவாள்

அவள் அம்மாவை நேசித்தாள்

ஒரு நண்பியாக

அத்துடன்

ஷிர்லி புதியவர்களை அதிகம் சந்திப்பதில்லை, அவளது சமூக வட்டங்களாக பல்கலைக்கழகமும் சக ஆசிரியர்களும்தான், கலையுலகில் அம்மா தினந்தோறும் புதிய நண்பர்களை ஏற்படுத்திக் கொள்கிறாள், அவர்களும் ஷிர்லியின் நண்பர்களாயினர், ஒருவகையில்

பெரும்பாலும் உவகையர், அவளால் அதைப் புரிந்துகொள்ளவோ பிடிக்கவோ செய்யவில்லை என்றாலும், அவர்களது வழக்கத்துக்கு

மாறான ஆர்வமே அவர்கள் துணையை இரசிக்கப் போதுமானதாய் இருந்தது

அவர்கள் அவளுடன் நல்லபடி நடந்துகொள்ளும்வரை, பெரும்பாலானோர் நல்லபடியாகத்தான் நடந்துகொள்கின்றனர்

அவர்கள் வசீகரிக்கக்கூடியவர்களாக, கலைத்திறனோட என்னோட ரொம்ப முறைசார்ந்த பொறுப்புமிக்க இருத்தலுக்கு முற்றிலும் முரணானவர்கள் என்று லென்னாக்ஸிடம் கூறுகிறாள்

அவள் ரொம்பவே பகுப்பாய்வு செய்வதாக அவன் குற்றம் சாட்டுகிறான்

லென்னாக்ஸுக்கும் அம்மாவுக்கும் ஒருவர் மீது ஒருவருக்கு பிரியமும் அபிமானமும் இருந்தது, அவள் குணம் சரியானது என்று அவன் நினைக்கிறான், இது ஷிர்லியை தான் அப்படியில்லை என்று உணரச் செய்கிறது

அவளிருக்கும்போது அவன் மேலும் உயிர்ப்புள்ளவனாக, விளையாட்டுத்தனமாக, மேலும் நகைச்சுவையுணர் வுடையவனாய், நட்பு பாராட்டுபவனாய் ஆகிறான்

ஷிர்லி ரொம்பவே நல்லொழுக்கமுடையவளாய் இருப்பதாக அவர்கள் சீண்டுகிறார்கள் (என்னவோ லென்னாக்ஸ் அப்படி இல்லாதது மாதிரி), அம்மாவின் பாலின நடத்தை குறித்து அவன் கண்டுகொண்டதுமில்லை, அவன் சொன்னபடி அவனுடைய பெரிய அத்தை மிர்ட்டலுக்கும் இரகசியமாய் ஓரினச் சார்பு உண்டு

அவள் பல ஆண்டுகள் அவளது சிறப்புத் தோழி கேப்ரியலுடன் வசித்துவந்தாள், அவள் இறந்த பின்பும் படுக்கையை ஒட்டியிருக்கும் மேசை மீது அவளது புகைப்படத்தை வைத்திருக்கிறாள்

குழந்தையாக இருக்கையில் அலமாரியில் ஒரு பெட்டி இருந்தது அவனுக்கு ஞாபகம் இருக்கிறது, அதை இரகசியமாய் நோண்டிக் கொண்டிருந்தபோது, அதில் பெரிய அத்தை மிர்ட்டல், முப்பது வயதுகளில் இருந்த கேப்ரியல் புகைப்படங்கள் இருந்தன - ஒற்றைக்கண் கண்ணாடியும் சிறிய கழுத்துப் பட்டையும் குதிரையேற்றத்தின்போது அணியும் சட்டையும் தொளதொளப்பான காற்சராயுமாய் சுருட்டு புகைத்தபடி

அவர்கள் ஏதோ ஆடை அணிகலன் அணிந்துசெல்லும் விருந்தில் எடுத்திருக்கலாம் என நினைத்தான்

பெரிய அத்தை மிர்ட்டல் நிராகரிக்கப்படுவோமோ என்ற அச்சமின்றி இருந்திருந்தால் நன்றாயிருந்திருக்குமென்று நினைக்கிறான், அவன் இங்கிலாந்துக்குத் திரும்பிய சிறிது காலத்திலேயே அவள் இறந்துவிட்டாள், அவள் இப்போது உயிரோடு இருந்திருந்தால், அவன் அவளைப் பார்க்கச் சென்று உண்மையை அவள் வாயிலிருந்தே வரவழைத்திருப்பான், தான் இதை ஏற்றுக்கொள்வதாக, அதுதான் சரியான வார்த்தை எனில், அவ்வாறு சொல்வான்

ஷிர்லிக்கு அவனோடு ஒத்துப்போக முடியாவிட்டாலும் அவனது திறந்த மனப்பான்மை பிடித்திருக்கிறது

அவள் பிற்போக்கானவள் அல்லது ஓரினச் சேர்க்கைக்கு எதிரானவள் என்றோ அர்த்தமில்லை, இயற்கையாக உணராத ஒன்றின்மீது ஏற்படும் உணர்வின் எதிர்வினை

அவள் அதை எதிர்ப்பதை நியாயப்படுத்த முயன்றாலும் கூட.

4

காலப்போக்கில் ஷிர்லி அனுபவம் வாய்ந்த பள்ளி ஆசிரியையாக ஆகிவிட்டாள், பிள்ளைகளுக்குச் சமமான வாய்ப்பை வழங்கும் கொள்கையில் தொடர்ந்து உறுதியோடிருந்தாள்

வகுப்பில் அதிகளவு குழந்தைகளுடன் வளப் பாற்றாக்குறையுடன் வீட்டுப்பாடத்தில் பிள்ளைகளுக்கு எப்படி உதவுவது என்று எதுவும் அறியாத பெற்றோருடன் என மற்ற எல்லாமே அவர்களுக்கு எதிராய் இருப்பதை உணர்ந்தாள்

பெற்றோர்கள் பள்ளிப்படிப்பைப் பாதியில் நிறுத்திவிட்டு தொழிற்சாலையில் வேலைக்குச் சென்றவர்களாகவோ அல்லது தொழில் செய்பவர்களாகவோ அல்லது சிறுவயதில் சீர்திருத்தப் பள்ளிக்கு அனுப்பப்பட்டவர்களாகவோ இருந்தனர்

வந்தோமா போனோமா என்றிருக்கும் மற்ற ஆசிரியர்களைப் போன்றவள் இல்லை அவள், அவள் லென்னாக்ஸிடம் அடிக்கடி

புகார் செய்வதுபோல, இந்தக் கருமம் பிடித்த வேலையில் இருக்க மாணவர்கள்தான் காரணம் என்பதற்கு மாறாக என்னவோ அவர்கள் ஒரு தொந்தரவு என்பதுபோல, முடிந்த அளவு குறைவாக வேலை செய்துகொண்டு வெளிப்படையாகவே மாணவர்களை நிந்திப்பார்கள்

தாட்சர் அரசாங்கம் தனது கல்விக்கான முக்கியத் திட்டத்தை அமல்படுத்தத் துவங்கியபோது நிலைமை மோசத்திலிருந்து படுமோசமாகியது

இந்தத் திடீர் மாற்றங்களை ஏற்கமுடியாமல் சம்பளக் குளறுபடி பிரச்சினைகள் காரணமாக மூன்றுநாள் வேலைநிறுத்தம் நடைபெற்றது

மக்கள் அவர்களிடம் பொறுமையை இழந்தபோது *சர்வாதிகார அரசு* அதைப் பயன்படுத்திக் கொண்டு அச்சுறுத்தப்பட்டு வந்த தேசியப் பாடத்திட்டத்தை கட்டாய அமலாக்கம் செய்தது, இந்தப் பாடத்திட்டப்படி மிகச்சிறந்த விளைவுகளை ஏற்படுத்தி வந்த அவளுடைய சொந்த கற்பிக்கும் சுதந்திரங்கள் தடைசெய்யப்பட்டன

ரொம்ப நன்றி

இப்படியொரு முறைப்படுத்தப்பட்ட பாடத்திட்டத்தை யொட்டியே அனைவரும் கற்பிக்க வேண்டிவந்த நிலையில், அதைத் தீவிரப்படுத்தும் விதமாக கணினிமயமாக்கப்பட்ட தரவு உள்ளீடு, படிவம் நிரப்பல், புள்ளிவிபரங்கள், ஆய்வுகள் மற்றும் விவாதிக்க எதுவும் இல்லை என்றாலும்கூட *வாரம் இருமுறை பள்ளி முடிந்தபின் அர்த்தமற்ற கட்டாய அலுவலர் சந்திப்புகள்* என்றானது

பின்னர் கெஸ்டாபோ[3] தலைமைச் செயலகத்திலிருந்து திணிக்கப்பட்ட பாடத் திட்டங்கள், இந்தக் கல்வியமைப்பு குறித்து விரிந்துகொண்டே செல்லும் ஷிர்லியின் ஒவ்வாமைகளில் ஒரு புதிய இழிசொல்: தேசியப் பாடத்திட்டம்! தரவரிசைகள்! பாடத் திட்டமிடல்கள்!

---

3. கெஸ்டாபோ (Gestapo) என்பது 1933 முதல் 1945 வரை செயல்பட்ட நாசிக்களின் இரகசியக் காவல் அமைப்பு – மொ–பெ.

இவை எல்லாமாகச் சேர்ந்து உயிருள்ள, சுவாசிக்கும் ஒவ்வொரு குழந்தைக்கும் என்றிருந்த வகுப்பறையின் நெகிழ்வான தேவைகளுக்கு ஏற்ற விதத்தில் செயல்பட இடமின்றிச் செய்தது

அதன்பின் அவளால் தன் விருப்பம்போல பள்ளி அறிக்கைகளை எழுதமுடியவில்லை, அது அவளுக்கு மெய்யாகவே பிடித்தமான ஒன்று, தனது மாணவர்களின் முன்னேற்றம் குறித்துக் கருத்துத் தெரிவிப்பது, பெற்றோர்களுக்கு அவர்களது பிள்ளைகளைக் கவனித்துக் கொள்கிறாள் எனத் தெரியப்படுத்துவது

அதற்குப் பதில் பொதுவான அறிக்கைகளின் சரிபார்ப்புப் பட்டியலில் அவள் சரிபார்ப்புக் குறி மட்டுமே இட வேண்டியிருந்தது

உதாரணமாக குழந்தைகளை நேராக அமர்ந்து கவனம் செலுத்தி மெதுவாக எழுத ஊக்குவித்ததால், அவர்களின் எழுத்து தெளிவானதாகவும் அதனால் அதிக தரம் வாய்ந்ததாகவும் ஆகிறது, ஆனால் இந்தப் பட்டியலில் அவளால் ஒரு குழந்தையின் கையெழுத்து மேம்பட்டுள்ளதா எனச் சொல்ல முடியவில்லை

அல்லது ஒரு குழந்தை வகுப்பில் சேட்டை செய்து இடையூறு விளைவிப்பதாக இல்லாமல் அவர்களது குறும்புத்தனத்தை அவளது ஆலோசனைப்படி ஒரு நாடகக் குழுவுக்குள் புகுத்தி பள்ளியின் தயாரிப்பில் வெளியான *ஸ்நோ ஒயிட் அண்டு தி செவன் டுவார்ஃபேப்ஸ்* நாடகத்தில் ஜொலிக்க வைத்ததையும் சொல்ல முடியவில்லை

அதற்கு முதலில் அப்படியொரு கேள்வி இருக்கவேண்டும்

அது ஒருபோதும் நடக்கவில்லை

பின்னர் ஒவ்வொரு குழந்தையும் ஒவ்வோர் ஆண்டும் வகுப்புப்பாடத்தில் அல்லது வீட்டுப்பாடத்திலிருந்து நேர்த்தியான கையெழுத்தில் எழுதிய சிறந்த பணிக்கான ஒரு அடைவைத் தயார்செய்யும்படி கெஸ்டாபோ வலியுறுத்தியது, இதற்கு மதிப்புமிக்க கற்பித்தல் நேரம் அதிகம் செலவானதுடன் பிள்ளைகள் முடிவிலா அழுத்தத்திற்கு ஆளானார்கள், பெற்றோர் அல்லது குழந்தையின் புதிய பள்ளி கேட்டால் காட்டுவதற்காக இதை ஒரு கோப்பில் வைத்திருக்க வேண்டும்

என்ன நடந்தது தெரியுமா?

ஒரு நாதியும் அதைக் கேட்டதில்லை

அவள் யார்?

அதிகாரத்தின் பைத்தியக்கார எந்திரத்தின் ஒரு பல் சக்கரம்

ஷிர்லி காலையில் பள்ளிக்குச் செல்லும்போது

அதற்கு முன்பாகவே கைதிகள் நடைபாதையில், பள்ளி நுழைவாயிலில் குழுமிக் கூச்சலும் குழப்பமுமாய் இருக்க அது ஓர் ஒத்திசைவான சூழலைச் சுத்தமாக அழித்துவிட்டது

அந்தப் பயங்கரம் அச்சுறுத்தும் அளவுக்கு ஒரு கனத்த கல்லாய் அவள் வயிற்றில்

பீதியைக் கிளப்பியது

எண்பதுகள் வரலாறாகிப்போய் தொண்ணூறுகள் தீர்வுகளைக் காட்டிலும் மேலும் பிரச்சினைகளை உள்ளே கொண்டுவரத் துடித்துக் கொண்டிருந்தது

மேலும் குழந்தைகள் சமாளிக்கமுடியாத குடும்பங்களிலிருந்து வருகிறார்கள்

மேலும் வேலையின்மை, வறுமை, போதைப்பழக்கம்,
வீட்டில் குடும்ப வன்முறை

மேலும் 'உள்ளே' இருக்கும் அல்லது இருக்க
வேண்டிய பெற்றோரின் குழந்தைகள்

மேலும் இலவச மதியவுணவு தேவையான குழந்தைகள்

மேலும் சமூக சேவைப் பதிவேடு அல்லது
வளையத்தில் வரும் குழந்தைகள்

மேலும் காட்டுமிராண்டித்தனமான பிள்ளைகள் -
(அவள் ஒன்றும் விலங்குகளைப்
பழக்குபவள் இல்லை)

புத்தாயிரம் பிறந்த சமயம், வழக்கமான நேரடி ஆய்வுகளின்போது காண்டாமிருகங்களின் குடலையே பிடுங்கியெடுக்கும் அளவுக்கு பெரிய கத்திகள் பள்ளிக்கூடப் பைகளில் கண்டெடுக்கப்பட்டன

துப்பாக்கிகள் சாக்குகளில் மறைத்து வைக்கப்பட்டிருந்தன

கூலிப்படைக்கு ஆளெடுக்கும் முகமைகள் அல்லது அது போன்றவர்கள் பள்ளி நுழைவாயிலுக்கு வெளியே சுற்றித் திரிந்தனர்

பள்ளி மைதானங்களில் தின்பண்டங்கள் விற்ற கடை மாற்றப்பட்டு போதைப்பொருள் சந்தை செழிக்கத் தொடங்கியது

பெண்பிள்ளைகள் மீது பாலியல் வன்முறை அதிகரித்தது, நிறைய பெண்பிள்ளைகள் குழந்தைப் பருவத்தைத் தாண்டியிருக்காத நிலையில் தாய்மார்கள் ஆனார்கள்

நுழைவாயிலில் உலோகங்காணி நிறுவப்பட்டு பாதுகாவலர்கள் நிறுத்தப்பட்டனர், அனைத்துக் கதவுகளுக்கும் கடவுச்சொற்கள் அறிமுகப்படுத்தப்பட்டு தாழ்வாரங்களில் கண்காணிப்பு ஒளிப்படக் கருவிகள் தோன்றின

ஒவ்வொரு பட்டம் பெறும் வகுப்புக்கும் அவர்களை மேற்படிப்புக்குச் செல்ல ஊக்குவிப்பதற்கு மாறாக, சிறையிலிருக்கும் அவர்களின் குடும்பத்தைச் சென்று பார்க்கும்படி ஆலோசனை வழங்க எழும் உந்துதலை அடக்கிக்கொண்டாள்

குறிப்பாக அடித்தட்டில் இருப்பவர்கள், வெறிகொண்டவர்கள், நுண்ணறிவு ஈவு (IQ) 70க்கும் கீழே உள்ளவர்கள் (இன மேம்பாட்டியல்? ரொம்பப் பிடிக்கும்!), தொடர் கொலை செய்யக்கூடியவர்கள் மற்றும் பிற சித்தம் பிறழ்ந்தவர்கள் இவர்கள் எல்லாம் அவள் வகுப்புகளில் பின்னிருக்கைகளில் அமர்ந்துகொண்டு போடும் இரைச்சலில் அவள் பேசுவது கேட்பதற்காக அந்த இரைச்சலையும் தாண்டி அவள் கத்த வேண்டியிருந்தது

ஒருகாலத்தில் வகுப்பை நிகரற்ற கட்டுப்பாட்டுக்குள் வைத்திருந்தவள், இளநிலை ஆசிரியர்களுக்கு அமைதியான அதிகாரத்தை விளைவிக்கும் கலையில் வழிகாட்டியாகத் திகழ்ந்தவள்

முன்னேயெல்லாம் அவள் வார்த்தை வகுப்பில் வேத வாக்காக இருந்தது, இப்போது பிள்ளைகள் அவளிடம் வம்பு வைத்துக் கொண்டால், அவளும் பதிலடி கொடுக்கிறாள்

உன்னோட நடத்தையினால, ஒட்டுமொத்த வகுப்பும் பள்ளிக்கூடம் முடிஞ்ச பிறகும் இருக்கவேண்டியதாப் போச்சு பார்

இப்போது 'A வகையைச்' சேர்ந்த ஆபத்தான ஒருவன் வாகன நிறுத்துமிட அரண்களை இருளடர்ந்த குளிர்காலப் பின்மதியத்தில் அவள் தனியாக நடந்து கடக்கும்போது அவளைக் கத்தியால் குத்தவோ அல்லது துப்பாக்கியால் சுடவோ கூடுமென்று பயந்தாள்

இவை எல்லாவற்றையும்விட மோசம் 11ஆம் வகுப்பில் பள்ளியில் நிச்சயம் ஆயுள்தண்டனை கைதியாகிவிடுவான் என்று மிகவும் எதிர்பார்க்கப்படும் ஜானி ரான்சன், வகுப்பில் இடைஞ்சல் செய்வதற்காக அவள் அவனைக் கோபத்துடன் திட்டும்போதெல்லாம் அவள் கட்டளையின் மதிப்பைக் குறைப்பதையே முழு நோக்கமாகக் கொண்டிருப்பவன்

ஒருமுறை தொடையிடுக்கைத் தேய்த்து விட்டுக்கொண்டான், இதனால் காற்சராய்க்குள் அவன் ஆண்குறி எழுந்து நின்றது

இது அவன் மீது அவள் வைக்கும் புகார்

ஆதாரமில்லை, சாட்சியில்லை

அந்தச் சின்னத் தேவடியாப் பயல்

பள்ளிக்கூடம் பணிமனையாக இருந்த காலத்துக்கு மட்டும் அவளால் இந்தத் தறுதலைகளை அனுப்ப முடிந்தால், ஒன்றிரண்டு நாட்கள் சாலைபோடக் கல்லுடைக்க வைப்பாள் அல்லது உரம் தயாரிக்க எலும்பு அரைக்கச் செய்வாள்

ரொட்டிக்கும் கஞ்சிக்கும் அடிமைத் தொழிலாளர்களாக நாளுக்கு பன்னிரெண்டு மணிநேரம் வேலை பார்க்கச் செய்து, போர்வையில்லாமல் கட்டாந்தரையில் படுக்கச் செய்ய வேண்டும்

சீர்திருத்தவாதிகள் மற்றும் போராட்டக்காரர்கள், தொழிற்சங்கவாதிகள் மற்றும் மதகுருமார்கள், சான்றோர்கள், எழுத்தாளர்கள், பாராளுமன்றத்தில் அரசியல்வாதிகள் மற்றும் சட்டமியற்றுவோரின் தலைமுறைகள் எப்படி கல்வி வாயிலாக தங்களைச் சிறந்தவர்களாக உருவாக்கிக் கொள்ளும் தங்கள் உரிமைக்காகப் போராடினார்கள் என்று அவள் பலமுறை அவர்களிடம் சொல்லியிருக்கிறாள்

திரும்பத் திரும்பச் சொல்வதில் அலுத்துப்போகும்வரை அவள் அவர்களிடம் சொல்லியிருக்கிறாள்

அது

அவர்கள்

மண்டையில்

ஏறவேயில்லை

அத்துடன், பல பத்தாண்டுகளாக வாரத்தின் ஐந்து இரவுகளுக்கு அர்ப்பணிப்புடன் வீட்டுப்பாடங்களைக் குறித்துக் கொடுத்து வந்த வேலை, இப்போது வேப்பங்காயாய்க் கசந்தது

வகுப்பறையில் அவள் வாழ்வையே நரகமாக்கும் பெரும்பாலும் அரைகுறையாக எழுதத் தெரிந்தவர்கள் எழுதிய குப்பைகள் எல்லாம் அவள் மேசையில் குவிந்துகொண்டே சென்றது

கலவையான திறன்கொண்டவர்களின் வகுப்பறையா? ஒரு காலத்தில் அவள் அங்கீகரித்ததை யோசித்துப் பார்த்தால், அது தரத்தை உயர்த்துவதற்குப் பதில், குறைக்கத்தான் செய்தது

இந்த விசயத்தில் அவளும் பெனிலோப் ஹாலிஃபேக்ஸுூம் ஒத்துப்போனார்கள்

இதில் வினோதமான விசயம், ஒருவரையொருவர் பல ஆண்டுகள் தவிர்த்து வந்தபின், இப்போது ஆதிக்கத்தில் இருக்கும் புதிய ஆசிரியர் கூட்டம் அவர்களைக் கண்டுகொள்ளாததால் அவர்கள் இணைந்து கொண்டனர்

அலுவலர் அறையில் அவர்கள் ஒன்றாக அமர்ந்திருக்க வெவ்வேறு இனங்களைச் சேர்ந்த இளைய வயதுடையோர் அறையில் நிறைந்திருப்பர், அவர்கள் இருவரையும் ஏதோ சம்பந்தமில்லா பழம்பொருட்களைப் போலப் புறக்கணிப்பார்கள்

இத்தனைக்கும் பென்னிக்கு ஷிர்லியைவிட கணிசமாக வயது அதிகம்

குறிப்பாக ஒவ்வொரு பருவத்தின் தொடக்கத்திலும் தங்கள் முனைவர் பட்டத்துடன் 'ஆக்கக் கோட்பாட்டாளரின்' கற்பித்தல் கோட்பாடுகளில் நம்பிக்கையுடன் புதிதாக கோதாவில் குதிக்கும் இளம் பட்டதாரிகளை அவர்கள் வெறுத்தனர்

வெறும் ஏட்டுச் சுரைக்காய்கள் - உதவாக்கரைகள்

உதவாக்கரைகள்- உதவாக்கரைகள்- உதவாக்கரைகள், அவளும் பென்னியும் ஒருவருக்கொருவர் இரகசியமாய் முணுமுணுத்துக் கொள்வார்கள், காலப்போக்கில் புதியவர்கள் வேலையை விட்டுச் செல்லும்போதோ அல்லது யதார்த்தத்தைப் புரிந்துகொள்ளத் தொடங்கும்போதோ அற்ப சந்தோசமடைந்தனர்

எடுப்பான மெலிந்த தேகத்துடன் இருபத்தோரு வயது புதிய ஆசிரியை ஒருத்தி நவீன மோஸ்தரில் வந்திறங்கி எலாஸ்டிக் வைத்த காற்சராய்களை அணிந்து உலாவுவதைக் காண அவர்களுக்குப் பிடித்திருந்தது

சோதில கலந்துடு, தங்கம்! பென்னி ஷிர்லியிடம் கிசுகிசுத்தாள், சக ஆசிரியர்களின் குறுகுறுப் பார்வைகளைப் பொருட்படுத்தாமல் விழுந்து விழுந்து சிரித்தார்கள்

இந்த இரு புராதனச் சின்னங்களும் அப்படி என்ன வேடிக்கையைக் கண்டுவிட்டார்கள் என்ற ஆச்சரியம்

ஷிர்லியும் பென்னியும் தங்கள் சாண்ட்விச்சுகளோடு அங்கே அமர்ந்து கற்பித்தல் அதீத அதிகாரமயமாக்கப்படாத, பிள்ளைகள் பிராந்தியப் போர்களில் ஒருவரையொருவர் கொலைசெய்யாத பழங்காலத்தைப் பற்றியும் முணுமுணுத்துக் கொண்டிருந்தனர்

பெனிலோப் பணி ஓய்வு பெற்றபோது அவளோடு மிகச்சிறந்த நட்பும் போய்விட்டது

ஷிர்லி தனியார் துறைக்குச் சென்றுவிட விரும்பினாள், பண்பட்ட நடுத்தர வகுப்புப் பெண்பிள்ளைகள் நிறைந்த (பதிமூன்று வயதுக்குக் கீழ் இருந்தால் நல்லது), தயவுசெய்து என்றும் நன்றி என்றும் சொல்லத் தெரிந்த, ஆசிரியரின் மோசமான புத்தகங்களைக் காட்டிலும் அதிகம் தெரிந்திருக்கும் பெண்களுக்கான பள்ளிக்கூடம்

ஆசிரியர் மனம் கோணாமல் நடந்துகொள்பவர்களை அவள் விரும்பினாள் என்பதுதான் உண்மை

துப்பாக்கியைத் தூக்கித் திரியாமல், மெல்லற்பசையை மென்றுகொண்டிருக்காமல், கொகேய்ன் உறிஞ்சாமல், வயிற்றில் சுமையேற்றிக் கொண்டு நிற்காமல், காட்டுமிராண்டித்தனமான கூலிப்படை குண்டர்களாக இல்லாமல்

வீட்டுப்பாடத்தில் பெற்றோர் அதிகம் 'உதவக்கூடிய' பெண் பிள்ளைகளை, இள வயதில் மேதைகளாக விளங்குபவர்களை அவள் எதிர்பார்த்தாள், அவளும் லென்னாக்ஸும் தங்கள் இரு பெண் பிள்ளைகளுக்கு இதைச் செய்து வந்ததுடன் இந்த மிகப்பெரிய நடுத்தர வகுப்பினர் மோசடியில்தான் ஈடுபட்டிருந்தனர்

இப்போது அவள் இப்படித்தான் இருக்கிறாள், நடுத்தர வர்க்கத்தைச் சேர்ந்தவளாக

அவ்வாறாயின், நடுத்தர வர்க்கம் ஓங்குக!

இதில் மனதைத் தொந்தரவு செய்யும் விசயம், அனைத்துக் குழந்தைகளுக்கும் பள்ளிக்கல்வி இலவசமாக்கிய சிரமப்பட்டுப் பெற்ற கல்விச்சட்டம் 1944 தான் பல்கலைக்கழகத்தில் அவள் எடுத்துக்கொண்ட ஆய்வுக்கட்டுரையின் பொருளாக இருந்தது

நிலைமை மிகவும் சிக்கலானபோது அவளால் தனது கொள்கையை விட்டுக்கொடுக்க முடியவில்லை

கட்டணம் வசூலிக்கும் தனியார் பள்ளிகளுக்கு ஓடிப்போய் பிறகு திரும்பிவந்து அவர்களது நிகரற்ற ஆய்வறிக்கைகள் குறித்தும் தனியார் பள்ளி தரவரிசைகளில் தலை கிறங்கச் செய்யும் பதவிகள் குறித்தும் பீற்றிக்கொள்ளும் அவள் சக ஆசிரியர்களைப் போலில்லை அவள்

பாடத்திட்டத்தைச் சாராத உயர்தட்டு வர்க்கப் பிள்ளைகளுக்கான கூடுதல் செயல்பாடுகள், லாக்ரோஸ், ரக்பி, ஸ்குவாஷ் அணிகள் உள்ள பள்ளிகள்

ஒலிம்பிக் அளவுள்ள நீச்சல் குளங்களுடன் ஒலிம்பிக் பயிற்சி பெற்ற பயிற்சியாளர்களுடன் முழு வசதி கொண்ட அரங்கங்களுடன்

இமயமலை, பைரனீஸ், சிலி, 'கடல் வாழ்க்கை ஆய்வுக்காக' (கதை விடாதீங்கடா டேய்) ஏன் மாலத்தீவுகளுக்குக்கூட பள்ளிச் சுற்றுலாக்கள் எனச் சென்றுவந்தார்கள்

பதின்பருவத்தினரின் வியர்வை நாற்றத்துக்கும், சிறுநீர்க் கழிப்பிடக் கசிவுக்கும், தொண்டையையும் கண்ணையும் எரிக்கும் தொழிற்சாலை தொற்று நீக்கி வீச்சத்துக்கும் (சுகாதாரம் & இழவெடுத்த பாதுகாப்புக்காக!) மாறாக பைன் மர அறைகலனின்

பாலீஷ் வாசமுள்ள அழகான கட்டடத்தில் கற்றுக்கொடுக்கும் ஆனந்தம் குறித்துப் பீற்றிக் கொண்டார்கள்

நல்லவேளை, கடவுளே, அவர்கள் இலண்டனிலேயே மிக மோசமான பள்ளியிலிருந்து தப்பித்துக் கொண்டார்கள், கண்ணோடு கண் பார்த்து பரிசுத்தமான இரக்கத்தை உமிழ்ந்தபடி அவர்கள் சொல்வார்கள்

அப்ப நீ எப்ப இந்தக் குப்பையிலிருந்து வெளியேறப் போறே, ஷிர்லி?

சிறப்பாகச் செயல்படும் மாநிலப் பள்ளிக்கு விண்ணப்பிப்பது குறித்து அவள் யோசிக்கவில்லை, மறுநாள் உயர்நிலைப் பள்ளியில் மாணவர் கூடுமிடத்தில் ஒட்டுமொத்த மாணவர்களையும் கொன்று குவிப்பதுபோல அப்படியொரு அழகான கனவு கண்டாள் (கவலைப்படும்விதமாக, அது கெட்ட கனவாக இருக்கவில்லை), பிறகு வளைந்த காலுடன் கருப்பினப் பெண் கிளிண்ட் ஈஸ்ட்வுட் போல எந்திரத் துப்பாக்கி மண்ணில் புழுதியைக் கிளப்ப நடந்து செல்கிறாள்

இருந்தாலும் அவளது வாசிப்பறையில் ஒரு விண்ணப்பப் படிவத்துடன் ஓரிரவில் அமர்ந்தபோது, அவளது பெயரைக்கூட அவளால் நிரப்ப முடியவில்லை

ஷிர்லி கிங்

ஓர் அந்நியர் குழுவினால் நேர்காணல் செய்யப்படுவதையும் அவளது அறிவுத்திறன், திறமைகள், கற்பிக்கும் தத்துவம் (இந்த நாட்களில் ஒவ்வொருத்தருக்கும் ஒன்று தேவையாய் இருக்கிறது), அவள் ஆளுமை (ஹா ஹா ஹா), அவள் உடை, உடல்மொழி, தோற்றம் (என்ன தோற்றம்?) ஆகியவற்றை நுணுக்கி ஆராய்வதை நினைத்துப் பார்க்கிறாள்

அவர்களின் நிராகரிப்புக் கடிதங்களைக் கற்பனை செய்து பார்த்தாள்

'அன்புள்ள மிஸஸ் கிங்,

இந்தப் பதவிக்கு எங்களிடம் மிகவும் வலுவான விண்ணப்ப தாரர்கள் உள்ளனர் என்பதால் கெடுபேறாக உங்களைவிட

வயதில் இளமையான, அழகான, மெலிந்த தேகம் கொண்ட, குறைந்த அனுபவமுள்ள, அதிக உற்சாகமுள்ள, எளிதில் ஏமாறக்கூடிய, எளிதில் வசப்படக்கூடிய ஒருவருக்கு இப்பதவியை வழங்கத் தீர்மானித்துள்ளோம்

உங்களைப் போன்ற கிழட்டுச் சுமை கழுதைகள் எல்லாம் இனி புல் மேயப் போவதே நல்லது!

தங்கள் மிகவும் உண்மையுள்ள'

*

அவள் விரும்பியது, அடைந்தது எவையும் அவளை நிராகரிப்புக்குத் தயார்படுத்தவில்லை என்பதை ஷிர்லி உணர்ந்துகொண்டாள்

புத்திக்கூர்மையுள்ள பிள்ளைகள் மட்டுமே பல்கலைக்கழகம் சென்றுகொண்டிருந்த காலத்தில் அவள் சென்றாள்

விண்ணப்பித்த முதல் பள்ளிக்கூடத்திலேயே முதல் ஆசிரியைப் பணி கிடைத்தது, அது கீழாகச் சரியும் முன்பு, இந்தப் பள்ளியை விரும்பியவள்

பெக்ஹாம் ரையில் அந்தப் பகுதியில் விலை குறைந்திருந்த சமயம் குடும்ப வீடொன்றை அவர்கள் வாங்கினார்கள், இப்போது அது விலையும் அதிகம், வீட்டுக்கடனையும் செலுத்தியாகிவிட்டது

மிக இளம் வயதிலேயே அவள் விரும்பிய கணவன் கிடைத்து விட்டான், திருவாளர் சரி-யைக் கண்டுபிடிக்க முடியுமா என்று அவள் ஆண்டுகளைச் செலவழிக்க வேண்டியிருக்கவில்லை

அவர்கள் மாணவர்களாக இருந்தபோதே லென்னாக்ஸ் அவர்கள் வீட்டுக்கு வந்த நிமிடத்திலிருந்தே அவளது பெற்றோருக்கு அவனைப் பிடித்துவிட்டது

முடிந்தவரை அடிக்கடி அவனைக் கூட்டி வருமாறு ஷிர்லியிடம் அவர்கள் கூறினர்

அவள் அம்மா அவன் இருக்கும்போது அவளைக் கண்டுகொள்ளக்கூட இல்லை, முன்னதாக அவளது சகோதரர்களைக் காட்டிலும் அவளது நிலையை உயர்த்திப் பிடித்திருந்த அவளது வரலாற்றுப் பட்டப்படிப்பு அவனது சட்டப் பட்டத்துடன் ஒப்பிட வெளிறிவிட்டது

அவள் அம்மாவின் பார்வையில் லென்னாக்ஸால் ஒருபோதும் தவறிழைக்க முடியாது

அவள் பார்வையிலும்தான், அவர்கள் முதல்முறை சந்தித்தபோது இருந்ததைப் போலவே பொருத்தமான, உற்ற, நம்பகமான கணவனாக இப்போதும் இருக்கிறான்

இப்போதும் அவன்தான் கடைக்குச் சென்று வீட்டுக்குத் தேவையான பொருட்களை வாங்குகிறான், ஆனால் வார இறுதிகளில் மட்டுமே சமைத்தார்கள், வார நாட்களில் பொட்டலங்களாக உணவை வாங்கிச் செல்லவோ அல்லது தயார் உணவுகளையோ எடுத்துக்கொண்டார்கள், வீட்டுவேலைகளைத் துப்புரவாளர் பார்த்துக் கொண்டார்

இப்போதும் நண்பர்களுடன் மதிய உணவுக்கோ அல்லது திரைப்படம் பார்க்கவோ அல்லது காக்டெயில் அருந்தவோ சந்திப்பதுண்டு

லென்னாக்ஸ் வெள்ளிக்கிழமை இரவுகளில் வேலை முடிந்தபிறகு நவீன *கோவண்ட் கார்டன்* மதுவிடுதிக்கு அவனுடைய இளம் சக பணியாளர்களுடன் சென்றுவிட்டு, சிவப்பு ஒயின் வாடையும் சிகரெட் வாடையும் கலந்து வீச, நிலையத்திலிருந்து வீட்டுக்கு வரும் வழியில் கபாப் கொறித்துவிட்டு வாயோரம் எண்ணெய்ப்பசை ஒட்டியிருக்க மகிழ்ச்சியாக, தாமதமாக வீட்டுக்குத் திரும்பி வந்தான்

இப்போதும் அவன் ஒரு வழக்கறிஞர்தான், தனிநபர் காயம் மற்றும் மருத்துவப் புறக்கணிப்பில் சிறப்புப் பெற்றவன், அவன் ஒரு குற்றவியல் பாரிஸ்டர் ஆக ஒருபோதும் முயலவில்லை, அது அதிக அழுத்தம் கொடுக்குமாம் அத்துடன் வருமானமும் குறைவு

அவன் தேர்வு சரியானதே

ஞாயிறு காலைகளில் படுக்கைக்கு அவன் காஃபி எடுத்து வருவான், பிறகு உடலுறவு கொள்வார்கள், அதன்பின் இருவருமாக செய்தித்தாள் வாசிப்பார்கள்

இது ரொம்ப ஆழமான ஒன்றாகியது, ஒருசமயம் காம இச்சையுடன் வீரியத்துடன் முயங்கிய உடலுறவு இப்போது மென்மையான காதலுடன் துய்ப்பதாய் இருந்தது

கிட்டத்தட்ட முப்பதாண்டு காதலுறவுக்குப்பின் இப்போதும் ஒருவர்மேல் ஒருவர் விருப்புடன் இருந்தனர்

அண்மைக் காலமாக அவன் பறவைகளைப் பார்ப்பதை பொழுதுபோக்காக்கிக் கொண்டிருக்கிறான், அவன் மிகவும் நேசித்த சிறிய பறவைகளுக்காக தித்திரி பறவை, நீலக்குருவி, ரென் குருவி, சிட்டு - அவர்கள் தோட்டத்தைப் பறவை உணவுத் தட்டுகளால் நிரப்பினான், அவை தரையிலிறங்கி தத்தித் தத்தித் திரிந்தன

கெடுபேறாக, தட்டுகளிலிருந்து சிதறிய விதைகள் புறாக்களையும் ஈர்த்தன, அவை தோட்டத்து அறைகலன்கள் மீது எச்சமிடுவதை விரும்பியதுடன் தோட்டத்தில் கர்வத்துடன் நாசி கொடுமைக்காரச் சிறுவர்களைப் போல நடந்துகொண்டன

எலிகளும்கூட என்னவோ சாப்பிடுவதற்கு அழைப்பு விடுத்ததுபோல நடந்துகொண்டன

லென்னாக்ஸ் அவற்றைப் பொறி வைத்துப் பிடித்து சில மைல் தூரத்தில் காட்டுக்குள் கொண்டுபோய் விட்டுவந்தான், அவற்றை நஞ்சு வைத்துக் கொல்ல அவன் விரும்பவில்லை

முதன்முதலில் எலி கண்ணில் தட்டுப்பட்டபோதே அவள் அவனை எச்சரித்தாள்

வேட்டைத் துப்பாக்கி வாங்கப் போவதாக

லென்னாக்ஸ் ஒரு கால்பந்து பைத்தியம், நண்பர்களுடன் போட்டிகளைக் காணச் செல்வான், அவனது உண்மையான பொழுதுபோக்கு அதிகமும் தொலைக்காட்சியில் அதைப் பார்ப்பது மட்டுமே

அவனது உணர்ச்சிகளுக்கான முக்கிய வடிகாலாக அது இருந்தது, அப்படித்தான் அவளுக்குத் தோன்றியது, அடுத்த அறையிலிருந்து அவன் குறிப்பாக லீட்ஸ் யுனைடெட் விளையாடியபோது, கூச்சலிடுவதையும் வியப்பொலி

எழுப்புவதையும் உற்சாகப்படுத்துவதையும் களத்தன்மை குறித்து வெறுப்பையும் ஏக்கத்தையும் வெளிப்படுத்துவதுமாய் இருப்பதைக் கேட்டுக்கொண்டிருப்பாள்

அவர்களுடைய இரண்டு மகள்கள் கேரனையும் அவளுக்கு இரண்டு வருடம் கழித்துப் பிறந்த ரேச்சலையும் நன்கு கவனித்துக்கொள்ளும் தந்தையாக இருந்துவருகிறான், அவர்கள் வாழ்க்கை எனும் திரைப்படத்தின் நட்சத்திரங்கள் அவர்கள்

வேலையையும் குழந்தைகளையும் சமமாகக் கொண்டு செல்வது கயிற்றில் நடக்கும் வித்தையாக இருந்தது, அந்தச் சமயங்களில் அவள் அம்மா உதவியாய் இருந்தாள், லென்னாக்ஸ் மாலை நேரங்களிலும் வார இறுதிகளிலும் சட்டையைச் சுருட்டி விட்டுக்கொண்டு வீட்டு வேலைகளில் இறங்கிவிடுவான், நாப்கின்களை மாற்றுவதில் அவன் வெறுப்புக் காட்டியதில்லை, ஆனால் நள்ளிரவில் புட்டிப்பால் கொடுக்க மறுத்தான்

தொந்தரவில்லாமல் கூடுதல் அறையில் படுத்து உறங்கினான்

குழந்தைகள் தாய்ப்பால் குடிப்பதை நிறுத்தியதும், ஷிர்லிக்கு மிகவும் தேவையாய் இருந்த ஓய்வைத் தருவதற்காக வார இறுதிகளில் அவள் அம்மாவையும் குழந்தைகளையும் கடற்புரம் கூட்டிச் சென்றான்

அவள் வார இறுதி முழுவதும் உறங்குவாள், அந்த விதத்தில் அவள் அம்மா மிகவும் ஆதரவாய் இருந்தாள்

ஒன்றிரண்டுமுறை அவள் தோழியான அம்மா கேரனையும் ரேச்சலையும் பார்த்துக் கொண்டாள், அவள் வழக்கமாக அதிக வேலைப்பளுவில் இருப்பாள் என்றாலும் குழந்தைகள் இருக்கையில் அவள் மது அருந்தவோ அல்லது புகைபிடிக்கவோ கூடுமென்று வின்சம் சந்தேகித்தாள்

மாறாக யாஷ் பிறந்தபோது, ஷிர்லி அவளது முதல் குழந்தை காப்பாளராக ஆனாள், அம்மாவும் இன்னொரு குழந்தையைப் பார்த்துக்கொள்வதால் ஷிர்லியின் குடும்பத்துக்கு பெரிய சுமையாகிவிடாது என்று எடுத்துக்கொண்டாள்

கேரனும் ரேச்சலும் அவளைத் தங்கள் தங்கையைப் போல நடத்தியது என்னவோ உண்மைதான்

யாஷ் பேசக் கற்றுக்கொண்ட பருவம் அவள் வார்த்தைகளின் சக்தியைக் கண்டுகொண்டபோது இருந்ததைவிட இனிமையானது

அவளும் லென்னாக்ஸூம் தங்கள் பிள்ளைகளை வெஸ்ட்மின்ஸ்டரில் உள்ள இங்கிலாந்து தேவாலயத்தின் கிரே கோட் ஹாஸ்பிடல் ஸ்கூலில் சேர்க்க வேண்டுமென்பதற்காக ஒவ்வொரு ஞாயிற்றுக்கிழமையும் ஐந்து ஆண்டுகள் சிரத்தையோடு தேவாலயம் சென்றுவந்தனர்

அது பொறுமையைச் சோதிக்கக்கூடியதாய் இருந்தது, காரணம் இருவருமே கிறித்துவர்கள் என்றாலும் தேவாலயம் செல்லக்கூடியவர்கள் அல்ல

கேரன் இப்போது மருந்தாளுநராக இருக்கிறாள், ரேச்சல் ஒரு கணினி விஞ்ஞானி

ஷெர்லி இரண்டாம் தலைமுறை என்று சொல்லக்கூடிய தூரம் வந்துவிட்டாள்

அவள் பிள்ளைகள் ஏற்கெனவே மேலும் தூரத்துக்குச் சென்றுவிட்டனர்.

5

ஷிர்லி அவளுடைய பெற்றோருடன் சிறிய துண்டு குடும்ப நிலத்தில் அவர்கள் உருவாக்கிய ஓய்வு பங்களாவுக்கு விடுமுறைக்கு வந்திருக்கிறாள், அங்கே அவர்கள் இப்போது பிரித்தானிய ஓய்வூதியத்தில் இராஜபோகமாக வாழ்கின்றனர்

முற்றத்தில் அவளுக்குப் பிடித்த பிரம்பு நாற்காலியில் அமர்ந்திருக்கையில் இன்னொரு பயங்கரமான பள்ளியாண்டு மறைந்துபோவதை உணர்கிறாள்

நிலவொளி கரீபியன் கடலில் ஒளிரும்வேளையில் மங்கலான விளக்கொளியில் வேட்கையுடன் வாசிப்பதற்காக டோரதி கோம்சனின் புதிய புதினம் வைத்திருக்கிறாள்

எல்லோரும் உறங்கிக் கொண்டிருக்க லென்னாக்ஸ் பெரிய இரட்டைப் படுக்கையுள்ள கட்டிலில் மிருதுவான வெண்ணிற

கைத்தறி விரிப்பின்மீது படுத்துறங்குகிறான், அவள் அம்மா வாரம் இருமுறை அதை மாற்றுவாள்

இப்படியான குடும்ப வருகை அவள் அம்மாவுக்கு நல்லது, அது அவளைச் செயலூக்கத்துடன் வைத்திருப்பதுடன் அவள் எதை நன்றாகச் செய்கிறாளோ - எல்லோரையும் கவனித்துக் கொள்வது, குறிப்பாக அவளது ஒரே மகளை - அதற்காக எதிர்பார்க்கப்படுவதைப்போல் உணர்கிறாள்

ஒவ்வொரு கோடையிலும் வாடகை கார் கடற்கரைக்கு வரும்போது அந்தத் தருணத்துக்காக ஷிர்லி காத்திருப்பாள், அந்தக் குறுகலான பாதையில் அவளது பெற்றோரின் வீட்டுக்கு அவர்கள் பின்னே கைப்பெட்டிகளை இழுத்தபடி நடந்து செல்வார்கள்

அங்கே அதன் அத்தனை அழகுடனும், ரோசா நிற இளஞ்சிவப்பு நிற வர்ணம் பூசப்பட்டு வின்சம் பிரியத்தோடு பராமரிக்கும் பூச்செடிகள் சுற்றிலும் சூழ்ந்திருக்க, வீடு

ஷிர்லியை அவள் பிரியத்தோடு பராமரிப்பதைப் போலவே, வீடு

உருப்படாதவர்களுக்கான நரகக்குழி உயர்நிலைப்பள்ளிக்குத் திரும்பிச் செல்வதற்கு இன்னும் ஆறு ஆனந்தமான வாரங்கள் உள்ளன, பிறகு பள்ளியில் தான் சொல்லித்தர வேண்டிய மாணவர்களைக் கவனமுடன் தேர்ந்தெடுப்பாள்

கரோல் போன பின்பிலிருந்து ஒவ்வோர் ஆண்டும் அவள் செய்துவருவது போல

கரோல்

ஒற்றைப் பெற்றோர் உள்ள குடும்பத்திலிருந்து வந்தவள் (அவர்கள் எல்லோரும் அப்படித்தானே?)

அவள் பள்ளியில் முதல் இரு ஆண்டுகளில் கணிதத்தில் அபாரமான திறன் பெற்றிருந்ததால் இரண்டு ஆண்டுகளுக்கு முன்னதாகவே கணிதத்தில் இடைநிலைக் கல்விக்கான பொதுச் சான்றிதழ் (GCSE) பெறுவதற்காக பள்ளியில் அவளுக்குத் தீவிரப் பயிற்சி அளிக்கப்பட்டு கடைசியில் தடைப்பட்டுவிட்டது

ஒவ்வொரு ஆசிரியரின் உயிரையும் வாங்குவதற்கென்றே வந்த மூன்று பெண்பிள்ளைகளால் அவள் பாதை தடம் மாறிற்று

லடிஷா ஜோன்ஸ் எந்தக் குழந்தையையும்போல புத்திக் கூர்மையானவள்தான், அந்தக் கூட்டத்துக்குத் தலைவியாய் இருந்தாள், பதிலுக்குப் பதில் பேசுவதில் இராணி, என்ன சொன்னாலும் பதிலுக்குத் தெனாவட்டாகக் கேட்பாள், நான் எதுக்குச் செய்யணும்?

எப்போதும் வகுப்பிலிருந்து முன்னதாகவே கிளம்பிவிடுவாள், காரணம் எனக்கு மாதவிடாய்/எனக்கு உடம்புச் சரியில்லை/ என் பாட்டி இறந்துட்டாங்க, மிஸஸ் கிங்

ஷிர்லி கற்பிக்கத் தொடங்கியதிலிருந்து அதே பாட்டியம்மாள் பலமுறை இறந்துபோகும் சம்பவத்தைத் தொடர்ந்து ஏற்றுக் கொண்டு வந்திருந்தாள்

உன் பாட்டி போன பருவத்தில் இறந்துட்டாங்களே? இப்ப ஒழுங்காப் போய் கட்டுரையை எழுது, அசிங்கம் பிடிச்சவளே எனச் சொல்ல எழும் தூண்டுதலை அடக்கிக் கொண்டாள்

வரிசையில் அடுத்து வருவது குளோ ஹம்ப்ரிஸ்

தொழில்முறைக் குற்றவாளிகளின் நீண்ட வரிசையிலிருந்து வந்திருப்பவள் என்பதுடன் ஏற்கெனவே குடும்ப அடிதடியை அவள் கையில் எடுத்திருப்பதாக அவள் சமூகப் பணியாளர் சொல்லியிருக்கிறார்

இந்தக் கூட்டத்தின் மூன்றாவது உறுப்பினர் லாரன் மெக்டொனால்ட்சன், மிக நல்ல (இரகசிய) செல்வாக்குள்ள வரிடமிருந்து (பள்ளிச் செவிலி) வந்த தகவல்படி, வதந்திகளை (கழிப்பறைச் சுவர்கள்) நம்புவதாய் இருந்தால் (இளம்) பராமரிப்பாளர்களில் ஒருவர் உட்பட பள்ளியில் (பெரிய) பையன்களுடன் முறையற்ற பாலுறவு கொண்ட காரணத்தால் அவளுக்கு பால்வினை நோய் இருக்கிறது

என்னதான் இருந்தாலும்

ஐயோ

மற்றும்

பாவம்

ஓர் அதிசயம் நடந்தது, ஏனென்றால் ஒரு மதிய இடைவேளையின் போது பதினான்கு வயதாகியிருந்த கரோல் அவளைத் தேடி வந்தாள் (தனக்கு பள்ளிக்கூட டிராகன் என்று நல்லவிதமாகவும் ஓல்மூஞ்சி என்று கேவலமாகவும் பட்டப்பெயர் உள்ளது ஷிர்லிக்குத் தெரியும் எனும் பட்சத்தில் தைரியமான குழந்தைதான்)

அவள் வருகைக்குக் காத்திருக்கும் நேரத்தில் இந்த இரு பெயர்களுமே கரும்பலகைகளில் கிறுக்கப்பட்டிருக்கின்றன

போதுமான அளவுக்கு

அலுவல் அறையில் யாரோ ஒரு முட்டாள் சக பணியாளர் அந்தக் குழந்தையிடம் மிஸஸ் கிங்கை அவளது காரில் பார்க்கலாம் என்று சொல்லியிருக்க வேண்டும், அங்கே அவள் மதிய உணவு சாப்பிட்டுக் கொண்டிருந்தாள் - தொந்தரவின்றி

அவளது வசதியான மிட்சுபிஷியின் பயணி இருக்கை பின்புறமாகச் சரிந்திருக்க அவள் பன்றியிறைச்சி, ஊறுகாய் மற்றும் தக்காளி சாண்ட்விச்சுகளைச் சாப்பிட்டபடி Smooth FM நிலையத்திலிருந்து ஆறுதலான ஒலிகளைக் கேட்டுக் கொண்டிருந்தாள்

அந்தக் குழந்தை அவளது சாளரத்தைத் தட்டியபோது

ஷிர்லி கண்ணாடியை எரிச்சலுடன் கீழிறக்கினாள்

சொல்லு, என்ன விசயம்?

தொந்தரவுக்கு மன்னிக்கணும், நான் உங்ககிட்டப் பேசணும்

எதைப் பத்தி?

நான் நல்லாப் படிக்க விரும்புறேன் மிஸ், அதாவது மிஸஸ் கிங், நான் கஷ்டப்பட்டுப் படிச்சு பல்கலைக்கழகத்துக்குப் போயி நல்ல வேலையில சேர விரும்புறேன்

அவள் இதயத்தில் எது இந்த மாற்றத்தைக் கொண்டு வந்தது என்று ஷிர்லி ஒருபோதும் கண்டறியவில்லை, அது முக்கியமாக இருக்கவில்லை, எது முக்கியமானதாய் இருந்ததென்றால் முன்பு புத்திக்கூர்மையுடனிருந்த மாணவி ஓல்மூஞ்சியிடம் வந்து தன்னை மேம்படுத்திக்கொள்ள வேண்டுமென்று கேட்கிறாள்

கைதட்டுங்கள்! விளக்குகள் ஒளிரட்டும்! அலேலூயா!

அதற்குப் பிறகிலிருந்து அந்தக் குழந்தை அவள் எடுத்துக் கொண்ட ஒவ்வொரு பாடத்திலும் நன்றாகச் செயல்படத் தேவையான அனைத்தையும் கொடுப்பதை உறுதிப்படுத்திக் கொண்டாள்

இதில் கூடுதல் பாடப் புத்தகங்கள், குறிப்புப் புத்தகங்கள், எழுதுபொருள், ஏன் கணினி வாங்குவதற்கும் தொண்டு நிறுவனங்களிடமிருந்து மானியங்கள் பெறுவது உட்பட

அவளது பள்ளிப்படிப்பின் எஞ்சிய நான்கு ஆண்டுகளுக்கும் அவளது முன்னேற்றத்தைக் கண்காணிப்பதற்காகவும் அவளது படிப்பில் கவனம் செலுத்துவதை உறுதிசெய்வதற்கும் ஒவ்வொரு மாதமும் தனிப் பயிற்சியை அவளிடம் எடுக்க வேண்டும் என்ற நிபந்தனையின் பேரில்

அது வேலை செய்தது, மேலும் அதற்குக் காரணம் அவளது குழந்தை உலகின் தலைசிறந்த பல்கலைக்கழகங்களுள் ஒன்றிற்குச் சென்றிருந்தாள்

முடிவில் ஷிர்லி எந்தக் காரணத்துக்காக கற்பிக்கும் பணிக்குச் சென்றாளோ அந்தத் துவக்ககட்ட வேட்கை, பாதையைத் தொலைத்து பின் வெற்றி கண்ட கரோல் மூலம் மீண்டும் தூண்டப்பட்டது

வாழ்க்கையை மாற்றும் கல்வியின் சக்தி

*

அதன் பிறகிலிருந்து, தங்கள் குடும்பங்களால் ஆதரிக்கப்படாத, கவனிக்காமல் விட்டால் விலைமாதுகளாகவோ அல்லது போதை அடிமைகளாகவோ அல்லது உருப்படாமல் போய்விடக்கூடிய அறிவுத்திறனுள்ள நம்பிக்கை தரும் ஒரு சில குழந்தைகளை ஒவ்வோர் ஆண்டும் தனது தனிக் கவனிப்புக்கு எடுத்துக் கொண்டாள்

முடிவுகள் எதிர்பாராததாய் இருந்தாலும், அவர்களுக்கான வாய்ப்புகளை அவள் மேம்படுத்துகிறாள் என்பதுடன் கிட்டத்தட்ட அனைவருமே மேல்படிப்புக்குச் செல்கிறார்கள்

அப்படிச் செல்லாதவர்கள், உதாரணமாக ஒருத்தி செங்கல் சுமக்கிறாள், இன்னொருத்தி குழாய் பழுதுபார்ப்பவளாய் இருக்கிறாள், செய்தித்தாள்கள் சொல்வதை நம்புவதாய்

இருந்தால் ஒருவேளை அவர்கள் பட்டதாரிகளைவிட அதிகம் சம்பாதிக்கக்கூடும்

மிக நல்ல பிள்ளைகள் பரிசுகளுடன் அவளுக்கு நன்றி சொல்லத் திரும்பி வந்தன

அவளது வழிகாட்டுதல் செயல்திட்டம் ஆசிரியைப் பணியைச் சற்று தாங்கிக் கொள்ளத் தக்கதாக ஆக்கியது, இருந்தாலும் ஒவ்வொரு வாரநாளின் தொடக்கத்திலும் அவள் அதிகம் எதிர்பார்ப்பதில்லை

அல்லது அதன் முடிவில் திருப்தி ஏற்படவோ இல்லை

அவளது முதலும் சிறந்ததுமான சாதனையான கரோல் சொன்னபடி திரும்பி வரவே இல்லை, ஒருமுறைகூட, பத்தாண்டுகளுக்கு முன்னால் பள்ளியைவிட்டுப் போன நாளிலிருந்து இன்றுவரை தொலைபேசியில் அழைக்கவோ அல்லது நன்றி என்று ஓர் அஞ்சல் அட்டை அனுப்பவோகூட இல்லை

அது ஷிர்லியை நன்றாக

பயன்படுத்தப்பட்டவளாக உணரச் செய்கிறது.

வின்சம்

1

வின்சம்

வெங்காயமும் நறுமண இலையும் இட்டு வறுத்த சீமைப்பலா, கருவாடு, தொட்டுக்கொள்ள வறுத்த மஞ்சள் ஸ்குவாஷ், கத்தரிக்காய், சீமைச் சுரைக்காய், மூலிகை-எலுமிச்சை சுவைச்சாறுடன் வாணலியில் காளான் வறுவல் தயார் செய்கிறாள்

பகல் நேரத்தில் ஈக்களையும் இரவில் கொசுக்களையும் வராமல் தடுக்கும் கொசுவலையைத் தாண்டி கடற்காற்று அடுப்பறையில் வீசுகிறது

அவள் ஆரோக்கியமான உணவைப் போற்றுபவள், இப்போது அவள் வீட்டில் அவளுடைய காய்கறித் தோட்டத்தில் வளர்க்கப்பட்ட உணவையும் புதிதாகப் பிடிக்கப்பட்ட மீன்களையும் சாப்பிடுகிறாள்

கடலில் இருந்து அவளது அடுப்பறைக்கு

நேரடியாக

ஷிர்லி, லென்னாக்ஸ், அவர்கள் மகள் ரேச்சலும் அவளின் மகள் மேடிசனும் இங்கே இருக்கிறார்கள்

டோனி, எர்ரல், கேரன் மற்றும் அவர்கள் குடும்பங்கள் இந்தக் கோடையின் பிற்பகுதியில் வருவார்கள்

வின்சம் தன்னைச் சுற்றி தனது குடும்பமும் அவர்கள் நண்பர்களும் இருப்பதை விரும்புகிறாள்; ஷிர்லியின் தோழி அம்மா இருமுறை வந்திருக்கிறாள், இடைநிலைப் பள்ளியில் ஷிர்லியை அவள் சந்தித்ததிலிருந்தே அவளைப் பிடித்துவிட்டது

ஒவ்வொரு தாயும் தன் பிள்ளைக்குச் சிறந்த நட்பு அமைவதை விரும்புவாள்

அம்மா இளையோர் அரங்கத்தில் கலந்துகொள்ளத் தொடங்கும் வரை அமைதியான குழந்தையாக இருந்தாள், அப்புறம் மரபை மீறிய உடைகளை விரும்பும் மிக ஊதாரித்தனமான ஆளுமையாக ஆகிப்போனாள்

அவளை அப்படியே நகலெடுக்க வேண்டாமென்று ஷிர்லியிடம் வின்சம் கூறினாள், ஊரோடு ஒத்துப் போறபடி உடை உடுத்தணும் இல்லாட்டி உன்னைக் குறி வைக்கத் தொடங்கிடுவாங்க

வின்சம் நினைத்தது தவறு, அம்மா யாருடைய இலக்காகவும் ஆகவில்லை

பதின்ம வயதில் அம்மா அல்லியாக வெளிப்படுத்திக் கொண்டபோது, இந்தப் பாவப்பட்ட குழந்தையின் வாழ்க்கை கெட்டுப்போய்விடுமே என்று கவலைப்பட்டு ஷிர்லியும் இதேபோல் ஆகி அவள் வாழ்க்கையும் பெருந்துயரத்துக்கு ஆளாகிவிடுமோ என்று பயந்தாள்

அதிலும் அவள் நினைத்தது தவறாகிவிட்டது

தாழ்வாரத்தைப் பார்த்தபடி பிரெஞ்சுக் கதவுகள் இருக்க அங்கே ஷிர்லி ஒயின் குவளையுடன் ஓய்வாக அமர்ந்திருக்கிறாள், தான் பார்த்ததிலேயே மிக அழகான ஒன்று என்பதுபோல் கண்களில் கனவுடன் கடலைப் பார்த்துக் கொண்டிருக்கிறாள்

இங்கே இருக்கும்போது அவள் ஒரு சுற்றுலாப் பயணி போல நடந்துகொள்ளவும் எல்லாமே கச்சிதமாக இருக்க வேண்டுமென்றும் எதிர்பார்க்கிறாள், எல்லாமே வெண்ணிறமாக அணிகிறாள்: பிளவுஸ், டிரவுசர்கள், வசதியான செருப்புகள்

விடுமுறைல நான் வெள்ளை உடை மட்டும்தான்மா உடுத்துவேன், நான் எடுத்துக்கிட்டு இருக்கிற உளவியல் சுத்தப்படுத்தலோட குறியீடு இது

இங்கே நீ உதவியா இருக்கிறதில்லைங்கிறதோட குறியீடுன்னு சொல்றியா எனக் கேட்க நினைக்கிறாள் வின்சம்

அவள் மகள் வருத்தமடைவாள் என்றால் ஒருபோதும் ஷிர்லியை அவள் கடிந்துகொள்ள மாட்டாள்

போக அப்படிக் கடிந்துகொண்டால் பதிலுக்கு அவள் முடிவில்லாமல் விளக்கமளித்தபடி இருப்பாள்

முதன்முதலாக இங்கிலாந்துக்கு வந்தபோது ஷிர்லி வெளிரிப்போய் சோர்வுடன் இருந்தாள், இரண்டு வாரம் கொடுத்தால் போதும் அவள் முகம் ஒளிரத் தொடங்கும், அவள் உடல் நகர வாழ்வின் இறுக்கத்திலிருந்து தன்னைத்தானே தளைகளைக் களைந்துவிடும், அவள் மேலும் உற்சாகத்துடன் நடந்து செல்வாள்

பார்படோஸில் போதிய காலம் தங்கியிருக்கும் ஒவ்வொருவருக்கும் இது நடக்கிறது

ஷிர்லியின் விடுமுறை முடிவில், உண்மையாகவே அவள் இந்த மண்ணின் குழந்தை போன்ற தோற்றத்துடன் நடக்கத் தொடங்குவாள், எல்லாமே தனக்கு எதிராக இருப்பதாக உணரக்கூடிய உறைந்த சூழலில் வளர்ந்த ஒருத்தியைப் போலில்லாமல்

ஷிர்லி செய்வதைப் போல

அவள் தன் உணர்ச்சிகளை அடுத்தவர் தலையில் கொட்டுபவள்

ஷிர்லி

அந்தப் பயங்கரமான பள்ளியில் அவளது கொடுமையான வேலை குறித்துப் புகார் செய்வதுபோல, அங்கிருந்து விலகி ஒரு கல்வி ஆலோசகராக ஆகலாமே என்று வின்சம் ஆலோசனை தந்தபோது, எனக்கு ஆலோசனைகள் தேவையில்லைமா, நான் சொல்றதை நீ காதுகொடுத்துக் கேட்டாப் போதும் என்று ஷிர்லி பதிலளித்தாள்

ஷிர்லி

ஒருபோதும் தன்னிடம் உள்ளதில் திருப்தியடையாதவள்: நல்ல ஆரோக்கியம், வசதியான வேலை, கவர்ச்சியான கணவன்,

அருமையான மகள்கள், பேத்தி, நல்லவீடு, கார், கடன் இல்லை, வெப்பமண்டலத்தில் ஒவ்வோர் ஆண்டும் இலவச ஆடம்பர விடுமுறை

கஷ்டமான வாழ்க்கை, ஷிர்ல்

இரண்டடுக்குப் பேருந்தின் திறந்த நடைமேடையில் நின்று கொண்டு தனது பணி வாழ்வைக் கழித்த வின்சமுடன் ஒப்பிட்டால்

மழை அல்லது பனி அல்லது ஆலங்கட்டி மழையால் தொடர்ந்து தாக்கப்பட்டு

கனத்த பயணச்சீட்டு எந்திரம் கழுத்தில் தொங்க, பெரிய பணப்பை இடுப்பைச் சுற்றி அணிந்திருக்க, ஒருநாளில் பல்லாயிரக்கணக்கான தடவைகள் படிக்கட்டுகளில் ஏறியிருக்கிறாள், அந்தப் பையும் தொடர் பயணத்தின்போது கனத்துப்போய் அவள் தோள்கள் வட்டவடிவுக்கு வந்து இன்றுவரை முதுகுவலியைத் தந்து வருகிறது

கட்டணம் செலுத்தாதவர்களையும் குறைவாகக் கட்டணம் தந்துவிட்டு அந்த நாசமத்துப் போன பேருந்திலிருந்து இறங்க மறுத்து ஒரு மட்டி மாடு போல அல்லது முட்டாளாக அல்லது வெறுக்கத்தக்க அந்நியராக இருப்பதாகச் சொல்லித் திட்டுவோரைச் சமாளிக்க வேண்டியிருந்தது

பேருந்தில் ஏறுவதற்காக பள்ளி மாணவர்களின் கூட்டம் ஒன்றுக்கொன்று சண்டையிட்டுக் கொள்வதும் அதேபோல் நெரிசலான நேரத்தில் தடிமாடுகள் சண்டையிடுவதும்

மேல்தளத்தில் சண்டை நடக்கையில் ஒரு தொலைபேசி பெட்டியோரம் பேருந்தை நிறுத்துமாறு குளோவிஸுக்கு அவள் மணியடித்து எச்சரிக்க வேண்டும், அப்போதுதான் காவல்துறையை அவளால் அழைக்க முடியும், அப்போதெல்லாம் கைபேசிகள் கண்டுபிடிக்கப்பட்டிருக்கவில்லை

இரவு முறைப்பணிகள்தான் இதில் மோசமானது, குடித்துவிட்டுப் பொங்கி எழுவதும் வாந்தியெடுத்து வைப்பதும் தாக்குவதும் ஒருமுறை கத்தியால் குத்தி ஒருவர் இறந்துவிட்டார்

அவள் முறைப்பணியில்

அவள் குறைகூறுகிறாள் என்று அர்த்தமில்லை, தன்மேல் ஒரு கண் வைத்திருக்கும் முதலாளி இல்லாததற்கு சந்தோசப்பட்டாள்,

பயணம் அமைதியாகப் போகும்போது வழக்கமான பயணிகளுடன் சிரித்துப் பேசுவதை விரும்பினாள்

குளிர்சாதனப் பெட்டியிலிருந்து வின்சம் மீனை வெளியில் எடுத்து எடைபோட்டு, கழிவுகளையும் முட்களையும் நீக்கிவிட்டு, கூரான கத்தியால் துண்டு துண்டாக வெட்டுகிறாள், குளிர்ந்த நீரில் அலசி, வெண்ணிற வினிகரில் தோய்த்து திரும்பவும் அலசுகிறாள்

மர்ட்டல் மிளகு, பூண்டு, கொத்தமல்லி, நறுமண இலை மற்றும் ஒரு கோப்பை எண்ணெயில் இட்டு ஊறவைக்கிறாள், அதில் மீனைத் தோய்த்தெடுத்து, தகடுபோன்ற தாளில் சுற்றி திரும்பக் குளிர்சாதனப் பெட்டிக்குள் வைக்கிறாள்

முகப்பிடத்திலிருந்து சீமைப்பலாவை எடுத்து தண்டை நறுக்குகிறாள், இப்போதெல்லாம் வெறுங்கைகளால் அவளால் அதைத் திருகியெடுக்க முடிவதில்லை

பழத்தின் உச்சியில் குறுக்காக வெட்டுகிறாள், அதன் பெரிய, பச்சைநிற, பருக்கள் அடர்ந்த வெளிப்புறம் எங்கும் தாவர எண்ணெயைத் தேய்க்கிறாள்

சூட்டு அடுப்பில் (oven) அதை வைக்கிறாள், அதில் தொண்ணூறு நிமிடங்களுக்கு அது வேக்காட்டப்படும்

அவள் குடும்பத்துக்கு ஊட்டச்சத்தையும் மகிழ்ச்சியையும் வழங்குவதற்காக கச்சிதமாகச் சமைக்கப்பட்டு வெளிப்படும்

அவள் நன்றியுணர்வுள்ளவள்

அவளது ஆங்கிலேய நண்பர்கள் அங்கேயே தங்கியிருந்து தங்கள் வயோதிகத்தை சூடேற்றச் செலவு குறித்தும் மோசமான பனிக்காலத்தைத் தாங்கமுடியுமா என்ற கவலையுடனும் கழிக்கும்போது அவளுக்கு வீடு திரும்புதலாக பார்படோஸ் இருந்ததற்கு நன்றி பாராட்டுகிறாள்

அவள் விமானத்திலிருந்து இறங்கித் தகிக்கும் வெப்பத்தில் நடக்கத் தொடங்கிய உடனேயே அவள் மூட்டு வலி போய்விட்டதற்காக நன்றி பாராட்டுகிறாள்

இதுவரை எதிர்ப்பாக ஒரு வார்த்தை கூட முணுமுணுக்கவில்லை

இலண்டன் வீட்டை விற்று கடற்கரையோரமாக இந்த வீட்டை வாங்க முடிந்ததற்காக நன்றி பாராட்டுகிறாள்

அவளும் குளோவிஸ்ஸூம் இப்போது அவர்களின் எண்பதுகளில் இருப்பதற்கு, நியாயமான ஓய்வூதியம் வருவதற்கு, அவர்கள் செட்டாகச் சிக்கனமாக இருக்கும்வரை அவர்களின் எஞ்சிய வாழ்க்கை முழுதும் பணத்தைப் பற்றிக் கவலைப்படத் தேவையின்றி இருப்பதற்கு நன்றி பாராட்டுகிறாள், அவர்கள் தலைமுறையில் அப்படித்தான் இருந்தார்கள், விரும்பியதை வாங்காமல் தேவையானதை மட்டுமே வாங்குவார்கள்

ஒரு வீடு வாங்கி நீ கடனில் சிக்கிக் கொண்டாயே தவிர புதிய உடை வாங்கி அல்ல

வின்சம் ஒவ்வொரு நாளும் தனக்களிக்கப்பட்ட ஆசீர்வாதங்களுக்காக, மேலும் வசதியான வாழ்வுக்காக அவளுக்கு வீட்டைத் தந்த இயேசுவுக்கு தோத்திரம் செய்கிறாள்

அமெரிக்கா, கனடா, பிரிட்டனிலிருந்து திரும்பிய பெண்களுடன் புதிய நட்பு ஏற்படுத்திக் கொண்டதற்கும் அவர்களது வாசிப்புக் குழுவில் சேரும்படி அவர்கள் கேட்டுக்கொண்டதற்கும் இயேசுவுக்கு நன்றி சொல்கிறாள்

அவளைக் கௌரவித்தார்கள், அவள் பேருந்து நடத்துனராக இருந்தாள் என்பதை அவர்கள் பொருட்படுத்தவில்லை

பெர்னடெட் டொரண்டோவில் குடிமைப்பணியில் காரியதரிசியாக இருந்து வந்தவள், திருமணம் செய்து கொள்ளவில்லை, அவளது ஆண் தோழன் மற்ற பெண்களிடம் செல்லாதபோது இரவுகளில் இவளிடம் வருகிறான்

செலஸ்டைன் சதிக்கோட்பாடுகளில் மிகவும் ஆர்வமுடையவள், விர்ஜினியாவிலுள்ள சி.ஐ.ஏ. அலுவலகத்தில் எழுத்தராகப் பணிபுரிந்தவள், அயோவாவைச் சேர்ந்த ஜோசஃபினுடன் வசிக்கிறாள், அதை அவள் அவர்களிடமிருந்து மறைக்கத் தேவையில்லை, ஆனால் மறைக்கிறாள்

ஹேசலின் கணவன் டிரெவர் வயோதிகமடையும் முன்னரே மனச்சிதைவு ஏற்பட்டு இறந்துபோகும்வரை, பிரிஸ்டலில் முதல் கருப்பின முடிதிருத்துநராக கடை நடத்தி வந்தாள், அதன்பின் அதை விற்றுவிட்டு, தாயகம் திரும்பித் தனியாக வாழ்கிறாள்

டோரா மூன்று முறை திருமணமாகி ஒருமுறை விதவையாகி ஒருமுறை விவாகரத்தாகி இப்போது ஜேசனுடன் மணவுறவில் இருப்பவள், மேலாண்மை ஆலோசகராக இருக்கிறாள், இந்தக் குழுவிலேயே மிகுந்த அறிவாளி அவள்தான், அறுபதுகளில் பிரிட்டனின் முதல் கருப்பினப் பள்ளி ஆசிரியர்களில் ஒருவராய் இருந்தவள்

*

ஒவ்வொரு மாதமும் அவர்கள் ஒரு புதிய புத்தகம் வாசித்தனர், டிரினியைச் சேர்ந்த செல்வான் எழுதிய தி லோன்லி இலண்டனர்ஸ் புத்தகத்துடன் தொடங்கினர், அதில் இங்கிலாந்தில் கரீபிய இளைஞர்கள் விஷமத்தனம் செய்வதாகவும் பெண்களை மோசமாக நடத்துவது குறித்தும் வருகிறது, அந்தப் பெண்களுக்கு புத்தகத்தில் பேசக்கூட வாய்ப்பளிக்கவில்லை

ஒவ்வொருவருமே அந்தப் பையன்களைச் செவுளோடு சேர்த்து அறைய வேண்டுமென்று ஒப்புக்கொண்டதுடன் கரீபியாவைச் சேர்ந்த மேலும் முதிர்ச்சியான பொறுப்பான பெண் எழுத்தாளர்களிடம் கவனம் செலுத்தவும் அந்தப் பையன்களைப் பிறகு கவனித்துக் கொள்ளவும் ஒப்புக்கொண்டனர்

இந்த நாட்களில் வின்சம் தன்னை ஓர் இலக்கியவாதியாக உணர்கிறாள், புத்தக வாசிப்புக்குப் பழகிவிட்டாள், அவள் வாழ்வின் பெரும்பகுதியில் அவள் செய்தித்தாளை மட்டுமே வாசிப்பவளாய் இருந்தாள்

அவளுக்குப் பிடித்த எழுத்தாளர்கள் என்றால் ஜமைக்காவைச் சேர்ந்த ஆலிவ் சீனியர், டிரினிடாடைச் சேர்ந்த ரோஸா கை, பார்படாஸைச் சேர்ந்த பாலி மார்ஷல், ஆன்டிகுவாவைச் சேர்ந்த ஜமைக்கா கின்கெய்ட், குவாடலூப்பைச் சேர்ந்த மேரீஸ் கூண்டே

அவளுக்குப் பிடித்த கவிதைப் புத்தகம், கிரேஸ் நிகோல்ஸ் என்றழைக்கப்படும் குயானியப் பெண்மணி எழுதிய *I is a Long Memoried Woman*

we the women/whose praises go unsung/whose voices go unheard

அவளுக்கும் வாசிப்புக்குழுவுக்கும் பெரிய விவாதம் நடந்தது, இல்லை, அது விவாதமென்று சொல்ல முடியாது, ஒருநாள் ஒரு கவிதை என்பது தங்களோடு தொடர்புபடுத்த முடிவதால்

நல்ல கவிதை என்கிறோமா அல்லது அதனளவில் நன்றாக இருப்பதனாலா என்பது குறித்து நடந்த ஒரு *சொற்போர்* அது

எது நல்லது என்பதை இலக்கிய வல்லுநர்கள் முடிவு செய்ய முடியும், நமக்குப் பிடித்திருக்கிறதா இல்லையா என்பது மட்டுமே நம்மளவில் சொல்லமுடியும் என்று பெர்னடெட் கூறினாள்

வின்சம் ஏற்றுக்கொண்டாள், அவள் ஒன்றும் நிபுணர் அல்ல

வெகுசில புத்திக்கூர்மையுள்ளவர்களால் மட்டுமே புரிந்துகொள்ளும்படி கவிதை வேண்டுமென்றே சிரமமானதாக உருவாக்கப்படுகிறது, இது மற்ற அனைவரையும் இருளுக்குள் வைத்திருக்கும் ஒரு வழி என்று செலஸ்டின் சொன்னாள்

புதினங்களில் நிறைய வார்த்தைகள் இருப்பதால் கவிதைப் புத்தகங்களைவிட புதினங்களுக்கு நல்ல மதிப்பிருக்கிறது என்றும் கவிதைப் புத்தகங்கள் பணத்துக்குப் பிடித்த கேடு என்றும் ஹேசல் சொன்னாள்

(அவர்களது வாசிப்புக்குழுவில் ஹேசல் இருக்கவேண்டுமென்று வின்சம் நினைக்கவில்லை)

*

முழு முற்றான உண்மை என்று ஏதுமில்லையென்றும் ஏதாவது ஒன்று நன்றாயிருப்பதாக நீ நினைத்தால் அதற்குக் காரணம் அது உன்னுடன் பேசுவதுதான் என்று டோரா சொன்னாள்

அதாவது

கரீபியர்களாகிய நமக்கு ஏன் வோர்ட்ஸ்வொர்த் அல்லது விட்மன், டி.எஸ். எலியட் அல்லது டெட் ஹியூஸ் ஏதேனும் சிறப்பு வாய்ந்தவராக இருக்க வேண்டும்?

நூலகத்துக்குச் சென்று அந்தப் பெயர்களைத் தேடுவதற்காக வின்சம் குறித்துக் கொண்டாள்

வாராந்திரக் கூடுகையிலிருந்து அவள் வீட்டுக்கு நடந்து வந்தபோது

சூரியன் மேலேறிக் கொண்டிருந்த நிலையில் சுற்றுலாப் பயணிகள் கடற்கரையிலிருந்து கிளம்பித் தங்கள் விடுதிகளுக்கும் உணவகங்களுக்கும் திரும்பிக் கொண்டிருந்தனர்

அவர்கள் தர்க்கித்ததைச் சுற்றி அவள் மனம் ரீங்காரமிட்டது, தனது வாதங்களை எதிர்காலத்தில் எப்படி மேம்படுத்துவது என்று யோசித்தாள்

இன்று

அவள் கடற்கரையைப் பார்க்கையில் லென்னாக்ஸும் குளோவிஸும் வளைவில் திரும்பி மறைகின்றனர், அந்தப் பக்கம் குளோவிஸ் சமீபத்தில் வாங்கிய பயன்படுத்திய மீன்பிடிப் படகொன்றை நிறுத்தி வைத்திருக்கிறார்

அதைச் சரிப்படுத்திக் கொண்டிருந்தார்

இதற்கு முன் வைத்திருந்த படகில் நீர் புகுந்தபோது கிட்டத்தட்ட மூழ்கவிருந்தார், ஒரு வாளியை வீடுவரை பிடித்துக்கொண்டே வந்துதான் உயிர் தப்பினார்

உடல் சோர்ந்து கடற்கரையில் இழுத்துக்கொண்டு வந்தார்

பழைய படகை அதன் நீராலான மயானத்தில் புதையும்படி விட்டுவிட்டார்

இரு ஆண்களுமே முழங்கால் வரையிலான ஷார்ட்ஸும் குட்டைக் கையுள்ள பருத்திச் சட்டைகளும் அணிந்திருக்கின்றனர், இருவருக்கும் தலையில் அதிகம் முடியில்லை, இருவருக்குமே அகலமான முதுகு, வலுவான கால்கள் (ஆனாலும் லென்னாக்ஸுக்கு சற்று வளைந்த கால்கள், அது அவளுக்கு ரொம்பவே கவர்ச்சியாகத் தோன்றுகிறது)

இருவருமே மணலில் வெறுங்காலில் நடக்கிறார்கள், இந்த நாட்களில் அவர்களது உயரமும் உடலமைப்பும்கூட ஒரேமாதிரித் தெரிகிறது

வளர்த்தியைப் பொறுத்தவரை குளோவிஸ் கொஞ்சம் சுருங்கிவிட்டார், லென்னாக்ஸ் கொஞ்சம் அகலமாகிவிட்டான்

வின்சமுக்கு இப்போதும் அவன்மீது ஆர்வம் உள்ளது, குளோவிஸ் அல்ல, லென்னாக்ஸ், அவள் ஷிர்லியிடம் சொல்கிறாள், இப்படியொரு கணவன் கிடைக்க நீ குடுத்து வச்சிருக்கணும்

அவளை மனைவியாக அடைய அவன் கொடுத்து வைத்திருக்க வேண்டும் என்று ஷிர்லி பதிலளிக்கிறாள்

அவள் எப்போதும் அப்படித்தான்

குளோவிஸுக்கு படகில் உதவியாய் இருப்பதில் லென்னாக்ஸ் கோடையைச் செலவிடுவான்

அவர்கள் பலகைகளை மாற்றிப் புதிய எஞ்சின் பொருத்தி இருக்கைகளையும் சாளரங்களையும் நிறுவி அடைப்பு வைத்து அதற்கு வர்ணம் பூசுவார்கள்

இதில் அவன் டோனியையும் எர்ராலையும் விட சிறப்பாகச் செய்வான், அந்த இருவரும் அவர்களது சகோதரியைப் போலத்தான்

நாங்க வருசத்துல நாப்பத்தெட்டு வாரம் வேலை செய்றோம்மா, இது எங்க தெம்பை மீட்டெடுக்கிற நேரம் என்று ஆட்சேபித்துவிட்டு பன்றி போலத் தின்னவும் பியர்களாகக் குடித்துத் தள்ளவுமாய் இருப்பார்கள்

அவளது மகன்கள் முதலில் சின்னச்சின்ன வேலைகளைச் செய்துவந்து பிறகு மேல்மட்ட பதவிகளுக்கு உயர்ந்தார்கள்

டோனி காவல் சேவையில் குற்றம் குறித்து முடிவெடுப்பவனாக இருக்கிறான்

எர்ரால் குழந்தைகள் சேவைகளில் ஆதரவு மேலாளர்

குழந்தைகளாக இருக்கையில் அவர்களுக்கு அடிகளைக் கொடுத்ததற்காக - இதற்குச் சாட்சியாக அவர்கள் முதுகிலும் பிட்டத்திலும் தழும்புகள் உள்ளன - இப்போதும் அவர்களுக்கு குளோவிஸ் மீது கோபம் இருக்கக்கூடும், ஆனால் எழுபதுகளில் மகன்களை வளர்ப்பது கடினமாய் இருந்தது

அவர்களை வீழ்த்தக்கூடிய தீய ஆவிகளிடமிருந்து: காவல்துறை, வெள்ளையின மேலாதிக்கவாதிகள் - அப்புறம் அவர்களிடமிருந்தே அவர்களை குளோவிஸ் காக்க வேண்டியிருந்தது

அவர்களின் பெற்றோர் அவர்களாகவே உலகத்தை எதிர் கொள்வதற்காக திடமான அடித்தளத்தைத் தர வேண்டியிருந்தது

ஷிர்லிக்கு அவள் அதைச் செய்ய வேண்டியிருக்கவில்லை

பெண்பிள்ளைகளிடம் அது எளிதில் வந்துவிடுகிறது

ரேச்சல் மேடிசனுடன் அடுப்பறைக்குள் வருகிறாள், கட்டிப் பிடிப்பதற்காக தூக்கக் கலக்கத்தில் நடந்து வருகிறாள், நான் உங்களை நேசிக்கிறேன், பாட்டிம்மா என்கிறாள், வின்சம் அவளைத் தூக்கி அவள் கூந்தலை நுகர்கிறாள், அது சுருண்டு இல்லாமல் கிட்டத்தட்ட நேராகவும் விமான நிலையத்துக்குக் கிளம்புமுன்பாக நேற்று ரேச்சல் பயன்படுத்திய ஷாம்பு மணமும் வீசுகிறது

அவள் ஷிர்லிக்குக் கற்றுக் கொடுத்தாள், அவள் பதிலுக்கு அவர்கள் விமானத்துக்குள் நுழையும்போது நன்கு சுத்தமாகவும் நல்ல உடை உடுத்தியும் இருப்பதை நிச்சயித்துக் கொள்வதற்காக ரேச்சலுக்குக் கற்றுக் கொடுத்தாள்

எது எப்படிச் செல்லுமென்று ஒருபோதும் நம்மால் சொல்லிவிட முடியாது

சர்பத் வேணுமா? அவர்களிடம் கேட்கிறாள்

ஷிர்லி போல சரி என்று சொல்லிவிட்டு அதை வேலைக்காரி அவளிடம் கொண்டுவந்து கொடுக்கும்வரை காத்திருக்காமல் ரேச்சல் குளிர்சாதனப் பெட்டிக்குச் சென்று கூஜாவை எடுத்து மேசையில் வைக்கிறாள்

உங்களுக்குக் கொஞ்சம் வேணுமா, பாட்டி? ரேச்சல் தன்மையாகக் கேட்கிறாள், அவள் பேத்திகளிலேயே ரொம்பக் கரிசனையானவள்

வின்சம் காய்கறிகளை நறுக்கியெடுத்து அதை அலங்கரிக்க நறுமண இலை, உப்பு, நுணுக்கிய மிளகு, மிளகாய்ச் சீவல், எலுமிச்சைக் கீற்று, சூரியகாந்தி எண்ணெய் சேர்மானங்களைச் சேர்த்தாள்

நீங்களும் தாத்தாவும் எப்படிச் சந்திச்சுக்கிட்டீங்கன்னு சொல்லுங்க, ரேச்சல் திடீரென்று கேட்கிறாள், அவள் மடியில் தோதின்றி தூக்கச்சடவில் மேடிசன் அமர்ந்திருக்க அவன் முதுகைத் தடவிக் கொடுத்தபடி இருக்கிறாள்

உங்க கதைகளை நான் ஏன் தெரிஞ்சுக்க விரும்புறேன்னா மேடிசன் பெரியவளானதும் அவளுக்குச் சொல்ல விரும்புறேன், பாட்டி, ஒரு தனி மனுஷியா நீங்க யாருங்கிறதை நான் தெரிஞ்சுக்க

விரும்புறேன் என்று ரேச்சல் சொன்னதைக் கேட்டு வின்சம் அதிர்ச்சியோடு பார்க்கிறாள்

வின்சம் தனது பேரப்பிள்ளைகள் பேசத் தொடங்கியபோதிருந்தே அவர்கள் பேச்சைக் கேட்டு வந்திருக்கிறாள், அவர்கள் அவளைப் பற்றி ஒருபோதும் கேட்டதில்லை,

இளையவர்கள் தங்களைப் பற்றிய எண்ணங்களிலேயே மூழ்கியிருப்பதை அவள் புரிந்துகொள்கிறாள், அவளுடைய பாத்திரம் அவர்கள் பெற்றோர் அவர்களிடம் கோபித்துக் கொள்ளும்போது அவர்களுக்கு ஆறுதல் அளிப்பதும் உறுதியளிப்பதும் அக்கறை காட்டுவதும்தான்

ரேச்சலுக்கு தனது பாட்டி ஒரு தாயாக ஆவதற்கு முன், அவள் விவரித்தபடி ஒரு தனி மனுஷியாக என்னவாக இருந்தாள் என்று தெரிந்துகொள்ளும் ஆர்வம் இருப்பது வின்சமுக்குப் பிடித்திருக்கிறது

ஆனால் அவள் ஒருபோதும் அப்படி இருந்ததில்லை, முதலில் அவள் மகளாக இருந்தாள், பிறகு மனைவியாகி அப்புறம் தாயானாள், இப்போது பாட்டியாகவும் பூட்டியாகவும் இருக்கிறாள்.

2

ஐம்பதுகளில் நான் இங்கிலாந்துக்கு வந்த சிறிது காலத்திலேயே லேட்புரோக் குரோவ் மதுவிடுதில வச்சு ஒரு மேற்கிந்தியக் கூடுகையில் உன் தாத்தாவைச் சந்திச்சேன், ரேச்சல், அங்கே என் பக்கத்துல உட்கார்ந்திருந்தது வேற யாருமில்லை, அறுவரின் மீன்பிடித்துறையைச் சேர்ந்த குளோவிஸ் ராபின்சன்

எங்க அப்பாக்கள் மீனவர்களா இருந்தாங்க, ஆனா எங்களுக்குள் அவ்வளவு பழக்கமில்லை

முறையா நாங்க இணையறதுக்கு ஆயிரக்கணக்கான மைல் பயணம் தேவையாயிருந்திருக்குது, அவர் இங்கிலாந்து வந்து ஏற்கெனவே ரெண்டு வருசம் ஆயிருந்தது

அவர் சொன்னார், இங்க ரொம்பக் கஷ்டம் பெண்ணே, இங்கே கஷ்டம்

அந்தப் பருவநிலைக்கும் கலாச்சாரத்துக்கும் ஏற்ப என்னை மாத்திக்கிட்டிருந்த சமயம் வரவிருந்த பனிக்கால மாதங்களில் நாங்க ஒன்னா சுத்துனோம்

எனக்கு ஆதரவாவும் வழிநடத்தவும் அவர் இருந்தது எனக்கு நிம்மதியா இருந்தது, அவர் ஒன்னும் அழகானவரோ அல்லது வசீகரமானவரோ இல்லைன்னாலும், ஏன்னா இருந்த ரெண்டு அம்சங்களையும் ஒரு கணவன் கிட்ட இருக்கணும்னு முன்னே கற்பனை பண்ணிருந்தேன், கனவு காண்றது ரொம்ப எளிது, அந்தக் கனவை நனவாக்குறது அத்தனை எளிதில்லை

அப்படின்னு ஏத்துக்கிற முதிர்ச்சி என்கிட்ட இருந்தது

சனிக்கிழமை மாலை ஓடியான் அஸ்டோரியா அல்லது ஞாயிறு பின்மதியங்களில் ஸ்டாக்வெல் பூங்கான்னு நாங்க வழக்கமாப் போற இடங்களில் வெளியே என்னை ஒருபோதும் குளிரில் நடுங்கிட்டு நிக்கிறமாதிரி குளோவிஸ் விட்டதில்லை

நம்மூர்ல இருக்கிற மாதிரி பொண்ணுகளை மாத்திட்டே இருக்கிற நம்பத்தகாத பசங்க மாதிரி அவர் இல்லை

அவங்க இங்கிலாந்து முழுக்க கலப்பினக் குழந்தைகளை விட்டுட்டுப் போயிருக்காங்க

அந்தப் பிள்ளைகள் தகப்பன் இல்லாமல் வளருதுங்க

*

நாங்க கல்யாணம் பண்ணிக்கிட்டு டூட்டிங் மாவட்டத்தில் ஒரு வீடு முழுக்க வாடகைக்கு மத்தவங்க குடியிருக்க அதில் ஓர் அறைக்குக் குடிவந்தோம், நடுக்கூடத்தில் திரைபோட்டு குளியல் தொட்டியும் அட்டையில் சின்னதா மறைவு வச்சுக் கழிப்பறையும் வச்சுக்கிட்டோம்

நாங்க வீடு வாங்குறதுக்காகச் சேமிக்கத் தொடங்குனோம், அந்தக் காலத்துல போதுமான காலத்துக்கு சேமிச்சு வச்சா இலண்டனில் சாமானிய மக்களால வீடு வாங்க முடிஞ்சது

அப்புறம் குளோவிஸுக்கு எங்க சேமிப்பை வச்சு இங்கிலாந்தின் தென் மேற்கே போலாம்னு ஒரு மகா மட்டமான ஒரு யோசனை வந்துச்சு

அங்கே இந்தளவு குளிராதுன்னும் மீனவனா தன்னால ஒரு வேலைல சேரமுடியும்னும் கேள்விப்பட்டிருந்தார்

ஒரு தொழிற்சாலைல உரம் தயாரிக்கிறதுக்காக அடிமை மாதிரி உழைச்சு நச்சு இரசாயனத்தை சுவாசிக்கிறதுக்காகவா நான் பொறந்தேன்னு கேட்டார்

பன்னிரெண்டு மணிநேர முறைப்பணியா அதை நாங்க ரெண்டுபேரும் செஞ்சுட்டுருந்தோம்

அவருக்கு கடல் மேல ஏக்கம் இருக்குதுன்னும் அங்க போனா தன்னால திரும்பவும் சுவாசிக்க முடியும்னும் குளோவிஸ் சொன்னார்

எனக்கு மீனவனோட மனைவியா இருக்க விருப்பமே இல்ல, ஒரு மீனவரோட மகளா இருந்து ரொம்பவே கஷ்டப்பட்டுட்டேன்

எங்கப்பா, சகோதரர்களோட அதிகாலை நாலுமணிக்கெல்லாம் எந்திரிச்சு படகுக்குப் போவேன், மீன் முள்ளெடுத்து அரிஞ்சு கொடுக்கிறவளா சந்தையில் வேலை பார்த்தேன், கோடை காலத்துல பவளப்பாறைக்கு மூழ்கிப்போய் வலைல என் சகோதரர்கள் கொண்டு வர்ற கடல் மூரைகளை விப்பேன், அந்தக் கருப்பு முள்ளுங்க அப்பவும் அங்கயிங்க அசைஞ்சுக்கிட்டு இருக்கும்

நான் ஒன்னொன்னா எடுத்து ஒரு சின்னக் கரண்டியை வச்சு அதை உடைப்பேன், உள்ள தங்க நிறத்தில் இருக்கிற அந்த முட்டையை எடுத்து சந்தைல ஒரு சுவையான பொருளா விப்பேன்

குளோவிஸுக்கு நான் என்ன சொல்லமுடியும்? அந்தக்காலத்துல பொம்பளைங்கன்னா கட்டினவனுக்கு அடங்கி நடக்கணும், ரேச்சல்

விவாகரத்து பண்றது அசிங்கமானதா இருந்துச்சு, சோரம் போன அடிப்படைல மட்டும்தான் அதுவும் கிடைச்சது, கல்யாணம் ஒத்துவரலைன்னா, அதுதான் தலையெழுத்து

நாங்க பாடிங்டனிலிருந்து பிளைமவுத்துக்கு இரயில் ஏறினோம், அங்கே கப்பல் அலுவலகங்கள்லயும் துறைமுகத்துல நின்ன மீன்பிடிப் படகுகள்லயும் அவர் வேலை தேடினார்

அவர் அனுபவத்துக்கு ஒரு வேலை எளிதாக் கிடைச்சுடும்னு நினைச்சார்

மீனவர்கள்கிட்ட மீன்பிடிக் கப்பல்லயோ அல்லது கரையிலயோ அவர் அணுகுறதைக் கவனிச்சுக்கிட்டு இருந்தேன், அவர் தலையில் ஆங்கில பாணி தொப்பி, கால்ல பெரிய ஆங்கிலேயே காலணி, அறுபது வயசுக்கு மேல பார்க்கிறதுக்கு ஏதோ பழைய ஏற்பாட்டிலிருந்து எந்திரிச்சு வந்தவங்க மாதிரி இருக்கிற கிருதா வச்சுருக்கிறவங்களைப் பார்க்கிறப்ப தொப்பியை உயர்த்தி மரியாதை செலுத்துவார்

திரும்பி வர்றப்ப அவர் எதுவும் சொல்ல வேண்டியிருக்கலை, அவர் நடந்து வர்றதைப் பார்த்தே புரிஞ்சுப்பேன், அவருக்காக வருத்தப்பட்டேன் - எனக்காகவும்தான்

உலகின் இந்தப் பகுதில இருக்கிற பெரும்பாலானவங்க ஏழைங்கன்னு பார்த்தாலே தெரிஞ்சது

அவர்னு இல்லை, ஒரு அந்நியனுக்கு அவங்க எதுக்கு வேலை கொடுக்கப் போறாங்க?

ஒருநாள் சாயந்தரம் நல்லா காத்து அடிச்சுக்கிட்டு இருந்த படகுத்துறை சுவர்மேல உட்கார்ந்து மீனையும் சீவலையும் ஒரு கண்றாவியான செய்தித்தாள்ல வச்சு சாப்பிட்டுக்கிட்டு இருந்தோம், ஆங்கிலேயர்கள் அப்படித்தான் சாப்பிடுவாங்க, ஆமா, நீ முகத்தைத் திருகிக்க, அது ஒரு அருவருக்கத்தக்க பழக்கம்தான்

அவரோட அபத்தமான நடைமுறைக்கு ஒத்துவராத கற்பனையைக் கைவிட்டுட்டு இலண்டனுக்குத் திரும்பப் போறதுக்கு சம்மதிக்க வைக்க முயற்சி பண்ணிட்டு இருந்தேன்

அவர் சொன்னார், வின்னி இன்னும் தெற்கே போனா நல்ல வெதுவெதுப்பா இருக்கிற சில்லி தீவுகள்ங்கிற சின்னச்சின்ன தீவுகள் வரும், அங்கே முயற்சி பண்ணலாம்னு நினைக்கிறேன், அங்க மீனவர்களுக்கு நிறைய வேலை இருக்கும்

குளோவிஸ், அதுதான் உன் விருப்பம்னா, நாம ஏன் நம்ம சொந்த நாட்டுக்கே போகக்கூடாது?

வின்னி, நான் முடிவு பண்ணிட்டேன், இந்த இடத்தை நான் முயற்சிக்கப் போறேன், என் உள்ளுணர்வு சொல்லுது

இருபது வருசம் பிந்தி இருந்திருந்ததுன்னு வச்சுக்கோ ரேச்சல், அங்கேயே அப்படியே அவரை விட்டுட்டுக் கிளம்பியிருப்பேன்

அதுவே முப்பது வருசம் பிந்தி இருந்திருந்தா, அவரைக் கல்யாணம் பண்றதுக்கு முன்னாடியே அவரோட வாழ்ந்து பார்த்திருப்பேன், ஒரு மூளையில்லாத முட்டாளா அவர் பின்னாடியே நானும் வரணும்னு நினைச்ச இந்த மனுசனை உண்மைலயே நான் தெரிஞ்சிருக்கலைங்கிறதை நான் உணர்ந்தேன்

நான் சொன்னேன், ஓ சரி, சில்லி தீவுகள் பெயர் ரொம்ப அழகா இருக்கு, ஒருவேளை அது அழகான இடமா இருக்கலாம்

நான் அவர் பக்கம் நிற்பேன்னு காட்டுற விதமா என்னோட கையை அவர் கையோட கோர்த்துக்கிட்டேன்

நாம போய் தெரிஞ்சுக்குவோம் அன்பே, என்று அவர் சொன்னார்

*

நாங்கள் பேருந்திலும் இரயிலிலுமாய் கடற்கரையோரமாகச் சென்றோம், அவற்றைத் தவறவிட்ட சமயங்களில் நடந்தோம்

எங்களைக் கற்பனை செய்து பார் ரேச்சல், அறுபது வருசங்களுக்கு முன்னே ஒரு கருப்பின ஆணும் பெண்ணும், குளோவிஸ் ஆறடி நாலங்குலம் நான் அவரைவிட ஓரடி குறைவு, நாங்கள் பார்க்க மரியாதைக்குரியவர்களாகத் தெரியணும்ங்கிறதுக்காக என்னோட நல்ல ஆடையை உடுத்திக்கிட்டு கோட்டும் குதிங்கால் உயரச் செருப்பும் போட்டுக்கிட்டு இருந்தேன், ஆளுக்கொரு கைப்பெட்டியோட நாட்டுப்புறத் தெருக்களில் நடந்தோம், அங்க மக்கள் அதுக்கு முன்ன கருப்பினத்தவரைப் பார்த்ததில்லைனு தோணுச்சு, காரில் போனவங்க வேகத்தைக் குறைச்சு எங்களை வெறிச்சுப் பார்க்கவோ இல்லைனா அவமதிக்கிற மாதிரி ஏசவோ செஞ்சாங்க

விடுதிகள்ல எங்களைத் தூங்க யாரும் அனுமதிக்காததால இரயில் நிலையங்கள்ல தூங்குனோம்

அழகான பெயர்கள் உள்ள இடங்கள் வழியா பயணிச்சோம், அதை எழுதி வச்சு மனப்பாடம் பண்ணிக்கிட்டேன்: லூ, போல்பெரோ, ஃபோயி, மெவகிஸ்ஸி, செயின்ட் மாவ்ஸ், ஃபால்மவுத், செயின்ட் கெவர்ன், தி லிஸார்ட், மல்லியன், போர்ட்லெவன்

நாங்கள் பென்ஸான்ஸ் போய் வாராந்திரப் படகில் செயிண்ட் மேரீஸுக்குச் சென்றோம்

'சில்லி தீவுக்கூட்டத்திலேயே மிகப்பெரிய தீவு அது'

நாங்கள் தரையிறங்கியவுடன், அந்த மக்கள் உர்ரென்று இருந்ததோடு முழுக்கவே வெறுப்புணர்வுடன் நடந்துகொண்டனர், அவங்களோட இந்தத் தம்மாத்துண்டு தீவுக்கு வந்திருக்கிற இந்த ரெண்டு குரங்குங்க யாரு?

பிரதான வீதியில் நாங்கள் நடந்துசென்றபோது ஒட்டுமொத்த ஊருமே சிலையாக நின்றுவிட்டது, நான் குளோவிஸின் கையைப் பிடித்துக் கொண்டேன், அவர் கை நடுங்கிக் கொண்டிருந்ததை உணர முடிந்தது

எனக்காக அவர் திடமாக இருக்க வேண்டுமென்று நினைத்தேன்

கப்பல்துறையில் குளோவிஸ் விசாரித்தபோது நீங்க இங்க வேலை செய்ய முடியாதுன்னு சொன்னாங்க

ஒரு சின்ன காஃபி கடைக்குள்ள நாங்க நுழைஞ்சப்ப நீங்க இங்க சாப்பிடக்கூடாதுன்னு சொன்னாங்க

நாங்க மது விடுதிக்குள்ள நுழைஞ்சப்ப எல்லாரும் பார்க்க எங்களை நீங்க இங்க குடிக்கக்கூடாதுன்னு மது விடுதிக்காரன் சொன்னான்

தன்னோட சாளரத்துல தங்குமிடம் இருக்கிறதா அறிவிப்புப் பலகை வச்சிருந்த பொம்பளை எங்க கருப்பு நிறம் போர்வைல ஒட்டிக்கும்னு நாங்க அங்க தூங்க முடியாதுன்னு சொன்னாள், அந்தக் காலத்துல மக்கள் அந்தளவு அநாகரீகமா அறியாமையோட இருந்தாங்க, அடுத்தவங்களைக் காயப்படுத்தும்கிறதைப் பத்தின அக்கறை இல்லாம மனசில் இருக்கிறதைப் பேசினாங்க, காரணம்

அவங்களைத் தடுக்கிறதுக்கு இனப் பாகுபாட்டுக்கு எதிரான சட்டங்கள் இல்லை

நாங்க புகார் கொடுக்கப் போனப்ப அந்தக் காவலர் வந்து நீங்க செய்யக்கூடிய ஒரே காரியம் இங்க இருந்து கிளம்பிப் போறதுதான் திரும்பி வந்துடாதீங்கன்னு சொன்னார்

நாங்க படகில் ஏறி பென்ஸான்ஸ் போனோம், ஒரு தேவாலயத்தோட கதவோரம் தூங்கினோம், முந்தின இரவில் நாங்க பாதிரியார் இல்லத்தில் கதவைத் தட்டினப்ப திரைச்சீலை நகர்ந்துச்சு, ஆனா யாரும் பதிலளிக்கலை

நான் சொன்னேன், குளோவிஸ், இப்படிச் சிரமப்படுறதில் எந்த அர்த்தமும் இல்லைனு நான் ஏற்கெனவே சொன்னேன், இப்ப நாம ரெண்டுபேரும் நேரா திரும்பவும் தலைநகரத்துக்குப் போவோம், அங்க உள்ள மக்கள் கருப்பர்களுக்கு அதிகம் பழகிப் போனவங்க

நான் என்ன செய்யணும்னு நீ எனக்குச் சொல்லாத, வின்னி, என்னோட முடிவை நான்தான் எடுப்பேன், பிளைமவுத்துக்கு இன்னொரு வாய்ப்புக் கொடுக்கலாம்னு நினைக்கேன், அது கடற்கரையில் இருக்கு, இலண்டனைவிட அங்க பருவநிலை கதகதப்பா இருக்கும், கிராமப்புறமும் தூரம் கிடையாது அப்புறம் நமக்குக் குழந்தைங்க பிறந்தப்புறம் அவங்க பார்படோஸில் இஷ்டம்போலத் திரியலாம், என்னை நம்பு

எல்லாம் சரியா நடக்கும்னு என் உள்ளுணர்வு சொல்லுது.

3

குளோவிஸுக்கு வேலை கிடைச்சது, பிளைமவுத்தில் கப்பல் சுமையாளா ஒரு கழுதை வேலை

பெரிய பீப்பாய்களையும் கனத்த சாக்குகளையும் கப்பல்ல இருந்து கிட்டங்கிகளுக்கும் கிட்டங்கிகள்ல இருந்து டிரக்குகள்லயும் சுமந்தாரு

மத்த சுமையாட்களோட அவரால நட்பை ஏற்படுத்திக்க முடிஞ்சது, அவங்களில் பலரும் முன்னாள் கடலோடிகளா

இருந்தாங்க, யாரும் அவரைச் செவ்வாய்கிரகத்தில் இருந்து குதிச்சவரா நினைக்கல

வேலை முடிச்சபிறகு அவங்க மதுவருந்தப் போவாங்க, கொஞ்சமாக் குடிச்சிருந்தா அது நல்ல இரவா இருக்கும், ரொம்பக் குடிச்சிருந்தா மோசமான இரவு

அதுக்கப்புறம் இத்தனை வருசங்களில் எனக்கிருந்த மூனு பிள்ளைகளையும்

படுக்க வைப்பேன்

*

காலைலருந்து சாயங்காலம்வரை குழந்தைங்களோட நான் தனியா இருப்பேன்

என்னைக் கடந்து போறப்ப மக்கள் அசிங்கமாத் திட்டுறது கேட்கும், ஒரு சிலர்தான் நட்பா இருந்தாங்க

எந்தக் கடைக்கு நான் போனாலும் வரிசையில் முதல் ஆளா நின்னாக்கூட என்னைக் கடைசியாத்தான் கவனிப்பாங்க

ஷிர்லியைத் தள்ளுவண்டியில் வச்சுக்கிட்டு நான் தள்ளிக்கிட்டு வர்றப்ப ரெண்டு பசங்களும் எனக்கு ரெண்டு பக்கமும் ஒட்டிக்கிட்டு வர்றப்ப கார்களை வேணும்னே குழிகள்ல இறக்கி சேத்தை வாரி அடிப்பாங்க

எங்க கதவு படிக்கட்டில் நான்தான் செத்த எலி கிடக்கிறதைப் பார்த்தேன்

வெள்ளை வர்ணத்துல **உன் நாட்டுக்குப் போ** அப்படின்னு முன்கதவில் எழுதியிருக்கிறதை குளோவிஸ் வர்ணம் அடிச்சு அழிக்கிறவரை நான்தான் சகிச்சுக்கிட்டு இருக்க வேண்டியிருந்தது

சாயங்கால நேரத்துல பெட்ரோல்ல முக்கின கந்தத்துணியை ஜன்னல் வழியா அவங்க வீசிடுவாங்களோன்னு தனியா பயத்தோட நான்தான் இருக்க வேண்டியிருந்தது

இருந்தாலும் ரேச்சல், அங்க இருந்த காலத்துல ஒரு விசயம் கத்துக்கிட்டேன், நாம ஒரு இடத்துல ரொம்ப காலம்

இருந்துட்டோம்னா, நாகரீகமா நடந்துக்கிட்டா மக்கள் நமக்குப் பழகிப் போயிடுவாங்க

மிஸஸ் பெரஸ்ஃபோர்டு ஒரு வயதான விதவை, சில வீடுகள் தள்ளி இருந்தாங்க, அவங்ககிட்டதான் முறையா முதல் உரையாடல் நடந்துச்சு

அவங்க குனிஞ்சு தள்ளுவண்டில இருக்கிற ஷிர்லியோட கன்னத்தைத் தடவுவாங்க, அவங்க விரல்களை இவ பிடிச்சுக்கிட்டுப் போகவே விடமாட்டா

குழந்தைங்க கபடமில்லாதவங்க, மக்கள் உங்களைப் பத்தித் தெரிஞ்சுக்கிட்டா வாழ்றதுக்கு இது ஏத்த இடம் மிஸஸ் ராபின்சன் அப்படின்னு மிஸஸ் பெரஸ்ஃபோர்டு சொன்னாங்க

பசங்களுக்கு *sherbet fountains* மிட்டாய் தருவாங்க, நான் வேணாம்னு தடுக்கிறதுக்கு முன்ன ஆவலோட புடுங்கிக்குவாங்க, ஏன்னா பிள்ளைங்களை நான் இனிப்பு சாப்பிட விடுறதில்லை, ஆங்கிலேயர்களோட இன்னொரு கெட்ட பழக்கம் இது

மிஸஸ் பெரஸ்ஃபோர்டு முதல்தடவையா வீட்டுக்கு வந்தப்ப அவங்க கொண்டு வந்த பவுண்டு கேக்கில் ஒரு சின்ன துண்டு எடுத்துக்க அனுமதிச்சேன்

ஒருநாள் பள்ளிக்கூடம் விட்டதுக்கு அப்புறம் எனக்கும் பிள்ளைகளுக்கும் அவங்க போட்டுக்கொடுத்த தேநீர் விருந்து சமயத்துல அவங்க மிஸஸ் ரைட்டையும் மிஸஸ் மிஸ்ஸிங்ஹாமையும் எனக்கு அறிமுகப்படுத்துனாங்க, ரெண்டுபேருமே உள்ளூர் தேவாலயத்தைச் சேர்ந்தவங்க

ஒரு ஆங்கிலேயர் வீட்டுக்குப் போனது அதுதான் எனக்கு முதல்தடவை, இப்பவும் அது எனக்குத் தெளிவா நினைவில் இருக்கு, அதுமாதிரியொரு வீடு என் குடும்பத்துக்கு வேணும்னு நினைச்சேன்

இளைப்பாறும் அறையின் தரை மரப்பலகைகளில் பூ வண்ணங்களோடு இருந்தன, சுவர்களில் ரோஜா, நிறையப் படங்கள் தொங்கவிடப்பட்டு இருந்தது, ஒரு கனத்த அலங்காரப் பேழைல வரிசையாய் தட்டுகளோட அவையே ஆபரணங்களை மாதிரியான தோற்றத்தில் இருந்துச்சு, அது எனக்கு வித்தியாசமாப்பட்டது, சாளரங்களில் கனத்த திரைச்சீலைகள், பகட்டான சோபாக்கள்

அல்லது அது எனக்கு அப்படித் தோன்றியிருக்கலாம், டோனியும் எர்ராலும் நான் நிறுத்தும்படி சொல்லும்வரை அதில் ஏறிக் குதித்துக் கொண்டிருந்தார்கள், மிஸஸ் பெரஸ்ஃபோர்டு அப்படிச் சொல்லாத அளவுக்கு நாகரீகமானவள்

கிரம்பெட் ரொட்டிகளைத் தணலில் இட்டு வாட்டுவது எப்படியென்று எனக்குக் காட்டினாள்

செறிந்த பாலில் இல்லாமல் புதுப் பாலில் எப்படித் தேநீர் தயாரிப்பது

பாலை எப்படி முதலில் விடாமல் கடைசியில் விடுவது

மிஸஸ் பெரஸ்ஃபோர்டு

எங்களைத் தேவாலயத்துக்கு அழைத்தாள், நாங்கள் ஐந்துபேரும் குடும்பமாக நுழைபாதைக்கு வந்ததும் மிஸஸ் ரைட்டும் மிஸஸ் மிஸ்ஸிங்ஹாமும் ரொம்பகாலம் பார்க்காத நண்பர்களைப்போல வரவேற்றனர்

அவர்கள் ஆளுக்கொரு குழந்தையைப் பத்திரமாகக் கையில் பிடித்துக் கொண்டனர்

எங்களை நடத்திச் சென்றனர்

பூங்காவில்கூட தாய்மார்கள் எங்க பிள்ளைகளோடு விளையாடின அவங்க பிள்ளைகளைக் கூப்பிட்டுக் கூப்பிட்டு அலுத்து விட்டார்கள், என்னவோ அவங்களுக்கு குஷ்டம் தொத்திக்கிடுங்கிற மாதிரி

ரொம்பச் சின்னக் குழந்தைகளை பெத்தவங்க மூளைச்சலவை பண்றதுவரை தோல் நிறத்தைப் பத்தி அவங்க கவலைப்படுறதில்லை, ரேச்சல்

டோனியும் அதைத்தொடர்ந்து எர்ராலும் எவெர்தனே ஆரம்பப்பள்ளியில் சேர்ந்தப்ப, வீட்டுக்கு அழுதபடியே வருவாங்க, காரணம் பிள்ளைகளைக் கரிக்கட்டை என்று அழைத்தார்களாம்

ஆசிரியர்கள் வேணும்னே அவங்களைக் குறிவச்சி வகுப்பறை மூலைல முகத்தைச் சுவரைப் பார்த்துத் திரும்பி நிக்க வச்சி பிரம்புக் கம்பாலயே அடிச்சாங்க

அவங்க வந்து புகார் சொல்வாங்க, நாங்க செய்யலைம்மா, நாங்க செய்யலை

எல்லா நேரமும் ஒழுக்கமா நடந்துக்கணும்னு நானும் குளோவிஸூம் எங்க பசங்ககிட்டத் திரும்பத் திரும்பச் சொல்லுவோம்

எங்க பிள்ளைங்க சேட்டைக்காரங்கதான் ஆனா கெட்ட பிள்ளைங்க இல்லைனு எங்களுக்குத் தெரியும்

ஒருதடவ நான் பள்ளிக்கூட வாசல்ல பிள்ளைகளைக் கூட்டிட்டுப் போகறதுக்காக நிக்கறப்ப ரெண்டு பெரிய பசங்க டோனியை அடிக்கவும் என்னோட தைரியமான குட்டிப்பையன் பதிலுக்குத் திருப்பி அடிக்கிறதையும் பார்த்தேன்

நான் அவன்கிட்ட ஓடிப் போனப்ப எனக்கு முன்னால வந்த தலைமையாசிரியர் மிஸ்டர் மோரே அவனோட சட்டை காலரைக் கொத்தாப் பிடிச்சி கட்டடத்துக்குள் இழுத்துட்டுப் போனாரு

அந்த வம்பிழுத்த ரெண்டு பசங்களும் சிரிச்சாங்க, தூசியைத் தட்டிவிட்டுக்கிட்டாங்க, பைகளைத் தூக்கிக்கிட்டு எந்தத் தண்டனையும் இல்லாம வெளியே நடந்து போனாங்க

ஷிர்லி ஆரம்பப் பள்ளில சேர்ந்தப்ப, அவளும் இப்படித்தான் கரிக்கட்டைனு சொல்றாங்கன்னு அழுதுட்டே வந்தாள், குளோவிஸ் பலதடவை மிஸ்டர் வாட்சன்கிட்டப் போய் குழந்தைகளை அப்படிக் கூப்பிடச் சொல்ல வேணாம்னு சொல்லச் சொல்லியும் அது நிக்கலை

அப்புறம் இன்னொரு கருப்பினப் பெண் பள்ளிக்கூடத்தில சேர்ந்தாள், கொஞ்சம் கலப்பு சாதி நிறமா எஸ்டெல்னு பேரு, மாநிறத்துல தோலும் பொன்னிறத்துல முடியுமா இருந்தாள், அவள் முடியும் ஷிர்லியோடது மாதிரி சுருண்டு இருந்துச்சு

எஸ்டெல் மாதிரி சிவந்த தோலுள்ள பிள்ளைங்களை அதுக்காகவே அழகுன்னு மக்கள் சொல்வாங்க

அவ அம்மா நீண்ட முடியோட இருக்கிற ஹிப்பி வகைகள்ல ஒருத்தி, மார்லன் பிராண்டோ மாதிரி கருப்பு தொளதொளச் சட்டையும் விளிம்பு இல்லாத தொப்பியும் தேய்ஞ்சு போன லெதர் ஜாக்கெட்டும் போட்டிருப்பாள்

நான் முறையா உடை உடுத்திருப்பேன்: முட்டுக்குக் கீழே வரைக்கும் ஆடை, காலர் இல்லாத பொத்தான் வச்ச சட்டை, மேல கோட்டு, இறுக்கமான காற்சராய், காலணிகள், தலையில் முக்காடு போட்டு நாடிக்குக் கீழ முடிச்சுப் போட்டிருப்பேன்

விவியன் பள்ளிக்கூட வாசல்ல வச்சு என்கிட்டப் பேச முயற்சி பண்ணினாள், அவள் வர்ணம் பூசுபவள், எஸ்டெலின் அப்பா *Cape* நிறத்தில் இருந்ததால் தென்னாப்பிரிக்காவின் இன ஒறுப்புச் சட்டப்படி நாடுகடத்தப்பட்டவர்

இன ஒறுப்பு அல்லது *Cape* நிறம்னா என்ன?

அப்படி அதிர்ச்சியோட பார்க்காதே ரேச்சல், இன ஒறுப்பு பத்தி அந்தக் காலத்துல நிறையபேருக்குத் தெரியாது, இருந்தாலும் என்னோட தோழியாகுற முயற்சியை விவியன் சீக்கிரமாவே கைவிட்டுட்டாள், அது ஏத்துக்கக் கூடியதுதான், ஏன்னா எங்களுக்கிடையில பொதுவா எதுவும் இல்லை - எங்க குழந்தைங்ககூடத்தான்

எஸ்டெல்லை ஆசிரியர்கள் நல்லா நடத்துனாங்க, தினம் காலைல அவங்க வர்றப்ப குழந்தைங்களுக்கு முகமன் சொன்னாங்க, பெரும்பாலானவங்க ஷிர்லியைப் புறக்கணிச்சாங்க, அவள் ரொம்பச் சின்னப்பிள்ளைங்கிறதால இதைக் கவனிக்கலை

எஸ்டெலுக்கு பாடவே தெரியாதுன்னாலும், பள்ளிக்கூடத்தில் இயேசு பிறப்பு நாடகத்தில் அவளை மேரியா நடிக்க வச்சு தனியாப் பாடவும் வச்சாங்க

ஷிர்லிக்கு அழகான குரல் இருந்தது, அவள் ஒரு பனைமரமா மேடைக்குப் பின்னால் நிக்கிற மாதிரி நடிக்க வச்சாங்க

கிழிஞ்ச உதடோட இருக்கிற ஒரு பையனோடயும்

கோணக்கால் உள்ள ஒரு பொண்ணோடயும்

மறுநாள் நான் குளோவிஸ்கிட்டச் சொன்னேன், நீ வேணா இங்க இரு, ஆனா உன் பிள்ளைங்களோட தாயா இலண்டனுக்குத் திரும்பிப் போறேன்

அவங்களைக் கூட்டிக்கிட்டு.

4

அடுப்பறைச் சாளரத்தின் வழியே படகிலிருந்து திரும்பி வந்து கொண்டிருந்தவர்களின் காட்சி வின்சமின் கவனத்தைக் கலைக்கிறது, தகிக்கிற வெயிலில் அவர்கள் கடற்கரையில் சாவகாசமாக நடந்து வந்து கொண்டிருந்தார்கள், அவள் பலமுறை நச்சரித்தும் இருவருமே சூரியக் களிம்போ தொப்பியோ அணிந்திருக்கவில்லை

பல வருடங்களுக்கு முன்னால் பழுப்பு நிறத் தோல் உள்ளவர்கள் சூரியக் கதிரிலிருந்து தங்களுக்கு எதிர்ப்பு சக்தி உள்ளதாக நினைத்து கடைசியில் தோல் புற்றுநோயில் போய் நிறுத்தியிருந்தது

இன்றுகூட பெரும்பாலான ஆண்கள் சூரியப் பாதுகாப்பு குறித்துக் கவலைப்படுவதில்லை

என்னவோ அது ஆண்மைக் குறைவு என்பதுபோல்

அவள் நினைப்பதைக் காட்டிலும் லென்னாக்ஸ் அதிகமும் குளோவிஸைப் போலிருக்கிறான், தோற்றத்திலும் பண்பிலும்

அதனால்தான் ஷிர்லி அவனைத் தேர்ந்தெடுத்ததாக வின்சம் கருதுகிறாள், ஆழ்மனதில் அவன் அவளுக்குப் பரிட்சயமானவனாக இருந்திருக்கிறான்

ஒருவேளை அதனால்தான் வின்சமுக்கும் அவள் மருமகன் மேல் விருப்பம் ஏற்பட்டிருக்கலாம்

அவள் திருமணம் செய்தவனின் ஓர் இளமையான, கவர்ச்சியான வடிவம்

ஒருசில வாரங்களில், ஆண்கள் கடலுக்குத் தகுதியானபடி படகைத் தயார் செய்தனர்

அதன்பின்

படகுத் தளத்தில் விடுபட்டிருந்த பலகைகளை மாற்றிவிட்டு புதிய எஞ்சினையும் சுழலுந்தியையும் நிறுவினர்

அதன்பின்

அவர்கள் விலகி நின்று தங்கள் கைத்திறனை மெச்சிக்கொண்டனர்

அதன்பின்

படகுத் தளத்தில் ஐதீகப்படி ஒரு போத்தல் ரம்மை அடித்து உடைத்துவிட்டு படகைச் செலுத்தினார்கள்

அவர்கள் வெயிலேறுமுன் பறக்கும் மீன்களைப் பிடிக்கச் செல்வார்கள், வழியிலேயே டொராடோ என்ற வண்ண மீன்களையும் ஊசியான மூக்குள்ள பில்ஃபிஷ் பிடிக்கவும் தூண்டில் போடுவார்கள், வெகுதூரம் சென்றதும் ஒரு திரைபோல் செயல்படுவதற்காக கரும்புச் சக்கைகளையும் பனையோலைகளையும் கடலுக்குள் வீசுவார்கள், அதற்கடியில் கூடைகளை நழுவவிட அதிலிருந்து இரை மெதுவாக விடுவிக்கப்படும், இந்த உணவுக்காக பறக்கும் மீன்கள் கூடியதும், வலையில் அள்ளுவார்கள், ஆனாலும் வயசாகும்போது வலையை இழுக்கிறது சிரமமா இருக்கும் என்று குளோவிஸ் சொல்கிறார், முதுகுவலியோடு அவர் திரும்பி வரும்போது அவருக்கு முதுகை அமுக்கி விடுகிறாள்

மீன்பிடித்தல் அவரது அடையாளங்களில் முக்கியமான பகுதி, அது அவரை உண்மையான மனிதனைப்போல் உணரச் செய்கிறது, ஓய்வுபெற்ற பின்புகூட வெளியில் சென்று ஏதாவது கொண்டுவரும் ஆண்

மேடிசன் ரேச்சலின் மடியிலிருந்து விழித்தெழுகிறாள், உறக்கக் கலக்கத்தில் எங்கிருக்கிறோம் என்று உணர முயல்கிறாள், அவள் தாயின் மடியிலிருந்து உருண்டு கதவை நோக்கித் தத்தித் தத்தி நடந்து சென்று செம்மணலில் வீட்டை நோக்கி ஆண்கள் நடந்து வருவதைப் பார்த்ததும் அவர்களை வரவேற்க ஓடுகிறாள்

அவர்கள் இருவருக்கும் இடையில் தன்னை நிறுத்திக் கொள்ள, அவர்கள் ஆளுக்கொரு கை பிடித்து அவளை ஊஞ்சலாட்டுகின்றனர்

எத்தனை அழகான காட்சி

தன்னுடைய கதையை வின்சம் பகிர்ந்துகொண்டதற்கு ரேச்சல் நன்றி சொல்கிறாள், நல்ல கதை பாட்டி, நீங்க ஒரு முன்னோடி

நாங்க அயல்நாட்டுக்குக்குப் போன ரெண்டு சாமானியர்கள்தான் ரேச்சல், முன்னோடின்னு சொல்றதுக்கு ஒன்னும் இல்லை

நீங்க அற்புதமானவர்னு நான் நினைக்கிறேன், நான் போய் அம்மாகிட்ட உட்கார்றேன், அவங்க இங்க இருக்கிறப்ப மட்டும்தான் அவங்களைப் பத்தி என்னால கவலைப்படாம இருக்க முடியுது, மத்த நேரம் எல்லாம் அவங்க வேலைல இருக்கிற அழுத்தத்துல மாரடைப்பு வந்துடுமோன்னு எனக்குப் பயமா இருக்கும்

நம்ம ஷிர்லைப் பத்திக் கவலைப்படாதே ரேச்சல், அவளுக்கு எதையாவது புகார் சொல்லிட்டே இருக்கிறதுதான் பிடிக்கும்

அறுபதுகளில் குடும்பம் இலண்டனுக்குத் திரும்பியதும் அவர்கள் பெக்ஹாமில் குடியேறினர், வெடிகுண்டில் சேதமடைந்த வீடொன்றை வாங்கிப் பல ஆண்டுகளாகப் புதுப்பித்தபடி இருந்தனர்

அதன்பின் அவர்கள் விரும்பப்படாத இடங்களுக்குச் செல்வது பற்றிய பேச்சே எழவில்லை

குளோவிஸை மூன்று விசயங்கள் ஆக்கிரமித்திருந்தன: வேலைக்குச் செல்வது, குழந்தைகளை வளர்ப்பது, வீட்டைச் சரிசெய்வது

வேலைகளைத் தானே செய்வது அவருக்குப் பிடித்திருந்தது, அவர் தலைமுறையைச் சேர்ந்த பல ஆண்களைப் போல வார இறுதிகளில் வீட்டு வேலைகளைச் செய்து நேரம் செலவிடுவார்

அடர் நீல ஜீன்ஸ் துணியில் முழுவாடை அணிந்துகொண்டு கையேடுகள் மூலம் எப்படிச் சாந்து பூசுவது, குழாய்களை மாட்டுவது மின் வேலைகள், சுவரெழுப்புவது, தச்சு வேலை எல்லாம் கற்றுக்கொண்டார்

முதலில் ஒரு வருடம் அதன் தொடக்கத்திலிருந்து முடிவுவரை எப்படிப் போகும் என்பதைக் கிட்டத்தட்ட தன்னால் கணிக்க முடிந்தது வின்சமுக்குப் பிடித்திருந்தது

கூரை ஒழுகுவது அல்லது குடல்வால் அழற்சியுடன் குழந்தையை மருத்துவமனைக்குத் தூக்கிக் கொண்டு ஓடுவது மாதிரியான எதிர்பாரா நிகழ்வுகள்

சமயங்களில், குளோவிஸ் இளமையாகவும் முட்டாளாகவும் (அதை ஒத்துக்கொண்டார்) இருந்தபோது, அவள் அவர்மீது எரிச்சலாய் இருந்தபோது தென்மேற்கில் அவர்கள் செய்த சாகசங்கள் குறித்துக் கிண்டலடித்துக் கொண்டனர்

அவளால் புரிந்துகொள்ள முடியாதது என்னவென்றால் அவள் கணவன் வழக்கமான வாழ்க்கைக்குப் பழகியதும், அவன் இன்னும் ஆற்றலுடன் உற்சாகமாகச் செயல்பட வேண்டுமென அவள் ஆசைப்படத் தொடங்கியதுதான்

இங்கிலாந்துக்குப் புதிதாக வந்த புதிதில் வின்சம் பாதுகாப்பையும் நிலைபேற்றையும் விரும்பினாள், குளோவிஸ் பரிட்சயமானவராக இருந்தார், அவள் மீது கவனம் செலுத்தினார், அவளிடம் நல்லபடி நடந்துகொண்டார், அவளுக்கு ஒருவர் தேவையாக இருந்தபோது அவரிடம் சாய்ந்தாள்

அது காதலாக முதிர்ந்தது, அவள் கணவனைப் பற்றி விரும்புவதற்கும் போற்றுவதற்கும் நிறைய இருந்தன - அவர் ஒருபோதும் குரூரமாய் நடந்துகொண்டதில்லை, பிற பெண்களுடன் படுக்கையைப் பகிர்ந்துகொண்டதில்லை, அவள் தேவைகளை அனுசரிப்பவராகவும் மெல்லுணர்வுடையவராகவும் இருந்தார்

அவர் என்னவாக இல்லையோ அதுதான் பிரச்சினை - கிளர்ச்சி

மாணவர்களாக இருந்தபோது முதல்முறை ஷிர்லி தேநீருக்காக லென்னாக்ஸை வீட்டுக்குக் கூட்டி வந்தபோது ஜாக்சன் ஃபைவ் இசைக்குழுவில் மூத்த இளைஞர்களில் ஒருவர் அவள் நடுக்கூடத்தில் வந்து நிற்பது போலிருந்தது

அவன் விறைப்புடன் புடைத்துக் கொண்டிருக்கும் இளமையுடன் இருந்தான், உண்மையைச் சொல்வதானால் அவனுடைய காற்சராய் மிக இறுக்கமாய் இருந்தது

குளோவிஸிடம் ஒருபோதும் அவள் உணர்ந்திராத ஏதோவொன்றை வின்சம் அவனிடம் உணர்ந்தாள் - வெடிக்கும் காம இச்சை, வேட்கை, எப்படி வேண்டுமானாலும் அவர்கள் அழைத்துக் கொள்ளட்டும்

அப்படியே நாவால் நக்கியெடுக்கலாம் போலிருந்த அவனது சாக்லேட் நிற மேனியை அல்லது பரிசுத்தமான வெண்படலத்துக்குள் இருக்கும் அறிவார்ந்த கண்களை

வெறிக்காமல் இருக்க அவள் மிகவும் சிரமப்பட்டாள், மாறாக கடலில் சூரிய ஒளியில் குழந்தைப் பருவத்தைச் செலவிட்டதால் குளோவிஸின் வெண்படலம் மஞ்சள் நிறத்தில் இருந்தது

ஆப்பிரிக்க அமெரிக்கரைப் போல குட்டையாகக் கத்தரிக்கப் பட்ட தலைமுடி, மேலுடலின் வடிவைத் துலக்கமாகக் காட்டும் இறுக்கமான சட்டை

அவன் மேனியெங்கும் தனது கைகளை ஓடவிடவேண்டும்போல, அவனது விதைகளை அழுத்திவிட்டு அவள் தொடுகையில் விறைத்தெழும் அவன் குறியை உணர வேண்டும் போலிருந்தது அவளுக்கு

குளோவிஸ் எல்லோரையும் இளைப்பாறும் அறைக்கு அழைத்து வந்தார், அங்கே அவர்கள் கோப்பைகளில் கொக்கோ தேநீர் அருந்தியபடி இந்த இளைஞனை ஆச்சரியத்தோடு பார்த்தனர்

அந்தக் காதல்பறவைகள் இரண்டும் சோபாவில் கைகளைக் கோர்த்தபடி அமர்ந்திருந்தன, அவளுடையதும் குளோவிஸுடையதும் நாற்காலியின் கைமேடையில் இருக்க அவர்கள் கண்ணியத்துடன் சிற்றுரையாடலில் ஈடுபட்டிருந்தனர்

இந்தப் பல்கலைக்கழக மாணவனை ஈர்க்கும் பொருட்டு குளோவிஸின் குரல் ஆழ்ந்து ஒலிப்பதைக் கவனித்தாள்

ஷிர்லி வழக்கறிஞராகப் போகும் லின்னாக்ஸிடம் வெகுவாக ஈர்க்கப்பட்டிருப்பது வெளிப்படை, அவர்களிடம் ஏற்கெனவே பெருமையாகச் சொல்லியிருந்தாள், பிறகு அவன் பாரிஸ்டர் ஆவான் ஏன் ஒருநாள் நீதிபதியாகக்கூட ஆகிவிடுவான்

எப்படியொரு ஆளைப் பிடித்திருக்கிறாள்

ஷிர்லி அதிர்ஷ்டக்காரி

நேரம் போனதே தெரியவில்லை, அதற்குள் எல்லோரும் நடுக்கூடத்துக்குத் திரும்பிவந்து சம்பிரதாயமான உங்களைச் சந்தித்ததில் மகிழ்ச்சிகளையும் உங்களுக்கு நன்றிகளையும் அவசியம் மீண்டும் வரணும்களையும் சொல்லிக் கொண்டிருந்தனர்

அவர்கள் பெக்ஹாம் ரை வழியே நிலையத்துக்குச் சென்றபோது குளோவிஸும் அவளும் கையசைத்து வழியனுப்பினர், அதன்பின் கிங்'ஸ் கிராஸ் சென்று பிறகு இரயிலில் லீட்ஸ் சென்றார்கள்

வின்சம் கதவைச் சாத்திவிட்டு அவர்களது படுக்கையறைக்குப் படிகளில் ஏறினாள், எனக்குக் கொஞ்சம் தலைவலிக்குது என்று குளோவிஸிடம் கத்திச் சொன்னாள், அவர் ஏற்கெனவே அடுப்படியில் பைரேட் ரெகே வானொலி நிலையத்தைத் திருப்பிக் கொண்டிருந்ததால் அவர் காதில் விழவில்லை

படுக்கையில் படுத்துக் கொண்டாள்

என்னதான் நடக்கிறது?

ஒருவேளை மாதவிடாய் நிற்கும் சமயத்தில் பெண்களுக்கு ஏற்படும் உணர்ச்சிகரமான நிலையாய் இருக்கலாம், மாதவிடாய் நின்றதும் இதுவும் கடந்துவிடும்

அவளது பெண்மைச் சுரப்பைக் குறைத்துவிட்டு அது நின்றுவிடும்

அத்துடன் இறக்கும் அண்டங்கள்

அவள் அதை விரும்பவில்லை, வார இறுதியில் அடிக்கடி ஷிர்லியை வரும்படி ஊக்கப்படுத்தினாள், உன்கூட நீ தாராளமா லென்னாக்ஸைக் கூட்டி வரலாம்

முகமன் சொல்லும்போது அவளது இரு கன்னங்களிலும் முத்தமிடுவான்

அவன் வீட்டில் இருக்கும்போது பிரியத்துடன் கைகளை அவள் தோளைச் சுற்றிப் போடுவான், தன் அம்மாவுக்கும் தன் ஆண் தோழனுக்கும் அப்படியொரு நல்லுறவு இருப்பதை எண்ணி ஷிர்லி அகமகிழ்வாள்

அவர்கள் திரைப்படத்துக்கு அல்லது மதியவுணவுக்கு வெளியே சென்றுவிட்டு சோடிகளைப் போலத் திரும்பி நடந்துவரும்போது அவன் கைகள் நழுவி அவள் இடையைச் சுற்றிப் பிடித்திருப்பதை அவள் விரும்பினாள், பெக்ஹாமின் இரவு வீதிகளில் குளோவிஸும் ஷிர்லியும் முன்னே நடந்துசெல்ல, அவளும் லென்னாக்ஸும் பின்னே நடந்து வருவார்கள்

தன்னுடைய நிலைகுலைவிலிருந்து வெளிவர அவள் அடிக்கடி குளோவிஸைப் புணர்ச்சிக்கு அழைத்தாள்

குளோவிஸ் பதினான்கு வயதிருக்கையிலேயே பள்ளிப்படிப்பைக் கைவிட்டவர், பொறுப்புணர்வு, மீட்டளித்தல், ஒன்றுக்கு ஈடாக இன்னொன்று பெறுதல் மாதிரியான நீண்ட வார்த்தைகளைப் பயன்படுத்தும் லென்னாக்ஸுடன் ஒப்பிடுகையில் அவரால் தாக்குப்பிடிக்க முடியவில்லை

வார்த்தைகளின் அர்த்தங்களை அவள் அகராதியில் தேட வேண்டியிருந்தது

குடும்ப ஒன்றுகூடுகைகளைத் தாண்டிய தொடர்பாடல்களில் குளோவிஸ் ஆர்வம் காட்டவில்லை, அவர்கள் இலண்டனுக்குத் திரும்பி வந்ததும் அவர் குடிப்பதை நிறுத்திவிட்டார், திரைப்படங்கள் பார்க்கச் செல்வதிலோ அல்லது விருந்துகளுக்குச் செல்வதிலோ, இரவு வெகுநேரம் கொண்டாட்டங்களில் செலவிட்டுவிட்டு ஞாயிறு காலைகளில் தாமதமாக எழுந்து காபி எந்திரத்திலிருந்து அசலான காபியைப் பருகியபடி செய்தித்தாள்களை வாசிக்கும் ஷிர்லி, லென்னாக்ஸ் போல அவர் ஆர்வம் காட்டவில்லை, ஷிர்லி கிளம்பும்போது சொல்லிச் செல்வது போல, நான் பிற்காலை உணவு (brunch) எடுத்துக்கப் போறேம்மா

வின்சம் இந்தப் பிற்காலை உணவு என்ற வார்த்தையைக் கேள்விப்பட்டதுகூட இல்லை

தன் இளமையான மகளின் உடலைப்போல தன் உடலும் வடிவாக இல்லையே என ஏங்கினாள்

ஷிர்லிக்கு இருந்த கல்வியும் தெரிவுகளும் தனக்குக் கிடைக்கவில்லையே என ஏங்கினாள், அதாவது ஷிர்லியால் கவர்ச்சியும் வேட்கையும் உள்ள ஓர் ஆணைக் கவர முடியும் என்று அர்த்தம்

அவன் அவளைத் திருமணம் செய்துகொண்டு ரேச்சலுக்கும் கேரனுக்கும் தந்தையானான்

தேவைக்கும் அதிகமாகவே அவள் குழந்தைகளைக் கவனித்துக் கொண்டாள், காரணம் அதற்குப் பிறகு லென்னாக்ஸ் அவளை வீடுவரை கொண்டுவந்து விடுவான்

காரில் அவளுடன் பேசிக்கொண்டு வருகையில் எதையாவது வலியுறுத்திச் சொல்லும்போது சிலநேரங்களில் அவனது கையை அவள் முழங்காலில் வைப்பான்

விடைபெறும்போது உணர்ச்சித் தீவிரத்துடன் அவனது மென்மையான உதடுகள் முத்தமிடுகையில் அவை தேவைக்கும் அதிகமாக நீளும்

அல்லது அவள் அப்படிக் கற்பனை செய்து கொள்கிறாளா?

லென்னாக்ஸ் மீது தனக்கிருக்கும் ஈர்ப்பு குளோவிஸுக்கோ அல்லது ஷிர்லிக்கோ துரோகம் செய்வதாக ஆகாது, காரணம் அப்படி எதையும் தான் செய்துவிடவில்லை என்று தனக்குத்தானே சமாதானப்படுத்திக் கொண்டாள்

அப்படி இருந்திருந்தால், அது வேறு

குளோவிஸ் வெளியில் சென்றிருக்கும்போது ஒருநாள் அவன் வீட்டு வாசலில் வந்து நின்று அவள்மீது இச்சையோடு பாய்ந்திருந்தால்

அவளால் அதை எதிர்க்க முடிந்திருக்காது

அவள் அப்படிச் செய்யவும் இல்லை

ஒருநாள் பின்மதியம் அவன் அழைப்புமணியை அழுத்திய போது, அவளுக்கு கடைசி முறைப்பணி என்றும் அவள் வீட்டில் இருப்பாள் என்பதையும் குளோவிஸ் அதிகாலை முறைப்பணிக்குச் சென்றிருப்பான் என்றும் அவனுக்குத் தெரிந்திருந்தது

அவன் பின்மதியம் விடுப்பு எடுத்திருந்தான், உள்ளே நுழைந்து கதவைச் சாத்திவிட்டு குளோவிஸ் ஒருபோதும் தந்திராத வகையில் அவளை முத்தமிட்டான், அவர்கள் முதலில் சந்தித்துக் கொண்டபோது நாவோடு நாவு இயைந்து முத்தமிடுவது சுகாதாரக் கேடு என்று குளோவிஸ் சொன்னார்

அதன் பிறகிலிருந்து தன் வாய்க்குள்ளேயே நாவு இருக்குமாறு பார்த்துக்கொண்டாள்

இப்போது வரையிலும் இன்னொரு மனிதருடையதை அது தொட்டதில்லை

லென்னாக்ஸ், வீட்டு வேலைகளைச் செய்வதற்காக (படிக்கட்டு கைப்பிடிக் கம்பிகளை மெருகேற்றுவதற்காக) மேலே அவள் அணிந்திருந்த கையில்லாத பினாஃபோர் ஆடையை அவிழ்த்து அதனடியில் அவள் அணிந்திருந்த கோடை ஆடையின் பொத்தான்களை விடுவித்தான்

உள்ளாடையாக அணிந்திருந்த அவளது நைலான் ஸ்லிப்பையும் நீண்ட காலுறையாக இருந்த ஸ்டாக்கிங்குகளைப் பிடித்திருந்த கொக்கிகளையும் முரட்டுத்தனமாக அகற்றினான், அவள் பழைய காலத்தவள், இறுக்கமான ஆடைகள் அணிவதால் தொடைகள் உரசி தோல்தடிப்பு ஏற்பட்டு அதைச் சரிசெய்ய வாஸலின் தடவ வேண்டியிருப்பதை அவள் வெறுத்தாள்

அவள் உடல் மீது அவன் கைகள் வழியாக, அவன் உடல் வழியாக, அவன் தான் பார்த்ததை விரும்பினான் என்பதை அவள் கண்டுகொண்டாள்

அவள் உறுப்பில் ஈரம் கசிந்து கால்களில் வழிந்தது

தனது மருமகன் ஒவ்வொரு விதமான நிலையிலும் தன்னைப் புணர அனுமதிக்கும் இந்தப் பெண் யார்?

அவனுடையதை தன் வாயில் எடுத்துக் கொண்டு அதை அனுபவிக்கும் இந்தப் பெண் யார்? ஒரேயொருமுறை குளோவிஸுக்கு அதைச் செய்தபோது அதன்பின் அவள் வாந்தியெடுத்தாளே?

அவளுக்குள் பலமுறை உச்சக்கட்டம் அடைந்த இந்த இளைஞனுக்கு ஈடுகொடுக்கும் இந்தப் பெண் யார்? அவன் வீரியத்துடன் இருந்தான், தொடர்ந்து அவனால் முடிவின்றி இயங்கிக் கொண்டே இருக்கமுடியும் போலிருந்தது, அவளுக்குமே உடலின் வலு முற்றிலும் தீர்ந்து காலியாகும்வரை தொடர வேண்டும் போலிருந்தது, காரணம் அவள் சிந்திக்கும் திறனை இழந்து தன்னை மறந்து முழுதும் உடலாகி இருந்தாள்

அடுப்பறையில் இருந்த அலாரம்

ஒலிக்கும்வரை

பாலர் பள்ளியிலிருந்து கேரனையும் ரேச்சலையும் அவள் கூட்டிவர வேண்டும்

அவர்கள் குளித்துவிட்டு ஆடையணிந்துகொண்டனர்

வீட்டைவிட்டு வெளியேறினர்

தனித்தனியாக

அவன்

முதலில்

அன்று இரவு அவளால் உறங்கமுடியவில்லை

அவளது ஒழுக்கங்களுடன் அவளது உணர்ச்சிகளின் சார்பாக போர் புரிந்தாள்

எந்தப் பக்கம் வென்றது என ஊகிக்க முடிகிறதா?

அவளுக்குக் கிட்டத்தட்ட ஐம்பது வயது

அவளுக்கு இதைப் பெற அருகதையுண்டு

அவனை

அந்த ஞாயிற்றுக்கிழமை குடும்ப மதியவுணவுக்குப்பின், அடுப்பறையில் சமையல் செய்கையில் அவர்கள் தனியாக இருக்கும்படி பார்த்துக்கொண்டாள், அந்த வாரம் அவனைச் சந்திக்கவும் ஏறபாடு செய்திருந்தாள்

இவ்வாறாக அது ஓராண்டுக்கும் மேலாகத் தொடர்ந்தது

வாரம் ஒருமுறை, சிலநேரங்களில் இருமுறை

வார இறுதிகளில் ஷிர்லிக்கு ஓய்வளிப்பதற்காக அவர்கள் ரேச்சலையும் கேரனையும் கடற்கரைக்குக் கூட்டிச் சென்றார்கள்

அந்தச் சின்னஞ்சிறு குழந்தைகள் தூங்கியபொழுது, அந்த இரட்டைப் படுக்கையைச் சாதகமாகப் பயன்படுத்திக் கொண்டனர்

அவர்கள் செய்ததைப் பற்றி ஒருபோதும் பேசிக்கொண்டதில்லை

லென்னாக்ஸுக்குப் பாலியல் வேட்கை இருந்தது, இன்னொரு பெண்ணுக்காக அவளது மகளை அவன் விட்டுச் செல்வதைவிட இவள் அவனைத் திருப்திப்படுத்தினாள்

அதுவே சிறந்ததாக இருந்தது

*

பிறகு அவன் அவளிடமிருந்து விலகிவிட்டான் அல்லது அதை நிறுத்திவிட்டான்

எந்த விளக்கமுமில்லை, கலந்து பேசவுமில்லை, காரணமும் சொல்லவில்லை, தயவு தாட்சண்யமும் இல்லை

நடுத்தர வயதுள்ள பெண்மணியுடன் உறவு கொள்வது குறித்த நினைவு வந்துவிட்டதோ? அவன் அத்தையுடன் உறவு கொண்டதில் குற்ற உணர்வு ஏற்பட்டதா? ஷிர்லி அவனுடன் திரும்பவும் உடலுறவு கொள்கிறாளா? முதலில் அவள் நிறுத்தியிருந்தாளா என்ன?

அல்லது அவன் வேறு யாரையாவது பிடித்திருக்கிறானா?

வின்சமுக்கு ஒருபோதும் பதில் கிடைக்கவில்லை, காரணம் அவளாக வந்து அதைக் கேட்க முடியவில்லை

அதன்பின் வெகுகாலத்துக்கு லென்னாக்ஸ் அவள் கண்களைப் பார்க்கவில்லை, அவள் முகத்தைப் பார்ப்பதைக்கூட முடிந்தவரை தவிர்த்து வந்தான்

முன்னைப்போல அவள் லென்னாக்ஸுடன் நட்பாக இல்லாததை ஷிர்லி கவனித்தாள்

இது என்ன பேச்சு, அவர்மேல எப்பவும்போல நான் பிரியமாத்தான் இருக்கேன்னு உனக்குத் தெரியும், ஷிர்ல்

அவனால் திருப்திப்படுத்த முடியாது என்றால் அவளுள் இந்த ஏக்கத்தை எழுப்பாமலாவது இருந்திருக்கலாமே என்று வின்சம் நினைத்தாள்

அவளுக்கு ருசி காட்டிவிட்டு பிறகு பின்வாங்கிவிட்டான்

அதற்காக அவனை அவள் வெறுக்கவில்லை, அதற்காகவே அவனை மேலும் விரும்பினாள்

அவளது காதலுறவுக் கற்பனைப் பாத்திரமாக அவன் ஆகிப்போனான்: ஆடம்பரமான விடுதிகளில் கிளர்ச்சியூட்டும் பின்மதியங்களைக் கழித்தனர், அவள் கவர்ச்சியான உள்ளாடை

அணிந்திருந்தாள், அவள் வயதைக் காட்டிலும் இளமையான தோற்றத்தில் இருந்தாள்

கற்பனையில் எது வேண்டுமானாலும் சாத்தியம்

இப்போதுகூட, பல பத்தாண்டுகள் கழிந்தும், கோடையில் அவன் வரும்போது, குறிப்பிட்ட தருணங்களில் அவள் அவனைப் பார்க்கும்போது பழைய ஈர்ப்பு அவளுக்குள் கிளர்வதை உணர்கிறாள்

லென்னாக்ஸ் ஏறிட்டுப் பார்க்கிறான், வின்சமின் கவனம் அவன்மேல் பதிகிறது, கபடமின்றி நட்போடு கையசைக்கிறான்

இத்தனை ஆண்டுகளில் அவள் உணர்ச்சிகளை அவன் அறிந்திருப்பதற்கான எந்த அறிகுறியும் இல்லை

லென்னாக்ஸ் அவளுக்கு ஒருபோதும் துரோகம் செய்யமாட்டான் என்று பெருமை பேசுகிறாள்

அவள் நல்ல பையனைக் கண்டடைந்திருக்கிறாள் என்று எப்போதும் வின்சம் பதிலளிப்பாள்

நீ அதிர்ஷ்டசாலி, ஷிர்ல், நீ அதிர்ஷ்டசாலி.

பெனிலோப்

1

பெனிலோப்பின் பெற்றோர் மரணத்தை நோக்கி ஊர்ந்து சென்ற மந்தமான உணர்வற்ற எந்திரங்கள்

பதினான்கு வயதிருக்கையில் அவள் நாட்குறிப்பில் அப்படித்தான் எழுதியிருந்தாள்

அது ஒரு துரதிர்ஷ்டம்

ஏனென்றால் அவள் உற்சாகத்தால் பொங்கியபடி அவளுக்கு முன்னே விரிந்து கிடந்த அற்புதமான வாழ்க்கையை நோக்கி ஓடிக்கொண்டிருந்தாள்

இதையும்கூட அவள் எழுந்திருந்தாள்

அவளது நாட்குறிப்பில்

அவள் அப்பா எட்வின் நில அளவையாளராக இருந்தார், பிறந்து வளர்ந்தது எல்லாம் யார்க்கில், பெனிலோப் எழுதினாள்: வழமையின் அடிமை: ஒரு புள்ளியிலிருந்து எழுந்து, ஒரு புள்ளியிலிருந்து வெளியேறி, ஒரு புள்ளிக்குத் திரும்பி, புள்ளியில் உண்டு, புள்ளியில் வாழ்பவர்

அவள் எழுதினாள், தினசரி மாலை வேலையிலிருந்து வீட்டுக்குத் திரும்பி வந்து அவர் வாசிக்கும் டெய்லி டெலிகிராஃப்-இலிருந்து எடுக்கும் வாந்தியைத் தவிர என் அப்பா முக்கியம் என்று துளியேனும் கருதக்கூடியதை ஒருபோதும் சொன்னதில்லை

அவள் குறிப்பிட்டிருந்தாள், அவரைப் பற்றிய ஒரேயொரு ஆர்வமூட்டக்கூடியதும் மிக மானக்கேடானதுமான விசயம்: கொட்டகையில் கருவிகளை வைத்திருக்கும் பெட்டிக்குள் பலான பட அஞ்சல் அட்டைகள் நிரம்பிய கனத்த உறை மறைத்து வைக்கப்பட்டிருந்தது, அவரது மகள் தனது சொந்தப் புகைப்படச் சட்டகங்களை அவளது படுக்கையறைச் சுவரில் ஆணியடித்து மாட்ட ஒரு ஆண்குறி தேவைப்படாது என்று அவர் ஒருபோதும் நினைத்திருக்கவில்லை

அவள் எழுதியிருந்தாள், பெனிலோப்பின் அம்மா மார்கரெட்டின் பின்புலம் ஓரளவு சிறப்புடையதாக இருந்தாலும் அவளும்கூட ஒரு பயங்கர மொண்ணை

பூர்வீக நிலச் சட்டம் *1913*ஐ பயன்படுத்திக் கொள்வதற்காக அவளது ஆங்கிலேயப் பெற்றோர் யார்க்ஷயரில் ஹட்டன் கான்யெர்ஸில் உள்ள நொடித்துப்போன பார்லே பண்ணையை விற்றபின் அவள் புதிதாக உருவாக்கப்பட்ட தென்னாப்பிரிக்க ஒன்றியத்தில் பிறந்தாள்

நிலத்தைக் கவனித்துக் கொள்ளும் திறன் கொண்ட மக்களுக்கு மட்டுமே நில உரிமையில் *80%* ஒதுக்கப்பட்டதென அவள் அம்மா அவளிடம் கூறினாள்

வெள்ளையினமான

எங்களுக்கு

ஒட்டுமொத்தமான சமுதாய நலனுக்காகத் தவிர்க்கமுடியாத பொருளாதார வளர்ச்சிக்காக பூர்வகுடிகள் தங்கள் நிலத்தை ஒப்படைக்க வேண்டியிருந்தது என்று அவள் அம்மா சொன்னாள்

இப்போது வேலை தேடிச் சிரமப்பட்டுக் கொண்டிருக்கிறார்கள், கூலியும் சொற்பமானது

என் அப்பா அங்கே பார்லி பண்ணையை வாங்கினார், பெனிலோப், ஆனால் அவர் பண்ணைத் தொழிலாளிகள் சோம்பேறியாக, மனக்கசப்புடன் திருடுபவர்களாக இருந்ததால் அவரால் வெற்றிபெற முடியவில்லை

மோசமான குற்றவாளிகளை மரத்தில் கட்டிவைத்து அடிக்கும்படி அவரது சக பண்ணையாளர்கள் ஆலோசனை கூறினர்

அது ஒரு பாடமாக இருக்கும்

பயிரைத் திருடியதற்காக அந்தத் தண்டனையை அவர் கொடுக்கத் தொடங்கியபோது அந்த யுக்தி பலிப்பதுபோல் தோன்றியது

அதற்குப்பின் தொழிலாளர்கள் அமைதியடைந்து தங்கள் வேலையைத் தொடர்வதுபோல் தோன்றியது

ஒருநாள் அவர் குதிரையில் அமர்ந்து ரோந்து சென்றபோது, வயலில் வேலை செய்த கீழ்ப்படியாதவர்கள் வெறிபிடித்த விலங்குக் கூட்டம்போல் மரங்களின் மறைவிலிருந்து அவர் எதிரில் தோன்றி அவரைக் கொடூரமாகத் தாக்கினர்

அவர் என்ன ஏதென்று அறிந்துகொள்ளும் முன்பே, தரையில் விழுந்து கிடந்தார், அவரது சாட்டை அவர்கள் கைகளில், அதை அவர்மீது பிரயோகித்தனர்

அந்தப் பாவப்பட்ட மனிதரால் எதுவும் செய்ய முடியவில்லை

உன் தாத்தாவின் மனம் அதிலிருந்து மீளவே இல்லை, பெனிலோப், மிகக் குறைந்த விலைக்கு பண்ணையை விற்றுவிட்டு குடும்பத்தைத் திரும்ப இங்கிலாந்துக்குக் கூட்டி வந்தார், நாங்கள் சொந்தங்களுடன் இங்கு வந்தோம், அதன்பின் அவர் வேலை செய்யவே இல்லை

என் அப்பாவுக்கு அப்படியொரு கொடூரத்தைச் செய்த அந்த வெறுப்புமிக்க பூர்வகுடிகளிடமிருந்து விலகி இங்கிலாந்துக்குக் குடிபெயர்ந்ததில் நான் நிம்மதியடைந்தேன்

வெள்ளையினப் பெண்குழந்தை பெண்ணாக வளர்வதற்கான இடம் அதுவல்ல

அந்தப் பூர்வகுடிகள் என்னைப் பார்க்கும் விதம் எனக்குப் பிடிக்கவில்லை

பெனிலோப்பின் தாய் நாகரீகமடைந்த இங்கிலாந்தில் வயதுக்கு வந்தாள், அவள் சொன்னாள், சந்தோசமா நடனமாடினோம், நண்பர்கள் கிடைச்சாங்க, அவங்ககூடச் சேர்ந்து கிராமப்புறங்கள்ல

ஞாயித்துக்கிழமை மிதிவண்டி ஓட்டுனோம், இதுல ஒருசில குறும்புக்கார இளைஞர்களும் இருந்தாங்க, இருந்தாலும் கேளிக்கைக்குக் குறைச்சல் இல்ல, அவங்க இடுப்புல தொங்க விட்டிருந்த போத்தல்ல இருந்து ஜின் குடிச்சுட்டு கொஞ்சமா போதை ஏத்திப்போம்

அவள் நடுராத்திரியில் இரகசியமாய் வீட்டைவிட்டு வெளியேறி அவர்களுடன் ஃபோஸ் ஆற்றில் அம்மணமாய்க் குளித்தாள்

வீட்டிலிருந்து ரொம்ப தூரம் வந்ததும் பாவாடையை முழங்காலுக்கு மேல் ஏற்றிச் செருகிக் கொண்டாள்

பெண்கள் புகைபிடிப்பது அநாகரீகமாகக் கருதப்பட்ட நிலையில் பொது இடத்தில் வெளிப்படையாகப் புகைபிடித்தாள்

அந்தக் காலத்துல ஒழுக்கமற்ற சாஃபிக்குகள்[4] தான் தலைமுடியைக் குட்டையாகக் கத்தரிச்சு ஆண்களோட ஆடையைப் போட்டுக்கிட்டு இஷ்டம்போல நடந்துக்க முடிஞ்சுது, பெனிலோப்

உங்க அப்பாவை ஒரு நடனத்தில் சந்திச்சேன், அவர் என்னை விடக் கொஞ்சம் வயதானவர், அவர் தலை வழுக்கையாறதுக்கு முன்னே ரொம்ப அழகா இருப்பார், ஒவ்வொரு சனிக்கிழமை சாயங்காலமும் என் தாத்தா வீட்டு நடுக்கூடத்துல இருந்த கடிகாரம் சரியா ஏழு மணி அடிச்சதும் என்னைக் கூப்பிட வந்துடுவார்

நான் போற தேவாலயத்துக்கு ஞாயித்துக் கிழமைகளில் வர ஆரம்பிச்சார், நான் வேலை பார்த்துக்கிட்டிருந்த ஆண்கள் ஆடையகத்துக்கு வெளியே என்னைச் சந்திப்பார்

ஆரம்பப் பள்ளி ஆசிரியரா ஆகுறதுக்காக பயிற்சிக் கல்லூரிக்குப் போக விரும்பினேன், எங்க காலத்துல பெண்களுக்குக் கிடைச்ச ஒரு சில வேலைகள்ல அதுவும் ஒன்னு, ஆனா அதில் திருமணம் ஆனவங்களுக்கு தடை இருந்துச்சு, பெனிலோப், அதாவது நான் ஒரு மனைவியா ஆன உடனேயே ஆசிரியப் பணியை நிறுத்தியாகணும்

---

4. sapphics – சாஃபிக்குகள் – கிரேக்கக் கவிஞர் சஃபோ என்பவரிடமிருந்து இந்தச் சொல் உருவானது. ஆரம்பகாலப் பெண் கவிஞர்களில் ஒருவர். மரபார்ந்த பாலினப் பண்புகள், விதிகளிலிருந்து விலகும் பெண்களைக் குறிக்க இச்சொல் பயன்படுத்தப்பட்டது. தற்போது வழக்கில் இல்லை.

எப்படியும் கைவிட்டாகணுங்கிற ஒன்னுக்காக பயிற்சி எடுக்கிறதில் பெரிசா அர்த்தம் இருக்கிறதா எனக்குத் தெரியலை

எனக்குத் தெரிஞ்ச பொறுப்பில்லாதவங்க மாதிரி இல்லாம, உங்கப்பா அடக்கமா சாதுவா இருந்தார், கல்யாணத்துல எனக்கு அதுதான் தேவையா இருந்தது

அப்புறம் எங்கப்பா மனநலக் காப்பகத்தில் துயரகரமாக இறந்துவிட்டார்

என் குடும்பத்துக்கு இது இன்னொரு மோசமான காலகட்டம், உங்கப்பா சுலபமா என்னோட வாழ்க்கைக்குள்ள ஒரு துணையாவும் ஆறுதலாவும் நுழைஞ்சாரு, ஃபோஸ் ஆற்றில் படகில் துடுப்புப்போடக் கூட்டிட்டுப் போனார், அவர் நீச்சலடிக்கவோ அல்லது நடமாடவோ செஞ்சதில்லை, அவர் ஒருநாளும் குடிச்சதுமில்லை

இதெல்லாம் பெண்களுக்குப் பொருந்தக்கூடிய செயல்கள் இல்லைனு அவர் நினைச்சார்

மூனுவருசம் ஒன்னா சுத்தினதுக்கப்புறமா நாங்க கல்யாணம் பண்ணிக்கிட்டோம்

நான் நடனம் இல்லாத குறையை உணர்றேன், பெனிலோப், அது ரொம்ப குதூகலத்தைக் கொடுத்துச்சு, நான் அடிக்கடி கடந்த காலத்தை, முன்னே நான் எப்படி இருந்தேன்னு நினைச்சுப் பார்ப்பேன்

அவள் எங்கே போனாள்னு தெரியலை

பெனிலோப்பின் அம்மா பேசுவதை நிறுத்திவிட்டு அவளது பின்னும், தைக்கும், சமைக்கும், சுத்தம் செய்யும், இஸ்திரி அல்லது அவளது நாட்களை நிரப்பக்கூடிய வேறு ஏதாவது வேலையைப் பார்க்கத் திரும்பினாள்

உரையாடலை அப்படியே தொங்க விட்டுவிட்டு

தன் அம்மா ஒருகாலத்தில் இப்படியொரு கலகக்காரியாகவும் மற்றவர்களுடன் நன்கு பழகக்கூடியவளாகவும் இருந்ததைக் கற்பனை செய்யவே பெனிலோப்புக்குக் கடினமாக இருந்தது

வேலையா குடும்பமா என அவள் தேர்ந்தெடுக்க வேண்டி வந்ததற்காக வருந்தினாள், அது பெரிய அநீதியாகத் தோன்றியது

தென்னாப்பிரிக்கக் காட்டுமிராண்டிகளிடமிருந்து எப்போது தப்பிக்கலாம் என அவள் அம்மா காத்திருந்ததைப் போலவே, அவள் கல்லூரிக்குப் போகவும், ஒரு வேலை தேடிக் கொள்ளவும் அவள் பெற்றோரின் கட்டுப்பெட்டித்தனமான வாழ்க்கையை விட்டுச் செல்வதற்கும் தவித்துக் கொண்டிருந்தாள்

பிறகு ஒரு தருணத்தில் அவளே ஒரு பொய் என்று அவர்கள் சொன்னதும் அவள் அம்மா மீது கொஞ்ச நஞ்சமிருந்த இரக்கமும் தடயமின்றி அமிழ்ந்துவிட்டது

அந்த இடத்தை கசப்புணர்வு ஆக்கிரமித்துக் கொண்டது

அந்தப் பொய்யே அதனளவில் மோசமானது என்றாலும், காலப்போக்கில் அவர்கள் தரப்பு நியாயத்தை அவளால் புரிந்துகொள்ள முடிந்தது என்றாலும், அதை அவர்கள் சொன்னதுதான் குரூரமாக இருந்தது

அவர்கள் யார் என்பதில் உள்ள குறையையும் இந்த உலகில் அவள் யாராக இருக்கப்போகிறாள் என்பதையும் வெளிப்படுத்திய குரூரம்

அவளது பதினாறாவது பிறந்தநாளன்று (சிறப்பான நேரம்) அவள் அப்பா மதியம் சாப்பிடும்போது அவளிடம் சொன்னார், நீ எங்களுக்குப் பிறந்த மகள் கிடையாது

தேவாலயப் படிக்கட்டின்மீது ஒரு சிற்றில் மீது அவள் விடப்பட்டிருந்தாளாம்

அவளுக்குப் புரிந்துகொள்ளும் வயது வரும்வரை அவர்கள் காத்திருந்தனராம்

எந்தச் சான்றிதழோ, குறிப்போ, தடயமோ, எதுவுமோ இல்லாமல் மர்மமான முறையில் அவள் வைக்கப்பட்டிருந்திருக்கிறாள்

பல ஆண்டுகள் அவர்கள் குழந்தை பெற்றுக்கொள்ள முயன்று தோற்றுப்போய் அவளை ஓர் அநாதை இல்லத்தில் பார்த்தனர், அந்தக் காலத்தில் எல்லாம் தத்தெடுக்கிறது ரொம்பச் சுலபம்,

அவர்கள் ஆவணங்களில் கையெழுத்திட்டுவிட்டு அவளை வீட்டுக்குக் கூட்டிச் சென்றனர்

அந்தத் தருணத்தில் அவர்கள் சொல்லாமல் விட்டது என்னவென்றால், அவர்கள் அவளை நேசித்தனர் என்பதுதான், அதை அவர்கள் ஒருபோதும் சொன்னதில்லை

அந்தத் தருணத்தில் அவளுக்குத் தேவையாயிருந்ததெல்லாம் தங்கள் சொந்த மகளைப் போல வளர்த்து ஆளாக்கியவர்கள் நிபந்தனையற்ற அன்பை அறியப்படுத்துவதைத்தான்

மாறாக

அவள் கன்னத்தில் கண்ணீர் வழிந்து கொண்டிருந்தபோதும் அவர்கள் ஒன்றுமே நடக்காததுபோல் நடந்துகொண்டனர்

அலங்கார மேசைவிரிப்பால் மூடப்பட்ட நீள்வட்ட உணவு மேசையைச் சுற்றிலும் அவர்களுக்கென ஒதுக்கப்பட்ட உயர்ந்த சாய்மானம் கொண்ட நாற்காலிகளில் அப்படியே அமர்ந்திருந்தனர்

அவர்களின் பெயர் பொறிக்கப்பட்ட மர வளையத்தில் சுருட்டப்பட்டிருந்த, உணவின்போது பயன்படுத்தும் நாப்கின்களைப் பிரித்து எடுத்தனர்

சனிக்கிழமை மதியவுணவுக்கு வழக்கம்போல வெள்ளாட்டுக் கறித்துண்டுகளை, புதினா இட்ட உருளைக்கிழங்குகளை, வெண்ணெய் இட்ட பட்டாணிகளைச் சாப்பிட்டனர்

குழம்பை எடுத்துக் கொடுத்தபடி

மிளகை எடுத்துக் கொடுத்தபடி

உப்பை எடுத்துக் கொடுத்தபடி

தொண்டைக்குள் சிக்கிக்கொண்ட உருளைக்கிழங்கு துண்டு ஒன்றை வெளியே எடுக்க முடியாமல் அனுமதியின்றி மேசையை விட்டுச் சென்ற பெனிலோப் மூச்சடைக்கத் தனது படுக்கையறைக்கு ஓடி படுக்கையில் விழுந்து தேம்பித்தேம்பி அழுதாள், அவள் அம்மாவாவது வந்து பார்ப்பாள் என்று வீணாய் நம்பிக் கொண்டிருந்தாள், படிக்கட்டுகளில் செருப்பணிந்த கால் சத்தம் கேட்கிறதா என்று கவனித்தாள், தயக்கத்துடன் கதவு

தட்டும் சத்தம், கதவைத் திறந்து அவள் முதுகைத் தட்டிக் கொடுப்பது

கட்டியணைப்பதை எதிர்பார்ப்பதெல்லாம் ரொம்ப அதிகம் மாறாக

சற்று முன்புவரை தனது தகப்பனாக அவள் நினைத்திருந்த நபர் ஒவ்வொரு சனிக்கிழமை பின்மதியமும் செய்வதைப்போல தன் சகோதரருடன் (இனி அவர் சிற்றப்பன் இல்லை) கோல்ஃப் ஆடுவதற்காக வீட்டை விட்டுக் கிளம்பிச் சென்றார்.

அவள் அம்மாவாக இருந்த பெண்மணி நெருப்புக்கு முன்னே அமர்ந்து அவளது கடைசி மருமகள் லிண்டாவுக்கு (இனி அந்தக் குழந்தையுடன் பெனிலோப்புக்கு உறவில்லை) காலணிகளைத் தைத்துக்கொண்டிருந்தாள்

கீழே வானொலியில் நகைச்சுவையையும் சிரிப்பு ஓடுவதையும் பெனிலோப் கேட்டாள்

அவர்களுக்கு இது ஓர் இயல்பான சனிக்கிழமை பின்மதியம்

அதன்பின் பெனிலோப் பல மாதங்கள் தனியாக, தான் வசித்து வந்த அந்த இருவரிடமிருந்து விலகி அழுதபடி இருந்தாள், அப்படியொரு வெளிப்படுத்தும் நடத்தையை அவர்கள் ஒப்புக்கொள்ள மாட்டார்கள்

இப்படியொரு அவமானகரமான இரகசியத்தை ஏற்கமுடியாத அவள் பள்ளி நண்பர்களிடமிருந்து விலகியிருந்தாள்

அவள் ஓர் அநாதை

ஒரு பரத்தைக்குப் பிறந்தவள்

விரும்பப்படாதவள்

நிராகரிக்கப்பட்டவள்

அவர்களுக்கிடையிலிருந்த வேறுபாடு இப்போது அவளுக்குப் புரிந்தது

அவளது பெற்றோர் அவளைப் பெற்றவர்கள் இல்லை, அவள் பிறந்ததேதி உண்மையான பிறந்த தேதியில்லை

அவள் அவர்கள் இரத்த உறவோ ஒட்டு உறவோ இல்லை

அச்சமூட்டும் எண்ணங்களால் அவள் தன்னைத்தானே தொடர்ந்து வதைத்துக் கொண்டிருந்தாள்

ஒரு குப்பை மூட்டையைப் போல தேவாலயப் படிக்கட்டில் கழித்துப்போடும் அளவுக்கு அவளது உண்மையான பெற்றோரால் எப்படி ஈவிரக்கமின்றி அவளைக் கைவிட முடிந்தது?

ஒருவேளை முதலில் எலிகள் அவளிடம் வந்திருந்தால்? அல்லது நரிகள்? அல்லது உறைபனி இரவாயிருந்திருந்தால்?

எப்படி அவர்களால் இதயமில்லாதவர்களாக இருக்க முடிந்தது? எப்படியாயினும் முதலில் அவர்கள் யார்? அவர்கள் யாரென்று தெரியாவிட்டால்

அவள் யாரென்று எப்படித் தெரிந்துகொள்வாள்?

எந்த ஆவணங்களும் இல்லை

அவளோ கண்டெடுக்கப்பட்ட குழந்தை

அனாமத்தாக

அடையாளம் இன்றி

மர்மமாக

பின்னர்

அவளது ஒப்பனை மேசைக் கண்ணாடியில் மேலும் கவனமாக பெனிலோப் ஆய்வுசெய்தபோது அவள் தோற்றத்தில் எட்வினையோ மார்கரெட்டையோ - அவர்களை தாய் தகப்பனாக இப்போது அவள் காண்பதில்லை - போலில்லை என்ற அபத்தம் அவளுக்குத் தெளிவாகப் புரிந்தது

எட்வின் குள்ளமாக நலிந்த தோற்றத்துடன் நீல விழிகளும் வளைந்த மூக்குமாய் இருந்தார், எந்தச் சமயத்திலும் அரிதாகவே உணர்ச்சிகள் எழக்கூடிய ஒருவருக்குப் பொருந்தும் தோற்றம்,

எப்போதாவது அவர் வெடித்துச் சிரிக்கும் சத்தம்கூட மகிழ்ச்சியாக இருக்கக்கூடாது எனச் சுயமாக விதித்துக்கொண்ட விதியை அவர் மீறுவது போலிருக்கும்

மார்கரெட் அவரைவிடக் குள்ளம், அதிகபட்சம் ஐந்தடி இருப்பாள், செறிவற்ற கேசம், சாம்பல்நிற விழிகள், வெளிரிய தோற்றம்

அவளது திருமணப் புகைப்படத்தைப் பார்க்கையில் ஒரு காலத்தில் அவள் அழகாக இருந்திருக்கிறாள்

இப்போது அவை எல்லாம்

துடைத்து

அழிக்கப்பட்டுவிட்டது

மாறாக பெனிலோப் குமரிகளின் சராசரி உயரத்தைக் காட்டிலும் உயரமாக கிட்டத்தட்ட ஐந்தடி ஒன்பது அங்குலம் இருந்தாள், உதட்டோரங்கள் சற்றே கீழே வளைந்திருக்க வசீகரமான கண்களுடன் இருந்தாள், பள்ளியில் அது அவளுக்கு கவர்ச்சியான அழகி என்ற புகழைப் பெற்றுத்தந்தது, மர்லின் மன்றோவைப் போல அவள் தனது சுருண்ட ஸ்ட்ராபெர்ரி நிறக் கேசத்தை அலங்கரித்தாள், அவள் மூக்கைச் சுற்றிலும் 'ஒளித் துகள்கள் போல' ஒரு சில பருக்கள் இருந்தன, கோடையில் எளிதில் அவள் தோல் நிறமாற்றமடைந்தது, அது அவளை நவநாகரீகமானவளாகக் காட்டியது, ஏனென்றால் அது அவளுக்கு St Tropez களிம்பை இடுவதால் கிடைக்கும் பொலிவைத் தந்தது

வசதியானவர்கள் சமாச்சாரம்

பெனிலோப் கல்லூரிக்குச் செல்வதென்றும், தன்னை ஆராதிக்கும் ஒருவனைத் திருமணம் செய்து கொண்டு ஆசிரியராக வேண்டுமென்றும் பிள்ளைகளைப் பெற்றுக்கொள்ள வேண்டுமென்றும் தீர்மானித்தாள்

இவை அனைத்தும் அவளுக்குள் இப்போது சுமந்து கொண்டிருக்கும் இடைவெளியை நோவு தரும் பிளவை நிரப்பிவிடும்

நிலை

தடுமாறியவளாக

விரும்பப்

படாதவளாக

நேசிக்கப்

படாதவளாக

நொறுங்கிப்

போனவளாக

யாராகவும்

இல்லாதவளாக

உணர்வது.

2

அவளது அடையாளம் துண்டுதுண்டாக வெடித்துச் சிதறியபின் பெனிலோப்புக்கு ஜைல்ஸிடம் ஆறுதல் கிடைத்தது

பழைய நிலைக்கு மீண்டுவர அவளுக்கு ஒருவர் தேவையாக இருந்தது

அவன் பதினெட்டு வயது நிரம்பிய, இலக்கணப் பள்ளியில் ரக்பி ஆண்கள் அணித் தலைவனாக இருந்தான், *Wuthering Heights* புதினத்தில் வரும் ஹீத்கிளிஃப் போன்ற தோற்றமும் தன்னம்பிக்கை கொண்ட தோரணையும் அவனை மற்ற பையன்களை விஞ்சியவனாகக் காட்டியது

இப்படியாகப்பட்ட தலைசிறந்த ஜைல்ஸ், மாமன்னர் ஜைல்ஸ், யார்க்கின் 1ஆவது அரசர் ஜைல்ஸைச் சுற்றிவர யார்தான் விரும்பமாட்டார்கள்

அவள் நாட்குறிப்பில் எழுதியிருந்தபடி

சாஃபிக்குகள் என்று கிசுகிசுக்கப்பட்டவர்களைத் தவிர பள்ளியில் எல்லாக் குமரிகளுக்கும் அவன்மேல் ஈர்ப்பு இருந்தது

ஜைல்ஸை வலையில் சிக்க வைக்கும் முயற்சியில் பெனிலோப் பீடித்துப் போயிருந்தாள்

அவன் பேருந்திலிருந்து இறங்கி வரும்போது தற்செயலாக அவன் மீது மோதுவதற்காக தினசரி காலையில் பேருந்து நிறுத்தத்தில் அவள் ஒளிந்துகொண்டாள், தைரியமாக நைசாக அவனுடன் உரையாடும் வாய்ப்பை ஏற்படுத்திக் கொண்டாள்

நற்பேறாக, அவர்களுக்கிடையே உரையாடல் எளிதாக நிகழ்ந்தது, அவனருகில் வர முயன்ற பிற பெண்களை அவள் திறமையாக வெட்டிவிட்டாள், ஆனாலும் அவனுடைய ரக்பி தோழர்கள் எண்ணிக்கையில் அதிகரித்ததையும் அலையலையாக அவர்கள் அடித்துச் செல்லப்படுவதையும் அவள் விரும்பினாள்

கவர்ச்சியான உடலமைப்பும் தற்பெருமைப் பேச்சும் கொண்ட விளையாட்டு நாயகர்கள் நிறைந்த குழுவில் பெண்ணாக இருந்தவள் அவள் மட்டுமே

அவர்கள் முன்னிலையில் மற்ற அனைவரும் பயந்தனர்

வழியை விட்டு ஒதுங்கி நின்றனர்

அல்லது முழங்கையால் தள்ளி ஒதுக்கினாள்

அவள்

அவர்களது பச்சை மற்றும் வெள்ளைச் சீருடைகளில் திரளான சக வீரர்களுக்குள் மறைந்துகொண்டு அவளும் ஜைல்ஸூம் தைரியமாகக் கைகளைக் கோர்த்துச் செல்லத் தொடங்கினர்

அவளது பள்ளிக்கூட வாசலில் பிரியும்போது அவளுக்குப் பிரிவு முத்தம் தரத் தொடங்கினான், அத்தனைபேர் முன்னிலையில் அது சிலிர்ப்பூட்டும் அனுபவமாக இருந்தது

அந்தக் குற்றங்களில் ஏதாவது ஒன்று அவளைத் தலைமையாசிரியை முன் நிறுத்தவும் வெளியேற்றப்படவும் செய்திருக்கும்

அவளுக்கென்ன வந்தது? அவள் காதலிக்கிறாள், அவள் ஜைல்ஸின் குழந்தைகளைப் பெறுவாள், அவள் தனது சொந்த இரத்த உறவை உருவாக்குவாள், பதினெட்டு வயதில் அவளுக்கு நிச்சயதார்த்தம் ஆனது

இதற்கிடையே அவள் வகுப்பிலிருந்த பிற இளைஞியர் முகப்பரு குறித்தும் உடல் பருமன் குறித்தும் புலம்பிக் கொண்டு எங்கே தனக்குச் சரியான துணை கிடைக்காமல் போய்விடுமோ என்று பயந்துகொண்டிருந்தனர்

அவர்களுக்காக அவள் வருந்தினாள், வாழ்க்கை முழுக்க குண்டாக, அசிங்கமாக, தனியாக இருப்பது எத்தனை பயங்கரமானது

அதேசமயம் அவள் தங்கப் பெண்ணாய் இருந்தாள்

நேர்மையாகச் சொல்வதானால்

அது அவளுக்குப் பொருந்தியிருந்தது

ஆசிரியர் பயிற்சிக் கல்லூரியில் பட்டம் பெற்ற உடனேயே பெனிலோப் ஜைல்ஸைத் திருமணம் செய்துகொண்டாள், அவன் ஏற்கெனவே கட்டடப் பொறியாளராக வேலை செய்துவந்தான்

அவள் கற்பனை செய்தபடி எல்லாமே மிகச் சரியாக இருந்தது, ஜைல்ஸ் அவளை நன்றாகப் பார்த்துக் கொண்டான், அவள் நலனைக் குறித்து விசாரித்தான், பிரியமான தொடுகைகள், கன்னத்தைத் தடவுவது, அவள் பிடரியில் முத்தம், அவளை முக்கியமானவளாக, ஆசைக்குரியவளாக உணரச் செய்வது

நல்ல சம்பளம் தந்த அவனது வேலை அவர்களை இலண்டனில் கேம்பர்வெல்லுக்குக் குடிபெயரச் செய்தது, அது பின் தங்கிய பகுதியாக இருந்தாலும் கேம்பர்வெல் குரோவில் ஒரு பெரிய வீட்டில் குடியேறினர்

அவள் விருப்பப்படி அலங்கரிக்க அனுமதித்தான்: வில்லியம் மோரிஸ் முகப்புப்படம், யுனிஃப்ளெக்ஸ் உணவு மேசை நாற்காலிகள், ஜி செஜி மாடுலர் சோபா அமைப்பு, செயற்கைத் தோலால் ஆன பழுப்புநிற அடுப்பறைச் சுவர்கள், பறட்டையான ஆரஞ்சு நிற விரிப்புகள், வெண்ணெய்ப்பழ நிறத்தில் நெகிழியாலான குளியலறை

அவள் சமையல் பரிசோதனைகளைச் சகித்துக் கொண்டான், அதன் முடிவு ரொம்ப உப்பாகவோ இனிப்பாகவோ, ரொம்பக் கருகிப்போயோ வேகாமலோ, ரொம்ப ஈரப்பதமாகவோ உறைந்தோ, ரொம்ப நீராகவோ திரைந்தோ, ரொம்ப உதிரக்கூடியதாகவோ அல்லது கட்டியாகவோ அல்லது வேகவைத்த மாவு, வீட்டில் செய்த ரொட்டி, பொரித்த இறைச்சியின் அடிப்பகுதியை உடைக்கச் சுத்தியலும் உளியும் தேவைப்படும் அளவுக்கோ இருக்கும்போது ஒருபோதும் புகார் சொல்லவில்லை

விரைவிலேயே அவள் ஆடமைக் கருவுற்றாள், அது ஆசிரியைப் பணியைத் தாமதப்படுத்தினாலும் அவளது வேலையை அமைத்துக்கொள்ள அதிகக் காலம் இருந்தது

ஒரு வருடத்துக்குப்பின், பன்னிரெண்டு மணிநேர பிரசவ வலிக்குப்பின் சாரா பிறந்தாள்

குழந்தைகளுடன் வீட்டில் இருப்பது குறித்து பெனிலோப் கவலைப்படவில்லை, அதுவும் அவர்கள் கைக்குழந்தைகளாக இருந்தபோது, அவள் குழந்தைகள் மீது அவளுக்கிருந்த பாசத்தை அவளாலேயே நம்ப முடியவில்லை

அவளது இதயத்தில் ஏற்பட்ட துளையை ஜைல்ஸ் தனது காதலால் நிறைத்தான், ஆனாலும் குழந்தைகள்மேல் அவள் கொண்ட பாசம் பேரளவில் எல்லையற்றதாக இருந்தது

அவர்கள் மீது அன்பு செலுத்துவதை அவள் விரும்பினாள்

இருப்பினும்

இரண்டு குழந்தைகளும் அவளது பெருத்த மார்பகங்களில் மூன்றாண்டுகள் பாலுண்ட பிறகு, அவர்களால் சுத்தமாக உறிஞ்சி எடுக்கப்பட்டதுபோல் உணரத் தொடங்கினாள்

உண்மையாகச் சொல்வதானால், இவை அனைத்தும் காட்டேரித்தனமாக தோன்றத் தொடங்கியது

மனிதப் பரிமாணத்தில் பேசப்பழகும் பருவத்தில் சாரா இருந்தாள், அதேசமயம் ஆடம் பேச்சைக் (பெருமூச்சு) கண்டுபிடித்துவிட்டான், ஒவ்வொருநாள் முடிவிலும் அவனது புரிந்துகொள்ள முடியாத மிழற்றலால் சோர்ந்துபோனாள்

இப்படி உணர்வது அவளுக்குக் கொடூரமானதாக இருந்தது, ஒரு பூமித்தாயின் பணியைச் செய்ய இயலாமல் அதை ஈடுகட்ட ஆசிரியைப் பணியைத் தொடங்க ஏங்கினாள், குறிப்பாக நிறைய சமூக மாற்றங்களை, பெண் விடுதலை உட்பட உலகெங்கிலும் வெடிக்கும் பல்வேறு கலாச்சாரப் புரட்சிகள் குறித்து செய்தித்தாள்கள் என்ன சொல்கின்றன என்பதில் அவள் கவனம் கொள்ளாததை உணரத் தொடங்கினாள்

இதனிடையே பிள்ளைகளின் மலமும் வாந்தியும் அவளின் முழங்கால் அளவுக்கு நிறைந்திருந்தன

ஜைல்ஸ் வேலையிலிருந்து வரும்போது உலக விவகாரங்கள் குறித்துப் பேச விரும்புவான், பயணத்தின்போது இப்போது அவன் *தி டைம்ஸ்* வாசிப்பதால் பெருத்துவிட்ட அறிவார்த்த சுய முக்கியத்துவத்துடன் விவாதித்தான், அவள் சுவாரசியமின்றி உம் கொட்டிக் கொண்டிருந்ததால் அவன் அதைக் கைவிட்டுவிட்டு அமைதியாக உணவை உண்டுவிட்டு வாசிப்பதற்குச் சென்றுவிட்டான்

அவள் குழந்தைகளைப் படுக்க வைத்துக் கொண்டிருந்தபோது

ஆசிரியர் பணிக்குத் திரும்பிச் செல்லும் விவகாரத்தை அவள் அவனிடம் எழுப்பினாள், குழந்தைங்களைப் பார்த்துக்க நம்மளால ஆள் வச்சுக்க முடியுமே

ஒருவருக்கு இரண்டு எசமானர்கள் இருப்பது நடைமுறை சாத்தியமில்லை என்று பதிலளித்தான்: வேலையில் ஒரு தலைவரையும் வீட்டில் கணவரையும்

கேலி செய்கிறானா என்ன? அவன் முகத்தில் அப்படித் தெரியவில்லை

வீட்டைவிட்டு வெளியேறுவதற்காக வம்படியாக தாய் சேய் காஃபி நேரக் காலைகள் நிகழ்வில் வெறுமனே கலந்துகொண்டாள், அவளுக்கும் பிற இளம் பெண்களுக்கும் தாய்மையாலும் மற்ற சின்னச்சின்ன விசயங்களாலும் பிணைப்பு ஏற்பட்டது, இடைவிடாமல் தங்கள் கரங்களிலிருந்து துள்ளிக் குதிக்க முயலும் தங்கள் குழந்தைகளை இலாவகமாகக் கரங்களில் வளைத்துப் பிடித்து கட்டுப்படுத்த முயன்றபடி குழந்தைகளையும்

கணவர்களையும் எப்படிக் கையாள்வது, quiche lorraine, spaghetti bolognese *போன்ற தற்போது பிரபலமாகிவரும் அவசியம் எடுத்துக்கொள்ள வேண்டிய புதிய பதார்த்தங்களைச் சமைப்பது என்பதில் ஆலோசனைகளைப் பகிர்ந்துகொண்டனர், தங்கள் சேட்டைக்காரப் பிள்ளைகள் படிக்கட்டில் ஏறாமல் இருப்பதையும் தலைகீழாகக் குதித்துவிடாமல் இருப்பதை அல்லது நெருப்புக் கவசத்தைக் கழட்டிவிட்டு சிவந்த தணல் எப்படியிருக்கும் எனத் தொட்டுப் பார்க்காமல் இருப்பதை நிச்சயித்துக் கொள்ள அவர்கள் கண்கள் எல்லாத் திக்கிலும் சுழன்று கொண்டிருந்தன*

தனது மூளை அணுக்கள் நட்சத்திரங்களைப்போல வெளித்தள்ளி ஒவ்வொன்றாய் இறந்து மீளமுடியா மறதிக்குள் செல்வதுபோல் உணர்வதாக தனது நாட்குறிப்பில் பெனிலோப் எழுதினாள்

63ஆம் எண் வீட்டிலிருந்து மில்ட்ரெட் அண்டைவீட்டாருடன் மது விருந்துகளை அதிகப்படுத்துவதை ஊக்குவிப்பதற்காக அவர்கள் ஏற்பாடு செய்யும் 'தேசிய வோல்-ஓ-வெண்ட் தினம்[5] *கொண்டாடும் திடீர் யோசனையுடன் வந்தபோது, அவள் குழந்தைகளைப் போலவே பெனிலோப்புக்கும் தொண்டைகிழியக் கத்தி ஊளையிட வேண்டும் போலிருந்தது*

நன்றியுணர்வில்

தக்க சமயத்தில் அவள் உள்ளூர் நூலகரான குளோரியாவைக் கண்டுபிடித்தாள், குழந்தைகள் புத்தகங்களை இரவல் வாங்கவும் திருப்பித் தரவும் செல்லும்போது அவளால் அறிவார்ந்து ஒரு சில வார்த்தைகளைப் பேசமுடியும்

குளோரியா இரகசியமாக, புத்திசாலித்தனமாக, குதூகலத்துடன் பெட்டி ஃப்ரீடனின் The Feminine Mystique *புத்தகத்தை ஆறு பிரதிகள் வாங்கி வைத்துக் கொண்டாள்*

ஓக் மர முகப்பு மேசையில் இருந்தபடி அவள் இந்த இரகசியத்தைச் சொன்னாள்

வார நாட்களில் தங்களுக்கு முன்னால் குழந்தைகள் இழுவண்டிகளைத் தள்ளிக்கொண்டோ அல்லது பின்னால் இழுத்துக்கொண்டோ - வழக்கமாக அவர்களுக்குப் பின்னால்

---

5. தேசிய வோல்-ஓ-வெண்ட் தினம் (National Vol- au- Vent Day) வோல்-ஓ-வெண்ட் என்றழைக்கப்படும் பிரெஞ்சு சமையலைக் கொண்டாடும் தினம்.

அலறிக்கொண்டிருப்பார்கள் - நூலகத்துக்கு வருகைதரும் நன்கு பேசக்கூடிய அனைத்து இளம் தாய்மார்களுக்கும் அவள் பரிந்துரைத்து வருகிறாள்

இந்தப் புத்திக்கூர்மையுள்ள இளம்பெண்கள் தங்களுக்கு ஒவ்வாத வாழ்க்கை நிலையில் இருப்பதற்கான ஓர் அறிகுறி இது என்று குளோரியா கூறினாள்

மிஸ் ஃப்ரீடனை பெனிலோப்பால் போதிய அளவு வாசிக்க முடியவில்லை, அவளை விளக்குமாறுகள், தூசு உறிஞ்சி, இஸ்திரி பலகையுடன் அலமாரியில் மறைத்து வைத்தாள் - அவன் சொல்வதுபோல அவளது 'குகைக்' கதவை ஜைல்ஸ் ஒருபோதும் திறக்கமாட்டான் என்பதால் அங்கு பத்திரமாயிருக்கும்

எப்படி அமெரிக்காவில் தாய்மார்களாகவும் வீட்டைக் கவனித்துக் கொள்பவர்களாகவும் இருந்து தங்கள் பாத்திரங்களில் திருப்தியடைய வேண்டிய படித்த மனைவிமார்கள் உண்மையில் அவர்கள் வெளிப்படுத்த அனுமதிக்கப்படாத மனக்குறைகளுடன் கனன்று கொண்டிருந்தனர் என்பதைக் கேட்டு அவள் அதிர்ச்சியடைந்தாள், அந்தப் பாவப்பட்ட பெண்கள் தங்கள் புறநகர்ப் பகுதி வீடுகளுக்குள் சிறைப்பட்டுக் கிடக்கின்றனர், பார்வையின்மையைக் குணப்படுத்துதல் அல்லது அதற்கிணையான மகத்தான ஒன்றைக் கண்டுபிடிப்பதற்குப் பதில் சமைப்பதும் வீட்டைத் துடைப்பதும் அவர்களிடம் ஒப்படைக்கப்பட்டுள்ளது

அவளுக்கு தனிப்பட்ட பிரச்சினையாக இதுவரை அவள் எண்ணி வந்தவை உண்மையில் பல பெண்களுக்கும் பொருந்தும் என்பதை அவள் உணர்ந்தாள், திறமையுள்ள பணியாளர்களாக தங்கள் அறிவாற்றலை நன்கு பயன்படுத்த அவர்கள் வெகுவாகத் தயாராக இருக்கும்போது அந்தப் பெண்களின் கணவர்களால் வீட்டில் இருக்கும்படி கட்டாயப்படுத்தப்படுகின்றனர், அவளைப் போன்ற பெண்கள் சலிப்பூட்டும் மொண்ணையான வேலைகளைச் செய்து பைத்தியம் பிடிக்கும் நிலைக்குத் தள்ளப்படுகின்றனர்

பெனிலோப் அவள் வேலைக்குத் திரும்புவதற்கு ஜைல்ஸை இணங்கச் செய்வதற்கான முயற்சியைத் தொடங்கினாள், தொன்று தொட்ட காலம் முதலாகவே இருந்து வரும் இயற்கையான முறையாக இது இருந்துவருவதால் அவன் இப்போதும் அவள் வீட்டில் இருப்பதையே வலியுறுத்தினான்:

நான் வேட்டைக்காரன் - நீ வீட்டைக் கவனித்துக் கொள்பவள்

நான் பணத்தைக் கொணர்பவன் - நீ பணத்தைக் கையாள்பவள்

நான் குழந்தையை உருவாக்குபவன் - நீ குழந்தையை வளர்ப்பவள்

இங்கிலாந்தில் உழைக்கும் வர்க்கப் பெண்கள் வேலைக்காக வெளியே செல்ல அனுமதிக்கப்படுவதையும் மூன்றாம் உலகிலுள்ள கோடிக்கணக்கான பெண்கள் தாய்மையையும் வேலையில் திருப்தியையும் அனுபவிக்க முடிகிறது ஜைல்ஸ் என்று அவள் தனது கோபத்தை வெளிப்படுத்தியபோது ஜைல்ஸ் கேலியாகச் சிரித்தான்.

தினசரி காலையில் படுக்கைக்கு அவனுக்கான தேநீரை எடுத்து வரும்போது, அவன் வேலைக்குத் தயாராகும்போது அவன் பின்னாலேயே சென்றபடி, அவன் தேவைக்கும் அதிகமாக கழிப்பறையில் நேரம் செலவிடும்போது (அங்க என்னதான் பண்றே?) கதவோரம் நின்று பேசியபடி, அவனைச் சம்மதிக்கச் செய்யும் முயற்சியைத் தொடரும் விதமாக அவள் கேட்டாள், அவங்களால முடியும்னா நான் ஏன் செய்யக்கூடாது?, ரொட்டியும் முட்டையும் காலையுணவுக்குத் தயார் செய்தபோது, அப்புறம் அவன் அதைச் சாப்பிட்டபோது, அப்புறம் அவன் வேலைக்குக் கிளம்புவதற்காக ஓவர்கோட் அணிந்தபோது தனது சுதந்திரத்துக்கான சிலுவைப்போரைத் தொடர்ந்தாள், ஏனென்றால் எப்படியாவது, எப்படியாவது அவள் அவன் மனதை மாற்றப் போகிறாள்

ஒருநாள் காலை முன் கதவு ஜன்னல் கண்ணாடி மீது தனது முஷ்டியால் ஓங்கிக் குத்தியபடி, நல்லவேளை இது உன் முகரையாக இல்லாமல் போய்விட்டது என்று கத்திவிட்டு கதவை ஓங்கிச் சாத்திவிட்டு அவன் செல்லும்வரை இது தொடர்ந்தது

அவள் வீட்டைப் பார்த்துக் கொள்ளவேண்டும் (அவன் தரப்பு நியாயத்தை அவள் ஏற்கிறாள்)

பெனிலோப்பால் ஆடமையும் சாராவையும் சுலபமாகச் சமாளிக்க முடிந்தது (அவனுக்கு அவர்கள் சுமையாக இருந்தனர்)

குழந்தை பராமரிப்பாளர் ஒருவரைக் கண்டுபிடித்ததோடு வீட்டுக்கு அருகிலேயே புதிதாக உருவான ஆண்கள் மற்றும் பெண்களுக்கான பெக்ஹாம் பள்ளியில் ஒரு வேலையையும் தேடிக்கொண்டாள்

*

தபால்காரர் தோட்டத்தில் வைத்து ஓர் உறையில் கொண்டுவந்து தந்த விவாகரத்தை உறுதிசெய்யும் ஆவணத்தைப் பெற்ற ஆறுவாரங்களில் கணவர் எண் இரண்டு பிலிப்பை ஒரு கல்லூரி நண்பரின் திருமணத்தின்போது சந்தித்தாள்

தான் கிடைக்கக்கூடியவள் என்ற தனது அதிகாரப்பூர்வ நிலையை சமிக்ஞை செய்தாள்.

3

பிலிப் ஓர் அசாதாரணமானவன், உண்மையிலேயே விரும்பத் தக்கவன், புத்திசாலியான உளவியலாளர், நண்பரின் திருமண வரவேற்பின்போது அவனது வசீகரமான நடத்தை அவளை வெகுவாக ஈர்த்தது

இசை மென்மையாக காதலுணர்வைத் தூண்டும் இலயத்துக்குச் சென்றபோது நடன தளத்தில் அவர்கள் முத்தமிட்டுக் கொண்டனர்

அவளது விடுதி அறையில் அன்றைய இரவு விருந்தைத் தொடர்ந்தனர்

கிட்டத்தட்ட அவனைச் சந்தித்த உடனேயே அவளது திருமணம் கலைந்ததில் அவளடைந்த கொந்தளிப்பான உணர்வுகள் (வருத்தம், கவலை, தனிமை, கழிவிரக்கம், ஜைல்ஸ் ஆணாதிக்கம் பிடித்த பன்றியாக மாறிப்போனதில் ஏற்பட்ட சீற்றம்)

மறைந்து போயின

பிலிப் யோனி உபாசகனாக, வாய்ப்புணர்ச்சியில் வல்லவன் என்பதை அவள் விரைவிலேயே கண்டுகொண்டாள், அவர்களுக்கிடையிலான புணர்ச்சி ஒரு களியாட்டமாய் இருந்தது

ஜைல்ஸைப் போலன்றி: இன்னும் கொஞ்சம் இடதுபக்கம், கொஞ்சல் வலது, கொஞ்சம் மேலே, கொஞ்சம் கீழே, அங்கேதான், ஜைல்ஸ், நீ எப்பேர்ப்பட்ட திறமைசாலி!

பிலிப்புக்கு அவள் சொல்லாமலேயே அது என்ன, அதை எப்படிக் கண்டுபிடிப்பது, அதை என்ன செய்ய வேண்டும் என்று தெரிந்திருந்தது

அதற்கும் மேலாக, அவன் அக்கறையோடு இருந்தான், மக்கள் தங்களைப் பற்றி நல்லவிதமாக உணர்வதற்கு உதவ விரும்பிய மென்மையான ஆன்மா

*

அவர்கள் இரண்டு சாட்சிகள் மட்டும் கலந்துகொள்ள எளிமையாகத் திருமணம் செய்துகொண்டனர், ரொம்பப் பகட்டாகச் செய்து அதுவே ஒரு சாபமாகிப் போவதை அவள் விரும்பவில்லை

பிலிப் ஹைகேட் பகுதியில் இருந்த தனது பெரிய வீட்டை வாடகைக்கு விட்டுவிட்டு அதேயளவு பெரியதாய் இருந்த நான்கு தளம் கொண்ட அவளது வீட்டுக்குக் குடிபெயர்ந்தான், முன்புற வரவேற்பறையைத் தனது தனிப்பட்ட தொழிலுக்கு உபயோகித்தான்

அவன் வேலைதான் பார்க்கிறான் என்றாலும், அவள் வேலைக்குச் செல்ல கணவனானவன் வீட்டில் இருப்பான் என்பதே ஒருவகையில் அவளுக்குத் திருப்தியளிப்பதாய் இருந்தது

இருந்தாலும் அது ஒரு குறியீடு

அவள் சாராவுக்கு ஆறுதல் சொல்லி, குறிப்பாக தந்தையின் பிரிவை நினைத்து மிகவும் ஏங்கிய அவளைத் திரும்பத் தூங்கச் செய்வதற்காக உறக்கம் பிடிக்காத இரவுகள் உட்பட சில கடினமான மாதங்களுக்குப்பின், குழந்தைகள் ஒருவழியாக அவனை ஏற்றுக்கொண்டது பெரிய நிம்மதி

தொட்டுப் பேசுவது பிரியத்தைக் காட்டுவது (ஜைல்ஸ் போலின்றி), அவர்களுடன் பேசுவது அவர்கள் சொல்வதைக் கேட்பது (ஜைல்ஸ் போலின்றி), அவர்களுக்கு வாசித்துக் காட்டுவது (ஜைல்ஸ் போலின்றி), அவள் பள்ளிக்கூட வேலையில் இருக்கையில்

அவர்கள் வீட்டுப்பாடத்தில் உதவுவது (ஜைல்ஸ் போலின்றி) மூலம் குழந்தைகளின் நம்பிக்கையை பிலிப் வென்றெடுத்தான்

பிலிப்பிடம் இருந்த இன்னொரு விரும்பத்தக்க விசயம் அவன் அவளிடம் காட்டிய ஆர்வம், இனிமையானவளாய் இருப்பதைத் தாண்டி பென்னி என்பவள் யார், ஒரு பெண்ணாகவும் தாயாகவும் இனிமையாகக் காட்சிதரும் அந்த முகத்திரைக்குப் பின்னால் இருக்கும் உண்மையான உணர்ச்சிகள் என அடியாழத்தில் அவள் யார் என்பதை அறிய அவன் விரும்பினான்

இந்தளவு அவன் அக்கறை எடுத்துக் கொள்வதில் அவள் பூரித்துப் போனாள்

ஆண்தான் உயர்ந்தவன் என்ற வரலாற்றுக் காலத்துக்கு முந்தைய கருத்தாக்கத்தில் நம்பிக்கை கொண்டிருந்த ஜைல்ஸைப் போல பழங்கால விழுமியங்களை அவள் மீது திணிக்க அவன் முயற்சிக்கவில்லை

பிலிப் நவீன மனிதனாய் இருந்தான்

ஒரு புதிய மனிதன்

அவள் தனது நாட்குறிப்பில் எழுதியபடி

இதுவரை நன்றாகத்தான் சென்றது

பிலிப்பிடம் நற்குணமாகத் தோன்றிய அவனது ஆர்வத்துடன் கேட்கும் கேள்விகள் அவன் விரும்பாத காரியங்களை அவள் செய்தபோது அல்லது அவன் விரும்பியது கிடைக்காதபோது அந்தக் கேள்விகள் துளைத்தெடுக்கும் விசாரணைகளாக மாறின

ஒரு சுதந்திரமான பெண்ணாக ஒரு சுதந்திரமான ஆணுடன் அவள் திறந்த மனதுடன் வெளிப்படையாகப் பேசியது ஏற்கக்கூடியதாகத்தான் இருந்திருக்க வேண்டும்

உணவு மேசையில் அவர்களுக்கிடையில் பாதி உண்ட இரவுணவு இருக்க, தனது நாற்காலியில் முன்புறம் குனிந்தபடி அவள் கண்களை ஆழமாக உற்று நோக்கியபடி அவன் கேட்பான், இந்த எதிர்மறையான நடத்தையை எது தூண்டுதுன்னு நாம கண்டுபிடிப்போமா? அப்போது அவள் உணர்ந்ததை எப்படி விவரிப்பாள்? உளவியல்ரீதியான வன்புணர்வு? ஆம், அதேதான்

அவன் கேட்பான், குழந்தையா இருக்கிறச்சே உனக்கு என்ன நடந்தது, பென்னி? உனக்குக் கைவிடப்பட்ட சிக்கல் இருக்கிறது தெளிவாத் தெரியுது, உன்னோட ஆழ்மன நினைவுகளை வெளியே கொண்டுவருவோம், சரியா?

என் ஆழ்மன நினைவு அப்படியே இருந்துட்டுப் போகட்டும், அவள் பதிலளித்தாள்

அப்படின்னா ஒரு நல்ல மனுசியா இருக்கிறதிலிருந்து உன்னை எது தடுக்குதுன்னு தெரிஞ்சுக்க நீ அடக்கி வச்சிருக்கிற பாலியல் இச்சைகள் என்னன்னு பார்ப்போமா?

அல்லது

நீ கழிப்பறையை வெறிபிடிச்ச மாதிரி ஒரு நாளைக்கு மூனுதடவை ஏன் சுத்தம் செய்றேன்னு புரிஞ்சுக்க உனக்குள் நீ ஆழமாப் போகணும், பென்னி

ஏன்னா நீ உட்கார்ற இடத்துல மோண்டு வச்சிர்றே செல்லம், அவள் கோபமாகப் பதிலளித்தாள்

இதேமாதிரியே அடுப்படித் தரையையும் நீ ஏன் பெருக்குகிறாய் என்று அவன் கேட்டபோது

ஏன்னா நீ ரொட்டித் துணுக்குகளையும் பிஸ்கட் துகள்களையும் தரையில் சிதறவிடுறே, அது அப்படியே வீடு முழுக்கப் பரவுது

ஒயின் கோப்பைகளை இழுப்பறைக்குள் வைக்கும் முன் ஏன் கழுவுவதில்லை என்று அவன் கேட்டபோது

அதற்குப் பதிலாகக் கோப்பைகளைத் தரையில் வீசியெறிந்தாள்

அவன் நண்பர்களை (அவர்களுடைய கருப்புச் சட்டகமிட்ட கண்ணாடிகள், கருப்பு வட்டக் கழுத்து பனியன்கள், மேதாவித்தனமான பார்வைகளுடன்) அவளுக்கு ஏன் பிடிப்பதில்லை என்று அவன் கேட்டபோது, அவங்க உன்னைப் போல, சாட்சாத் உன்னைப் போலன்னு நினைக்கிறேன் என்று சொல்ல நினைத்ததை அடக்கிக் கொண்டு உண்மையைச் சொல்லணும்னா ஃபில், அவங்க என்னோட இரகமில்லை என்று பதிலளித்தாள்

பாலியல் புரட்சியை அவள் அங்கீகரிக்கிறாள் என அவன் நினைத்திருந்த நிலையில் அவனுடைய *பிளேபாய்* இதழுக்கான சந்தாவை அவள் ஆட்சேபித்தது குறித்து அவன் கேட்டான், ஆண் சுதந்திரமடைவதை நீ விரும்பலையா? நீ உண்மைலயே இப்படியொரு பத்தாம்பசலியா?

அவற்றைக் குவியலாக அள்ளி தோட்டத்துக்கு எடுத்து வந்து எரியும் நெருப்பில் போட்டு பதிலளித்தாள்

பின்னர் அவள் அளவுக்கதிகமாகக் குடிப்பதாகக் குற்றம் சாட்டினான், இரண்டு பென்னிகள் இருந்தார்கள்: நிதானத்தில் இருப்பவள் தர்க்கப்பூர்வமானவள், குடிகாரச் சகோதரியோ பகுத்தறிவில்லாதவள்

இது சுத்த அபத்தம், ஒரு இராத்திரில ஒரு போத்தல் ஒயின் குடிக்கிறது அதீதம் கிடையாது, ஃபில், காலையுணவுக்கு வோட்கா குடிக்கிற ஸ்காண்டிநேவியன்கள் அல்லது மதியமும் இரவும் சாப்பிடும்போது ஒயின் குடிக்கிற மத்திய தரைக்கடலைச் சேர்ந்தவங்களை என்னன்னு சொல்லுவே? இன்னொரு விசயம், சாயங்கால நேரம் உன் நண்பர்களோட மது விடுதில நீ குடிக்கிறதெல்லாம் சரி, ஆனா என் சொந்த வீட்டில் தனிமைல நான் குடிச்சா அது தப்பா? இப்படியொரு பண்பட்ட ஐரோப்பிய வழக்கங்கள் இருக்கிற ஒரு மனைவி கிடைச்சதுக்கு நீதான் நன்றியோட இருக்கணும் என்று சொன்னாள்

இப்ப வாதுமை துண்டையும், கேமெம்பரையும், அத்தித் துவையலையும் எடுத்துக் கொடு, செல்லம்

ஒருத்தரைக் காதலிக்கும்போது அவரைத் திருமணம் செய்து கொள்வது சரியான யோசனை அல்ல என்ற முடிவுக்கு பெனிலோப் வந்தாள், ஆசை மயக்கம் எல்லாம் தீர்ந்து யதார்த்தத்துக்குத் திரும்பிய பின்னும் இணக்கம் இருக்கிறதா என்று பார்க்க சில ஆண்டுகள் காத்திருப்பது நல்லது (பத்து, இருபது, முப்பது, ஒருபோதும் இல்லையா?)

ஜைல்ஸுடன் பாலியல் கவர்ச்சி அணைந்ததும் எல்லாம் புளித்துப்போகத் தொடங்கியதை அவள் தனக்குள் ஒப்புக் கொண்டாள், அது அவர்களுக்கு முதல் குழந்தை பிறந்தபின் நிகழ்ந்தது

பாலூட்டும் மார்புகளை அல்லது பருத்துவிட்ட உடலைக் கண்டு ஜைல்ஸுக்கு கிளர்ச்சி ஏற்படவில்லை, அவன் ஒருபோதும் அப்படிச் சொன்னதில்லை, ஆனால் அவன் பார்க்கும் விதத்தில் (விலக்கத்தை), அவன் நடத்தையில் (அவளைத் தொட விரும்பாமல் இருந்தது) அவளால் சொல்ல முடிந்தது

குழந்தை பிறந்தபிறகு அவளது இடுப்பளவு பழைய நிலைக்குத் திரும்பாதது குறித்து துக்கப்பட்டாள், துள்ளும் பந்துகளைப் போலிருந்த மார்புகளை இழந்து விட்டதற்கும் வருந்தினாள்

முன்னேயெல்லாம் ஒரு நாளில் பலமுறை அவள் எத்தனை அழகாய் இருக்கிறாள் என்று சொன்னவன் அதை நிறுத்திவிட்டான்

அது எந்தளவு தன்னை அடிமையாக்கி வைத்திருந்தது என்பதை உணர்ந்தாள்

அது இல்லாதபோது அதற்கு ஏங்கினாள்

அசிங்கமாக உணர்ந்தாள்

இருந்தாலும்

தனது இரண்டாம் எண்ணை விட்டுவிடக்கூடாது என்று தீர்மானித்துக் கொண்டாள், அவளது பாலியல் ஆசைகளின் அ முதல் ஃ வரை அவன் மறந்துபோகத் தொடங்கிவிட்டாலும்கூட, அவன் அவளைக் கைவிடமாட்டான் (ஜைல்ஸைப் போல) என்று நம்பினாள்

அல்லது அவன் ஆர்வத்தை இழந்திருக்கலாம், காரணம் என்னவாக இருந்தாலும், அவளது முன்னாள் கணவனைப் போல கற்பனையே இல்லாத மேலிருந்தபடி எக்கும் நிலையை நாடினான்

இன்னொரு தோல்வியடைந்த திருமணம் என்று எல்லோர் முன்பும் அவமானப்பட்டு சமூகப் புறக்கணிப்புக்கு ஆளாவதைக் காட்டிலும் மகிழ்ச்சியற்று இருப்பதே மேல் என்று தீர்மானித்தாள்

விதி எண் ஒன்று: தம்பதியர் தங்கள் இரவு விருந்துகளுக்கு மணமாகாத பெண்களை அழைப்பதில்லை

இருவர் இருக்கும்போது அரவமின்றி நடந்து செல்லக் குழந்தைகள் கற்றுக்கொண்டனர், இப்போதும் பிலிப்பிடம் அவர்களின்

மாற்றாந்தந்தையாக நேசத்துடன் உள்ளனர், அவர்களது இளம் வயதிலேயே இரண்டு சிதைந்துபோன திருமணங்களின் பாதிப்பை அவர்களுக்கு ஏற்படுத்தியது பெனிலோப்பை வருத்தியது

அவர்கள் வளர்ந்து வெளியேறிய நேரத்தில், யதார்த்தத்தில் அவர்களின் தாயும் மாற்றாந் தந்தையும் வாக்குவாதங்களில்கூட ஈடுபடாமல் ஒருவருக்கொருவர் ஒன்றும் சொல்லிக்கொள்வதற்கு இல்லாமல் தனிப்பட்ட வாழ்வை வாழ்ந்துகொண்டிருந்தனர்

தனித்தனியாகப் பிரித்துக்கொண்டு, இரண்டு தொலைக்காட்சிகள், இரண்டு தொலைபேசி இணைப்புகள், ஆளுக்கு ஒருபக்கமாக அடுப்படி என வீட்டை இருவருமே பயன்படுத்தி வந்தனர்

கடைசியில் கற்பனைத் திறனின்றி அவளுக்குப் பதில் அவளது இளம் வயதுத் தோற்றமுள்ள நார்வே நாட்டைச் சேர்ந்த பொன்னிறக் கேசமுடைய பத்தொன்பது வயதான அவனது வாடிக்கையாளர்களில் ஒருத்தியான மெலிசாவைப் பிடித்துக் கொண்டான்

வாரம் ஒருமுறை தோண்டித் துருவும் பழக்கப்படி தேடியபோது அடுப்பறைக் குப்பைக்கூடையில் பயன்படுத்திய ஆணுறைகளைப் பெனிலோப் கண்டாள்

அன்று மாலை கையில் ஒரு பாத்திரத்தில் வெந்நீருடன் குளிர்சாதனப்பெட்டி ஓரமாக அவனை ஓரம் கட்டினாள்

சிறிது காலமாகவே இந்த மெலிசாவுடன் தொடர்பு இருப்பதை ஒப்புக்கொண்டான், அவளிடம் சொல்வதற்குப் பயந்தானாம்; அவனது துரோகம் பெனிலோப்புக்கு பெரிதாகத் தெரியவில்லை (அப்படிச் சமாதானப்படுத்திக் கொண்டாள்), தன் சொந்த மகளைவிட வயது குறைந்த பெண்ணுடன் அவர்கள் வீட்டில் அவளுக்குத் தெரியாமல் நடக்கும் கள்ளத்தனத்தைத்தான் பொறுக்கமுடியவில்லை

வயதுக்கும் இதற்கும் சம்பந்தமில்லை, மெலிசா இப்போதுதான் குழந்தைப்பருவத்தைக் கடந்து வந்திருக்கிறாள் என்பதால் அடக்கி வைக்கப்பட்ட ஞாபகங்களை வெளிக்கொண்டுவர உதவுவது அவனுக்கு எளிதாய் இருந்தது, அவள் பிரச்சினையைத் தீர்த்துக் கொள்ளத்தான் உதவினேன் என்றான்

அவள் ஜைல்ஸ் இல்லாத குறையை உணர்ந்தாள், குறைந்தது அவன் பிலிப் மாதிரி கீழ்த்தரமான உளவியல் வேட்டையாடி இல்லை

கவலைப்படும்படியாக, அவன் ஹாங்காங்கில் மனைவி எண் இரண்டுடன் (இந்தியக்காரி) சம்பந்தப்பட்டிருக்கிறான், அங்கே அவன் பாலங்களைக் கட்டிக்கொண்டு பறவைகள் சூழ்ந்த வெப்பமண்டலத் தீவுகளில் ஒன்றில் ஒரு வசதியான வீட்டில் வாழ்கிறான்

கோடை விடுமுறைகளுக்கு அவன் ஆடமையும் சாராவையும் அழைக்கத் தொடங்கியதும்,

ஆடமும் சாராவும் அவளிடம் திரும்பி வந்து சொல்லியிருந்தார்கள், வயது வந்தோருக்கான உரையாடலை மேற்கொள்ளத் தோதாக அவர்கள் இருவரும் பதின்ம வயதை எட்டிய பின்பே அது நடந்தது

பாதி இந்தியர்களாக, பாதி சகோதரர்களாக, வயதில் மிகவும் இளையவர்களாக இருந்த ரவி பவுலையும் ஜிம்மி-தேவையும் மெச்சினார்கள்

அவர்களுக்கு எதிராக அவள் ஏதாவது சொன்னால் அதை இனவெறி என்று அவளைக் குற்றம் சாட்டினர்

அரசியல் சரிநிலை கிறுக்குத்தனமாகப் போனதற்கு அவள் குழந்தைகளே உதாரணம்.

4

நம்பத்தகாத பிலிப் அவனது ஹைகேட் வீட்டுக்கே திரும்பிச் சென்றபின் - அவனுடையதை அவன் வைத்துக் கொண்டான், அவளுடையதை அவள் வைத்துக் கொண்டாள் - அவளது பிள்ளைகள் வளர்ந்து வெளியேறியபின் பெனிலோப் தனித்து விடப்பட்டாள்

சில ஆண்டுகள் வீட்டைத் தானே வைத்திருந்தாள், பம்மி என்ற அருமையான ஆப்பிரிக்கத் துப்புரவாளரை வேலைக்கு அமர்த்தினாள், அவள் வீட்டை நன்கு பராமரித்தாள், நிறைய

அறைகள் காலியாக இருக்கும்போது இது அநியாயப் பண விரயம் என்று தோன்றியது

பெனிலோப் நிலச்சுவான்தாராக மாறத் தீர்மானித்தாள், மேல்தளங்களை ஒற்றையறைகளாக மாற்றி ஜப்பானிய மாணவர்களுக்கு வாடகைக்கு விட்டாள்

அவர்கள் சுத்தமாக, அமைதியாக, ஒழுங்காக, மரியாதையான வர்களாக இருந்தனர்

வாடகை வசூலிக்கும்போது அவர்கள் குனிந்து வணங்குவது மகிழ்வளித்தது

அவளுக்குத் தனியாக இருப்பது பிடிக்கவில்லை, நடுத்தர வயதில் துணையைக் கண்டுபிடிப்பதும் எளிதாகத் தோன்றவில்லை

ஆண்கள் இப்போதெல்லாம் அவளைக் கவனிப்பதில்லை, பொருத்தமான ஆள் அருகில் இருக்கையில் நுட்பமாக சரசத்தில் ஈடுபட்டு அவர்கள் கவனத்தைப் பெறுவது எப்படி என்றும் அவளுக்குத் தெரியவில்லை, ஏனென்றால் அவள் இதற்குமுன் அப்படிச் செய்ய வேண்டியிருக்கவில்லை

இளம் பெண்ணாக ஆண்கள் அவளை நோக்கி ஈர்க்கப்பட்டனர், அவள் வெறுமனே, கருணையுடன் உல்லாசமாக அல்லது (அவளால் இப்போது உணர முடிகிறது) அவமதிப்புடன் எதிர்வினை புரிந்தாள்

அவளைத் தொந்தரவுபடுத்திய பெரிய கேள்வி இதுவாகத்தான் இருந்தது: மனதில் அப்படியொரு எண்ணமே இல்லாத ஓர் ஆணை உங்களை வெளியே கூட்டிச் செல்ல வைப்பது எப்படி?

அவளது முதலும் கடைசியுமான முகமறியா உடன்போக்கு ஒரு முகமை மூலம் நடந்தது, அவள் உள்ளே நுழைந்து அமர்ந்ததும் திருமணத்துக்கு விண்ணப்பித்தவர்கள் (குறைந்தது காகிதத்தில் அப்படித்தான் இருந்தது) எழுந்து நடையைக் கட்டினர்

வாழ்க்கையிலேயே முதல் முறையாக கிட்டத்தட்ட 'ஆணாகப் பிறந்திருக்கக் கூடாதா' என்று ஏங்கினாள்

வயதான மற்றும் நடுத்தர வயது ஆண்கள் வழக்கமாக இளம்பெண்களை நாடுவதாகவும் வயதான பெண்களும் இளம்

பெண்களும் பெரும்பாலும் நடுத்தர வயதுடைய இளம்பெண்களை நாடுவதாகவும் அவள் ஒரு கட்டுரையில் வாசித்திருந்தாள்

துரதிர்ஷ்டவசமாக, அவளிடம் அத்தகைய ஓரின ஈர்ப்பு ஏதுமில்லை.

இப்போது பெனிலோப் வாசிக்கும் பெண்களுக்கான இதழில் ஆண் துணையைக் கொண்டு பெண்கள் தங்களை வரையறுக்கக்கூடாது, ஆணைச் சார்ந்திருப்பது பலவீனத்தின் அறிகுறி என்று வாதித்தது

இது அவள் இளம்பெண்ணாக இருக்கையில் வாசித்த இதழ்களிலிருந்து முற்றிலும் மாறுபட்டிருந்தது, அவையெல்லாம் இதற்கு எதிரானதைப் பரிந்துரைத்திருந்தன

தனக்காக மட்டுமென சந்தோசமாய் உணவு வாங்கச் செல்வதில், சந்தோசமாய் தனியாகத் தூங்கச் செல்வதில், காலியான படுக்கையில் சந்தோசமாய் விழித்தெழுவதில், கட்டடப் பணியாளர்கள் அவளுக்குப் பின்னால் ஊளை விசில் அடிப்பதில்லை என்பதில் (ஒருகாலத்தில் அவள் அதை ஆட்சேபித்ததாய் நினைத்துக் கொண்டு) சந்தோசமாய் இருக்க முயன்றாள்

முகம் சுளிக்காமல் கண்ணாடியில் நடுத்தர வயது உடலைப் பார்ப்பதில் சந்தோசம், ஏனென்றால் பெண்ணின் உருவம் அதன் அத்தனை வடிவங்களிலும் அளவுகளிலும் ஏற்கப்பட வேண்டும், இல்லையா?

பெனிலோப் தன்னைத்தானே நேசிப்பதிலும் தன்னைத்தானே ஏற்றுக்கொள்வதையும் தழுவ விரும்பினாள்

ஆளுயரக் கண்ணாடிகளை அவள் வீட்டிலிருந்து அகற்றுவது நல்ல தொடக்கமாய் இருந்தது

வேலைக்குச் செல்லும் தனது உரிமைக்காக முதல் திருமணத்தை இழந்திருந்ததால் அவள் வேலையிலும் சந்தோசமாக இருக்க வேண்டும்

இந்த நாட்டில் பின் தங்கிய பகுதிகளிலிருந்து பல தலைமுறைகளாக வரி செலுத்தி வந்த பெற்றோரின் வசதிக் குறைவான குழந்தைகளுக்குக் கற்பிப்பதில், அவர்களில் பெரும்பாலானோர்

ஒன்றும் பெரிதாய்ச் சாதிக்கப் போவதில்லை என்று தெரிந்திருந்தாலும் அவள் முதலில் மகிழ்ந்தாள்

கணக்கு நன்றாகப் போடத் தெரிந்தால் ஒரு பேரங்காடியில் கணக்காளர், கணக்கும் எழுதப் படிக்கவும் தெரிந்தால் தட்டச்சாளர், பரீட்சையில் போதிய அளவு நன்கு தேர்ச்சி பெறுபவர்களுக்கு மேற்படிப்பு

தன் இனத்தைச் சேர்ந்தவர்களிடம் தனக்குப் பொறுப்புணர்வு இருப்பதாக உணர்ந்தாள், புலம்பெயர்ந்தவர்களும் அவர்களது பிள்ளைகளும் பள்ளிக்கு வந்து சூழல் மாறத் தொடங்கியது அவளுக்குப் பிடிக்கவில்லை

பத்தாண்டுகளாக முதன்மையாக உழைக்கும் வர்க்கத்தைச் சேர்ந்த ஆங்கிலேயக் குழந்தைகளுக்கான பள்ளியாக இருந்தது பின்பு தயவுசெய்து, நன்றி என்ற வார்த்தைகள்கூட அற்ற நாடுகளிலிருந்தெல்லாம் பல கலாச்சாரத்தைச் சேர்ந்த குழந்தைகள் நிரம்பிய மிருகக் கண்காட்சிச் சாலையாக மாறிவிட்டது

அது நிறைய விசயங்களை விளக்கியது

பெண்ணியம் தனது தாக்கத்தை இழந்து வருவதை, பன்முகக் கலாச்சாரப் படையின் ஆரவாரம் எழுந்து வருவதை அவள் வெறுத்தாள், எல்லா நேரமும் கோபப்பட்டாள், பெரும்பாலும் மரியாதைக் குறைவான பெரிய பையன்களிடமும் என்னவோ இந்த பூமியே தங்களுக்குச் சொந்தம் என்பதுபோல் இப்போதும் நடந்துகொள்ளும் ஆண் ஆசிரியர்களிடமும் கோபம் கொண்டாள்

அவள் வேலைக்குச் சேர்ந்த புதிதில் அவளுக்கு அழுகை வருமளவுக்கு அவளைத் தாழ்வாக நடத்தியவர்கள் அவர்கள்

அவளது முலைக்காம்புகளைப் பார்ப்பதற்காகவன்றி வேறு காரணங்களுக்காக அவளை அவர்களது உரையாடலில் சேர்த்துக் கொண்டதில்லை

பொருளாக மட்டும் பார்க்கப்படும் பிற இளம் பெண் ஆசிரியர்களுடன் அவள் அமைதியாக உட்கார்ந்திருக்க வேண்டும், மேலாடை அணியாத விளம்பர நடிகைகளின் சுவரொட்டிகள் அலுவல் அறையின் அறிவிப்புப் பலகையில் ஒட்டப்பட்டிருக்கும்

ஆண் ஆசிரியர்கள் சில மாணவியரைத் தொட்டுத் தடவி பாலியல் துன்புறுத்தல் செய்தபோது, நிஜமாகவே பெண்பிள்ளைகள் இந்த ஆண் ஆசிரியர் என் மார்புகளைத் தடவினார், அல்லது அந்த ஆண் ஆசிரியர் பிட்டத்தைத் தட்டினார் அல்லது இன்னொரு ஆண் ஆசிரியர் தனது பாவாடைக்குள் கையை விட்டார் என்று புகார் சொல்லும்போது யாராவது அதைத் தீவிரமாக எடுத்துக் கொண்டார்களா?

மாணவியருடன் 'இரகசியத் தொடர்பு' வைத்திருந்த இரண்டு ஆண்களை அவளுக்குத் தெரியும்

அதிலிருந்து தப்பித்துக் கொண்டார்கள், அவர்கள் எல்லோருமே தப்பித்துக் கொண்டார்கள்

ஆண் ஆசிரியர்கள்

வேலை முடிந்தபிறகு அரை லிட்டர் மதுவுக்காக கிரீன் டிராகனுக்குச் செல்வார்கள், அவளையோ அல்லது கருப்பை வைத்த பிற ஆசிரியர்களையோ ஒருபோதும் அழைக்க நினைத்ததில்லை

ஆண் ஆசிரியர்கள்

அலுவலர் கூட்டம் தொடங்கும் முன்பாகவே முடிவுகளை எடுத்தார்கள், இதனால் அங்கு வந்திருக்கும் மற்றவர்களுக்கு நிறைவேற்றப்பட்ட விசயமே அளிக்கப்பட்டது, இந்தச் சூழலை மாற்றுவதற்கு வாய்ப்பே இன்றி, முடிவெடுக்கும் உரையாடல்கள் மதிய உணவின்போது அல்லது தாழ்வாரங்களில் அல்லது முந்தையநாள் மாலை தொலைபேசி வாயிலாக எடுக்கப்பட்டன

அவள் மெதுவாகக் கற்றுக்கொள்பவளோ முட்டாளோ இல்லை என்பதை உணர அவளுக்குப் பல ஆண்டுகள் பிடித்தது, விவாதங்களில் அவளாகவே கலந்துகொள்வதற்கு, அவர்கள் அப்படி என்ன இழவைத்தான் பேசிக் கொண்டிருந்தார்கள் என்பதைச் சரியாக விளக்க வலியுறுத்துவதற்கு, அவர்களைப் பொறுப்பேற்கச் செய்வதற்கு அந்தச் சிரமமான வழியைக் கற்றுக் கொண்டாள்

எந்தவொரு எதிர்ப்பையும் தரையோடு தரையாக நசுக்கிடும் கடினமான வழியைக் கற்றுக் கொண்டாள், குறிப்பாக புதிதாக

வேலைக்கு வரும் சுத்த கரீபியனான மகாத்மா ஷிர்லி போன்ற இளையோர்

அவள் தனது நாட்குறிப்பில் விவரித்தபடி

பல வருடங்களுக்குமுன் அலுவல் கூட்டத்தில் வைத்து, பள்ளியில் ஆண்களுக்கு எதிராகத் துணிந்து நிற்கக்கூடிய ஒரே பெண்மணியான பெனிலோப்பை ஷிர்லி விமர்சித்தபோது அவள் அப்போதுதான் கற்பிக்கும் தகுதிகாண் பருவத்தைத் தாண்டியிருந்தாள்

சம ஊதியச் சட்டம் மற்றும் பாலியல் பாகுபாட்டுச் சட்டம் இரண்டுக்காகவும் வேலைக்கு வரும்போது மனுக்களைக் கொண்டு வந்த - இரண்டுமே கடைசியில் சட்டமாக இயற்றப்பட்டு விட்டன - ஒரு வலிமையான பெண்ணுக்குப் பதில் நீட்டி முழக்கி சுயதம்பட்டம் அடிக்கும் விதமாய்ப் பேசும் ஆணாதிக்கப் பன்றிகளில் ஒன்றை ஏன் மகாத்மா ஷிர்லி தாக்கவில்லை

அனைத்து உழைக்கும் வர்க்கப் பெண்களுக்காகவும் நிலையை மேம்படுத்துவதற்காக

அவளது சக பெண் பணியாளர்கள் அவளை மெச்சவும் மதிக்கவும் செய்திருக்கவும் வேண்டும்

மகாத்மா ஷிர்லியை மன்னிக்க அவளுக்கு வெகுகாலம் ஆனது, ஆனால் அதைச் செய்தபோது, அவர்கள் தோழிகளாக, பணித் தோழிகளாக ஆனார்கள்.

5

பெனிலோப்

ஒவ்வொருநாள் மாலையும் பள்ளியிலிருந்து வீட்டுக்கு அவளது கோல்டன் ரெட்ரீவர் நாய் ஹம்பர்டிங்கிடம் சென்றாள்

அவளுக்காக எப்போதும் அங்கிருக்கும், கட்டியணைத்துக் கொஞ்சுவதற்காக எப்போதும் ஆவலுடன் இருக்கும், இடையில் குறுக்கிடாமல் மணிக்கணக்கில் அவள் சொல்வதைக் கேட்கும், அவள் வெளியே கிளம்பும்போது சிணுங்கும், கதவைத் திறந்து வந்த உடனேயே அவளை வரவேற்கும், கட்டியணைப்பதற்காகத் தாவும்

எழுபதுகளில் அவளுக்குப் பிடித்த வெயிலால் செம்பு நிறத்திலிருக்கும் கவர்ச்சி ஊற்றெடுக்கும் ஆண் பாடகர் ஏங்கல்பெர்ட் ஹம்பர்டிங்கின் ஞாபகார்த்தமாக அவள் நாய்க்கு அந்தப் பெயரைச் சூட்டினாள், அவர் தொலைக்காட்சியில் தோன்றும்போது அவளால் நிலைகொள்ள முடியாது, மெருகேற்றிய முத்துக்களைப்போல அவர் பற்கள் பளீரிடும்

அவள் அபிப்பிராயப்படி, அவரை அடுத்த போட்டியாளராய் இருந்த வெல்ஷ் சமவெளியைச் சேர்ந்த கனத்த குரலுடன் இடுப்பை எக்குவதில் பிரபலமான டாம் ஜோன்ஸைவிட ரொம்பவே கவர்ச்சியானவர்

அவள் தனது கல்லூரி நண்பர்களுடனும் மீண்டும் தொடர்பை ஏற்படுத்திக் கொண்டாள், அவள் திருமணமானவளாய் இருந்தபோது அவர்களுடன் தொடர்புகொள்ளாமல் இருந்ததை மறந்துவிடுமளவுக்கு அவர்கள் பரிவுடையவர்களாய் இருந்தனர்

ஜைல்ஸ் அவனைச் சுத்தி சலிப்பூட்டும் பொறியாளர்கள், அவங்களோட (வீட்டு) மனைவியர் சூழ இருக்கிறதை மட்டுமே விரும்பினான், பிலிப் என்ன செய்வான்னா அறிவாளி மாதிரி நடிக்கிறவங்க அப்புறம் அவங்களோட மொண்ணையான பூமியைக் காப்போம் இரக மனைவிமார்களோட இருப்பான் என்று அவர்களிடம் சொன்னாள்

தன்னைத்தானே அவள் இழந்துபோய், நாங்கள் எனும் திருமணத்துக்குள் அடங்கிப் போய்விட்டதையும் அவள் குடும்பப் பெயரைக்கூட விட்டுக்கொடுக்க வேண்டியிருந்ததையும் ஒப்புக்கொண்டாள்

பெனிலோப் ஹாலிஃபேக்ஸ் பெனிலோப் ஓவ்ஸ்டெபி ஆகி பிறகு பெனிலோப் ஹட்சின்சன் ஆகிப் பிறகு தன் இயற்பெயருக்கு மாறினாள்

முதலில் அதுகூட அவளுடையதில்லை

(அந்த அவமானத்தை அவள் தனக்குள் வைத்துக்கொண்டாள்)

அவர்கள் செல்டன்ஹாமிலுள்ள தங்களுக்கு விருப்பமான ஆரோக்கிய நிலையத்துக்கு வார இறுதிகளில் நச்சு நீக்க/நச்சு ஏற்ற வார இறுதிகள் என்று அழைக்கக்கூடிய ஒன்றுக்காக ஆண்டுக்கு இருமுறை சென்றனர்

உடலைப் பிடித்து விடும்போது, முகத்துக்கு ஒப்பனை இடும்போது, நீராவிக் குளியலின்போது தோழியரிடையே நட்பார்ந்த சூழல் நிலவும், அவர்கள் இரகசியமாய் உள்ளே கொண்டுவந்த ஒயினைக் குடித்துக் களிப்பார்கள்

மிகக் கட்டுப்பாடான ஆரோக்கிய நிலைய வரவேற்பறையில் இருக்கும் அலுவலரிடமிருந்து மிக தூரத்தில் அவர்கள் மதுவருந்தும் அறை இருந்தது

மக்கள் உண்மையாகவே சந்தோசமாக இருப்பதை முழுக்கவே நிராகரிப்பவர் அவர்

*

பெனிலோப்

ஒரு பெண் தோழியின் திருமணமும் நிலைகுலைந்தபோது இரகசியமாய் நிம்மதியடைந்தாள், காரணம் அதன்பின் அவள் பரிதாபகரமாக, மோசமாக தனித்திருப்பதாய் உணரவில்லை

அவர்கள் ஒன்றாகத் திரையரங்குக்குச் செல்லலாம், வெளியேபோய் உணவு சாப்பிடுவதை ஓவியக் கண்காட்சிகளை இரசிக்கலாம், விடுமுறைகளை புராவென்ஸில் உள்ள ஆதாரப்பூர்வமான நாட்டுப்புறக் குடிசையில் கழிக்கலாம், ஆல்ப்ஸ் மற்றும் தாய்லாந்துக்கு ஆரோக்கியப் பயணங்கள் மேற்கொள்ளலாம்

இரண்டாம் திருமணத்துக்குப்பின் அவளது மகள் அவளுக்கு ரொம்பவே ஆதரவாய் இருந்தாள்

பெனிலோப் அவளிடம் விடிகாலையில் வேளைகெட்ட வேலையில் ஒன்றிரண்டு கோப்பை மது அருந்திவிட்டு அழைக்கும்போது மட்டுமின்றி, அவளிடம் அடிக்கடி நினைவுபடுத்துவதுபோல, அவளது சிறந்த தோழி அவள்

சாரா அவளாகத் தொலைபேசியை ஒருபோதும் வைக்கமாட்டாள், ஒருதடவைகூடக் கிடையாது, நான் இருக்கேன்மா, தயவுசெய்து எதையாவது கிறுக்குத்தனமாப் பண்ணி வைக்காதே

பெனிலோப் தற்கொலை செய்யும் இயல்புடையவளல்ல, அவள் மகள் அப்படி நினைத்தது அவளை வருத்தியது

சாராவுக்கு ஆண் தோழர்கள் இருந்தனர், இன்னும் காதலில் விழவில்லை, ஒருவேளை அவள் அம்மாவை அது எங்கு கொண்டுபோய் நிறுத்தியது என்று பார்த்ததினால் இருக்கலாம்

குழந்தைகள் பெற்றுக்கொள்வதைப் பற்றி அவள் பேசியபோது சொன்னாள், அம்மா என்னைக்கு நான் வேலையை விடுறனோ அன்னைக்குத்தான் குழந்தை பெத்துக்கிறதைப் பத்தி யோசிப்பேன், வேலைக்குப் போற அம்மாவா இருக்க நான் விரும்பலை

அதனால் பரவாயில்லை என்று பெனிலோப் உறுதியளித்தாள், மனதாரத்தான் சொன்னாள்

அவள் விரும்பியதெல்லாம் தன் மகள் சுய நிறைவோடு இருக்க வேண்டும்

அவளது வாழ்வின் இந்த நிலையில், பெண்ணிய அரசியலைப் பொருட்படுத்தத் தேவையில்லை

அது அவளை எங்கு கொண்டுவந்து நிறுத்தியிருக்கிறது பாருங்கள்

ஜைல்ஸ் குழந்தைகளின் பல்கலைக்கழக வசிப்புச் செலவுகளை ஏற்றுக்கொண்டான், இதனால் அவர்களுக்குப் பிடித்தமான பெற்றோராக ஆகிவிட்டான்

அவர்களை வளர்த்த தாயாக அவள் இருக்கையில் இது அவளை வருத்தப்படுத்தியது

பட்டப்படிப்பை முடித்தபின் ஆடம் உடனடியாக டெக்ஸாஸில் பெட்ரோலியப் பொறியாளராகப் பணிபுரியக் கிளம்பிவிட்டான், மத்திய கிழக்கிலும் பணிபுரிய வாய்ப்பிருந்த நிலையில் குறைந்தது அதைவிட இதுவே சிறந்ததாக இருந்தது

சாரா நடிகர்களின் முகவராக வெஸ்ட் எண்டில் உள்ள ஒரு பெரிய முகமையில் பணிக்குச் சேர்ந்தாள், வேலைக்கு அமர்த்திய எடுபிடிபோல நட்சத்திரங்கள் அவளை நடத்துவதாகப் புகார் சொன்னாள்

நீ நினைக்கிற மாதிரி இது கவர்ச்சியானதில்லைம்மா

இரண்டு வாரத்துக்கொருமுறை ஒயிட்சேப்பலில் அவளது பகிர்ந்து வாழும் வீட்டிலிருந்து (அந்த மோசமான ஈஸ்ட் எண்டில் போய் ஏன் வசிக்கிறாள் என்பதை பெனிலோப்பால் புரிந்துகொள்ள

முடியவில்லை, அவள் இன்னும் அதை விக்டோரிய சேரிகள் மற்றும் ஜாக் தி ரிப்பர்[6] உடனும் தொடர்புபடுத்திப் பார்க்கிறாள்) சனிக்கிழமை மதிய உணவுக்கு வீட்டுக்கு வருவாள்

சாராவுடன் குடியிருப்பவர்கள் இளம் தொழில் வல்லுநர்கள், அவர்களில் பாதிப்பேர் ஆசியர்கள்

நன்கு கல்வி கற்று நன்கு பேசக்கூடியவர்கள்

அவர்களை ஆசியர்கள் என்றே சொல்லமுடியாது

குளிர்காலத்தில் பெனிலோப் வழக்கமாக சாராவுக்குப் பிடித்த பச்சைப் பூக்கோசு மற்றும் வோக்கோசு சாறு சமைப்பாள்

மொறுமொறுப்பான ரொட்டிகளுடன்

கோடையில், அவளுக்குப் பிடித்த கீரை, தக்காளி, அத்திப்பழங்கள், உண்ணத்தக்க மலர்கள் மற்றும் ஆட்டுப் பாலாடைக் கட்டி ஆகியவற்றில் செய்த கனியமுது

மொறுமொறுப்பான ரொட்டிகளுடன்

பெனிலோப் பாஸ்தாவும் உருளைக்கிழங்கும் போன்ற கனத்த உணவை விரும்பினாள், தொக்கு, வாசனை மிக்க குழம்பு வகைகள், ஸ்டிக்கி டோஃபி புட்டிங் போன்ற அதிக இனிப்பான உணவுக்குப் பிந்தைய இனிப்புகளை விரும்பினாள்

சாப்பிட்டதும் முழுக்கவே நிறைந்துவிட்டதாக

வயிறு வெடிக்கப்போவதுபோல் உணர்வதை விரும்பினாள்

இல்லாவிடில் அவள் உணர்வுரீதியாக வெறுமையாக உணர்ந்தாள்

சாரா தனது வாடிக்கையாளர்களைப் பற்றி நிறைய கிசுகிசுக்களைச் சொல்வாள், அதை பெனிலோப் இரசித்தாள்

அவள் வாசிக்கும் பிரபலங்களுக்கான இதழில் வரக்கூடிய வர்களுடன் அவளால் நெருங்க முடிந்தது இந்த அளவுதான் என்றாலும் அது அவளது பரிதாபகரமான யதார்த்த வாழ்விலிருந்து தங்கள் கச்சிதமான வாழ்க்கைகளுடன் கவர்ச்சியாகத்

---

6. ஜாக் தி ரிப்பர் – 19ஆம் நூற்றாண்டில் ஒயிட்சேப்பலில் இருந்த அடையாளம் காணப்படாத ஒரு தொடர் கொலையாளி.

தோன்றுவோரின் கற்பனை உலகுக்குள் அவளைக் கொண்டு சென்றது

எளிதில் ஏமாறக்கூடியோருக்கான சஞ்சீவி அது என்று அவள் அறிந்திருந்தாலும், அவளுக்கு அது பொறாமையைத் தூண்டாமல் ஆறுதல் அளிக்கவே செய்தது

மிக வெற்றிகரமான நடிகர்கள் முக்கியமான வேடம் கிடைக்கவில்லை என்றால் அவளைப் பழிதூற்றினார்கள் அல்லது அப்படிக் கிடைத்து அது அவர்களுக்கே வினையாய் முடிந்து அவர்கள் நடிப்புத் தொழிலே கேள்விக்குறியாகிப் போனாலோ அதற்கும் பழி அவள்மீதுதான்

பிரபலமாகாத நடிகர்கள் அப்படிப் பிரபலமில்லாமல் இருப்பதற்கு அவளைப் பழித்தனர்

அவளது வாடிக்கையாளர்களில் பெரும்பாலான உவகை (*gay*) நடிகர்கள் நாங்கள் வேறு மாதிரி என்பதுபோல் இருப்பார்கள், திருமணமானவர்களோ எல்லாப் பித்தலாட்டமும் செய்வார்கள், நான் கேள்விப்பட்டதை நீங்க நம்பவே மாட்டீங்கம்மா, அந்தக் கல்யாணமான பிரபலமான நடிகன் என்ன செய்வான்னா, கவர்ச்சியான இளம்பெண்ணை மேசைக்கு அடில படுத்துக் கிடக்க வச்சிட்டு இவன் கண்ணாடி மேசை மேல குந்திக்கிட்டு கொல்லைக்குப் போவான்

என்னை நம்புங்க, திரைத்துறை ஆளுங்க மத்தவங்களைக் காட்டிலும் ரொம்ப மோசமான நிலையில் இருக்காங்க, அவங்களோட ஒப்பிட்டா உங்க கஷ்டமெல்லாம் ஒன்னுமே இல்லை, அதாவது உண்மைலயே அந்த அர்த்தத்தில் சொல்லலை, நீங்க மோசமான நிலையில் இருக்கீங்கன்னு சொல்லலை, ஹே, நாம எல்லாரும்தான் மோசமான நிலையில் இருக்கோம், இல்லியா?

அவள் சொன்னாள்

அவளது ரொட்டியை அவளுடைய வடிசாற்றுக்குள் விட அது முங்கிவிட்டது

எளிதில் அதை மீட்கமுடியாது.

6

ஒருசில ஆண்டுகளுக்குப்பின் முன் கதவு மணி ஒலித்தது

மங்கலான கோட்டுருவத்தில் சாராவும் கிரெய்க்கும் நிற்பது பெனிலோப்புக்குத் தெரிகிறது

அத்துடன் அவர்களின் இரட்டைப் பிள்ளைகள் மாட்டி மற்றும் மோலியின் உற்சாக நகைப்பும் கேட்கிறது

அவள் கதவைத் திறக்கிறாள், அவர்கள் வேகமாக உள்ளே நுழைகிறார்கள், குழந்தைகள் அவள் மேல் தொற்றுகிறார்கள், ஹம்பர்டிங்க் எல்லோரிடமும் தாவுகிறான், சாரா அவளது கன்னத்தில் முத்துகிறாள், கிரெய்க் அவனது வழக்கமான ஆஸ்திரேலிய அணைப்பைத் தருகிறான்

அவன் திரைத்துறையில் ஒலி உருவாக்கத்தில் பணிபுரிகிறான், அவன் ஒலியமைப்புக் கட்டுப்பாட்டில் இருந்த ஒரு திரைப்பட முதற்காட்சியின்போது சாராவை சந்தித்திருக்கிறான், புதிதாக ஒப்பந்தமாகியிருந்த இளம் நட்சத்திரத்துக்குத் துணையாக அவள் வந்திருந்தாள்

மதிய உணவுக்கு பெனிலோப் சீவல்களாக்கிய இறைச்சித் துண்டுகள், தக்காளி, பாலாடைக் கட்டியால் நிறைந்த (ஆலிவ்களோ மிளகோ கிடையாது, சின்னவளுக்குப் பிடிக்காது) மொறுமொறுப்பான பீட்ஸா செய்திருந்தாள்

அத்துடன் இலையமுது, அதையும் அவர்கள் தொடமாட்டார்கள் (அவளும்தான்)

சாராவும் அவள் கூட்டமும் வரும்போது அதை அவள் விரும்பினாள், அவர்கள் இருக்கும் வரையிலும் அவளது வழக்கமான சுய கழிவிரக்கக் (நேர்மையாய் இரு, பெனி) கவலைகளை மறந்துவிடுவாள்

மதியவுணவுக்குப்பின், கார்போஹைட்ரேட்டுகள் சர்க்கரையாய் மாறுவதால் குழந்தைகள் மேலும் குதியாட்டம் போடவும் அவள் நடுக்கூடத்தைச் சுற்றி ஓடிப்பிடித்து விளையாடவும் தொடங்கிவிடுவார்கள்

கிரெய்க்கின் அப்பா ஒரு சுரங்க நில அமைப்பியல் நிபுணர், குயின்ஸ்லாந்தில் அவனது அபாரிஜின் நண்பர்களுடன்

வெறுங்காலுடன் ஓடியாடி விளையாடி வளர்ந்தவன், குழந்தைகள் அவர்கள் விருப்பம்போல வளரவிட வேண்டும் என்பதை நம்புபவன், இதில் அவளது ஓய்வறையும் அடக்கம், அவர்கள் ஒரு கோப்பை காபி கேட்டு கதவைத் தட்டுவார்கள், ஒருவர் மேல் ஒருவர் தலையணையை எறிவார்கள், சாளரச் சட்டத்தில் தாவி திரைச்சீலையைப் பிடித்துத் தொங்க முயல்வார்கள், மோலி மின் பொருத்துவாய்க்குள் கிட்டத்தட்ட தன் விரலைச் செருக இருந்தபோது மட்டும்தான் கிரெய்க் அங்கிட்டுப் போ, மோலி! என்று கத்தினான்

சாரா மன்னிப்புக் கோரும் விதமாக அவள் அம்மாவைப் பார்த்துப் புன்னகைக்கிறாள், ஆனால் எங்கே கிரெய்க் தேவையில்லாமல் குறுக்கிடுகிறாள் என்று சொல்வானோ என்று பயந்து அவர்களைச் சத்தம்போடாமல் இருக்கிறாள்

அவளது பேரப் பிள்ளைகள் கட்டுப்பாட்டை மீறிச் செல்லும்போது செவிட்டில் நாலு அப்பு வைக்க வேண்டும், அதைச் செய்ய பெனிலோப் தயார் - கிரெய்க்கைப் பொறுத்தவரை அது சிறார் கொடுமை

மாறாக

இரண்டு லாலிபாப்புகளைக் கையில் வைத்துக் கொண்டு சோபாவில் அமர்ந்தபடி அவர்களிடம் நைசாகப் பேசுவாள், அவர்கள் அந்த வலையில் விழுந்ததும் இருவரையும் இரண்டு கைக்குள்ளும் வளைத்துப் பிடித்துக் கொண்டு (குரல்வளையை நெரித்துவிடாதபடி), பேசும் இரயில் குறித்த கதையை அவர்களுக்கு வாசித்துக் காட்டுவாள்

சாராவின் கூட்டம் பிரிக்ஸ்டனில் அடுக்குமாடிக் குடியிருப்பில் இரண்டாம் தளத்தில் வசிக்கிறது, இரட்டையரின் பிறந்தநாள் விருந்து போன்ற தவிர்க்க முடியாதவற்றுக்குத்தான் (துரதிர்ஷ்டவசமாக வருடம்தோறும் செல்ல வேண்டியிருக்கிறது) பெனிலோப் அங்கு செல்கிறாள்

வெள்ளைச் சுவர்கள் எங்கும் குழந்தைகளின் குகை ஓவியங்கள், அறையணிகள் எல்லாம் அவர்களது வர்ணப் பூச்சுகளால் கறைபட்டிருக்கும், வர்ண பேனாக்களும் உணவு எச்சங்களும்,

வாந்தி அல்லது ஏதோவொன்று, இதில் நசுங்கிய பட்டாணியும் உருகிய சாக்லேட்டும் அடக்கம்

பிசுபிசுப்பாய் ஒட்டிக்கொண்டோ அல்லது அதைவிட மோசமாகக் கைகள் ஈரமாகவோ ஆகிவிடும் என்பதால் பெனிலோப் தனது இருக்கை நுனியில் எதையும் தொட்டுவிடாமல் அமர முயற்சிக்கிறாள்

தனது சிறப்பான தூக்கத்தை வரவழைக்கும் கதைசொல்லும் குரலால் குழந்தைகளைத் தாலாட்டி பெனிலோப் தூங்கவைத்ததும், ஆளுக்கொரு கம்பங்கூட்டுக்குள் இருவரும் தூங்கிப் போயிருக்கிறார்கள், சாரா அவளுக்குச் சொல்ல முடிவெடுக்கிறாள், ஏன்னா இதுக்கு சரியான நேரம்னு எப்பவும் கிடையாதும்மா, நாங்க சிட்னிக்குப் போகப் போறோம், அங்க கிரெய்க்குக்கு டால்ஃபி ஆடியோல தலைமைப் பொறுப்பில் இருக்கிற வேலை கிடைச்சிருக்கு

பெனிலோப்பின் எதிர்வினை உடனடியாக, உணர்ச்சி வேகத்துடன், தீவிரமாக, கட்டுப்படுத்த முடியாதபடி வந்தது

விரைவிலேயே, அவளது இரட்டைப் படுக்கையில் குப்புறப் படுத்திருக்கிறாள், அவளது படுக்கையறைக் கதவு கிறீச்சிட்டுத் திறக்கும் சத்தம் கேட்கிறது, போங்க போங்க என்று இரட்டையர்களைத் தூண்டும் சாராவின் குரல் கேட்கிறது

அவர்களது கதகதப்பான (அத்துடன் கனத்த) சின்ன உடல்கள் அவள் மேலெங்கும் ஊர்கின்றன, அவள் முதுகில் முழங்கால்களால் அகழ்ந்தபடி, அவள் தலையில் அமர்ந்துகொண்டு, தங்கள் பிசுபிசுப்பான குட்டி உள்ளங்கைகளால் அவள் ஈரக் கன்னங்களைத் துடைக்கிறார்கள்

ஒன்னுல்ல பாட்டி, ஒன்னுல்ல, கவலப்படாதீங்க பாட்டி

இருவரில் ஒரு பிள்ளை அவள் காதில் கன்னங்கனங்குர்ரா என்று ஊதினால் மேலும் வேடிக்கையாய் இருக்கும் என்று தீர்மானிக்கிறது, இன்னொரு பிள்ளை அவளது அகன்ற பிட்டத்தை மெத்தையாக எண்ணி விளையாடுகிறது

இந்த இரு குட்டிக் குரங்குகளும் வளர்வதைத் தான் பார்க்கமுடியாது என்பது அவளுக்குச் சட்டென்று உறைக்கிறது.

அத்தியாயம் நான்கு

மேகன்/மோர்கன்

1

மேகனின் அம்மா ஜூலி அவள் ஆயிரத்துத் தொள்ளாயிரத்துத் தொண்ணூறுகளில் பிறந்திருந்தாலும் அவளைப் பத்தொன்பதாம் நூற்றாண்டைப் போல நடத்துவது அபத்தமானது

அவளது பிரச்சினைக்குரிய குழந்தைப்பருவத்தைத் திரும்பிப் பார்க்கையில் அதன் நியாயமற்ற தன்மை தெளிவாகப் புரிகிறது

எல்லாவற்றையும் சரிசெய்ய அவள் வாழ்வினுள் வந்த பீபி அவள் கண்களைத் திறந்து வைத்து அதை ஆய்ந்து பார்க்கச் செய்தான்

அவள் அம்மா சிறிதும் யோசியாமல் பாலின அடிப்படையில் தொடர்ந்து குரூரமாக நடந்து வந்திருக்கிறாள், ஒரு உதாரணம் சொல்ல வேண்டுமானால், குழந்தையாக இருக்கையில் மேகன் டிரவுசர் அணிய விரும்பினாள், மற்ற ஆடைகளைக் காட்டிலும் அவளுக்கு அது வசதியானதாக இருந்தது, அவற்றின் தோற்றம் அவளுக்குப் பிடித்திருந்தது, தனது கைகளைச் செருகிக் கொள்ள பைகளுடனும் மற்ற விசயங்களும் இருந்தது பிடித்திருந்தது, அவளைவிட மூன்று வயது அதிகமான அவள் அண்ணன் மார்க்கைப் போலத் தோற்றமளிப்பது பிடித்திருந்தது

அவளுடைய காலத்தில் பிறந்த பெண் டிரவுசர் அணிவது உண்மையில் ஒரு பிரச்சினையே அல்ல, ஆனால் அவள் அம்மா அவள் ஏற்கெனவே இருப்பதைக் காட்டிலும் அழகாக இருக்க வேண்டுமென்று விரும்பினாள்

அழகுக் குட்டிகளின் அழகைக் காட்டிலும் அழகாக இருப்பதைப் போல

பேரளவில் சமூகத்தின் ஒப்புதலுக்காக, அவளுக்கு நினைவு தெரிந்தவரை வழக்கமாக அவள் தோற்றத்தைப் பார்த்து கருத்துத் தெரிவித்த பிற பெண்களின் ஒப்புதலுக்காக மேகனுக்கு உடையுடுத்த அவள் தீர்மானித்திருந்தாள்

மேகனின் ஆரம்பகட்ட குழந்தைப் பருவத்தின் தீர்மானிக்கும் அம்சமாக அது இருந்தது, அழகாக இருப்பதைத் தவிர அவள் எதுவும் செய்யவோ அல்லது சொல்லவோ வேண்டியிருக்கவில்லை - அதுவே போதும் என்றிருந்தது

அது அம்மாவிடம் நன்றாகப் பிரதிபலித்தது, ஆப்பிரிக்க ஆண் மீதான அவள் காதலுக்கு மரியாதை செய்யும் விதமாக எக்கச்சக்கமாய்க் குவிந்த பாராட்டுகளின் பெருமையில் குளிர்காய்ந்தாள்

அவர்களுக்கிடையே அப்படியொரு வியந்து பாராட்டத்தக்க குழந்தையை அவர்கள் உருவாக்கியிருந்தார்கள்

அத்துடன் உலகத்தை ஒரு சிறந்த இடமாக மாற்றியிருந்தார்கள்

மேகன் அவளது அழகாய் இருக்கும் நிலையை நன்றியோடு ஏற்றுக்கொண்டிருக்க வேண்டும், எந்தப் பெண்ணுக்குத்தான் அவள் எத்தனை அழகாக இருக்கிறாள், எவ்வளவு சிறப்பானவள் என்று சொல்வது பிடிக்காது?

இளம் வயதாய் இருந்தாலும்கூட அவளுக்கு அது தவறாகத் தோன்றியது, அவளுக்குள் இருந்த ஏதோ ஒன்று அவள் அழகாய் இருப்பதுதான் பாராட்டுகளைப் பெற்றுத் தருகிறது என்பதையும் அப்படி இல்லாமல் அவள் கலகம் செய்தபோது, அப்படியொரு அற்புத அழகாய் இருப்பதற்காக முதலீடு செய்தவர்கள் எல்லோரையும் ஏமாற்றமடையச் செய்தாள்

அம்மாதான் அவளது முதன்மையான அழகு முதலீட்டாளர்

அவளுக்குத்தான் அதிக ஏமாற்றம், ஒருநாள் ஞாயிற்றுக்கிழமை மேகனை வலுக்கட்டாயமாக இன்னொரு கேவலமான இளஞ்சிவப்பு நிறத்தில் பொம்மென்று வீங்கிய உடையை அணியச் சொன்னபோது கட்டுக்கடங்காமல் தரையில் புரண்டு அழுதாள்

அவள் அம்மா அந்த முயற்சியைக் கைவிடும்வரை அதைத் தொடர்ந்தாள்

முற்போக்கான அவள் அம்மாவின் புலப்படாத புள்ளியாக மேகன் இருந்தாள்

ஒருநாள் ஞாயிற்றுக்கிழமை மதிய உணவுக்குப் பிறகு ஒரேயொரு சிறிய சோபாவுக்கும் இரண்டு கைவைத்த நாற்காலிகள் மற்றும் ஒரு தொலைக்காட்சிக்கு மட்டும் இடமிருந்த மிகச்சிறிய இளைப்பாறும் அறையில் உட்கார்ந்து தேநீர் குடித்தபடி

மேகனிடம் என்னவோ சரியில்லை என்று அவள் அம்மா சூ அத்தையிடம் சொல்லிக் கொண்டிருந்ததைத் தற்செயலாகக் கேட்டாள்

அவள் அத்தனை அழகான குழந்தை ஆனா அவ உடம்பில் பெண்மைக்கான தன்மையே இல்ல

அவள் மாறிடுவாள்னு நம்புறேன், எனக்கு அவளை நினைச்சுக் கவலையா இருக்கு

இது எல்லாம் எப்போ முடியும்?

இதனிடையே

அப்பா வாகனக் கொட்டிலில் ரோஜர் மாமாவோடும் அவரது இரண்டு அத்தை பிள்ளைகளோடும், அண்ணன் மார்க்கோடும் இருந்தார், இப்போதும் அப்பா ஓட்டிக் கொண்டிருந்த வரலாற்றுக் காலத்துக்கு முந்திய கார்ட்டினாவைப் பழுதுபார்த்துக் கொண்டிருந்தார்

அப்பா மலாவியிலிருந்து வந்தவர், அங்கே எல்லாவற்றையுமே பழுதுபார்க்க முடியும் என்று பீற்றிக் கொள்வார்: கைக்கடிகாரங்கள், பேனாக்கள், அறைகலன், உடைகள், விளக்குகள், உடைந்த பாத்திரங்களைப் பற்சக்கர பாணியில் பசையிட்டு ஒட்டிச் சரிசெய்து விடலாம், ஆம், அவர் மகளையும்தான்

அவள் அம்மா நினைத்ததைச் செயல்படுத்துபவராக அவர் இருந்தார், அன்றைய நாளில் அந்த உடை போராட்டத்துக்குப் பிறகு (வெற்றிகரமாக அவளால் சிவப்பு ஜீன்ஸ் அணிய முடிந்தது),

மேல்தளத்துக்கு வந்து அவளது பார்பிகளுடன் விளையாடும்படி அவர் ஆணையிட்டார்

குச்சிக் கால்களுடன் ராக்கெட் போன்ற முலைகளுடன் இருந்த பார்பிகள் மேகன் தாங்கிக் கொள்ள வேண்டியிருந்த இன்னொரு பிரச்சினை

அதில் ஓரளவு தொடர்புபடுத்திக் கொள்ளக்கூடியதாக கருநிறத்தில் இருந்த ஒரு பார்பி உட்பட அவற்றுக்கு ஒப்பனை செய்வது அல்லது அவற்றுடன் வீடுகட்டி விளையாடுவதில் மணிக்கணக்கில் அவள் நேரம் செலவிட வேண்டியிருந்தது

கடுங்கோபத்தில் ஒருமுறை அவள் பார்பியைக் கொலை செய்ய முயன்றாள், வண்ண மார்க்கர் பேனாக்களால் முகத்தை அலங்கோலமாக்கினாள், முடியை வெட்டி எறிந்தாள், கத்திரிக்கோலால் கண்களைப் பிடுங்கி எடுத்து ஒரு சிலவற்றை முடமாக்கிப் போட்டாள்

இதன் விளைவாக தேநீர் ஏதுமின்றி படுக்கச் செல்லும் தண்டனை அளிக்கப்பட்டது

பிறந்தநாள்களிலும் கிறித்துமஸ் தினத்திலும் பார்பியின் படையெடுப்புப் பெருகியது, உறவினர்கள் அவளிடமிருந்த நம்பமுடியாத சேகரிப்பைப் பற்றிப் பேசினார்கள், என்னவோ அவள் தன் வாழ்க்கையில் அவற்றை உண்மையாகவே தேர்ந்தெடுத்தது மாதிரி

அவள் படுக்கை மீது, அலமாரிகளில், கணப்பு மூட்டுமிடத்துக்கு மேல் அமர்ந்தபடி, சாளர விளிம்பில், அறையில் அவள் எங்கு இருந்தாலும் ஒவ்வொன்றும் திகில் படங்களைப் போல அவளைப் பயங்கரமாய் வெறித்துப் பார்க்கும், அவற்றின் கச்சிதமான சிடுசிடுப்பு வாய்கள் அவள் மனதோடு பேசும், ஏய், உனக்கு எங்களைப் பிடிக்கலைன்னு எங்களுக்குத் தெரியும், ஆனா நாங்க இங்கதான் இருப்போம்

இரவில் அவற்றைப் படுக்கைக்கு அடியில் திணித்து வைத்தால் மறுநாள் காலையில் அவள் அம்மா திரும்பவும் அவற்றை அறையில் அந்தந்த இடத்தில் எடுத்து வைப்பாள்

இதெல்லாம் என்ன விலைன்னு தெரியுமா

உனக்கு என்னதான் பிரச்சினை, மேகன்?

ஜிஜி அவளது அம்மா வழி பூட்டி, அவள் மட்டும்தான் மேகனை அப்படியே ஏற்றுக் கொண்டாள்

ஒவ்வொரு கோடையிலும் ஐந்து வாரங்கள் மார்க்குடன் அவளது பண்ணையைச் சுற்றிலுமுள்ள கிராமப்புறத்தில் திரிய ஜிஜி அனுமதித்தாள்

வீட்டுக்குப் பின்னாலிருந்து ஏரிவரை குதிரை சவாரி செல்வார்கள், ஏரியைச் சுற்றி வருவார்கள், வயல்வெளிகளில் அதிவேகமாகக் குதிரையை விரட்டுவார்கள்

அவளுக்குப் பதிமூன்று வயதாகி மாதவிடாய் தொடங்கும்வரை இது தொடர்ந்தது, வழக்கம்போல அம்மா கடைசி வாரம் வந்தவள் அவள் கட்டுப்பாடின்றி நடந்துகொள்வதாகவும் இதனால் பின்னால் வாழ்க்கையில் பிரச்சினைகள் வரும் என்றும் சொன்னாள்

அவளைக் கண் பார்வைலயே வச்சிருங்க, அவ ஆம்பளை மாதிரி நடந்துக்கிறதை நாம முளையிலயே கிள்ளி எறிஞ்சாகணும் என்று ஜிஜியிடம் அம்மா சொன்னாள்

அடுப்பறைக் கதவோரம் நின்று மேகன் ஒட்டுக் கேட்டாள் (கெட்ட பழக்கம்), முட்டாள்தனமாப் பேசாதே ஜூலி, நானும் குழந்தையா இருக்கிறச்சே இப்படித்தான் காட்டுத்தனமாத் திரிஞ்சேன் என்று ஜிஜி அம்மாவிடம் சொல்வதைக் கேட்டாள்

இருந்தும் மேகனின் வருடாந்திர விடுமுறைகளைப் பண்ணையில் கழிப்பதை நிறுத்தப் போவதாக அம்மா அச்சுறுத்தினாள்

புழக்கடையில் குதிரை மேலேறி தனது நாளைச் சுதந்திரமாகக் கழிப்பதற்காக மார்க் வெளியில் செல்வதைப் புராதன அடுப்பறைச் சாளரம் வழியாக மேகன் பார்த்தாள், முதுகில் ஆரஞ்சுச் சாறு புட்டி, சாண்ட்விச்சுகள், பழம், கைபேசி அடங்கிய பை

திரும்பிப் பார்த்தவன் தோளைக் குலுக்கினான், அவனால் ஏதும் செய்ய முடிந்திருக்காது

ஜிஜி வாரத்தின் எஞ்சிய நாட்களை மேகனுக்கு எப்படி விக்டோரியா ஸ்பாஞ்ச், பீச் கேக், வனிலா துண்டுகள், ஆரஞ்சு

பாலாடைக் கட்டி கேக் செய்வது என்று கற்றுக் கொடுப்பதில் செலவிட்டாள்

அவள் அம்மா இருக்கும்போது சரி, எப்படித் தயாரிக்கிறதுன்னு கத்துக்கிறதில் என்ன வந்துடப் போகுது என்று சொன்னாள்

அவள் இல்லாதபோது, இப்போதைக்கு நாம இப்படி நடிப்போம் மேகன், அடுத்த கோடைகாலத்துல திரும்பவும் நீ உன்போக்கில் விளையாடலாம்

ஆனா நாம மார்க் சொல்லாம இருக்கும்படி பார்த்துக்கணும்

அவன் சொல்லவில்லை

அம்மா ஒரு செவிலி, டைனில் பிறந்து வளர்ந்தவள்

கொஞ்சம் எதியோபியக்காரியும்கூட, காரணம் ஜிஜியின் அம்மா பாதி எதியோப்பியக்காரி, கொஞ்சம் ஆப்பிரிக்க-அமெரிக்கக்காரி, காரணம் அவளது தாத்தா ஸ்லிம் ஜிஜியைத் திருமணம் செய்திருந்தார்

குடும்பத்தில் அவள் கிட்டத்தட்ட வெள்ளையாய் இருந்தாள், ஒவ்வொரு தலைமுறையிலும் அது பெருமைப்படும்படி வெளிரியபடி வந்தது

ராயல் விக்டோரியா மருத்துவமனையில் உடன் பணிபுரியும் ஓர் ஆப்பிரிக்கரான அவளது அப்பாவைத் திருமணம் செய்து அதைக் கெடுத்துவிட்டாள், அவரை அவள் காதலிக்கும்வரை அவரும் காதலித்தார்

இப்படித்தான் நடந்ததாக ஒவ்வொரு முறையும் அவர்கள் சொன்னார்கள்

தான் ஒரு நிறக்குருடு என்றும் சிமாங்கோவைப் பார்த்தபோது அவர் தோலின் கருநிறத்தை அவள் பார்க்கவில்லை, ஆனால் அதன் வழியே ஒளிரும் அவரது ஆன்மாவின் வெளிச்சத்தைப் பார்த்ததாக அம்மா சொன்னாள்

மேகன், நான் தேர்ந்தெடுக்க பலபேர் வரிசைல இருந்தாலும் எல்லாப் போட்டியாளர்களையும்விட அவருடைய இயல்பு அவரை முன்னால நிறுத்துச்சு

அம்மாவின் குடும்பத்தினர் உட்பட பெரும்பாலான மக்கள் பார்த்தது அப்பாவோட நிறத்தைத்தான் எனும்போது எப்படி அம்மாவால் அதைப் பார்க்காமல் இருக்க முடிந்தது என்று மேகன் வியந்தாள்

அவர்கள் திருமணப் புகைப்படத்தில் சிரிக்க மறுத்தார்கள்

வெட்டியான்களைப் போல வரிசையாக நின்றார்கள்

மேகன் கொஞ்சம் எதியோப்பியக்காரி, கொஞ்சம் ஆப்பிரிக்க-அமெரிக்கக்காரி, கொஞ்சம் மலாவியக்காரி, கொஞ்சம் ஆங்கிலக்காரி

இப்படிப் பிரித்துப் பார்ப்பது அபத்தமாய்த் தோன்றியது, ஏனென்றால் முக்கியமாக அவள் ஓர் முழுமையான மனிதப் பிறவி

பெரும்பாலானோர் அவளைக் கலவையான இனமாக ஊகித்துக் கொண்டனர், அவர்கள் அப்படி நினைப்பது எளிதாய் இருந்தது

பள்ளிக்கூடத்தில் பெண் பிள்ளைகள் மேகனின் 'இயற்கையான செம்புநிறத்தை' ஆசையுடன் வியந்து போற்றினர், சூரியப் படுக்கைகளில் கிடந்து தங்கள் கைச்செலவுப் பணத்தைச் செலவழித்து அதேபோல ஆவதற்கு முயன்றனர்

அதுபோலவே பொன்னிறத்தில் திருகுசுருள் போலச் சுருண்டிருக்கும் அவளது கேசத்தைப் போலச் செய்ய முயன்று செயற்கையாக முடியைச் சுருளச் செய்து தோற்றார்கள்

அவள் உண்மையிலேயே ரொம்ப அதிர்ஷ்டசாலி என்று அவள் வகுப்புத் தோழிகள் நினைத்தனர், பையன்களுக்கும் அவளைப் பிடித்திருந்தது

பின்னர் அவள் உடல் பெண்ணுக்கான வளைவுகளைக் காட்டத் தொடங்கியது, அது சரியானதாக அவளுக்குத் தோன்றவில்லை, அவள் என்னவாகத் தன்னை உணர்ந்தாளோ அதுவாக அது இல்லை

கண்ணாடியில் தன்னைப் பார்ப்பதை வெறுத்தாள், அவள் அனுமதியில்லாமல் தோன்றிய மார்பகங்களை வெறுத்தாள்

இரண்டு வட்டமான நிலநீர்வாழ் உயிரிகள் அவற்றின் காம்புக் கண்களால் அவளைக் கேலிசெய்தன

அவள் அவளது உடலுக்குள் வளர்வாள் என்று நினைத்தாள், ஆனால் அது அவளை வெளியே தள்ள ஆரம்பித்தது, பதினாறு வயதில், எப்படி இருக்கும் என்று பார்ப்பதற்காக அவள் முடியை வழித்தெடுத்தாள், அவளது புதிய பராமரிப்புத் தேவையற்ற முள்மயிர் மீது விரல்களை ஓடவிடுவது பிடித்திருந்தது

அவள் சுதந்திரமானவளாக, எடையற்றவளாக உணர்ந்தாள்

ஆனால் அது எல்லோரையும் அவளுக்கு எதிராகத் திருப்பி கடுமையான விளைவை ஏற்படுத்தியது, அவளது பள்ளித் தோழிகள் அதைத் திரும்ப வளர்க்கச் சொல்லி மன்றாடினர்

எதுக்கு நீ இப்படிச் செஞ்சே? உனக்கு புத்தி கெட்டுப் போச்சா?

தோழிகள் என அவள் நினைத்திருந்த பெண்கள் விலகிச் சென்றனர், அவளுடன் சேர்ந்து பார்க்கப்படுவதை அவமானமாக நினைத்தனர், சரியாக முடிவெட்டிக் கொள்வதன் அடிப்படையில் ஒரு நட்பு இருந்தால் அதில் ஏதோ தவறிருக்கிறது என்று ஜிஜி கூறினார்

வலித்தது, ஆனால் தீர்மானமாய் இருந்தாள், இணங்கிப் போவதில் உள்ள அத்தனை போலித்தனங்களையும் மேகன் கைவிட்டாள்

அவள் ஆண்களின் காலணிகளை, கருப்பு நிறக் காலணி நாடாக்களை அணிந்தாள், அவை வசதியாய் இருந்தது பிடித்திருந்தது, அதைப் போட்டு நடக்கையில் எவ்வளவு சக்தி வாய்ந்தவளாக அவள் தன்னை உணர்ந்தாள், ஆண்கள் அதன்பின் அவளை ஏறெடுத்துப் பார்க்காதது அவளுக்குப் பிடித்திருந்தது

அது விடுதலையாக இருந்தது

*

அந்தப் பள்ளியாண்டு முடிவில் அவள் வகுப்பு பட்டம் கொடுக்க வாக்கெடுப்பு நடத்தியதில் அவள் இரண்டு வென்றாள்: வகுப்பின் ஆம்பளைப் பிள்ளை, மிக அசிங்கமானவள் - வகுப்பின் கரும்பலகையில் சாக்கட்டியிலும் வெள்ளை கழிப்பறைச் சுவர்களில் கருப்பு பேனாவிலும் கிறுக்கியிருந்தார்கள்

ஒட்டுமொத்தப் பள்ளிக்கூடமே அவளைப் பார்த்துச் சிரிப்பது போலிருந்தது

அன்று கடைசியாக பள்ளிக்கூடத்திலிருந்து மேகன் வெளியேறினாள், குறைந்தது ஒருசில தகுதிகளுடன் எதிர்காலத்துக்காகத் தங்கள் நாற்காலிகளில் அமர்ந்திருக்கும் இரண்டாயிரம் பிள்ளைகளை விட்டு விலகிச் சென்றாள்

ஏற்கெனவே மார்க்கை அவனது வாழ்வில் வெற்றிபெறச் செய்திருந்த பல்கலைக்கழகத்தில் சேர நினைத்திருந்தாள்

அவள் முதலாவதாக வேலைக்கு விண்ணப்பித்திருந்த மெக்டொனால்ட்ஸில் வேலை தேடிக் கொண்டாள்

இடைவேளைகளில் இலவசமாய்க் கிடைத்த சிக்கன் லெஜெண்ட்ஸ், பாலாடைக் கட்டியுடன் குவார்ட்டர் பவுண்டர், பெல்ஜியன் சாக்கலேட் ஹனிகோம்ப் ஐஸ்டு ஃப்ராப்பேயை விழுங்கினாள்

வெடிக்கப்போகும் ஊதிப் பெருக்கிய பூதி போன்ற தோற்றத்துக்கு வரும்வரை இந்தச் சேர்மானங்களைத் திணித்துக் கொண்டிருந்தாள்

இப்போது அவள் வாழ்க்கை இதுதான்

மெக்முட்டாள்

மெக்சீரழிந்தவள்

மெக்சிக்கிக்கொண்டவள்

மெக்கென்றென்றுமாக.

2

அவளை அவளாகவே ஏற்றுக்கொண்ட ஆண்களுடனும் பெண்களுடனும் துறைமுகப் பகுதியில் மேகன் சாயங்கால வேளைகளைக் கழித்தாள்

ஒரு வெளியாள், அவர்களைப் போலவே, அவள் மூக்கில் உறிஞ்சினாள், ஊசி குத்திக் கொண்டாள், புகை பிடித்தாள், வழியில் கிடைத்த எல்லாவற்றையும் விழுங்கினாள்

கொகெய்ன், கிராக் கொகெய்ன், கெட்டமின், LSD, எக்ஸ்டஸி, உயரத்துக்குக் கொண்டு சென்ற எதுவேண்டுமானாலும், சந்தோசமான விமானம்

முதலில் அவள் அவற்றைப் பரிசோதித்துப் பார்த்தாள், பின்னர் அதற்காக ஏங்குவதையும் அவளுக்கு அதைக் கொடுக்கக்கூடிய எந்த ஆணுடனும் படுக்கும் நிலைக்கு ஆளானாள்

ஈரமான சந்துகளின் சுவர்களில், கப்பல்துறை கிட்டங்கிகளுக்குப் பின்னால், நடுக்கூடங்களில், புதர்களுக்குப் பின்னால், அழுக்கான மெத்தைகளில்

இரத்தத்தால் அவள் காற்சராய் கறைபட்டபோது, சோதனை முடிவுகள் எதிர்மறையாக வந்தபோது, நிம்மதி

அவளிடம் விருப்பம் காட்டிய பெண்களுடன் படுத்துறங்கினாள்

அவளும் அவர்களை விரும்புவதைக் கண்டுகொண்டாள்

பள்ளியிலிருந்து வெளியேறி அவள் தன் வாழ்க்கையைச் சீரழித்துக் கொண்டதைப் பார்த்த அவள் பெற்றோர் அவளிடம் வாடகை விதித்தனர்

தினசரி காலையில் வேலைக்கு எழுந்திருப்பதை நிச்சயித்துக் கொண்டாள், விடிகாலையில் முழுக்கவே சுயநினைவின்றி, பெருக்கப்பட்ட கனத்த உலோகச் சத்தத்துடன் கூடிய இசைக் கச்சேரியின் அதிர்வுகளால் தலை சுழல, மூளை அணுக்கள் வாந்தியாக உருகியோட வந்தபோதும்

அவள் பெற்றோர் அடுப்பறையில் வேலையாக இருக்க கீழ்தளத்தில் சத்தமின்றி நுழைந்துகொண்டாள்

அவளது மெக்வேலையில்

அவள் மெக்சாசேஜ்பேகன்&சீஸ்பேகலின் மெக்பிரேக்ஃபாஸ்டுக்காகக் கிளம்பும்போது

வீடே அதிரும்படி முன்புறக் கதவைப் படார் என்று ஓங்கிச் சாத்தவும் மறப்பதில்லை

ஓரிரவு தூக்கம் பிடிக்காமல் அவள் முன்னாள் வகுப்புத் தோழர்களை உளவு பார்ப்பதற்காக சமூக ஊடகத்துக்குத் திரும்பும் தவறை மேகன் செய்தாள்

கல்வியில் சாதித்தவர்கள் தங்கள் 'ஏ' நிலை முடிவுகளைக் கொண்டாடிக் கொண்டிருந்தனர், அவர்கள் செல்லப் போகும் பல்கலைக்கழகங்கள் குறித்துப் பதிவிட்டிருந்தனர்

மற்றவர்கள் அவர்களுக்குக் கிடைத்த வேலையைக் காட்டினார்கள், அவர்களிடம் காதலைத் தெரிவித்த ஆண் தோழர்கள், பிறக்கப்போகும் குழந்தைகள், நடனவிடுதி-விருந்து-திருவிழா-குடி-போதையுடன் ஒரே மகிழ்ச்சி மகிழ்ச்சி மகிழ்ச்சி மகிழ்ச்சி மகிழ்ச்சி மகிழ்ச்சி மகிழ்ச்சி மகிழ்ச்சி என தங்கள் வாழ்வின் சிறந்த நேரத்தைக் கழித்த எண்ணற்ற இரவுகள், கணினியில் கச்சிதமாக மாற்றப்பட்ட தோல்நிறங்களும் இடுப்பளவுகளும், அவர்களது சிரிக்கும் நட்புகள், உறவுகள், இந்தப் பெண்பிள்ளைகளில் சிலர் பசியின்றியும் தீராப்பசியுடனும் இருந்ததை அவள் அறிவாள், அவர்கள் துன்புறுத்தப்பட்டு, மன அழுத்தத்தில் சமூகம் குறித்த பதைப்புடன் இருந்தவர்கள்

இந்தப் பதிவுகளில் அது தெரியவே இல்லை

இது ஓர் எச்சரிக்கை மணி

அன்று மாலை ஆற்றோரம் தங்கள் சொறிநாய்களுடன் சில்லறைக் குற்ற வாழ்க்கையுடன் அவளை தங்களுள் ஒருவராக ஏற்றுக்கொண்ட, அடுத்து கிடைக்கவிருக்கும் போதை வஸ்துவுக்காகவே உயிர்வாழ்ந்த, கப்பல்துறையோரம் நிகழ்ச்சி நடக்கும் இடங்களுக்கு உணவு விடுதிகளுக்கு மது விடுதிகளுக்கு நடந்து வரும் சாதாரண மக்களுக்குத் தொல்லை கொடுத்த அவளது நண்பர்களுடனும் நெருங்கிய நண்பர்களுடனும் கழிக்க வேண்டாமெனத் தீர்மானித்தாள்

மஜோர்காவுக்கு அவள் பெற்றோர் விடுமுறைக்குச் சென்றிருந்தபொழுது மேகன் போதைப் பழக்கத்தை நிறுத்தியிருந்தாள்

மார்க் அமெரிக்க முகாம் நிகழ்வுக்காகச் (அவனுக்கென்ன) சென்றிருந்தான், அவள் வீட்டில் இருந்தாள், கைபேசியை அணைத்துவிட்டாள், கவனத்தைத் திசைதிருப்ப அவள்

பெற்றோரின் காணொளிகளைப் பார்த்தாள், வியர்வையில் வெளிவந்த நச்சுப்பொருட்களால் எடுத்த நாற்றத்தைப் போக்க ஒருநாளில் பலமுறை குளித்தாள், நிறையத் தண்ணீர் குடித்தாள், நடுக்கமெடுத்தது, சதை பிய்யும் மட்டும் சொறிந்ததில் எறும்புகள் படையெடுத்து வந்து அவள் சதையைக் கடித்தன, தலைவலியைத் தணிக்க சாவு நேராத அளவுக்கு வலிநிவாரணிகளை எடுத்துக் கொண்டாள்

ஒன்பதாம் நாள் உறக்கத்துக்குச் சென்றாள் இரவு முழுதும் உறங்கினாள் (கவலையின்றி)

பல மாதங்களில் முதல்முறையாக

மீண்டும்

பிறந்தவளாக

அவள் எழுந்தாள்.

3

அவளது பதினெட்டாவது பிறந்தநாளுக்கு மேகன் நெல்சன் தெருவிலுள்ள *Tattooz 4 U* சென்றாள், அதன் சுவர்கள் எங்கும் கற்பனை செய்யக்கூடிய (அத்துடன் கற்பனை செய்யமுடியாத) உடல் பாகங்கள் ஒவ்வொன்றிலும் பொறிக்கப்பட்ட பச்சை குத்தல்களின் புகைப்படங்களால் நிறைந்திருந்தன

பிறந்தநாளுக்குக் கிடைத்த பணம் அந்த வழுக்கைத் தலை பச்சை குத்துபவரான ரெக்ஸுக்குக் கொடுக்க அவளது ஜீன்ஸ் பைக்குள் நிறைந்திருந்தது, அவர் தன் முகத்தின் (இளமையான, அழகான) இரண்டாம் பதிப்பைத் தன் தலைக்குப் பின்பக்கம் பச்சை குத்தியிருந்தார்

அவள் தன் வாழ்வின் கதையைப் பிரதிபலிக்கும் ஒரு வடிவத்தை விரும்பினாள்: தழல்கள், நரகத் தழல்களால் கருகும் தன் வாழ்வைக் காட்டக்கூடியதாக இருக்க வேண்டும் என்று அவள் அவரிடம் அறிவுறுத்தினாள்

பதின்ம வயதில் அவளது கொந்தளிப்பான உணர்ச்சிகள் நீடிக்காது என்று ரெக்ஸ் கூறினார், நீ உண்மையாவே அப்படிப் பச்சை குத்திக்க விரும்புறியா?

அவர் தன்னைத் தாழ்வாக நினைப்பதாகக் கருதிக் கோபத்துடன் பதிலளிக்க நினைத்தாள், இந்த ஆள் ஒரு மின் ஊசியை அடுத்த சிலமணி நேரங்களுக்கு அவள் தோலில் இறக்கப் போகிறார் என்பதை நினைவுபடுத்திக் கொண்டாள்

அவளது வலி மெதுவாக உடலோவியமாய் உருமாறியது

இந்த உலகுக்கு அவள் எந்தளவு மன உளைச்சலில் இருக்கிறாள் எனக் காட்டுவதற்கு

அவள் பெற்றோருக்கு எரிச்சலைக் கிளப்புவதற்கு

அது வேலை செய்தது

கை முழுவதும் குத்திய பச்சை பளிச்சிட தனது வீட்டுக்கு அவள் வந்தபோது

அவள் அம்மா

வீட்டில் செய்த கோழிக் கறியில் செய்த அடுமனைப் பண்டம், சீவல்கள், மசித்த பட்டாணி, டிரிஃபில், கேக் மற்றும் மெழுகுவர்த்தியுடன் பிறந்தநாள் தேநீர் தயாரித்துக் கொண்டிருந்தாள்

அடுப்பறை மேசையில் அவளது சிறந்த மேசை விரிப்பின்மீது இவை எல்லாவற்றையும் பரப்பியிருந்தாள்

எல்லாப் பண்டங்களும் அடுப்பறைத் தரையில் சிதறி நொறுக்கப் பட்டன

அவள் அம்மாவை நிலைகுலையச் செய்ததற்காக அவளை வீட்டைவிட்டு வெளியேற்றப் போவதாக அப்பா மிரட்டினார்

அவள்தான் நிலைகுலைந்து போயிருக்கிறாள், அது அவளுடைய பிறந்தநாள், அவர்கள் அதை நாசம் செய்துவிட்டார்கள் என்று பதிலுக்கு அவளும் கத்தினாள், கையில் எந்தப் பணமோ அல்லது சாவிகளோ இல்லாமல் அதே வேகத்தில் வீட்டைவிட்டுக் கிளம்பினாள்

அப்படியே திரும்பி வந்து திரும்பவும் உள்ளே விடும்படி கேட்கத்தான் முடிந்தது

அவர்கள் அதைத் தயங்காமல் செய்தனர்

ஒருவருக்கொருவர் மன்னிப்புக் கேட்டுக்கொண்டனர்

ஒப்புக்குத்தான் மன்னிப்பெல்லாம்

அவள் அம்மாவால் அந்த பச்சையைக் கடக்க முடியவில்லை, ஓர் இயல்பான நபராக அவளது மகளின் வாழ்க்கை முடிவின் தொடக்கத்துக்கான அடையாளமாக அதைப் பார்த்தாள்

பெற்றோருடன் தொடர்ந்து வாழ்ந்தால் ஒருபோதும் தான் தானாகவே இருக்கமுடியாது என்ற முடிவுக்கு மேகன் வந்தாள்

தன்னுடைய உடைமைகளை ஒரு கருப்பு நிறக் கந்தலான பைக்குள் அடைத்துக்கொண்டு படிகளில் இழுத்தபடி இறங்கினாள், அவள் எங்கு செல்ல விரும்புகிறாளோ அங்கே காரில் கொண்டுபோய் விடுகிறேன் என்று அவள் அப்பா சொன்னதை நிராகரித்தாள், அவளை வீட்டிலேயே இருக்கும்படி கேட்டுக்கொண்ட அவள் அம்மாவின் மன்றாடல்களைப் புறக்கணித்தாள்: நாம இதைச் சரிபண்ண முடியும், நாங்க உன்மேல அன்பு வச்சிருக்கோம், உண்மையாவே நேசிக்கிறோம் மேகன், எங்ககிட்டப் பேசு

ரொம்பக் குறைச்சல், நேரம் ரொம்பக் குறைச்சல், மேகன் சொன்னாள் (இந்த வசனத்தை எங்கேயோ கேட்டிருந்தாள்)

மற்ற பதின்பருவத்தினருடன் விடுதியில் குடியேறினாள்

அவள் பெற்றோரால்

தீர்மானிக்கப்படாத

ஒரு வாழ்வை வாழத் தீர்மானித்தாள்

தனது புதிய சுதந்திரக் குடியரசின் முதல் சிலமணி நேரங்களைத் தூய வானத்தின் ஒரு சின்ன சதுரத்தைச் சட்டகமிட்டிருந்த சாளரத்தின் வழியே வெறித்துப் பார்த்தபடி கழித்தாள்

எல்லாமே அவளுடையது

அடுத்த சில மாதங்களில் தன் மையத்தை எட்டிவிடும் நம்பிக்கையுடன் அவள் தன்மீது விதிக்கப்பட்டிருந்த மற்றவர்களின் எதிர்பார்ப்புகளை ஒவ்வொன்றாகக் கழற்றி எறிவதை உணர்ந்தாள்

தான் உண்மையிலேயே ஓர் ஆணாகப் பிறந்திருக்க வேண்டுமோ என வியந்தாள், ஏனென்றால் அவள் தன்னை ஒரு பெண்ணாக நிச்சயம் உணரவில்லை

ஒருவேளை அதுதான் அவளது பிரச்சினைகளுக்கு ஆணிவேராக இருந்திருக்கும்

வேலையிலிருந்து வீட்டுக்கு அவள் திரும்பி வரும்போது உடனிருக்கும் இளம்பெண்கள் பாகம் பிரிக்கப்பட்ட சுவர்களின் வழியே வேடிக்கையாக விளையாடும் இரைச்சல் கேட்டது

அவளது தனிமையை அது இன்னும் அதிகப்படுத்தியது

இருப்பினும் இதுதான் அவள் விரும்பியது என்பதை அறிவாள்

அவள் உணர்வதைச் சரியாகப் பதிவுசெய்ய வேண்டுமென்றால் அது

ஏகாந்தம்

தன்னைத் தவிர அனைத்துச் சத்தங்களையும் வலிந்து புறக்கணித்தாள்

தான் விடும் மூச்சின் இலயத்தில் அவள் கவனம் செலுத்தியபோது அது தியானம் போலிருந்தது

ஒரு சில கணங்களா அல்லது நிமிடங்களா?

சமயங்களில்

கணநேர

அமைதியைக்

கண்டுகொள்வதே

அவளது அடுத்த நகர்வைப் பரிசீலிக்கப் போதுமாயிருந்தது

அது, எல்லாக் கேள்விகளுக்கும் பதில் வைத்திருந்த இணையத்தில் தேடிப் பார்ப்பது

குளிர்ந்த அதிகாலை நேரங்களில், கதகதப்பான அடர்நிற தூவி மெத்தையைச் சுற்றிக்கொண்டு அதற்குள் இருந்தபடி தனது மடிக்கணினித் திரை வெளிச்சத்தில் தனது ஒற்றைப் படுக்கையில் படுத்தபடி இணையத்தில் தேடினாள்

அவளைப் போலவே புண்பட்டிருந்த பிற இளையோர்கள் இருந்த அரட்டை அறைகளில் தஞ்சம் புகுந்தாள், மாற்றுப் பாலின உலகைக் கண்டுகொண்டாள், மாற்றுப் பாலினத்தின் பரந்துபட்ட பாலின அடையாளமுடையவர்களுடன் உரையாடல்களில் ஈடுபட்டாள்

சிலநேரங்களில் தவறான விசயத்தை இணையத்தில் சொல்லும்போது, பீபி என்றழைக்கப்படும் ஒருவர் அதற்கெதிராக எழுதியிருந்ததைக் கவனித்தாள், *பாலினம் மாறியோரையும் (transsexual) மாற்றுப் பாலினத்தவரையும் (transgender) குழப்பிக் கொள்பவர்களை முதலில் சாத்தப் போகிறேன், சத்தியமாச் சொல்றேன்! இங்கே அறியாமையைச் சகிச்சுக்க முடியாது, செல்லம், மருத்துவரீதியா மாறினா மட்டும்தான் மாற்றுப் பாலினத்தவர் பாலினம் மாறினவரா ஆவாங்க, சரியா?*

சரி

நல்லது

மேகன் முட்டையோட்டின்மீது நடப்பதுபோல அல்லது கண்ணிவெடியில் கால் வைக்கும் அபாயத்துடன் இருப்பதைத் தெளிவாக உணர்ந்தாள், *இது எதுவுமே அவளுக்குப் புரியவில்லை, ஆண்தன்மையும் பெண்தன்மையும் தீர்மானிக்கப்பட்ட விசயமில்லையா?* அவள் பீபியிடம் கேட்டாள்

பீபி பதிலளித்தாள், *திரும்பவும் தப்புப் பண்றே! பாலினம்ங்கிறது சமூகக் கட்டமைப்பு, நம்மில் பலரும் ஆணாகவோ அல்லது பெண்ணாகவோ பிறக்கிறோம், ஆனால் ஆண்மை பெண்மைங்கிற கருத்தாக்கம் சமூகத்தோட கண்டுபிடிப்புகள், இது எதுவுமே உள்ளார்ந்த இயல்பு கிடையாது, உனக்குப் புரியுதா?*

இல்லை, நிஜமாவே புரியலை

ஹே, உனக்கு பெண்ணியத்தோட பாலபாடம்கூடத் தெரியலை, இத்தனை காலம் எங்கிருந்தே மேகன்? கனவு கண்டுட்டு இருந்தியா?

ஆமா, அப்படித்தான் நினைக்கிறேன், பெத்தவங்க உலகத்தில் வாழ்ந்தேன், தயவுசெஞ்சு கோச்சுக்காதே, தெரிஞ்சுக்கிற ஆர்வத்தில் கேட்டேன்

ஆ, தொட்டாச்சிணுங்கியா, இனிமே உன்கிட்டக் கொஞ்சம் மென்மையா நடந்துப்பேன், நீயே தேடிப்பார், கண்டிப்பாச் செய்

பெண்ணியம் என்பது தற்போது பேரளவிலானதாக வளர்ந்திருப்பதை மேகன் கண்டுகொண்டாள், எப்படி இதைப் பற்றி எதுவுமே தெரியாமல் இருந்தாள் அவள்?

பெண்ணியவாதிகளை ஆண் வெறுப்பாளர்களாகப் பேசிவந்த அவளது அம்மாவை எண்ணிப் பார்த்தாள், இந்த விவகாரம் தலையெடுக்கும்போதெல்லாம் அவள் சொல்வாள், *நான் அப்படிக் கிடையாது, எனக்கு ஆண்களைப் பிடிக்கும், எனக்கு வீட்டில் இருக்கிறது பிடிச்சிருக்கு, உங்கப்பாவை நேசிக்கிறேன், அப்ப எப்படி நான் ஒரு பெண்ணியவாதியா இருக்கமுடியும்?*

அப்பா தலையசைத்துவிட்டு, துணி காயப்போட இல்லைனா படுக்கை விரிக்க நான் முயற்சி பண்றப்ப என்ன நடக்குதுன்னு நீயே பார்த்திருப்பியே என்பதுபோல ஏதாவது சொல்வார்

பெண்ணியவாதிகள் என்றால் ஆண்களை வெறுப்பவர்கள் என்ற அர்த்தத்திலேயே அவள் நினைத்துவந்ததாக மேகன் பீபியிடம் கூறினாள், இருந்தாலும் அந்த வார்த்தைகளை அவள் தட்டச்சிடும்போது அவளுக்கே உண்மையில் அது குறித்துக் குழப்பம் இருப்பதை உணர்ந்தாள்

பீபி உடனே பதிலளித்தாள், *ஓ முதல்ல இருந்தா! நிச்சயம் பெண்ணியம்ங்கிறது ஆண்களை வெறுப்பதைப் பத்தினது இல்லை! அது பெண்களின் விடுதலை, சம உரிமைகள் மற்றும் எதிர்பார்ப்புகளைக் குறுக்குவதிலிருந்து விடுதலையைப் பத்தினது, ஆணாதிக்கம் சொல்வதை அப்படியே கிளிப்பிள்ளை மாதிரி சொல்லாமல் உனக்கு நீயே யோசிக்க வேண்டும், நீ வளரணும், மேகன்!*

நீ என்கிட்ட மென்மையா நடந்துக்குவேன்னு நினைச்சேன்

ஓ, ஆமா, சரி, கொஞ்சம் உணர்ச்சிவசப்பட்டுட்டேன், இனிமேல் மிட்டாய் மாதிரி இனிப்பாப் பேசுவேன், சத்தியம்

வெறுமனே நான் நானாக இருக்க விரும்புறேன், பீபி

வாவ், அதுல என்ன இலட்சியம் இருக்கு, நீ இந்த உலகத்தை மாத்த விரும்பலையா?

முதலில் நான் என்னோட உலகத்தை மாத்திக்க விரும்புறேன், பீபி, படிப்படியாப் போகலாம்

like like like like like ☺

நீ கிண்டல் பண்றே

இல்லை, நேர்மையா நீ சொன்னதை ஒத்துக்கிறேன், நாம எல்லோருமே நாமாக இருக்கவும் இந்த உலகத்தில் நாம நல்லா இருக்கிறதை உறுதிப்படுத்திக்கவும் விரும்புறோம், ஏய், நான் உண்மைலயே ஒரு அட்டகாசமான ஆள்

அதை நான் சொல்லணும்

ஓ, பரவாயில்லையே, தேறிட்டியே, lol

மேகன் பீபியின் புகைப்படத்தை நுணுக்கமாக ஆய்வு செய்தாள், அவள் ஆசியாவைச் சேர்ந்தவள், இருபது வயதிருக்குமா? கனத்த சதுர வடிவில் கருப்பு கண்ணாடி, தோள்வரை கனத்த கருப்புநிறக் கேசம், தீவிர முகபாவம்

கவர்ச்சியானவள்

ரொம்பவே

தான் இன்னும் வளரவேண்டுமென்பது மேகனுக்கு ஏற்கெனவே தெரியும், வீட்டைவிட்டு வெளியேறியதே அவள் பெற்றோரின் தாக்கம் முடிவுக்கு வந்த அவளின் சுயம் தொடங்கிய இடத்தைக் கண்டறிவதற்காகத்தான்

பெண்ணியம், பாலினம் பத்தி உனக்குத் தெரிஞ்சதை எனக்கு இன்னும் கொஞ்சம் சொல்லு, எனக்கு ஏற்கெனவே தெரிஞ்சிருக்கணும், ஆனால் தெரியாது, சரியா?

புரியுது, சரி சொல்றேன்: பெண்கள் குழந்தைகளைப் பெறுவதற்காக வடிவமைக்கப்படுகின்றனர், பொம்மைகளுடன் விளையாடுவதற்கல்ல, பெண்கள் ஏன் தங்கள் கால்களைப் பரத்தி

வைத்து உட்காரக்கூடாது (அவர்கள் டிரவுசர் அணிந்திருக்கும் போதுதான்) அப்புறம் ஆம்பளை மாதிரி அல்லது ஆண்மைனா என்னது? நீண்ட எட்டு வைத்து நடப்பதா? உறுதியா இருக்கிறதா? பொறுப்பேத்துக்கிறதா? ‘ஆண்’ உடைகளை அணியிறதா? ஒப்பனை செய்யாமல் இருக்கிறதா? கால்களில் முடியைச் சிரைக்காமல் இருப்பதா? தலையை மொட்டை போட்டுக்கிறது (lol), ஒயினுக்குப் பதிலா பியர் குடிக்கிறதா? இணையத்தில் ஒப்பனைப் பயிற்சிகளுக்குப் பதில் (கொட்டாவி) கால்பந்தாட்டத்தை விரும்புறதா, உலகின் சில பகுதிகள்ல பாரம்பரியமா ஆண்கள் ஒப்பனை செய்துக்கிறதும் பாவாடை கட்டிக்கிறதும் இருக்குது, அப்ப நம்ம நாட்டில் ’பொட்டை’னு குறை சொல்லாமல் ஏன் இருக்கக்கூடாது? ‘பொட்டை’ங்கிறதைப் பிரிச்சிப் பார்த்தா அதோட உண்மையான அர்த்தம் என்ன?

விசயம் என்னன்னா மேகன், மேலே சொன்ன இந்தச் சீர்திருத்தவாத பாலின மாட்டுச்சாணியை எல்லாத்தையும் நான் நிராகரிச்சாலும், இன்னமும் நான் என்னை ஒரு பெண்ணாத்தான் உணர்றேன், எல்லாக் காலத்திலும் அது எனக்குத் தெரிஞ்சேதான் இருந்துருக்கு, என்னைப் பொறுத்தவரை பொம்மைகளோட விளையாட விரும்புறது பத்தினது இல்லை, அதைவிட இது ஆழமான ஒன்னு

இந்த ஏழு வருசத்துல இப்படித்தான் நான் கோபால் ஆக இருந்து பீபியாக மாறினேன்

ஈஸ்ட்ரோஜென், மார்புகள், யோனி

இப்போது நீயும் தெரிந்துகொண்டாய்

அப்படியென்றால் பீபி ஆணாகப் பிறந்து இப்போது ஒரு பெண்ணாக மாறியிருப்பவள், மேகனுக்கு ஆச்சரியமாக இருந்தது, கேட்கத் துணியவில்லை, கடித்துத் துப்பிவிடுவாள்

மேகனோ ஒரு பெண்ணாக இருந்து ஆணாகப் பிறந்திருக்க வேண்டுமோ என்று வியந்தாள், பாலினம் என்பது முழுக்கவே தவறாக வழிநடத்தப்பட்ட எதிர்பார்ப்புகள்தான் என்று சொல்லுகின்ற, ஒரு சமயம் ஆணாக இருந்து பெண்ணாக மாறியவனிடம் ஈர்க்கப்படுகிறாள், எப்படி இருந்தாலும் அவள் தன்னை ஆணிலிருந்து பெண்ணாக மாற்றிக் கொண்டவள்

இது ஒரே குழப்பமாக இருந்தது

அவள் கணினியை அணைத்துவிட்டு உறங்கச் சென்றாள், திரும்ப அதைத் திறந்து பார்க்கும்போது பீபி அங்கே இருப்பாள்

இப்போதெல்லாம் அவர்கள் நள்ளிரவு முழுதும் மறுநாள் விடியல்வரை செய்தியனுப்பிக் கொள்கிறார்கள், இடையில் எப்போதாவதுதான் உறக்கம், இருவருக்குமே ஸ்கைப் காணொளி உரையாடல் செய்யவோ அல்லது நேரில் சந்திக்கவோ துணிவில்லை என்று ஒப்புக்கொண்டனர், ஒருவேளை சமூக ஊடகத்தின் ஏமாற்றக்கூடிய புகைத்திரைக்குப் பின்னாலிருந்து அவர்கள் வரும்போது அவர்களுக்கிடையில் செயல்படும் இரசாயனம் காணாமல் போய்விடக்கூடும்

பீபி எழுதினாள், இந்தக் கற்பனையுலகை இன்னும் கொஞ்சம் உயிரோடு வைத்திருப்போம், இதற்கு முன்னால் இது நடந்திருக்கிறது, அந்த நபரை நேருக்குநேர் சந்தித்தபோது நாங்கள் சொல்லிக்கொள்ள ஒன்றுமே இருக்கவில்லை

*

பீபி ஹெப்டன் பிரிட்ஜில் வசித்தாள், வளர்ந்தது லீட்ஸில்

அவள் சசெக்ஸில் கலாச்சார ஆய்வுகளில் பட்டம் பெற்றபின் ஒரு பராமரிப்பு இல்லத்தில் நிர்வாகியாகப் பணியாற்றினாள், பையனின் உடம்புக்குள் அவள் பெண்ணாக இருந்தாள் என்பதை உண்மையாகவே புரிந்துகொள்ள முடியாத அவளது பெற்றோரிடமிருந்து முடிந்தவரை தொலைவில் இருக்கத் தீர்மானித்தாள்

அவர்களோட முதன்மையான திட்டத்தில் அது இல்லை மேகன், எங்க சாதியில ஒரு பொருத்தமான பொண்ணுக்கு என்னைக் கட்டிவச்சி என் குடும்பத்தின் அடுத்த சந்ததியை உருவாக்குறதுதான் அந்தத் திட்டம்

அதுக்குப் பதிலா மாற்று உடை அணியும் மகன்தான் அவங்களுக்குக் கிடைச்சான், உள்ளூர் துணிக்கடையிலும் ஒப்பனைக் கடையிலும் துணிந்து நுழையிறது வரையிலும் அவன் தன்னோட படுக்கை அறைக்குள்ள தன்னோட இன்னொரு சுயத்தை வச்சிக்கிட்டான்

இந்த சமூகத்துல எல்லோருக்கும் எல்லோரையும் தெரியும்

என்னை வீட்டைவிட்டு வெளியே துரத்திட்டாங்க, திரும்ப எங்ககிட்ட வராதே, நீ வக்கிரம் பிடிச்சவன், இனி நீ எங்க பிள்ளை இல்லை, அப்புறம் ஒரு விசயத்தைத் தெளிவாப் புரிஞ்சுக்கோ

நீ ஒருபோதும் எங்க மகளா இருக்க முடியாது

பராமரிப்பு இல்லத்தில் இருந்த வயதானவர்கள் அவளை ஒரு மனிதப்பிறவியாக ஏற்றுக்கொண்டதாக பீபி சொன்னாள், நீ எங்களோட பீபி, உன்னை நாங்க நேசிக்கிறோம், அவள் பெண்ணாக தன்மை மாறியதை அவர்கள் கண்டனர்

பிறக்கும்போது அவளுக்கு மறுக்கப்பட்ட உடலைக் கடைசியில் பெற்றுவிட்டதாக பீபி உணர்ந்தாள், அது என் கண்ணைத் திறந்து வச்சிடுச்சி மேகன், நான் முழுக்கவே ஒரு பெண்ணாக என்னை வெளிக்காட்டிக்கத் தொடங்கியதும் ஓர் ஆணா எனக்குப் பல விசயங்கள் சாதாரணமா கிடைச்சதை உணர்ந்தேன்

மதுவிடுதியில் இரவு தனியா உட்கார்ந்து தன்னுணர்வு இல்லாமல் அல்லது ஆண்கள் அணுகுவாங்களோ அப்படிங்கிற உணர்வு இல்லாம மெதுவா மது அருந்துவதை இழந்திருக்கேன்

பல தொலைக்காட்சி நாடகங்கள்ல இளம் பெண்களை மனநோய் பீடித்த தொடர் கொலையாளிகள் வெட்டிக் கூறுபோடுறதையும் பிரேதப் பரிசோதனையாளர் ஒரு பலகைல அவங்க உடம்பை வச்சி நெஞ்சைப் பிளந்து இரத்தத்தோட அவர் கைல அவங்க இதயத்தை எடுத்துக் காட்டுறதையும் என்னால் பார்க்க முடியலை

அந்த நிகழ்ச்சிகளையெல்லாம் முன்னாடி விரும்பிப் பார்ப்பேன், இப்ப அது எல்லாமே கடைசில பெண்களை - *நம்மை* - பயமுறுத்தி அவங்க மேல அதிகாரத்தைச் செலுத்துற வழியா எனக்குத் தோணுது

இரவில் தனியாக வீட்டுக்கு நடந்து வரும்போதும் கவனமா இருக்கேன், ஒரு கடைக்குள்ள இல்லைனா உணவு விடுதிக்குள்ள இருக்கிறப்ப ‘சார்’னு மரியாதையா கூப்பிடுறதை இழக்கிறேன், நான் வாயைத் திறக்கிறப்ப நான் சொல்றது நிச்சயம் அந்தளவு கவனிக்கப்படுறதில்லை

அதுல பார்த்தேன்னா மேகன், பெண்கள் மீது எப்படி பாகுபாடு காட்டப்படுதுங்கிறதைத்தான் முதல்ல தெரிஞ்சுக்கிட்டேன், அதனாலதான் நான் பாலினத்தை மாத்திக்கிட்டதும் பெண்ணியவாதியா ஆனேன், இடைவெட்டு பெண்ணியவாதி, ஏன்னா இது வெறுமனே பாலினம் சார்ந்தது மட்டுமில்லை இதில் இனம், பாலுணர்வு, வகுப்பு, அத்தோட மத்த இடைவெட்டுகளும் இருக்கு, இதைப் பத்தியெல்லாம் வாழ்க்கைல நாம பெரும்பாலும் யோசிக்கிறதே இல்லை

சரி, நான் பேசினது போதும் (ரொம்பப் பேசிட்டேன்), நான் பேசினது ரொம்பவும் போதனை மாதிரி இல்லைனு நினைக்கிறேன், அதை என்னால கட்டுப்படுத்த முடியறதில்லை

நீ எப்படி? மேகன், இதில நீ எங்க நிக்கிற? நீ உண்மையைச் சொல்ற நேரம் வந்துடுச்சு, அன்பே

அவள் அதற்கு நேரம் எடுத்துக் கொண்டு தீர்வுகாண முயன்று வருவதாகவும் சமீபத்தில் இணையத்தில் நூற்றுக் கணக்கான பாலினங்களைச் சந்திக்க நேர்ந்தபோது தான் திடுக்கிட்டுவிட்டதாகவும் அது இந்த விவகாரத்தைச் சிக்கலாக்கிவிட்டதாகவும் மேகன் பதிலளித்தாள்

பலமணி நேரங்களைத் தேடுவதில், பரிசோதிப்பதில், மதிப்பிடுவதில் செலவிட்டாள்

பாலினம் மாறிய பெண் அல்லது பாலினம் மாறிய ஆண் மற்றும் பாலிலி போன்ற பாலினங்களை அவளால் புரிந்துகொள்ள முடிந்தது, இந்தியாவிலுள்ள திருநங்கைகள் மற்றும் அமெரிக்கப் பூர்வகுடிகளின் இரு ஆன்மாக்கள் போன்ற பிற நாடுகளிலுள்ள பாலிலிகளையும் அவள் கண்டாள், மிதப்புப் பாலினம் போன்ற முழுக்கவே கிறுக்குத்தனமான மற்றவர்கள் - பாலினத்தன்மையில் அடிக்கடி மாற்றங்கள் கொண்ட பாலினம், பன்பாலினம் - பல பாலினத்தவராகத் தங்களை அடையாளம் காண்போர், அல்லது நிலைபாலினம் - அலைவரிசை கிடைக்காதபோது தொலைக்காட்சியில் புள்ளியடித்தபடி இருப்பதுபோல, ஒத்திசைவுப் பாலினத்தவர்கள் கோருவதுபோல உங்கள் பாலினம் எப்படி ஒரே நாளில் பலமுறை மாறமுடியும்? பீபி, மாற்றுப்பாலின பிரபஞ்சத்தின் கிறுக்குத்தனத்தின் முடிவுவரை நான் பயணித்து முடித்துவிட்டேன். இது எனக்கு பெரிய மன

அழுத்தத்தைத் தருகிறது, இதை நான் மாற்றுப் பைத்தியக்கார பிரபஞ்சம் என்பேன், இவர்களைப் பூட்டி வைத்து சாவியை கண்காணாது வீசிவிட வேண்டும், LOL!!

உடனே பீபி செய்தியனுப்பினாள், மாற்றுப் பாலினத்தவரின் சுய வரையறை செய்யும் உரிமையை அவமரியாதை செய்ய உனக்கு என்ன தைரியம், உனக்குத்தான் அது வினோதம் அவர்களுக்கல்ல, அறியாமையிலிருக்கும் கொடியவரைப் போலப் பேசுகிறாய், எங்கள் உலகத்துக்குள் வந்து எங்களைக் கேலி பேசாதே, போய்த்தொலை!

மேகனும் உடனே பதிலுக்குத் திருப்பியடித்தாள், நீயும் போய்த்தொலை

அந்த நேரத்து உணர்ச்சி வேகத்தில் அனுப்பியும் விட்டாள்

கிட்டத்தட்ட நான்கு நாட்களுக்கு முழு அமைதி, மேகன் அவளை இழந்து விட்டோமோ எனக் கவலைகொண்டாள், முதலில் தொடர்புகொள்ள அவள் விரும்பவில்லை

பீபி செய்தாள்

மூன்று எளிய வார்த்தைகள்

நாம் சந்திக்க வேண்டும்.

4

நியூகேஸில் நிலையத்தில் சனிக்கிழமை பின்மதியத்தில் கஃபே நீரோவில் வைத்து மேகனுக்கும் பீபிக்கும் வரலாற்றுச் சிறப்புமிக்க முதல் சந்திப்பு நிகழ்ந்தது, அந்த இடத்தைத் திட்டமிடக் காரணம் ஒருவர் மற்றவரது தோற்றத்தை வெறுத்தால் விலகிச் செல்ல எளிதாய் இருக்கும் என்றுதான், தடையரண்கள் வழியாக நிலையத்துக்குள் ஆயிரக்கணக்கான உற்சாகமான கால்பந்து இரசிகர்கள் குவிய, ஏதாவது அசம்பாவிதம் நடந்தால் அதற்குத் தயாராக கவச உடைகளில் காவல்துறை பாதுகாப்பில் இருந்தனர்

பீபி புகைப்படத்தில் இருந்ததுபோலவே கண்கவரும் வண்ணம் இருந்ததாக மேகன் நினைத்தாள் - கருமை மின்னும் கூந்தலைப் பின்னால் முடிந்திருந்தாள், ஒப்பனை இல்லை, குறையில்லா தேகம், சிற்றுடம்பு, ஜீன்ஸ், தோள்பட்டை தெரியும்படி பஞ்சுபோன்ற கம்பளிச்சட்டை, விளையாட்டு வீரர்கள் அணியும் காலணிகள்

அவள் ஒரு நடனமங்கை போலிருந்தாள், சிக்கென்று கச்சிதமாக, அவள் ஒரு காலத்தில் ஆணாக இருந்தாள் என்பதை நம்பவே முடியவில்லை

மோச்சா அருந்தியபடி பீபி விளக்கினாள், குதிங்கால் உயர்ந்த செருப்புகள், இறுக்கமான பாவாடை, முகத்தில் கனத்த படலமாக ஒப்பனை செய்துகொள்வது இவை எல்லாம் பாலினத்தேர்வு, உயிரியல் சார்ந்த பாலினம் கிடையாது, பிடித்ததையும் வசதியானதையும் அவள் அணிகிறாள், ஆனாலும் மற்ற பாலினம் மாறிய பெண்கள் ஒரு பெண்ணாயிருப்பது என்றால் பெண்மையின் அதே போன்ற தன்மையைப் பின்பற்றுவது என்று நினைக்கலாம், பெரும்பாலான பெண்கள் அதிலெல்லாம் எங்கே ஆர்வம் காட்டுகிறார்கள்?

அவர்களைச் சுற்றி நடந்துசென்ற பெண்களைக் காட்டினாள், அவர்களைப் பார்

பீபி தான் உயர்ந்தவள் என்பது போல நடந்துகொள்கிறாளோ என்று மேகனுக்கு ஆச்சரியமாய் இருந்தது, ஆணின் தன்னம்பிக்கையோடு இருக்கும் ஒரு பெண்ணாய் இருந்தாள், பெண்ணைப்போல உடையணிவது என்றால், இது மாதிரி பேகிஸ் உட்பட நீ கற்பனை செய்ய முடிந்த பல்வகை ஆடைகளை அணியுறது என்று அவளது நீள ஜீன்ஸை இழுத்தபடி தொடர்ந்தாள்

அவள் பேச்சுக்கு இடையே வாய்ப்புக் கிடைத்தபோது மேகன் சொன்னாள், நீ எனக்குச் சொல்ல வேண்டியதில்லை, அவளது சொந்த பேகி ஜீன்ஸையும் பெரிய அளவில் அவள் அணிந்திருந்த சிவப்பு மற்றும் வெள்ளை நிறக் கட்டம் போட்ட சட்டையையும், சுருட்டிவிடப்பட்ட கைகள் (பச்சை குத்த நிறைய பணம் செலவிட்டிருந்தாள்), மறந்துடாதே இங்கே *நான்தான் பெரியாள்*

நிச்சயம் நீதான், பீபி வியப்போடு கூறினாள், நான் போய் உனக்குச் சொல்றேன் பாரு, வாழ்க்கை முழுக்க பெண்ணா இருந்தவளைவிட அதைப் பத்தி தங்களுக்கு அதிகம் தெரியும்னு

நினைச்சுக்கிற பாலினம் மாறிய பெண்களில் ஒருத்தியா நான் ஆகாம நீ என்னைத் தடுக்கணும்

நிச்சயம் செய்வேன் என்று மேகன் பதிலளித்தாள், பத்து நிமிடச் சந்திப்புக்குள் அவர்கள் சண்டைபோடாமல் இருந்ததை நினைத்து நிம்மதியடைந்தாள்

இடைவேளை இன்றி உரையாடல் வேகமாக நகர்ந்தது

அவர்கள் தொடர்ந்து வரவழைத்துக் கொண்டிருந்த காஃபின் காரணமாக ஏற்பட்ட கிளர்ச்சியில் பேசிக்கொண்டே இருந்தனர், பின்னர் மதுவிடுதியில், அவர்கள் குடித்துக் கொண்டிருந்த பியரால் அவர்களது உணர்ச்சிகள் பெருகின

மேசை மீது கைகளைப் பிடித்துக் கொண்டிருந்தனர், மற்றவர்கள் திரும்பித் திரும்பிப் பார்த்துச் சென்றதைக் காண வேடிக்கையாய் இருந்தது - அது ஆணும் பெண்ணுமா அல்லது இரண்டு பெண்களா?

பீபியிடம் மேகன் கூறினாள், எனக்கிருக்கும் தெரிவுகளை ஆழமாப் பரிசீலிச்சுப் பார்த்தபிறகு, பாலின விடுதலைங்கிற கருத்தாக்கம்தான் எனக்கு ஆர்த்தமுள்ளதாத் தெரியுது, பெண்ணாப் பிறக்கிறது பிரச்சினை இல்லை, சமூகத்தோட எதிர்பார்ப்புகள்தான் பிரச்சினை, எனக்கு இப்போ தெளிவாப் புரியுது, பால் மாற்று வழியை நான் தேர்ந்தெடுக்காததுக்காக சந்தோசப்படுறேன்

பாலின உறுதிப்பாடு கண்ணு, பீபி கோபத்துடன் குறுக்கிட்டாள்

சரி, கோபப்படாதே, எனக்கும் தவறுகளைச் செய்ய உரிமை இருக்கு அதனால கொஞ்சம் பொறுத்துக்கோ, இல்லைனா நீ உன்னைப் பத்தி மட்டும்தான் யோசிக்கிறேன்னு நினைச்சுக்குவேன்

பீபி தாக்குண்டதுபோல் தோன்றினாள்

உண்மை என்னன்னா பீபி, டெஸ்டோஸ்டிரோன் எடுத்துக்கிறதை என்னால நினைச்சுக்கூடப் பார்க்க முடியலை, என்னோட தோலை கெட்டியாக்கிக்கறதை என் குரலை ஆழப்படுத்திக்கிறதை, தசையைப் பெருக்கிக்கிறதை, மேலெல்லாம் முடியோட இருக்கிறதை நான் விரும்பலை, ஆண் குறியை வச்சிக்கிறதைப் பத்தி நான் யோசிச்சதே இல்லை, அது எனக்கானது இல்லை

இருந்தாலும் இதுகளிடமிருந்து விடுபட விரும்புறேன், மேகன் தனது தட்டையான நெஞ்சை, அவளது சட்டைக்குக் கீழே அழுத்தித் தட்டையாக்கப்பட்டிருந்த மார்புகளைச் சுட்டிக் காட்டினாள்

அது காலாகாலத்துக்கும் என் வாழ்க்கைத் தரத்தை மேம்படுத்தும்னு நினைக்கிறேன், என்றாள் அவள், பின்னர் ஹெப்டன் பிரிட்ஜில் உள்ள பீபியின் சின்னஞ்சிறு வாடகைக் குடிசையில் அந்த மாலை திரும்பிச் சென்ற பயணத்தின்போது உரையாடல் தொடர மேலும் மனம் திறந்து பேசினர்

தொய்ந்துபோன பதினேழாம் நூற்றாண்டைச் சேர்ந்த விட்டங்கள், அமிழ்ந்துபோன தரைகள்

இரட்டைப் படுக்கையில் அவர்கள் முதல் முத்தத்துக்காக நெருங்கியபோது

அங்கே மேகன் வந்து தங்குவதை தான் வரவேற்பதாக பீபி சொன்னாள்

ஹெப்டன் பிரிட்ஜ்

இயற்கைக்கு உகந்த சிறிய புகலிடமாகவும் சுற்றுச்சூழல் ஆர்வலர்கள் மற்றும் கடைகளுடன் இருந்தது

டாய்ச்சீ, பலாட்டீஸ், தியானம், யோகா, முழுமையான சிகிட்சை வகுப்புகளுடன்

எழுத்தாளர்கள், நாடகத் தயாரிப்பாளர்கள், திரைப்படத் தயாரிப்பாளர்கள், காட்சிக் கலைஞர்கள், நடனக் கலைஞர்கள், ஆர்வலர்களுடன்

பழைய பாணி ஹிப்பிகள், புதிய பாணி இணக்கமற்றோருடன்

அதேபோல அங்கே பல தலைமுறைகளாக வாழ்ந்துவந்த குடும்பங்களைச் சேர்ந்தோர், அறுபதுகளில் வரத் தொடங்கிய நாடோடிக் கலைமரபினருக்குப் பழகிவிட்டிருந்தனர்

அதன் உருளைக் கற்கள் பதித்த தெருக்கள் மேகனுக்குப் பிடித்திருந்தது, பளிச்சென்ற மழை அங்கியும் நடைப் பயிற்சிக் காலணிகளும் அணிந்துகொண்டு கால்டர் வாலிக்கு சிறு நடை

செல்வதும் ஹார்டுகேஸில் கிராக்ஸஂக்கு மணிக்கணக்கில் மெதுவாக நடந்தபடி பேசிக்கொண்டு சென்றனர்

அவர்கள் இருபாலின உலகில் வாழ்ந்து கொண்டிருக்கையில், அத்துடன் அதுவும் பல வரையறைகளுடன் இருக்கும்போது (புத்தியுள்ளதும் புத்தி கெட்டதும் என்று சொல்ல வந்ததைக் கட்டுப்படுத்திக் கொண்டாள்) பாலினம்ங்கிற ஒன்னே கடைசில அர்த்தமில்லாமப் போயிடும், இதையெல்லாம் யார் ஞாபகம் வச்சுப்பா? அவளது பாலின விடுதலை என்ற அடையாளத்தை எப்படி நடைமுறைக்குக் கொண்டு வருவது என்று பீபியுடன் விவாதித்தாள், அதுதான் சரின்னு நினைக்கிறேன், முழுக்கவே பாலின விடுதலை பெற்ற உலகம் அல்லது இது அப்பாவித்தனமான கவைக்குதவாத கற்பனையா?

கனவு காண்கிறது அப்பாவித்தனமானது இல்ல, அது வாழ்க்கைக்கு அத்தியாவசியமானது, கனவு காண்கிறதுன்னா அது பெரிய விசயம் ஒன்னுமேல வைக்கிற நம்பிக்கைக்குச் சமம், அப்புறம் ஆமா, பாலினத்தை முழுசா ஒழிக்கிறதை கோடிக்கணக்கானபேர் ஏத்துக்கிறதை உன் வாழ்நாளில் நீ பார்க்க வாய்ப்பில்லை

அப்படின்னா எனக்குள்ள என்ன நடக்குதுன்னு எதுவுமே தெரியாத மக்கள்கிட்ட இருந்து பாலிலிக்கு வேறு பெயர்களைக் கேட்கிறதும் கற்பனாவாதமாத்தான் தோணுது என்று மேகன் சொன்னாள்

மக்களோட மன மாற்றத்தை நோக்கிய முதல் படி அது, இருந்தாலும், ஆமா, மாற்றத்துக்கான எல்லா இயக்கங்களையும் மாதிரி, நிறைய எதிர்ப்புகள் வரத்தான் செய்யும், நீயும் அதிலிருந்து மீண்டு வரத் தெரிஞ்சிருக்கணும் என்று பீபி சொன்னாள்

மழையில் சேற்றுப் புல்லில் சக் சக்கென காலை ஓங்கி மிதித்தபடி சென்றனர், அதன்பின் அவர்கள் வாயிலிருந்து வார்த்தைகள் வருவதற்குமுன் முதலில் பனிப்புகை வெளிவந்தது

பீபியின் லேப்ரடார் நாய் ஜாய் ஓடி வந்தது, வெளியில் இருப்பது ரொம்பவே சந்தோசமாய் இருந்தது, அவர்கள் இருவரும் ஏதோ கிராமப்புறக் காதலர்களைப் போல

மனித இனத்திலிருந்து விலகியிருப்பது மகிழ்ச்சியாய் இருந்தது

அவர்கள் ஒரு மலைச்சரிவில் ஏறத் தொடங்கினார்கள், பாசி படர்ந்த வழுக்கும் பாறைகள் வழியே ஏறினர், பனிப்புகையை அவர்களுக்குப் பின்னே விட்டுவிட்டு சமவெளியின் மேகமில்லா பகுதிக்குள் நுழைந்தனர், சாம்பல் வானத்தின் பின்னிருந்து கதிரவன் மீண்டும் தோன்றியது, நிலவெளி கீழே வெகு தொலைவில் இருந்தது

தொப்பியைக் கழற்றிவிட்டு பளீரிடும் பசுமையான நிலப்பரப்பின்மீது பார்வையை ஓட்டினர்

மேகன் சொன்னாள், நம்ம நாகரீகத்தோட மிகப்பெரிய பொய்கள்ல ஒன்னு இந்தப் பாலினம் அப்படிங்கிற வேதவாக்கைப் பரப்புறதுக்காக ஒருவேளை நான் பாலின இணங்காமைக்கான அறப்போரைப் பரப்புறவளா மாறணும்போல

இது ஆண்களையும் பெண்களையும் அவங்கவங்க இடத்தில வைக்கிறதுக்காக உருவானது, நிலவெளியை நோக்கி அவள் கத்தினாள், பிரசங்க மேடையிலிருந்து நற்செய்தியை அறிவிப்பதுபோல

சமவெளிச் சுவர்களில் பட்டு அவள் குரல் எதிரொலித்தது

நான் சொல்றது கேட்குதா நான் சொல்றது கேட்குதா நான் சொல்றது கேட்குதா?

அவர்கள் ஏ, இ, இயா, ஆள் போன்ற சிறந்த பாலிலி மாற்றுப் பெயர்களை விவாதித்தார்கள், ஒவ்வொரு வார்த்தையும் உச்சரிக்க இயல்பாக இருக்கிறதா அல்லது எக்குத்தப்பாக இருக்கிறதா என்று சோதித்தார்கள், அதேபோலவே அவனது மற்றும் அவளது என்பதற்கும் மாற்றுகளைச் சோதித்தனர்: அவள்து, ஆளில்து, இயிள்து, ஆள்து, அவர்கள்து மற்றும் அநாமது (*hirs, aers, eirs, pers, theirs and xyrs*)

மேகன் அவர்கள் மற்றும் அவர்களது-வை முயற்சிக்கத் தீர்மானித்தாள், எனக்கு எது முக்கியம்னா நான் எப்படி உணர்றேன்னு எனக்குத் தெரியும், என் வாழ்நாளைவிட அது நீண்ட காலம் தொடர்ற அமைதியான புரட்சியா இருந்தாலும்கூட இந்த உலகத்துக்கு அது ஒருநாள் புரியும், அப்படி நடந்துன்னா

நீ சொல்றது சரிதான், மேகன், பீபி பதிலளித்தாள், அதுக்கிடையில நீ விரும்புற பிரதிப் பெயர்களை மக்கள் குழப்பியடிக்கிறதைப் பார்த்துப் பொறுமை இழந்துடாதே, அவங்க ஞாபகத்தில் வச்சுக்க முயற்சி பண்ணாலும், மக்கள் தொடர்ந்து தப்புப் பண்ணுவாங்க, இதுக்கு சரிப்படுத்திக்க அவங்க மூளை நரம்பை மாத்தியமைக்க வேண்டியிருக்கும், அது எளிதானதில்லை, அதுக்குக் காலமெடுக்கும்

மேகன் சிரித்தாள், இதை யார் பேசுறான்னு பாரேன்

அவர்கள் கைகளைக் கோர்த்துக்கொண்டனர்

அந்தத் தனிமையான இடத்தின் நடுவே

அதைச் செய்வதில் அவர்கள் மிகவும் பாதுகாப்பாக உணர்ந்தனர்.

5

மோர்கன் (இனி மேகன் இல்லை)

இப்போது ஆறு வருடங்களாகப் பாலின விடுதலையடைந்தவனாகத் தன்னை[7] அடையாளப்படுத்திக் கொண்டிருக்கிறான், மக்கள் அதைப் பயன்படுத்தாதபோது அல்லது அவர்கள் விரும்பும் பிரதிப் பெயர்களைப் புரிந்துகொள்ளாதபோது அவர்கள் அலட்டிக்கொள்ளாமல் இருக்கக் கற்றுக்கொண்டனர்

ஆரம்பத்தில் அவர்கள் முகரையைப் பெயர்க்க வேண்டும்போல் இருந்தது

வெளியே தேம்ஸ் நதியைப் பார்த்தவாறு இருக்கும் சுவற்றின்மீது சாய்ந்திருந்தான்

நேஷனல் அரங்கத்தில் நடந்த டஹோமியின் கடைசி அமேசான் நாடகத்துக்குப் பிந்தைய விருந்தில் ஆட்கள் குழுமியிருந்தனர், அதை அம்மா போன்சு எழுதி இயக்கியிருந்தார்

---

7 மோர்கன் தன்னை அவன்/அவள் என்று சொல்வதற்குப் பதில் அவர்கள், அவர்களுக்கு, அவர்களது என்ற பதிலிடு பெயரைப் பயன்படுத்துகிறான். இது வாசிப்பில் குழப்பத்தை ஏற்படுத்தும் என்பதற்காக மோர்கன் என்ற ஆண்பால் பெயருக்கேற்பவே கையாளப்பட்டுள்ளது,

புகழ்பெற்ற கருப்பின அல்லி அரங்க இயக்குநர்

இப்போதும் அவன் தலை மழிக்கப்பட்டிருந்தது, வாரம் ஒருமுறை அவன் தலையைச் சிரைத்துக் கொண்டான், சிரைப்பு நுரைமீது ஒரு பக்கமாக ஓடி அப்புறம் மறுபுறமாகச் சிரைக்கப் பளபளப்பான மழிப்பி உதவியது

அவ்வளவு தான் - 'முடி' முடிந்தாயிற்று

வெண்ணிறச் சட்டைக் கைகள் அவனது கைகளில் பச்சை குத்தியிருந்த சிவப்பும் மஞ்சளுமான மேலெழும் தழல் தெரியுமாறு மேலே சுருட்டிவிடப்பட்டிருந்தன, கருப்பு ஜீன்ஸ் கீழே தாழ்ந்திருக்க, வெண்ணிறக் காலுறை தெரியும்படி அதை மடித்துவிட்டிருந்தான், தாழ்வான குதிங்கால் கொண்ட காலணிகள்

இலண்டனில் தன்னைப் பற்றி மட்டுமே யோசித்து மற்றவர்களை வெற்றுச் சொற்களால் புகழ்ந்து குழுக்களை உருவாக்குவோரிடமிருந்து தப்பித்ததில் மோர்கன் நிம்மதியடைந்தான்

அவன் நடைபாதையில் நின்றுகொண்டிருந்தபோது அவர்களில் இருவர் வேறு வழியின்றி அவனுக்கு முகமன் சொல்ல வேண்டியிருந்தது, ஆனால் அரட்டையடிக்க நிற்பதற்குப் பதிலாக அவர்கள் விரைவாக நகர்ந்து சென்றனர், கிளம்பும் முன்பாக உள்ளூர்க்காரர்களுடன் மோர்கன் கொஞ்சம் அர்த்தமுள்ள உரையாடலைச் செய்ய விரும்பினான், இவ்வளவுதூரம் இலண்டனுக்கு வந்து அதைத் தனியாகச் செலவிட வேண்டியிருப்பது எவ்வளவு அபத்தமானது

ஆனால் இப்படித்தான் நடந்தது, ஏனென்றால் ஓய்வாய் இருக்கையில் பதிவுகளைத் திருத்தி நீண்ட வார்த்தைகளைப் பயன்படுத்தும் முன்பாக கூகுள் செய்து பார்த்துக் கொண்டு தன்னம்பிக்கையுடமும் நகைச்சுவையாகவும் சமூக ஊடகத்தில் அவர்கள் காட்டிக்கொள்ளும் பிம்பத்தைப் போலில்லை இவர்கள், இது சதைக்குள் இருக்கும் இன்னொரு ஜடம்

இதுவரை ஒரு முழுமையான ஒற்றை வாக்கியத்தைக்கூட யாரிடமும் சொல்லியிருக்கவில்லை

மோர்கன் தரமற்ற ஷாம்பெயின் கண்ணாடிக் கோப்பையுடன் (சாமானியர்களைப் போல பியரோ வாற்கோதுமை பியரோ கிடையாது) வெளியே வந்து ஒரு சிகரெட் பற்ற வைத்தான்

நதியின் மறுகரையில் தெரிந்த ஓங்கியுயர்ந்த கட்டடங்களைப் பார்த்தபடி நின்றான்

தலைநகரின் அருவருப்பூட்டும் வெவ்வேறு பொருந்தாத கட்டடங்களின் அணிவரிசை

இந்த நகருக்குள் மோர்கன் தொலைந்து போகிறான், ஏறுக்குமாறான நெடுஞ்சாலைகளினாலும் பக்கச் சாலைகள் மற்றும் இடைவிடாத போக்குவரத்து நெரிசலாலும் இலட்சக் கணக்கான பேர் மிக விரைவாக நடப்பதால் ஏற்படும் அழுத்தத்தாலும் அவனது புலன்கள் திசைபிசகும்படி ஆகிவிடுகிறது

நிறுத்தமுடியாத இராணுவ டாங்கிகளின் ஊர்தியணிவரிசை எட்டுக்கால் பூச்சிகளை நசுக்கிச் செல்வதுபோல அவனை இடித்துத் தள்ளிக்கொண்டு செல்வார்கள்

நகரத்தில் வசிப்பவர்களை அவனால் புரிந்துகொள்ளவே முடிந்ததில்லை, நாட்டுப்புறங்கள் எல்லாமே ஒரே மாதிரித்தான் எனப் புகார் சொல்வார்கள், ஆனால் இந்த நகரம்தான் ஒழுங்கற்றுக் குழம்பிக் கிடக்கிறது

மோர்கனுக்கு யார்க்ஷயர் டேல்ஸ், பீக் மாவட்டம் அல்லது நார்தம்பர்லேண்டின் வனப்பகுதிக்குச் செல்வதில் எந்தப் பிரச்சினையும் இல்லை

இடையூறில்லாத வானின் தோற்றம், ஒருவரின் பார்வைக்கெட்டிய தூரம் வரை வெறுமை

உள்ளமும்

ஆரோக்கியமாய்

அவன் இங்கே ஒரு சில மணிநேரங்களே இருந்தான், ஏற்கெனவே வடக்கைப் பிரிந்த ஏக்கம் வேறு, அங்கே மக்கள் இன்னும் நேர்மையானவர்களாக, நட்பானவர்களாக, போலியாக நடிக்காதவர்களாக இருக்கிறார்கள்

இலண்டன்வாசிகள் இந்த நாசமாய்ப்போன பிரபஞ்சத்துக்கே தாங்கள்தான் மையம் என்பதுபோல் நினைக்கிறார்கள், எஞ்சிய உலகத்தைப் புறக்கணித்துவிட்டு ம்ம்மேலே வடக்கே இருக்கும் கிராமப்புறத்தவர்கள் காலையுணவுக்கு மார்ஸ் சாக்கலேட்டுகளைக் கூடப் பொறித்துச் சாப்பிடுவார்கள், வார இறுதிகளில் வயிறு முட்டக் குடித்துவிட்டு காற்சராயிலேயே சிறுநீர் கழித்து வைப்பவர்கள், குடும்பத்தில் வெவ்வேறு தலைமுறையினரும் ஒன்றாக வாழ்பவர்கள், வேலையில்லாத ஒட்டுண்ணிகள் எனத் தங்கள் இடையறாத கேளிக்கையற்ற நகைச்சுவைகளைத் தொடர்ந்தபடி இருப்பார்கள்

இன்று பின்மதியம்கூட நியூகேஸிலில் இருந்து வரும் தொடர்வண்டியில் இரண்டு இலண்டன்வாசிகளை மோர்கன் எதிர்கொண்டான்

அவர்களுக்கு எதிரே அமர்ந்திருக்கும் கருப்பர் இங்கிலாந்தின் வடகிழக்கிலுள்ள ஜியார்டியில் பிறந்து வளர்ந்தவர் என்று ஒரு நிமிடம்கூட யோசியாமல் எல்லாம் ஒரே மாதிரிதான் என்று தங்களுக்குள் நையாண்டி செய்து கெக்கலித்தனர்

*

பீபி இல்லாத குறையை மோர்கன் ரொம்பவே உணர்ந்தான், இன்று காலைதான் அவளிடம் விடைபெற்றுக் கொண்டு தொடர்வண்டியைப் பிடித்தான், திரும்பவும் அவளை நாளை சந்திப்பான்

வெகு தூரத்தில் இருக்கும்போது அவர்கள் எளிதில் காயப்படுபவர்களாக உணர்ந்தனர், ஆறு ஆண்டுகள் இருவரும் ஒன்றாக இருந்தபின் ஒருவர் மற்றவரின் இலயத்தோடு இசைந்து போயிருந்தனர்

அமைதியும் சாந்தமும் கொண்டு ஒருவருக்கொருவர் உற்ற துணைகளாய் வாழ்ந்து வந்தனர்

மாலை நேரங்களில் பீபி வாசித்துக் கொண்டிருக்க சோபாவில் அருகருகே அமர்ந்தபடி மகிழ்ச்சியுடன் கழிப்பார்கள், மனதை விசாலப்படுத்தவும் கற்பனையும் அறிவுத்திறனும் பெற மோர்கன் வாசிக்க வேண்டுமென்று பீபி வலியுறுத்தினாள், புத்தகம் வாசிக்காத ஒருத்தரோட என்னால இருக்க முடியாது

பீபி அல்புனைவு வாசிக்கிறாள், அவளது சமீபத்திய கதாநாயகன் குளோரியா ஸ்டீய்னெம், மோர்கன் திகில் புதினங்களை வாசிக்கிறான்

பாலுறவு சுவாரசியமாய் உள்ளது, தாங்கள் திரும்பக் கண்டடைந்த உடல்களை ஒருவருக்கொருவர் பகிர்ந்துகொண்டு அனுபவித்தனர், கொடுப்பதிலும் பெறுவதிலும் பெறும் ஆனந்தம்

அவர்களுக்கு எது தோதாக உள்ளதோ அதற்கேற்ப

இரண்டு வாரத்துக்கொருமுறை வெள்ளிக்கிழமை இரவிலிருந்து ஞாயிறு காலைவரை அவர்கள் ஜிஜியைச் சென்று பார்த்தார்கள், வீட்டிலும் பண்ணையிலும் கூடமாட ஒத்தாசை செய்தார்கள், நீண்ட தூரம் நடந்து சென்றனர்

ஜிஜியால் மோர்கனின் பாலின அடையாளத்தைப் புரிந்துகொள்ள முடியவில்லை - தொண்ணூற்று மூன்று ஆண்டுகளை நாட்டின் மிகக் கடைக்கோடியிலுள்ள அதே பண்ணையில் அவள் வாழ்ந்து கழித்திருக்கிறாள் எனும்போது அது புரிந்துகொள்ளத் தக்கதே

அவள் வயதுக்கு ஜிஜி நம்பமுடியாத அளவு திடமாக இருந்தாள், நம்பமுடியாத அளவு பிடிவாதக்காரி, பண்ணையை விட்டு வீட்டுக்கு வரமாட்டாள், மோர்கனும் பீபியும் அவளைப் பற்றிக் கவலையுற்றனர், அவளை இசையச்செய்யும் முயற்சியைக் கைவிடுவதே சிறந்த செயலாக இருந்தது

அவர்கள் கடந்தமுறை முயன்றபோது அவள் சொன்னாள், நா இங்கதான் பொறந்தேன், இங்கதான் சாவேன், யாருக்காவது இது பிடிக்கலைன்னா போய்த் தொலைங்க

சென்றமுறை அவர்கள் சென்றிருந்தபோது, அவளுடைய உயிலை மாற்றியிருப்பதாகவும் குடும்பத்துடன் வைத்திருக்கப்படும் என்பதால் மோர்கனிடம் அதை விட்டுச் செல்வதாகவும் ஜிஜி கூறினாள், நீ விரும்பினா உன்னோட தோழிகள் எல்லோரையும் அழைச்சுட்டு வா, வந்து இரு, நீ சாகும்போது இதைப் பார்த்துக்கிடக் கூடிய குடும்பத்துல ஒருத்தருக்குக் கடத்து: என் பிள்ளைகளுக்கு எதுக்கு நான் இதைக் குடுக்கணும், சட்டப்படி தலைமறைவாப் போக முடிஞ்சதுமே இதைக் கைவிட்டுட்டுப் போயிட்டாங்க, என் பொணம் குளுந்து போறதுக்கு முன்னாடியே பண்ணைத் தரகர்கள் இதை நோண்ட ஆரம்பிச்சிடுவாங்க

அந்த அதிர்ச்சியிலிருந்து அவர்கள் மீண்டபின், அவர்களுக்கு நடநத மிகவும் உவப்பான விசயமாக மோர்கன் அதைக் கருதினான், அவர்கள் குடும்பத்தில் உள்ளவர்கள் அவளை நோக்கி வீசும் தவிர்க்கமுடியாத சேற்றை மட்டும் தாங்கிக் கொள்ள வேண்டும், பண்ணையைக் கைப்பற்றுவதற்காக ஜிஜியைப் புகழ்ந்து பேசியிருக்கிறான் என்று குற்றம் சாட்டுவார்கள், சொத்துரிமை கேட்டு நீதிமன்றத்துக்கும் செல்வார்கள், ஜிஜியை மனதளவில் திறனற்றவர் என்றும் சொல்வார்கள்

தங்களைத் திரும்பக் கண்டுகொண்டவர்களுக்கான ஒரு புதிய இடமாகப் பண்ணையை மாற்றும் யோசனை குறித்து அவர்கள் விவாதித்ததில் இருந்து பீபி பயங்கர உற்சாகமாகிவிட்டாள்

இப்படியொரு முற்றிலும் மாறுபட்ட யோசனையை ஜிஜி தெரிவித்ததில் வியந்துபோனாள்

மோர்கன் சமீபத்தில் ஜிஜிக்காக பரம்பரை டிஎன்ஏ சோதனைக்கு ஏற்பாடு செய்திருந்தான், அது ஏற்கெனவே இந்தச் சோதனையை எடுத்திருந்த இரத்த உறவுகளின் இணைப்பைக் காட்டியது

சமீபத்தில் ஜிஜி அவளது சொந்தத் தாய் கிரேஸ் குறித்து நிறையப் பேசியிருந்தாள், எத்தியோப்பியாவைச் சேர்ந்த வால்டு என்றழைக்கப்படும் கடலோடியான அவள் தந்தையைப் பற்றி அவள் தாய் அறிந்திருக்கவில்லை, அது மரணம்வரை அவளை வருத்தியது

அம்மாவோட வாழ்க்கை ஒரு பெரிய மர்மம், அவள் சொன்னாள், வால்டு எப்போதைக்குமாக மர்மமாக இருப்பார் என்பதில் ஜிஜிக்கு வருத்தம்

சவுத் ஷீல்ட்ஸ்க்கு 1895இல் வால்டு வந்தார், அவளது பூட்டி டெய்சியைக் கர்ப்பமாக்கினார், சென்றார்

நாடகத்துக்குப் பிந்தைய இந்தப் படுமோசமான விருந்துக்குப் பிறகு இதைத்தான் மோர்கன் செய்யவிருந்தான்

Rogue Nation என்ற நவீன வாழ்வு இதழ் அவர்கள் டுவிட்டர் பக்கத்தைப் பின் தொடர்வோரின் எண்ணிக்கை பத்து இலட்சத்தைத் தொட்டுவிட்டதை முன்னிட்டு கட்டணம் தந்து நாடகத்துக்கு மதிப்புரை தரும்படிக் கேட்டுக்கொண்டனர்

அது அவர்களை 'செல்வாக்காளர்கள்' ஆக மாற்றியது

பீபியிடம் அவன் நகைச்சுவையாய்க் கூறியதுபோல உயர்நிலைப் பள்ளியை இடையில் நிறுத்திவிட்டு அளவுக்கதிகமாக இணையத்தில் நேரம் செலவிட்டு சொல்லிக்கொள்ளும்படி ஒரு வேலையிலும் இல்லாமல் இருப்பதற்கு மாறாக

அவளும் அதற்கு மறுப்புத் தெரிவிக்கவில்லை

ஆரம்பத்தில் @transwarrior அவர்களது திருநம்பி முதல் பாலிலி வரையிலான பயணத்தை வரைவதற்காகப் பயன்படுத்தப்பட்டது, இப்போதெல்லாம் அவர்கள் பரவலாக பொதுவான மாற்றுப் பாலினத்தவரின் சிக்கல்கள், பாலினம், பெண்ணியம், அரசியலுக்காகப் பயன்படுத்துகின்றனர்

ஆள் சேர்ப்பதிலும் தங்கள் பழிக்கப்பட்ட குரல்களை எதிர்ப்புகளாகக் காட்டுவதும் நல்லது

அவர்களது டுவிட்டர் கணக்கு எல்லாவற்றுக்கும் அழைப்புகளைக் கொண்டுவந்தது: இசைக்கச்சேரிகள், முதல்நாள் இரவுக்காட்சிகள், திரைப்பட முதற்காட்சிகள், புத்தக வெளியீடுகள், தனிப்பட்ட காட்சிகள், விடுதிகள், நவீன பாணி கண்காட்சிகள்

ஒரு நாடகத்தை, புத்தகம் அல்லது திரைப்படம் எதுவாகவும் இருக்கட்டும், அதை எப்படிப் பகுப்பாய்வது அல்லது பெரிய சித்திரத்தில் வைத்து அதைப் புரிந்துகொள்வது என்று மோர்கனுக்குச் சுத்தமாகத் தெரியவில்லை, அவர்கள் பின் தொடர்கிறார்கள் என்பதுதான் அங்கே பார்க்கப்பட்டது, அவர்களது விமர்சனம் அல்லது உரையின் தரம் அல்ல

விரைவிலேயே முறையான விமர்சகர்களுக்கான தேவையில்லாமல் போய்விடும், இதுகாறும் 'வல்லுநர்கள்' என்றழைக்கப் படுபவர்களே ஆதிக்கம் செலுத்தி வந்தார்கள், அவர்களில் பெரும்பாலானோர் இலண்டனைச் சேர்ந்தவர்கள், இவை எல்லாமே விமர்சன அபிப்பிராயத்தை ஜனநாயகப்படுத்துவது பற்றியது, செய்தித்தாள்கள் அப்படித்தான் கூறின, இதில் முறையான விமர்சகர்களைக் காட்டிலும் தனது டுவீட்டுகளுக்கு அதிக வாசகர்களைப் பெறும் மோர்கன் போன்ற ஒருவரும் அடக்கம்

பீபி அவனுக்கு நினைவூட்டியதுபோல

அவன் கவனமாக இல்லாவிட்டால் அது ஒருவரின் மண்டைக்குள் புகுந்துவிடும்

பீபி அவனைத் தரையில் நிற்கச் செய்தாள், நீ சொல்ற இந்த விமர்சனங்களை ஜனநாயகப்படுத்துறதுங்கிறதுக்கு அர்த்தம் தரநிலைகளைக் குறைக்கிறது, கவனத்தை ஈர்க்கிற சில வரிகளை எப்படி எழுதுறதுன்னு மட்டும் தெரிஞ்சிருக்கிறவங்களுக்கு சாதகமாப் போயி அந்த விசய ஞானம், வரலாறு, பின்புலச் சூழல் இது எல்லாமே அழிஞ்சுபோகக்கூடிய அபாயம் இருக்கு, நான் உன்னைச் சொல்லலை மோர்கன், பீபி அவனைச் சமாதானப்படுத்தினாள், நீ முக்கியமான பிரச்சினைகளில் மக்களைக் கவனம் செலுத்த வைக்கிற ஒரு உண்மையான மாற்றுப்பாலினப் போராளி

சிலநேரங்களில் பீபி தன்னைத்தான் சொல்வதாக மோர்கன் நினைக்கிறான்

மோர்கன்

அவனது தன் வரலாற்றை எழுதுவதற்காக வந்த அழைப்பை நிராகரித்தான், ஒரு நேரத்தில் 280 எழுத்துகளுக்கு மேல் எழுதுவதை தன்னால் கற்பனை செய்து பார்க்க முடியவில்லை என்றும், அதுவும்போக உண்மையாகவே தனது குடும்பத்தைப் பற்றிக் காயப்படுத்தும் விசயங்களை எழுத விரும்பவில்லை என்றும் கூறினான், பதிப்பாளர் எதிர்பார்த்த கோணம், 'எனது வலிமிக்க பாலிய காலத்தைத் தாண்டி எப்படி வெற்றிபெற்றேன்' வகையறா

அதே சமயம், வீட்டில் உள்ளவர்களுடனும் இப்போதெல்லாம் அவர்களுடன் மோர்கன் நல்ல உறவில் இருக்குமளவுக்கு நிலைமை மேம்பட்டிருந்தது

அம்மாவுக்கு பீபியை ரொம்பவே பிடித்துப் போயிற்று, ஏனிருக்காது, அவள் *பெண்பால்* ஆயிற்றே

மோர்கன் ஏற்கெனவே நாடகம் குறித்துத் தனது முதல் கருத்தைப் பதிவிட்டிருந்தான்

இப்போதுதான் #டஹோமியின்கடைசிஅமேசான் பார்த்தேன் @நேஷனல்அரங்கம். ஓ கடவுளே! போராளிப் பெண்கள்

மேடையில் வெளுத்து வாங்குகிறார்கள்! பரிசுத்தமான ஆப்பிரிக்க அமேசானின் கருமை. அப்படியொரு வலிமை! நெஞ்சை உருக்குவதாய், என்னைப் புரட்டிப் போட்டுவிட்டது! அனைவருக்கும் வாழ்த்துகள் #அம்மாபோன்சு #அனைத்து கருப்பினவரலாற்றுவிவகாரங்கள் இப்போதே பதிவுசெய்யுங்கள் அல்லது பின்னால் அழுவீர்கள், மக்களே!!! @RogueNation

இதை 14,006 பேர் விருப்பக்குறியிட்டு 7,447 முறை மறுடுவீட் செய்திருந்தனர், இந்த எண்ணிக்கை தொடர்ந்து கூடிக்கொண்டே இருந்தது

இந்த ரீதியில் மேலும் பதிவுகள் வரும்: தவறவிடக்கூடாதது! தனித்துவமான நிகழ்ச்சி! போய்ப் பாருங்கள், மாற்றுப்பெண்களே, மாற்றுப்பையன்களே, பெண்பையன்களே & திருநம்பிகளே, அனைத்து விந்தைகளே[8] & மாற்றுக் கலைஞர்களே & இடைவெட்டுப் போராளிகளே, மற்றும் எனது சக பாலிலி செல்லங்களே #ஆப்பிரிக்கப்பெண்கள்வரலாறுஅனைவருக்கும்

மோர்கன்

ஒயின் நிரம்பிய கண்ணாடிக் கோப்பையைத் தேம்ஸ் நதிக்குள் வீசுகிறான், அது அப்படியே மூழ்கிப்போய் அங்கே ரோமானியர் படையெடுக்கு முன்பிருந்தே ஆற்றுப்படுகையின் ஆழத்தில் கிடக்கும் தோலில் செய்த காலணிகள், கிண்ணங்கள் போன்ற பிற பொருட்களுடன் இணைந்துகொள்ளும்

உயர்மட்டத்தினருக்கான பள்ளிக்கூடத்தில் படித்த மேட்டுக்குடியைச் சேர்ந்தவர்கள் எடுத்த ஆவணப்படங்களில் இலண்டன்வாசிகள் பெருமையுடன் தம்பட்டம் அடித்துக் கொள்வதுபோல

சிகரெட் புகையைக் கடைசியாக ஒருமுறை இழுத்துவிட்டு நுனிக் கங்கினை அணைத்தான், காலையில் இலண்டனிலிருந்து கிளம்ப முதல் தொடர்வண்டியைப் பிடிக்க மற்றவர்களின்

கவனத்தைக் கவராமல் கிங்ஸ் கிராஸிலுள்ள விலையுயர்ந்த விடுதியில் போய்த் தங்க வேண்டும், யாராவது பரிட்சயமானவர் கருப்பினத்தவருடன் நின்று பேசிக்கொண்டிருப்பதைப் பார்த்தால் அவர்கள் தொலைக்காட்சியைச் சேர்ந்தவர்கள்

8. LGBTQ+ சமூகத்தினர்

என்று அடையாளம் கண்டு கொள்கிறார்கள், ரோலண்ட் என்று யாரோ ஒருவர், பளிச்சிடும் நீல சூட்டில் ரொம்பவே பாசாங்கு செய்துகொண்டிருந்தான்

இந்தப் பிள்ளை கடந்த ஆண்டு அவர்களது பேருரைக்கு வந்திருந்ததே, அவள் பெயர் என்ன?

கடந்த ஆண்டு நார்ஃபோக்கில் பல்கலைக்கழகத்தில் நடந்த சர்வதேசப் பெண்கள் தின நிகழ்ச்சியின்போது மாற்றுப்பாலினம் குறித்த அவனது முதல் பேச்சிலிருந்து மோர்கன் அவளை அடையாளம் கண்டுகொண்டான்

பேருரையாற்றிய அரங்கில் ஆப்பிரிக்கர்களின் பிரத்யேகப் பிட்டத்துடன் மலைக்கச் செய்யும் முக அழகுடன், பொன்னிறக் கூந்தல் பார்பி படத்துடன் அதற்குக் கீழே *IRONY* என்ற வார்த்தை கிறுக்கப்பட்டிருந்த டி-சட்டை அணிந்து முன் வரிசையில் அமர்ந்திருந்தவளைத் தவறவிடவே முடிந்திருக்காது

ரொம்பக் குறும்பான பெண், மோர்கன் நினைத்தான், நீ என்னை மாதிரியான ஆள்

முதல் பல்கலைக்கழகப் பேச்சுக்கு மட்டுமே மோர்கன் ஒத்துக்கொண்டான், காரணம் அவனது குடிசைக்கு அருகில் இருந்த டிரங்கன் நோஸ்டால்ஜியாவில் போதாத சம்பளத்தை ஈடுகட்ட அது உதவியது, படிப்பைக் கைவிட்டவர்கள் அடிக்கடி வந்துபோகும் இடமாக அது இருந்தது, உதட்டுச்சாயக் கறையோடு இருக்கும் கண்ணாடிக் கோப்பைகளையோ, சில்லு தட்டிய பீங்கான் ஏனங்களையோ, துடைக்காத மேசைகளைப் பற்றியோ, நிற்கக்கூட இடமின்றி சிறுநீர் ஆறாகப் பெருகிக் கிடக்கும் கழிப்பறைகளையோ அவர்கள் பொருட்படுத்தாதவர்கள்

அதன் உரிமையாளர் ஆரனுக்கு மோர்கனைப் பிடித்திருக்கிறது, காரணம் அவன் ஒரு முரட்டுப் பசு, அத்துடன் ஒரு பாலிலியான வழுக்கைத்தலையன், மற்றவர்களைக் காட்டிலும் ரொம்பவும் மாறுபட்ட அட்டகாசமான பச்சை குத்தியிருப்பவன்

இது எல்லாமே உபசாரமாகத்தான் சொல்லப்பட்டது, அப்படித்தான் எடுத்துக்கொள்ளப்பட்டது

அவரது பணியாளர் இயல்பான தோற்றத்துடன் எல்லோருடனும் இனிமையாகப் பழகினால் அல்லது அந்த இடத்தை ஒழுங்குபடுத்தினால் அவரது முக்கிய வாடிக்கையாளர்களை இழந்துவிடக்கூடும் என்று ஆரன் சொல்கிறார், மான்செஸ்டரில் மாணவர் ஒன்றிய மதுவிடுதியில் சனிக்கிழமை இரவு விடுதியை மூடுவதற்குச் சற்று முன்னால் உள்ள நேரமே அவரது மகிழ்ச்சியான நேரமாக இருந்தது

அதன் பிறகு அதே போன்ற சூழலைத் திரும்பவும் உருவாக்க முயன்று வருகிறார்

சாளரங்களற்ற பேருரை அரங்கத்தில் தன்னம்பிக்கையுடன் தொனிக்க முயன்றவாறு மோர்கன் தொடங்கினான், மாற்றுப்பாலினமா இருக்கிறது தனிப்பட்ட விசயம், நான் முதல்முறையா பல்கலைக்கழகத்துக்குள்ள வந்திருக்கேன், அதுவும் உரையாற்றுவதற்காக, மாற்றுப்பாலினம்கிறதில் நான் என்னைப் போன்ற பாலிலிகள், மாற்றுப்பாலின ஆண், மாற்றுப்பாலினப் பெண், மாற்றுடை அணிவோர், இவங்களையும் சேர்த்துத்தான் சொல்றேன், மத்தவங்க வேறு மாதிரி இதை அர்த்தம் பண்ணிக்கலாம்

பயத்தைப் பற்றிச் சொல்லவா வேண்டும், சிரிக்காத மாணவர்களின் வரிசையை எதிர்கொண்டபடி, அவர்கள் எல்லோருமே அவர்கள் யார் பேச்சைக் கேட்க வந்திருக்கிறார்களோ அந்த நபரைக் காட்டிலும் அதிகம் படித்தவர்கள், எல்லோருக்கும் முன்னால் அசைய முடியாதபடி நின்றுகொண்டிருந்தான்

யாஷ், அதுதான் அவள் பெயர், வித்தியாசமானவளாய் இருந்தாள், அவள் பேசத் தொடங்குமுன்பே முன் ஒப்புதலுடன் புன்னகைத்தாள்

மற்ற அனைவரும் ஒரு வட்டரங்கில் வினோதமான ஜந்துவை வெறிப்பதைப் போலிருந்தது

எது நவீனமான பெண்பிள்ளைகளின் ஆடைகளாக இருந்தது என்பதை வைத்துப் பார்க்கையில் என்னவோ அவர்கள் இயல்பான உலகத்துக்கு அந்நியப்படாத இளையோர் என்பதுபோல

இருந்தாலும் அவர்கள் பட்டப்படிப்பு முடிக்கும் சமயம் தங்கள் எதிர்ப்பைக் காட்டும் வண்ணம் அவர்களில் சிலர் காக்கி

உடைகளுக்கும், போர்க்கால பூட்ஸுகளுக்கும் பச்சை குத்திக் கொள்வதுமாய் மாறக்கூடும் என்று மோர்கன் சந்தேகித்தான்

மோர்கன் பேசினான், நான் என்னைப் பற்றி மட்டுமே சொல்ல முடியும், எல்லா மாற்றுப் பாலினத்தவரும் ஒரே போலத்தான் என்ற அவர்களது சந்தேகத்துக்கிடமற்ற ஊகத்துக்கு எதிரான முன்னெச்சரிக்கையுடன் துவங்கினான், நான் எல்லோருக்குமான அதிகாரப்பூர்வ தரப்போ அல்லது மாற்றுப்பாலின இயக்கத்தின் தலைவரோ அல்ல, பாலிலியாக இருப்பதன் என்னுடைய சொந்த தனித்துவமான பயணத்தை விளக்குபவர் மட்டுமே நான், இன்னும் குறிப்பாகச் சொல்வதானால், நான் பாலின விடுதலையானவர் வகையினராகவே என்னைக் கருதிக் கொள்கிறேன்

மோர்கன் அந்த அப்பாவியான இளையோரின் கண்களை நோக்கினான், அவர்கள் அவனை அந்த இருபத்து ஏழு வயதில் நம்பமுடியாத அளவு உலக ஞானம் பெற்றவனைப் போல உணரச் செய்தனர்

பாலின விடுதலைன்னா நான் என்னை ஆணாகவோ இல்லை பெண்ணாகவோ அடையாளப்படுத்திக் கொள்ளவில்லை, என்னை அனைத்துப்பால் ஈர்ப்பாளராகவும் அடையாளப்படுத்திக் கொள்கிறேன், இதற்கு அர்த்தம் ஆண்பால்-பெண்பால்-மாற்றுப்பாலினக் கோவையில் தனிநபர்களிடம் எனக்கு ஈர்ப்பு உண்டு, என்னுடைய நீண்டகாலத் துணைவர் மாற்றுப்பாலினப் பெண்ணாக இருக்கிறார், இப்போதைக்கு அவரை மாற்றிக்கொள்ளும் எண்ணமில்லை, நான் யாருடன் படுக்கிறேன் என்பது உங்களுக்குச் சம்பந்தமில்லாதது , நீங்கள் உண்மையாகவே தெரிந்துகொள்ள வேண்டுமென்றால், நான் தேர்ந்தெடுக்க பலர் இருக்கின்றனர், எல்லா அடிப்படைத் தேவைகளும் பூர்த்தி செய்யப்படுகின்றன, ஆமா, நான் சாதிச்சிட்டேன், மக்களே!

அறையில் சிரிப்பு பீறிட்டு வெடித்தது, அப்பாடா, இறுக்கத்தைத் தகர்த்தாயிற்று, அறை முழுக்க நிரம்பியிருந்தோரை மோர்கன் ஒருவாறு குஷிப்படுத்திவிட்டான்

முன் வரிசையில் அமர்ந்திருந்த சாண்டி என்ற பேராசிரியை நீண்ட கூந்தலுக்கு நீலச்சாயம் இட்டிருந்தாள், இடைக்கால பாணியில் உடை உடுத்தியிருந்தாள், டுவிட்டரில் மோர்கனைச்

சந்தித்தவர் மோர்கனைப் பார்த்து ஒரு கன்னிப் பேச்சாளராக இருந்தும் வாக்களித்தபடி தன் மாணவர்களுக்குத் தேவையானதைக் கொடுத்ததைப் பாராட்டும்விதமாகப் பெரிதாகப் புன்னகைத்தாள்

மோர்கன் வளர்ந்த அனுபவங்களைப் பற்றிக் கிட்டத்தட்ட ஒரு மணிநேரம் பேசினான்

பெண்மைக்குரிய இலட்சியங்களை அவன் நிராகரித்தது (அதேசமயம் பெண்ணியம் குறித்து அறியாமல் இருந்தது), அவன் மனரீதியாக உடைந்துபோனது (துறைமுகப்பகுதியில் தொலைத்த மாதங்கள்), வீட்டைவிட்டு வெளியேறியது (தங்கும் விடுதிக்குச் செல்வதற்காக), அவனுக்கான சரியான துணைவரைக் கண்டுபிடித்தது, பீபியை பெயர் சொல்லிக் குறிப்பிடவில்லை (என்னை இதில் இழுக்காதே கண்ணு, நான் பழைய பாணியைச் சேர்ந்தவள், உன்கூட தனிப்பட்ட உறவை மட்டும்தான் நான் விரும்புறேன், உன்னோட வெளியுலக வணிகச்சின்னத்தோட ஒரு பகுதியா இருக்க விரும்பலை)

மாணவர்களுடன் பேசுவது உண்மையில் இரசிக்கும்படி இருந்ததை மோர்கன் கண்டுகொண்டான், அவர்கள் விரைவாகவே முழுவதுமாக அவன் பேச்சில் மூழ்கிவிட்டனர், குறிப்பாக தேவையற்ற மார்புகள் இரண்டையும் அறுவைசிகிட்சை செய்து அகற்றும் அவனது முடிவு குறித்து வரும்போது

மோர்கன் இதைத் திட்டமிட்டிருக்கவில்லை, அவர்களுக்கும் தெரிந்துகொள்ள ஆர்வமிருக்கும் என்பதை அறிந்ததால் அதைச் சொல்வது நியாயமானதாக, நேர்மையானதாகத் தோன்றியது

அவன் அவர்களிடம் சொன்னான், தனது மார்புகளை எப்போதைக்குமாக அகற்றியது எனக்கு ஆசுவாசமாய் இருந்தது, நானும் வெகுகாலமாய் அழுத்திப் பிடித்திருக்கும் சட்டையை அணிந்து வந்ததால் யாரும் அதிகமாய்க் கவனித்ததில்லை, என்னோட காதலிக்கு இதில் ஆட்சேபனை இல்லை, அவள் மோர்கனைத்தான் நான் காதலிக்கிறேனே தவிர அவனோட உடல் பாகங்களை இல்லை என்று சொன்னாள்

மேகன் சொன்னான், புண் ஆறியபிறகு என் உடல் இலேசானது போல் உணர்ந்தேன், குப்புறப்படுத்து வசதியாக உறங்கும் சுகத்தை அனுபவித்தேன்

மூழ்கடிக்க முடியாத மிதவைகள் மாதிரி குளிக்கும்போது மேலும் கீழும் அவை அசைவதை இனி பார்க்க வேண்டியதில்லை

வெப்ப மண்டலத்தைச் சேர்ந்த பலவண்ணப் பறவையின் சித்திரத்தை தன் உடலின் அந்தப் பகுதியில் பச்சைகுத்தப் போவதாக, தனது மார்பைக் கண்கவரும் ஓவியமாக மாற்றப் போவதாகக் கூறினான்

அவன் உரையை முடித்தபோது கேள்விகள் கேட்பதற்காக பல கைகள் உயர்ந்தன, ரொம்பத் தைரியசாலியாக, ஈர்க்கக்கூடியவராக, படித்தவராக, கேளிக்கையூட்டுபவராக இருப்பதற்காக மோர்கனைப் பாராட்டினர்

இத்தனை ஆண்டுகள் புத்தகங்களில் பாலினம் குறித்துத் தேடியறிந்ததும் பீபியுடன் விவாதித்ததும் பலனளித்துள்ளதாக மோர்கன் உணர்ந்தான், அதைத் தொடர்ந்து ஒரு சில மேடைகளில் பேசியிருக்கிறான்

வகுப்பு முடிவில் இந்த யாஷ் ஓடிவந்து அந்தப் பேருரை (பேருரை?) அட்டகாசமாக இருந்ததாக பூரிப்புடன் கூறினாள், நானும் ஒரு பாலிலியா ஆறது பத்தி யோசிக்கிறேன், அது இனப் பாகுபாட்டுக்கான விழிப்புணர்வா இருக்குமில்ல? என்னவோ புது பாணியில் முடிவெட்டிக் கொள்ளப் போவது போல ஆர்வத்துடன் கேட்டாள்

மோர்கன் அவளுக்குப் பக்குவமாக எடுத்துச் சொன்னான்

மாற்றுப் பாலினத்தவரா இருக்கிறது ஏதோ ஓர் ஆசையில அடையாளத்தை மாத்திக்கிற விளையாட்டுக் காரியமில்லைங்கிறதை நீ புரிஞ்சுக்கணும், சமூகம் உன்னை வேற மாதிரி இருக்கச் சொல்லிக் கட்டாயப்படுத்துறதுக்கு மாறா உன்னோட சுயத்துக்கு மாறுறது அது, மாற்றுப் பாலின வகையறாக்களில் பலபேர் குழந்தைப் பருவத்திலிருந்தே வேறு மாதிரி உணர்ந்திருப்பாங்க என்று எடுத்துரைத்தான், பார்வையாளர்கள் அறையைவிட்டு வெளியேறிக் கொண்டிருக்கையில் ரொம்பவும் கடுமையாகத் தொனிக்காமல் இருக்க முயன்றான், ஒரு சில மாணவிகள் அவன் சொல்வதைக் கேட்கக் கூடினர், பின்னர் அவர்கள் எல்லோரும் யாஷின் தோழிகள் என்று தெரியவந்தது, அதில் சோமாலியப் பெண்போல தலையில் ஹிஜாப் அணிந்திருந்தவளும் சேர்த்தி,

பால்காரியின் இளஞ்சிவப்புக் கன்னங்களுடன் பன்னிரெண்டு வயதுத் தோற்றத்துடன் இருந்தாள், கர்தாஷியன்-அரபு வகையைச் சேர்ந்தவளைப் போன்ற தோற்றத்துடன், மார்புப் பிளவு வெளித்தெரியும்படி, உயர் குதிங்கால் செருப்புகளுடன், பளபளப்பான நேரான கருநிறக் கேசம் பார்ப்பதற்கு நெகிழியில் செய்த போலிமுடி போலிருக்க வடிவான கைப்பையுடன் இருந்தாள் (மாணவர்கள் எல்லாம் பறட்டையாக உடல் துர்நாற்றத்துடன்தானே இருப்பார்கள்?)

மோர்கன் சொன்னான், அது உனக்குள்ள இருக்கிற ஒன்னு, இது ஒரு புதிய போக்கு கிடையாது, மத்தவங்க அரசியல் கூற்றா ஒரு மாற்றுப்பாலின நிலையைத் தழுவிக்கிட்டாலும், அது நேர்மையானதா பொறுப்புணர்வோட, சமூகத்தோட பாலினத் திணிப்புகளை அது நேர்மையா நிராகரிக்கும்போது அதை ஏத்துக்கலாம்

புதுசா எதையோ செய்றோம்னோ இனப் பாகுபாட்டுக்கு விழிப்புணர்வு ஏற்படுத்துறோம்னோ செய்யக்கூடியதில்லை

அதனாலதான் பெண்கள் பல ஆண்டுகளுக்கு முன்னாடியே அரசியலில்கூட பெண்களோடதான் சேர்றாங்க, பாகுபாடான ஆண்களை அவங்க போதுமான அளவு பார்த்திட்டதால பாலுறவைப் பெண்களோட வச்சிக்கத் தேர்வு செய்றாங்க

அவங்களை விரும்பாததினால இல்லை

இணையத்தில் இரண்டாம் அலை பெண்ணிய இதழாக வந்த *ஸ்பேர் ரிப்* இதழின் நீண்டகாலம் செயலற்றுக் கிடந்த பழைய இதழ்களில் இதை வாசித்திருந்தான்

*

யாஷிடம் அவன் ரொம்பக் கடுமையாக நடந்திருந்தானா என்பது வெளித் தெரியவில்லை, அவள் பாதிக்கப்படாதவளாகத் தோன்றினாள், அவளோடு கூட்டாளிகளோடு வளாக கஃபேக்கு வருமாறு மோர்கனை வற்புறுத்தினாள்

அங்கே அவர்கள் கூச்சமே படாமல் அவர்களது வருகையாளரிடம் காப்பசீனோ பருகியபடி கேள்வி மேல் கேள்விகளாகத் தொடுத்தார்கள், அவர்கள் மாற்றுப்பாலினத்தை வெகு சகஜமாக

எடுத்துக் கொண்டார்கள், இது மோர்கனை இறுக்கத்திலிருந்து விடுவித்தது

இது அடிக்கடி நிகழ்ந்திருக்கவில்லை (பீபியின் கூற்றுப்படி)

வாரிஸ் சோமாலியாவைச் சேர்ந்தவள், இஸ்லாமியச் சமூகங்கள்ல ஓர் ஆண் பொண்ணாகக் கடந்துசெல்வது எளிது, ஏன்னா பர்தா போட்டிருக்கிறதால யாருக்கும் தெரியாது என்று கிண்டலடித்தாள்

அந்தப் பால்காரி கர்ட்னி சொன்னாள், நான் ஆணா மாற விரும்புறேன், ஏன்னா என் அப்பா பண்ணையைக் கைவிட வேண்டியிருக்கு, வங்கிக்காரங்க அதுக்கு உரிமை கோரலைன்னா என்னோட தம்பிக்குப் பதில் அது என்கிட்ட வரும், இந்த ஒரு காரணத்துக்காகத்தான் மூத்தமகன் சொத்துரிமை அப்படிங்கிறதுக்கான அர்த்தத்தையே நான் தெரிஞ்சுக்கிட்டேன்

கர்தாஷியனான நெனட் அவளால் ஆணாக மாறமுடியாது என்றும் அதற்குக் காரணம் அவளுக்குக் குதிங்கால் உயரச் செருப்புகளை அணிவது ரொம்பவே பிடித்திருப்பதாகவும் அவள் சொல்லி முடிக்கும் முன்பே மற்றவர்கள் அவள் எல்லாவற்றையும் தவறாகப் புரிந்துகொண்டிருப்பதாக அவள்மேல் பாய்ந்தார்கள்

என்னவோ அதற்குள் அவர்கள் நிபுணர்கள் ஆகிவிட்ட மாதிரி

இங்கே நேஷனலில் யாஷ் திரும்பவும் எதிர்பாராமல் முன்னே வந்து நிற்கிறாள், மோர்கன் தனிமைப்படுத்தப்பட்டதாக உணர்வதிலிருந்து மீட்டெடுக்கிறாள்

அவள் அம்மா போன்சுவின் மகள் என்பது தெரியவந்தது, முதல் சந்திப்பில் இருந்ததைப் போலவே யாஷ் ரொம்ப உற்சாகத்துடன் இருந்தாள், அது தொற்றக்கூடியதாய் இருந்தது

என்ன ஒரு ஆச்சரியம், எம்எக்ஸ் மோர்கன் மலிங்காவைத் திரும்பவும் சந்திக்கிறேன்! ஆச்சரியம் இல்லை? ம்ம்ம்மேலே வடக்கே இருந்து இவ்ளோ தூரம் வந்திருக்கீங்களா?, உங்களுக்கு இலண்டன் நிச்சயம் பிடிச்சிருக்கும்னு நம்புறேன், பேசாம இங்க குடிவந்துடுறீங்களா? உண்மைலயே நீங்க இந்த ஊர்க்காரர், எல்லோருக்கும் உங்களைப் பிடிக்கும், இந்த நாடகம் பிரமாதமா இருந்துச்சுல்ல? எங்கம்மாவை சந்திச்சிருக்கீங்களா? சந்திக்கலைன்னா அதுக்கு என்ன அர்த்தம்? அவங்க அல்லி

(வயதான) இராணி தெரியுமா? அவங்களைப் பத்தி எனக்கு ரொம்பவே பெருமை உண்டு, இந்த நாடகம் உசரப் பறக்கிற பலூன் மாதிரி போயிட்டதினால இன்னைக்கு இராத்திரி ஹங்கர்ஃபோர்டு பாலத்தில் இருந்து அவங்க குதிக்கிறதை நான் தடுக்க வேண்டியதில்லைங்கிறதை நினைச்சாலே நிம்மதியா இருக்கு

நான் டுவிட்டரில் உங்களைப் பின்தொடர்றேன், நீங்க கவனிச்சீங்களா? பின் தொடர்ற பத்து இலட்சம் பேரில் ஒருவேளை கவனிச்சிருக்க மாட்டீங்க, உங்க இடுகைகள் எல்லாத்தையும் அப்படியே திரும்ப டுவீட் செய்துடுவேன், சேச்சே பின் தொடர்ந்து தொல்லை குடுக்கிறதுக்கில்லை, சும்மா உங்களுக்கு ஆதரவு தெரிவிக்கிறதுக்காக!

என்ன அதுக்குள்ள கிளம்புறேன்றீங்க, வாய்ப்பே இல்லை, உள்ள வந்து வாரிஸ்ுக்கும் கர்ட்னிக்கும் ஹாய் சொல்லுங்க, உங்களைப் பார்த்தா அவங்க ரொம்ப சந்தோசப்படுவாங்க, இத்தாலிய மது புரோசெக்கோ அதுக்குள்ள காலியாகியிருக்காதுன்னு நம்புவோம், இங்க கிழட்டு மூத்திர மண்டைகள் நிறைய இருக்கு, நம்புங்க அவங்களுக்கு எப்ப நிறுத்துறதுன்னே தெரியாது.

ஹாத்தி

1

ஹாத்தி

அவள் சந்ததியினருக்குப் பூட்டி

வயது தொண்ணூற்று மூன்று, இன்னும் எண்ணப்பட்டு வருகிறது

இருநூறு ஆண்டுகளுக்கு முன்னால் கட்டப்பட்ட கிரீன்ஃபீல்ட்ஸ் பண்ணை வீட்டின் நீண்ட அறையிலுள்ள பெரிய மேசையின் தலைமை இருக்கையில் அமர்கிறாள்

தொடர்ந்து வளர்ந்துவரும் அவள் மரபணுத் தொகுதி மேசையைச் சுற்றிலும் குழுமியிருந்தது

அத்துடன் அவர்களின் துணைவர்கள்

அவளுக்கு இரு பக்கத்திலும் அவளது இரண்டு பிள்ளைகள், இருவருக்கும் வயது எழுபதுக்குமேல்

அடா மஹே (ஸ்லிம்மின் தாயாரின் பெயர் இடப்பட்டது) மற்றும் சன்னி (இனவெறி வன்முறையில் இறந்துபோன ஸ்லிம்மின் சகோதரனின் பெயர்)

அப்புறம் நாற்பது ஐம்பது வயதுகளில் இருக்கும் பேரப்பிள்ளைகள்

ஜூலி	செவிலி
சூகடை	உதவியாளர்
பவுல்	முன்னாள் பயில்வான், தற்போது உடற்பயிற்சிக்கூட மேலாளர்
மரியன்	காரியதரிசி

ஜிம்மி		கார் மெக்கானிக்

மாத்யூ		குழாய் சரிசெய்பவர், சுயதொழில்

ஆலன்		காவல்துறை அதிகாரி (இவனை யாருக்கும் பிடிக்காது)

தங்கள் இருபது முப்பது வயதுகளில் இருந்த ஒரு சில கொள்ளுப்பேரப் பிள்ளைகளும் இங்கிருக்கிறார்கள், அவர்கள் எல்லாம் என்ன செய்கிறார்கள் என்பது கடவுளுக்குத்தான் தெரியும்

கொள்ளுப்பேரப் பிள்ளைகள் தனி மேசையில் அமர்ந்திருக் கிறார்கள், அவர்களில் பெரும்பாலானோரின் பெயர்களை நினைவில் வைக்க முடிவதில்லை, பிள்ளைகள் உணவை வாயில் போடாமல் ஏவுகணைகளைப் போல எறிந்துகொண்டிருந்ததை நிறுத்துவதற்காக அதில் வயது வந்த இருவர் மேற்பார்வை பார்த்தனர்

அப்புறம் அவள் இப்போதுதான் சந்தித்த புதிதாகப் பிறந்தவர்கள் - ரைலி, ஸோயி, நோவா

அவர்கள் பெயர்களை அவள் நினைவில் வைத்திருப்பாள்

சில மணி நேரங்களுக்கு

எல்லோரும் கிறித்துமஸ் மதியவுணவில் மும்முரமாய் இருந்தனர், மத்தியில் மிகப்பெரிய வான்கோழி, அதன் அசாதாரண அளவு மற்றும் திடமான உடற்கட்டினை மரியாதை செய்யும் விதமாகத் தேர்வுசெய்யப்பட்டது

வருடம் முழுக்க அதற்கு அதிகம் தீனி போட்டுவந்தாள், நேற்று அதன் கழுத்தைத் திருகி எடுத்துவிட்டாள், முதலில் பனிப் பெட்டிக்குள் வைத்திருந்து காலையில் முதல் வேலையாக அடுப்பில் ஏற்றினாள்

மோர்கனும் பீபியும் எஞ்சியவற்றில் உதவினர்: உருளைக் கிழங்குகளைப் பொறித்தனர் (ஹாத்தியின் சொந்த உருளைக்கிழங்குக் கிடங்கிலிருந்து வந்தது), உள்ளே அடைக்க, களைக்கோசு, யார்க்ஷயர் புட்டிங், பிளாக் புட்டிங் (இரண்டுமே

ஹாத்தியினுடையது), பட்டாணி (ஹாத்தி வீட்டில் உறைய வைக்கப்பட்டவை), குழம்பு

வீட்டில் அம்மாவின் வெளிரிய திரைச்சீலை அறையின் ஒரு சுவர் முழுவதும் ஆக்கிரமித்திருந்தது

கருத்துப்போன கல்பதித்த தீ மூட்டுமிடம் இன்னொரு பக்கத்தை ஆக்கிரமித்திருந்தது, அதற்குள் ஓர் ஆள் நிற்கமுடியும்

தீ மூட்டப்படாத போதுதான், இப்போது மூட்டப்பட்டுள்ளது, தழல்கள் பசியுடன் வெளியைத் தாக்கிக் கொண்டிருந்தன

*

யங் பில்லி (இப்போது அறுபதுகளில் இருக்கிறார்) கிராமத்தில் அவர்கள் வீட்டுக்குப் பின்னால் இருந்து பெரிய கிறித்துமஸ் மரத்தை வெட்டிக் கொண்டுவந்து வைத்திருக்கிறார், ஸ்லிம் அந்தக் காட்டை ஊசிமரக் காடுகள் என்றழைப்பார்

ஒவ்வொரு வருடமும் யங் பில்லி ஒன்றைக் கொண்டுவந்து நட்டிவிடுவார்: விளக்குகள், அலங்காரப் பொருத்துகள், உலோகத் துண்டுகள், அலங்காரப் பந்துகள், பைன் மர முட்கள் குளறுபடியை உண்டாக்கிவிடும், குறிப்பாக அவள் வீட்டுக்குள் வெறுங்காலுடன் நடக்க விரும்புபவள், குளிர்காலத்திலும்கூட

அவள் நீண்டகாலம் நடமாடிக் கொண்டிருப்பதன் இரகசியங்களில் அதுவும் ஒன்று, மற்ற இயற்கை விலங்குகளைப் போலவே கால்விரல்களைப் பரத்தி கால்களைத் தரையில் ஊன்றியிருப்பாள்

குளம்புகள், அதுதான் அவளுக்கு இருக்கிறது

குளம்புகள்

பொலினா வாரம் ஒருமுறை அவள் கால்களை நீரில் நனைப்பாள், அவள் நகங்களில் அழுக்கெடுத்து வெட்டிவிடுவாள், தோலைச் சுத்தம் செய்து ஈரப்பதமூட்டுவாள் - இது ஹாத்திக்குப் பிடிக்காது, 1988இல் ஸ்லிம் போனபிறகு அவள் தன் உடலை இரசாயனங்களால் நஞ்சேற்றிக் கொள்வதை நிறுத்திவிட்டாள்

உங்க கால்ல பித்த வெடிப்பு வந்து கிருமிகள் எல்லாம் பூந்து விளையாட ஆரம்பிச்சுடும் ஹாத்தி என்கிறாள் பொலினா

அதனால் அவளும் உடன்படுகிறாள், இருந்தாலும் உடம்போட துளைகளை நீ சுவாசிக்க அனுமதிச்சா தனக்கான எண்ணெயை அது தானே தயாரிச்சுக்கும்

இருந்தாலும் களிம்புகளையும் பிற நச்சுப் பொருட்களையும் அழகு என்ற பெயரில் முகத்தில் அப்பிக்கொள்ளும் அவள் குடும்பப் பெண்களிடம் இதைச் சொல்ல முயல்கிறாள்

இப்படிச் செய்தால் புற்றுநோய் வரத்தானே செய்யும்

பரிசுகள் எல்லாம் மரத்துக்கு அடியில் குவிந்திருக்கின்றன, கொடுக்க வேண்டும் என்பதற்காக மக்கள் ஒருவருக்கொருவர் கொடுத்துக் கொள்கிறார்களே தவிர இதற்கும் மதத்துக்கும் சம்பந்தமில்லை, கிறித்துமஸைப் பேராசைமஸ் என்றழைக்க வேண்டும்

இயேசு கிறித்துவின் பெயரால் மக்கள் அதீதமாய்த் தின்று அதீத இன்பத்தில் ஈடுபடும் நேரம்

ஸ்லிம் காலமான பிறகிலிருந்து பரிசுகளில் அவள் ஆர்வம் காட்டவில்லை, அவளைத் தொந்தரவு செய்ய வேண்டாமென்று சொல்லிச் சலித்துவிட்டாள்

கையுறைகள், காகிதத் தாள்கள், மாத்திரைப் பெட்டிகள், செருப்புகள், மின் போர்வைகள், அவளுடைய வலுவான கைகளால் என்னவோ மூடியைத் திறக்க முடியாது என்பதுபோல போத்தல் பிடிமான உறைகள் என அவளுக்குத் தேவையில்லாத பொருட்களாகத் தருவார்கள்

யங் பில்லி அவளுக்காக அவற்றை எல்லாம் தொண்டு நிறுவனத்திடம் கொடுத்து வருவார்

அவள் விரும்புவது போல இல்லாவிட்டாலும் அவளுக்குத் தேவையானது அவளிடம் இருக்கிறது

ஸ்லிம் ஒரு பொதியாகச் சுற்றப்பட்டு மரத்தின் அடியில் கிடக்கிறார்

துள்ளிக் குதித்து அவளை ஆச்சரியப்படுத்தக் காத்திருக்கிறார்

இந்த பேராசைமஸ் விவகாரங்களில் ஹாத்தி அமைதியாக அமர்ந்திருக்கிறாள்

இருக்கிற இரைச்சலில் அவர்கள் பேசுவது கேட்கவில்லை, இந்தக் கருமாந்திரம் பிடித்த செவியுணர் கருவியைப் போடுவதை வெறுக்கிறாள், அது காதில் எரிச்சலை ஏற்படுத்தி உருக்குலைந்த ஒலிகளை ஏற்படுத்துகிறது

அவள் இல்லாமலேயே அவர்கள் தொடர்கிறார்கள், தங்களுக்குள் குதூகலிக்கிறார்கள், அவள் அங்கே இல்லை என்பதுபோலப் புறக்கணிக்கிறார்கள், இருந்தாலும் அவள் சொல்வதை அவர்களில் பெரும்பாலானோர் கவனிக்கப் போவதில்லை

அவள் பின்னே சாய்கிறாள், அவர்கள் செய்வதைக் கவனிக்கிறாள், தன்னைத் தனிமையில் விட்டது அவளுக்குத் திருப்தியாய் இருக்கிறது, ஆட்கள் வந்து அவளை எழுப்பி அவளுக்கு ஏதும் பிரச்சினையா என்று சோதிக்கும்வரை உறக்கத்தில் ஆழ்கிறாள், இது அவள் நாடியைச் சோதிப்பதற்குச் சமம்

அவள் கண்விழித்து ஏய் என்ன? என்னாச்சு? என்று கத்தும்போது அவர்கள் ஏமாற்றமடைகிறார்கள் என்று அவள் உறுதியாய் நம்புகிறாள்

அடா மஹேயும் சன்னியும் தங்கள் உரிமை என்று அவர்கள் நினைக்கும் வாரிசுரிமை மீது கை வைக்கத் துடியாய்த் துடிக்கிறார்கள், ஆனால் அவள் அவர்களை ஏமாற்றிவிட்டாள் - இருநூறு ஆண்டுகளாக அவள் குடும்பத்தோடு இருந்த கிரீன்ஃபீல்ட்ஸ் பண்ணையை ரஷியர்கள் அல்லது சீனர்கள் மாதிரியான அந்நியர்கள் ஆடம்பர விடுதி கட்டவோ அல்லது ஒரு கோல்ஃப் மைதானமாக மாற்றவோ விற்கும்படி அவள் விடப் போவதில்லை

அவளை முதியோர் இல்லத்தில் சேரும்படியும் அவளது சொத்து 'அதிகார ஆவணத்தை' ஏற்பாடு செய்யும்படியும் நச்சரித்து வருகிறார்கள்

அது அவளது உயிர் மீதான அதிகாரத்தை அவர்களுக்குக் கொடுப்பதற்கு ஒப்பானது என்று அவளுக்கு நன்றாகவே தெரிகிறது

*

அவளைப் பொறுத்தவரை

படிக்கட்டுகளில் அவள் தவறி விழுந்து அவசர ஊர்தியை அழைக்க யாரும் இல்லாவிட்டால், அப்படியே இருக்கட்டும், அவள் வயதுக்கு இழுத்துக்கொண்டு எல்லாம் கிடக்கப் போவதில்லை, அடி பலமாய் இருந்தால் சாவு உறுதி

அவளை வெளியேற அவர்கள் கட்டாயப்படுத்தினால் அவள் கீழ்ப்படிவதுபோல் அமைதி காத்து, உங்களுக்கு ஆட்சேபனை இல்லைன்னா, என் சொந்த வீட்டில கடைசியா ஒரு தடவை கொல்லைக்குப் போய்ட்டு வரலாமா என்று கேட்பாள்

உள்ளே போனதும் போரிலிருந்து திரும்பி வந்ததிலிருந்து ஸ்லிம் வைத்திருந்த துப்பாக்கியை எடுத்து தலையில் சுட்டுக்கொள்வாள்

அவளது மூளை கழிப்பறைச் சுவர்கள் எங்கும் தெறித்துக் கிடப்பதை அவர்கள் காண்பார்கள்

அதை அவர்களால் சாமானியமாக மறக்கமுடியாது

அவர்களில் பலருக்கும் வாரிசுரிமை கிடையாது, இருந்தாலும் ஒவ்வொரு கிறித்துமஸுக்கும் வரத் தவறுவதில்லை

அதன் பின்பும் சோம்பேறிகள் அதை முயலுகிறார்கள், பனி பொழியும்போது அல்லது உறை பனியில் கிராமத்தில் மலை ஏறமுடியவில்லை என்று புகார் சொல்வார்கள்

1952 முதலாக அவள் வைத்திருக்கும் கரகரக்கும் தொலைபேசியில் அவர்கள் சொல்வார்கள், கார் ஏறாது பூட்டி

நாளுக்கு நூற்றுக்கணக்கான தடவை இளசுகள் எடுத்துப் பார்க்கும் கைபேசியைவிட இது எவ்வளவோ மேல், அது அவர்களைக் கிறுக்காக்குகிறது

அவள் செய்தித்தாளில் அதைப் பற்றி வாசித்திருக்கிறாள்

அதுவுமின்றி, பழைய தொலைபேசி இன்னும் நன்றாக வேலை செய்யும்போது எதற்கு அதை மாற்றுவானேன், முன் கதவோரமுள்ள மேசையில் அது அமர்ந்திருக்கிறது, அதில் ஒரு வடம் இணைக்கப்பட்டு அந்த வடம் ஒரு பொருத்துவாயில் இணைந்திருக்கிறது

தொலைபேசி உரையாடல்கள் சுருக்கமாக இருக்க வேண்டும், நின்றுகொண்டுதான் பேச வேண்டும்

அவளைப் பொறுத்தவரை

அந்தச் சோம்பேறி உறவினர்களிடம் கிராமத்திலிருந்து மலையில் ஏறச் சொல்கிறாள், அது இரண்டு மைல் ஏற வேண்டும், கொஞ்சம் செங்குத்தாக இருக்கும், ஆனால் யாருக்கும் உயரத்தைப் பார்த்துத் தலை கிறுகிறுக்காது, அப்படித்தான் கேள்விப்பட்டிருந்தாள்

இப்போதெல்லாம் கிராமம் கிராமமாக இல்லை, ஆளரவமற்றுக் கிடக்கிறது, தெருவோரக் கடை ஒன்றும் ஒரு பொது விடுதியும் மட்டும் இருக்கிறது, கூட்டுறவு சாலையைக் கூட (எழுபதுகளில் அது திறக்கப்பட்டபோது போராட்டங்கள் எல்லாம் நடந்தது) சில ஆண்டுகளுக்கு முன்னால் மூடிவிட்டார்கள்

இப்போது அது ஒரு 'கலைக்கூடம்', நகைப்புக்கிடமாக ஆண்டுக்கு இரு வாரங்கள் மட்டும் கோடையில் திறந்திருக்கும், வரியைத் தவிர்ப்பதற்காக இப்படி என்று அவள் சந்தேகிக்கிறாள்

இதில் அஞ்சல் பெட்டியை மறந்துவிட வேண்டாம் அல்லது இப்படிச் சொல்லலாம் 'கடிதங்களைக் காகிதத்தில் கையால் எழுதி அவற்றை அஞ்சல் செய்த காலத்தைச் சேர்ந்த அருங்காட்சியகப் பொருள்'

ஓ அப்புறம் கோடையில் உழவர் சந்தை நடக்கும் – என்னவோ கோடையில் சிறப்பாக ஏதோ கொண்டுவருவது போலத்தான்

மற்ற கடைகள் எல்லாமே கார்க் மற்றும் லீட்ஸைச் சேர்ந்த பணக்கார தெற்கத்தியர்களுக்குச் சொந்தமான விடுமுறை இல்லங்களாக மாறிவிட்டன, 'அனைத்திலிருந்தும் விலகிச் செல்ல' விரும்பும் வழக்கறிஞர்கள், மருத்துவர்கள், கல்விசார் நபர்களுக்காகத்தான்

ஒவ்வொரு கோடையிலும் ஒரு சில வாரங்களுக்கு

வீட்டு விலைகளை உயர்த்துவார்கள், இதனால் இளையோர் வெளியேற வேண்டியிருக்கிறது

ஃபார்மர்ஸ் வீக்லி இதழ் சொல்வதுபோல, இதனாலும் விவசாய வேலைகள் இல்லாமலும் கிராமச் சமூகங்கள் அழிந்துகொண்டிருக்கின்றன

ஐம்பதுகளில் கூட்டு அறுவடை எந்திரம் புகுந்தபோது இது தொடங்கியது

அவளைப் பொறுத்தவரை

மலிவான அந்நிய வேலையாட்கள் அதன் பின் வந்தனர், விவசாயிகளுக்கு அது நல்லது, ஆனால் உள்ளூர்வாசிகளுக்கல்ல, தாங்கள் பெறுவதில் பாதிப் பணத்துக்கு இருமடங்கு வேலை செய்து தங்கள் வளர்ச்சியை அவர்கள் கெடுப்பதாகக் கருதினர்

பலரும் அவளிடம் புகார் செய்திருக்கின்றனர்

அந்நிய வேலையாட்களை ஒருபோதும் அவள் கொண்டு வரவில்லை, காரணம் உள்ளூர்வாசிகளுக்கு விசுவாசமாய் இருக்க நினைக்கிறாள்

அவர்கள் இருமடங்கு பணத்துக்கு பாதியளவு உழைத்தார்கள்

கிரீன்ஃபீல்ட்ஸ் அருகிப்போனதில் ஆச்சரியம் இல்லை, அதுவுமின்றி அந்நியப் பொருட்கள் வேறு இந்த நாசமாய்ப் போகும் ஒட்டுமொத்த உலகிலிருந்தும் நாட்டுக்குள் வருகிறது

உலகமயமாக்கல்? அதை அவள் பிட்டத்தில் செருகிக் கொள்ளட்டும்

இங்கிருக்கும் பல பண்ணைகள் அரசு மானியங்களை நம்பியிருக்கின்றன, அவள் அப்படியில்லை, பண்ணையைத் தனியாக நடத்த அவள் போராடிக் கொண்டிருந்தபோது அவளுக்கு எந்த உதவியும் கிடைக்கவில்லை, ஐரோப்பிய ஒன்றியத்தில் அவள் விண்ணப்பித்ததில் அதிகாரிகள் தங்கள் மூக்கை உள்ளே நுழைத்துப் பார்த்ததில் இதை யார் நடத்துவது என்பதைக் கண்டபோது ஆச்சரியத்தை அவர்களால் மறைக்கமுடியவில்லை, விண்ணப்பத்தை நிராகரித்துவிட்டார்கள்

அந்தக் கட்சிக்கு அவள் வாக்களிக்கவில்லை, அவளைப் பொறுத்தவரை அரசியல் என்பது தனிப்பட்ட விசயம், அவள் அப்பா உயிரோடு இருந்தபோது பழமைவாதக் கட்சிக்கு வாக்களித்தாள், காரணம் அது ஆட்சிக்கு வருமென்று அவர் எதிர்பார்த்தார்

அவர் தோற்பதை அவள் விரும்பவில்லை

ஸ்லிம் உயிரோடு இருந்தபோது தொழிலாளர் கட்சிக்கு வாக்களித்தாள், காரணம் அவர் 'அந்த மக்களை' நம்புவதாகச் சொன்னார், அவர் தோற்பதையும் அவள் விரும்பவில்லை

அவர் மீதிருந்த விசுவாசத்தில் தொடர்ந்து தொழிலாளர் கட்சிக்கு வாக்களித்தாள்

சில ஆண்டுகளுக்கு முன் அவள் தானாகவே தீர்மானித்து முதல்முறையாக பசுமைக்கட்சிக்கு வாக்களித்தாள், காரணம் அவர்களது சுற்றுச்சூழல் நிலைப்பாடு அவளுக்குப் பிடித்திருந்தது, தொழிலாளர் கட்சி போரில் ஈடுபாடு காட்டுவதை அவள் வெறுத்தாள்

சென்ற தேர்தலில் *U K I P*-க்கு வாக்களித்தாள்

ஸ்லிம் அதை விரும்பியிருக்க மாட்டார்

ஆனால் அவர் இங்கு இல்லை

அவள் குடும்பமும் நடந்தோ அல்லது நாற்சக்கர வாகனத்திலோ ஒருவழியாக மலையில் ஏறியபோது, குடிக்கத் தொடங்குவதற்கு முன்பாக ஒரு சிறிது நேரம் மகிழ்ச்சி நிலவியது

அவர்கள் விருந்து உடைகளில் வீட்டுக்குள் குவிந்தனர்: முழங்காலுக்குமேல் தெரியும்படி உடை உடுத்திக் கொண்டு, இடைவார்களைத் தாண்டி வழியும் வயிறுகளுடன், இளையவர்கள் உடுத்தும் இறுக்கமான உடையில் அவர்கள் இதயத் துடிப்பைக்கூட நீங்கள் பார்க்க முடியும்

புதிதாய்ப் பிறந்த குழந்தைகள் போர்வைக்குள் சுருட்டப்பட்டு அவள் கைகளுக்குள் புகைப்படங்களுக்காகத் திணிக்கப்பட்டனர், குழந்தையைப் பிடித்திருக்கும்போது என்னவோ அவள் அப்படியே செத்து விழுந்துவிடுவாள் என்பதுபோலப் பதட்டத்துடன் பெற்றவர்க்ள் பார்த்துக் கொண்டிருப்பார்கள்

அடுத்த அறையில் கலகலப்பான சூழல் தொடங்குகிறது

ஜிம்மி, சன்னியின் மகன், அவளது மூத்த பேரன் ஒரு பீப்பாய் பியருடன் வந்து அதைக் காலி செய்வதில் மும்முரமாய் இருக்கிறான், அவன் செல்லும் வேகத்துக்கு அவன் நேரடியாகக் குழாயிலிருந்தே குடிக்கலாம்

மற்றவர்கள் பல சிப்பங்களில் ஒயினும் குழந்தைகளுக்கு அவர்கள் அதீத உற்சாகமடையவும் பற்களைக் கெடுக்கவும் ஃபிஸ்ஸி பெரிய போத்தல்களும் கொண்டுவந்திருந்தனர்

தொலைக்காட்சியில் ஒரு பரிசோதனையைக் காட்டினார்கள், அதில் ஃபிஸ்ஸி பானம் நிரம்பிய ஒரு கண்ணாடிக் கோப்பையில் பல்லைப் போடுகிறார்கள்

அதைப் பற்றி அவள் அவர்களிடம் சொல்லியிருக்கிறாள், அவர்கள் எங்கே கேட்கிறார்கள்?

இதுதான் உங்களது நவீனகாலக் குழந்தை வளர்ப்பு

ஜிம்மி இப்போது எழுந்து நிற்கிறான் (உடல் தீங்கு ஏற்படுத்தியதற்காக இருமுறை உள்ளே சென்றிருக்கிறான்), எல்லாம் தொடங்கப் போகிறது, வழக்கமாக அவன்தான் முதலில் தொடங்குவான், அவனும் அவனது இரண்டு மகன்கள் ரையனும் ஷானும் படு முன்கோபக்காரர்கள்

ஜிம்மி தன் தம்பி பவுலிடம் அவன் தனக்கிழைத்த ஏதோ தவறைச் சுட்டிக்காட்டிக் குற்றம் சாட்டுகிறான், ஜிம்மி அவமரியாதை செய்வதை பவுல் தாங்கிக் கொள்ள மாட்டான், அதனால் சில வெட்டுக் காயங்கள், சிராய்ப்புகள், விலா எலும்பு முறிவுகள் இருக்கும்

ஹாத்திக்குச் சரியாகக் கேட்கவில்லை, இப்போது மின் வினைஞரான அவனது கடைசித் தம்பி ஆலன் எழுந்து நின்று அதிகாரமாய் அமைதிப்படுத்த முயலுகிறான், தன் மூத்த சகோதரர்களை நெம்பித் தள்ளிப் பிரித்துவிடத் தயாராகிறான்

அவன் எச்சரிக்கையாய் இல்லாவிட்டால் அவர்கள் அவனை மொத்திவிடுவார்கள், இதற்குமுன் அது நடந்திருக்கிறது

யாருக்கும் ஆலனைப் பிடிக்காது

அவனது இரண்டாவது மனைவி செரிலுக்குக்கூட

போனவருடம் அவனை விட்டுவிட்டுப் போய்விட்டாள்

பள்ளிப்படிப்பு முடிந்ததும் அவன் காவல்துறையில் சேர்ந்தான், ரொம்ப மென்மையான பையனாக இருந்ததால் அவனது

வளரும் பருவத்தில் அவன் சகோதரர்கள் வம்பிழுத்துக் கொண்டிருந்தார்கள்

சட்டத்தின் முழு வலிமையும் அவனுக்குப் பின்னால் வந்ததும் அது மாறியது

பண்ணையின் ரொக்க வருமானத்தின்மீது அவள் வரிகளைச் செலுத்தினாளா என்று ஒருமுறை அவளிடம் கேட்டிருக்கிறான்

அது ஒரு நட்பார்ந்த விசாரணையா அல்லது அச்சுறுத்தலா என்று அவளுக்கு உறுதியாகத் தெரியவில்லை

ஆலன் எந்தப் பக்கம் நிற்கிறான் என்பதைப் புரிந்துகொள்வது சிரமம்

அதிலிருந்து அவள் முன்னைப் போல அவனிடம் பழகுவதில்லை

இதற்கு மாறாக ஜிம்மி பிறந்ததிலிருந்தே எல்லோருடனும் பிரியமாக இருந்தான், சன்னியைத் தன் இஷ்டப்படி நடக்கச் செய்தான், இப்போது அவனால் துயரத்தை அனுபவிக்கிறான், அப்போதே பிள்ளைகளை ஒழுக்கமாக இருக்க வையுங்கள் என்று ஸ்லிமிடம் சொன்னதை அவர் ஒருபோதும் கேட்டதில்லை

ஜிம்மியிடம் யாரும் இல்லை என்று சொன்னால் அலறிக் கூச்சல் போடுவான், பெரியவனானதும் அது கொந்தளிக்கும் கோபமாக மாறியது, பதின்ம வயதில் சண்டைகளில் ஈடுபட்டான், அதிலிருந்து போக்கிரித்தனத்தின் ஊசலாட்டம்தான்

அதனால்தான் குழந்தைகள் சிறுவயதாய் இருக்கும்போதே அவனது முதல் மனைவி கேரன் அவர்களுடன் விட்டுச் சென்றுவிட்டாள்

அவர்கள் வயதுக்கு வரும்வரை மேற்பார்வையுடன் கூடிய வருகைகளைப் பெற அவன் நீதிமன்றம் செல்ல வேண்டியிருந்தது

கேரன் குடும்பத்தில் நிறைய மணமுறிவுகள் இருந்தன

ஜிம்மியும் பவுலும் சமாதானமாகிவிட்டதுபோல் தெரிகிறது, சிகரெட் பிடிப்பதற்காக வெளிமுற்றத்துக்குச் செல்கிறார்கள், அவர்கள் வெளியேறும்போது ஆலனின் கண்கள் அவர்களைத் தொடர்கின்றன, எப்போதும் நீ அந்நியன்தானா, ஆலன்?

வைக்கோல் கொட்டகைக்குள் உறையச் செய்யும் பனியில் மற்றவர்களுடன் அவர்கள் இணைந்துகொள்வதைச் சாளரத்தின் வழியே அவளால் பார்க்கமுடிகிறது

அவர்கள் தொடர்ந்து நிகோடினை நீண்டகாலம் உள்ளிழுத்து வருகிறார்கள், கடைசியில் அது அவர்களைக் கொன்றுவிடும், இந்தப் பயணங்களை அதற்கு மதிப்புள்ளதாகக் கருதுவார்கள்

இப்போதெல்லாம் குறைவான நபர்களே புகைப்பதாக அவள் செய்தித்தாளில் வாசித்திருக்கிறாள்

ஆனால் அவள் குடும்பத்தில் அப்படி இல்லை

அவள் பேரப் பிள்ளைகள் எல்லோரும் கருப்பு நிறத்தைக் காட்டிலும் அதிகம் வெள்ளையாகத் தோன்றுகிறார்கள், காரணம் சன்னியும் அடா மஹேவும் வெள்ளையர்களைத் திருமணம் செய்துகொண்டனர்

அவர்கள் யாருமே தங்களைக் கருப்பர்களாக அடையாளப் படுத்துவதில்லை, அவர்கள் வெள்ளையர்களாகவே மாறிவிட்டார்களோ என அவள் சந்தேகிக்கிறாள், ஸ்லிம் இருந்திருந்தால் வருத்தப்பட்டிருப்பார்

அவள் கவலைப்படவில்லை, அவர்களுக்குத் தோதானதைச் செய்கிறார்கள், அவர்களால் வெள்ளையர்களாகத் தொடரமுடியுமானால் அவர்களுக்கு நல்லதிர்ஷ்டம் வாய்க்கட்டும், உன்னை முன்னேறாமல் நிறுத்தி வைக்க நிறம் என்னும் சுமையை ஏன் அணியவேண்டும்?

மலாவியில் ஜூலி பணிபுரிந்த மருத்துவமனையில் செவிலிப் பணியில் இருந்த சிமாங்கோ வந்து சேர்ந்தபோது அவர்கள் அதை ஆட்சேபித்ததற்கு மட்டும்தான் அவள் எதிர்ப்புத் தெரிவித்தாள்

அவர்களது நடத்தை ஹாத்திக்கு வெறுப்பூட்டுவதாய் இருந்தது, அவர்கள் இன்னும் திறந்த மனதுடன் இருந்திருக்க வேண்டும்

ஆனால் ஒவ்வொரு தலைமுறையிலும் குடும்பம் மேலும் வெள்ளையாக மாறிவந்தது

கருப்புக்குச் சறுக்குவதை அவர்கள் விரும்பவில்லை

சிமாங்கோ ஸ்லிமைப்போல ஒரு நல்ல, கடுமையாகப் பணிபுரிபவன், பொறுமைசாலி, இனிமையானவன், விரைவிலேயே அவர்களைக் கவர்ந்துவிட்டான்

அவன் அவர்களைக் கைவிடவில்லை (அவன் செய்திருக்க வேண்டும்)

அவள் அவனைப் பண்ணைக்கு வரவேற்றாள், அவள் குடும்பத்தினரின் நடத்தைக்கு மன்னிப்புக் கோரினாள்

சிமாங்கோதான் ஜூலியை அவனது குழந்தைகளுக்கு கருப்பினப் படப் புத்தகங்களை வாங்குவதற்கு ஊக்குவித்தான்

புத்தகங்களில் பிள்ளைகள் தங்களைப் போலிருக்கும் குழந்தைகளைப் பார்க்கவேண்டும் என்று சொன்னான்

ஹாத்தியிடம் ஜூலி இதைச் சொன்னபோது அவள் கழிவிரக்கம் கொண்டாள்

ஆயிரத்துத் தொள்ளாயிரத்து நாற்பதுகளில் அவள் குழந்தைகளுக்கு இந்தப் புத்தகங்கள் இருந்ததா?

அவள் ஒரு மோசமான தாயாக இருந்தாளா?

மோர்கனும் அவளது துணை பீபியும் (இந்தக் காலத்தில் அப்படித்தானே சொல்கிறார்கள்), புத்தாண்டுவரை இருக்கிறார்கள், அவர்கள் உடன் இருப்பது அவளுக்கு மிகவும் பிடித்திருக்கிறது, காரணம் அவர்களுக்கு உண்மையாகவே அவளைப் பிடித்திருக்கிறது, உதவுகிறார்கள், கிரீன்ஃபீல்டில் இருப்பதை விரும்புகிறார்கள்

பண்ணையில் இருப்பதை அவள் போற்றிப் பேணுகிறாள் - அவள் துயரப்பட்ட குழந்தையாக இருந்த போதிருந்தே, அவள் அம்மா ஜூலிக்கு அவளைப் பிடிக்கவில்லை, காரணம் பார்பி பொம்மை மாதிரி அவள் இருக்க வேண்டுமென்று அவள் விரும்பியபடி அவள் இல்லாததுதான்

மோர்கன் பாலியல் மாற்றம் அடைந்தபோது அது ஆச்சரியமளிக்க வில்லை, ஹாத்திக்கு அது பிரச்சினையாக இல்லை

இங்கே இரண்டு பெண்கள் மளிகைக்கடை நடத்தியிருக்கிறார்கள்

ஹெர்மியோன் *(அவள் மனைவியாய் இருந்தாள், அப்படி உடை உடுத்திக் கொண்டாள்)*

அப்புறம் ரூத் *(அவள் கணவன், அப்படி உடை உடுத்திக் கொண்டாள்)*

யாரும் குறிப்பிடவில்லை என்றாலும் கிராமத்து ஆட்கள் அவர்களைத் தம்பதியாக ஏற்றுக் கொண்டதாக அவள் அம்மா சொன்னாள், ஜோசப்பின் மனைவியாக அவள் வந்து சேர்ந்தபோது அதையொட்டி அவளது அம்மாவிடம் முதலில் அவர்கள்தான் நட்பு பாராட்டினார்கள்

அவர்கள் பண்ணைக்கு வந்து ஏதாவது உதவி தேவையா என்று பார்ப்பதற்காக வருவார்கள் என்று அவள் அம்மா சொன்னாள்

ஹாத்தி பெரியவளானதும் அவளும் அம்மாவும் தேநீர் குடிக்க அழைக்கப்பட்டார்கள், பண்ணையிலிருந்து ஒரு கூடை நிறைய ஆப்பிள்கள், பேரிக்காய்கள், செர்ரிகளை எடுத்துச் செல்வார்கள்

ஒரு காலத்தில் ஹெர்மியோன் மேட்டுக்குடியைச் சேர்ந்த வளாகவும் ரூத் பண்ணைத் தோட்டக்காரரின் மகள் என்றும் தெரியவந்ததாக அம்மா சொன்னாள், வயதுக்கு வந்த உடனேயே அவர்கள் உடன்போக்காக ஓடிவந்து விட்டனர்

போர் முடிந்தபின் அடுத்தடுத்த ஆண்டுகளில் அவர்கள் இறந்துவிட்டார்கள்

அதிலிருந்து அவர்கள் கல்லறைகளில் ஹாத்தி மலர்களை வைத்து வருகிறாள்

அதனால், மோர்கன் அந்த மாதிரி இருப்பதில் ஹாத்திக்கு ஒருபோதும் பிரச்சினை இருந்ததில்லை, ஆனால் கொஞ்சகாலத்துக்கு முன்பு பீபியுடன் வயல்களில் வழக்கம்போல் அவர்கள் நடந்து சென்றபோது அவள் அறிவித்தது இதை உச்சத்துக்குக் கொண்டு சென்றது, பூட்டிம்மா, நான் என்னை ஆணாகவோ இல்லை பெண்ணாகவோ இனி அடையாளப் படுத்திக்க மாட்டேன்

மோர்கன் இதற்கு நீண்ட விளக்கம் கொடுத்தாள், அது என்னவோ சீன மொழியைக் கேட்பது போலிருந்தது

ஹாத்தி நேரடியாக அவளிடம் கேட்டாள், உனக்கு மனநிலை சரியா இல்லாததால மருத்துவர்கிட்டப் போய்க்கிட்டு இருக்கியாம்மா?

மோர்கன் வேறு வார்த்தை ஏதும் சொல்லவில்லை, அமைதியாக வீட்டுக்குத் திரும்பினர், அவளும் பீபியும் ஒருநாள் முன்னதாகவே கிளம்பிவிட்டனர்

*

ஹாத்திக்கு ஆணாகப் பிறந்த பீபியை ஏற்பதில் பிரச்சினை இருக்கவில்லை, காரணம் அவள் தன்னைப் பெண்ணாக மட்டுமே உணர்ந்திருக்கிறாள், அது புரிகிறது

நீ ரெண்டுமில்லைனு சொல்றது ஏத்துக்கும்படியா இல்லை, இது சுத்த அபத்தம்

அடுத்தமுறை மோர்கன் இரண்டு வாரங்கள் கழித்து வருவதற்குப் பதில் இரண்டு மாதங்கள் கழித்து வந்தபோது (மோர்கனையும் அது பெரிதாய் பாதித்திருந்தது), ஹாத்தி அவளை உட்காரவைத்துப் பேசினாள், பாரு நான் ஆயிரத்துத் தொள்ளாயிரத்து இருபதுகளில் பிறந்தவ, உனக்கு என்ன நடக்குதுங்கிறதை நான் புரிஞ்சுக்கணும்னு நீ நினைக்கிறது அதீதமான எதிர்பார்ப்பு

நீ யாரா இருக்கணுமோ இரு, இதைப்பத்தி நாம இனி பேச வேண்டாம்

இதில் வேடிக்கையான விசயம் என்னவென்றால் பாலின களஞ்சிய வார்த்தைகளில் என்ன கருமமோவாக மோர்கன் மாறியதிலிருந்து எதுவும் மாறியதாகத் தெரியவில்லை, பேரை மட்டும்தான் மேகனில் இருந்து மோர்கனாக மாற்றிக் கொண்டிருக்கிறாள், அது பரவாயில்லை, ஹாத்தியால் பொறுத்துக்கொள்ள முடியும்

குறைந்தது ரெஜினால்டு அல்லது வில்லியம் என்று பெயர் வைக்காமல் விட்டாளே

அதற்காக அவள் கேட்டுக்கொண்டபடி அவள் என்று சொல்வதற்குப் பதில் அவர்கள்[9] என்றெல்லாம் சொல்லமாட்டாள்

---

9. குழப்பத்தைத் தவிர்ப்பதற்காக மோர்கனை ஆண்பால் விகுதியால் குறிப்பிட்டு வந்துள்ளோம்.

மோர்கன் பார்க்க அப்படியேதான் இருக்கிறாள் (பையன் மாதிரி), அப்படித்தான் நடந்துகொள்கிறாள் (பையன் மாதிரி), அனைத்து முனைப்புகளும் நோக்கங்களும் அப்படியேதான் உள்ளன (மேகன்).

2

ஹாத்தி தனது கவனத்தை அடா மஹேயிடம் திருப்புகிறாள்

தொழிற்சாலையில் தோல் காலணிகளைக் கத்தியால் வெட்டி வேலைசெய்து உருக்குலைந்துபோய் மேசையில் உட்கார்ந்திருக்கிறாள்

நாற்பது வருடங்களாக அது என்ன மாதிரி வேலை? கூன் முதுகையும் மூட்டு வலியையும் தந்த வேலை

அவள் இன்னமும் முடியை நீட்டலாக்கிக் கொள்ளவும் சாயம் பூசிக்கொள்ளவும் செய்கிறாள், தற்போது விரும்பத்தகாதபடி வேர்களில் வெள்ளைநிறம் தெரிகிறது, ஒரு சுருக்குப் பையை இறுக்கியதைப் போன்ற அவளது துயரங்களைத் தாங்கி நிற்கும் வாய் தளர்ந்துபோன முகத்தை இழுத்து வைத்துக் கொண்டிருந்தது

மேசைக்கு மறுபுறம் இருந்த நுரையீரல் வீக்க நோயினால் அவதிப்படும் சன்னியிடம் அவள் பேசிக் கொண்டிருக்கிறாள், ஸ்லிம் இசைக்கும் வாஷ்போர்டு இசைக்கருவியைப் போல இரைச்சலாக அரத்தைப் போல அவனிடமிருந்து சத்தம் வருகிறது, பெட்லிங்டனில் உள்ள சுரங்கம் மூடப்படும்வரை அங்கு வேலை செய்தான், பிறகு மதுவிடுதியில், புகைபிடிக்கத் தடை வருவதற்குச் சில மாதங்களுக்குமுன் ஓய்வுபெற்றான், ரொம்பத் தாமதம், ஆக்சிஜனைவிட நிறைய நிகோடினைச் சுவாசித்திருக்கிறான்

மதியவுணவு நேரம் முதல் மூடும்வரை

இருபது ஆண்டுகளாக

ஹாத்தி அவனைவிட அதிககாலம் வாழக்கூடும்

ஸ்லிம்மைவிட அதிககாலம் இருப்பதைப்போல

அவள் குடும்பம் முழுவதும் அவர்கள் வாழ விரும்பும் மத்திய சூடேற்று அமைப்பு கொண்ட வீடுகளில் சரியான காற்றோற்றம் இன்றி நோயான சூழலில் வாழ்கிறார்கள்

மோசமான பாக்டீரியாவின் பசுமைக்குடில்கள்

அவளது வழக்கமான காற்றோட்டமான நீண்ட அறை இப்போது ரொம்பச் சூடாக இருக்கிறது, நெருப்பைத் தாண்டி அனைவரது உடல் வெப்பமும் முழங்கிக் கொக்கரிக்கிறது

பண்ணை வீட்டில் சாளரச் சட்டகங்களில் பல கீறல்கள் விழுந்துவிட்டன, பொதுவாக உள்ளே இருப்பதைக் காட்டிலும் வெளியில் கதகதப்பாக இருக்கும், இது ஒருவரை நீண்டகாலம் வாழவும் பருவநிலையைத் தாங்கிக் கொள்ளவும் செய்யும், புகார் சொல்பவர்களிடம் அவள் சொல்கிறாள், குளிரில் இருப்பதில் எந்தத் தவறும் இல்லை, இந்த நாட்டின் எல்லையோரத்தில் ஒரு கோடியில் என் வாழ்க்கை முழுக்கக் குளிரில்தான் இருந்திருக்கேன்

கடுமையான பனிப்பொழிவுக்குப்பின் நீண்ட அறையின் சாளரங்களுக்குக் கீழே பனி குவிந்திருக்க அவள் பலமுறை கீழ்த் தளத்துக்கு இறங்கி வந்திருக்கிறாள்

அது முன்னதாக உருகாவிட்டால் திரும்பவும் மண்வாரியால் அள்ளிப் போடுவாள்

(தரை விரிப்புகள் இல்லாமல் இருப்பது நல்லது)

இலேசாக விறகுத் தீ மூட்டுவதற்கு அவள் எதிரானவள் இல்லை, நினைவிருக்கட்டும், கடவுளின் நோக்கத்துக்கேற்ப வெப்பமேற்ற வேண்டும், விறகுக் கொட்டிலில் சிலமணி நேரங்கள் விறகு வெட்டும்படி சொல்லும்போது குடும்பத்தில் உள்ள சோம்பேறிகள் புகார் சொல்வார்கள்

அவர்கள் வருகை தரும்போது

*

இப்போதெல்லாம் ஹாத்திக்கு தன் பிள்ளைகளைப் பார்க்கையில் நொண்டி முடங்களைப் போலத் தெரிகிறது, உடலளவிலும் மனதளவிலும் பாந்தமாய் தங்கி வளர்ந்த பண்ணை வாழ்க்கையை நிராகரித்துவிட்டார்கள்

அவள் விரும்பியதெல்லாம் அவர்கள் நலனுக்குத்தான், ஆனால் குழந்தைகள் எங்கே பெற்றவர்கள் சொல் பேச்சைக் கேட்கிறார்கள்?

வளர்வதில் அவர்களுக்குச் சிரமங்கள் இருந்ததை அவள் ஒப்புக்கொள்கிறாள், அவர்கள் ஏன் வெளியேற விரும்பினார்கள் என்பது புரிகிறது, ஆனால் வெகுகாலம் அடா மஹேற தொழிற்சாலையில் வேலைசெய்யவும் அதை வெறுக்கவும் செய்தபோது, சன்னி சுரங்கத்தில் வேலை செய்யச் சென்றபோது, அவர்கள் அதற்கு வெளியே வாழத் திரும்பி வந்திருக்க வேண்டும், கடவுள் நோக்கப்படி தங்கள் உடல்களைப் பயன்படுத்த, நிலத்தில் பாடுபட, சொத்துரிமையைப் பெற இருவருக்குமே தகுதியில்லை

பனிக்காலத் திருவிழாவின்போது அடா மஹேறவும் சன்னியும் சிறுவர்களாக இருக்கையில் ஒருமுறை சேற்றில் தள்ளப்பட்டார்கள்

ஒரு நிமிடம் அவர்கள் அவளுக்குப் பின்னே நின்று கொண்டிருந்தார்கள், அவள் வாங்கிக் கொண்டிருந்த பஞ்சு மிட்டாய்க்காக ஆர்வத்துடன் காத்துக் கொண்டிருந்தனர், அடுத்த நிமிடம் உடல் முழுதும் சேறாக அழுகையுடன் தரையில் கிடந்தனர்

தள்ளிவிட்டவன் கூட்டத்துக்குள் மறைந்துவிட்டான்

இது பண்ணயில் நடந்திருந்தால், கோடாரியுடன் அந்தத் தேவடியாள் மகன் பின்னால் ஓடிச் சென்று, பத்தாவது பிறந்தநாளில் அவள் அப்பா அவளுக்குக் கோடாரி பரிசளித்ததில் இருந்தே விறகுகளை வெட்டிவரும் பெண்ணின் பலத்துடன் அவன் தலையை எடுத்திருப்பாள்

அவர்களைப் பன்றிகளுக்குத் தீனியாக வீசியெறிந்து தடயமே இல்லாமல் ஆக்கியிருப்பாள், அந்தப் பன்றிகள் எலும்புகளை வெண்ணெய் போலத் தின்னக்கூடியவை

அதற்குப் பிறகு கேரட்டுகளையும் முட்டைக்கோசுகளையும் அவற்றுக்கு வீசியிருப்பாள் (இறைச்சியும் இரண்டு காய்கறிகளும் பிரித்தானியர் வழக்கம்)

யாராவது திறமையான தொடர்கொலையாளி இருந்தால் தெரிந்துகொள்ளட்டும், நீ இப்போதுதான் பசித்த பெண் பன்றிகளுக்கு ஒருவரை இரையாக்கியிருக்கிறாய் என்று

இந்த அமெரிக்க குற்ற ஆவணப்படங்களில் காட்டுவதுபோல நள்ளிரவில் மரங்களுக்கிடையே கல்லறைகளைத் தோண்டும் வீண் வேலை தேவையில்லை அல்லது அமிலம் நிறைந்த உலோக பீப்பாய்களில் உடல்களை முக்க வேண்டியதில்லை, இந்தப் படங்கள் எல்லாம் நடக்கக்கூடிய இடங்களிலிருந்து வெகு தொலைவில் வாழ்வதற்காக நன்றியுடன் உணர்கிறாள்

தங்கள் 'தேம்பல் கதைகளுடன்' பிள்ளைகள் வீட்டுக்கு வந்தபோது ஸ்லிம் அவ்வளவு பரிவு காட்டவில்லை, அடா மஹேவின் கையைக் கிள்ளி அது கன்றிப் போகிறதா என்று ஒரு குழந்தை பார்த்தது போல அல்லது ஒரு கவராயத்தால் அவளைக் கீறி அவளுக்கும் இரத்தம் வருகிறதா வந்தால் அது என்ன நிறத்தில் இருக்கும்? இப்படியானவை இவை என்றார்

அல்லது பையன்கள் சன்னியிடம் அவனது நிறத்தை அழிக்க முடியுமா என்று அவனை இறுக்கிப் பிடித்துக் கொண்டு தாங்களே அதைத் தெரிந்துகொள்ள ஒரு தேய்ப்பானை வைத்துத் தேய்த்தது

மேற்கொண்டு பண்ணை வேலையைத் தொடரும் முன்பாக ஒரு குடும்பமாகக் கூடி ஒரு நாளில் ஒருமணிநேரம் என்று ஒதுக்கிய நேரத்தில் கோப்பையில் குளிர்ந்த பாலும் ஜாம் சாண்ட்விச்சுகளையும் தேநீர் நேரத்தில் சாப்பிடுவதற்கு மேசையைச் சுற்றிலும் அவர்கள் அமர்ந்திருந்தபோது ஸ்லிம் சொன்னார், இதைத் தாண்டி எழுந்து நில்லு

பண்ணை வேலையில் முதலாவதாக மாட்டுக்குப் பால் கறப்பது இருக்கும்

ஸ்லிம் அவர்களிடம் கூறினார், இது சும்மா ஒரு சீண்டல், இதுக்காக என்கிட்ட அழுதுட்டு வந்து நிக்காத - உன்னை யாராவது தாக்கினா, திரும்பத் தாக்கிட்டு நகர்ந்து போயிடு

எந்த உரிமையும் இல்லாம நான் இருந்த தீண்டாமை சமூகத்துல நீங்க வாழலை

என்னோட தம்பி சன்னி பதினைஞ்சு வயசு இருக்கையில நிலக்கரி எண்ணெயை ஊத்தி சுகர்பெர்ரி மரத்துல கட்டி வச்சு ஆயிரக்கணக்கானவங்க பார்க்க உயிரோட கொளுத்துனாங்க, நீங்க அந்தக் காலத்துல வாழலை

சன்னிங்கிற அந்தப் பையனை அந்தக் கும்பல் கொலை செஞ்சதைப் புகைப்படம் எடுத்து நாடு முழுக்க அஞ்சலட்டையா அனுப்புனாங்க, ஏன்னா அவனைக் கொன்னதைக் கண்ணாரப் பார்த்ததில் அவங்களுக்கு அப்படியொரு பெருமை

தன்னை வல்லுறவு செஞ்சதா கதறின ஒரு பெண் ஒன்பது மாசத்துக்குப் பிறகு வெள்ளையா ஒரு குழந்தையைப் பெத்தெடுத்தபோது, அவள் அப்பன்கூட உங்கப்பன் வீட்டுக்கு வந்து நேரடியா மன்னிப்புக் கேட்கிறதையெல்லாம் நீங்க பார்த்ததில்லை

உங்களுக்கு அப்படியான சூழல் இப்ப இல்லை, இல்லையா?

அதனால நீக்ரோக்களே, தயவுசெஞ்சு, அடக்கி வாசிங்க

இத்தனை கடுமையான கதைகளைச் சொல்லாமல் இருக்கும்படி ஹாத்தி அவரிடம் கேட்டுக்கொண்டாள், பிள்ளைகளை அது பயமுறுத்துது, தங்களைத் தாங்களே வெறுக்கத் தொடங்கிடுவாங்க, அவர் சொன்னார், அவங்க தங்களைக் கடினமாக்கிக்கணும், எங்கயோ தொலைவில வாழ்ந்த ஆப்பிரிக்க அமெரிக்க வெளிர் தோல்காரியான உனக்கு இதைப் பத்தி என்ன தெரியும்?

நீ சொன்னபடியே அந்த வெளிர்தோல்தானே உனக்குப் பிடிச்சிருந்தது, அதனால எனக்கெதிரா அதைத் திருப்பாதே ஸ்லிம்

நீக்ரோக்கள் கோபப்படுறதுக்குக் காரணம் இருக்கு, அமெரிக்காவில் நானூறு வருசங்களா அடிமை வாழ்க்கை வாழ்ந்து, கடுமையா ஒடுக்கப்பட்டுருக்காங்க

அது வெடிக்கக் காத்திருக்கும் ஒரு வெடிமருந்து

அமெரிக்கால இருந்து பத்து இலட்சம் மைல் தொலைவில இருக்கோம், இங்கே நிலைமை வேற மாதிரி ஸ்லிம், அந்தளவு முழுநிறைவா இல்லாட்டியும் பரவாயில்லை என்று பதிலளித்தாள்

என்னோட தம்பி சன்னி நம்ம குழந்தைகளோட சித்தப்பா, அவனுக்கு நடந்ததையும் அப்படிக் கொலையாக அனுமதிச்ச நாட்டு வரலாற்றையும் அவங்க தெரிஞ்சுக்கணும், இனவெறி பிரச்சினைகளை எதிர்கொள்றது உன்னோட கடமை ஹாத்தி, ஏன்னா நம்ம குழந்தைங்க உன்னைவிட கருப்பு, அவங்களுக்கு அது எளிதா இருக்காது என்று சொன்னார்

அவரது பார்வையிலிருந்து விசயங்களை அவள் புரிந்துகொள்ளத் தொடங்கும்வரை இந்த உரையாடல்கள் தொடர்ந்தன

குடியுரிமைகள் போராட்டங்கள் குறித்த செய்திகளை இருவரும் தொடர்ந்தனர், நீக்ரோக்களுக்கு மால்கம் எக்ஸும் மார்ட்டின் லூதர் கிங்கும் தேவை என்று ஸ்லிம் கூறினார்

மூன்று ஆண்டுகளில் அவர்கள் அடுத்தடுத்து படுகொலை செய்யப்பட்டபோது

சில நாட்களுக்கு மலைகளுக்குள் கண்காணாமல் சென்றுவிட்டார்

அவள் இரு குழந்தைகளுமே கருப்பாய் இருப்பதை விரும்பவில்லை என்பதை ஹாத்தி கண்டாள், அதற்கு என்ன செய்வது என்று அவளுக்குத் தெரியவில்லை

அடா மஹே தான் வரையும் படங்களில் தன்னை வெள்ளையினச் சிறுமியாக வரைந்தாள், பன்னிரெண்டு வயதிலிருந்தே சன்னி கிராமத்தைத் தாண்டி அவன் அப்பாவுடன் சேர்ந்து பார்க்கப்படுவதை விரும்பவில்லை, பதின்ம வயதினனாக அவருடன் கால்நடை திருவிழாக்களுக்குச் செல்வதை வெறுத்தான், பள்ளி நிகழ்ச்சிகளுக்கு அவன் அப்பாவைக் கூட்டிவர வேண்டாமென்று அவளிடம் கெஞ்சினான்

ஒருநாள் சன்னியை வீட்டில் விட வந்தவருடைய மகனிடம் மேய்ச்சலுக்கு செம்மறிகளை ஓட்டிக் கொண்டிருந்த ஸ்லிம்மை வேலைக்காரர் என்று சன்னி சொல்வதை அவள் தற்செயலாகக் கேட்டாள்

தனது குழந்தைகளுக்காக ஸ்லிம் உயிரையே கொடுத்திருப்பான்.

3

அடா மஹேயும் சன்னியும் பதினாறு பதினேழு வயதிருக்கையில், ஒருநாள் காலையுணவின்போது திடீரென்று வீட்டைவிட்டுப் போகிறோம் என்றார்கள்

நாங்க இன்னைக்கே போறோம், நீங்க எங்களைத் தடுக்க முடியாது என்றான் சன்னி, என்னவோ வளர்ந்த ஆள் மாதிரி கால்களை

விரித்துக்கொண்டு, தோள்களைப் பின்னால் சாய்த்துக்கொண்டு, பெற்றவர்களுக்கே சவால்விடுகிறான்

இப்படியொரு குக்கிராமத்துல வைக்கோலைத் திரிச்சுக்கிட்டு, வயலை உழுதுக்கிட்டு, பாலைக் கறந்துக்கிட்டு, சாணியை அள்ளிப் போட்டுக்கிட்டு இனி ஒரு நாளைக்கூட நாங்க கழிக்கமாட்டோம்

இனி வாழ்க்கைல இதைச் செய்யவே மாட்டோம்

ஹாத்திக்கு அது தெளிவாக நினைவில் இருக்கிறது

அடா மஹே பீபா பட்டியலைப் பார்த்து வாங்கிய கழுத்தைச் சுற்றிலும் மூடியிருக்கும் அவளுடைய புதிய செம்மஞ்சள் நிற தொடையுயர ஆடை அணிந்திருந்தாள், வெள்ளை நிறத் தோல் பூட்ஸுகள் முழங்கால்வரை உயர்ந்திருந்தது, தேன்கூடு வடிவில் சிகை முடிந்திருந்தாள், போலி கண்ணிமைகள், கண்ணைச் சுற்றியிட்ட கண்மை அவள் கண்களைப் பெரிதாகத் தோன்றச் செய்தன

அப்போதெல்லாம் அவள் அழகாக இருந்தாள், ஆனால் அவள் அப்படி நினைக்கவில்லை

இப்போதுதான், பழைய குடும்பப் புகைப்படங்களை ஒன்றாக அமர்ந்து பார்க்கும்போது, அடா மஹே கூக்குரலிடுகிறாள், அதில் சோகத்துடன் மற்றவையும் கலந்திருந்தன, என்னைப் பாரும்மா, எவ்வளவு அழகா இருந்திருக்கேன்ல? அப்படித்தானே?

அப்போதெல்லாம் சன்னி ஆணாக ஆவதற்குமுன் பதின் பருவத்தினர் இருப்பதைப் போல ஒல்லியாய் இருந்தான், அவன் கால்கள் சமமற்று ஒருங்கிணைவின்றி இருக்கும், சீக்கிரமே அவன் அப்பா உயரத்துக்கு வளர்ந்துவிட்டான்

அவன் செந்நீலத்தில் பட்டுப்போன்ற பளீர்நிற சூட் அணிந்திருந்தான், முடியை மிகக் குட்டையாகக் கத்தரித்திருந்தான், சுருட்டை முடியை மறைப்பதற்காக இருக்கும் என்று அவள் சந்தேகித்தாள்

ஒரு பக்கமாக வகிடெடுத்துச் சீவியிருந்தது பார்க்கக் கண்றாவியாக இருந்தது

இருவருமே இலண்டனுக்கு நீண்ட பயணம் போவதற்கான ஆடை உடுத்தியிருக்கவில்லை

சன்னியின் பதினேழாவது பிறந்தநாள் பரிசு - அவர்களிடம் அவனுக்கு வாங்கித் தரும்படி கெஞ்சிய ஹோண்டா மோட்டார் பைக் - மீதேறி அவர்கள் வெளியேறினார்கள்

மேலும் சுதந்திரமாக வந்துபோக அது தேவையென்று சொன்னான்

இரண்டு காளை மாடுகளைக் கொடுத்து அதை வாங்கியிருந்தார்கள்

அடா மஹே பில்லியனில் அமர்ந்தாள், சன்னி பைக்கை முடுக்கினான், இருவரும் உற்சாகக் குரல் எழுப்பியபடி தோட்டத்தைவிட்டு, மலைச்சரிவில் இறங்கி, கிராமம் வழியாக இலண்டனில் அவர்களுக்காகக் காத்திருந்த கவர்ச்சியான தெருக்களை நோக்கிக் கிளம்பினார்கள்

அடா மஹே ஒரு பாப் நட்சத்திரத்துக்குக் காரியதரிசி ஆனாள், சன்னி ஒரு பணக்காரத் தொழிலதிபர்

புகை மண்டலத்தை விட்டுவிட்டு அவர்களது பெற்றோரின் வாழ்விலிருந்து ஆரவார இரைச்சலுடன் வெளியேறினர்

எண்ணூறு ஏக்கர் விவசாய நிலத்தில் அவளையும் ஸ்லிம்மையும் கைவிட்டுவிட்டுச் சென்றனர்

நீண்ட அறையில் ரெகார்டு பிளேயரில் டஸ்டி ஸ்ப்ரிங்ஃபீல்டு, பெடுலா கிளார்க், சில்லா பிளாக் ரெகார்டுகளை அடா மஹே இசைப்பதைக் கேட்காமல் இருப்பதற்குப் பழகிக்கொள்ள காலம் எடுத்தது, அங்கே நவீன பாணியில் அவள் நடனம் ஆடுவாள்

யாராவது தெரியாமல் உள்ளே நுழைந்துவிட்டால், அவள் போடுகிற கூச்சலுக்கு யாரும் திரும்ப உள்ளே நுழையவே மாட்டார்கள்

சன்னி கிடார் வாசிப்பதுபோல பாவ்லா செய்துகொண்டு ரோலிங் ஸ்டோன்ஸ் கேட்டுக்கொண்டிருப்பான்

அவர்கள் சாளரங்கள் வழியாக ஒளிந்திருந்து பார்த்துக் குதூகலிப்பார்கள்

ஹாத்திக்கும் ஸ்லிம்முக்கும் நால்வருக்குப் பதில் இருவராக அமர்ந்து உண்பது, மூன்றுக்குப் பதில் ஒரு சோடி விரிப்புகளை அலசுவது, பிள்ளைகள் வீட்டில் இருக்கும்போது அவர்கள் என்ன மன நிலையில் இருக்கிறார்கள் என்று அளவிடாமல் இருப்பது பழக்கமற்றதாக இருந்தது

இத்தனை தொலைவு தலைநகரத்தில் போய் அவர்கள் இருப்பது குறித்துக் கவலைப்படுவதை அவர்கள் நிறுத்தியதே இல்லை

அங்கே அவர்களுக்கு என்ன வேண்டுமானாலும் நடக்கலாம்

இலண்டன் நீடிக்கவில்லை, முழுதாக மூன்று மாதங்கள்கூட அவர்களால் தாக்குப்பிடிக்க முடியவில்லை (வலு குறைந்தவர்கள்!) சன்னி கார்னபி தெருவில் உள்ள ஒரு நவீன இரகத் துணிக்கடையில் வேலை செய்தான், அங்கே வாழ்வதற்கான போதிய ஊதியம் கிடைக்கவில்லை, அடா மஹே ரீஜெண்ட் பேலஸ் ஹோட்டலின் அடுப்படியில் பாத்திரங்களைக் கழுவினாள்

நாட்டிங் ஹில் என்றழைக்கப்படும் சேரிப் பகுதியில் கருப்பினக் குடியேறிகளின் பராமரிப்பற்ற வீட்டைத் தவிர வேறிடத்தில் தங்குவது சாத்தியமில்லாததாக இருந்தது

வெள்ளையர்களைப் போல் இருப்பதாக அந்தக் குடியேறிகள் அவர்களை ஏளனம் செய்து பழித்தனர்

அவர்கள் அதை ஒரு பாராட்டாக எடுத்திருப்பார்கள் என்று நினைத்ததாக ஹாத்தி சொல்ல விரும்பினாள், எப்படி அவள் பிள்ளைகள் ஸ்காட்டிஷ் பார்டர்ஸில் இருந்து இலண்டனுக்குச் சென்று அங்கிருப்பது அயலான நாடு என்பதை மட்டுமே கண்டுகொண்டார்கள் என்பதை எண்ணிப் பார்த்தாள்

அவர்கள் நியூகேஸிலில் குடியேறியபோது அவள் மகிழ்ந்தாள், பண்ணையிலிருந்து அது எழுபது மைல்கள்தான்

முந்நூறு மைல்கள் அல்ல

அடா மஹே டாமியைத் திருமணம் செய்தாள், அவளிடம் கேட்ட முதல் ஆண், நன்றியுடன் ஒப்புக்கொண்டாள்

நியூகேஸிலில் ஆயிரத்துத் தொள்ளாயிரத்து அறுபதுகளில் கருப்பினத் தோழியைத் தங்கள் பெற்றோரிடம் பெருமையுடன் அறிமுகப்படுத்த யாரும் வரிசைகட்டி நிற்கவில்லை

டாமி அசிங்கமாய் இருந்தான், சோளக்காட்டு பொம்மை மாதிரி முகம், அவளும் ஸ்லிம்மும் கிண்டலடித்துக் கொண்டனர், ரெண்டுமே மக்குகள்

அவனுக்கும் அந்தளவு தெரிவுகள் இருந்திருக்காது என்று ஹாத்தி சந்தேகித்தாள்

இளவயதிலிருந்து சுரங்கத் தொழிலாளி, சுரங்கம் மூடப்பட்ட போது வெல்டராக பயிற்சி எடுத்தான்

அவன் ஒரு நல்ல கணவனாக தன்னை நிரூபித்தான், அடா மஹேவின் நிறத்துக்கு மாறாக மெய்யாகவே அவளை நேசித்தான்

அவளைக் கரம் பிடிக்க ஹாத்தியிடமும் ஸ்லிம்மிடமும் வந்து கேட்டபோது சொன்னதைப் போலவே

அப்போதே அந்த இடத்திலேயே

ஸ்லிம் அவனைச் சவட்டி எடுக்காதது அதிர்ஷ்டம்தான்

சன்னியின் அனுபவம் சற்று வித்தியாசமானது, பெண்கள் அவனுக்காக வரிசைகட்டி நின்றதாக அடா மஹே சொன்னாள்

ஜானி மாதிஸுக்கு அடுத்து உடன்போக்கு செல்ல அடுத்த சிறந்த ஆள் அவன் என்று நினைத்தார்கள்

அவன் ஜானெட்டைத் திருமணம் செய்துகொண்டான், மதுவிடுதிப் பணிப்பெண், அவள் பெற்றோர் ஆட்சேபித்தனர்

குடும்பமா, அவனா எனத் தேர்ந்தெடுக்கச் சொன்னார்கள்.

4

அவள் முதலில் ஸ்லிம் ஜாக்சனைப் பார்த்தபோது, அவள் குழந்தைப்பருவத்தில் அப்பா மாதந்தோறும் அமெரிக்காவிலிருந்து வரவழைத்த நேஷனல் ஜியாகிராஃபிக் இதழில் அவள் பார்த்திருந்த மசாய் போராளிகள் ஹாத்திக்கு நினைவுவந்தது

ஞாயிறு பின்மதியங்களில் தேவாலயத்துக்குச் சென்றுவந்தபின் அவர்கள் புகைப்படங்களை ஒன்றாக அமர்ந்து கவனமாகப் பார்ப்பார்கள், புகைப்படங்களையும் பண்ணையை, கிராமத்தை மற்றும் சுற்றியுள்ள ஊர்களைத் தாண்டியுள்ள இடங்கள், மக்களை ஆராய்வார்கள்

இராணுவத்தில் இருந்தபோது ஐரோப்பாவெங்கும் அப்பா பயணித்திருக்கிறார், அவர் எகிப்துக்கும் கலிபொலிக்கும் சென்றிருக்கிறார், அந்நிய நாட்டு விவகாரங்களில் ஆர்வத்தை வளர்த்துக் கொண்டார்

1945இல் இராணுவத்திலிருந்து விடுவிக்கப்பட்ட அமெரிக்க நீக்ரோ படைப்பிரிவினருக்காக நியூகேஸிலில் ஒரு பின்மதியப் பொழுது நடனத்தின்போது ஹாத்தி ஸ்லிம்மைச் சந்தித்தாள், அவன் தாய்நாட்டுக்குத் திருப்பி அனுப்பப்படவிருந்தான்

அந்தப் பெரிய நகரத்தில் அதுதான் அவளது முதல் நடனம், அவள் பெற்றோர் யாரையாவது அவள் சந்திக்க வேண்டுமே என வேண்டிக்கொண்டு டிராக்டரில் வெளியே அமர்ந்திருந்தனர்

அங்கே பிற கருப்பின ஆங்கிலப் பெண்கள் இருப்பதைக் கண்டு ஹாத்தி வியந்துபோனாள், வயலிலிருந்து கார்டிஃப், பிரிஸ்டோல், கிளாஸ்கோவ், லிவர்பூல், இலண்டன் என வெகுதூரம் பயணித்திருந்தாள்

அவர்கள் எல்லா வகையான கலவைகளாகவும் இருந்தனர், பெரும்பாலானோருக்கு வெள்ளையினத் தாயார் இருந்தனர், ஓய்வறையில் அவர்கள் அரட்டையடித்துக் கொண்டிருந்தபோது இது தெரியவந்தது

இந்தக் குமரிகளுக்கிடையே புழங்குவதில் ஹாத்தி உடனடியாக சகஜமாக உணர்ந்தாள், எல்லோருமே அவளைப் போன்ற பதிப்புகளாகத் தோன்றினர், இதுபோல் இதற்குமுன் அவள் வரவேற்கப்பட்டதில்லை

அவள் பண்ணையில் வேலை செய்கிறாள் என்பதைக் கேட்டு அவர்கள் ஆச்சரியப்பட்டனர், அவர்கள் கண்ணாடியைப் பார்த்து உதட்டுச் சாயத்தைத் திரும்பப் பூசிக்கொண்டும் முகங்களில் பவுடரைப் பூசிக்கொண்டும் இருந்தபோது அவளுக்காக

வருந்தினர், எல்லோருமே அழகு இராணிகளாக தோரணையாக நின்றுகொண்டிருக்க அவள் மட்டும் எளிமையாகத் தோன்றினாள், ஒப்பனை செஞ்சுக்காம இருந்தால் வேலைக்காகாது என்றாள் அந்தப் பிள்ளைகளில் ஒருத்தி, அழகற்றதாக ஹாத்தி எண்ணிக் கொண்டிருந்த முகத் தோற்றத்தைப் பிரகாசிக்கச் செய்தனர்

அந்தப் பெண்கள் அவளைக் கொஞ்சி இப்போ நீ அம்சமா இருக்கே ஹாத்தி என்றனர்

அவள் கன்னத்தில் உள்ள சிவப்பையும் அவள் உதடுகளையும் கண்ணாடியில் பார்த்தபோது அவளும் ஒப்புக்கொண்டாள்

மற்ற பெண் பிள்ளைகள் பகட்டான அவர்களது இடைகளை வெளிக்காட்டிய டாஃபெட்டா உடைகளை அணிந்திருந்தனர், நீண்ட வெண்ணிறக் கையுறைகள், நீண்ட மெலிந்த உயர் குதிங்கால் செருப்புகள்

விமன்'ஸ் வீக்லியிலிருந்து அம்மா அவளுக்காக வாங்கித் தந்த வழக்கற்றுப்போன உடை அவளை வெட்கச் செய்தது

நடுக்கூடத்துக்குள் இசைக்குழுவினர் ஸ்விங் இசையை இசைத்தனர், நடன மேடையெங்கும் சுழன்றாடும் பெண்களின் வண்ணத்துப் பூச்சிகளைப் போல வண்ணமயமான ஆடைகளாலும் படைவீரர்களின் சூட்டிகையான பச்சை நிறச் சீருடைகளாலும் நிறைந்திருந்தது, ஒவ்வொருவரும் சோடி சேர்ந்திருந்தனர், சோடி சேராத பிள்ளைகள் யாருமில்லை, உள்ளூர் கொட்டகை நடனங்களிலும் ஹாத்தியின் தலையெழுத்து அப்படித்தான் இருந்தது

அவள் அப்பா மட்டுமே அவளுடன் நடனமாடுவார்

*

பெரும்பாலான ஆங்கிலேய ஆண்கள் எளிதாக பாலுறவு கொள்ள எதிர்பார்ப்பதைத் தாண்டி, அவர்களது முற்சார்பு காரணமாக அவர்களைத் தொடமாட்டார்கள் என்று பெண்கள் ஒப்புக்கொண்டார்கள், ஆப்பிரிக்க அல்லது மேற்கிந்திய ஆண்கள் சிலரே இருந்தனர், அடிக்கடி வருவதும் இல்லை

அவர்கள் ஒவ்வொருவரும் இந்த நடனத்தில் கைதேர்ந்தவர்களாக இருந்தனர், படைவீரர்கள் அத்தகு உயர்தர, வெளிர் தோல்

பெண்களிடம் முழுக்கவே வசீகரிக்கப்பட்டு வெளிப்படையாகப் புகழ்ந்தனர்

அந்தப் புகழுரையைக் கேட்டுப் பெண்கள் மகிழ்ச்சியுடன் சிரித்தனர், கீழ்மட்டத்திலும் கீழானவர்களாக நடத்தப்பட்டுப் பழகியவர்கள் அவர்கள்

படைவீரர்கள் அமெரிக்காவுக்குச் செல்வதற்குமுன் இதுவே அவர்களது கடைசி வாய்ப்பு என்று சிலர் சொன்னார்கள்

சிலர் மனைவியராக அங்கே கூட்டிச் செல்லப்படுவதைக் கனவு கண்டனர்

ஹாத்தி மூன்று ஐரீஷ்-நைஜீரியச் சகோதரிகள் ஆனி, பெட்டினா, ஜூலியானாவுடன் மேசையில் அமர்ந்தாள், அனைவருமே செவிலியராகப் பயிற்சி பெற்று வருகிறார்கள், அவள் சந்தித்தவர்களிலேயே அதிக உற்சாகமாக இருந்தவர்கள் அவர்கள்தான், படைவீரர்களுடன் அவர்கள் மட்டுமீறி சரசமாடியதைக் கண்டு சிரித்தாள்

பண்ணைக்கு வருமாறு அவர்களுக்கு அழைப்பு விடுத்தாள்

அவர்கள் அந்த யோசனையைக் கேட்டுக் கேலி செய்தனர், பண்ணையா? ஓ ஹாத்தி, நல்ல வேடிக்கைதான் போ, நாங்கள் முன்னோக்கிப் போறோமே தவிர பின்னோக்கி இல்லை, நீ ரொம்ப நல்ல பொண்ணு

நாங்க தகுதியடைஞ்சதும் இலண்டனுக்குப் போறோம், நாங்க உனக்கு எழுதுறோம் அப்ப வந்து எங்களைப் பாரு

இன்றுவரை அவர்களுக்கு என்ன ஆனது என்று எண்ணி வியக்கிறாள்

ஃபாக்ஸ்டிராட் நடனமாட ஸ்லிம் அவளை அணுகினார்

அவளுக்குப் பெருமையாக இருந்தது, முதலில் வெட்கினாள், அவரின் கூர்ந்த பார்வையைத் தவிர்த்தாள், அவளுடைய கிரீம் போன்ற தோல்நிறத்தை வெளிப்படையாக வியந்தார், பெண்ணே, வெட்கத்தில் சிவக்கும் உன்னோட கன்னங்களுக்கு மட்டுமே ஜியார்ஜியாவில் நல்ல கிராக்கி இருக்கும்

அவர் உயரமாக ஒல்லியாக இருந்தார், அவர் தோல் பளபளப்புடன் பட்டுப்போல் இருந்தது

விரல்நகங்களில் நாள் முழுக்க அழுக்கைச் சேர்ப்பதில் நாளைச் செலவிடும் பணிக் குதிரையாக அன்றி அவளை ஒரு பெண்ணாக உணரவைத்த முதல் ஆண் அவர்தான்

*

ஒரு வருடத்துக்குள் அவர்கள் திருமணம் செய்துகொண்டனர், அம்மாவும் அப்பாவும் ஒப்புதல் அளித்தார்கள், அவர்கள் காலத்துக்குப் பிறகு அவளைப் பார்த்துக்கொள்ள ஒருவரை அவள் கண்டுகொண்டதில் அவர்களுக்கும் சந்தோசம்

ஸ்லிம்முக்கு அவள் பெற்றோரைப் பிடித்திருந்தது, அவன் யாராக இருந்தானோ அதன் பொருட்டு அவர்களுக்கும் அவனைப் பிடித்திருந்தது

எனக்கு மகனாகப் பிறந்திருக்க வேண்டியவன் என்று அப்பா சொன்னார், ஹாத்தியைத் தனியாகக் கூப்பிட்டு ஒருமுறை சொன்னார், ஸ்லிம் உன்னை அதிகாரம் பண்ணிக்கிட்டு இல்லாம இருக்கதைப் பார்க்க நிம்மதியா இருக்கு

அதுக்கு வாய்ப்பே இல்லை, அவள் பதிலளித்தாள்

ஸ்லிம்முக்கு இங்கிலாந்து வானிலை பிடிக்கவில்லை, ஆனால் அந்த மக்களைப் பிடித்திருந்தது, இங்கே அதிகம் மதிக்கப் படுவதாகக் கூறினார், மிதிவண்டியில் பக்கத்தில் எங்காவது செல்லும்போது அவரை பையா என்று யாரும் ஒருமுறைகூட அழைக்கவில்லை, யாரேனும் கு க்ளக்ஸ் கிளானாக இருந்து அவரைச் சிலுவையில் அறைந்து எறிக்கப்படுவது குறித்து அவர் கவலைப்பட வேண்டியிருக்கவில்லை

அதனால்தான் நான் தாய்நாட்டுக்கே போகப்போவதில்லை ஹாத்தி

ஸ்லிம் தானியத்துக்காக வயலில் வேலை செய்யும் குடும்பத்திலிருந்து வந்தவன், அவன் மக்கள் விவசாயம் செய்தார்கள், ஆனால் ஒருபோதும் நிலத்தைச் சொந்தமாகக் கொண்டிருக்கவில்லை

அவனுடைய அப்பா கரும்பு விளைச்சலில் பாதியை நில உரிமையாளருக்குத் தர வேண்டியிருந்தது, விதைகள், துணிமணிகள், கருவிகள் விற்ற வியாபாரிகளிடம் பட்ட கடனைத் தீர்க்கவே முடியாமல் இருந்தார்கள், பயிர் விளைச்சல் இல்லாவிட்டால் வெளியேற்றப்படும் அபாயமும் இருந்தது

அடிமைத்தனம் ஒழிக்கப்பட்டபின் அவர் மக்களில் பலரும் நிலத்தைவிட்டுச் சென்றுவிட்டதாக ஸ்லிம் கூறினார், காரணம் அது அவர்களுக்கு அந்தத் தீராத வலியை நினைவுபடுத்தியது

அரசாங்கம் அவர்கள் அனைவருக்கும் நாற்பது ஏக்கர் நிலமும் ஒரு கோவேறு கழுதையும் தருவதாக வாக்களித்தது

வாக்களித்தபடி தரப்படாதபோது, அதை விழுங்கச் சிரமப்பட்டபடி கூலி அடிமைகளாகத் தொடர்ந்தார்கள்

இப்போது அவர் ஹாத்தியைத் திருமணம் செய்துகொண்டுள்ளார், அவர் வேலை செய்யும் நிலம் ஒருநாள் அவருடையதாகும்

அவளுடையதும்தான், அவள் அவருக்கு நினைவூட்டினாள்

பெரும்பாலானோர் ஸ்லிம்மை அன்புடன் வரவேற்றனர், அவர் நம்பிக்கை உடையவராக பேச்சில் ஆர்வமுடையவராக அந்நியர்களிடம், ஏன் விரோதம் பாராட்டுபவர்களுடனும் பேசினார், அவர்களது பகைமையை நீர்த்துப் போகச் செய்தார், குறிப்பாக அவரது உச்சரிப்பை அவர்கள் கேட்கும்போது அவரது நாகரீகத்தைப் போற்றினர், அவருடைய ஆமாம் அம்மாக்கள், இல்லை ஐயாக்கள், பெண்களுக்கு அவர் கதவைத் திறந்துவிடும் விதம் அவர்களுக்குப் பிடித்திருந்தது, ஆண்களைக் காண்கையில் தொப்பி முனையைத் தொட்டு முகமன் தெரிவிப்பது, இவையெல்லாம் அவர்களை மதிக்கப்படுவதாக உணரச் செய்தது

குறிப்பாக அறுவடை விழாக்கள், கிறித்துமஸ் ஞானகீதங்கள், பிறந்தநாள் விழாக்கள், கொட்டகை நடனங்கள், கிடார் அல்லது வாஷ்போர்டை ஒத்திசைவாக வாசித்தபடி அவரது சக்திவாய்ந்த ஆத்மார்த்தமான குரலில் தேவாலயத்தில் பாடியபோது

அவர் தன்னுடையதை உள்ளே வைத்து வெளியே எடுப்பது மட்டும் அவளுக்குப் போதவில்லை என்பதை அவர்கள்

கண்டுகொள்ளும்வரை அவளும் அவரும் தாம்பத்திய உறவின் பெரும்பகுதியை மகிழ்ந்து அனுபவித்தனர்

அவருடைய அறிவாற்றல் குறையும்வரை அந்த மகிழ்ச்சி நீடித்தது

இருவரும் நாற்பதாண்டுகள் ஒன்றாக இணைந்திருந்தனர், முப்பது ஆண்டுகளில் இச்சையுடன் அவளை அவர் தொட்டிருக்கவில்லை

அவருடைய ஆண்தன்மை கொண்ட விவசாயியின் கரங்கள் அவளது அம்மணமான பிட்டங்களைப் பிடித்திருப்பதை, அங்கே போதிய சதையில்லை என்று அவர் புகார் சொல்வதை இப்போதும் அவளால் உணர முடிகிறது

ஆனாலும் அவளது உடல் வலுவை அவர் வியந்தார்

எந்தவொரு ஆணையும் போலவே அவளால் ஏர்பிடிக்க முடியும் என்று ஸ்லிம் பெருமையடித்தார்

பிரமாதம் ஹாத்தி, பிரமாதம்!

5

ஸ்லிம் இறந்தபோது ஹாத்தி நடக்கத் தொடங்கினாள்

வேலை செய்வதற்கான காலணிகளுக்குப் பதில் நடப்பதற்கான காலணிகளை வாங்கினாள், அவர் ஞாபகார்த்தமாக கைப்பிடியில் சக்திவாய்ந்த கருப்பு முஷ்டியுடன் தானே ஓர் ஊன்றுகோலைச் செதுக்கிக் கொண்டாள்

குளிர்காலங்களில் கதகதப்பான ஆடைகளை அணிந்தாள், கோடையில் பருத்தியாலான சட்டைகள், அவளது முதுகுப் பையில் ஸ்லிம் வழக்கமாகப் பருகும் இனிப்பான தேநீர் பிளாஸ்கும் மழை அணிகலன்களும் சுமந்து சென்றாள்

அவள் நிலத்தையும் அதைத் தாண்டியும் நடக்கும்போது

சிலநேரங்களில் முதுவேனில் காலத்தில் அவளுடைய வயல்களில் ஒன்றுக்கு இரவில் சென்று போர்வையில் படுத்துக் கொள்வாள், இரவு வானில் நட்சத்திரங்களைப் பார்த்தபடி இருப்பாள், ஸ்லிம் மேலிருந்து அவளைக் கீழே பார்ப்பதாகக் கற்பனை செய்கிறாள்

அவளைக் கவனித்துக் கொண்டிருக்கிறார்

அவளுக்காகக் காத்திருக்கிறார்

வெகுகாலத்துக்கு பண்ணை உற்பத்தியைத் தொடர்ந்தாள், அவளது எண்பது வயதுகளிலும்கூட, ஒரு சமயம் அவளிடம் முப்பதுபேர் வேலை பார்த்தார்கள்

கடந்த பத்து ஆண்டுகளாகத்தான் இயற்கை திரும்ப எடுத்துக் கொண்டது, ஒரு மூர்க்கமான மிருகத்தின் வன்முறையைக் கட்டுப்படுத்தத் தவறும்போது அது எல்லாவற்றையும் நாசம் செய்துவிடுகிறது

அவளது நிலம் அழுகிய பயிர்கள், புல், களைகள், சிக்கலான புதர்கள், நரிகள், மான், பாம்புகள் கொண்ட காடாக ஆகியது

கைவிடப்பட்ட வயல்கள் - ஒருகாலத்தில் சந்தைக்குக் கொண்டு செல்வதற்காகக் கோதுமை, பார்லி, ஓட்ஸ், ஆளிவிதை விளைந்த நிலம்

கைவிடப்பட்ட வயல்கள் - ஒரு காலத்தில் கால்நடைகள் திரிந்தன, பாரமிழுக்கும் குதிரைகள் உழவுக்கும் வண்டிகளுக்கும் இருந்தன, அவளது செவியட் செம்மறி, அவளது குழந்தைப்பருவ ஐஸ்லாண்டிக் குதிரை ஸ்மோக்கி

அவர்கள் இருவரும் பாதையில் குதிரை மீதேறி ஏரியைச் சுற்றி வருவார்கள், மரங்களின் ஊடாக குதிரையின் வேகத்தைக் கூட்டுவார்கள் அவர்கள் முன் விரிந்திருக்கும் தாழ்வாகக் கிடக்கும் மலைகளில் முழு வேகத்தில் செல்வார்கள்

அவள் ஸ்மோக்கி மீதிருந்து விழுந்துவிட்டால், அவளே திரும்பவும் ஏறிக்கொள்ள வேண்டும், அவள் தலைக்கவசமோ காலணிகளோ அணிந்திருக்க மாட்டாள்

அவள் திரும்பி வராவிட்டால் அவளைக் கண்டுபிடிக்க நாய்களுடன் அப்பா குதிரையில் வருவார்

அப்போதெல்லாம் ஹாத்தி தன் உடலைப் பற்றிக் கவலைப்பட வேண்டியிருக்கவில்லை, அவள் மனம் சொன்னதை அது கேட்டது

தினசரி காலையிலும் மாலையிலும் முப்பது பசுக்களிடமிருந்து பால் கறந்தது அவள் நினைவுக்கு வருகிறது, வெதுவெதுப்பான பாலை மெதுவாகக் கலன்களுக்குள் பீய்ச்சுவாள், பிறகு அந்த இடத்தை அலசிப் பாத்திரங்களை தொற்று நீக்கம் செய்து பால்காரர் பாலை குதிரை வண்டியில் ஏற்றுவதற்கு உதவுவாள்

சோர்வாக உணர்ந்ததில்லை

இப்போது முழு அங்கியை அணிவது, நாற்காலியிலிருந்து எழுந்திருப்பது, படிகளில் ஏறுவது மாதிரியான மிக எளிய காரியங்களுக்குக்கூட அவள் உடல் போராடுகிறது

அவளும் ஸ்லிம்மும் அடா மஹேவும் சன்னியும் சிறு குழந்தைகளாக இருந்தபோது அம்மா அப்பாவுடன் வசித்ததை ஹாத்தி நினைத்துப் பார்க்கிறாள்

குழந்தைகளை வளர்க்கவும் பண்ணையை நடத்தவும் இரண்டு பெண்களும் இரு ஆண்களும் இணைந்து வேலை செய்யக்கூடிய ஒரு நிறைவான ஏற்பாடாக அது இருந்தது

அவளும் அம்மாவும் தாய் மகள் என்பதைவிட தோழிகளைப் போல இருந்தார்கள், சின்ன வயதிலிருந்தே எல்லாவற்றையும் அவர்கள் சேர்ந்தே செய்தது அவள் நினைவுக்கு வருகிறது, அவள் சுண்டு விரலுக்குள் அம்மாவைச் சுருட்டிவிடுவாள் என்று அப்பா சொல்வார், அவர்கள் சம்பாஷனைக்குள் அவரைக் கலந்துகொள்ள விடமாட்டார்கள், அது என்னவோ உண்மைதான்

அம்மா அவள் சொந்தத் தாய் டெய்சி இல்லாத குறையை உணர்வதாக எப்போதும் சொல்லிவந்தாள், இளம் வயதிலேயே இறந்துவிட்டாள், அபிசீனியரான அவள் சொந்த அப்பாவைப் பற்றி அறிந்துகொள்ளும் ஆசையும் அவளிடம் இருந்தது

யார் அவர், ஹாத்தி? யார் அவர்?

சன்னியும் அடா மஹேவும் பள்ளி செல்லத் துவங்கியிருக்காத பருவத்தில் அம்மா நோய்வாய்ப்பட்டாள்

அவர்கள் வளர்வதைப் பார்க்காமல் போகிறோமே, இத்தனை சின்ன வயதில் அவர்கள் அவளை நினைவில் வைத்திருக்க மாட்டார்களே என்று ரொம்பவும் வருத்தப்பட்டாள்

அப்பா திணறிப்போனார், அம்மா இறந்தபின் எல்லாமே முன்னைப் போல் இல்லை, அவளுடன் இணைந்துகொள்ள விரும்புவதாகச் சொன்னார்

சீக்கிரமே இணைந்தும் விட்டார், இதயச் செயலிழப்பு, அந்த இதயம் நொறுங்கிவிட்டது என்பதை அவளும் ஸ்லிம்மும் ஏற்றுக்கொண்டனர்

அவளிடம் அவர் கடைசியாகச் சொன்னவற்றுள் ஒன்று, இது உன் இடம், ஹாரியட் ஜாக்சன் நீ ரைடெண்டேல்

நீ என்னோட பொண்ணு, இந்தக் குடும்பத்தோட எதிர்காலம் உன் கைலதான் இருக்கு

இது நம்மோட வீடு மட்டுமில்லை ஹாத்தி, நமக்காக இதைக் கட்டிக் காக்குறதுக்காக பாடுபட்டு உழைச்ச நம்ம முன்னோர்களோடது

அதனால நேரம் வரும்போது, சன்னிகிட்ட இதைக் கடத்திட்டு இதை அவன் தொடர்ந்து செய்வதை நீ உறுதிப்படுத்திக்கணும்

இது நடந்து எழுபது ஆண்டுகள் இருக்கும்

இந்த இடத்தில் தொண்ணூற்று மூன்று ஆண்டுகள் வாழ்ந்துவிட்டாள், இந்தப் பண்ணை அவள் வீடு மட்டுமில்லை, அவளது வேர், அவளது எலும்புகள்

அவளுடைய ஆன்மா

அவளது மூதாதையான கேப்டன் லின்னாஸ் ரைடெண்டேல் 1806இல் முதல் கல்லை எடுத்து வைத்ததிலிருந்து அரச குடும்பத்தில் எட்டு அரசர்கள் அரியணையில் இருந்துவிட்டார்கள்

தொழிலாளியின் மகனாக இந்த மாவட்டத்தில் தன் வாழ்வைத் துவங்கிச் சொந்த நிலம் வாங்கும் அவரது வாழ்நாள் கனவை நிறைவேற்றுமளவுக்குச் செல்வம் சேர்த்தார்

கப்பல்களில் எடுபிடியாக தனது வாழ்க்கைத் தொழிலைத் தொடங்கியிருந்தார்

கேப்டன் லின்னாஸ் ரைடெண்டேல்

அவர் வணிகம் செய்துகொண்டிருந்த வியாபாரியின் மகளைத் திருமணம் செய்து இளம் மனைவி இடோரியுடன் ஜமைக்காவில் போர்ட் ராயலில் இருந்து மாவட்டத்துக்குத் திரும்பி வந்தவர்

குடும்ப வரலாற்றின்படி அவள் ஸ்பானிஷ்காரி என்ற வதந்தி இருந்தது, நூலகத்தில் அவளது உருவப்படத்தை ஸ்லிம் முதன்முதலில் பார்த்தபோது அவள் நம்மைச் சேர்ந்தவள் ஹாத்தி என்று சொன்னார்

அது அவரது கற்பனை என்று அவள் சொன்னாள், நம்ம மக்கள் எப்படி மாறிப்போனாங்கன்ற முழு வகைமையும் எனக்குத் தெரியும், நான் சொல்றேன் ஹாத்தி, அவள் நம்மைச் சேர்ந்தவள் என்று அழுத்தமாகக் கூறினார்

அவர் கண்களின் வழியே ஹாத்தி பார்த்தபோது வேறொரு இடோரி வெளிப்பட்டாள், அவளது நிறத்தில், முக வடிவத்திலும் தோற்றத்திலும் முடி அடர்த்தியிலும் ஏதோ ஒன்று இருக்கிறது

ஒருவேளை அவர் சொன்னது சரியாக இருக்கலாம்

*

ஜோசப் இறந்தபின், பழைய நூலக அறைக்குச் சாவி கிடைக்காதபோது அதை உடைத்துத் திறந்தார், வீட்டுல இருக்கிற ஆம்பளைக்கு அதுக்குள்ள என்ன இருக்குன்னு தெரிஞ்சிருக்கணும் என்றார்

மேற்கிந்தியாவில் சர்க்கரைக்காக ஆப்பிரிக்காவிலிருந்து அடிமைகளைப் பரிமாற்றி அடிமை வர்த்தகராகக் கேப்டனின் செழிப்பான தொழிலைப் பதிவு செய்திருந்த பழைய பேரேடுகளைக் கண்டுபிடித்தார்

அவள் சமைத்துக் கொண்டிருந்த அடுப்பறைக்குக் கடும் கோபத்துடன் வந்தார், இப்படியொரு கொடிய குடும்ப இரகசியத்தை அவரிடமிருந்து மறைத்து வைத்ததற்காக அவளிடம் கோபத்துடன் வாக்குவாதம் செய்தார்

அவளுக்குத் தெரியாது, அவரிடம் சொன்னாள், அவரைப் போலவே அவளும் நிலைகுலைந்து போயிருந்தாள், அவள் வாழ்க்கை முழுதும் அந்த அறை பூட்டியே கிடந்துள்ளது, முக்கியமான ஆவணங்கள் உள்ளே இருப்பதாகவும் அந்தப்

பக்கம் ஒருபோதும் போகக்கூடாது என்றும் அவள் அப்பா சொல்லியிருந்தார்

அவள் ஸ்லிம்மை அமைதிப்படுத்தினாள், அவர்கள் விரிவாக விவாதித்தனர்

நானோ என்னோட அப்பாவோ இதுக்குத் தனிப்பட்ட முறைல பொறுப்பில்லை ஸ்லிம், அவளது கணவனை அமைதிப்படுத்த முயன்றபடி அவள் சொன்னாள், இப்ப இந்தக் கறையை என்னோட சேர்ந்து நீயும் சுமக்கிறாய்

பின்னாலிருந்து தனது நீண்ட கரங்களால் அவரது இடையைச் சுற்றி வளைத்தாள்

இது முழு வட்டமாயிடுச்சு, இல்லை?

6

ஹாத்திக்கு இரகசியங்களைப் பூட்டிவைக்கத் தெரியும், பதினான்கு வயதிருக்கும்போது அவள் பெற்றெடுத்த, அவள் இழந்த குழந்தையைப் பற்றி ஒருபோதும் யாரிடமும் சொன்னதில்லை

அவளது சிறிய மார்புகள் பெரிதாக மேலும் மென்மையானதாக வளர்ந்தது, வயிறு வீங்கியது, காலை நேரங்களில் வாந்தியெடுத்தாள்

அம்மா கவனித்தாள், புரிந்துகொண்டாள்

கிராமப் பள்ளிக்கூடத்தில் மிகப் பிரபலமான பையனாக இருந்த பாபிதான் தந்தை, வெண்ணிறக் கேசத்துடன் உயரமாய் இருந்தான், கறிக்கடைக்காரர் மகன்

பையன்கள் ஹாத்தியைக் கண்டுகொள்வதே இல்லை, இவன் அதைச் செய்தபோது, அவன் முன்னேறுவதை மறுப்பது பற்றிய கேள்வியே எழவில்லை

பள்ளிக்கூடம் விட்டதும் இந்தச் சோடிகள் தேவாலய இருக்கைகளுக்கிடையே லீலையில் ஈடுபட்டனர்

அந்தக் காலத்தில் யாரும் வெள்ளிப் பணத்தைத் தூக்கிக் கொண்டு போவார்கள் என்ற பயமின்றி தேவாலயங்கள் திறந்தே கிடந்தன

அவள் அவனது பிரபஞ்சத்தின் மையமாக இருந்தாள், சுமார் முப்பது நிமிடங்களுக்கு

அது நடந்ததுகூட அவள் நினைவில் இல்லை

நடந்திருக்கத்தானே செய்யும்

அதன்பின்

அவளைப் புறக்கணிப்பதைத் தொடர்ந்தான்

முன்னைப் போலவே

.

அப்பா அவளிடம் பேசவே இல்லை, கடுங்கோபத்தில் இருந்தார், அவளைக் கர்ப்பமாக்கிய பையனின் பெயரை அவள் சொல்லவில்லை, அது அவரை மேலும் சீற்றமடையச் செய்தது

அம்மா அலட்டிக் கொள்ளவில்லை, ஆரம்பகட்ட அதிர்ச்சிக்குப் பிறகு, அவள் மகிழ்ச்சியடைந்ததாகத் தோன்றியது, அவர்கள் இன்னொரு குழந்தையை விரும்பினர், ஆனால் அவளுக்கும் அப்பாவுக்கும் அது பலிக்கவில்லை

தன் உடலில் என்ன நடக்கிறது என்று ஹாத்தி தடுமாறிப் போனாள்

பாபியிடம் ஏமாந்தது எத்தனை மடத்தனம்

அவள் கருத்தரிக்க விரும்பவில்லை, அவள் பள்ளிக்கூடம் செல்லவும் தோழியருடன் விளையாடவும் விரும்பினாள்

அம்மா இந்த விவகாரங்களைக் கவனித்துக் கொண்டாள், எல்லோர் பார்வையிலிருந்தும் ஹாத்தி மறைந்திருக்க வேண்டியிருந்தது, அவளுக்கு உடல்நலமில்லை என்றார்கள்

ஹாத்தி நன்றாகத்தான் இருந்தாள், குறைந்தது வீட்டைச் சுற்றி நடக்க விரும்பினாள், இந்தக் குழந்தைக்கு ஆபத்தை ஏற்படுத்திடாதடி பொண்ணே, சொன்னபடி செய் என்றாள் அம்மா

விரைவாகவே ஒரு வெள்ளிக்கிழமை இரவு குழந்தை வந்தது, பெண் குழந்தை, அம்மாவே பிரசவம் பார்த்தாள், அதை எப்படிச் செய்வது என்று ஒரு புத்தகம் வாசித்திருந்தாள்

ஹாத்தியிடம் குழந்தையைக் கொடுத்து எப்படித் தாய்ப்பால் கொடுப்பது என்று காட்டினாள்

இந்தக் குழந்தையை தானே உருவாக்கியது குறித்து ஹாத்திக்கு வியப்பாய் இருந்தது

குழந்தையை இந்த உலகிலேயே மிக அரிதான ஒன்றைப் போல நடத்த வேண்டும், முரட்டுத்தனமாய் நடந்துகொள்ளக் கூடாது என்று அம்மா அவளிடம் கூறினாள்

அவள் உயிர்வாழ்வதை நாம் நிச்சயம் செய்துகொள்ள வேண்டும், ஹாத்தி

ஏன்னா நாங்க அவளை ரொம்ப நேசிக்கிறோம்

குழந்தையை அவள் நேசித்தாளா என்பது ஹாத்திக்கு உறுதியாகத் தெரியவில்லை, நேசம் என்றால் என்னவென்று அவளுக்குத் தெரிந்திருப்பதும் உறுதியில்லை, அதெல்லாம் பெரிய வார்த்தை

குழந்தைக்கு பார்பரா என்று பெயரிட்டாள், அம்மா ஏற்றுக் கொண்டாள், பெயர் நீதான் வைக்கணும், நாங்க அவளைப் பாத்துக்க முயற்சி பண்றோம்

அம்மா நாள் முழுதும் அவளுடனும் குழந்தையுடனும் செலவிட்டாள், இரவில் தரையில் படுத்துறங்கினாள், குழந்தை கண்விழிக்கும்போது முதலில் விழித்தெழுவது அவள்தான், தாய்ப்பால் ஊட்டும்போது ஹாத்தி உறங்கிவிடாமல் பார்த்துக் கொண்டாள்

அவளுக்கு நாப்கின்களை மாற்றினாள், அறையில் இருந்த தொட்டியில் குளிப்பாட்டினாள்

கீழ்த்தளத்தில் அவளது பெற்றோர் வாக்குவாதம் செய்வதைக் கேட்டாள், அது மணிக்கணக்கில் தொடர்ந்தது, இதற்குமுன் இதுபோல அவர்கள் செய்ததில்லை, அப்பா கத்தினார், அம்மா பதிலுக்குக் கத்தினாள்

அம்மா சிவந்த கண்களுடன் வந்தாள், நான் அவளைப் போகவிடமாட்டேன், நான் அவர்கிட்டச் சொல்லிட்டேன்

அன்று அப்பா படுக்கையறைக்கு பார்பரா பிறந்ததிலிருந்து முதல்முறையாக அவரது பேரக்குழந்தையைப் பார்க்க வந்தார், அம்மா குளியலறையில் குளித்துக் கொண்டிருந்தாள்

குழந்தை போயாக வேண்டுமென்றார்

தான் அவளை வைத்துக்கொள்ள விரும்புவதாக ஹாத்தி சொன்னாள், அவரது வலுவான கரங்கள் அவளது கைகளில் இருந்து குழந்தையைச் சட்டென்று பறித்துக் கொண்டன

அறையைவிட்டுச் செல்லும்முன் சொன்னார், இதைப் பத்தி யார்கிட்டயும் ஒருபோதும் ஒரு வார்த்தைகூட நீ பேசக்கூடாது, இது நடந்ததையே நீ மறந்துடணும், ஹாத்தி

அப்பன் பேர் தெரியாத குழந்தையால் உன் வாழ்க்கையே நாசமாப் போயிடும்

உன்னைக் கல்யாணம் பண்ணாம இருக்க ஆண்களுக்கு ரெண்டாவது காரணமாயிடும்

*

ஹாத்தி திருமணம் குறித்து யோசிக்கக்கூட இல்லை, அவளது குழந்தையை ஒரு கெட்ட நபராக, சோரப் பிள்ளையாக அவளது தந்தை அழைத்ததை வெறுத்தாள்

அவள் பார்பராவை இனி ஒருபோதும் பார்க்கப்போவதில்லை என்ற உண்மையை அப்போது உணரவில்லை

இன்னமும் ஹாத்தியிடம் இளஞ்சிவப்பும் நீலமும் கொண்ட பார்பராவைச் சுற்றி வைத்திருந்த போர்வை உள்ளது, அவர்கள் சொந்தச் செம்மறியாட்டின் கம்பளியில் தயாரித்தது, அது ஆணாயிருக்குமா அல்லது பெண் குழந்தையா என்று தெரியாத நிலையில் அம்மா சாயமிட்டு தைத்துத் தந்தது

அவள் அதைத் துவைக்கவே இல்லை, ஒரு ஷூ பெட்டிக்குள் பத்திரப்படுத்தியிருக்கிறாள்

நீண்ட காலத்துக்குப் பிறகும் அவளால் பார்பராவின் வாசனையை நுகர முடிகிறது, அதற்குச் சாத்தியமில்லை என்று அவள் அறிந்திருந்தாலும்கூட

பார்பராவை மேட்டுக்குடியினர் எடுத்துச் சென்றிருப்பதாக, இளம்பெண்ணாக வளர்ந்து சமூகத்தில் அறிமுகப்படுத்தப்பட்டு, ஒரு கனவானை மணந்து கோட்டையில் வாழ்வதாக அவள் கற்பனை செய்துகொள்வாள்

அப்பாவுக்குக் கொடுத்த வாக்கைக் காப்பாற்றினாள், ஒருவரிடமும் இது பற்றிச் சொன்னதில்லை

ஸ்லிமிடமோ, அடா மஹேயிடமோ அல்லது சன்னியிடமோ - ஒருவரிடமும் சொன்னதில்லை

*

ஹாத்தி விழித்தெழுகிறாள், யாரோ அவள் கையை அசக்குகிறார்கள், கனக்கும் கண்ணிமைகளைத் திறக்கிறாள், பேராசைமஸுக்குத் திரும்புகிறாள், அவள் உறவினர்கள் முன்னைக் காட்டிலும் அதிகம் குடித்தவர்களாக அதிகம் கூச்சல் போடுபவர்களாக இருந்தனர்

அடா மஹே அவளைக் கூர்ந்து நோக்குகிறாள், அவள் இன்னும் உயிரோடு இருக்கிறாளா என்று சோதிக்கிறாளாம்

அவளுக்கு அக்காள் ஒருத்தி உண்டு என்பது தெரியாமலேயே அவள் வாழ்க்கையைக் கழித்துவிட்டாள்.

கிரேஸ்

1

கிரேஸ்

அபிசீனியக் கடலோடியும் இளம் தீயணைப்பு வீரருமான வால்டு என்றழைக்கப்பட்டவரின் தாட்சண்யத்தால் இந்த உலகுக்கு வந்தாள்

வணிகக் கப்பல்களில் நிலக்கரியைக் கொதிகலன்களுக்குள் கொட்டும் வேலை

கப்பலில் மிகக் கடினமான, அசிங்கமான, அதிக உழைப்பைக் கோரும் வேலை

வால்டு

1895இல் சவுத் ஷீல்ட்ஸுக்கு வந்தவர் கிரேஸின் தொடக்கத்தை அவள் தாய் வயிற்றுக்குள் மறைத்து வைத்துவிட்டு சில நாட்களில் கிளம்பிவிட்டார்

அவளுக்கு பதினாறு வயதுதான் ஆகியிருந்தது

கிட்டத்தட்ட கிரேஸ் வெளியே வரத் தயாராகும்வரைக்கும் தான் குழந்தையுடன் இருக்கிறோம் என்பது அவளுக்குத் தெரிந்திருக்கவில்லை, குழந்தைகள் எப்படி உருவாகின்றன என்பதைப் புரிந்துகொள்ளும் வயது வந்ததும் டெய்சி அவளது குட்டிப் பெண்ணுக்குச் சொன்னாள்

இவர்தான் உன் அப்பா கிரேசி, அவர் ரொம்ப உயரம், நிலத்தில் கால் படாததுபோல நடப்பார், காத்தில் அவர் மிதக்கிற மாதிரி

இருக்கும், அவர் வேற ஒரு உலகத்தில் இருந்து வந்தவர் மாதிரி இருந்தார்

உண்மைதான்

பெண்களை கிள்ளுக்கீரையாக நினைச்ச மத்த உள்ளூர் பசங்க மாதிரி இல்லாம அவர் ரொம்ப மென்மையானவர்னு நினைச்சேன்

படகுகளில் சரக்கு இறக்குறப்ப கப்பல்துறைல நாங்க நிறையபேர் கூடுறது வழக்கம்

ஸான்ஸிபார், காசாபிளாங்கா, டங்கன்யிகா, ஒச்சோ ரியோஸ், சவுத் கரோலினா மாதிரி பெயர்கள் உள்ள மாய இடங்களுக்கு வெகுதூரம் எங்களைக் கூட்டிட்டுப் போற ஒரு கடலோடியைப் பிடிக்கலாம்னு நம்புனோம்

ஒரு மாலுமியா இருந்து அவர் கத்துக்கிட்ட குறைவான ஆங்கிலத்தில் உங்கப்பா பேசினார், ஒருத்தருக்கொருத்தர் அரைகுறையா உரையாடினோம், உடலால முழுசா ஈடுபட்டோம்

உனக்காகத் திரும்பி வருவேன்னு சத்தியம் செய்தார், அவர் கப்பலில் ஏறிப் போறதை முன்னாடி நின்னு பார்த்தபடியே பின்னோக்கி நடந்தேன்

அவர் போறதைப் பார்க்க விரும்பலை

உனக்காகத் திரும்பி வருவேன்

ஒருநாள் நாம படகை எடுத்துக்கிட்டு அபிசீனியாவுக்குப் போய் அவரைக் கண்டுபிடிப்போம் கிரேசி, அவர் குடிசைக் கதவைத் தட்டுவேன், உன்னை முன்னால தள்ளி அவர்கிட்டச் சொல்வேன், ஏய் அய்யா நீ யாரை விட்டுட்டு வந்திருக்கேன்னு பாரு

டெய்சி

தனது சகோதர சகோதரிகளுடன் தரையில் சாக்கை விரித்துப் படுத்துக்கொள்ளும் அடுக்குமாடித் தொகுதியில் உள்ள ஒரு குடியிருப்பில் கிரேஸைப் பெற்றெடுத்தாள்

அவர்கள் தங்கியிருந்த ஒற்றையறையை வகுந்த ஒரு திரைக்குப் பின்னால் அவளது பெற்றோர் உறங்கினர்

கலப்பு சாதி

டெய்சியின் அப்பா குடிமனையில் மற்றவர்கள் அவரை அவமானப்படுத்துவதை ஒருபோதும் தாங்கிக் கொள்ள முடியாது என்றார்

நிலக்கரியை எடுப்பதற்காகப் பாறைகளைப் பெயர்த்தெடுக்கும் நிலத்தடி வேலையில் பதிமூன்று மணிநேரம் செலவிட்டபின் நேரே அங்கு செல்வார்

திரும்பி வந்து அம்மாவிடம் சண்டை போடுவார்

குழந்தையைத் தேவாலயத்துக்குக் குடுத்துடு இல்லைனா நீ இங்க இருக்கக்கூடாது என்று டெய்சியிடம் கூறினார்

அப்படியொரு கபடமில்லாத, பரிசுத்தமான, முழுமையான, கர்த்தரால் ஆசீர்வதிக்கப்பட்ட படைப்பான உன்னை எப்படி என்னால் கைவிட முடியும், கிரேசி?

உன்னைப் பாதுகாக்கிறதும் கவனிச்சுக்கிறதும் என் வேலையா இருந்தது, நம்மை யாராவது பிரிக்க நினைச்சா அவங்களைக் கொலை செய்யவும் தயாரா இருந்தேன்

டெய்சி

வெளியேறினாள், அம்மாவுடன் திரும்ப ஒருபோதும் பேசப்போவதில்லை என்று சபதம் எடுத்துக் கொண்டாள், தன் சொந்த மகளுக்கு உதவுவதைக் காட்டிலும் மற்றவர்கள் என்ன நினைப்பார்கள் என்று அக்கறை காட்டிய அப்பாவை எதிர்க்கும் அளவுக்கு அவளிடம் பலமில்லை

தொப்பி தயாரிக்கும் தொழிற்சாலைக்கு செயற்கை மலர்களைத் தயாரிக்கும் வேலையில் சேர்ந்தாள், ரூபியுடன் தங்குமிடத்தைப் பகிர்ந்துகொண்டாள், வந்துபோன ஒரு மாலுமிக்குப் பிறந்த எர்னெஸ்ட் என்ற ஐந்து வயது மகனுடன் இருக்கும் இன்னொரு இளம்பெண் அவள்

அவரு எங்கயோ செங்கடலுக்கு அடுத்து ஆடன்கிற இடத்திலிருந்து வந்தார்

உன்னால் கற்பனை செய்ய முடியுதா கிரேசி? சிவப்பா இருக்கிற ஒரு கடல்?

டெய்சி

எல்லா இடத்துக்கும் கிரேஸைத் தோளில் முடிந்துகொண்டு சென்றாள், காரணம் அவளை விட்டுவர உதவிக்கு அவள் போதிய அளவு நம்பக்கூடியவர் யாருமில்லை

அவளது ஒட்டுமொத்தக் குடும்பமும் அவளைத் துண்டித்து விட்டபின்

நிச்சயம் ரூபியிடம் கொடுக்கமுடியாது, அவள் எர்னெஸ்டை அடிக்கடி சுத்தம் செய்வதில்லை

நான் உன்னைத் தினமும் கழுவிவிடுவேன் கிரேசி, தெருக் குழாயிலிருந்து ஒரு கோப்பை நீரெடுத்துக் கழுவி காய்கறிகளை வேக வைக்கும் இரும்புப் பானைக்குப் பக்கத்தில் காட்டி கதகதப்பாக்குவேன்

நீ முழுசாச் சுத்தமாகுற வரைக்கும் உன்னைக் கழுவிவிட்டேன், உன் தலையில் அழகாகச் சுருண்ட கேசம் பனித்துளிகள் மாதிரி மினுங்கும்

பாவம் எர்னெஸ்ட்டோட முடி சிக்காகிக் கிடக்கும், ரூபி தாமதமாத்தான் வருவா, வெளியே குப்பையும் உடைஞ்ச கண்ணாடிகளோடயும் சகதியாக் கிடக்கிற சந்துல அவன் ஓடிப் போயிடாம நான் தடுத்து வச்சிருப்பேன்

அவன் மேல ஒரு கண்ணு வச்சிருப்பேன் ஆனா பராமரிக்க மாட்டேன் கிரேசி, அவன் என்னோட பிள்ளை கிடையாது

கல்யாணமாகி மூனு பிள்ளைங்களோட இருந்த மேரிக்கு கூடுதலா பணம் தேவைப்பட்டதால அவகூட நாம ஒரு அறைக்கு மாறிட்டதால அவனுக்கு என்னாச்சுன்னு தெரியலை

டெய்சி

கிரேசியைக் கிராமப்புறம் கூட்டிச் செல்ல வாக்களித்தாள்

நீ இஷ்டம்போல மென்மையான, பனி படர்ந்த புல்வெளியில் சூரிய ஒளி உன் அழகான பழுப்பு நிற முகத்தில் ஒளிர்வதையும், நீங்க என்னைப் பிடிக்க முடியாதும்மா, நீங்க என்னைப் பிடிக்க முடியாதுன்னு நீ கூப்பிடுறதையும் பார்க்க நான் என்ன கொடுப்பேன்

கழிப்பறையோடு கூடிய மூன்று அறைகளையும் அறைகலன் களையும் செய்துதரும் தச்சரைக் கணவனாக கிரேஸுக்குக் கண்டுபிடித்துத் தருவதாக அவள் வாக்களித்தாள், உள்ளே முறையான கழிப்பறை, அடுப்பறை மேசையில் அசலான மலர்கள், ஓவனில் ரொட்டி சுட வேண்டும், கோடையில் நல்ல தரமான காற்று, தினசரி குளிக்க

சுத்தமான ஆறு

டெய்சி

கிரேசிக்கு எட்டு வயதிருக்கையில் சாதாரண சளியாகத் தொடங்கியது இடைவிடாத இருமலாக மாறுமென்று எதிர்பார்த்திருக்கவில்லை, காற்றில் சுழலும் நிலக்கரித் தூசு இதை மேலும் மோசமாக்கியது

உடல்நலமின்றி அவளால் இருக்க முடியாது, அவள் தன் மகளிடம் சொன்னாள், என்னால் மருத்துவரைப் பார்க்கச் செல்ல முடியாது, அப்படியே இருந்தாலும் நான் விடுப்பு எடுத்தால் எனக்கு ஊதியம் கிடைக்காது, திரும்பப் போறதுக்கு வேலையும் இருக்காது

நம்மை யாரு பார்த்துப்பாங்க கிரேசி, யாரு கவனிப்பாங்க?

நான் பார்த்துக்கிறேன்மா, நான் பார்த்துக்கிறேன்

டெய்சி

உடன் வேலை செய்யும் பெண்கள் குழுவாகச் சென்று மேலாளரிடம் அவளுக்கு உடல்நலமில்லை என்றும் அந்தத் தொற்று தங்களையும் பாதிக்கும் என்று புகாரளித்தபின் அவளுக்குக் காசநோய் இருப்பது தெரியவந்தது

ஒரு மருத்துவர் வந்து அவளைப் பரிசோதித்துவிட்டு காசநோய்க் காப்பகத்தில் தனிமைப்படுத்தப்படக் கொண்டு செல்லப்பட்டாள்

உடனடியாக

*

டெய்சி (நம்பிக்கையுடன், அதிசயிக்கும்படி) குணமாகி வரும்வரை மேரி கிரேசியைத் தன் இறக்கைகளுக்குள் வைத்துக் கொண்டாள்

ஆனால் சளியாலும் நுரையீரல் திசுக்களாலும் அவதிப்பட்டாள்

அவள் நுரையீரலில் சளி மூர்க்கமாய் நகர்ந்துகொண்டிருந்தது, சளி அணுக்கள் தன்னைத்தானே உண்டுகொண்டிருந்தன

உள்ளிருந்து வெளியே

மேரி கிராமப்புறத்தில் பெண்களுக்கான வடக்கத்திய சபையின் இல்லத்தில் வளர்ந்தவள்

சபையை அப்போதும் நடத்திக் கொண்டிருந்த திருமதி லாங்லியிடம் கிரேஸை எடுத்துக்கொள்ளும்படி கேட்டாள், ஒரு பெண் வேலைக்கு வெளியே கிளம்பியதால் அது சரியான நேரமாய் இருந்தது

அந்தப் பனிக்காலத்தில் முன் கதவோரம் கிரேஸை அவள் ஒப்படைத்தாள், பிரியத்துடன் ஒருமுறை அணைத்துக் கொண்டாள்

பை, பை, கிரேசி, அவங்க இங்க உன்னைப் பார்த்துக்குவாங்க, நீ தெரிஞ்சுக்க வேண்டிய எல்லாம் சொல்லித் தருவாங்க

மேரி விலகிச் செல்வதை கிரேஸ் பார்த்தாள், பக்கவாட்டில் பிளவுள்ள கருப்பு பூட்ஸுகள், கிழிந்த ஆடை பாதைச் சேற்றில் இழுத்துக்கொண்டு சென்றது, பழுப்புநிறச் சால்வை அவளது தோளைச் சுற்றி மூடியிருக்க, பறவைக் கூடு போன்ற கேசத்தின் மீது தொப்பியும் அதன் பக்கவாட்டில் செருகிக்கொள்ள அவளுக்கென்றே கிரேஸ் செய்துதந்த ஆரஞ்சு வண்ண ரோஜா

பை, பை, கிரேசி, அவள் சத்தமாய்ச் சொன்னாள், உணர்ச்சி வசத்தால் அவள் குரல் நடுங்கியது, திரும்பிப் பார்க்கவில்லை, கதவைத் திறந்து தெருவீதியில் சென்று மறைந்துவிட்டாள்

கிரேஸுக்குத் தெரிந்து அவள் அம்மாவை அறிந்த கடைசி நபர்.

2

முதலில் மருட்சியுடன் கிரேஸ் இல்லத்தில் சுற்றித் திரிந்தாள், சிறுமிகள் அவளைச் சூழ்ந்துகொண்டனர், அவளது கேசத்தைத் தொடுவதும், தோலை வருடுவதும், அவளை வெறித்துப் பார்ப்பதை அவர்களால் நிறுத்தமுடியவில்லை, அவள் தோல் ஏன் பழுப்பு நிறமாக இருக்கிறது எனக் கேட்டனர்

எங்கப்பா அபிசீனியாவைச் சேர்ந்தவர், அவரைத் தெரியும் என்பது போன்ற பாவனையுடன் அவள் பெருமையுடன் சொன்னாள்

அவர் எங்க இருந்து வந்தவர்ங்கிறதை நினைச்சு எப்பவாவது அவமானப்பட்டிருக்கீங்களா, அவள் அம்மா அவளிடம் சொல்லியிருந்தாள், ஒருநாள் நாம அவரைக் கண்டுபிடிக்கப் போறோம், அவர் உயிரோட இருந்தால், ஆனா அவர் எனக்காகத் திரும்பி வரலை, அதனால ஒருவேளை அவர் இறந்திருக்கலாம்

அந்தச் சிறுமிகளிடம் கிரேஸ் சொன்னாள், அபிசீனியா ரொம்பதூரத்தில இருக்கிற ஒரு மாயாஜாலமான இடம், அங்க மக்கள் பட்டாடை உடுத்தி வைர கிரீடங்கள் வச்சிருப்பாங்க, தேவதைக் கதையில் வர்ற மாளிகைகள்ல வாழ்றாங்க, தினமும் வாட்டின இறைச்சியும் உருளைக்கிழங்கும் பாலாடைக்கட்டி சூஃப்ளியும் விருந்து வைப்பாங்க

அந்தச் சிறுமிகளை இது கவர்ந்தது

இரவில் அலறிக்கொண்டு அவள் விழித்தெழுந்தபோது அது கவரக்கூடியதாய் இல்லை, இல்லத் தலைவி என்னவோ ஏதோ என்று பதறியடித்து ஓடிவந்தவள் ஒன்றுமில்லை என்று கண்டதும் தேவையில்லாமல் கூச்சல் போட்டதற்காகக் கடிந்துகொண்டாள்

மற்ற சிறுமிகள் அவளிடம் அமைதியாய் இருக்கும்படியும், இங்கே உனக்குப் பழகிடும் கிரேசி, நாங்க எல்லோருமே அப்படித்தான், இதுக்குக் கொஞ்சகாலம் ஆகும், இப்ப வாயை மூடு, நாங்க தூங்கணும் என்றனர்

கிரேஸ் போர்வைக்குள் சுருண்டு கொண்டாள், அதன் ஆழத்துக்குள் தன்னைப் புதைத்துக்கொண்டாள், அம்மாவைப் பற்றி அவள் நினைத்தபோது எப்படி உணர்ந்தாள் என்று அப்போதுதான் அவர்கள் காதுகளில் விழாது

தூங்கும்போது தனது கரங்களுக்குள் அவளை இறுக்கி அணைத்திருப்பாள்

உன்னை எப்பவும் போகவிடமாட்டேன், கிரேசி, நீ என்னுடையவள்

ஒரு நிமிடம் தொழிற்சாலையில் அவள் பக்கத்தில் இருவருமாக வேலை செய்துகொண்டிருந்தார்கள், அடுத்த நிமிடம் வெள்ளை அங்கியும் முகக் கவசமும் அணிந்த ஆண்கள் அவளைக் கொண்டு செல்ல வந்தார்கள்

நான் உனக்காகத் திரும்பி வருவேன், கிரேசி, நான் திரும்பி வருவேன், அவளை அவர்கள் தரதரவென இழுத்துச் சென்றபோது அவள் தன்னை விடுவித்துக் கொள்ள கால்களை உதைத்தபடி போராடிக் கொண்டிருந்தாள்

யாராவது முன் கதவின் மீதிருந்த பளபளப்பான கருப்புநிறச் சிங்கத்தலையைத் தட்டும்போது, அம்மா அங்கே நிற்பாள் என்று கிரேஸ் நம்பினாள், கைகளை விரித்துக்கொண்டு, முகமெல்லாம் சிரிப்பாக, இதுவரை நடந்ததெல்லாம் ஒரு விளையாட்டு என்பதுபோல

ஹலோ கிரேசி, அம்மா இல்லாம கஷ்டப்பட்டுட்டியாடா? ஓடிப்போய் உன் அங்கியை எடுத்துட்டு வா அன்பே, நாம வீட்டுக்குப் போகலாம்

*

அம்மா திரும்பி வருவாள் என்று நம்புவதை நிறுத்த கிரேஸுக்கு வெகுகாலம் ஆனது

அதற்கு வெகு முன்னதாகவே அம்மாவை நினைத்துக்கொண்ட போதெல்லாம் அவள் தனக்குள் ஓர் இதமான உணர்வு பரவுவதை நிறுத்தியிருந்தாள்

அவள் முகத்தோற்றம் மங்கத் தொடங்க இன்னும் காலமெடுத்தது

இரவில் அவளது அப்பாவைப் பற்றிக் கனவுகாணத் தொடங்கினாள்

அவர் தன்னை மீட்பதற்காகத் திரும்பி வருவதாக

சொர்க்கத்துக்கு அழைத்துச் செல்வதாக

தன்னைத்தானே சுத்தப்படுத்திக் கொள்ளவும் வீட்டைச் சுத்தப்படுத்தவும் கிரேஸுக்குக் கற்றுத்தரப்பட்டது, முதலாவது அவளுக்குப் பிடித்திருந்தது, ஏனென்றால் அது தெய்வீகத்துக்கு அடுத்த நிலையில் உள்ள ஒன்று என்று அம்மா சொல்லி யிருக்கிறாள், ஆனால் இரண்டாவது அப்படியில்லை

அவளது சொந்த ஆடைகளை பொத்தான்கள், நாடாக்கள், மடிப்புகளுடன் தைக்கவும், தேவாலயத்துக்கென அவள் உருவாக்கிய வெண்ணிற ஆடையில் காலரில் ஓர அலங்காரத்தைச் சேர்க்கவும் அவளுக்குக் கற்றுத்தரப்பட்டது

பனிக்காலத்தில் அணிவதற்கு கம்பளி காலுறைகள், ஒரு தொப்பி மற்றும் கழுத்துக் குட்டை தைக்க, பக்கவாட்டில் பொத்தான்கள் கொண்ட கருப்பு நிற நீண்ட பூட்ஸுகளைப் பளபளப்பாகும்வரை மெருகேற்றுவதற்கு அவளுக்குக் கற்றுத்தரப்பட்டது, அவை பழகியதும் அவள் பெருமையுடன் அணிந்து சென்றாள், காரணம் முதலில் அவற்றால் புண் ஏற்பட்டது, இதற்குமுன் அவள் ஷூக்களை அணிந்ததில்லை

இறைச்சி, மீன், கோழியை, தோட்டத்திலிருந்து காய்கறிகளை உணவு ஒவ்வாமையை ஏற்படுத்தாமல் சமைக்க, தயாரிக்கும்போது எதையும் ஒருபோதும் சாப்பிடக்கூடாது இல்லாவிட்டால் கை மொளியில் அடிவிழும் என்ற கட்டளையின்படி, ரொட்டியும் கேக்கும் தயாரிப்பது எப்படியென்றும் அவளுக்குக் கற்றுத்தரப்பட்டது

அடி கிடைத்தது

அதிகமாக

சூடான சோப்பு நீர் நிரம்பிய மரத் தொட்டியில் துணிகளை எப்படி அலசுவது, பெரிய மரக் கரண்டியால் விரிப்புகளைக் கலக்கி விடுவதற்கு, விடாப்பிடிக் கறைகள் பட்ட துணிகளுக்குத் தேய்ப்புப் பலகையைப் பயன்படுத்துவதற்கு, துவைத்த வரிசைப்படி எல்லாவற்றையும் மரக் கவ்விகளைக் கொண்டு நேர்த்தியாகத் தொங்கவிட்டு உலர்த்துவதற்கு, எல்லாம் கன்னாபின்னாவென்றும் பாதி கீழே விழுந்தும் இல்லாதபடிக்கு அவளுக்குக் கற்றுத்தரப்பட்டது

விரிப்புகளை அப்போதுதான் மாற்றியிருந்த நிலையில் படுக்கைக்குச் செல்வதை, அவற்றின் மீது பட்டிருந்த வெளிப்புறக் காற்று, சூரியன், மழையை உட்சுவாசிப்பதை அவள் விரும்பினாள்

பாதுகாப்பான நீராக மாற்றுவதற்கு சூடாக்கத் தேவைப்படாத கிணற்றிலிருந்து வந்த குழாய் நீரைக் குடிப்பதை அவள் விரும்பினாள்

கழிப்பறைகள் ஒவ்வொருநாளும் தொற்றுநீக்கம் செய்யப்பட்டன தவறாமல்

அடுப்பறைக்குத் தேவையான காய்கறிகளைத் தரும் தோட்டங்களைப் பராமரிப்பதற்கு, வெள்ளரி, இலைக்கோசு, தக்காளி, செலரி, கேரட், பார்ஸ்நிப், முட்டைக்கோசு வளர்ப்பதற்கு, இதையும் தயார் செய்யும்போது எதையும் சாப்பிடாமல் இருப்பதற்கு அவளுக்குக் கற்றுத் தரப்பட்டது, யாரும் பார்க்காதபோது அதை மீறினாள், குறிப்பாக ஸ்ட்ராபெர்ரி திட்டுகள், பிளாக்பெர்ரி முட்கள், பிளம் மரங்கள் என்று வரும்போது

முடிந்தவரை அதைச் சாப்பிட்டுவிட்டு அதற்காக வருந்தினாள், காரணம் செந்நீல உதடுகளும் அவள் உடையில் இருந்த சிவப்புக் கறையும் அவளது கை மொளியில் அடி வாங்கித் தந்தன

மனக் கணக்கு போடுவதற்கு, மர விசுப்பலகைகளும் மேசைகளும் கொண்ட மரத்தாலான வகுப்பறையில் வாசிக்கவும் எழுதவும், வார்த்தைகளுக்கு அர்த்தத்தைத் தந்த எழுத்துக்களின் அழகிய பாங்கினைப் பயிலுவதற்கு கிரேஸுக்குக் கற்றுத்தரப்பட்டது

மற்றவர்களை எட்டும்வரை அவள் பின் தங்கி இருத்தி வைக்கப் பட்டாள்

நடத்தைகளையும் ஒழுக்கங்களையும் கற்றுத்தந்த வகுப்புகளில் புத்தகங்களைச் சரியாகத் தன் தலைக்குள் ஏற்றிக்கொள்ளக் கற்றுக்கொண்டாள், அவள் உயரமாய் இருந்தாள், தான் அபிசீனியாவிலிருந்து வந்ததாகக் கற்பனை செய்தபடி மிதந்தபடி நடந்தாள்

ஆசிரியைகளில் ஒருவரான மிஸ் டெலனே அவளைப் பாராட்டினாள், உங்கிட்ட இயல்பான அழகு இருக்கு, பின்னர் உடனே மற்ற பெண்பிள்ளைகளிடம் அவர்கள் சினைப் பசுக்களைப் போல நடப்பதாகச் சொன்னார்

அது கிரேஸை மிகவும் சிறப்பானவளாக உணரச் செய்தது

அதிகப் பனிப்பொழிவு இல்லாத பட்சத்தில் அல்லது பனிக்கட்டி மிக அபாயகரமாக இல்லாவிட்டால் அல்லது மழை பெருக்கெடுத்து ஓடாத ஒவ்வொரு ஞாயிற்றுக்கிழமையும் அவர்கள் தேவாலயத்துக்குச் சென்றனர்

தங்கள் ஞாயிற்றுக்கிழமைக்கான ஆடைகளில் வளர்த்தியானவள் முன்னாலும் குள்ளமானவள் பின்னாலும் என நடந்துசென்றனர், கிராமத்துத் தெருக்களில், கைகளைக் கோர்த்தபடி, கீர்த்தனைகளைப் பாடியபடி

புல்வெளியில் அவர்கள் விளையாட அனுமதிக்கப்பட்டபோது அவள் மலர்களைச் சேகரித்தாள், அவளது வேதாகமத்தின் பக்கங்களுக்கிடையே அவற்றை மூடிக் கொண்டாள், ஒவ்வொன்றைப் பற்றியும் கவிதைகளை எழுதினாள், 'ஒரு ரோஜாவுக்காக ஒரு பாடல்', 'ஒரு டஃபோடிலுக்காக ஒரு பாடல்', 'ஒரு ஹைட்ரான்ஜியாவுக்காக ஒரு பாடல்'

அலங்காரத் தையலை ஓய்வுநேரப் பொழுதுபோக்காகக் கற்கத் தொடங்கியவள், அதில் கைதேர்ந்தவளானாள்

இளையோருக்கான தங்குமிடத்தில் இருந்த சிறுமிகள் அவள் தோழிகள் ஆயினர், இல்லத்தின் விதிகளை மறந்து சிலநேரம் படுக்கை நேரம் தாண்டியும் அவர்கள் பேசிக்கொண்டிருந்தனர், ரொம்பச் சத்தமாகப் பேசி மகிழ்ந்தனர்

சாலியின் குரல் மிகவும் இசைத்தன்மை கொண்டது, பெர்தா பேய்க்கதைகளைச் சொல்வாள், அடாலின் நடிகையாகப் போகிறாளாம், *உமர் கய்யாமின் ரூபாயத்* ஒப்பிப்பதை அவள் விரும்பினாள், அதை நூலகத்தில் பார்த்து மனப்பாடம் செய்திருந்தாள்

'பூமியால் பதிலளிக்க முடியாது: துக்கிக்கும் கடலாலும் முடியாது/ ஒழுகிச்செல்லும் செந்நீலத்தில், அவர்களது கைவிடப்பட்ட கடவுள்;

வானத்தில் அசைவில்லை, அவரது எல்லா அடையாளங்களையும் வெளிப்படுத்தியபடி/இரவு பகல் எனும் காலத்திரையால் மறைக்கப்பட்டு'

அவள் வியக்கும் வண்ணம் வெகுநேரம் சொற்பொழிவாற்றுவாள், மற்றவர்கள் சலித்துப்போய் வாயை மூடு அடாலின் என்பார்கள்

மிஸஸ் லாங்லியைப் போல அவளுடைய விறைப்பான, மிகையான தோரணையை நடித்துக்கொண்டு, பிட்டத்தைத் துருத்திக் கொண்டு கால்களை வளைத்துக்கொண்டு ஒன்றின்மேல் ஒன்றாக அடுக்கப்பட்ட படுக்கைகளுக்கிடையே அவளது கிரீம் காலிகோ இரவுடையில் இடைகழியில் மேலும் கீழும் தாவிக்குதித்தபடி, மிகைப்படுத்திய 'பாசாங்கான' உச்சரிப்பைத் தழுவி, அதிக நீளமான இட்டுக்கட்டிய யாராலும் புரிந்துகொள்ள முடியாத அர்த்தமற்ற வார்த்தைகள் நிரம்பிய ஒரு அபத்த உரையை ஆற்றியபடி, அவள் எந்தளவு பிரபலமாகியிருக்கிறாள் என்பதில் குதூகலித்து, சிறுமியர் சிரித்து மாளாமல் வயிற்றைப் பிடித்துக்கொள்ளும்படி செய்து, அவர்களால் இதற்குமேல் தாங்கமுடியாது என்று அவளை நிறுத்தச் சொல்லும்படி கெஞ்சவைத்தபடி, சிறப்பாக நடித்துக் காட்டினாள்

அந்தச் சமயத்தில் மிஸஸ் லாங்லி படாரென்று கதவைத் திறந்து அவளது விளக்கொளியை உள்ளே படரவிட்டாள், 'கழைக்கூத்தாடி கோமாளி போல நடித்துக் கொண்டிருந்த' கிரேஸ் பிடிபட்டாள்

விளக்கணைச்சு எவ்வளவு நேரம் ஆச்சு அவள் திட்டினாள், மற்றவர்களைக் கெடுப்பதாக கிரேஸைக் குற்றம்சாட்டினாள், அவள் அலுவலகத்தில் முதல் வேலையாக வந்து பார்க்கும்படி சொன்னாள்

நீ ரொம்ப துறுதுறுன்னு இருக்கே, மிஸஸ் லாங்லி அவள் அலுவலகத்தில் மேசைக்குப் பின்னாலிருந்து கூறினாள், சிறிய சட்டகமிட்ட வட்டக் கண்ணாடிக்குப் பின்னிருந்து கிரேஸை வெறித்தபடி, தலைமுடி பின்னால் இழுத்து வாரப்பட்டிருக்க, மாஃபெகிங் முற்றுகை என்று அழைக்கப்படும் ஒன்றில் வெகுகாலத்துக்கு முன்பே இறந்துபோனதாக எல்லோராலும் அறியப்பட்ட அவளது கணவனுக்காக துக்க அனுசரிப்பு கருப்பு ஆடை அணிந்து விறைப்பாக அமர்ந்திருந்தாள்

இத்தனை துறுதுறுப்பு ஒரு பொம்பளைப் பிள்ளைக்கு ஆகாது

கிரேஸ் மேசைக்கு மறுபுறம் நேராக அமர்ந்திருந்தாள், கால்கள் தொங்கிக் கொண்டிருக்க, கைகள் சரியாக அவளது மடியில் இருக்க, இதுவரை பத்திரமாக உணர்ந்திருந்த இல்லத்தில் மிகவும் பயந்துபோனவளாக இருந்தாள், குறும்புத்தனமாக இருந்தது அவள் மட்டுமில்லை, ஆனால் பிடிபட்டது அவள் மட்டும்தான்

ரொம்பச் சேட்டை செய்யும் சிறுமிகளைச் சிலநேரங்களில் 'அனுப்பி விடுவார்கள்' என்று எல்லோருக்கும் தெரியும்

உனக்கு அழுகை வரலாம் கிரேஸ், இது உனக்கொரு பாடமா இருக்கட்டும், நீ இங்க இருக்கிற மத்த பிள்ளைங்க மாதிரி இல்லை, எல்லா நேரத்திலயும் உன்னோட மிகச்சிறந்த நடத்தையை நீ வெளிப்படுத்தணும், ஏன்னா ஏற்கெனவே உனக்கு வாழ்க்கை கடினமானதா இருந்திருக்கு, இந்த அமைப்பை தாராள மனசோட நடத்திட்டு வர்ற எங்களைப் போன்ற பெண்கள் அளவுக்கு தெளிவில்லாதவங்களால அதிக நிராகரிப்புகளால துயரப்படுவே

பெண்கள் வாக்குரிமையை நாங்க நம்புறோம், இயலாத பெண் குழந்தைகளுக்குக் குறைஞ்சது ஆரம்பக் கல்வியாவது கிடைக்க வாய்ப்பு கொடுக்க விரும்புறோம்

நான் வன்முறைப் போராட்டங்கள் எதிலும் கலந்துக்கிட்டதில்லை, மிஸஸ் லாங்லி தனக்குத்தானே பேசிக்கொள்வதுபோல, புறக்கணிப்பதுபோல காற்றில் கைகளை வீசியபடி தொடர்ந்தாள், ஏன்னா அது பொதுமக்கள் நிந்தனைக்கும் சம்பந்தப்பட்டவங்களுக்கு அரசாங்கத்தோட கண்டனமும் ஏன் சிறைத்தண்டனையும்கூட கிடைக்கும்

வாக்களிக்கிறதுக்கான நம்ம இலக்குகளைத் தர்க்கப்பூர்வ விவாதங்கள் மூலமா அடைவோம்னு நான் நம்புறேன், உனக்குப் புரியுதா?

கிரேஸ் தலையசைத்தாள், மிஸஸ் லாங்லி எதைப் பற்றிப் பேசிக்கொண்டிருந்தார்?

நானும் ஒரு நடைமுறைவாதிதான் கிரேஸ், அதனால நான் சொல்றதைக் கவனமாக் கேளு, இதைச் சொல்றது என்னோட கடமை, உன் நல்லதுக்குத்தான் சொல்றேன், இனிமே உன்னோட இயல்பான உற்சாகத்தைக் கட்டுப்படுத்தியாகணும், இஷ்டத்துக்கு நக்கலடிச்சுட்டுத் திரியறதை விட்டுடு, ஏன்னா அது சரியானதில்லை,

இந்த ஸ்தாபனத்தில் ஒழுக்கத்தைப் பராமரிக்கிறதுலயும் உணர்ச்சிகளைச் சமநிலையா வச்சிக்கிறதுலயும் எங்களுக்குப் பெருமை உண்டு, இங்க இருக்கிற எங்க பிள்ளைகளும் நயமா சுய கட்டுப்பாட்டோட நடந்துக்கணும்னு எதிர்பார்க்கிறோம், நேத்து இராத்திரி நான் பார்த்த மாதிரி வினோதமா திமிர்த்தனத்தோட திரியறதை நாங்க பொறுத்துக்க மாட்டோம்

உன்னைப் பாதுகாப்பு இல்லாம தெருவுக்கு அனுப்புறதை நீ விரும்புறியா? சவுத் ஷீல்ட்ஸில் உன்னை மாதிரிப் பிள்ளைங்க கடைசில முகம்மதியர்களுக்கு 'இரவுப் பெண்களா' ஆகி, சீக்கு வந்து சீரழியிற சூழ்நிலைக்குப் போயிடுவே, இதுக்குத்தான் ஆசைப்படுறியா, கிரேஸ்?

கிரேஸ் நிரந்தரமாக தனது நடத்தைக்கு முற்றுப்புள்ளி வைக்கத் தீர்மானித்தாள், பண்பட்ட உணர்ச்சிகளைக் கைக்கொள்ளவும் கட்டுப்படுத்திக் கொள்ளவும் செய்வாள்

அதுவுமில்லாம உன்னோட வீட்டுப்பணித் திறமைகள், அடக்கம், கடின உழைப்பு, நம்பகத்தன்மை, சுத்தம் இதுக்கெல்லாம் வருங்காலத்தில் உனக்கு வேலை கொடுக்கிறவங்களுக்கு பரிந்துரையா எழுதித் தரவும் மாட்டோம், உறுதியாச் சொல்றேன் கிரேஸ், எங்களோட மேல் ஒப்பம் இல்லாம உனக்கேத்த வேலை கிடைக்கவே கிடைக்காது

மரியாதைக்குரிய சேவையில

ஒரு பணிப்பெண்ணா

அந்த நேரத்தில், பெண்ணைப் போல் அன்றி கேவல்களாக அவள் கண்ணீர் மாறுவதைக் கட்டுப்படுத்த கிரேஸ் பெரும்பாடு பட்டாள்

பெர்விக்-அப்பான்-டுவீடில் உள்ள கில்லிங்ஹாம் & சன்ஸ் பல்பொருள் அங்காடியில் கடை உதவியாளராக ஆக விரும்பினாள், ஒவ்வோர் ஆண்டும் கிறித்துமஸ் அலங்காரங்களைப் பார்ப்பதற்காக மிஸஸ் லாங்லி அவர்களை அங்கே கூட்டிச் சென்றிருந்தாள்

இல்லத்திலிருந்து வெளிவரும் சிறந்த பெண்களுக்கு அங்கே வேலை கிடைத்தது

நல்ல ஆடைகளை அணியவும் வாடிக்கையாளர்கள் பொருட்களை வாங்கும்போது அவர்களிடம் பணிவுடன் பேசவும் கடையைவிட்டுச் செல்லும்போது அவர்கள் மேலாளரிடம் கிரேஸ் என்னவொரு இனிமையான பெண் என்று புகழ்ந்து எதிர்காலத்தில் அவள் சேவை செய்யும்படி கேட்பதையும் அவள் கனவு கண்டாள்

அது நடக்கவில்லை

அவளது பதிமூன்று வயதில் தனது தந்தை இறந்தபின் பெர்விக்கிலிருந்து பல மைல் தூரத்திலிருந்து தனது பூர்வீகக் கோட்டைக்குத் திரும்பியிருந்த புதிய பேரன் ஹைன்ட்மார்ஷிடம் மிஸஸ் லாங்லி கிரேஸைப் பணிப்பெண்ணாகச் சேர்த்துவிட்டாள்

அஸ்ஸாம் மேட்டு நிலங்களில் குடும்பத்தின் தேயிலைத் தோட்டத்தைப் பல ஆண்டுகளாக நடத்திவிட்டுத் திரும்பியிருந்தார்

அவரது இந்தியக் கிழத்தி மற்றும் அவர்களது இரு மகன்கள் உட்பட இந்தியப் பணியாளர் பரிவாரங்களோடு திரும்பியிருந்தார், அவர்களுக்கு நிலத்தில் குடிசை போட்டுத் தரப்பட்டது

சாதிக்கலவையில் பிறந்தவளைப் பணிப்பெண்ணாக வைத்துக்கொள்வதில் எந்தப் பிரச்சினையும் இருக்கவில்லை.

3

கிரேஸ்

கில்லிங்ஹாம் & சன்ஸில் கோடைகால ஆடை வாங்க வந்திருக்கிறாள்

அவள் கஷ்டப்பட்டு சம்பாதித்த பணத்தை இந்தக் கடையில் கொடுக்க அவளுக்கு விருப்பமே இல்லை, ஆனால் ஊரில் இந்தக் கடையில்தான் அவள் விரும்பியது உள்ளது

இப்போது மிஸஸ் லாங்லி நினைத்தது தவறென்றும் அவள் முழுவதுமாக வளர்ந்துவிட்டாள் என்பதையும் அவளிடம் பல ஆண்டு அனுபவம் இருக்கிறது என்பதையும் காட்டத் தீர்மானித்து கடை மேலாளருக்கு சில ஆண்டுகளுக்கு முன் விற்பனைத்

தளத்தில் வேலைக்காக நேர்காணலுக்கு விண்ணப்பித்து எழுதியிருந்தாள்

இருப்பினும், அவளிடமிருந்த மிக அழகான உடையை உடுத்திக்கொண்டு மேலாளரிடம் போய் நின்ற உடனேயே, அவள் அவரது வாடிக்கையாளர்களுக்கு அதிருப்தியை ஏற்படுத்திவிடுவாள் என்று முகத்துக்கு நேராகவே சொன்னார்

அவள் வாயைத் திறந்து பேசுவதற்கு வாய்ப்பே அளிக்கவில்லை

உனக்குப் புரியும்னு நினைக்கிறேன் என்றார் அவர்

அவளுக்குப் பின்னே உறுதியாகக் கதவை மூடியபடி

அதன்பின் பல வாரங்களுக்கு ஒருநாள் இரவு கடைக்குள் கள்ளத்தனமாக நுழைந்து மேலாளரும் கடைக்குள் இருக்க அவளிடம் தன்னைக் காப்பாற்றும்படிக் கதற

தரையோடு தரையாக அதைக் கொளுத்துவதாகக் கனவு கண்டாள்

இல்லத்திலிருந்து வந்த மேபலும் பியட்ரிஸும் இந்தச் சனிக்கிழமை ஹோசியரியில் வேலை செய்கின்றனர், அவர்களைப் பார்த்தே பல வருடங்கள் ஆயிற்று, அவர்களது மேற்பார்வையாளர் மிக வசதியானவராகத் தோற்றமளித்த வாடிக்கையாளரைத் தாங்குவதற்காகச் சென்றிருந்தபோது அவர்களிடம் உரையாடினாள், அவள் அங்கே வேலை செய்ய விரும்புவதாகக் கூறுகிறாள்

நாள் முழுக்க இடைவேளையே இல்லாமல் நின்றுகொண்டே இருப்பதால் அவர்களது கால்களும் பாதமும் வீங்கிப் போய் இருப்பதாகவும் அதன்பின் நடப்பதே சிரமமாக இருப்பதாகவும் அவர்கள் கிரேஸிடம் சொல்கின்றனர்

அவர்கள் அறை, உடைகள், உணவு எல்லாமே அவர்கள் கூலியில் கழிக்கப்பட்டு செலவழிக்கவும் சந்தோசத்தை அனுபவிக்கவும் சொற்பமான பணமே மிச்சமிருக்கும் என்கின்றனர்

கிரேஸால் அதை நம்ப முடியவில்லை, ஒரு நவநாகரீக பல்பொருள் அங்காடியில் வேலைசெய்ய அவள் எதை வேண்டுமானாலும் தரத் தயாராயிருந்தாள், அவள் நவீனமானவளாகத் தன்னைக் காட்டிக்கொள்ளலாம், சுவாரசியமான மனிதர்களைச் சந்திக்கலாம், இதில் வருங்காலக் கணவன்மார்களும் சேர்த்தி (அவர்கள்

நாட்டம் கொண்டவர்களைப் போன்றோர்), ஊரின் நடுவே கடைக்கு மேல்தளத்தில் உள்ள அறைகளில் வசிக்கலாம், தேநீர் நடனங்கள், அரங்கு போன்ற சமூக நடவடிக்கைகளை அனுபவிக்கலாம், குளிர்கால மற்றும் கோடைகால வேடிக்கை விழாக்களைக் காணலாம்

எங்கயோ மூலைல இருக்கிற இடத்தில் வேலைக்காரியா நீ வேலை செய்து பார், அவளும் பதிலுக்குச் சொல்கிறாள்

நீ காக்கா கரையறதுக்கு முன்னாடி எந்திரிச்சி கடையைச் சாத்தறதுவரை நாள் முழுக்க வேலை செஞ்சு பாரு தெரியும்

இதுக்கு நடுவுல இடைவிடாம தேய்ச்சு, சுரண்டி, பளபளப்பாக்கி, இஸ்திரி போட்டு, மடிச்சு, கொண்டுவந்து, எடுத்துட்டுப் போயின்னு போய்க்கிட்டே இருக்கும், ஏன்னா நீ அசிங்கமான சீருடை அணிஞ்சிருக்கிற வெறும் பணிப்பெண் தான்

இல்லத்தில வாசிக்கிறதிலும் எழுதுறதிலயும் கணக்குலயும் என் கடைசி வருசத்துல எல்லாரையும்போல நானும் நல்லாத்தான் பண்ணினேன்

மேபலும் பியட்ரிஸூம் அவளுக்கு எரிச்சலைக் கிளப்பினார்கள்

அவர்களை விட்டு அவள் வெளியேறினாள்

*

குறைந்தபட்சம் அவளால் அவள் ஆடைக்கான சரியான துணியைக் கண்டுபிடிக்க முடிந்தது - பழுப்புக் காகிதத்தில் கட்டப்பட்டு கயிறால் முடிச்சிட்டுத் தரப்பட்ட அடர் சிவப்பு நிறத்தில் மென்மையான துணி

அது ரொம்ப அரிதானது, ஒருவேளை அதற்கு ஏதாவது ஆகிவிடுமோ என்னவோ என்று நெஞ்சோடு அணைத்துக் கொள்கிறாள்

அதை வீட்டுக்கு எப்போது கொண்டு செல்வோம் என்று பரபரத்தாள், கணுக்காலுக்கு மேலாக இருக்கும்படி இல்லாமல் முழங்காலுக்கு சற்றுக் கீழேவரை இருக்குமாறு எல்லா பணிப்பெண்களும் பகிர்ந்துகொண்ட பாணியைப் பயன்படுத்துவாள், பேரன் ஹைண்ட்மார்ஷின் மகள் லேடி எஸ்மீ அவள் வார இறுதி விருந்தினர்களிடம் அவளது விருந்து ஒன்றுக்கு படிக்கட்டின்

மேலிருந்து அவள் நுழைந்தபோது அது ரொம்ப நாகரீகமற்றதாகக் கருதப்பட்டது என்று சொல்வதை அவள் தற்செயலாகக் கேட்டிருந்தாள்

பணியாளர்களின் நடைபாதையுடன் இணைக்கும் இரகசியக் கதவுக்குப் பின்னால் ஒளிந்திருந்து கிரேஸ் வீட்டின் பிரதான பகுதியைப் பார்த்தாள், லேடி எஸ்மீ அவளது பணக்கார நண்பர்கள் அனைவரின் கவனத்தையும் பகட்டாக ஈர்த்துக் கொண்டிருந்தாள்

முதுகு தெரியுமாறு ஆடைகளில் தோள்களையும் இடையையும் அசைத்தவாறு பளீரிடும் பெண்கள், கனவான்கள் சீரிய இரவுணவுக்கான ஜாக்கெட்டுகளை மிருதுவான காலர்களுடன் அணிந்திருந்தனர், தங்கத்தாலான பெட்டிக்குள் சிறிய சிகரெட்டுகள் இருக்க மின்ட் ஜுலேப் காக்டெயில்களைப் பருகினர்

அவள் தனது மெல்லிய கால்களையும் அழகிய கணுக்கால் களையும் காட்டியபடி மெதுவாக படிக்கட்டுகளில் இறங்கி வருவதை அவர்கள் வியப்புடன் நோக்கினர்

இலண்டனிலேயே அது ரொம்பப் பிரபலம்டி, ரொம்பப் பிரபலம்

கிரேஸால் ஒருபோதும் அதுபோலத் தோன்றமுடியாது; குறைந்தது சமயம் வரும்போது அணிவதற்கு விரைவில் அவளிடம் புத்தாடை இருக்கும், அது ஒன்றும் அடிக்கடி நடக்கக்கூடியதல்ல

தேவாலயத்துக்கு அழகாக உடுத்திக்கொள்ள அவள் அனுமதிக்கப்பட்டதில்லை, ஆனால் அவள் ஹைஹண்ட்மார்ஷ் பணியாளர்களின் கிறித்துமஸ் விழாவில் அணிவாள்

எல்லாவற்றையும் ஒழுங்குபடுத்துவதற்காக மற்ற பணிப் பெண்களுடன் அவளது சீருடையைத் திரும்பப் போடும்வரை

கில்லிங்ஹாம் & சன்ஸுக்கு வெளியே சாலையைக் கடக்கவிருந்தபோது மிதிவண்டிகளில் வந்த ஆண்கள் கூட்டம் அவளை மிக நெருக்கமாக விரைந்து கடந்து சென்றதில் அவள் கீழே விழப் போகிறாள், தொழிற்சாலையிலிருந்து தொழிலாளர்கள் மதியவுணவுக்காக மிதிவண்டியில் வீட்டுக்குச் செல்வதாக அவள் சந்தேகிக்கிறாள்

திரும்பவும் சாலையில் அவள் காலடி எடுத்து வைக்கப் போன சமயம் கூட்டம் நிறைந்த ஒரு பேருந்து அபாயகரமாக அவளுக்கு நெருக்கமாக விரைந்து செல்கிறது

பரபரப்பான ஊர்களுக்கு அவள் பழகிப் போயிருக்கிறாள், இருந்தாலும் எஞ்சிய நேரம் முழுக்க பரபரப்பான சாலைகளிலிருந்து தூரத்தில் பாதைகளில் அரிதாகவே கார் வருவதைப் பார்க்கக்கூடிய கிராமத்தின் நடுவே கழிப்பதைப் பார்க்கையில், அதுவும் ஹைண்ட்மார்ஷ் அல்லது விருந்தினருடையதாக இருக்கும், ஒவ்வொருமுறை ஊருக்குள் வரும்போது அவள் கவனமாய் இருக்க வேண்டியிருந்தது

ஓர் ஆள் அவளுக்குப் பக்கவாட்டிலிருந்து அவளை நோக்கி வருவதைப் பார்க்கிறாள்

நீ நைல் சீமாட்டியாத்தான் இருக்கணும், ஆமா நீயேதான், அவன் சொன்னான்; அவள் சீற்றத்துடன் சட்டென்று திரும்பினாள், அவளை இரவுப் பெண் என்று அவமரியாதையாக அழைத்ததற்கு அவனைப் பதிலுக்குக் கிழித்துத் தொங்கவிடத் தயாரானாள்

அவள் மனதை அறிந்தவன்போல் சொல்கிறான், கிளியோபட்ரா ராணி தெரியுமா, அவதான் நைல் சீமாட்டி

இது முழுக்கவே வேறானது

தன் சொற்களால் அவனுக்குக் கசையடி கொடுப்பதிலிருந்து அல்லது அவளது பொதியால் அவனை மொத்தும் எண்ணத்தைக் கிரேஸ் நிறுத்துகிறாள்

இதற்குமுன் அப்படிச் செய்திருக்கிறாள்

அவனுக்கு பளிச்சென்ற செம்பழுப்புக் கேசம், அதைத் தட்டையாக வார முயன்றிருந்தான், ஆனாலும் அது தாறுமாறாகக் கிடந்தது; சிவந்த, நட்பார்ந்த முகம், நேர்மையான நீலநிற விழிகள் அவளை வியந்து நோக்குகின்றன, தெருவில் பல ஆண்கள் செய்வதுபோல அவன் இச்சையோடு அவளை அணுகவில்லை

அவனது கம்பளி ஜாக்கெட்டை, பாங்கான டிரவுசர்களை, அழுக்கான பூட்சுகளைப் பார்க்கிறாள், அவளைவிட அவன் உயரம் குறைவு, பெரும்பாலான ஆண்கள் அப்படித்தான்

ஜோசப் ரைடெண்டேல், அவன் சொல்கிறான், சாலையைக் கடக்க அவளுக்கு உதவுவதாக வற்புறுத்துகிறான், அவன் அப்போதுதான் வெள்ளிக்கிழமை கால்நடைச் சந்தையில் காலை வியாபாரத்தை அப்போதுதான் இலாபகரமாக முடித்துவிட்டுப் பார்க்லேஸ் வங்கியில் கத்தையாக பணத்தை வைப்பிட்டு வந்திருந்தான்

அவன் தன்னை ஈர்க்க முயற்சிக்கிறானோ எனச் சந்தேகிக்கிறாள், அது வேலை செய்கிறது (எப்போதுதான் ஓர் ஆண் அவளை ஈர்க்க முயன்றிருக்கிறான்?)

அவன் பசையுள்ள ஆளாகவும் தெரிந்தான், இந்த மாதிரியானவர்கள் வழக்கமாக அவளைக் கண்டுகொள்வதில்லை, மாறாக பொறுக்கிகளும் கழிசடைகளும் செய்வார்கள்

அவள் தனியாக இருக்கும்போது ஆண்கள் ஏதாவது வாய்ப்புக் கிடைக்குமா என்று முயன்று பார்ப்பதும் அவளை ஆசையைத் தூண்டுபவள், சீண்டுபவள், மயக்குபவள் என்று அழைப்பதைக் கண்டு கிரேஸ் அலுத்துப் போயிருக்கிறாள்

அவள் உறுதியாக நிராகரிக்கிறாள்

அது எங்கு வேண்டுமானாலும் நடக்கலாம், கோட்டையில் கூட, பணியாளர்களின் கொல்லைப்புறத்தில் அல்லது காலியான அறைகளில் அவள் தனியாக வேலை செய்யும்போது, ஓரிரவில் ஒரு விருந்தினர் இரகசியமாக அவள் படுக்கையறைக்குள் நுழைந்துவிட்டார், பண்ணையில் உள்ள ரோனி என்ற கொல்லரிடம் அவள் கதவில் தாழ்ப்பாள் பொருத்தும்படி மறுநாள் மழுப்பினார்

இதுவரை நாசமாக்கிக் கொள்ளாமல் எல்லா முன்னகர்வு களிலிருந்தும் தப்பித்துச் சமாளித்துவிட்டாள், பெண்களிடம் அனுமதியின்றி உரிமை எடுத்துக் கொள்ளும் ஆண்களை வெறுக்கிறாள்

தாயை மணக்காமல் குழந்தைகளை உருவாக்கிவிட்டு தினசரி அவர்கள் பாலாடைக்கட்டி சூஃப்ளி சாப்பிடக்கூடிய எங்கோ வெகுதூரத்தில் தேவதைக்கதையில் வரும் இடங்களுக்குச் சென்று மறைந்துவிடும் அந்த ஆண்கள்

வெகுகாலத்துக்கு முன்பே திருமணமே செய்துகொள்ளக்கூடாது என்று திருமணம், தாய்மை தரும் குதூகலமற்ற எதிர்காலத்துக்கு சங்கல்பம் எடுத்துக் கொண்டிருந்தாள்

கலப்பின நாயை யாரும் விரும்புவதில்லை, இதற்குமுன் தெருவில் அவளை அப்படி அழைத்திருக்கிறார்கள், அப்படிப் பாதகமாய்ப் பேசுவோருக்குத் திருப்பித் தருவாள், நீயே ஒரு கலப்பின நாய்தான்!

மிஸ்டர் ஜோசப் ரைடெண்டேலைச் சந்திப்போம் என்று மட்டும் அவள் எதிர்பார்த்திருக்கவில்லை, எதிர்பார்த்தாளா?

அவர்கள் சற்றுநேரம் பேசிக்கொண்டிருந்தபின், அடுத்த ஞாயிற்றுக்கிழமை அவனோடு நடந்துசெல்ல வரும்படி கேட்டான், அதன்பின் ஒவ்வொரு ஞாயிறு பின்மதியமும் அவளை வந்து பார்த்தான், பிறகு மாடுகளிடம் பால் கறக்க வீட்டுக்கு ஓடுவான்

அது தானா பால் குடுக்காது கிரேசி, பண்ணையாட்களை நான் நம்புறதில்லை

ஜோசப் முதலாம் உலகப் போரில் கலந்து கொண்டு திரும்பியிருந்தான், தப்பிப் பிழைத்து ஆனால் கைகால் ஊனமாகிப் போன அல்லது அமைதியான நேரத்திலும் தங்கள் தலைக்குள் குண்டுகள் வெடிக்கும் சத்தங்களைக் கேட்டுக் கொண்டிருக்கும் அவனுடைய தோழர்களைப் போலின்றி உடலளவிலும் மனதளவிலும் காயமின்றி இருந்தான்

மெதுமெதுவாய்ப் பைத்தியமாகிப் போன தோழர்கள்

கிரீன்ஃபீல்ட்ஸில் குடும்பப் பண்ணைக்குத் திரும்பியிருந்தான், பண்ணையும் அவனுடைய அப்பாவும் சரிவில் இருப்பதைக் கண்டான், மெலிந்து போன கால்நடைகளையும் பயிர்களையும் நோய் அழித்துக் கொண்டிருந்தது, உபகரணங்கள் துருவேறி உடைந்துகிடந்தன, பண்ணையாட்களுக்கு ஒவ்வொரு வெள்ளிக்கிழமை மாலையும் ஊதியம் அளிக்கப்பட்டது, மற்ற நேரங்களில் அவர்களைக் கண்ணிலேயே பார்க்க முடியாமல் இருந்தது

அவனுடைய அப்பா ஜோசப் சீனியர் பல வருடங்களுக்கு முன்பே மனைவியை இழந்தவர், இரவில் வயல் வரப்புகளில் கதகதப்பான உள்ளாடைகளை அணிந்துகொண்டு காலம் சென்ற மனைவியைக் கூப்பிட்டுக் கத்துவார், ஆடு குட்டிபோட உதவி பண்ணு கேத்தி, வந்து குட்டிபோட உதவி பண்ணு

அதைத் தொடர்ந்த ஆண்டுகளில் ஜோசப் பண்ணையை நல்ல நிலைக்கு மீட்டு வந்தான், அது அவனது சக்தியையும் நேரம் அனைத்தையும் எடுத்துக் கொண்டது, இப்போது துணைக்கு ஒரு மனைவிக்காகக் குடும்ப வாரிசை உருவாக்க அவன் தயாராய் இருந்தான்

எகிப்திய பாலைவனத்திலும் கலிபொலியிலும் அவன் சண்டையிட்டிருக்கிறான், கிழக்கத்திய ஒட்டோமான் பேரரசு அழகிகளை அறிந்தவன் (எப்படி என்று கேட்க அவள் துணியவில்லை)

போரிலிருந்து அவன் வீட்டுக்குத் திரும்பியபோது, உள்ளூர் பெண்கள் யாரையும் அவனுக்குப் பிடிக்கவில்லை, கடைசியில் பெர்விக் தெருக்களில் அவளைப் பார்த்தான்

ஜோசப் அனுசரனையானவன் என்பதைக் கிரேஸால் பார்க்க முடிந்தது, அவனை அவளுக்கு ரொம்பவே பிடித்துப் போகத் தொடங்கிற்று, ஞாயிற்றுக்கிழமையை எதிர்பார்த்து வாரம் முழுக்கக் காத்திருந்தாள், ஒன்றாகச் சிலமணி நேரங்களை அவர்கள் செலவிட்டனர், கோடைகாலத்தில் பண்ணையில் அனுமதிக்கப்பட்ட பகுதிகளில் அவர்கள் நடந்து சென்றனர், அவனுக்காகவே சிலநேரங்களில் அவளது சிறந்த ஆடையை அணிவாள், சூரிய ஒளியில் புல்லில் படுத்தபடி அல்லது குளிர்காலத்தில் பணியாளர்களின் அடுப்பறையில் அமர்ந்தபடி, ஞாயிற்றுக்கிழமை மதியவுணவுக்கு எல்லோருடனும் அவன் அங்கே இணைந்துகொண்டான்

சமையல்காரி மிஸஸ் விக்கம்ப் அதை அனுமதித்தாள், கிரேஸ் பண்ணைக்கு வந்த உடனேயே அவளை அவளுக்குப் பிடித்துப் போயிற்று, மற்ற பணியாளர்கள் அவளை நன்றாக நடத்துவதை உறுதிப்படுத்திக் கொண்டாள்

இல்லைனா நீங்க எனக்குப் பதில் சொல்ல வேண்டி வரும் என்று அவள் அவர்களை எச்சரித்திருந்தாள்

ஜோசப் தன்னைத் திருமணம் செய்துகொள்ளும்படி கேட்டதை, அவள் கிடைத்தவரை போதும் என்பதுபோல் இன்றி அவளே அவனுக்கு ஒரு பரிசு என்பதாக நடந்துகொண்டதைக் கிரேஸால் நம்பவே முடியவில்லை

அவன் அப்பா இறந்த மூன்று மாதங்கள் மரியாதை நிமித்தம் காத்திருந்து அவர்கள் திருமணம் செய்துகொண்டனர்

முதன்முறையாக அவளைக் கிரீன்ஃபீல்ட்ஸில் வீட்டுக்குக் கூட்டி வந்தான்

அறிவார்ந்ததோ இல்லையோ பெரியவர் இதற்கு ஒப்புக் கொண்டிருக்கவே மாட்டார், அவர் விக்டோரியா காலத்தைச் சேர்ந்தவர், இன்னமும் இசை மண்டபப் பாடல்களை இசைப்பேழையில் கேட்டுக் கொண்டிருந்தவர்

நான் இசைத்தட்டுப் பெட்டியில் ஜாஸ் கேட்பேன்

உயிரோட்டமான கிராமத்தின் வழியே இருந்த ஒரே பாதை வழியாக அவனது குதிரை வண்டியில் சனிக்கிழமை காலை அவளைப் பண்ணைக்கு அவன் கூட்டி வந்தான்

பிரதான தெருவில் வரிசையாக இருந்த கடைகளைக் கடந்து, பொருட்களை வாங்கிக் கொண்டிருந்த மக்கள் நிறுத்திவிட்டு இந்த வினோதமான உயிரினத்தை வெறித்தனர்

அவர்களில் பெரும்பாலானோர் இதற்குமுன் நீக்ரோவைப் பார்த்ததில்லை, அவள் குதிரை வண்டியில் தானாகவே கிராமத்துக்குள் வரத் தொடங்கியபோது, அந்த மாவட்டத்தில் பெரும்பாலான தகுதியான ஆண்களில் ஒருவரையும் நிச்சயம் அவளால் களவாடிவிட முடியாது என்று அவர்கள் உணர்ந்தனர்

உள்ளூர் விவசாயியும் மதிப்பிற்குரிய முன்னாள் இராணுவ வீரனுமான அவர்களுடைய ஜோசப் ரைடெண்டேலைத் தங்கள் மருமகனாக்கும் நம்பிக்கையோடு தகுதியான மகள்களைப் பெற்ற பெரும்பாலான தாய்மார்கள் நம்பியிருந்தார்கள்

அவள் பேசிக் கேட்டபோது அவர்கள் ஆச்சரியப்பட்டார்கள், அவள் பேசியது அவர்களைப் போன்றே உள்ளூர்க்காரியின் உச்சரிப்பாக அது இருந்தது, அவர்களுக்கு அவளைப் பிடிக்கத் தொடங்கியது

மளிகைக்கடைக்காரருக்கு அப்படியில்லை, சில்லறையை வேகமாக முகப்பிடத்தில் வீசியெறிவார், அது சிதறியோடும், அவள் தரையில் தவழ்ந்து அவற்றைப் பொறுக்க வேண்டியிருக்கும்

அடுத்தமுறை அவரிடமிருந்து ஏதோ வாங்கியபோது, அதே நாணயங்களை முகப்பிடத்தில் அதேபோல வீசியெறிந்துவிட்டு அவளது துருத்தலான அபிசீனிய மூக்குடன் வெளியேறினாள்

அவள் அம்மா பெருமைப்பட்டிருப்பாள்.

4

கிரீன்ஃபீல்ட்ஸ் பண்ணைவீடு நீண்டு, ஒடுகலாக, ஓலை வேய்ந்த கூரையுடன் கெட்ட நாற்றத்துடன் இருந்தது

ஹைண்ட்மார்ஷ் வீட்டில் ஏகப்பட்ட பணியாளர்களும் சேர்ந்து எல்லாவற்றையும் சுத்தமாக வைத்திருந்து பார்த்து கிரேஸ் பழகியிருந்தாள்

வெகு காலத்துக்கு முன்பே வீசியெறிந்திருக்க வேண்டிய நாற்றம் பிடித்த பழைய பொருட்களால் அவளது புதிய வீட்டின் உட்கூடம் இருண்டுபோய்க் கிடப்பது அவளுக்குப் பிடிக்கவில்லை

எதைத் தொட்டாலும் பிசுபிசுப்பு, வயலில் இருந்து பருமணல் தரையில் பாவப்பட்டிருந்தது, அடுப்பறையில் பயன்படுத்தக்கூடிய அளவில் எதுவும் சுத்தமாக இல்லை

ஜோசப்

அவள் வருவதற்கு முன்பே ஆக்னஸ் என்ற ரொம்பச் சின்னப் பெண் ஒருத்தியைப் பணியாளாக வைத்திருந்தான், கிரேஸுக்கு அது வேடிக்கையாக இருந்தது, சில நாட்களுக்குமுன் அவளும் அவளுடைய நிலையில் இருந்தவள்

இனி நீ வேலை பார்க்க வேணாம் கிரேசி, அவன் அவளிடம் சொன்னான், நீ புத்தகம் படி, உன்னோட அலங்காரத் தையலைச் செய், ஆக்னஸ் வீட்டைப் பார்த்துக்குவா, நானும் பண்ணையாட்களும் மத்ததைக் கவனிச்சுக்கிறோம்

நீ நைல் சீமாட்டியான இராணி கிளியோபாட்ராங்கிறதை மறந்துடாதே

நீ சொன்னாச் சரிதான், அவள் சொன்னாள், அவளுக்கு வேடிக்கையாய் இருந்தது, ஆக்னஸ் வீட்டுவேலை செய்ததற்கான

எந்தத் தடமும் தெரியவில்லை, ஜோசப்பிடம் புகார் சொன்னால் அவன் கண்டுகொள்ளவே இல்லை, அவன் தூசு அல்லது ஒழுங்கின்றிக் கிடப்பதைக் கவனிக்கவில்லை என்று ஒத்துக்கொண்டான்

நான் இதை எதிர்பார்க்கலை, கிரேஸ் பதிலளித்தாள், அவன் அதன் உள்ளர்த்தத்தைப் புரிந்துகொள்ளவில்லை, ஜோசப் உள்ளொன்று வைத்துப் புறமொன்று பேசுபவனல்ல

நீண்ட அறையில் அவள் பண்ணைக்காரியாக நடக்கத் தொடங்கினாள், ஜோசப்பின் மூதாதையான லென்னியஸ் ரைடெண்டேல் புதிதாக 1806இல் வீடு கட்டியபோது இருந்ததுபோல வீட்டின் வெளிப்புறத் திரைச்சீலைக்கு அலங்காரத் தையலிடத் தொடங்கினாள்

உட்கூட நடைபாதையில் இருந்த அதன் சித்திரத்தை அடிப்படையாகக் கொண்டு

அவள் கணவனுக்கு அதைப் பரிசளிப்பாள்

ஆக்னெஸிடமிருந்து ஏதாவது வேண்டுமென்றால் மணியடிப்பாள், அவள் ஒரு சோம்பேறி, அறிவுக்கூர்மையோ நகைச்சுவை உணர்வோ கிடையாது, தேமே என்று வந்து நின்றாள், விரல் நகங்களில் அழுக்கு, கசங்கிப்போன கையில்லாச் சட்டை, வெள்ளைத் தொப்பிக்குக் கீழே வாராத கேசம், அவள் எசமானியை நேராகப் பார்க்கக்கூட இல்லை

அவளது தோற்றத்துக்காக ஆக்னஸ் அவளைத் திட்டினாள், அடுப்பறைக்குத் திரும்பிச் சென்று நகங்களைத் தேய்த்துக் கழுவவும் தலையை வாரிக்கொள்ளவும் சொன்னாள்

தேயிலை தூக்கலாக இட்டு சூடாகத் தேநீர் கொண்டுவரும்படி சொன்னாள், ஆனால் அது இலேசான சூட்டுடன் தேயிலை குறைவாக வந்தது

கிரேஸ் அவளைக் கடிந்துகொண்டாள், உன்னோட கடமைகளை அதிகபட்ச தரநிலையோட நீ செய்யணும்னு சொல்றேன், அதிகாரத் தோரணையோடு சொன்னாள், இப்பப் போய் நான் எப்படிக் கேட்டேனோ அதேமாதிரி தேநீர் போட்டுக் கொண்டு வா

ஹைண்ட்மார்ஷ் குடும்ப உறுப்பினர்கள் மற்றும் விருந்தினர்களின் தொனியையும் வார்த்தைகளையும் கிரேஸ் தழுவிக் கொண்டாள்

அந்தச் சிறுமி தேநீர் கோப்பையை எடுக்கும்போது பார்த்த பார்வை எங்கே அவளது புது எசமானி மீது அதை அப்படியே ஊற்றிவிடுவாளோ என்று கிரேஸுக்குக் கவலையை ஏற்படுத்தியது

இதற்கு மாறாக ஜோசப் இருக்கையில் ரொம்பப் பணிவாக நடந்துகொண்டாள்

சரி, மிஸ்டர் ரைடெண்டேல், இல்லை மிஸ்டர் ரைடெண்டேல், உங்க பாதத்தை நக்குறேன் மிஸ்டர் ரைடெண்டேல், அவன் அறைக்குள் வந்தாலே மரியாதை அமர்க்களப்படும்

இந்த ஒழுங்கீனமான, மக்கான, சுத்தமோ திறமையோ இல்லாத உதவாக்கரைச் சிறுமி கலப்பினத்தவளும் நீக்ரோ பெண்ணுமான ஆக்ரோஷமான நைல் இராணியோ இல்லையோ

அவள் சொல்வதைக் கேட்கப் போவதில்லை என்பது கிரேஸுக்கு மிகத் தெளிவாகப் புரிந்தது

ஆக்னஸை வேலையிலிருந்து நீக்கிவிடும்படி கிரேஸ் ஜோசப்பிடம் சொன்னாள், அவளது அவமரியாதையையும் திறமையின்மையையும் இனி பொறுத்துக் கொள்ளமுடியாது

வீட்டுவேலையை அவளே செய்து கொள்வதாகவும் தனக்காகவே அந்த வேலையைச் செய்வதால் அதை உண்மையில் விருப்பத்துடன் செய்யமுடியும் என்றும் சொன்னாள், கருத்துப்போய்ப் பிசுபிசுப்புடன் இருந்த சமையற்கலன்கள் அனைத்தையும் நன்றாகத் தேய்த்து எடுக்கும்போது அவள் பெருமைப்பட்டாள்

முழங்காலிட்டு தரைத்தளத்தில் பலகைக்கற்களை அவை கருப்புப் பனிக்கட்டிபோல பளபளக்கும்வரை சுத்தப்படுத்தி மரத்தாலான மேற்தளத்தைப் பகல் வெளிச்சத்தில் அவை பளீரிடும்படி மெருகூட்டியபோது அடைந்த அதே பெருமையை உணர்ந்தாள்

அதேபோல ஏராளமான சாளரங்கள் மிகவும் அசுத்தமாக முன்புறத்தில் முற்றத்தையும் கொட்டகையையும் மறைத்துக் கொண்டிருந்தன, பின்புறம் கீழாகச் சரிந்து சென்ற வயல்களைக் கட்டி தட்டிப்போன தூசுப்படலம் மறைத்துக் கொண்டிருந்தது

சோப்பு, நீர், வினிகருடன் வேலையில் இறங்கினாள், கண்ணாடி அங்கே இல்லாததுபோல பளிச்சென்று ஆக்கினாள்

அவளது கடின உழைப்பின் பலனைக் காணும்படி ஜோசப்பை அழைத்தாள், அவன்கூட ஒரு தூசியைக்கூடப் பார்க்கமுடியவில்லை, வீடு பார்க்க எவ்வளவு புதிதுபோல் இருக்கிறது என்று பாராட்டினான்

இன்னும் முழுசாப் புதுப்பிக்கலை ஜோசப், நம்ம குழந்தைகளுக்காக இந்த இடத்தை நாம பழுதுபார்க்கணும், குழந்தைங்க இந்த அறைகலன்கள் மேல ஏறிக் குதிச்சா உடைஞ்சு விழுந்துடும், வர்ணம் பூசினால் நல்லது, கிராமத்துல இருந்து கையாளைக் கூப்பிட்டு இந்த இடத்தைப் பளிச்சுன்னு ஆக்குவோம்

அவன் ஆட்சேபிக்கத் தொடங்கியபோது, அவள் சொன்னாள், இது ஆலோசனை இல்லை படைவீரனே, ஆணை

அவள் அதிகாரம் செய்வது ஜோசப்புக்குப் பிடித்திருந்தது

பழையவற்றுக்குப் பதில் புதிது மாற்றினார்கள், ஒரு சீன இழுப்பறை, ஓக் மரத்தில் செய்த ஒப்பனை மேசை, சிறிய அலமாரி, கலைநயம் கொண்ட தரை விரிப்புகள், அவனுடன் பெர்விக்கில் பொருள்வாங்கச் சென்றாள், அவனைப் புது சூட்டுகளாலும் காலணிகளாலும் நவீன தோற்றம் பெறச் செய்தாள், தனக்கென பல கஜ நீளத்துக்குத் துணிகள் வாங்கினாள், மேபலையும் பியட்ரிஸையும் அவனுக்குக் காட்டுவதற்காக கில்லிங்ஹாம் & சன்ஸுக்குள் கூட நுழைந்தாள், அவள் இப்போது எசமானியாக இருக்கும் பெரிய பண்ணையைப் பற்றிப் பெருமையடித்தாள்

அவர்கள் ஆர்ம்ஸ்ட்ராங், கெர்ஷ்வின், ஃபாட்ஸ் வாலர், ஜெல்லி ரோல் மார்டன் இசைத்தட்டுகளைப் புதிய இசைத்தட்டுப் பெட்டியில் இசைக்கவிட்டு நடனமாடினர்

வெப்பமான கோடை இரவுகளில் சாளரங்களைத் திறந்துவிட்டு விருந்தை வெளியே நடத்தினர், நாய்கள் மட்டுமே பார்த்துக் கொண்டிருந்தன, கிராமம் மலையிலிருந்து இரு மைல் தொலைவில் இருந்தது, புதிய அமெரிக்க இசையில் துடிப்பான இலயங்களுக்கு அவர்கள் தலைகள் கால்கள் கைகள் அசைந்துகொண்டிருந்தன

அதில் அவளது விருப்பம் வளர்ந்தது

அல்லது வசதியான விலையுயர்ந்த சோபாவில் அமர்ந்து வாசித்துக்கொண்டு, பேசிக்கொண்டு இருந்தனர், நெருப்புக் கட்டைகள் படபடத்தன, கிரேஸின் தலை ஜோசப்பின் மடியில் இருக்க, அவளது கேசத்தில் கௌவிகளை அகற்றினான், அடங்கிக் கிடந்த சுருள் கேசம் பொம்மென்று விரிந்தது

அவனது பெரிய சம்சாரியின் கரங்களால் அந்தச் சுருள்களைச் சுருட்டுவதை விரும்பினான்

அவளது திண்ணமான, கரடுமுரடான கேசத்தை அவன் இந்தளவு விரும்புவதை அவளால் நம்பமுடியவில்லை

அவளுக்கு வெட்கமாகக்கூட இருந்தது

கிரேஸுக்கு வாங்கிய மிக முக்கியமான பொருள் பிரதான படுக்கையறையில் இருந்த நான்குகால் வைத்து கூரையுடன் இருந்த கட்டிலுக்குப் பருத்தியில் மெத்தை விரிப்பு, எல்லாவித உடல் திரவங்களாலும் கெட்ட வீச்சமடித்து நெத்தலும் குத்தலுமாய் இருந்த பழைய மெத்தையை மாற்றினார்கள்

அதில் படுத்து நன்றாக உறங்குவது சாத்தியமே இல்லாதிருந்தது, குறிப்பாக அவன் அவளிடம் இது அவனுடைய பெற்றோர் படுக்கையென்றும் அவர்களுக்குமுன் பெற்றோரின் பெற்றோர் படுக்கையாகவும் இருந்தது என்று அவன் சொன்னதிலிருந்து

இவ்வளவு பெரிய வரலாற்றின்மேல் படுத்துறங்குவது அவளுக்குக் கடினமாக இருந்தது

அவள் எல்லாவற்றையும் ஒழுங்குபடுத்த விரும்பினாள், புராதனப் பேரேடுகளுடன் அடைந்து கிடந்த நூலகத்தில் உள்ள பழைய அலமாரி உட்பட; ஜோசப் முடியாதென்றான், அவையெல்லாம் முக்கிய ஒப்பந்தங்களும் ஆவணங்களும் என்றான், ஒருநாள் அவற்றை அவன் ஒழுங்குபடுத்துவதாகச் சொல்லி பூட்டுப்போட்டு விட்டான்

அவன் மேல்பகுதியை மூடக்கூடிய வசதியுடன் மேசையை வாங்கினான், வாரம் ஒருமுறை கணக்குகளைப் பார்க்க அதில் அமருவான், செலவுகளைவிட வருவாய் அதிகமிருந்தபோது மகிழ்ந்தான், பண்ணையை இலாபத்தில் வைத்திருக்கத்

தீர்மானித்தான், அருகிலுள்ள வயல்களுக்கும் விரிவுபடுத்துவதில் ஒரு கண் வைத்திருந்தான்

இரவுகளில்

எரிவாயு விளக்கை மங்கலாக எரியவிட்டு அவர்கள் காமம் துய்த்தனர்

அவனுடைய ஆப்பிரிக்கப் பயணம் அவள், நைல் நதியின் மர்மப் பிரதேசத்தில் அவளைக் கண்டுபிடிப்பதற்காக ஆப்பிரிக்காவில் நதியின் போக்கில் படகோட்டும் மருத்துவர் லிவிங்ஸ்டோன் அவன் என்றான்

அபிசீனியா என்று அவள் திருத்தினாள்

அப்படியே ஆகட்டும் கிரேசி

அவளை அவன் உச்சக்கட்டம் அடையச் செய்தபோது அவளுக்குள்ளிருந்த அவளறியாத ஏதோவோர் இடம்

அவளுக்குக் கண்ணீர் வரச் செய்தது

பண்ணையில் வேலைசெய்ய குறைந்தது திடமான பத்து மகன்களை அவன் விரும்பினான், மூத்தவனுக்குச் சொத்துரிமை செல்லும்

கிரேஸுக்கு ஐந்து போதுமென்று பட்டது, கர்ப்பமாக வயிற்றைத் தூக்கிக்கொண்டு பல ஆண்டுகள் கழிப்பதை அவள் விரும்புகிறாளா என்று உறுதியாகத் தெரியவில்லை

ஜோசப்புக்கு மூன்று பையன்கள், அவளுக்கு இரண்டு பெண் பிள்ளைகள்

முதலில் வந்த இரண்டும் இரத்தக் கட்டிகளாகத்தான் வெளிவந்தன

அப்புறம் ஒரு பையன், தாதி அவனையெடுத்து அவள் கரங்களில் கொடுத்தபின் சிலமணி நேரங்களில் உடல்நலம் குன்றத் தொடங்கியது

மெதுவே கல்போலச் சிலைத்தான்

அதைப் பற்றிப் பேசவே முடியவில்லை

படுக்கையில் உணர்வுரீதியான விலக்கம் வளர்ந்தது

அவர்கள் முதுகைத் திருப்பிக்கொண்டு தூங்கினர்

தன்னைத்தானே கழுவிக் கொள்வதைத் தாண்டிக் கிரேஸால் அதிகம் ஏதும் செய்ய முடியவில்லை, நோய்வாய்ப்பட்ட குழந்தைக்கு ஊட்டுவதுபோல ஜோசப் ஊட்டிய ரொட்டிக்கும் சூப்புக்கும் மேல் அவளால் அதிகம் சாப்பிட முடியவில்லை

சாப்பிடு கிரேசி, சாப்பிடு

அப்புறம் லில்லி வந்தாள்

அவள் நல்ல ஆரோக்கியத்துடன் மனோகரமாயிருந்தாள்

அவளுக்கு ஒரு மாத வயதானது, பிறகு இரண்டு, பிறகு மூன்று

கிரேஸ் பானெட் தொப்பிகளில், கவுன்களில், கம்பளிப் பின்னலாடைகளில், கிராமப் பெண்கள் அவளுக்காகப் பின்னிய காலணிகளில் காட்டியபோது எல்லோரும் குழந்தைகளிலேயே ரொம்ப அழகு இவள் என்றார்கள், அவளது துயரார்ந்த இழப்புக்குப்பின் அவளுக்குக் கிடைத்த மகிழ்ச்சியைப் பகிர்ந்துகொள்ள அவர்கள் சிரமப்பட்டு மலையேறியோ அல்லது குதிரை வண்டிகளிலோ வந்தனர்

அந்தக் கருப்பு அந்நியப் பெண் மீது கசப்புணர்வுகள் அல்லது சந்தேகங்கள் ஏதேனும் எஞ்சியிருந்தால் அது எப்போதோ மறைந்துபோயிருந்தது

அவள் இப்போது கிரேஸ், அவர்களுடைய கிரேஸ், ஜோசப்பின் மனைவி

லில்லியும் அவர்களுடையவள்தான்

நான்கு மாதங்கள், ஐந்து மாதங்கள், ஆறு

மர்மமான, ஆழம்காண முடியாத கண்களுடன் லில்லி, வசியத்துக்குள்ளானவர்கள் போல தாயும் மகளும் ஒருவரையொருவர் வெறித்துப் பார்த்துக் கொண்டிருந்தபோது

கிரேஸ் ஆச்சரியப்பட்டாள், என்ன யோசித்துக் கொண்டிருக்கிறாய் லில்லி?

அவள் அசல் எதியோப்பிய அழகியாக ஆகப்போகிறாள்

அபிசீனியன் ஜோசப், கிரேஸ் எதிர்த்தாள்

இப்போதெல்லாம் அவர்கள் அதை எதியோப்பியா என்கிறார்கள் கிரேஸ்

ஏழு மாதங்கள், எட்டு மாதங்கள், ஒன்பது மாதங்கள்

அவளது ஊட்டச்சத்துமிக்க பால் குழந்தையை நிறைத்தது, பாலூட்டியபின் லில்லியை மார்பில் போட்டுக்கொள்வாள், இலேசாக கதகதப்பாக, சிலநேரங்களில் மூச்சை வெளிவிடும்போது விசில் சத்தம் வரும், முகம் ஒருபுறமாக அழுந்தியிருக்க, சிறிய இதழ்கள் நுண் மடிப்புகளோடு இருக்கும்

கிரேஸின் சொந்தத் தாய் இப்போது தெளிவாக அவளுக்குத் தோன்றினாள், ஆழமாக, முழுமையாக அன்பு செலுத்தப்பட்ட உணர்வை நினைவுகூர்ந்தாள்

அவள் அம்மாவின் வாழ்வில் மிக முக்கியமான நபராக இருந்ததை

முழுக்கவே பத்திரமாக இருந்ததை

பத்து மாதங்கள், பதினொன்று, பன்னிரெண்டு மாதங்கள் ஒரு வருடம்

ஒருவருடம் இரு மாதங்கள் நான்கு நாட்கள்

வழக்கம்போல் கிரேஸ் சீக்கிரம் எழுந்தாள், அவளது மகளுடன் இன்னொரு நாளைத் தொடங்கும் உவகையுடன்

லில்லிக்கு இரவில் மட்டும் பாலூட்டுவது போதுமானதாய் இருந்தது, இதன் அர்த்தம் அவர்கள் மேலும் இடைஞ்சலில்லாத உறக்கங்களை எதிர்பார்க்கலாம் என்று தாதி அவர்களிடம் சொல்லியிருந்தாள்

அவள் எழுந்து படுக்கையின் அருகில் இருந்த லில்லியின் தொட்டிலுக்குச் சென்றாள்

அவளது செல்லத்தைத் தூக்குவதற்காகக் கைகளை நீட்டினாள், ஆனால் லில்லி விறைத்து குளிர்ந்துபோய் இருந்தாள், அவள் கன்னத்தில் கிரேஸ் தட்டியபோது அல்லது அவள் உள்ளங்கையை அவள் நெற்றியில் வைத்தபோதுகூட அசையவில்லை

அவள் கைகளை அசக்கினாள்

கால்விரல்களை ஆட்டிப் பார்த்தாள்

அவளை உலுக்கினாள்.

5

ஜோசப் கிரேஸுக்கு நேரமே தரவில்லை, இன்னொரு குழந்தைக்கு முயல்வதை அவன் நிறுத்தப் போவதில்லை, வாரிசு இருந்தாகணும், அவன் சொன்னான், அடுத்த தலைமுறைக்கு பண்ணையைக் கடத்துவது அவனது கடமையாய் இருந்தது

இது அவன் குடும்பத்தில் கிட்டத்தட்ட நூற்றியிருபது ஆண்டுகளாக இருந்து வருகிறது

இந்த நேரத்தில்

அப்போதுதான் அவன் எந்தளவு ஆழமாக அந்தச் சொத்துடன் பற்றுதலோடு இருக்கிறான் என்பதை அவள் உணர்ந்தாள், ஒருவேளை அவளைவிட அதிகப் பற்றுதலாக இருக்கக்கூடும், அவன் தன்னை அதற்கான பராமரிப்பாளனாகவே பார்த்தான், இதைக் கையளிக்க அவனுக்கு ஒரு குழந்தை இல்லாவிட்டால் அவன் வாழ்க்கை ஒரு தோல்வியாக ஆகிவிடும்

அவன் மூதாதையருக்கு அவன் மரியாதை செலுத்தியாக வேண்டும்

ஜோசப் வீட்டில் கோபத்துடன் சுற்றிவந்தான், கவனக்குறைவாக இடித்துக் கொண்டான், நாய்களிடம் கத்தினான், பண்ணையாட்களைத் திட்டினான், சாயந்திரங்களில் அதீதமாகக் குடித்தான்

அவர்கள் உடலுறவு கொண்டபோது, முன்புபோல சரசங்கள் இன்றி எந்திரத்தைப்போல அவளுக்குள் நுழைந்தான்

அவனுடைய ஒரே இலட்சியம் இரக்கமே இல்லாமல் அவளைக் கருத்தரிக்கச் செய்வதாக இருந்தது

அவன் கருணையற்று தன்னுள் குத்துவதைத் தாங்கிக் கொண்டாள், கூரையில் தொங்கிக் கொண்டிருந்த விளக்கின் நிழலைப் பார்த்தாள், வீட்டில் மின்சாரம் வந்தபோது அது எவ்வளவு சிலிர்ப்பூட்டுவதாய் இருந்தது

அவனுக்காக, அந்த நிலத்துக்காக, அவனுடைய பரம்பரைக்காக, திடமான வாரிசுகளைத் தருவது அவளுடைய கடமை, அவள் அதைப் புரிந்துகொண்டாள், இதுவரை அவள் தோல்வியே கண்டிருக்கிறாள்

கடமை தவறியதற்காக அவளை அவன் வெளியேற்றி விடுவானோ? திரும்பவும் எல்லா வேலைகளையும் செய்யும் பணிப்பெண்ணாக ஆகிவிடுவாளோ? அவளுக்குப் பதில் கடமைகளைச் செய்து முடிக்கக்கூடிய இன்னொரு மனைவியைக் கூட்டி வருவானோ?

கட்டிலின் மரச் சட்டகத்தின்மீது மெத்தை எகிற, தரைவிரிப்புக்குக் கீழே மரத் தரை கிறீச்சிட அவனைப் பொறுத்துக் கொண்டாள்

நீண்ட அறையில் மாலை நேரங்களில் ஒருவருக்கொருவர் தள்ளி அமர்ந்திருந்தனர், தாத்தாவின் கடிகாரம் டிக் டிக் சத்தமிட்டது

ஜோசப் வேளாண் இதழையோ அல்லது மாதந்தோறும் அவன் தருவித்து வரும் நேஷனல் ஜியாகிராஃபிக்கையோ வாசித்துக் கொண்டிருப்பான்

(பூர்வகுடிப் பெண்களின் வெளித்தெரியும் மார்புகளைப் பார்க்க எப்படியொரு சாக்கு!)

அவள் வுமன்ஸ் வீக்லி அல்லது டிக்கன்ஸ், ஆஸ்டன் நாவல்கள், தி பிராண்டீஸ் வாசித்தாள் அல்லது தன் சிந்தனையை ஆக்கிரமிக்க வாசிப்பில் அவள் கண்ட வேறு ஏதாவது

இதிலிருந்து, அவனிடமிருந்து, அவளிடமிருந்து அவளை விலக்கிக் கூட்டிச் செல்வதற்கு

இறப்பதற்கென்றே பிறப்புவிக்கும் இந்த உடலிலிருந்து

அவன் படுக்கைக்கு மேல்தளத்துக்குச் சென்றபோது, அவள் கீழ்த்தளத்திலேயே தாமதித்தாள், படுக்கையறைக்குள் அவள் நுழைந்த உடனேயே அவன் விழித்துவிடுவான், அது திரும்பவும் முதலில் இருந்து தொடரும்

கிரேஸ் இன்னொரு குழந்தையைப் பெற்றெடுத்தாள்

அவளுக்குப் பெயரிட அவள் மறுத்தபோது, ஜோசப் ஹாரியட் என்று பெயரிட்டான், அவனுடைய பாட்டி பெயர் என்றான், அவள் ரொம்ப காலம் வாழ்ந்தாள், ஒருதடவை கூட நோயில் விழுந்ததில்லை, தூக்கத்திலேயே இறந்துபோனாள்

இந்தக் குழந்தை உயிர் பிழைச்சுக்கும் கிரேசி, என்னால உணரமுடியுது, இவள் ஒரு போராளி, அவள் பெண்ணா இருக்கிறது பிரச்சினையில்லை

மூன்றுநாள் பிரசவ வலியில் கிட்டத்தட்ட அவளைக் கொன்றுபோட இருந்து, பிறகு கோபத்துடன் இடித்துத் தள்ளிக்கொண்டு அவளது புண்பட்ட உடலிலிருந்து தாதியின் கைகளுக்குச் சென்ற அந்தப் பிசாசை அவள் பொருட்படுத்தவில்லை

மூடிய கைகளை அசைத்தது, பிசுபிசுப்பான முகத்தைத் திருகியது, செவிட்டில் தட்டியபோது சக்திவாய்ந்த நுரையீரலுடன் வீட்டையே கவிழ்த்து விடுவதுபோல் அலறியது

கிரேஸுக்கு வலி நிவாரணியும் தையலும் தேவைப்பட்டது, முதலில் ரொம்பப் பலவீனமாய் இருந்தாள், தொடர்ந்து அழிவைச் சந்தித்த குழந்தைகளால் புதிய பிள்ளையை அவளால் தொட்டிலில் ஆட்டக்கூட மனம் வரவில்லை

அதற்குத் தாய்ப்பால் கொடுக்க மறுத்தாள்

ஜோசப் அவளுடன் பேச மறுத்தான்

லில்லி அப்படியொரு மென்மையான, சாந்தமான குழந்தையாக இருந்தது, ஹாரியட்டோ கடுங்கோபம் கொண்டவளாக, அவளது பழித்துரைக்கும் இருப்பு இடைவிடாது வீட்டை நிறைத்தது

அவர்கள் படுக்கையறைக்கு அடுத்த செவிலியர் முகாமிட்டிருந்த அறையில் தொட்டிலில் இருந்தபடி அவள் தாயின் உயிரை முறிக்கத் தீர்மானித்து இரவு முழுவதும் அலறும் பிசாசு அது

பின்னர் பெர்விக்கில் இருந்து ஃப்ளாஸி என்ற ஆயா வந்தாள்

கிரேஸ் பல மாதங்கள் பேசவோ அல்லது சக்தியைத் திரட்டி படுக்கையிலிருந்து எழவோ முடியவில்லை, கழுவிக்கொள்ளவோ அல்லது பல் துலக்கவோ முடியவில்லை, அவள் தலைமுடி சிக்கு விழுந்தது, சூரிய ஒளி படாமல் தோல் வெளிரியது, இரவு உடையில் அலங்கோலமாக இருந்தாள், அந்தப் பிசாசை அவளிடம் கொண்டு வந்தபோது முகத்தைத் திருப்பிக் கொண்டாள், அதைப் பற்றி யோசித்தாலே அவளுக்குக் குமட்டிக் கொண்டு வந்தது

மணிக்கட்டைக் கீறிக்கொண்டு இந்த வேதனையிலிருந்து வெளியேறுவதைக் கனவு கண்டாள், பண்ணை விலங்குகளுக்கு ஜோசப் அதே போன்று செய்வதைப் பார்த்திருக்கிறாள்

அடுப்பறைக் கத்திகளில் எது வேலையைத் திறம்பட விரைவாகச் செய்து முடிக்கும் எனத் தீர்மானிப்பதற்காக உன்னித்துப் பார்த்தாள்

ஒரு நள்ளிரவில் விளக்கொளியில் ஒவ்வொன்றையும் வைத்து அவள் பார்த்துக் கொண்டிருந்ததை ஜோசப் பார்த்து கத்தியை அவளிடமிருந்து பிடுங்கினான்

நீ அப்படிச் செய்யக்கூடாது கிரேஸ் ரைடெண்டேல், அப்படிச் செய்யக்கூடாது

*

வீட்டைவிட்டு வெளியேறி, பின்புறம் வயல்வழியே சென்று ஏரி நீர் தலை உயரத்துக்குமேல் செல்லுமட்டும் போவது குறித்து யோசித்தாள்

ஜோசப் அவளை மனநோய்க் காப்பகத்தில் சேர்த்துவிடுவதாக மிரட்டினான், அங்கே உன்னை அம்மணமா சுவரோட சங்கிலில கட்டி வச்சிடுவாங்க, வாழ்க்கை முழுக்க உன்னோட கழிப்பறை கோப்பைலயேதான் உட்கார வச்சிருப்பாங்க

அவள் பொருட்படுத்தவில்லை, அவள் ஏற்கெனவே நரகத்தில் இருந்தாள், அவள் படுக்க வேறொரு படுக்கையறைக்குச் சென்றாள், நம்ம வாழ்க்கைல அந்தப் பகுதி முடிஞ்சு போச்சு என்று அவனிடம் சொன்னாள்

அவன் கசப்புடன் பதிலளித்தான், கவலைப்படாதே, நான் என் கடமையைத்தான் செஞ்சேன், நீதான் இப்ப உன்னோட கடமையில் இருந்து தவறுகிறாய்

முன்பு எத்தனை ஆழமான காதலுடன் அவன் தன்னைப் பார்ப்பான், அவளால் அதே காதலைத் திருப்பி மட்டுமே தரமுடிந்ததையும் கிரேஸ் நினைத்துப் பார்த்தாள், இப்போது அவன் மறுத்துவிட்டான், அவள் பெற்றெடுத்ததைத் தொட அவள் மறுத்ததைப் போலவே

ஜோசப் அவள் முகத்துக்கு அருகில் திணித்தபோது அவள் தள்ளிவிட்டு நகர்ந்தாள்

உன் சொந்த மகளையே நிராகரிக்க உனக்கு என்ன தைரியம், நீ ஒரு பழிகாரி, கிரேஸ் ரைடெண்டேல்

தாய்மையின் நம்பிக்கையோடு, இந்த பூமியில் அவளது பங்கினை ஆற்றுவதற்கு, முழுக்கவே தனக்கான ஒன்றைப் பெறுவதற்கு அவளைப் பரிகசிப்பதற்காக அந்தப் பிசாசு அவளிடம் அனுப்பப்பட்டது, கடைசியில் அதைத் திரும்ப எடுத்துக் கொண்டு மட்டுமே போகமுடிந்தது

சிறுமியாக இருந்தபோது இந்த உலகில் தனித்துவிடப்பட்டபோது தான் பட்ட துயரத்தைக் கிரேஸ் நினைத்துப் பார்த்தாள்

அவள் அம்மாவை நினைத்து ஏங்கினாள், அவளுக்கு என்ன செய்வது என்று தெரியும், அவளை அணைத்து ஆறுதல் சொல்வாள், உன்னால இதைச் செய்யமுடியும் கிரேசி, இதைக் கடந்துவர முடியும், நாம இதை ஒன்னாக் கடந்துவருவோம்

ஒருவருடம் வந்து போனது	ஹாரியட் திடமாக உறுதியாக வளர்ந்தாள்
இரண்டு வருடம் வந்து போனது	ஹாரியட் தவழ/நடக்க/ ஏறத் தொடங்கினாள்
முப்பது மாதங்கள் வந்து போனது	ஹாரியட் நிறுத்தாமல் பேசிக் கொண்டிருந்தாள்

*

ஒருநாள் காலை குழந்தை பிறந்ததிலிருந்து முதல் முறையாக முழுக்கப் பயத்தால் நிரம்பியவளாக இல்லாமல் கிரேஸ் விழித்தெழுந்தாள், ஒளிரும் நீல வானில் மெல்லிய சாம்பல் நிறத்துடன் வெளியே மேகங்கள் அழகாக இருந்தன

மிக நீண்ட காலம் அவள் வானத்தையோ அல்லது வேறு எதையுமோ பார்த்திருக்கவில்லை, அவளை அழுத்திக் கொண்டிருந்த கனத்தை மட்டுமே உணர்ந்திருந்தாள்

ஜோசப்பையும் அவள் பார்த்திருக்கவில்லை, அதாவது சரியாக, அவனது நைல் அரசியாக அவளை ஆக்கியவன், வெளியே பசுக்களிடம் பால் கறந்து கொண்டிருப்பான்

அவள் எழுந்து சென்று குளித்தாள், முடியில் இருந்த சிடுக்கை வார முயன்றாள், முதலில் விரல்களால் சிடுக்குகளைப் பிரிக்க வேண்டியிருந்தது

இரவு ஆடைகளிலேயே இருக்காமல் முறையான ஆடைகளைத் தானே உடுத்திக் கொண்டாள்

கிரேஸ் அடுப்பறைக்கு நடந்து சென்றாள்

ஹாரியட் அவித்த முட்டையும் ரொட்டித் துண்டுகளையும் காலையுணவாக உட்கார்ந்து சாப்பிட்டுக் கொண்டிருந்தாள், ஃப்ளாஸி கோழிகளிடம் அவளைக் கூட்டிச் சென்று முட்டையை அவளே தேர்ந்தெடுக்கச் செய்து தயாரித்துக் கொடுத்தது, அவர்களது காலைச் சடங்கு அது

கிரேஸ் வழக்கமாக அவர்கள் வெளியேறும்வரை காத்திருந்து பிறகுதான் காலையுணவு உண்பாள், முழு நேரமும் குழந்தையைத் தவிர்ப்பதில் செலவிட்டு அதில் நிபுணத்துவம் பெற்றிருந்தாள், குழந்தை வீட்டுக்குள் இருக்கிறாளா அல்லது வெளியே இருக்கிறாளா என்று விழிப்புடன் இருப்பாள், முடிந்தவரை குறைவாக அவர்கள் பாதைகள் குறுக்கிடும்படி பார்த்துக் கொண்டிருந்தாள்

அவள் அப்படிச் செய்யும்போது ஃப்ளாஸி ஏற்காமல் வெறித்துப் பார்ப்பதைப் புறக்கணித்தாள்

ஹாரியட்டும் ஃப்ளாஸியும் அவள் இருப்பதால் அமைதியானார்கள், அவளை ஒரு புதிய நபர்போல ஹாரியட் ஏறிட்டுப் பார்த்தாள்

அப்படித்தான் அவள் கற்பனை செய்தாள் - அவள் மகள் வழக்கம்போல சிக்கு விழுந்த தலையுடன் இல்லாமல் தலையை வாரி முடிந்திருந்தாள், நிறம் மங்கிப்போன கவுனுக்குப் பதிலாக வெள்ளையாடை உடுத்தி மேலே மஞ்சள் பூக்களைக் குத்தியிருந்தாள்

முதல் முறை பார்ப்பதுபோல கிரேஸ் ஹாரியட்டைப் பார்த்தாள், அவள் மிளிரும் கன்னங்களுடன் புஷ்டியாக ஆரோக்கியமாக இருந்தாள்

அவள் தலைமுடி ஒற்றைப் பின்னலாக பின்னால் நீண்டிருந்தது, அவள் கண்கள் கிட்டத்தட்ட பொன்னிறத்தில் இருந்தன, ஒருவேளை கொஞ்சம் பச்சை நிறத்துடன் இருக்கலாம், அவை மினுங்கின, குறுகுறுப்புடன் அவளை நோக்கிப் புன்னகைக்கிறாள்

அம்மா, இப்ப என்னை உங்களுக்குப் பிடிச்சிருக்கா என்று கேட்பது போலிருந்தது

ஃப்ளாஸி, நரைத்த முடி, வட்ட முகம், கூன் விழுந்த முதுகு, போன நூற்றாண்டைச் சேர்ந்த பழைய பாணியில் தரை நீளத்துக்கு பாவாடை அணிந்திருந்தாள், அவள் பலருக்கும் தாயாகவும் பாட்டியாகவும் இருந்திருக்கிறாள், ஹாரியட்டின் அர்த்தமற்ற அரட்டைக்கு உம் கொட்டினாள்

கிரேஸுக்குப் பழகியதும் திரும்பவும் அதைத் தொடர்ந்தாள்

ரொட்டித் துண்டை வழியும் மஞ்சள் கருவில் தொட்டு நாடியில் சிந்திவிடாமல் சாப்பிட முயன்றாள்

அப்படிச் சிந்தியபோது, ஃப்ளாஸி துணியால் துடைத்துவிட்டாள்

அவர்கள் ஒன்றாக இருப்பதை வசதியாக உணர்ந்தனர்

ரொம்ப வசதியாக, ரொம்ப நெருக்கமாக

ரொம்ப ரொம்ப நெருக்கமாக

கிரேஸ்

அவளாகவே தனக்கு ஒரு கோப்பை தேநீர் தயாரித்தாள், திரும்ப வந்து உட்கார்ந்தாள், இந்த முறை ஹாரியட்டுக்கு நெருக்கமாக,

ஹாரியட் நிறுத்திவிட்டு திரும்பவும் அவளை வெறிக்கவும் அவள் சொன்னாள், ம் மேலே சொல்லு என்றாள்

ஹாரியட்டுக்கு பிறந்தநாள் கேக் தயார் பண்ண விரும்பறேன், ஃப்ளாஸி, இனிமேல் அவளை ஹாத்தின்னுதான் கூப்பிடணும், ஹாரியட் இல்லை, அவளுக்கு ஹாத்திங்கிற பேருதான் நல்லாருக்கும், நான் தீர்மானிச்சிட்டேன்

ஃப்ளாஸி வலிந்து தலையசைத்தாள், அவ்வளவாக விரோதமில்லை

கிரேஸ் சைகையில் ஹாத்தியை அழைத்தாள், வா வந்து உன் அம்மா மடில உட்காரு செல்லம், ஹாத்தி உதவிக்கு ஃப்ளாஸியைப் பார்த்தாள், அது வலித்தது

ஃப்ளாஸி ஹாத்தியைத் தூண்டினாள், போய் உன் அம்மாகூட உட்காரு, கிரேஸுக்குக் கேட்கும்படி சத்தமாக முணுமுணுத்தாள், நேரம் வந்துடுச்சு

பிறகு வெயிலில் முற்றத்தில் இருந்த பெஞ்சில் அமர்வதற்காக கிரேஸ் ஹாத்தியைக் கூட்டிச் சென்றாள், அவளை மடியில் வைத்துப் பொதிந்துகொண்டாள், தேவதைக் கதை புத்தகத்திலிருந்து கதைகளை வாசித்தாள்

அவள் கதையைச் சொல்லி முடித்த நேரத்தில், ஹாத்தி அவளுக்குள் சுருண்டிருந்தாள், உறக்கத்தில்

கிரேஸ் ஏறிட்டுப் பார்த்தாள், முன்புற வயல்களுக்கு இட்டுச் செல்லும் கதவருகே முற்றத்தின் மறுபுறம் ஜோசப் நின்று கொண்டிருந்தான், ஃப்ளாஸி அவனை அழைத்து வந்திருந்தாள்

சட்டைக் கைகள் சுருட்டி விட்டிருக்க, சேறு அப்பிய பூட்ஸுக்குள் டிரவுசர் செருகியிருக்க, மண்வெட்டியில் சாய்ந்து நின்று

பார்த்துக் கொண்டிருந்தான்

மீண்டும் எகிப்திய பாலைவனத்தில் இருப்பவன் போல

கானல் நீரைப் பார்த்துக் கொண்டிருப்பவன் போல.

6

எல்லாமே மாறிடுச்சிம்மா, நானும் என்னோட ஹாத்தியும் ஒருத்தரையொருத்தர் கண்டுகொண்டதும், இருட்டிலிருந்து வெளிச்சத்துக்கு வந்த மாதிரி இருந்தது, அவளை எப்படி நேசிக்கணுமோ அப்படி நேசிக்க முடியுது

அவளை எப்படிச் செல்லம் கொடுத்துக் கெடுக்கிறேன்னு நீங்க பார்த்திருந்தா நல்லாயிருந்திருக்கும்மா, எல்லாமே அவள் இஷ்டம்தான், அவள் விரும்புற எதுக்கும் இல்லைனு என்னால சொல்ல முடியலை, ஜோசப்தான் முன்வந்து நான் அவளைக் கெடுக்கிறேன்னு சொன்னான்

ஜோசப்பும் ஹாத்தியும் ஒருத்தர் மேல் ஒருத்தர் எவ்வளவு அன்பு வச்சிருக்காங்கங்கிறதை நீங்க பார்த்திருந்தா நல்லாயிருந்திருக்கும்மா, அவள் பெண் குழந்தைங்கிறதுக்காக அவன் சலுகை குடுக்கிறதில்லை, அவன் செய்றதையெல்லாம் பின்தொடர்ந்து அவளும் அதே மாதிரிச் செய்றாள்

ஹாத்தி திடமானவளா வளர்றதை நீங்க பார்த்திருந்தா நல்லாயிருந்திருக்கும்மா, உறுதியானவளா உசத்தியா, அவள் ஏரோட்டக் கத்துக்கிட்டா, விதைக்க, கதிரடிக்க, வைக்கோல் போரை பொதியாக்கி டிராக்டரில் ஏத்தி வயல்ல இருந்து கொட்டகைக்கு எடுத்துட்டு வந்துடுவா

அவளோட பாட்டியா நீங்களும் இருந்திருந்தா நல்லா இருந்திருக்கும்மா, நீங்க வளர்ந்த விதத்தைப் பத்தி அவளுக்குச் சொறதுக்கு, நான் குழந்தையா இருந்தப்ப எனக்கு நினைவு தெரியாத காலத்தில் நடந்த என்னைப் பத்தின கதைகள்

நீங்க இவ்வளவு இள வயசில் இறந்து போயிருக்காம இருந்திருக்கலாம்மா, என்னை வீட்டில் எவ்வளவு நல்லாப் பார்த்துக்கிறாங்க, ஷூ போட்டு நடக்க நான் எப்படிக் கத்துக்கிட்டேன், சுத்தமான தண்ணி நல்ல உணவு எடுத்துக்குறதை, பல விசயங்கள் கத்துக்கிட்டதை நீங்க பார்த்திருக்கணும்

வீட்டுக்கு வெளியே புல்வெளில நான் ஓடுறதை நீங்க பார்த்திருக்கணும்மா, நீங்க கற்பனை பண்ணின மாதிரியே, என் பூ புத்தகத்தில் பூக்களை உள்ளே செருகிக் கொண்டு, அதைப் பத்திச் சின்னச்சின்ன கவிதைகள் எழுதிக்கொண்டு

நீங்க வாசிக்கவும் எழுதவும் கத்துட்டு இருந்திருக்கலாம்மா, நீங்க உண்மையாவே விரும்பினபடி பள்ளிக்கூடம் போயிருக்கணும், உங்களுக்குப் புத்தகங்கள் பிடிச்சிருக்கும்மா, குறிப்பா சார்லஸ் டிக்கன்ஸ் எழுதின பிரபலமான நாவல்கள் எல்லாமே

நான் எப்படிச் சமநிலையோட சீமாட்டி மாதிரி கண்ணியத்தோட நடந்துக்கக் கத்துக்கிட்டேன்கிறதை நீங்க பார்த்திருக்கணும்மா, உங்களைப் போலவே நானும் அசைந்து கொடுக்காதவளா இருந்தேன், தேவையானபோது என்னை நானே தற்காத்துக்கிறேன்

ஒரு பணிப்பெண்ணா இருக்கிறதை நான் எந்தளவு வெறுத்தேன்னு நீங்க பார்த்திருக்கணும்மா, அந்த ஒவ்வொரு நிமிசத்தையும் நான் எவ்வளவு வெறுத்தேன், கடைசியில் எனக்குன்னு சொந்த வீடு கிடைச்சது, அப்புறம் அதை ஒரு சுத்தமான இனிமையான வீடா வச்சிக்கிறதை முழுசா அனுபவிச்சேன்

எனக்குக் குணமான பின்னாடி ஜோசப் திரும்பவும் என்னை எவ்வளவு நேசிச்சான்கிறதை நீங்க பார்த்திருக்கணும்மா, இனிமேல் குழந்தைங்க வேண்டாம்னு நாங்க ஒன்னாச் சேர்ந்து முடிவு பண்ணினோம், அவன் முன்னக்கூட்டியே வெளியே எடுத்திடுவான்

நீங்க ஜோசப்பை சந்திச்சிருந்தா நல்லா இருந்திருக்கும்மா, என் ஆளு, என் வாழ்க்கை முழுக்க என் பக்கம் நின்னவன், என்னோட கூரை அவன், என் துணைவன், என்னோட குட்டிப் பெண்ணோட சிறந்த தகப்பன்

ஹாத்தியோட குணத்தை எப்படி யாராலயும் பாழ்படுத்த முடியலைங்கிறதை நீங்க பார்த்திருக்கணும்மா, அவள் எப்படி வேலையாட்களை ஏவுகிறாள், அவள் பெரியாளாட்டம் அதிகாரம் பண்ண முயற்சி பண்றதைப் பார்த்து எப்படி நானும் ஜோசப்பும் சிரிச்சோம்

வெளியே பண்ணையில் எப்படி நான் உதவியா இருக்கக் கத்துக்கிட்டேன்னு நீங்க பார்த்திருக்கணும்மா

பனிக்காலத்துல உறைஞ்ச நதியிலிருந்து பனிக்கட்டியைத் தோண்டி எடுத்து வந்து பனிக்கட்டி வீட்டை நிறைக்கிறதுக்கு

தோட்டத்தில் பழங்களைப் பறிக்க, பழப்பாகு செய்ய, ஜாம் செய்ய

காய்கறிகளைப் பறிச்சு ஊறுகாய் போட்டு அதைப் பனிவீட்டில் சேமிச்சு வைக்க

ஆடுங்க, மாடுங்க, பன்னிக, குதிரைங்க, கோழி, வான்கோழி, வாத்துக, மயிலுகளுக்கு எல்லாம் இரைபோட

நீண்ட அறை நெருப்புக்கு முன்னாடி தாயில்லாத ஆட்டுக்குட்டிகளைப் பெட்டியில் போட்டு வைக்க

குதிரைக் கொட்டிலில் இருந்து முழு பனிக்காலத்துக்கும் தேவையான அளவு சாணத்தை அள்ளிச் சுத்தப்படுத்த

இறைச்சியைச் சுட்டு எடுக்கவும் உப்புக்கண்டம் போடவும்

வேலிகளைப் பராமரிக்க, கொட்டில் போட, கூடை பின்ன, வெண்ணெய், பாலாடை எடுக்க

களை பிடுங்க, பால்குடி மறக்கச் செய்ய, தேனீ வளக்க, புளிக்க வச்ச ஆப்பிள் பானம், பியர், ஜிஞ்சர் பியர் தயாரிக்க

நீங்க ஸ்லிம்மைச் சந்திச்சிருந்தா நல்லா இருந்திருக்கும்மா, ஹாத்தியைக் கல்யாணம் பண்ணிக்கிட்ட அமெரிக்கக்காரன், எங்க காலத்துக்குப் பிறகு அவளைப் பார்த்துக்க ஒருத்தன் கிடைச்சதுக்கு நாங்க எவ்வளவு சந்தோசப்பட்டோம்

நீங்க சன்னியையும் அடா மஹேவையும் பார்த்திருக்கணும்மா, உங்களோட கொள்ளுப் பேரப்பிள்ளைங்க, அவங்களை எனக்குக் கொஞ்சகாலம்தான் தெரியும்

குடும்பப் பண்ணையை எடுத்து நடத்த கடைசியா ஒரு பையன் பிறந்துட்டான்கிறதில் ஜோசப்புக்கு ரொம்பவே சந்தோசம்.

அத்தியாயம் ஐந்து
விருந்துக்குப் பிந்தைய கூடுகை
1

ரோலண்ட்

டஹோமியின் கடைசி அமேசான் நாடகம் முடிந்து அரங்கத்தின் உள்வாயிற் கூடத்தில் நடந்த விருந்துக்குப் பிந்தைய கூடுகைக்கு அம்மா பகட்டாக நுழைந்ததும் முதல் ஆளாக ம்ம்வா என்று மும்முறை முத்தமிட்டான்

உயர்ந்தபடி சென்ற பேச்சுக்குரல்கள், ஒயின் கோப்பைகள் கிணுங்கிடும் ஓசை

அப்படியே நின்றது

அதைத் தொடர்ந்து பரவசத்துடன் கைதட்டல்கள்

மற்றும்

பிரமாதம்! அம்மா, பிரமாதம்!

அவள் இறுக்கமாக உடலைச்சுற்றிய ஆடையில் கண்ணைக் கவரும் வண்ணம் இருக்கிறாள், அவள் வாளிப்பான கரங்களையும் சிற்றிடையையும் கடந்த சில ஆண்டுகளாக வளர்ந்து வந்த இடை மாற்று அறுவைசிகிட்சையையும் வெளிக்காட்டின

இருந்தாலும் அவள் சாதாரண ஷூக்களை அணிந்து அந்தத் தாக்கத்தைச் சிதைத்துவிட்டாள்

எப்போதுமே இதயத்தில் - அல்லது அடியாழத்தில் - அவள் பதின்பருவ கலகக்காரிதான்

நாடகம் பிரமாதம், ப்ரம்-ஆ-தம், ரோலண்ட் உற்சாகத்தைக் கொப்பளித்தான்

அவள் கேட்க விரும்புவது எல்லாம் இதைத்தான்

அவன் கேட்க விரும்புவதெல்லாம் இதைத்தான்

யாராயிருந்தாலும் அவர்கள் கேட்க விரும்புவதெல்லாம் இதைத்தான்

வழக்கமாகக் கன்னாபின்னாவென்று விமர்சித்தெழுதும் ஒருவர், வழக்கத்துக்கு மாறாக அப்படியே பீறிட்டுப் பொங்கி ஐந்து நட்சத்திர மதிப்பீட்டை ஏற்கெனவே இணையத்தில் பதிவேற்றிவிட்டார்: பிரமிப்பூட்டுகிறது, அசைத்துவிட்டது, விவாதத்துக்குரியது, அசலானது

ஏற்றுக்கொள்ளத்தான் வேண்டும், இந்தத் தயாரிப்பு உண்மையாகவே அதிகபட்ச பாராட்டுக்குத் தகுதியுடையது, அம்மாவின் முந்தைய படைப்புகளின் சமூக மாற்றத்துக்கான கிளர்ச்சி ஆரவாரங்களிலிருந்து முற்றிலும் மாறுபட்ட ஒன்று

ஆனாலும் அவரது ஒரே மகளின் தாய், எழுத்தாளரும் இயக்குநருமான மிகுந்த அன்புக்குரிய நண்பர் வெகுகாலத்துக்கு முன்பே அவரது பெயரை நிலைநாட்டியிருக்கலாம், ஒருபோதும் மக்களை ஈர்க்காத கருப்பினப் பெண்களைப் பற்றி நாடகங்களை எழுதுவதற்குப் பதிலாக அவரது ஆலோசனையைக் கேட்டு ஒரு சில பன்முகக் கலாச்சாரங்கள் கொண்ட ஷேக்ஸ்பியர் நாடகங்கள், கிரேக்கத் துன்பியல் மற்றும் பிற செவ்வியல் படைப்புகளை இயக்கியிருக்கலாம், ஏனென்றால் பெருவாரிகளில் பெருவாரியானோர் கருப்பினப் பெண்டிரில் பெருவாரியானோரைத் தங்களில் இருந்து வேறானவர்களாக, மாறுபட்ட உருவகமாகப் பார்க்கின்றனர்

வெகு காலத்துக்கு முன்பே ரோலண்ட் ஆதிக்க சமூகக் கலாச்சார சக்திகளுடன் இயைந்து செல்ல முடிவெடுத்திருந்தான், அதனால்தான் அவன் ஒரு வெற்றியாளனாக, பரவலாக அறியப்பட்டவனாகத் திகழ்கிறான்

மாறாக, கல்வியறிவு பெற்றோரிடையே

அதைக் கணக்கில் கொள்வோரிடையே

முன் கதவு வழியாக அனுமதிக்கப்படுவதற்கு அம்மா முப்பது ஆண்டுகள் காத்திருந்தாள்

ஆனாலும் இந்தக் காலத்தில் அவள் ஒன்றும் கோட்டைக் கதவுகளைச் சுத்தியலால் தட்டிக் கொண்டெல்லாம் இருக்கவில்லை

உண்மையில், அவளது ஆரம்பகட்டப் பணிகளில் அவள் தோழிதான் அதை நோக்கிக் கவண் கல்லை எறிந்து கொண்டிருந்தாள்

அம்மாவை அதிதீவிர அல்லியரிடம் விட்டுவிட்டு அவன் விலகிச் செல்கிறான், இந்த அல்லியர் இன்னமும் அவளைப் பேரிளம்பெண்ணின் விசிறிகளாகப் பின்தொடர்கின்றனர், அவளை வாழ்த்துவதற்காக முன்னோக்கிப் பாய்ந்தனர்

அவர்களில் ஒருவர் டெனிம் டங்கரீஸ் உடுத்தியிருந்ததைக் கண்டு அவன் அதிர்ச்சியடைந்தான்

நிச்சயம் டங்கரீ திரும்ப வந்துவிட்டது இல்லையா?

பாலியல் தன்மைக்கும் உடையுடுத்தும் பாணிக்கும் இடையிலான உறவு குறித்து அவன் யோசித்துக் கொண்டிருந்தபோது ‘சேர்மன் மாவோ சில்வஸ்டர்’ என்பவர் குறுக்கிட்டார், அவரிடம் அவனுக்குப் பிரியமுண்டு

அதிகபட்சமாக

அம்மா மாளிகை போன்ற கிங்’ஸ் கிராஸில் குந்தியிருந்த நாட்களில் ஒரு விருந்தில் அவர்களை ஒருவரையொருவர் அறிமுகப்படுத்தியதிலிருந்து பழக்கம்

இருவரும் இளமையும் அழகும் கொண்டிருந்தபோது அவர்களது வார இறுதிகளில் பாப்பர்ஸ், எக்ஸ்டஸி போன்ற போதை வஸ்துக்களின் தாக்கத்தில் இருந்தனர், ஹெவனில் ஒளிரும் பந்துகளுக்குக் கீழே டிஸ்கோ தாளங்களுக்கு நடனமாடும்போது லெதர் காற்சராய், கௌபாய் பூட்ஸ் தவிர எதையும் அணியமாட்டார்கள், பின்னர் தங்கள் திருத்தமுடியாத ஏக்கத்தைத் தீர்க்க செல்லர் பாரின் ஒதுக்குப்புறமான பகுதிகளில் மறைந்துவிடுவார்கள்

ஒருவருக்கொருவர்கூட தீர்த்துக்கொண்டதுண்டு

ஆனாலும் ஒருதடவையே போதுமென்றாகிவிட்டது, காரணம் விந்து வெளியேறும் சமயம் இந்தா வாங்கிக்கோ மார்கரெட் தாட்சர்! என்று அவர் கத்தியதைச் சகிக்க முடியவில்லை

பால்வினை நோய் பல உயிர்களை அள்ளிக்கொண்டு போன காலத்தில் அதில் தப்பிப்பிழைத்த அதிர்ஷ்டக்கார மீயின்பவாதிகளில் ஒருவன் ரோலண்ட்

இளமை நினைவு ஏக்கம் என்று ஏதாவது இருந்தால் அதைப் பல மரணங்களும் அழித்துவிட்டன, துரதிர்ஷ்டவசமாக கடந்தகாலத்தை நினைவுகூருவது என்பது

மரணத்தை

நினைவுகூர்வதும்தான்

குறும்புக்காரக் பெரியவர் சில்வஸ்டரும்கூட தப்பிப் பிழைத்தவர் தான்

இந்த நாடகம் அம்மாவின் சிறந்த படைப்பு என்று அவர் தயக்கத்துடன் ஒப்புக்கொள்கிறார், இவர்களுடன் எல்லாம் கூட்டுச் சேர்ந்தது எப்படியொரு அவமானம், அவர்களை, பெருநிறுவனச் செயலர்களை நோக்கிக் கோபத்துடன் விரலை நீட்டுகிறார், ஓரத்தில் நின்று கவனித்துக் கொண்டிருந்த பன்னாட்டு நிறுவனப் பிரதிநிதிகளும் நல்கையுடன் அரங்க நிதியை அதிகரிக்கச் செய்தவர்களுமான அவர்களை அவர் அழைக்கையில், விலகி நின்ற அவர்கள் விகாரமாக இளிக்கின்றனர், பிரபலங்களின் கேளிக்கையில் பங்கெடுக்கத் துடித்துக் கொண்டிருக்கிறார்கள்

சில்வஸ்டர் சொல்கிறார், இவங்க அவங்களோட இடதுசாரிய மாணவர் கொள்கைகளை வித்துட்டாங்க, இவங்ககிட்ட அது இருந்திருந்தா பல்கலைக்கழகத்தை விட்டு வெளியேறின உடனேயே தார்மீக ரீதியா ஆட்சேபனைக்குரிய பெருநிறுவனத்தில் கவர்ச்சியான எதிர்கால வாய்ப்புகளோட அதிகச் சம்பளம் தர்ற வேலைல சேர்ந்து, ஊதிப் பெருத்த வருடாந்திர ஊக்க ஊதியங்களை வாங்கிக்கிட்டு சீக்கிரமே இவங்களை வரியைத் தவிர்க்கிறது ஏய்க்கிறது மூலமா இவங்க பங்கெடுத்துக்காத சமூக நலன் உட்கட்டமைப்புகளை வெறுக்கிற பணக்கார பழமைவாதக்

கட்சியினரா மாத்திடுது, இருந்தும் ஒன்னொன்னுக்கும் அரசாங்க உதவியை நம்பி நிக்கிற அடித்தட்டு மக்களைச் சமூக நோய்னு சொல்லி வெறுப்பைக் கக்குறாங்க, ஆனா இவங்கதான் சமூகத்தில் இருக்கிறவங்களிலேயே பெரிய பிச்சைக்காரங்க, அதிகமா சொத்து சேர்க்கிறதைத் தவிர எந்தவித சமூகப் பொறுப்பும் கிடையாது, வரி விலக்கு கிடைக்கக்கூடிய வடிவத்தில் இவங்க தர்ற அறக்கொடைக்குப் பேரும் மனிதநேயமாம்!

முதலாளித்துவ பெருநிறுவனக் கலாச்சாரத்தின்மீதும் பழமைவாதக் கட்சியினர் மீதும் அவர்கள் முகமன் சொன்ன ஒரு நிமிடத்துக்குள் மறக்கமுடியாதபடி ஒரு கத்திக்குத்தைச் செருகிய சில்வஸ்டர் மீது ரோலண்டுக்கு பெருவியப்பு ஏற்படுகிறது

இது ஒரு சாதனையாக இருக்கக்கூடும்

இப்போது அவர் முறை

அவர் சொல்கிறார், டஹோமியின் கடைசி அமேசான் நாடகம் ஒரு நிகரற்ற சாதனை, இப்படி அடித்துத் துவைக்கப்பட்டதொரு வார்த்தையை நான் ஒருபோதும் சொல்வதில்லை என்றாலும் நீங்கள் புரிந்துகொள்வீர்கள், சேனல் 4 நியூஸ் மற்றும் பிபிசியின் ஃப்ரண்ட் ரோவில் நாளை அதைப் பற்றிப் பேசுவது சில்வஸ்டருக்கு அசௌகரியமாக இருந்தது, ஏனென்றால் தனது தொழிலில் ரோலண்ட் பெற்ற மிகப்பெரிய வெற்றியை அவர் ஒருபோதும் ஏற்றுக்கொண்டதில்லை

ஒருவேளை அவர் புத்தகங்களில் ஒன்றைக்கூட அவர் படிக்காமல் இருந்திருக்கலாம், மக்கள் அடிக்கடி ரோலண்டிடம் அன்று அவரைத் தொலைக்காட்சியில் பார்த்ததாகச் சொல்லும்போது தொலைக்காட்சியில் அவரைப் பார்த்ததாக சில்வஸ்டர் ஒருபோதும் அவரிடம் சொன்னதில்லை

சில்வஸ்டர் வேண்டுமென்றே தவிர்க்கிறார்

மிகவும் மதிப்பற்றதாக்குகிறார்

*

பரிமாறுபவர்கள் அழகிய கண்ணாடிக் கோப்பைகளில் கொண்டு வரும் இலவச ஒயினில் சில்வஸ்டர் அதிக ஆர்வம் காட்டினாலும், ஒரே மூச்சில் அதைக் குடித்துக் கொண்டு இருந்தாலும் ரோலண்ட்

தொடர்கிறான், நாடகம் உண்மையிலேயே ஒரு முன்னோடியான படைப்பு

ரோலண்ட் சொல்கிறான், அம்மா புராதனக் கிரேக்கர்களின் ஜென்ம விரோதிகளாய் இருந்த அசலான அமேசானைச் சேர்ந்தோருக்கு தனது அஞ்சலியைச் செலுத்திவிட்டாள், புராணத்தின்படி பெனின் அதாவது டஹோமிய அமேசான்கள் ஆப்பிரிக்காவுக்குப் பயணித்த மேற்கத்திய சாகசக்காரர்களுடன் ஒப்பிடப்பட்டார்கள், நூற்று ஐம்பது ஆண்டுகாலம் நீடித்த அவர்களது பயமே இல்லாத ரௌத்திரம் குறித்து எழுதப்பட்டுள்ளது

ஒருவேளை இந்த நாடகத்தில் கிரேக்கப் புராணத்தில் வரும் அசலான அமேசான்களின் முப்பரிமாணப் படங்கள் மிதப்பது போன்று ஆவியுருவங்களை உருவாக்கும் தொழில்நுட்ப நாடகீயச் சாதனங்களையும் அதன் தயாரிப்பில் பயன்படுத்தி முதன்மையான நாடகத்துக்கு மாறாக நிறுத்தியிருக்கலாம், இதன் மூலம் செவ்வியல் பொருத்தப்பாட்டை அதன் ஆய்வுக்குச் சேர்த்திருக்கலாமோ? கிரேக்கர்களை எதிர்த்து வில்லையும் அம்பையும் கொண்டு சிறப்பாகச் சண்டையிடுவதற்காக அசலான அமேசான்கள் தங்கள் மார்புகளை வெட்டிக்கொண்டார்கள் என்ற தொன்மத்தை நிரூபிக்க முடியாது, அந்தப் பிரதேசத்தில் அப்படியான பெண் போராளிகள் இருந்தது நமக்குத் தெரியாது, நாடோடி சித்தியன் இன குர்கான்களை (சாமானியர்களுக்கான இடுகாடு) சமீபத்தில் டிஎன்ஏ பரிசோதனைக்கும் உயிர்-தொல்லியல் பகுப்பாய்வின் பிற வடிவங்களுக்கும் உட்படுத்தியதற்குத்தான் நாம் நன்றி சொல்ல வேண்டும், அதில் பெண் குதிரைப்படை வரலாற்றுரீதியாக இருந்தது வெளிப்படுத்தப்பட்டுள்ளது, அவர்கள் கருங்கடல் முதல் மங்கோலியா வரையிலும் சிறு இனக்குழுக்களாக வாழ்ந்து வந்தனர், ஆனாலும் யாரும் தங்கள் மார்புகளை வெட்டிக்கொள்ளவில்லை

மேலும், புராதனக் கிரேக்க வரலாற்றாளரான ஹெரோடோடஸ் புராணகால அமேசான்கள் போதையூட்டு மூலிகைகளைச் சேகரித்ததாகவும் தீமூட்டி அவற்றை அதில் வீசி அந்தப் புகையைச் சுவாசித்து பட்டம்போல் பறக்கும் உணர்வை அடைந்ததாகவும் சொல்லியிருக்கிறார், இதைப் பற்றியெல்லாம் சொல்லாமல் அம்மா எப்படித் தந்திரமாகத் தப்பித்துக் கொண்டார், பார்த்தீர்களா? இருந்தபோதிலும் இறந்துபோன ஆயிரக்கணக்கான பெனின் அமேசான்களால் நிரம்பியிருப்பதுபோல் மேடையில் பல உருவங்களைத் தோன்றச் செய்ததும், ஆயுதங்களை ஏந்திச்

சண்டையிட்ட விதமும் போர்க் கூச்சல்களை எழுப்பியதும் பார்வையாளர்களை மிரட்டிவிட்டது

அது சிலிர்ப்பூட்டும்படி யதார்த்தமாக இருந்தது, சந்தேகமே இல்லாமல் இது ஒரு வெற்றிகரமான நாடகம்

ரோலண்ட் சற்று நிறுத்துகிறான், அரங்கேற்றத்துக்கு முன்பே அவன் தன் ஆராய்ச்சியைச் செய்து முடித்துவிட்டான், அதனால் நாடகம் முடிந்தபின் அவனால் மேற்கோளுடன் பேசமுடியும்

அவனது நீண்ட உரையை முடிக்கும் முன்பாக, சில்வஸ்டர் அவன் கையைத் தொட்டுக் கூப்பிட்டுச் சொல்கிறார், நீ சொல்றதை எல்லாம் பேன்னு வாயைப் பொளந்து கேட்டுட்டு இருக்கிற மாணவன் நான் இல்லை, ரோலண்ட் என்றபடி கோபத்துடன் காலிக் கோப்பையுடன் பரிமாறுபவர்களை நோக்கி நகர்கிறார், தலைமைப் பணியாளர் அவர்கள் இருந்த பக்கம் செல்வதைத் தவிர்க்கும்படி பரிமாறுபவர்களை ஒருவேளை அறிவுறுத்தி இருந்திருக்கலாம்

பேராசிரியர் ரோலண்ட் குவார்டி ஆகிய அவன் அமெரிக்கப் பல்கலைக்கழகங்களில் ஒருமணிநேர விரிவுரையாற்றுவதற்கு $10,000 அவனுக்குத் தர அவர்கள் தயாராய் இருக்காங்க, அதெல்லாம் உன்னோட காலாவதியான 97% இடிஞ்சு விழுற நிலையில் இருக்கிற தியேட்டர் கம்பெனி ரெண்டு வருசத்தில் சம்பாதிக்கிறதைக் காட்டிலும் அதிகமிருக்கலாம், அதையும் பொதுமக்கள்ல 1% பேருக்குத்தான் தெரியும், இருந்தும் தனது மதிப்பு மிக்க கருத்துகளை இலவசமாக வழங்குறதுக்கு அவன் நன்றியுணர்வோட இருக்கணும் என்று சில்வஸ்டரைப் பார்த்து பதிலுக்குக் கத்த வேண்டும்போல் இருக்கிறது ரோலண்டுக்கு

உன்னோட சமூகப் பிரக்ஞையை நீயே வச்சுக்கோ சகாவு, ஏன்னா இந்த ரோலண்ட் அதைவிட சக்தி வாய்ந்த ஒன்னை தன்னோட கைக்குள் வச்சிருக்கான், அதுக்குப் பேரு

கலாச்சார மூலதனம்!!!

இருந்தாலும் இப்படியெல்லாம் பொது இடத்தில் மோதலில் ஈடுபடாத அளவு ரோலண்ட் மிகவும் பண்பட்டவன், அவன் சுற்றிப் பார்க்கிறான், மது ஒவ்வொருவரின் நாடகத் திறமையையும்

விடுவித்திருந்ததால் அறையில் ஆட்களின் எண்ணிக்கையும் உயிர்ப்பும் அதிகரித்தபடி இருந்தது

மேடைக்கு வலது புறம் அடுப்பறையிலிருந்து கேனப்பீஸுகள் வருகின்றன, கட்டழகுடன் ருசியான இளம் ஆண்கள் வரிசையாக பொன்முலாம் பூசிய தட்டுகளை மேலே உயர்த்தியபடி வருகின்றனர்

அறையின் குறுக்கே ஷிர்லியைக் கண்டான், இன்னும் பெண்கள் கழகம் 1984 உடையை உடுத்திக் கொண்டிருக்கிறாள் (அவன் அன்புக்குரியவள்)

டாமினிக்கும் இங்கிருக்கிறாள், அவளைப் பார்த்து எவ்வளவு காலம் ஆகிவிட்டது, ஒருபால்-இருபால்காரியாக இன்னும் தெய்வீகக் கவர்ச்சியோடு இருக்கிறாள், அவளையும் நாக்கைத் தொங்கப்போட்டுக் கொண்டு இரசிகைகள் மொய்க்கிறார்கள் (எது மாறினாலும் இது மாறுவதில்லை)

கென்னி கதவோரம் நம்பவே முடியாதபடி படு கவர்ச்சியாக இருந்த, ஒருவேளை நைஜீரியக்காரனாக மாட்டுக்கறி போலிருந்த பாதுகாவலனை வேட்டையாடும் நோக்கத்துடன் சுற்றிக் கொண்டிருந்தான், அவனுக்கும் கென்னியின் ஆர்வம் களிப்பூட்டுவதாகத் தோன்றியது

ரோலண்டுக்கு வெள்ளைச் சதை பிடிக்கும், கென்னிக்கு கருப்பு, இது அத்தனை எளிதானது

வார நாட்களில் அவர்கள் முழுச் சுதந்திரத்துடன் இருப்பார்கள், வார இறுதிகளில் அவர்கள் உழவர் சந்தைகளுக்குச் செல்வார்கள், நண்பர்களைப் பார்ப்பார்கள், சிலநேரங்களில் கிராமப்புறங்களுக்குச் செல்வார்கள்

வருடத்தில் சிலமுறை நீண்ட வார இறுதி இடைவேளைகளை எடுத்துக் கொண்டு தங்களுக்குப் பிடித்த நகரங்களுக்குச் செல்வார்கள்: பார்சிலோனா, பாரிஸ், ரோம், ஆம்ஸ்டர்டாம், கோப்பன்ஹேகன், ஓஸ்லோ, வில்னியஸ், புடாபெஸ்ட், லுப்லியானா

கோடைகாலங்களில் கேம்பியா அல்லது ஃப்ளோரிடாவில் கழிக்கின்றனர்

‘நேர்மை வேண்டும் ஏமாற்றக்கூடாது’ என்பது அவர்களது இருபத்து நான்கு வருடச் சேர்க்கையின் வழிகாட்டும் கொள்கையாக இருக்கிறது, மற்றபடி தங்கள் விவகாரங்களை விருப்பம்போல் அவர்கள் செய்யலாம்

தங்கள் தனிப்பட்ட சரணாலயத்துக்குள் அதாவது வீட்டுக்குள் யாரையும் கொண்டு வராதவரை, ஆர்வம் உந்தித் தள்ளியபோது

அவர்கள் வாய்ப்பைப் பயன்படுத்திக் கொண்டனர்

ரோலண்ட் அங்கிருந்து வெளியேறித் தேம்ஸ் நதியைப் பார்த்தபடி அமைந்திருந்த நடைபாதையில் உலாவுகிறான்

இந்த நகரத்தில் மாசு கண்கூடாகத் தெரிவதைப் போலவே வானில் எண்ணிலா நட்சத்திரங்கள் மினுங்கிக் கொண்டிருந்தன

இந்தப் பின்னிரவில் நதி பிசுபிசுப்பான கருந்திரவ எண்ணெய் அசைவுறுவதைப் போலிருந்தது

எதிர்ச்சாரியில் வழக்கமான கலவையான கட்டடங்கள் கோட்டுருவாகத் தெரிந்தன

வெகுகாலமாகவே அவனுக்கு இலண்டன் மிகுந்த விருப்பத்துக்குரிய நகரம், அவன் இருக்கும் மேட்டுக்குடி வட்டங்கள் அதிகரிக்க அதிகரிக்க, இந்த நகரமும் அவனைப் பதிலுக்கு நேசிக்கிறது

‘பெருநகர மேட்டுக்குடி’ என்று அழைக்கப்படுவோர் மீது தற்போது கொட்டப்படும் நிந்தனையைப் பொறுத்தவரை, அவன் உத்தியோகத்தில் உச்சத்தை எட்டுவதற்காக அவன் மிகக் கடுமையாக உழைத்திருக்கிறான், இந்தப் பதம் இப்போது பொறுப்பற்ற முறையில் அரசியல்வாதிகளிடையே சுற்றி வருவதும் வலதுசாரிய மக்கள் தலைவர்கள் சமூகத்தில் பொல்லாதவர்களாகவும் கருதப்படுவது எரிச்சலூட்டுகிறது, இவர்கள் முட்டாள்தனமாக ஐரோப்பிய ஒன்றியத்தில் இருப்பதற்காக வாக்களித்த 48% பிரிட்டிஷ் வாக்காளர்களைக் குற்றம் சாட்டுகிறார்கள்

ஐரோப்பிய ஒன்றியத்திலிருந்து ஐக்கிய இராஜ்ஜியம் வெளியேறுவதை ஆதரித்தோர் (*Brexiteers*) அபத்தமாக சாமானியர்கள், கடும் உழைப்பாளிகள் என்று சொல்லிக் கொள்கிறார்கள், என்னவோ மற்றவர்கள் எல்லாம் உழைக்காத மாதிரி

ஒரு பிரெக்சிட் பிரச்சாரகருடன் பிபிசியில் ஐரோப்பிய ஒன்றிய விவாதத்தில் அவர் அவனை 'பெருநகர மேட்டுக்குடி முட்டாள்' என்று பழித்தபோது ரோலண்ட் தன் தரப்பை எடுத்துச் சொல்ல மிகவும் தயாராய் இருந்தான்

அதற்கு ரோலண்ட் உடனடியாகப் பதிலளித்தான், இங்கிலாந்தின் கிராமப்புறத்துக்கு முதன்முதலாக கேம்பியாவிலிருந்து அவன் குடும்பம் வந்திறங்கியபோது அவர்களால் ஆறு மாதங்கள்கூடத் தாக்குப்பிடிக்க முடியவில்லை, அறுபதுகளைச் சேர்ந்த தீவிர இனவெறியர்களால் துன்புறுத்தப்பட்டு கிராமத்திலிருந்து வெளியேற்றப்பட்டனர்

வேறு வார்த்தைகளில் சொல்வதானால், அவனைக் குற்றம் சாட்டியவருக்கு அவன் சொன்னான், பெருநகரங்களில் கருப்பின மக்கள் ('கருப்பு' என்ற குறிப்பானை பொதுவெளியில் பயன்படுத்துவதை ரோலண்ட் பொதுவாக முடிந்தவரை தவிர்த்துவிடுகிறான் - மிகக் கொச்சையானது) தஞ்சமடைவதற்குக் காரணம் இருக்கிறது, அது என்னவென்றால் உங்கள் பசுமையான வயல்கள், சிவந்த கன்னம் கொண்ட கிராமப் பெண்கள் இவற்றுக்கு அருகில் எங்கும் நாங்கள் இருப்பதை நீங்கள் விரும்பவில்லை

ரோலண்ட் மேலும் சொன்னான், உயர் வட்டத்தினராய் இருப்பதற்கும் அவன் அவமானப்படவில்லை, ஏன் அவமானப்பட வேண்டும், பேராசிரியர் ரோலண்ட் குவார்ட்டி, அரசுப் பள்ளியில் படித்த ஆப்பிரிக்க பாட்டாளி வர்க்கக் குடியேறியின் மகன் உயர்வதற்கான உரிமை மறுக்கப்படுகிறதா?

அல்லது உடலுழைப்பைக் கோரும் வேலைகளை, கழிப்பறைகளைச் சுத்தம் செய்வது அல்லது தெருக்களைப் பெருக்குவது மாதிரியான வேலைகளை மட்டுமே கருப்பின மக்கள் செய்ய வேண்டுமென்று சொல்கிறீர்களா?

பார்வையாளர்கள் கைதட்டி உற்சாகமூட்டினர்

விவாதித்தவர் வாயடைத்துப் போய்விட்டார், பதில் தாக்குதல் தர அவர் விரைவாக யோசிக்கும் முன்பாக விவாதம் முடிந்ததாக தலைவர் அறிவித்துவிட்டார்

கடைசி வார்த்தை தன்னுடையதாக இருந்ததில் அவன் வெற்றி பெற்றதாகத்தான் உணர்ந்திருக்க வேண்டும்

அதற்குப் பதில் இனவாதம் குறித்துப் பேச வேண்டி வந்ததற்காகவும் பரபரப்பாகப் பேசப்பட்ட அந்த விவாதத்தின் விளைவாக கலாச்சாரப் பன்முகத்தன்மையை எடுத்துரைப்பவனாக அவன் பார்க்கப்பட்டது அவனை எரிச்சல் படுத்தியது

அவன் நிச்சயம் அப்படியானவன் இல்லை

பக்கவாட்டிலிருந்து ஒரு கை மென்மையாக அவன் இடுப்பை வளைக்கிறது, அது யாஷ், முடிந்தவரை தன் வரவை மிக அழகாக அறிவித்துக் கொள்கிறாள், இது எவ்வளவு நன்றாக இருக்கிறது, ஏனென்றால் அவள் அவனை அணைக்கப் போகிறாளா அல்லது திட்டப் போகிறாளா என்று அவனுக்கு ஒருபோதும் தெரியாது

அவள் அப்பா என்கிறாள், கொஞ்சுகிறாள், மது அருந்துவதில்லை என்று பிரகடனம் செய்ததற்கு மாறாக குடித்திருக்கிறாளோ என்று சந்தேகிக்கிறான்

அவள் நெற்றியில் முத்தமிட்டுப் பதிலளிக்கிறான், என்னடா செல்லம்

நாடகம் ரொம்ப மொக்கை வாங்கிடும், அம்மாக்கு அவமானமாப் போயிடும்னு ரொம்பக் கவலைப்பட்டேன், அவங்களைப் பத்திச் சொல்ல முடியாது, இதுக்கு முன்ன நடந்திருக்கு இல்லையா? ஆனா இது நல்லாப் பண்ணியிருக்காங்க இல்லப்பா?

நிச்சயமா, அவளை நினைச்சு நாம பெருமைப்படுறோமா?

ஆமா, ரொம்பப் பெருமையா இருக்கு

நீ அவகிட்ட இதைச் சொன்னியா, நீ சொல்லணும்

பலமுறை சொல்லிருக்கேன், அவள் கண்களை ஆழமாப் பார்க்கிறப்ப அவங்களே அதைப் புரிஞ்சுப்பாங்க, ரொம்ப ஆழத்தில் அவங்க ரொம்பத் தேவை உள்ள ஆள், இந்த வெற்றி அவங்க மண்டைக்குள்ள போயிடும் அவங்களைக் கையாள்றது சாத்தியமில்லாததா ஆயிடும்பா, *சாத்தியம் இருக்காது*

அவன் தன்னோடு நெருக்கமாக அவளை அழுத்திக் கொள்கிறான்

அவனை அணைப்பதற்கு அனுமதிப்பதை அவன் விரும்புகிறான்

அவளது கதகதப்பான மென்மையை தனக்குள் உணர்கிறான்

அவனால் தன்னைத் திரட்டிக் கொள்ள முடிந்ததற்கு யாஷ்தான் காரணம், யாஷுக்கு முன்னால், யாஷுக்குப் பின்னால் என இரு சகாப்தங்களாக அவன் வாழ்க்கை பிரிக்கப்பட்டிருக்கிறது

யாஷுக்கு முன்னால் அவன் இப்ஸ்விச் ஊரில் முரட்டுத்தனமான அரசுப் பள்ளிக்கூடத்தில் படித்த ஒரு சாதாரண பல்கலைக்கழக விரிவுரையாளன், அவனது பதின்ம வயதில் சொந்த ஊரான போர்ட்ஸ்மவுத்தில் இருந்து தப்பிப்பதற்காகவே பள்ளியில் நன்றாகப் படித்தான், ஓய்வு நேரங்களில் அவன் தான் மெச்சக்கூடிய தலைவர்களைப் பற்றி வாசித்தான்

கவர்ந்திழுக்கும் போற்றுதலுக்குரிய மார்க் போலன், அதீதக் கற்பனை வெளியைச் சேர்ந்த டேவிட் போவி, ஸ்வீட்டின் மகிழ்வூட்டும் அழகிய முன்னணிப் பாடகர் பிரையன் கோனலி

இது அவனுடைய விருப்ப வரிசை

அவன் இலண்டன் பல்கலைக்கழகத்தில் சேர்ந்தபோது முதல்நாளே உவகைச் (Gay) சமூகத்தில் இணைந்துகொண்டான், தவறவிட்ட வாய்ப்புகளை உவகை மனமகிழ் மன்றங்களில் தீர்த்துக்கொண்டான்

இருந்தபோதிலும் முதல் வகுப்பில் பட்டம் பெற்றான்

பதினெட்டு மாதத் தேடலுக்குப்பின் முதல் விரிவுரையாற்றும் வாய்ப்புக் கிடைத்தது, அங்கே சென்றதும் தனியாக ஆயிரக்கணக்கான மணிநேரங்களைச் செலவிட்டு, அவனை ஊர்பேர் அறியாத கல்விப்புலம் சார்ந்த ஒருவன் என்பதிலிருந்து பொதுவாழ்வில் இருக்கும் ஒருவராக மதிக்கச் செய்யும் சபிக்கப்பட்ட புத்தகங்களை எழுதுவதற்காக மிகுந்த சிரமத்துடன் வென்ற சமூக வாழ்வை அத்தனை எளிதாக அவனால் தியாகம் செய்ய முடியவில்லை

யாஷ் பிறந்ததும், அவர் தன் முன்னுரிமைகளை மறுமதிப்பீடு செய்து அவரது தோழி அம்மாவுடன் இந்த உலகுக்கு தன்னுணர்வுடன் கொண்டு வரத் தீர்மானித்த குழந்தைக்காக அவன் ஒரு சிறந்த நபராக இருக்க வேண்டுமென்று தீர்மானித்தான், அவர்கள் குழந்தைக்குத் தாயாக இருக்கும் பணியை அம்மா செம்மையாகச் செய்தாள், அதில் அவள் கெட்டிக்காரி, படைப்பாளி, வேடிக்கையானவள்

அவளது விந்துக் கொடையாளராக அவனை அவள் ஏற்றுக்கொண்டது நெகிழச்செய்தது

Le Wank வங்கிக்குச் சென்றுவந்தபின் உடனடியாக அம்மா கர்ப்பமாய் இருப்பதை உணர்ந்தாள், யாஷ் பிறந்த சமயம் அவன் தனது முதல் புத்தகத்தை எழுதத் தொடங்கியிருந்தான், அது அதிகம் கல்விசார்ந்ததாக இல்லாமல் அறிவார்த்தமாக இருக்கும்படி எழுதினான், பரப்புரை எதுவும் இன்றியே பிரபலமடைந்தது, அதில் அவருக்கு ஆர்வமூட்டியவை குறித்து எழுதியிருந்தான் - தத்துவம், கட்டடக்கலை, இசை, விளையாட்டு, திரைப்படம், அரசியல், இணையம், சமூகங்களை வடிவமைத்தல்: கடந்தகாலம், நிகழ்காலம், எதிர்காலம்

முதல் புத்தகம் அவருக்கு நற்பெயரை ஏற்படுத்தியது, மூன்றாவதில் அது உறுதியானது

இருந்தாலும் அம்மாவைப் போலன்றி, அதாவது கருப்பின அறிவுசீவிகளிடம் எதிர்பார்க்கப்படுவதைப்போல (இந்த 'கருப்பின அறிவுசீவி' என்ற வார்த்தையே அசௌகரியமாய் இருக்கிறது) அவருடைய உத்தியோகம் அவரது இனம் அல்லது சமூக அடையாளத்தால் வரையறுக்கப்படவில்லை

வேலை செய்வதற்கான பிற தெரிவுகள் இல்லாமல் பிரிட்டனில் கருப்பின மக்கள் இன்னமும் அவர்களது நிறத்தால் வரையறுக்கப்படுவது அவனை வருந்தச் செய்கிறது

இரண்டு வயதிருக்கையிலேயே வெளியேறிவிட்ட காரணத்தால் அவனால் அதிகாரப்பூர்வமாக தன்னைக் கேம்பியாவைச் சேர்ந்தவராகவும் அடையாளப்படுத்திக்கொள்ள முடியவில்லை

எவ்வாறாயினும், அவனது கருமையோ அவனது உவகைத் தன்மையோ சுய உணர்வுடன் அரசியல் முடிவுகளை எடுப்பதில் காரணங்களாக இல்லை, முன்னர் சொன்னது மரபணு ரீதியாகத் தீர்மானிக்கப்பட்ட ஒன்று, பின்னது மன ரீதியாகவும் உளவியல் ரீதியாகவும் சார்புநிலை கொண்டது

அங்கே அவை அறிவார்ந்ததாகவோ செயல்பாட்டாளரின் கவலைகளாகவோ இல்லாமல் தொடர்ந்து இருக்கும்

அடிக்குறிப்புகளாக

புத்தக வளர்ச்சிகளுக்கிடையே பல்கலைக்கழகப் பணி அவனுக்கு நிதிசார் நிலைத்தன்மையைத் தந்தது, முதிர்ச்சியடைந்த மாணவர்களுக்கு ஒற்றை விரிவுரை ஆற்றுவது அவனுக்குப் பிரச்சினையாக இல்லை, இனி வகுப்புகளுக்குப் பாடம் எடுக்க மாட்டான், அவன் பிரபலமானவனாகவும் தொலைக்காட்சியில் வருபவன் என்பதாலும் அவர்களால் அவனைப் பாடம் எடுக்கச் செய்ய முடியாது

மாணவர்கள் ஏமாற்றமடைந்தால் என்ன செய்வது, அமைப்பை அவன் உருவாக்கவில்லை (அதை அவன் தனக்குச் சாதகமாகப் பயன்படுத்திக் கொள்கிறான் கண்ணு!), அவனது மேலதிகாரிகளிடமிருந்து நேரடியாக வராத மின்னஞ்சல்களுக்குப் பதிலளிப்பதில்லை என்ற விதியை வைத்திருக்கிறான், மேலதிகாரிகளிடமிருந்து வரும்போது உடனடியாக மிகுந்த கனிவுடன் பதிலளிக்கிறான்

இது மிக நன்றாக வேலைசெய்கிறது, காரணம் அவனது துறையில் மற்ற எல்லோரும் எதையாவது செய்யச் சொல்லி அவனிடம் கேட்பதைக் கைவிட்டுவிட்டார்கள்

அவனது 'சக பணியாளர்கள்' அவனைத் தீவிரமாக வெறுப்பதை அறிவான், லாங் நைவ்ஸ் தாழ்வாரத்தில் அவன் நடந்துசெல்லும் போது வெளிப்படையாகவே அவனை நோக்கி உறுமுவார்கள்

அவன் எதற்குக் கவலைப்படப் போகிறான்?

அவன் அங்கு வருவதே அரிதாகத்தான்

ரோலண்ட் அவனது மூன்று பாகம் கொண்ட தலைசிறந்த படைப்பில் முதலாவதை எழுதத் தொடங்கியபோது, உயர்மட்டத்தினர் தன்னை ஏற்கமாட்டார்கள் என்று ஏற்கெனவே முடிவுசெய்திருந்தான், அதுவாக அவன் ஆவான்

அவனது சகோதர சகோதரிகள் அவர்களுக்காக அவர்களே பேசட்டும்

அதுதான் அவரைப் பின்னால் பிடித்து வைத்திருக்கக்கூடிய ஒன்று எனும்போது, பிரதிநிதித்துவப்படுத்தும் சுமையை அவன் ஏன் சுமக்க வேண்டும்?

வெள்ளையினத்தவர் தங்களை மட்டும் பிரதிநிதித்துவப் படுத்தினால் போதுமானது, ஒட்டுமொத்த இனத்தையும் இல்லையே

அவர்களது உறுதியான அணைப்பிலிருந்து யாஸ் விடுபடுகிறாள், எல்லோரையும்விட ஏன் கென்னியைக் காட்டிலும் அவளிடம் அதிக அன்பு செலுத்துகிறான்

பிறந்ததும் அவனது கையில் அவளை வைத்த தருணம் அவன் அந்த உணர்வில் கட்டுண்டு இருந்தான், அப்போதிருந்தே அது அவ்வாறே தொடர்கிறது, சில நேரங்களில் அவளுக்குத் தோன்றும்போது சவாலானவளாக, பழிவாங்குவதைப் போல நடந்துகொண்டாலும், அவள் மீதான அன்பை அவனால் கட்டுப்படுத்த முடியவில்லை

வெற்றி பெறுவதற்கு விதிகளின்படி ஆட்டத்தை அவள் ஆடாவிட்டால் அவளைத் தண்டிக்கக்கூடிய உலகத்துக்குள் அவள் முன்னேறிச் செல்வதை நினைத்துக் கவலைப்படுகிறான்

இராசதந்திரத் தொடர்பாடல்களில் அவள் தேர்ச்சி பெற வேண்டும், ஆனாள் அவளோ இதற்கு நேர்மாறாக இருக்கிறாள்

இந்த விசயத்தில் அவள் அம்மாவைப் போல

இலண்டனில் இந்தப் பகுதி இரவு நேரத்தில் ரொம்பச் சிறப்பானது, இல்லியாப்பா? அவள் கனவு மயக்கத்தில் சொல்கிறாள், செயிண்ட் பவுலும் அப்படித்தான் இல்லை, மெஜஸ்டிக் மாதிரி?

நிச்சயமா, அது மெஜஸ்டிக்டா, தலைநகரோட கட்டடக் கலையின் இதயத்துடிப்பா அதைப் பாக்கிறேன், நூற்றுக்கணக்கான ஆண்டுகளாக விண்ணை முட்டும் உயர்ந்த கட்டடங்கள், அப்புறம் நகரத்தில் வானளாவிய கட்டடங்கள் அதன் சக்திவாய்ந்த மத மேலாதிக்கத்தின் சின்னத்தைப் பொருளாதாரச் செழிப்பு கொண்டு சவால் விடுத்தது

இது அவ்வளவாக அறியப்படாத உண்மை என்றாலும், இந்த வானளாவிய கட்டடங்கள் பதினொன்றாம் நூற்றாண்டைச் சேர்ந்த எகிப்திய உயர் கோபுரங்கள், ஃப்ளாரன்ஸ், பலோனாவின் மறுமலர்ச்சிக்கால கோபுர வீடுகள், ஏமனில் உள்ள ஐநூறு ஆண்டு பழமையான சாந்து செங்கல் வைத்துக் கட்டப்பட்ட ஷிபாம் மாதிரியான பல உயர் கட்டட முன்னுதாரணங்களுக்குக் கடன்பட்டிருக்குது

அதுல பாரு யாஷ், இந்தக் கருத்தாக்கம் ஒன்னும் புதுசு இல்லை, நூற்றாண்டின் நடுவில் மக்கள் தொகை விரிவடைஞ்சப்போ அதனால நகரத்தில் மக்கள்தொகை அடர்த்தி அதிகரிச்சப்போ பழங்கால நகராட்சித் தீர்வைப் பயன்படுத்தினாங்க

அவன் முடிக்கும் முன்பாக, அவர்கள் ஒரு சிறந்த உரையாடலுக்குள் நுழையும் சமயத்தில் யாஷ் அங்கிருந்து விலகிச் செல்கிறாள்

அவள் நதியைப் பார்த்தபடி தனியாக நின்றுகொண்டு புகைபிடித்துக் கொண்டிருந்த பச்சை குத்தியிருந்த ஓர் ஆணை (அல்லது அது பெண்ணா?) நோக்கிச் செல்கிறாள்

உங்களைப் பார்த்ததில் சந்தோசம் அப்பா, ஏதோ யோசித்துக் கொண்டு ஒப்புக்குச் சொல்கிறாள், எனக்குத் தெரிஞ்ச ஒருத்தரை இப்போத்தான் பார்த்தேன்

சீக்கிரமே உங்களையும் கென்னியையும் வந்து பார்க்க வர்றேன், சத்தியம்

அவனுக்கு அருகில் அவனது அணைப்புக்குள் அவள் இருந்த இடம் எத்தகைய வெற்றிடத்தை உருவாக்கியுள்ளது என்பது யாஷுக்குத் தெரியாது, சிறுமியாக இருந்தபோது அவன்மீது மிகுந்த பிரியத்துடன் அவள் செய்ததைப் போல, ஒருபோதும் அவனை விட்டுப் பிரிய மனமில்லாமல், அவள் படுக்கைக்குச் செல்லவிருந்தபோது அல்லது வீட்டுக்குச் செல்ல வேண்டியிருந்தபோதுகூட, அவனைப் பிடித்துக்கொண்டு அவளது சின்னஞ்சிறு கைகளை வலிந்து கவனமாக விடுவிக்கச் செய்வாள்

அவனை உள்ளபடி நேசித்த ஒரு சிறு குழந்தை

நிபந்தனையின்றி

பெரும்பாலானோர் அவனைத் தனித்துவமானவனாக எண்ணும்போது அவனது அன்புக்குரிய ஒரே மகள் ஏன் அப்படி இல்லை?

அவள் சொல்ல வேண்டியதெல்லாம், உண்மையில் ஒரேயொருமுறை சொல்வது அத்தனை கடினமில்லையே

நீங்கள் நன்றாகச் செய்துள்ளீர்கள், அப்பா.

2

கரோல் இரைச்சலான விருந்துக்குப் பிந்தைய கூடுகையில் அறையின் தொலைவிலிருந்த மூலையில் அவளைப் போன்றே பிற வங்கியாளர்களுடனும் நிதிநல்கையாளர்களுடனும் அமைதியாக நிற்கிறாள், அந்த அறை முழுவதும் வினோதமான உடைகளை அணிந்த கலைத்துறை சார்ந்தோர் ஒருவருக்கொருவர் உற்சாகமாக உரையாடிக் கொண்டிருந்த நிலையில் அவர்களது சூட்டிகையான வணிக உடை பொருந்தாமல் இருந்தது

இது அவளுடைய சமூக வட்டம் அல்ல, அதனால் அவள் 'ஒரு சுற்று சுற்றிவந்து அல்லி நடிகையரைப் பற்றி அறிந்துகொள்ளும்படி' சொன்ன ஃப்ரெடியின் அழைப்பை நிராகரித்தாள்

அவன் கூட்டத்தினரிடையே பேச்சுக் கொடுத்தான், கழுத்துப் பட்டை அகற்றப்பட்டிருந்தது, சட்டை தளர்த்தப்பட்டிருந்தது, கேசம் கலைந்திருந்தது, அவள் பார்த்த அளவில் அவன் சந்தித்த ஒவ்வொருவரையும் வசீகரித்தான், அவனிடம் கவர்ந்திழுக்கப்படும் அடுத்த நபரிடம் நம்பிக்கையுடன் செல்வதற்கு முன்னால்

அவனுடைய பகடிக்கு அவர்களை அகமகிழச் செய்தான்

உயர் வகுப்பினரைப் போல் இல்லாமல், ஃப்ரெடி உயர் வகுப்பினரின் நம்பிக்கையைக் கூச்ச சுபாவமுள்ள பையனைப் போல வெளிப்படுத்தினான், அது அனைத்துத் தரப்பினரையும் அவனோடு நெருங்கச் செய்தது

தானும் அவனுடைய இயல்பான சமூகத் திறமைகளைக் கொண்டிருந்திருக்கலாம் என விரும்புகிறாள்

அவளுக்கு அவள் ஒருபோதும் சென்றிராத அவளது பெற்றோரின் தாயகமான நைஜீரியாவைப் பற்றி மிகக் குறைவாகவே தெரிந்திருந்தாலும் பெனின் காலத்திய நாடகம் அவள் ஆர்வத்தைத் தூண்டியிருந்தது, அதன் அண்டை நாடுகளைப் பற்றியும் அதைவிடக் குறைவாகவே அறிந்திருந்தாள்

அது அவள் தவறில்லை, அவள் அம்மா சொன்னபடி நெருக்கமான சொந்தங்கள் எல்லோரும் இறந்துவிட்டார்கள், அவளது பெற்றோர் இருவரையும் இள வயதிலேயே இழந்து விட்டிருந்தாள், அதனால் அங்கே திரும்பிச் செல்வது சிரமமானதாக இருந்தது

விமான நிலையங்களில் தள்ளுவண்டி நிறைய எக்கச்சக்க பொதிகளுடன் வந்து சரிபார்க்கும் இடத்தில் வாக்குவாதம் செய்துகொண்டு எடைபோடும் அளவுகோல்கள் தவறாயிருக்கிறது என்று புகாரளிக்கும் அவள் பார்த்திருந்த மேற்கு ஆப்பிரிக்கத் தாய்மார்களைப் போல அவள் அம்மா ஒருபோதும் இருக்க விரும்பவில்லை

கரோலுக்கு நைஜீரியா செல்லவேண்டுமென்று ஆசை, அங்கு வேலைக்காக இதுவரை அனுப்பப்படவில்லை, தற்போதைக்கு அவள் ஆசையைச் செயல்படுத்த முடியாது, ஒருநாள் அவள் அம்மாவை அங்கு கூட்டிச் செல்வாள், ஒருவேளை துணைக்கு கோஃபியையும் வைத்துக் கொள்வாள், ஃப்ரெடியும்தான்

கரோலுக்கு கோஃபியைப் பிடித்திருந்தது, அவர் அவள் அம்மாவுக்கு ஏற்ற துணை

இன்றிரவில் முழுக்கவே கருப்பினப் பெண்கள் நிறைந்த மேடையைக் காண ரொம்பவே வித்தியாசமாய் இருந்தது, எல்லோருமே கருமையாய் அல்லது அவளைவிடக் கருமையாய் இருந்தனர், முதன்முறையாக பெருமைக்குரியதாக உணராமல் அவள் சற்று அவமானமாக உணர்ந்தாள்

தைரியமான அல்லி போராளிகளாக ஒருவரையொருவர் காதலித்துக் கொண்டு இராமல் இந்த நாடகம் மட்டும் பிரிட்டனின் முதல் கருப்பினப் பெண் பிரதம மந்திரியைப் பற்றியதாகவோ அல்லது அறிவியலுக்கு நோபல் பரிசு வென்றவராகவோ அல்லது பில்லியனராக உயர்ந்தவரைப் பற்றியதாகவோ, உயர்மட்ட பதவிகளில் முறையாக வெற்றிகண்டவரைப் பற்றியோ இருந்திருக்கலாம்

இடைவேளையின்போது மது அருந்தகத்தில் முன்னதாகவே உள்வாயிற்கூடத்துக்கு வந்திருந்த வெள்ளையினப் பார்வையாளர்களில் சிலர் அவளை வித்தியாசமாகப் பார்ப்பதைக் கவனித்தாள், மேலும் அதிக நட்புணர்வுடன், என்னவோ அவர்கள் பார்த்துக் கொண்டிருந்த நாடகத்தைப் பிரதிபலிக்கும் ஒருவள் என்பதுபோல, ஏனென்றால் அவர்கள் அந்த நாடகத்தை அங்கீகரித்தனர், அவளை அவர்கள் அங்கீகரித்தனர்

நேஷனலில் அவள் பார்த்திருந்த மற்ற நாடகங்களைக் காட்டிலும் இந்த நாடகத்துக்கு அதிகளவில் கருப்பினப் பெண்கள் வந்திருந்தனர்

இடைவேளையின்போது அவர்களை அவள் கவனித்தாள், வண்ணமயமான துணிகளைத் தலையைச் சுற்றிக் கட்டியவர்களாக, ஆப்பிரிக்கச் சிலைகளின் அளவுக்கு பெரிய கம்மல்கள், பழங்குடியினரின் மணிகள், எலும்புகள் கொண்ட கண்டிகை, தோலாலான பைகளில் மந்திரிக்கும் பொருட்கள் (ஒருவேளை), மணிக்கட்டு கனக்கும் அளவுக்கு திண்ணமான உலோக வளையல்கள், பல விரல்களுக்கு மேல் பாவி நிற்கும் பெரிய வெள்ளி மோதிரங்கள்

கருப்பினச் சகோதத்துவத்தைக் காட்டும்படி அவளுக்குத் தலையசைத்தனர், என்னவோ அந்த நாடகம் ஒருவகையில் அவர்களை எல்லாம் இணைத்ததுபோல

அது கருப்பின அல்லி சகோதரத்துவத் தலையசைப்பாக இருக்குமோ என்ற எண்ணம் வந்தது, அவர்களை மேலும் நுணுக்கமாக ஆராய்ந்தாள், அவர்களில் பலரும் அல்லியராக இருக்கலாம் என்று ஊகித்தாள், தலையைச் சுற்றித் துணியைக் கட்டிக் கொண்டிருப்போர்கூட அலங்காரமற்ற வசதியான காலணிகளை அணிந்திருந்தனர்

இது என்ன ஓரினச்சேர்க்கையாளர்கள் கூடக்கூடிய இடத்துக்குள் அவள் வந்துவிட்டாளா?

அவள் கண்ணோடு கண் பார்ப்பதை நிறுத்திவிட்டு ஃப்ரெடியின் கரத்தைப் பிடித்துக் கொண்டாள்

அவன் தவறாகப் புரிந்துகொண்டு அவள் கழுத்தில் தன் முகத்தை வைத்து அழுத்தினான்

இப்போது, இதில் குறுக்கிட்டு அந்த விருந்திலிருந்து ஃப்ரெடியை வெளியே கூட்டிச் செல்ல அவள் மனதளவில் தயாரானபோது, அவளை நோக்கி ஒரு பெண் வருகிறாள், அவளைப் பார்த்தே - எவ்வளவு காலமிருக்கும்?

அடக் கருமமே!

கருமம் கருமம்!

அது மிஸஸ் கிங்

பதினெட்டு வயதில் பள்ளிப்படிப்பை முடித்து வெளியேறியதிலிருந்து அவளை அவள் பார்த்திருக்கவில்லை

இவள் இங்கே என்ன செய்கிறாள்?

*

இதனிடையே

அறையின் மறுகோடியில் அவளது பாதுகாப்பில் இருந்துவந்த கரோல் வில்லியம்ஸைப் பார்த்து ஷிர்லி திகைத்துவிட்டாள், ஆள் அடையாளமே தெரியவில்லை

லட்சுமியின் இசைக்கச்சேரிகளுக்குச் செல்லுமளவு லென்னாக்ஸ் போதிய ஆர்வம் காட்டும் அவளது ஜாஸ் இசையைப் பற்றி அவர்கள் உற்சாகமாக உரையாடும்படி, அதை ஷிர்லியால் சகித்துக் கொள்ள முடியாது, லென்னாக்ஸையும் லட்சுமியையும் விட்டுவிட்டு எதையும் யோசிக்காமல் கரோலை நோக்கி நகர்ந்தாள்

கூட்டத்தை விலக்கிக் கொண்டு அவள் சென்றபோது, கரோல் அழுக்கான குழந்தையாக இல்லாமல் தூரத்திலிருந்து பார்க்கையில்கூட நேர்த்தியான, அழகான, பண்பட்டவளாக இருப்பதைக் கண்டு திகைத்துப் போனாள்

அப்படியென்றால்

அவள் சாதித்துவிட்டாள்

அடக்கி வைத்த சீற்றம் பொங்கியெழுந்து தொண்டையை அடைப்பதை ஷிர்லி உணர்கிறாள்

'தொடர்பில இரு, கரோல், உன்னோட முன்னேற்றங்களை நான் தெரிஞ்சுக்க விரும்புறேன், உதவி தேவைப்பட்டா எப்ப வேணாலும் கூப்பிடு' - இந்த நன்றிகெட்டக் குழந்தை அப்படி எதையுமே செய்திருக்கவில்லை

கரோல் வெளிர் காவி நிறப் பாவாடை சூட் அணிந்திருந்தாள், இரசனையான முத்து அணிகலன்கள், இரண்டுமே பார்க்க விலையுயர்ந்ததாகத் தெரிந்தன, முடியை நேராக்கி பின்னால் கொண்டையிட்டிருந்தாள், மிக மெலிதான ஒப்பனை,

பதின்பருவத்தில் இருந்ததைக் காட்டிலும் மெலிந்திருக்கிறாள், உயர் குதிகால் செருப்புகளில் இன்னும் உயரமாகத் தோன்றுகிறாள்

ஷிர்லி வழக்கத்தைவிடச் சுமாரான உடை உடுத்தியிருப்பதுபோல் உணர்ந்தாள் (அது எதையோ சொல்கிறது), ஜான் லீவிஸிலிருந்து வாங்கிய புதிய போல்கா டாட் உடையை அவள் அணிந்திருந்தாலும் தளர்வாக (மிகவும்) இடையில் முடிச்சிடப்பட்டு கழுத்தில் ஒரு முடிச்சுப் பட்டி *(bow)* அணிந்திருந்தாள்

மிஸஸ் கிங், கரோல் கூக்குரல் எழுப்புகிறாள், அவளது கரத்தை நேர்த்தியாக நீட்டுகிறாள்

என்னை ஷிர்லின்னு கூப்பிடு கரோல், ஷிர்லி

கரோலின் உச்சரிப்பை அடையாளம் காணவே முடியவில்லை, உயர் வகுப்பினரைப் போல் ஒலித்தது, அவள் வாசனைத் திரவியம் இரம்மியமாய் இருந்தது, அவளிடம் எல்லாமே

மெருகூட்டப்பட்டிருந்தது

*

சிட்டியில் அவள் வங்கியாளராக இருக்கிறாளாம், ஷிர்லி தன் முன் சாதனை உருவாக நிற்பவளிடம் இதற்குக் குறைந்து எதிர்பார்க்கவில்லை, அவள் அவளுடைய கணவன் ஃப்ரெடியுடன் இங்கு வந்திருக்கிறாள், அதோ அங்கிருக்கிறான், அவன் குடும்பம் இந்த அரங்கத்துக்கு நிதி அளித்த ஒரு நிறுவனத்தில் பங்குதாரர்கள், ஆனாலும் நமக்குள்ள இருக்கட்டும், இந்த நாடகம் என்னை மாதிரியானவளுக்கானது இல்லை, கரோல் சொல்கிறாள்

எனக்கும் அப்படித்தான், ஷிர்லி பதிலளிக்கிறாள், அறையிலிருந்த மற்றவர்களுடன் சேர்ந்து நாடகத்தைப் பற்றிப் பிதற்றாமல் இருப்பதற்காக அம்மாவுக்குத் துரோகம் செய்வதுபோல் அவள் உணர்கிறாள்

(ஒருவேளை அவர்கள் எல்லோருமே போலியாக இருக்க வேண்டும், அரங்கத்தினர் அடிக்கடி செய்வதுபோல)

அலுவலர் அறையில் நேஷனலில் நடந்த அவளது தோழியின் நாடகத்தைப் பற்றிப் பெருமையடித்துக் கொள்வதை அவள் விரும்பியிருப்பாள், ஆனால் அது அல்லிகளைப் பற்றியது எனும்போது அவளால் அப்படிச் செய்ய முடியாது

நீங்க எப்படி இருக்கீங்க? நீங்க பணி ஓய்வு பெற்றிருப்பீங்கன்னு நினைக்கிறேன், கரோல் கேட்கிறாள்

அப்படியெல்லாம் இல்லை, எனக்கு அந்தளவு வயசாயிடலை, இன்னும் கத்துக் கொடுத்துக்கிட்டுதான் இருக்கேன், என்னோட பாவங்களுக்காக, அதே பைத்தியக்கார விடுதிலதான் இருக்கேன், பலமுறை மூடப்போற அபாயம் ஏற்பட்டு தப்பிச்சிடுச்சு, நீயும் கேள்விப்பட்டிருக்கலாம், ஆமா, இன்னும் அங்கதான் இருக்கேன், இன்னும் அடுத்த தலைமுறை விபச்சாரிகளை, போதைப்பொருள் வியாபாரிகளை, மரமண்டைகளை உருவாக்கிட்டுத்தான் இருக்கோம்

ஷிர்லி தலையைப் பின்னால் சாய்த்து வெடித்துச் சிரிக்கிறாள், கரோலும் தன்னுடன் இணைந்துகொள்வாள் என்ற எதிர்பார்ப்புடன், மாறாக அவள் பயத்தில் திகைத்து நிற்கிறாள், மனக் கசப்புடன் இல்லை என்ற தோற்றத்தைத் தருவதற்காக அதைத் திருத்திக் கொள்வதுபோல் புன்னகைக்கிறாள்

நான் இப்பவும் அதிகத் திறனுள்ள குழந்தைகளுக்கு வழிகாட்டுதலா இருக்கேன், அவள் விரைவாகவும் பளிச்சென்றும் சொல்கிறாள், இப்பவும் இயல்பான திறன் உள்ளவங்களை மீட்டெடுக்கிறேன் (ஏனென்றால் அவளால் அப்படிச் செய்யாமல் இருக்க முடியவில்லை), பல ஆண்டுகளா என்னோட அர்ப்பணிப்பான உதவி தேவைப்படுறவங்களுக்கு வெற்றிப் பாதையை அமைச்சுக் கொடுக்கிறேன்

ஓர் இசைகேடான மௌனம் நிலவியது, அந்தச் சமயத்தில் ஷிர்லியின் முகம் மாதவிடாய் நிற்கும்போது ஏற்படுவதுபோல் குப்பென்று வியர்த்தது, நாசமாய்ப் போக, இப்போ இல்லை, அவள் குடித்திருக்கக்கூடாது, அதுதான் காரணம், மென் தாளினால் அவள் முகத்தைத் துடைத்தால், ஒப்பனை அழிந்து பைத்தியக்காரி மாதிரி இருப்பாள்

கரோல் என்ன நினைப்பாள்?

*

மிஸஸ் கிங்கின் ஊமைக் குத்துகள் ஏற்படுத்தும் அசௌகரியத்தை மறைக்க கரோல் முயல்கிறாள், ஃப்ரெடி வந்து அவளை அங்கிருந்து கூட்டிச் செல்ல மாட்டானா என்றிருந்தது, இந்தப்

பொம்பளைக்கு என்ன பன்றி மாதிரி வியர்க்கிறது? இது கொஞ்சம் வினோதமா இருக்கு, அவள் பதட்டமா இருக்காளோ?

மிஸஸ் கிங் அத்தகைய சக்தியைக் கரோல் மீது செலுத்தியிருந்தாள், அதைத் துஷ்பிரயோகம் என்று உணர்ந்தாள்

இப்போது இதோ அவள், சற்று வயதானவளாக, முடி நரைத்து, குண்டாகி, ஆனாலும் சொல்வது சிரமம், ஏனென்றால் ஒரு குழந்தையின் பார்வையில் எல்லாப் பெரியவர்களும் வயதானவர்களாகவும் குண்டாகவும்தானே இருக்கிறார்கள்

அந்த அமைதி நீண்டபடி சென்றது, அது மிகுந்த சங்கடத்தை ஏற்படுத்தியது, இரு பெண்களும் ஒருவரையொருவர் பார்த்து முகம் சுளிக்கின்றனர்

ஷிர்லி அதை உடைக்கிறாள், சரி, இவ்வளவு காலம் கழிச்சி உன்னைப் பார்த்ததில் சந்தோசம் கரோல்

உங்களைப் பார்த்ததிலும் மகிழ்ச்சி, கரோல் பதிலளிக்கிறாள், மிஸஸ் கிங்கின் கண்களைப் பார்க்கிறாள், அதில் தீமையின் ஒளி தெரியக்கூடும் என்ற எதிர்பார்ப்போடு, மாறாக அவை கண்ணீரில் கலங்கியிருக்கின்றன, அவள் வருந்துகிறாளா? அவள் சோகமாக, அடிபட்டதுபோல் தோன்றுகிறாள், மிஸஸ் கிங்குக்கு உண்மையில் உணர்ச்சிகள் உண்டா?

மிஸஸ் கிங்கைப் பதின்பருவத்துக்கே உரிய கோபத்தின் புகைமூட்டத்திலேயே பார்த்து வந்தது கரோலுக்குப் புரிகிறது, இருப்பினும் இந்தப் பெண்மணி ஒருவேளை முடிந்தளவு சிறப்பாகச் செயல்பட முயன்றிருக்கலாம், அவள் சரியான வழியில் சென்றிருக்கவில்லை

கரோல் இந்தப் பெண்மணியை வருத்தமடையச் செய்ய விரும்பவில்லை, இப்போது இல்லை, ஆனாலும் அவள் அதைத்தான் செய்திருப்பதாகத் தெரிகிறது, அவள் அதைத் திருத்த வேண்டும்

இது ரொம்பக் காலம் கடந்ததுன்னு தெரியும் மிஸஸ் கிங், அதாவது ஷிர்லி, நான் பள்ளிக்கூடத்தில் இருந்தப்ப உங்க உதவிக்கு எப்பவாவது நன்றி சொல்லிருக்கேனான்னு உறுதியாத்

தெரியலை, சொல்லாமலே விட்டுடறதைவிட தாமதமாச் சொல்றது நல்லதுதானே!

இந்தத் தானே என்பது உள்நோக்கத்துடன் சொல்லவில்லை, கரோலின் கட்டுப்பாட்டை மீறி வந்துவிட்டது

ஷிர்லி பதிலளிக்கிறாள், சேச்சே நீ எனக்கு நன்றி சொல்ல எதுவுமே இல்லை, உனக்கு உதவி செய்ய என்னால முடிஞ்சதைச் செஞ்சேன், இத்தனை ஆண்டுகள்ல எனக்கு நன்றி சொல்லணும்னு எதிர்பார்த்ததோ விரும்பினதோ இல்லை, அது என்னோட சந்தோசம், எல்லாத்துக்கும் மேல, ஒரு மனசாட்சியுள்ள ஆசிரியையா அது என் கடமையா இருந்தது, நான் என் வேலையைத்தான் செஞ்சேன், உனக்கு அது வெற்றியைத் தேடித் தந்ததில் எனக்கு சந்தோசமா இருக்கு, அதுவே எனக்குப் போதும்

அந்தக் கலங்கிய கண்களில் இப்போது உண்மையாகவே கண்ணீர் வழிவதைக் கரோல் காண்கிறாள், யாராலுமே செய்ய முடியாத அல்லது செய்திராத நிலையில் மிஸஸ் கிங் உண்மையாகவே அவளுக்கு உதவியது அவளுக்குப் புரிகிறது, இத்தனை காலம் எப்படி அவள் இதை உணராமல் இருந்தாள்?

மிஸஸ் கிங் ஒரு அடி பின்னோக்கி எடுத்து வைக்கிறாள், அவளது உடைந்துபோகும் தன்மையினால் அவள் சங்கடமடைந்திருக்கலாம் எனக் கரோல் சந்தேகிக்கிறாள்

என் கணவரைக் கூப்பிடப் போகணும் இல்லைனா வீட்டுக்குப் போகக் கடைசி இரயிலைத் தவறவிட்டுடுவேன், நாளைக்குப் பள்ளிக்கூடம் இருக்கு, 9ஆம் வகுப்பு, இருக்கறதிலேயே மோசம், பார்க்கலாம் கரோல், இந்தத் திடீர் சந்திப்பு மகிழ்ச்சியா இருந்தது.

3

கூட்டத்தினிடையே ஷிர்லி திரும்பி நடக்கையில் எடை குறைந்ததுபோல் உணர்ந்தாள்

கரோலைச் சந்தித்தது குறித்து லென்னாக்ஸிடம் சொல்லத் துடித்துக் கொண்டிருந்தாள், இதை அவன் அவளது நீண்டகால மனக்குறையாக வைத்திருப்பது எதிர்மறையாக அவள் ஆற்றலை இழக்கச் செய்யும் என்று நிராகரித்திருந்தாலும்கூட

ஆண்களுக்குத்தான் வாழ்க்கை எத்தனை எளிதாய் இருக்கிறது, காரணம் பெண்கள் அவர்களைவிட அதிகம் சிக்கலானவர்கள் என்பதால்தான்

லென்னாக்ஸ் எதைக் குறித்தும் பதட்டமடைவதில்லை

அவள் தங்கள் மேலங்கிகளைச் சேகரிப்பதற்காக லட்சுமியிடம் இருந்து அவனை இழுத்து வந்தாள், உதவியாளர் அவற்றைக் கொண்டுவருகையில், விருந்து நடக்குமிடத்தைப் பார்க்கிறார்கள்

உரத்த குரல்களைப் பொதிந்திருந்த அந்தப் பெரிய வெளி அவளுக்கு பள்ளிக்கூடச் சிற்றுண்டிச் சாலையில் நூற்றுக்கணக்கான குழந்தைகளின் நிஷ்டூரக் கூச்சல் போலிருந்தது

மோசமான உச்சஸ்தாயிக் குரல்களும் உலோகப் பாத்திரங்கள் உரசுவதால் ஏற்படும் ஒலியும் சுவர்களிலும் கூரையிலும் பட்டு எதிரொலித்துத் திரும்பிவந்தது

வெளியே ஓர் இரவைக் கொண்டாடுவது என்பது அரிசி, பட்டாணி, ஆட்டுக்கறி அடுப்பில் வெந்துகொண்டிருக்க மற்றவர்களும் அவர்களைப் போன்றவர்களாக இருக்குமிடத்தில் லவர்ஸ்' ராக் இசைக்கு லென்னாக்ஸுடன் விருந்தின் ஒரு மூலையில் நடனமாடுவதும்

இருளில் சத்தமின்றி முத்தமிட்டுக் கொள்வதும்தான்

நதியோரப் பாதையிலிருந்து ரோலண்ட் உள்ளே வருவதைக் கவனிக்கிறாள், அவன் நடையில் முழுமையான தன்னம்பிக்கை தெரிகிறது, இப்போதெல்லாம் அவளுக்கு அது எரிச்சலூட்டுவதைக் காட்டிலும் வேடிக்கையாய் இருக்கிறது

அவளது நன்மகள் யாஷுக்கு அவன் தந்தையானபோது அவனைப் பற்றிக் கொஞ்சமே தெரிந்திருந்தது, அதற்கு முன்னால் அம்மாவின் பல நண்பர்களைப் போலவே அவளிடம் பேசவும் அவனுக்கு நேரம் இருந்ததில்லை

யாஷ் ஆரம்பப் பள்ளி செல்லத் தொடங்கியபோது அவன் பிரபலமானவனாகிவிட்டான், சிறிது காலத்துக்கு அவளும் அவனை வியந்து பார்த்துக் கொண்டிருந்தாள், அது முட்டாள்தனமானது

அவனை எதிர்கொள்வதை நினைத்துப் பயந்தாள், காரணம் அவன் வாயைத் திறந்ததுமே அவளைத் தரங்குறைந்தவளாக உணரச் செய்தான்

ஒருதடவை அவள் குட்டிப்பெண் யாஷை அவளது காரின் குழந்தை இருக்கையில் அமரச் செய்தபோது குழந்தைகளின் வளர்ச்சியில் பியாகெட் *(Piaget)* நிலைகள் குறித்து ரோலண்ட் நீட்டி முழக்கிப் பேசினான், உண்மையில் இது விசயத்தில் அவளைவிட அவனுக்கு மிகக் குறைவாகவே தெரிந்திருந்தும்

அவளது அறிவுத்திறனை வெளிக்காட்டிக்கொள்ளும் போதிய நம்பிக்கை அவளிடம் இல்லை, ஒருபோதும் அவனிடம் செய்ததில்லை

அப்புறம் கேம்பியாவுக்குச் சில வருடங்களுக்கு முன்னர் திரும்பிச் சென்றிருந்த அவனுக்கு அம்மா தவறிவிட்டதாகச் சொல்வதற்காக அழைப்பு வந்தது

ஒரு நிமிடம் அங்கே நின்று பேருரை மாதிரி ஆற்றிக் கொண்டிருந்தவன், அடுத்த நிமிடம் அப்படியே நடைபாதையில் சரிந்து விழுந்துவிட்டான்

ஷிர்லிதான் யாஷையும் ரோலண்டையும் பத்திரமாக வீடு கொண்டுபோய்ச் சேர்த்து அவள் கரங்களில் மனம் விட்டு அழுது தீர்க்கும்படி உடன் இருந்தாள்

அதன் பிறகிலிருந்து அவன் அறிவுசீவித்தனமாக வெளிக்காட்டிக் கொள்வதை ஏதோ ஒரு செயலாற்றுதல் என்றே பார்த்தாள், அடியாழத்தில் அவனும் எல்லோரையும்போல எளிதில் புண்படக்கூடியவன்தான்

இப்போதெல்லாம் அவர்கள் ஒருவருக்கொருவர் இணக்கமாக இருக்கின்றனர், ஆனாலும் விருந்தைவிட்டுச் செல்வதைத் தாமதப்படுத்தி அவனிடம் போய்க் குசலம் விசாரிக்கும் அளவுக்கு அல்ல

அடுத்ததாக அவள் அங்குமிங்கும் பதட்டத்துடன் உலவிக் கொண்டிருந்த லட்சுமியைக் கண்டாள், அம்மா கிண்டலடிப்பது போல அவளது புதிய இருபது சொச்ச வயது குழந்தை மணவாட்டியான கரோலினைத் தேடிக் கொண்டிருக்கிறாளாயிருக்கும்

ஷிர்லி கொஞ்ச நேரத்துக்கு முன்பு அந்தக் குழந்தை மணவாட்டி வேறொரு அதிக வயதான பெண்மணியுடன் அந்தரங்கமாய் உரையாடிக் கொண்டிருப்பதைப் பார்த்திருந்தாள், அந்தப் பெண்மணி அவளிடம் விழுந்துவிட்டதுபோலத்தான் தெரிந்தது

லட்சுமி எச்சரிக்கையாய் இருப்பது நல்லது

*

அம்மாவைப் பார்த்துச் சொல்லிவிட்டுக் கிளம்பலாம் என அவள் யோசித்துக் கொண்டிருந்தபோது, அவள் பெண்கள் குழாமுடன் டாமினிக் தெய்வத்தை நோக்கிச் செல்வதைப் பார்க்கிறாள், இருவரும் நமுட்டுச் சிரிப்புச் சிரித்துக் கொள்கின்றனர்

அவர்கள் ஒன்றாக அரங்க நிறுவனத்தை நடத்திய காலத்தை அது அவளுக்கு நினைவுபடுத்துகிறது, மற்ற யாரையும்விட அவர்கள் இருவரும் ஒன்றாக இணைந்திருக்க விரும்பினர், அவர்கள் காதலர்களைவிட

என்சிங்கா இடையில் புகுந்து அமெரிக்காவில் கவர்ச்சியான வாழ்க்கைக்கு டாமினிக்கைக் கொத்திக் கொண்டு போய்விட்டாள்

ஆனாலும் அம்மா தெரிவித்தபடி, அது அப்படி இருக்கவில்லை, என்சிங்கா டாமினிக்கை முழுக்க மதிப்பிழந்தவளாக வைத்திருந்திருக்கிறாள் (அவளுக்கு இது தேவைதான்)

அவளுக்கும் டாமினிக்குக்கும் இடையில் ஒருபோதும் ஈர்ப்பு இருந்ததில்லை என்பதை அம்மா அழுத்தமாகச் சொன்னாள், இருந்தாலும் அவர்கள் செய்வதுபோல இருபது வயதுகளில், ஏன் அவர்களின் ஐம்பது வயதுகளில்கூட ஒன்றாகக் கழிப்பறைக்குச் செல்லும் ஒரு நட்பை ஷிர்லியால் ஒருபோதும் புரிந்துகொள்ள முடியவில்லை

இன்றிரவு ஷிர்லி டாமினிக்கைத் தவிர்க்க முயன்றாள், அலுப்பூட்டும் எதிர்பால் சேர்க்கையாளரும் புறநகர் பள்ளி ஆசிரியையுமானவளுடன் அவளுக்கு ஒத்துவராது

கெடுபேறாக இடைவேளையின்போது மதுவருந்தகத்தில் அவர்கள் இருவரும் அடுத்தடுத்து நிற்கும்படி ஆனது, ஷிர்லியால் தப்பிக்க முடியவில்லை

டாமினிக் எப்போதும் போலத்தான் இருந்தாள், இப்போதும் மெலிந்த தேகத்துடன், அவளது தட்டையான வயிற்றைக் காட்டக்கூடிய இறுக்கமான வெள்ளை நிற டி-சட்டை (திரும்பத் திரும்பக் காட்டிக்கொண்டு), பைக்கர் ஜாக்கெட், நான்கு விரல்களிலும் சேர்த்து மாட்டிக் கொள்ளும் வளையங்கள், வெள்ளித் தையல்போல அவள் காதுகளில் தவழ்ந்துகொண்டிருந்த காதணிகள், கருப்பு ஜீன்ஸ், பைக்கர் பூட்ஸுகள், ஆண்பிள்ளைபோல் சிகையலங்காரம், நரைக்கவில்லை

டாம் முப்பத்து இரண்டு வயதானவள்போலத் தோன்றியிருக்கா விட்டால் அது வயதுக்குப் பொருந்தாத உடையலங்காரமாக இருந்திருக்கும்

ஷிர்லியைத் தவிர எந்தக் கருப்பினப் பெண்ணும் அவர்கள் வயதைப் பார்ப்பதில்லை

வழக்கமான துரதிர்ஷ்டம்

அவர்கள் இருவரும் ஒருவரையொருவர் பல ஆண்டுகளாகப் பார்த்துக் கொள்ளவில்லை, எதிர்பார்த்தபடியே டாமினிக் சீண்டுவதைப் போல ஷிர்லியைப் பார்த்துச் சிரிக்கிறாள், என்னவோ ஷிர்லியின் துயரார்ந்த சிறிய வாழ்க்கையைக் காண வேடிக்கையாய் இருப்பதைப் போல

ஏய், எப்படி இருக்கே ஷிர்ல்? அவளது கிட்டத்தட்ட அமெரிக்க உச்சரிப்புடன் கேட்டாள்

தடம் மாறாத வாழ்க்கைப் போக்கில் தன்னைப் பற்றிச் சொல்லிக்கொள்ள ஷிர்லிக்கு ஒன்றுமே இல்லை, அதே கேள்வியை டாமினிக்கை நோக்கி வீசியபோது, வாவ்! எங்கே தொடங்குறது? அந்த நேரத்தில் மதுவருந்தகப் பணியாளர் அவளை முதலில் கவனிக்க முடிவெடுத்ததால் டாமினிக்கின் கவனம் திசைமாறியது

நிச்சயம் அப்படித்தான் செய்தான்

ஒவ்வொரு கையிலும் ஒரு ஒயின் கோப்பையுடன் டாமினிக் விலகிச் சென்றாள், உன்னைப் பார்த்ததில் சந்தோசம் ஷிர்ல், அவள் சொன்னாள், மறைந்துபோனாள்

டாமினிக் தெய்வத்துக்கு சேவகம் செய்தபின் பணியாளர் ஷிர்லிக்குப் பிறகு வந்த அவளுக்கு மறுபக்கம் இருந்தவரிடம் வேண்டியதைக் கேட்டான்

ஷிர்லி அவளது இயல்புக்கு மாறாகச் சத்தமாக, *இங்க பாருங்க,* நான் தான் முதலில் வந்தேன் என்றாள்

அங்கிருந்த எல்லோரும் திரும்பி அவளை வெறித்துப் பார்த்தனர்

அம்மாவின் நட்பு வட்டத்துக்குள் டாமினிக் வந்தபோது அவளுக்குப் பொறாமை இருந்ததில்லை, ஏனென்றால் அவர்களது பாதைகள் ஏற்கெனவே வெகுவாக விலகிவிட்டன

அம்மாவுடனான அவளது நட்பு ஒத்த ஆர்வங்களையும் கண்ணோட்டங்களையும் கொண்டிருந்தது என்பதைவிட வரலாற்றுரீதியான விசுவாசத்தையும் பரிட்சயம் என்ற வசதியையும் அடிப்படையாகக் கொண்டது, சிலிர்ப்பூட்டும் பொழுதுபோக்காக இருக்கும் என்று ஷிர்லி நம்பக்கூடிய திரைப்படங்களை அவர்கள் ஒன்றாகப் பார்க்க முனைகின்றனர் (அவளுக்குத் தெரிந்து உலகிலுள்ள கோடிக்கணக்கானோர் அவள் சொல்வதை ஒத்துக் கொள்வார்கள்)

அம்மாவுக்கு மிக மெதுவாக நகரும் கதையில் தொடர்ச்சியே இல்லாத பலவித உணர்வுநிலைகளைப் பேசும் அயல்நாட்டுப் படங்கள் பிடிக்கும், ஏனென்றால், 'சிறந்த படங்கள் ஒரு மனிதரா இருக்கிறதுன்னா என்னங்கிற நம்மோட புரிதலை விரிவுபடுத்துறது, வடிவத்தோட எல்லைகளை விரிவடையச் செய்யுற ஒரு பயணம் அது, வணிகத் திரைப்படங்களோட தேய்வழக்குகளைத் தாண்டின ஒரு சாகசம் அது, நம்மோட ஆழமான பிரக்ஞையோட வெளிப்பாடு'

இதைப் பற்றி ஷிர்லி என்ன நினைத்திருப்பாள் என்று உங்களால் கற்பனை செய்ய முடியும்

அவர்கள் இருவரும் ஒப்புக்கொண்டு, அவளுடன் *La La Land* பார்ப்பதற்காக அம்மா சென்றாள், அதை இரசித்ததை ஒப்புக்கொள்ளவில்லை (அவள் இரசித்தாள் என்று ஷிர்லியால் சொல்லமுடியும்), தான் பார்த்ததிலேயே சிறந்த படங்களுள் ஒன்று என்று அம்மா சொன்ன *Moonlight* படத்தின்போது ஷிர்லி தூங்கிவிட்டாள்

*

இரண்டு தோழியரும் கழிப்பறைக்குள் செல்வதைக் கவனிக்கிறாள் - வெகு நம்பிக்கையுடன் கேளிக்கை விரும்பிகளாக, இளமையும் பகட்டுமாக

அம்மாவிடம் சொல்லிவிட்டுச் செல்ல விரும்பினாள், சாயங்காலம் அவளைச் சுற்றிலும் அபிமானிகள் மொய்த்திருந்ததால் அவர்கள் மிகக் குறைவாகவே பேசியிருந்தனர், டாமினிக்குடன் விட்டகுறை தொட்டகுறை கிசுகிசுக்களை அவள் பேசிக்கொண்டிருக்கையில் குறுக்கிடும் வண்ணம் கழிப்பறைக்குள் ஷிர்லி நுழையப்போவதில்லை, அப்புறம் அவள் பார்க்கும் பார்வையே சொல்லும், இப்ப என்ன அறுவை ஷிர்ல்?

ஷிர்லி ஏற்கெனவே யாஷுடன் சுருக்கமாக உரையாடியிருந்தாள், அவளிடம் ஒழுங்கீனமான ஆஃப்ரோ வைரஸ் தொற்றிக்கொண்டது போலிருந்தது, தலை முடியெல்லாம் மேலே தூக்கிக்கொண்டு கரடாக நிற்கிறது

எழுபதுகளில் மக்கள் நேர்த்தியான, சமச்சீரான ஆஃப்ரோக்களாக இருந்தபோதுகூட ஷிர்லி அப்படியில்லை, அவள் அம்மா அவளுக்குப் பன்னிரெண்டு வயது இருக்கையிலேயே சூடான இரும்புச் சீப்பை வைத்து வாரிவிடுவாள், அதன்பிறகு அவளது அசலான கேசத்தை அவள் பார்த்ததோ உணர்ந்ததோ இல்லை

யாஷ் அவளுடைய பாட்டியை அவளுடன் இருந்த இரு நண்பர்களுக்கு அறிமுகம் செய்ய மெனக்கிடவில்லை, இது அப்பட்டமான மோசமான நடத்தை

அவர்கள் கொஞ்சம் திமிரானவர்களாகத் தெரிந்தனர், ஷிர்லி அவளைப் பார்த்ததுமே அடங்கிப் போகும் பதின்பருவத்தினரைப் பார்த்துதான் பழக்கமே தவிர சமமானவர்களைப் போல் நடந்துகொள்பவர்களை அல்ல

அவர்களில் ஒருத்தி மதத்தோடு தொடர்பில்லாத அலங்காரத்துடன் கூடிய ஹிஜாப் அணிந்திருந்தாள், இன்னொருத்தி மார்புகள் பொங்கி நிற்கும் அளவு இறுக்கமாக சட்டை அணிந்திருந்தாள்

யாஷ் அதிகம் தன்னம்பிக்கையை வெளிப்படுத்துவதில் அவள் அம்மாவைக் காட்டிலும் ரோலண்டைத்தான் அதிகம் ஒத்திருக்கிறாள், இப்போதெல்லாம் அவள் ஷிர்லியிடம் ஏதோ கடனே என்று பேசுவதாகத்தான் தெரிகிறது

நீங்க எனக்குப் பிடிச்ச நற்தாய் என்று யாஷ் அவளிடம் வழக்கமாகச் சொல்வாள், ஒருவேளை இருக்கிற ஒரு மில்லியன் நற்தாய்களிடமும் இதைத்தான் சொல்வாளாயிருக்கும்

யாஷ் அவளை அதிகம் ஆர்வத்துக்குரியவளாகக் காணவில்லை என்று சந்தேகிக்கிறாள்

இந்த முட்டாள்தனத்தை நிறுத்துமாறு லென்னாக்ஸ் அவளிடம் சொல்கிறான்

அவளும் லென்னாக்ஸும் வாயிற்கூடத்தைவிட்டு வெளியே நதியோர நடைபாதைக்கு வருகின்றனர், அங்கே யாஷ் நதியைப் பார்த்திருக்கும் சுவரில் சாய்ந்தபடி கொச்சையாகக் கையில் பச்சை கொத்திக் கொண்டிருந்த யாரோ ஓர் ஆணுடன் பேசிக் கொண்டிருக்கிறாள், அது பெண்ணாகவும் இருக்கலாம், ‘எப்படி வேண்டுமானாலும் இருக்கலாம்’ சூழலில் சொல்வது கடினம்தான்

ஷிர்லிக்கு லென்னாக்ஸைக் கட்டிப் பிடித்தபடி சோபாவில் ஒரு கோப்பை சூடான சாக்கலேட் பானம் பருகுவதற்கு எப்போது வீட்டுக்குச் செல்வோம் என்றிருக்கிறது

4

அம்மா

நேஷனலில் பெண்கள் கழிப்பறைக்குச் செல்லும் நடைபாதையில் யாராவது வருகிறார்களா எனக் கவனமாகப் பார்த்தபடி குந்தி அமர்ந்திருக்கிறாள், இருபுறமும் கழிப்பறைக் கதவுகள்

டாமினிக் அவளது பயணக் கண்ணாடியில் வைத்து இலாவகமாக கொக்கெயினைப் பிரிக்கிறாள்

இருவரும் ஒருவரையொருவர் முழுதாய்ப் பார்த்துக் கொள்ளும் விதத்தில் குந்தியமர்ந்து சிறுநீர் கழித்தபடி என்ன உரையாடலில் ஈடுபட்டிருந்தார்களோ அதைத் தொடர்ந்துகொண்டிருந்த அந்தப் பழைய நாட்களைப் போல் இருக்கிறது

ஒருவரையொருவர் பார்த்து எவ்வளவு காலம் ஆகியிருந்தாலும் சரி, அமெரிக்காவில் ஒரு மூவாயிரம் மைல் தொலைவு, கூடவே

பெருங்கடல் ஒரு நாலாயிரம் மைல் தொலைவு அப்படியே மறைந்து போய்விடும், அது ஒருபோதும் ஒரு தடையாகவே அவர்களுக்கு இருந்ததில்லை

முன்பு போலவே அவர்களால் வசதியாகச் சம்பாஷனையைத் தொடங்க முடியும், இதுதான் வாழ்க்கை முழுவதும் நீடிக்கும் உண்மையான நட்பின் அர்த்தம்

டாமினிக் கண்ணாடியைக் கவனமாக அம்மாவிடம் தருகிறாள், இந்தா மூக்கில வச்சி இழுத்துக்கோ

அம்மா இரண்டு வரிசைகளை இழுத்து உறிஞ்சுகிறாள், அது சிரசில் அடிக்கிறது, அந்தக் கணத்தைத் துய்க்க அவள் கண்களை மூடுகிறாள், அவளது இரத்தவோட்டத்தில் சொர்க்கானுபவ உணர்வுகள் பாய்வதை உணர்கிறாள்

எஞ்சிய பொடியை உறிஞ்சியபடி டாமினிக் கேட்கிறாள், ஞாபகமிருக்கா, நம்ம நாடகத்தோட முதல்நாள் எல்லாம் இந்தச் சடங்கை நாம வச்சிருந்தோம்

போதை வஸ்து தன் தாக்கத்தைச் செலுத்தத் தொடங்கியிருந்ததால், திடீர் குதூகலம் தொற்றிக் கொண்டது, பயணக் களைப்புக்குப் பதிலாய் உற்சாகம் நுரைத்துப் பொங்கியது

நான் எப்படி மறப்பேன்? அம்மா பதிலளிக்கிறாள், அவர்களது கடந்த காலத்தை நினைவுகூர்வது பெரும்பாலும் பதில் எதிர்பாராக் கேள்விதான், இப்படியொரு நயமான பழைய அரங்கு பாரம்பரியத்துக்கு நீ புத்துயிர் குடுத்திருக்கிறது நல்ல விசயம், டாமினிக், இதைப் பத்திச் சொல்றப்ப உனக்கு உண்மைலயே நாடகமும் தயாரிப்பும் பிடிச்சிருந்ததா? அதாவது நிஜமாவே பிடிச்சிருந்ததா?

டாமினிக் ஏற்கெனவே பல தடவை அவளுக்குப் பிடித்திருந்ததைச் சொல்லிவிட்டாள், ஆனால் அம்மாவுக்குப் போதாது, அவள் திரும்பத் திரும்ப உறுதிப்படுத்திக் கொள்ள ஏங்குவாள்

வாய்ப்பே இல்லை, அம்மா, வாய்ப்பே இல்லை, அரங்க மரபுகளை எல்லாம் சும்மாப் பிச்சி வீசியெறிஞ்சிட்டே, அவங்க எல்லாம் கல்லறைக்குள்ள கடுங்கோபத்துல இருப்பாங்கடி இவளே

அப்ப உனக்குப் பிடிச்சிருக்குதானே?

டாமினிக்

அவளை ஆச்சரியப்படுத்துவதற்காக மேடையில் அறிவிப்பின்றி வந்து நின்றாள், ரொம்ப சோர்ந்துட்டேன், லூசியானாலருந்து இராத்திரி முழுக்கத் தூங்காம பத்துமணி நேரம் பயணம் பண்ணி ஹீத்ரோல இருந்து நேஷனலுக்கு உபேர் டாக்சி பிடிச்சு வந்து நம்ம நட்பு பெண்வரலாற்றில் தவறவிடக்கூடாத நிகழ்ச்சிக்காக விளக்கை அணைக்கிற நேரத்துல இருக்கைல உட்கார்ந்தேன்

நீ இங்க வந்தது ரொம்ப நல்லதாப் போச்சு, அம்மா சொல்கிறாள், போதைப்பொருள் அவளுக்குத் தரும் பிரியத்தை அனுபவித்தபடி

இங்க இருக்கது நல்லாத்தான் இருக்கு, ஆனாலும் ஒரு சின்ன இடைவெளிலதான் வந்திருக்கேன், நாளைக்கே திரும்பக் கடல் கடந்து போகணும், நாற்பத்தெட்டு மணிநேரத்துல ரெண்டுதடவை, உனக்காகத்தான்டா, வேற யாருக்கும் இதைச் செஞ்சிருக்க மாட்டேன் அம்ஸ்

அவளுடைய நண்பர்களின் முதல் நாள் இரவுகளில் அவள் கலந்துகொண்டு பலகாலம் ஆகிறது, வெளியே விருந்தில் நிறைந்திருக்கும் நண்பர்களை அவள் பல காலம் பார்த்திருக்கவில்லை, ஆனாலும் அதுவும் மிக நல்லதொரு காரணத்துக்காகத்தான்

ரோலண்டுடன் சுருக்கமாக உரையாடினாள், அப்போது அவன் சமீபத்தில் இரு பிரபல அரசியல்வாதிகள், ஒரு ராக் ஸ்டார், மில்லியன்களில் விற்பனையாகும் படைப்புகளைத் தரும் ஓவியருடன் மதியவுணவு/இரவுணவு/மது/ஏதோவொரு உருப்படாததைச் சமீபத்தில் சாப்பிட்டதாகச் சில பெயர்களைச் சொன்னான்

அவர்கள் பெயர்களைக் கேள்விப்பட்டதே இல்லை (பட்டிருந்தாள்) என்றாள் அவள்

நாடகம் முடிந்து அவள் அரங்கத்தைவிட்டு வெளியேறுவதைக் கண்டதும் சில்வஸ்டர் வீட்டுப்புறா மாதிரி பறந்துவந்து இறங்கினான், அவனும் அவளும் அமைப்புக்கு எதிரான முன்னாள் போராளிகளில் ஒருவராக இருந்தவர்கள் என்றும் அவர்கள் தங்கள் கொள்கைகளைக் கறைபடாமல் பார்த்துக்கொண்டார்கள் என்றும் சொன்னான்

அம்மாவின் திசை நோக்கி அவன் கையசைத்தது தற்செயலானதல்ல

எண்பதுகளில் சிலுப்பி மாதிரியான தோற்றத்தில் இருந்த தன்னுடன் வேலை பார்த்து வந்த அரங்க மேடை மேலாளரான லிண்டாவால் டாமினிக் மீட்டெடுக்கப்பட்டபோது அவள் கொண்டாடிய மிகவும் முதலாளித்துவமான திருவிழா குறித்துக் குறிப்பிடவிருந்தாள், லிண்டா இப்போது குலாக் சிறைக்காவலரைப் போல வாட்ட சாட்டமாக இருக்கிறாள்

அவளது பரிவாரங்கள் உள்ளே மற்றவர்களைத் தள்ளிக்கொண்டு நுழைந்தபோது வழியைவிட்டு விலகும்படி முழங்கையால் சில்வஸ்டர் இடித்துத் தள்ளப்பட்டான்

லிண்டா இப்போது தனது சொந்தத் திரைப்பட மற்றும் தொலைக்காட்சி நிகழ்ச்சிக்கான பொருட்களை வாடகைக்குவிடும் தொழில் நடத்துகிறாள், Bush Women அரங்கத்தின் தீவிர விசிறிகளாக இருந்த அவள் நண்பர்கள் கார் பழுதுபார்ப்போர், மின்வினைஞர், கட்டுநர்களாக உள்ளனர்

பெண்தன்மை பிரபல்யம் அடைவதற்கு முன்பாக அதை நிராகரித்த இந்தப் பெண்களுக்காக அவளுக்கு நிறைய நேரம் இருக்கிறது

அவர்களை எல்லாம் திரும்பச் சந்தித்தது மிக நன்றாக இருந்தது

அம்மாவின் மிகப் பழைய தோழியும் இந்தக் கிரகத்திலேயே மிகவும் மழுங்கிப்போன ஒருத்தியுமான ஷிர்லியிடம் அப்படியில்லை, அவர்கள் மதுவருந்தகத்தில் அருகருகே நிற்க வேண்டி வந்தபோது அவள் அப்படியே பேயறைந்தது மாதிரி நின்றாள், வலிந்து போலியாக ஒரு சிரிப்புச் சிரித்து வைத்தாள்

ஒருமுறை ஒரு விருந்தில் வைத்து அம்மா ஒரு தோழியை முத்தமிடுவதை ஷிர்லி பார்த்துக்கொண்டிருப்பதைக் கண்டாள், அவளை யாரும் கவனிக்கவில்லை என்று நினைத்திருந்த சமயம் ஷிர்லியின் முகம்போன போக்கைப் பார்க்க வேண்டுமே

இந்தப் பெண்மணி ஓரினச் சேர்க்கையாளர்களை வெறுப்பவள், அம்மா அப்படியில்லை என்றும் அப்படி இருந்திருந்தால் அவளுக்குத் தோழியாக இருந்திருக்க மாட்டாள் என்றும் ஷிர்லி சொன்னாள்

டாமினிக் ஷிர்லியை அதீத உற்சாகத்தோடு முகமன் கூறினாள், அதீத உற்சாகத்தோடு விடைகொடுத்தாள், இடையில் கொஞ்சமே பேசினாள், அவள் சொல்வதுபோல, ‘வணக்கம்-போய்வருகிறேன் இடையில் கொஞ்சம் உளறல்’

அவள் நட்பை வெளிப்படுத்த வேண்டியவர்களுக்காக ஒதுக்கி வைத்திருக்கிறாள்

*

ரோலண்ட், சில்வஸ்டர், ஷிர்லி

ஒரு காலத்தில் அவர்களை அவளுக்கு நன்றாகத் தெரியும், இப்போது அவர்களை அரிதாகவே பார்க்கிறாள் என்பதால் அவர்களது மிக மோசமான குணங்கள் தீவிரமடைந்துள்ளது தெரிகிறது

ரோலண்டுக்குத் திமிர் கூடியிருக்கிறது, சில்வஸ்டரிடம் மனக்கசப்பு கூடியிருக்கிறது, ஷிர்லியிடம் இறுக்கம் கூடியிருக்கிறது

விதிவிலக்குகளில் ஒருத்தி என்றால் லட்சுமி, இப்போதும் சிறந்த தோழி, அவளுடைய புதிய இசைத்தொகுப்பை விளம்பரப்படுத்த வரும்போது லூசியானாவுக்குத் தவறாமல் வந்துவிடுவாள்

இதில் யாஷைப் பார்த்ததுதான் முதன்மையானது, ஓடிவந்து பெருமையுடன் அவளது இரண்டு நம்பிக்கையுடைய, தெளிவாகப் பேசக்கூடிய பல்கலைக்கழகத் தோழிகளை அவளுக்கு அறிமுகப்படுத்தினாள், அவர்களில் ஒருத்தி அலங்கார ஹிஜாப் அணிந்திருந்தாள், அது ‘ஆமா, இஸ்லாமியர், புதுமையானவள், அதில் எனக்குப் பெருமை!’ என்று வீரிட்டது

இரண்டு தோழிகளும் யாஷிடமிருந்து *அவளைப் பற்றி எல்லாம்* தெரிந்துகொண்டதாக உற்சாகத்துடன் கூறினர், *கவலைப்படாதீங்க,* *எல்லாம் நல்லவிதமாத்தான்* சொல்லியிருக்கா, பங்கமா *அதிகம்* சொல்லிடலை

அடுத்த கோடை விடுமுறையில் ஒருமாதம் அவள் லூசியானாவில் *கழிக்க உங்களுக்கே யாருன்னு தெரியும்* அந்த நபருக்குத் தெரியாமல் அவளுக்குப் பணம் தரும்படி டாமினிக்கிடம் யாஷ் குறிப்புணர்த்தினாள், அது அவர்களுக்குள் பந்தத்தை ஏற்படுத்திக்கொள்ள ஒரு வழியாக இருக்கும், ஏனென்றால்,

நீங்கதான் எனக்குப் பிடிச்ச நற்தாய், நான் சின்னப்பிள்ளையா இருக்கச்சிலயே நீங்க போயிட்டீங்க, உங்களுக்கே யாருன்னு தெரியும் அவங்களோட வளர்றது ரொம்ப சிரமமானதா இருந்தது

அப்புறம் எல்லாத்தையும் நொட்டுற பேராசிரியர்

கொஞ்சம் கூடுதல் உதவி இருந்திருந்தால் நல்லா இருந்திருக்கும், டாம் அம்மா

கவலைப்படாதீங்க, நான் முதல் வகுப்பு பயணச்சீட்டு எல்லாம் கேட்கலை, சாதாரண பயணச்சீட்டு போதும், அப்புறம்

தினசரி படி

யாஷ் உள் இருப்பதை வெளிப்படையாகப் பேசுகிறாள், டாமினிக்குக்கு அதனாலேயே அவளைப் பிடித்திருக்கிறது, நிச்சயம் அவள் வருவதற்காக அவள் பணம் கொடுப்பாள்

அவள் கழிப்பறைத் தரையில் அவளுடைய பயணப்பைக்குள் துழாவுகிறாள், ஒரு கருப்பு வெள்ளை புகைப்படத்தை எடுத்து அம்மாவிடம் கொடுக்கிறாள்

இது ஞாபகம் இருக்கா? நீ எவ்வளவு தூரம் வந்திருக்கேன்னு உனக்குக் காட்டுறதுக்காக இதைக் கொண்டுவரணும்னு தோணுச்சு

அம்மா பதிலளித்தாள், நிச்சயமா, அதெப்படி மறப்பேன்? நாம எப்படி இருக்கோம் பாரு, அசலான கலகக் காரிகைகள் அல்லது இப்போ கலக மங்கையர்னு சொல்வாங்களா? யாஷுக்குத் தெரியும்

அவர்கள் இதே அரங்கத்தின் வெளிப்புற மாடத்தில் நின்றுகொண்டிருந்தனர், டாமினிக் தேய்ந்துபோன தொப்பியும், வயதானவர் அணியும் மேலங்கியும் இறுக்கமான டி-சட்டையும் ஜீன்ஸ், அதைத் தாங்கி நிற்கும் கொக்கியிட்ட தோள் வழியே செல்லும் குறுக்குச் சட்டம்

அம்மா பாம்பர் ஜாக்கெட், பல மடிப்பு கொண்ட பாவாடை, வரிக்கோடுகளுடன் இறுக்கமான காற்சராய், டாக்டர் மார்டென்ஸ் பூட்ஸுகளில் இருந்தாள்

இருவருமே கடுகடுத்த முகத்தோடு அவர்களுக்கு மேலே இருந்த அரங்கத்தின் அடர் கருப்பு நிற எழுத்துகளை நோக்கித் தங்கள் இரு விரல்களை உயர்த்திக் காட்டியபடி இருந்தனர்

நாம எவ்வளவு இளமையா இருந்திருக்கோம் பாரேன் டாம், ரொம்ப காலம் ஆன மாதிரி இருக்குது

அதுக்குக் காரணம், அது போயே போன காலம், அந்தப் பொடியை இங்கிட்டுத் தள்ளு அன்பே, இப்ப எப்படி இருக்கே பாரு அம்ஸ், உன்னோட ஆட்டத்தோட உச்சத்துல இருக்கேடி, நீ இங்கே செல்வாக்கான நபர், தடுத்து நிறுத்த முடியாதவள், நீ அப்படியானவள், நாடகத்தோட முடிவைப் பொறுத்தவரை கருப்பினப் பெண்களின் அனுபவங்கள் பெண்ணிய அதிர்வை இந்த இரவில் ஏற்படுத்திருக்கு

அந்தப் புகழ்ச்சியுரை அவளுக்குள் கசிந்து இறங்க அப்படியே உருகி சுவரோடு சுவராய்க் கரைந்துவிடுவதுபோல அம்மா உணர்ந்தாள்

இதுதான் அவளுக்குத் தேவை

எல்லாமே கச்சிதமாய் இருக்கிறது

இது

கச்சிதம்.

5

அம்மாவின் வீட்டில் வைத்து இரவு வெகுநேரம் அவர்கள் உரையாடல் தொடர்ந்தது

அம்மாவின் தற்போதைய காதலிகள் யாரும் திரும்பி வரும்போது வீட்டுக்கு அழைக்கப்படாததில் டாமினிக்குக்கு நிம்மதி, அவர்கள் விடைபெற்றுக் கொள்ளும்போது அவர்களிடத்தில் ஏமாற்றம் வெளிப்படையாகத் தெரிந்தது, அவர்களின் கொண்டாட்டமான பாலுறவைப் பறித்துக் கொண்டதற்காக கத்தியால் குத்திவிடுவதைப் போலப் பார்த்தார்கள்

அவள் தோழி இப்போது படுக்கையை இருவருடன் பகிர்ந்துகொள்கிறாளாம், முன்னதாகச் சொல்லியிருக்கிறாள்

நீயொரு நீசத்தனமான விபச்சாரி, அம்ஸ்

அப்படித்தான் நினைக்கேன், முடிஞ்சவரை முயற்சி பண்றேன்

யாஷும் அவள் 'படையும்' இங்கே தங்கியிருக்கிறார்கள், எப்போதோ படுக்கச் சென்றுவிட்டனர்

அவர்கள் அறையைவிட்டுச் சென்றபோது டாமினிக் சத்தமாய்க் கேட்டாள், இந்தக் காலத்து இளசுகளுக்கெல்லாம் என்னாச்சு? அஞ்சு வயசுப் பிள்ளை மாதிரி தூக்கச்சடவுல கொட்டாவி விடுதுங்க

நீங்கதான்டா இந்த வாழ்க்கையை இதுபோல வாழணும், நாங்க இல்லை, திரும்ப வாங்கடி என் கன்னுக் குட்டிகளா, வந்து சரக்கடிங்க

அவர்கள் மரப் படிக்கட்டுகளில் தொம் தொம்மென்று ஏறிச் செல்கையில், யாஷ் படிக்கட்டு கைப்பிடிக் கம்பி வழியே கத்தினாள் குறும்பான குழந்தைங்க வீட்டில் இருக்கிறப்ப எங்கள்ல சிலபேர் பொறுப்பான பெரியவங்களா நடந்துக்க வேண்டியிருக்கு

நான் எந்தப் பெயரையும் சொல்லல, ஞாபகம் வச்சுக்கோங்க

பழைய நாட்களைப் போலில்லாமல்

அவளும் அம்மாவும் இரண்டு போத்தல் ரெட் ஒயினும் எஞ்சியிருந்த கோகோகோலா மட்டுமே குடித்தனர், அது இனிமையாய்க் குடிபோதையின் தாக்கத்துக்கு மாற்றாக வேலை செய்தது

இரு உலகங்களின் சிறப்பையும் அனுபவிப்பது, வேண்டிய மட்டும் குடி, ஆனால் உரையாடலில் தெளிவாகப் பேசக்கூடிய அளவில் இரு

அம்மா சீரற்ற மேற்பரப்புடன் அதன்மேல் குஷன் போடப்பட்ட பழைய சோபாவில் பெரிதாக ஆக்கிரமித்தபடி பின்னே சாய்ந்தாள்

இந்தக் காலத்து சாரா பெர்ன்ஹார்ட் அல்லது லில்லி லாங்க்ட்ரி போல

டாமினிக் தரையில் ஹாபிடட் நிறுவனத் தரை விரிப்பில் வெளிரிய வடிவியல் உருக்களின் மேல் அமர்கிறாள்

பத்மாசனத்தில்

இந்த வீடு டாமினிக் தப்பிவந்த வாழ்க்கை முறையை நினைவுறுத்துகிறது, அங்கும் இதேபோன்ற ஒட்டியொட்டி ஒரே மாதிரியான வீடுகள் இருக்கும், எதிர்த்த வீடு அநியாயத்துக்கு நெருக்கமாய் இருக்கும்

முன்புறத் தோட்டம் மூன்றடிச் சதுர முற்றம்தான், அதுவும் கருப்புநிறக் குப்பைக்கூடை வைக்கச் சரியாயிருக்கும், பின்புறத் தோட்டம் அதைவிட அத்தனை பெரிதில்லை

குடிசை பரிமாணமே அடைத்து வைப்பதுபோல் இருக்கிறது, அடர் செந்நீலநிறச் சுவர்களும் ஒரு காரணம், டாமினிக் அதிக வெளி கொண்டதான மயக்கத்தை உருவாக்க வெள்ளை வர்ணமடிக்கும்படி அம்மாவுக்கு வெளிப்படையாகத் தந்த ஆலோசனைக்கு மாறாக வர்ணமடித்திருந்தாள்

குறைந்தது நிறம் மங்கி பழுப்பு நிறமாகிப் போன அரங்கச் சுவரொட்டிகள் கண்ணாடிக்கு அடியில் பத்திரமாக உள்ளன

கணப்புக்கு மேல் உள்ள நிலையடுக்கில் தூசு படர்ந்த ஆப்பிரிக்கச் சிற்பங்கள் வரிசையாக இருந்தன, இவையெல்லாம் அம்மா சேகரித்தவை

அதன் ஓரங்கள் சிதிலமடைந்திருந்தன, தரைப் பலகைகளில் வார்னிஷ் அடிக்க வேண்டியிருக்கிறது, புதைபடிவமாக உருகிப்போன மெழுகினால் பெரிதும் உருத்திரிந்த தூசுபடர்ந்த அலங்கார மெழுகுதிரிக்கு கணப்பு மூட்டுமிடம் வீடாக இருக்கிறது

அம்மா தனது வீட்டை ஷேபி-சிக்[10] என்று விவரிக்கிறாள், என்னவோ இது மாதிரி ஆவதற்காக அது கவனமாக வடிவமைக்கப்பட்டதைப் போல, ஆனால் ஒரு சோம்பேறி இன்னொரு சோம்பேறியைக் கேலி செய்வதால், டாமினிக் இந்த 'சிக்' சமாச்சாரத்தை நிறுத்தச் சொன்னாள்

---

10. ஷேபி-சிக் - (Shabby Chic) - 1980களில் பிரபலமாய் இருந்த உட்கூட வடிவமைப்பு. புதிய பொருட்களுக்குப் பழையவை போன்ற தோற்றத்தை ஏற்படுத்தும் பாணி. ரேச்சல் ஆஷ்வெல் என்பவர் இந்தப் பெயரில் அறைகலன் கடைச் சங்கிலியை உருவாக்கினார்.

அவள் செய்யாத வேலைகளைச் செய்வதற்காக வாரம் இருமுறை வருமாறு வேலைக்காரி வைத்திருக்கிறாள்

அவள் கண்ணாடிச் சுவர்கள் கொண்ட நல்ல காற்றோட்டமான பங்களாவில் வாழ்கிறாள், அந்தக் கண்ணாடிச் சுவர்கள் அந்தச் சிறிய வெளியை விரியச் செய்து கீழேயிருக்கும் மலைகளில் உள்ள பைன் மரங்களையும்

அதையடுத்து தொலைவிலுள்ள நகர விளக்குகளையும் உள்ளே இணைத்துக் கொள்கிறது

அம்மா சொல்கிறாள், டஹோமியின் கடைசி அமேசான் ஒருவேளை என் வேலையில் உச்சமானதா இருக்கலாம், டாம், கொண்டாட்ட மனநிலை மாறியிருந்தது, இரவு செல்லச் செல்ல அவள் உணர்ச்சி வசப்பட்ட மனநிலைக்குச் செல்கிறாள் என்பது டாமினிக்குக்குப் புரிகிறது

இதைவிடச் சிறப்பா என்னாலக் கற்பனை பண்ண முடியலை, இதுக்கு பெரிய விருது ஏதாவது கிடைச்சா ஒருவேளை அவங்க இன்னொரு நாடகம் பண்றதுக்கு என்னைத் திரும்ப அழைக்கலாம், அழைக்காமலும் போகலாம், நான் குடுக்கிறதுக்கு இன்னும் என்கிட்ட நிறைய இருக்கு, வேலைகளைப் பெறுவதற்காக நான் இன்னும் ஏதாவது கிறுக்கித் தள்ளலாம், அரங்கத்தில் பன்முகத்தன்மையை விவாதிக்கிறதுக்காக குழுக்களில் அமர அதிக வாய்ப்புக் கிடைக்கலாம்

விளிம்புநிலைக்குத் தள்ளப்பட்டவர்களும் ஏற்கெனவே அப்படி மாறினவர்களும் கூடியிருக்கிற சமூக மாற்றத்துக்கான தேவாலயத்தில், அரசியலில் புலப்படாத பிரசங்க மேடையிலிருந்து பிரசங்கிக்கிற நீடித்த வாழ்க்கைத் தொழிலின் முதன்மையான குருவா ஆகியிருக்கேன்

அதனாலதான் நீ தப்பிக்க உதவி பண்றது என் கடமையா இருக்கு அம்மா, அந்தக் கருப்புப் பிரித்தானிய நடிகர்களைப் பாரு, யாருக்குத்தான் இங்க வேலை கிடைக்காது? கப்பலேறி வந்து ஹாலிவுட் நட்சத்திரங்களா ஆயிடறாங்க, என்னோட வாழ்க்கையைப் பார்த்தியா? என்னோட பெண்களின் கலைகள் திருவிழாவைப் பார்த்தியா? அங்க இருக்கிற பார்வையாளர்களின் அளவை, ஆதரவு வலைப்பின்னல்கள், உரையாடல்கள், சமூகத்தின்

ஒவ்வொரு மட்டத்திலும் இயங்குற அதிகச் சக்தி வய்ந்த கருப்பின மக்களை நினைச்சுப் பாரு

அமெரிக்கா தன்னோட விரிவடையும் தன்மையால உன்னையும் விரிவடைய வைக்கும் அம்ஸ், உன் குரல் இன்னும் சத்தமா, தைரியமா, இன்னும் அறிவார்த்தமா, படைப்பூக்கத் தூண்டுதலோட இருக்கும், நீ புதிய உச்சங்களைத் தொடுவே, நிச்சயமா, இதிலும் சமூக அரசியல் நோய்களுக்கு நியாயமான பங்கைவிட அதிகம் இருக்குன்னு தெரியும், அப்படியே இருந்தாலும் பிரிட்டனை ஒப்பிட்டா, என்னத்தச் சொல்ல? நான் ரொம்பகாலம் முன்னாடியே கப்பல் ஏறிட்டேன்

யாஷ் சுயமா வாழத் தயாராகுற வரைக்கும் நான் இங்கே இருந்தாகணும்

டாமினிக் பதிலளித்தாள், இந்தப் பிரபஞ்சத்துல இருக்கிற இளம் பெண்களிலேயே அதிகத் தன்னம்பிக்கை இருக்கிறவளையா சொல்றே? யாருக்காவது இங்க தன்னைத்தானே கவனிச்சுக்கற திறன் இருக்குன்னா அது உன் மகள்கிட்டத்தான் இருக்கு

அவ தனியா வாழணும்கிறது என்னோட விருப்பம் கிடையாது, அதாவது நிஜமாவே ஒருபோதும் அப்படி நடக்கக்கூடாது

பிரிஞ்சு இருக்கிறதைப் பத்திச் சொல்றயா?

அவள் ஒரு அரக்கி, ஆனால் என்னோட செல்ல அரக்கி, உனக்கே தெரியும், எனக்கு இங்க இருக்கிறது பிடிச்சிருக்கு, அது எனக்கு அதிக ஏமாற்றத்தைக் கொடுத்தாலுமே, வேற எங்கயும் ஒரு அயல்நாட்டுக்காரியா போய் இருக்க முடியுமான்னு தெரியலை

உனக்குப் பொருந்துமா பொருந்தாதான்னு தெரியாத ஓர் உடுப்பை முயற்சிக்கிறதா நினைச்சுக்கோ, வாழ்க்கைங்கிறதில் சாகசமும் அபாயமும் இருக்கு, சும்மா தலையை மண்ணுக்குள் நுழைச்சுக்கிறது இல்லை வாழ்க்கை

நன்றி

பரவாயில்லை

நீ என்னை இங்கிலாந்தை விட்டுச் செல்ல விரும்பாத, புது அனுபவங்களை விரும்பாதவளா உணரச் செய்றே

அதுக்குக் காரணம் உனக்கு எது சிறந்ததுன்னே உனக்குத் தெரியலை, உன்னை உதைச்சு தரதரன்னு அமெரிக்காவுக்கு நான் இழுத்துட்டுப் போக வேண்டியிருந்தா, அப்படியே ஆகட்டும்

அம்மா சோபாவிலிருந்து எழுந்து, சாளரத்தைத் திறக்கிறாள், சிகரெட்டைப் பற்ற வைத்து புகையை இருளுக்குள் அமைதியான தெருவில் ஊதுகிறாள்

டாமினிக்குக்கு அவள் தோழி இன்னும் சிகரெட் புகைப்பது, இருபது வயதுக்குமேல் உள்ள யாரும் புகைப்பதும் நம்பமுடியாததாய் இருக்கிறது

எனக்கும் பிரிட்டன் பிடிக்கும் அம்ஸ், ஆனாலும் ஒவ்வொரு முறை நான் திரும்பி வர்றப்பவும் அது குறைஞ்சுக்கிட்டேப் போகுது, அது எனக்கு நினைவுகளா மாறிட்டு வருது, நான் இங்கே நிகழ்காலத்தில் இருக்குறப்பக்கூட பிரிட்டனைக் கடந்தகாலமா உணர்றேன்

உன்னோட மருத்துவர்கிட்ட இதைப்பத்தி நீ பேசி இருப்பே போல இருக்குதே

ஒவ்வொரு வாரமும் ஒரு மணிநேரம் நான் பேசுறதை குறுக்கிடாம உட்கார்ந்து கேட்கிறதுக்கு நான் பணம் கொடுக்கிறேன், என்சிங்காவை விட்டு வந்ததிலிருந்து அதே பொம்பளை கிட்டத்தான் போயிட்டு இருக்கேன், அது ரொம்ப அருமையா இருக்கு, நீயும் முயற்சிக்கலாம்

ஆனா உன்னை மாதிரி எனக்கு எந்த மனத் தொந்தரவுகளும் கிடையாது டாம்

அதுக்குக் காரணம் அதைக் கண்டுபிடிக்க உனக்குள்ள நீ ஆழமாத் தேடிப் பார்க்கலை

சரிதான்

என்னைப் பொறுத்தவரை சிகிட்சைங்கிறது பிரக்ஞையை எழுப்புறதோட ஒரு வடிவம் டாம்

பிரக்ஞையை எழுப்புறதுங்கிறது எல்லாம் வழக்கொழிந்த வார்த்தை, அம்ஸ்

வழக்கொழிந்தவை எல்லாம் திரும்பி வரும்னு நீ கேள்விப்பட்டதில்லையா? இந்தக் காலத்தில் பெண்ணியவாதியா இருக்கிறது உண்மைலயே ஒரு மோஸ்தராகிடுச்சு: வலைப்பூ, செயல் விளக்கங்கள், திரள்நிதிப் பிரச்சாரம், என்னால முடியாது

அம்மா சாளரத்தை மூடுகிறாள், திரும்பி நடந்துவருகிறாள், திரும்பவும் சோபாவில் வசதியாகப் பரத்தி அமர்கிறாள், பெண்ணியத்துக்கு புத்துயிர் கொண்ட காலகட்டம் ஏன் ஒரு நல்ல விசயம் இல்லைனு என்னை ஏத்துக்க வையேன், டாமினிக்? அந்த மருத்துவர் அதைத்தானே உனக்குச் சொல்லிருந்தாள்?

உண்மையில் அதைப் பண்டமாக்குறதுதான் அம்மா என்னைத் தொந்தரவு செய்யுது, ஒரு காலத்தில் பெண்ணியவாதிகளை ஊடகங்கள் வெளிப்படையா விமர்சிச்சாங்க, இது பெண்கள் தங்கள் சொந்த விடுதலையை அடையறதுலிருந்து பல தலைமுறைகளை எடுக்க வச்சுது, ஏன்னா யாருமே பழிச்சொல்லுக்கு ஆளாக விரும்பலை, இப்ப அதே ஊடகம் இதைக் கொண்டாடுது, வித்தியாசமான உடைகளில் உறுதியான நடத்தையோடு இருக்கிற இளம் பெண்ணியவாதிகளை அவங்க மாறிமாறிப் புகைப்படம் எடுக்கிறதை நீ பார்த்தியா - இந்த நவீனப்போக்கு முடியுறவரை இது தொடரும்

பெண்ணியத்துக்கு அடிப்படை மாற்றம் தேவை, இதுமாதிரி நவீனமா உருமாறுவது இல்லை

டாமினிக் அவள் தோழியும் அவள் சொல்வதை ஏற்க வேண்டுமென்று விரும்புகிறாள், இது கண்கூடாகத் தெரிவதுதான், ஆனால் எப்போதும் முரண்படும் அம்மா, கண்கூடாகத் தெரிவதைக் காண மறுக்கிறாள், நீ ரொம்ப சந்தேகப் பேர்வழியா ஏதோ பேராபத்து வர்ற மாதிரி நினைச்சுக்கிறே, டாம்

நான் தெளிவா இருக்கேன், அழகைச் சார்ந்து இருக்கிற எந்த ஒரு தீவிரமான அரசியல் இயக்கமும் அழிஞ்சு போயிடும்

ஓ, கமான், ஊடகங்கள் அழகான பெண்களைச் சுத்தி ஓடுறது ஒன்னும் புதுசில்லையே, குளோரியா, ஜெர்மயின், அங்கேலாவை அவங்களோட இளவயசில் பாரு, அறிவான பொண்ணுங்க ஆனா கவர்ச்சி இல்லை, பெண்கள் இசையமைப்பாளர்களா அல்லது குழந்தை மருத்துவர்களா இருந்தாலும் இளமையா,

அழகா, ஓக்கக்கூடியவளா இருந்தா, அவங்களுக்குக் கவனம் கொடுக்கிறாங்க

குழந்தைகள் மருத்துவரா, அம்ஸ்?

இயைபுத் தொடை டாம், இயைபுத் தொடை

என்னைத் தொந்தரவுபடுத்துற இன்னொரு விசயம் மாற்றுப்பாலினத் தொல்லையர்கள், என்னோட விழா பெண்களில் இருந்து பெண்களா ஆனவங்களுக்கே தவிர பெண்களில் இருந்து ஆண்களா ஆனவங்களுக்கு இல்லைனு நான் அறிவிச்சப்ப எனக்குக் கிடைச்ச விமர்சனங்களை நீ பார்த்திருக்கணுமே, மாற்றுப்பாலின வெறுப்பாளர்னு என்னைக் குற்றம் சாட்டினாங்க, நான் அப்படிக் கிடையாது, நிச்சயமாக் கிடையாது, எனக்கு மாற்றுப்பாலின நண்பர்கள் இருக்காங்க, ஆனா ஒரு வித்தியாசம் இருக்கு, ஓர் ஆணாகவே வளர்க்கப்பட்ட ஓர் ஆண் ஆனா அப்படி அவன் உணராம இருந்திருக்கலாம், இந்த உலகம்தான் அவனை அப்படி நடத்துது, இந்த நிலையில அவனும் நாமும் எப்படி ஒன்னாக முடியும்?

என்னோட விழாவுக்கு எதிரா ஒரு பிரச்சாரத்தை அவங்க தொடங்கினாங்க, யாரோ டுவிட்டர்ல மோர்கன் மலிங்காங்கிற மில்லியன் கணக்கில் பின் தொடர்றவங்களை வச்சிருக்கிறான்கிறதால அது பெருசுபடுத்தப்பட்டுச்சு, அவன் மாசக்கணக்கில் தாக்குதலைத் தொடுத்தான், நான் பின்வாங்குறவரை என்னோட பேரைக் கடுமையா சேதப்படுத்தினான்

டாம், நீ சொல்றது வேடிக்கையா இருக்கு, தொல்லையர்களா? எதிர்த்துப் போராட்டமா? உனக்கு இது யாரையாவது நினைவுபடுத்துதா? நம்ம இளவயசில் இது நடந்திருந்தா டுவிட்டரில் அவங்களுக்கு நரகத்தைக் காட்டிருப்போம், உன்னால கற்பனை செய்ய முடியுதா? மாற்றுப் பாலினச் சமூகத்துக்கு தங்கள் உரிமைகளுக்குப் போராட உரிமை இருக்கு, இது விசயத்தில் நீ இன்னும் திறந்த மனதோட இருக்கலாம் அல்லது சம்பந்தமே இல்லாத ஆளா மாறிடுவே, எனக்குக் கல்வியறிவு புகட்டுறதைத் தவிர வேறு எதுவும் பிடிக்காத 'சமூக விழிப்புணர்வு' உள்ள மகளை வச்சுக்கிட்டு என்னோட சிந்தனையை நான் முழுசாவே சரிப்படுத்திக்க வேண்டியிருந்தது, இந்த இளம் பெண்ணியவாதிகள் எக்கச்சக்கம் பேர் உன்னை

அங்கே கதாநாயகியாக் கொண்டாடுறாங்கன்னு உறுதியாச் சொல்வேன், நீ ஆண் தன்மை கொண்ட கவர்ச்சிக் கன்னி

அப்படியெல்லாம் இல்லை அம்ஸ், நான் பழங்காலத்து ஆள், அவங்களோட பிரச்சினைகளில் நானும் ஒருத்தியா இருக்கிறவள், அவங்க என்னை மதிக்கிறதில்லை

அப்ப நீ அவங்ககிட்டப் பேசணும், டாம், இன்னும் பல பெண்கள் பெண்ணியத்தை மறுகட்டமைப்புச் செய்றதை நாம கொண்டாடணும், அந்த அடிமட்டச் செயல்முனைப்பு காட்டுத்தீ மாதிரிப் பரவுது, மில்லியன் கணக்கான பெண்களுக்கு முழுக்கவே உரிமை கொண்ட மானுடப் பிறவியா நம்ம உலகத்தில் உரிமை எடுத்துக்கிற சாத்தியம் புலப்படுது

அதை எப்படி நாம எதிர்த்து வாதிட முடியும்?

நிறைவுரை

பெனிலோப்

இரு தினங்களில் வரக்கூடிய தனது எண்பதாவது பிறந்தநாளை நோக்கி வேகமாக நகர்கிற சமயம் நகரங்களுக்கிடையே செல்லும் இரயிலில் வடக்கு நோக்கி விரைந்துகொண்டிருந்தாள்

டெலிகிராஃப் இதழில் கலாச்சாரப் பக்கங்களை வாசிக்க முயல்கிறாள், நேஷனலில் நடந்த ஆப்பிரிக்க அமேசான்கள் குறித்த நாடகத்துக்கு ஐந்து நட்சத்திர மதிப்பீடு வழங்கப்பட்டிருப்பதைக் காண்கிறாள், அவளுக்குப் பிடித்த இலண்டன் அரங்கம்

மதிப்பீடு அரிதானதோ இல்லையோ, அவள் அதைப் பார்க்கப் போவதில்லை

அவள் முதல் வகுப்பில் பிரயாணிக்கிறாள், இப்போது அவளது இரத்த அழுத்தம் கூரை உச்சிக்கே அதிகரித்திருக்கக் கூடுமென்றாலும் இந்தக் கூட்டத்தினிடையே அவள் தனது ஜின்னைக் குடித்து அனுபவிக்கப் போகிறாள், இரயிலில் கொஞ்சப் பணத்துக்கு தங்கள் பயணச்சீட்டை தரம் உயர்த்தும் பின் தங்கிய மக்களால் பிறகு அதை அதிக வசதியாகவும் அமைதியான சூழலாகவும் நினைத்து வருவோருக்கு ஊளையிடும் இம்சைகள், மொடாக்குடியர்கள், மோசமான குற்றவாளிகளுடன் ஒரு பீதியூட்டும் பயணமாகி விடுகிறது, தங்கள் கைபேசிகளில் தனிப்பட்ட விவகாரங்கள் குறித்து பொதுவெளியில் உரையாடுகிறார்கள்

அவர்கள் எல்லோரிடமும் சொல்ல விரும்புகிறாள் வாயை - மூடித் - தொலையுங்கள்!!!

என்னதான் அவள் முதியோர் ஓய்வூதியம் பெற்றுவந்தாலும், நாளைய செய்தித்தாள்களில் தலைப்புச் செய்திகளாக வரும்படி அவளை ஒரு முரடன் தாக்குமளவு விட்டுவிட மாட்டாள்

குடிபோதையில் குண்டர்களால் ஓடும் இரயிலில் இருந்து வீசியெறியப்பட்ட ஓய்வூதியதாரர்

இப்போதெல்லாம் அவளது கூட்டாளி ஜெரமி தவிர்த்து மக்களிடம் அவளது சகிப்புத்தன்மை வெகுவாகக் குறைந்துவிட்டதைப் பெனிலோப் உணர்கிறாள், நீண்டகாலம் திருமணமாகாமல் இருந்து வந்த நிலையில் இருந்து அவளை மீட்டு வந்தது ஜெரமி

அந்த வருடங்களில் எல்லாம் மகிழ்ச்சியில்லாத சுதந்திரமானவளாக இருந்தாள், அவள் விரும்பியதெல்லாம் அவளை நேசித்த மனிதனோடு ஒருவரையொருவர் சார்ந்து வாழ்வதைத்தான்

அவள் இருந்ததுபோல

அவள் ஜெரமியை டாய் சி வகுப்புகளின்போது சந்தித்தாள், அவளது அறுபதுகளின் பிற்பகுதியில்தான் அதைத் தொடங்கியிருந்தாள், அவள் உடல் சமநிலையை மேம்படுத்துவதற்காக மருத்துவர் லவினியா ஷா (வருந்தும்படியாக அவர் ஓய்வுபெற்றுவிட்டார், ஒரு நைஜீரிய...ஆண் அவளுக்குப் பதில் வந்திருக்கிறார்) அதைப் பரிந்துரைத்திருந்தார், ஏனென்றால் அவள் அடிக்கடி கீழே விழுந்துகொண்டிருந்தாள்

கடைசி தடவையாக வெயிட்ரோஸ் பல்பொருள் அங்காடியில் இது நடந்தது, தோள்பட்டையில் பலமாக அடிபட்டு, குணமாகப் பல ஆண்டுகள் எடுத்தது, ஸ்டீராய்டு ஊசிகளைப் போட்டும் கேட்கவில்லை

நீங்க எல்லா நேரமும் இப்படி விழுந்துக்கிட்டே இருக்கக்கூடாது, மருத்துவர் ஷா அவளை எச்சரித்தார், இல்லைனா சக்கர நாற்காலியிலேயே எப்பவும் உட்காரும்படி ஆயிடும் பெனிலோப்

புரியுது

பெனிலோப் முதலில் உள்ளூர் கேம்பர்வெல் டாய் சி வகுப்பை முயன்று பார்த்தாள், அங்கே அநியாயத்துக்கு ஒல்லியான இளம் பெண்களும் வினோதமான சாமுராய் பாணி தலை முடிச்சுடனும்

அழகான இளவட்டப் பையன்களும் இருந்தனர் - அழகில் பெண்கள்தான் முதலாவது

மிகப் பொருத்தமான வகுப்பை டல்விச்சில் (கிழக்கு டல்விச்சுக்கு எதிராக) கண்டுகொண்டாள், அங்கே ஒத்த பண்புகளைக் கொண்ட எக்கச்சக்கமாக வயதான கனவான்கள் இருந்தனர்

இதில் அவளுக்கு முன்பக்கம் நின்று கொண்டிருந்த ஜெரமியும் அடக்கம், வெண்ணிறக் கேசம், உயர்குடியைச் சேர்ந்த சாகசக்காரர் போன்ற சுருக்கம் விழுந்த முகம் (அதிகமும் ரனுல்ஃப் ஃபியன்னெ[11] போலவே)

அவளைவிட ஒரு சில ஆண்டுகள் மூத்தவர், விவாகரத்தானவர் (விரைவில் உறுதிசெய்துகொண்டாள், அதுதான் நல்லது), வகுப்பில் ஆசிரியர் காட்டுக்குதிரையின் பிடரி மயிரைப் பிரித்தல், பறவை வாலைப் பிடித்தல், மலைமீது புலியைத் தூக்கிச் செல்லுதல் செய்யும்படி அறிவுறுத்தியபோது அவரை அடுத்து நிற்கும்படி பார்த்துக்கொண்டாள்

பெனிலோப் அனைத்துப் போட்டியாளர்களையும் விஞ்சி நின்றாள், ஜைல்ஸை ஈர்ப்பதற்காக இளம்வயதில் அவள் முதலில் பயன்படுத்திய துருப்பிடித்த திறமைகள் கண் விழித்தன

அவளது தோட்டத்திலிருந்து பேரிக்காய்களை ஜெரமிக்குக் கொண்டுவந்து கொடுத்தாள், அவரது தோட்டத்தில் விதை விதைத்தாள் (இதையும் விரைவாகத் தெரிந்துகொண்டாள்) - உயரமான பூச்செடிகள், கமேலியா, விஸ்டீரியா

அவருக்கும் அவளைப் பிடித்திருப்பதாகத் தோன்றியது, எனவே அவள் தன் இலட்சியங்களை அடுத்த கட்டத்துக்கு நகர்த்தினாள், அவருக்கு மிகவும் பிடித்தமான மரியா காலஸின் மிக அரிதான 78rpm ரெகார்டிங்கைக் கொண்டுவந்து கொடுத்தாள்

வெஸ்ட் எண்ட் ரெகார்டு கடைகளில் பலகாலம் தேடி வந்தது கடைசியில் பார்த்தால் அது அவளுடைய செவ்வியல் இசைச் சேகரிப்பிலேயே (அவள் வீட்டுக்கு அவர் வரக்கூடும் என்பதால் ஓர் அவசர ஏற்பாடு) உள்ளே புதைந்து கிடந்ததைப் பார்க்க நேர்ந்ததாக அவரிடம் சொன்னாள்

11. ரனுல்ஃப் ஃபியன்னெ – Ranulph Fiennes – ஒரு பிரித்தானிய சாகசக்காரர்.

ராயல் ஓபரா ஹவுஸ், இங்கிலீஸ் நேஷனல் ஓபரா, கிளைண்ட்பார்ன், ஆல்ப்ரா, கார்சிங்டன் போன்றவற்றில் பல கொடூரமான ஓபராக்களை அவருடன் அமர்ந்து பார்த்தாள்

மேடையில் இப்படி ஊளையிடுவதை என்னவோ இரசிப்பது மாதிரி

அவருடன் லார்ட்ஸ் மற்றும் ஓவல் மட்டைப்பந்துப் போட்டிகளையும் கணக்கில்லாத முடிவேயில்லாத என்னென்னவோ போட்டிகளையும் ரொம்ப ஆர்வம் இருப்பதுபோல் நடித்துக் கொண்டு உட்கார்ந்து பார்த்தாள், பனிக்கட்டிகள் நிறைந்த வாளியில் கோடைகால மதுக்கலவை பிம்'ஸ் இதற்கு உதவியாய் இருந்தது

(இத்தகைய பாரம்பரியங்களை உயர்த்திப் பிடிப்பது அவள் கடமையாக இருந்தது)

பெனிலோப் தன்னைத்தானே வேடிக்கையான நபராக மாற்றிக் கொண்டாள், ஜெரமி சம்பந்தப்பட்ட எதுவும் அதிகச் சிரமமானதாக இருக்கவில்லை, உண்மையில் அவரைச் சந்திப்பதற்கு முன்னால் பெரும்பாலான காரியங்கள் அளவுக்கதிகமான தொந்தரவாக இருந்திருக்கின்றன

ஜெரமியுடன், அவள் கவனித்துக் கேட்பவளாக ஆனாள், அமைதிப்படுத்தும் வாக்குறுதிகளை வழங்கினாள், குறிப்பாக ஆனி உடனான அவரது முந்தைய திருமணம் குறித்து அவர் விவரிக்கும்போது

ஐம்பதுகளிலும் அறுபதுகளிலும் நன்னடத்தையுடைய தாயாகவும் மனைவியாகவும் இருந்தவள் எண்பதுகளில் ஆணை வெறுக்கும் பெண்ணியவாதியாக மாறி அவருடன் வேண்டுமென்றே சண்டை போட்டாள், தங்களைப் போல் இல்லாமல் இருக்க மிகக் கடுமையாய் முயற்சிக்கும் பெண்கள் இருந்த கிரீன்ஹாம் காமனுக்குச் சென்றுவிட்டாள்

கென்னிங்டனில் உள்ள அவர்கள் வீட்டுக்கு நண்பர்கள் என்ற பெயரில் அவள் பெண்களைக் கூட்டி வந்தாள், ஒருநாள் அவர்கள் படுக்கையறையில் ஆண் மட்டுமே ஒரு பெண்ணிடம் செய்யக்கூடிய ஒன்றைச் செய்துகொண்டிருக்கையில் பார்த்துவிட்டார்

அதற்குப் பின் காதல் உறவுகளில் அவர் இருந்திருந்தாலும் ஒருபோதும் திருமணம் மட்டும் செய்துகொள்ள மாட்டார்

பெண்ணியம் நிறையக் கேள்விகளுக்குப் பதிலளிக்க வேண்டியிருக்கு, பெனிலோப் அனுதாபத்துடன் சொன்னாள், தனிப்பட்ட மகிழ்ச்சியைக் கண்டடைய முடியுமென்றால் அந்தக் காரணத்துக்கே துரோகமிழைக்கத் தயாராய் இருந்தாள்

ஜெரமி சாண்டர்ஸ் (MBE)

வெஸ்ட்மின்ஸ்டர் மாளிகையில் வெளியீடுகளுக்குப் பொறுப்பான குடிமைப் பணியாளராக பிரத்யேகமான வாழ்க்கைத் தொழிலை அனுபவித்து வந்தார், எந்த அரசியல் கட்சி நாசம் செய்து கொண்டிருந்தாலும், ஓ, *ஆட்சி* செய்து கொண்டிருந்தாலும், என்று அடிக்கடி கிண்டலடிப்பார் (உங்களுக்கு நல்ல நகைச்சுவையுணர்வு, ஜெரமி!)

அவர்கள் அரசியலில் ஒத்த கண்ணோட்டத்தைக் கொண்டிருந்தவர்களாக (மிதவாத வலதுசாரி) அன்றைய நாளின் பிரதான பிரச்சினைகளை விவாதிப்பதை இரசித்தனர்: சட்ட ஒழுங்கு, பொருளாதாரம், குறைவான அரசு தலையீட்டுக்கு மாறாக அதீதத் தலையீடு, தேசியவாதம், குடிபெயர்வு, சமூக நல்னை எதிர்த்தல், மனித உரிமைகள், சிறு தொழில் வளர்ச்சியை ஊக்குவித்தல், பெரிய தொழில்கள் மற்றும் அதிகம் சம்பாதிப்பவர்களுக்கு வரிச் சலுகைகள், தனிப்பட்ட சொத்துப் பாதுகாப்பு - அவளுடைய கேம்பர்வெல் மாளிகை அறுபதுகளில் மிக மலிவான விலைக்கு வாங்கப்பட்டது, இப்போது அதன் மதிப்பு ஏழு இலக்கங்களில்

பதினெட்டு மாதங்கள் ஒருவரையொருவர் அறிந்துகொண்ட பின்பே ஜெரமியுடன் அந்தரங்க உறவை பெனிலோப் அனுமதித்தாள், எப்படியும் அவருடன் படுக்கையை அவள் பகிர்ந்துகொள்வதாக நினைக்கவில்லை, மார்க்ஸ் & ஸ்பென்சர் கடையில் பிரா அளவெடுப்பதற்காக வயது முதிர்ந்த பணிப்பெண் அவளது ஆடை களைந்ததைத் தவிர வேறொருவர் அதைச் செய்து நீண்டகாலம் ஆகிறது

அவளது தழும்புகள் கொண்ட பருத்த தொடைகள் முன்புபோல வழுவழுப்பான தன்மையுடன் இல்லை, அவள் மார்புகள்

இளமையின் காற்றடைத்த பலூன்களைப் போல இப்போதில்லை, அவருக்காக அவளது அந்தரங்க மேட்டு முடிக்குச் சாயம் பூச வேண்டுமா என்பதை எண்ணி தூக்கமில்லா இரவுகளைக் கழித்திருந்தாள்

அவர்கள் ஒன்று சேர்தலின் நிறைவை நோக்கி நகர்ந்தபோது, ஓரிரவில் அவரது நகர்ப்புற வீட்டின் கூடத்தில் சோபாவின்மீது பதின்பருவத்தினரைப் போல அது முற்றிலும் எதிர்பாரா விதமாக நடந்தது

ராயல் ஓபரா ஹவுசில் மூன்றரை மணிநேரம் La Traviata -வை அவள் சகித்துக்கொண்ட பிறகு

அதிலிருந்து மீண்டு வருவதற்காக ஒரு போத்தல் விண்டேஜ் பார்டோவை (Bordeaux) முழுக்கக் காலி செய்வதற்காக வீட்டுக்குத் திரும்பி வந்தாள்

அந்நேரம் அவர் அவருக்குப் பிடித்த மெட்டக்ஸா கோன்யாக் சில சுற்றுகளை அருந்தியிருந்தார்

ஒன்று இன்னொன்றுக்கு என இட்டுச் செல்ல அவள் அறிந்துகொள்ளும் முன்னரே, அந்த எழுபத்து சொச்சம் வயதான ஆண் தோழர் அவளது பெண்மையைத் திறந்து நுழைந்திருந்தார்

அவள் மீது ஜெரமி கொண்டிருந்த காதல் அவளது உடல் குறைபாடுகளைக் காணமுடியாதபடி அவரைக் குருடாக்கியிருந்ததைப் பெனிலோப் கண்டாள், அவள் இருந்தபடியே அவளைக் காதலித்தார், புகாரில்லை, ஒருநாள் காலை சாளரங்களின் வழியே சூரிய ஒளி அவள் மீது முழு விசையுடன் பாய்ந்துகொண்டிருக்க முழுக்க அம்மணமான நிலையில் பார்ப்பதற்கு அவள் அனுமதித்தபோதுகூட அவர் சொன்னார்,

பாட்டிச்செல்லியோட வீனஸ் நடு வயதில் எப்படி இருப்பாள்னு நான் கற்பனை செய்திருந்தேனோ அப்படி இருக்கே

நடு வயதா? அந்தச் சமயத்தில் அவளுக்கு எழுபது வயது

அவர் மிகக் கருணை மிக்கவர்

அவரை உள்ளபடியே அவளும் காதலித்தாள், மிசெலின் ஆணாகவோ மூப்படையும் அதோனிஸ் ஆகவோ இல்லாமல்,

அவருடைய கால்கள்தான் அவர் உடலிலேயே சிறந்த சொத்து, வாழ்க்கை முழுக்க நடந்து பழகியவர், அவளும்கூட நடைபயிலத் தொடங்கிவிட்டது அதிசயம்தான், ஏனென்றால் அவரைச் சந்திக்கும்வரை மூச்சு வாங்க நிற்காமல் அவளால் ஐந்து நிமிடம்கூடத் தாக்குப்பிடிக்க முடிந்ததில்லை

அவளது காருக்குப் போகவர, கடைகடையாய் ஏறி இறங்க

கடைசியில் அவர்கள் சஸ்ஸக்ஸில் கடலோரம் இருந்த அவரது குடிலில் தங்கியபோது அல்லது புராவென்ஸில் அவளுடைய வீட்டில் தங்கியபோது பத்துமைல் தூரம் சுற்றி வருமளவு உடல் வலுவைப் பெற்றுவிட்டாள்

நடைபயிலுதல் வாழ்வின் இன்பங்களில் ஒன்றாக ஆகிப்போனது

*

ஒத்துப்போவதில் எல்லா விவகாரங்களையும் தீர்மானித்துக் கொண்டபிறகு, அவருடைய வீட்டுக்குக் குடிபுகுவது சரியானதாகப்பட்டது, வீட்டில் எதையும் மாற்றக்கூடாது எனத் தீர்மானித்திருந்தாள், வீட்டின் பிடிக்காத சாம்பலும் பச்சையும் கலந்த நிறப்பூச்சை, அசலான எட்வர்டு காலத்திய அறைகலன் மீதான அவரது வாஞ்சை, தரை முழுதும் பாவியிருந்த பழுப்பு நிற விரிப்பு, 1800களைச் சேர்ந்த ஸ்பெக்டேட்டர் இதழின் பல சட்டமிடப்பட்ட முன் அட்டைகள் இவையெல்லாவற்றையும் அமைதியாகக் கடந்தாள்

இந்தோனேஷியாவைச் சேர்ந்த தோல் கூத்து பொம்மைகள், கண்ணாடிச் சிற்பங்கள், வசதியான வெண்ணிறச் சோபாக்களில் கிடக்கும் வண்ணமயமான குவாக்கர் வகை மென்மெத்தைகள், செம்மறியாட்டுத்தோல் தரைவிரிப்புகள், மணலிடப்பட்ட வெளிர்நிறத் தரைப் பலகைகள் இவற்றுடன் பல்வகைப்பட்டதாக இருந்த அவளது இரசனைக்கு இது மாறானது

அவர்கள் ஒன்றாக வசதியான வாழ்க்கையில் குடியேறினர், அடிக்கடி வெளியே சாப்பிட்டனர் (இருவருமே சமைப்பதில் ஆர்வம் காட்டவில்லை), நேஷனல் டிரஸ்ட் இல்லங்களுக்கு, அரங்கத் தயாரிப்புகள், வெஸ்ட் எண்ட் இசையரங்கங்களுக்கு (அவளுக்காக), ஓபராவுக்கும் செல்வதை வழக்கமாகக் கொண்டிருந்தனர்

இருவருமே புத்தகப் பிரியர்கள், அவளது இரசனை யோஅன்னா டிரோலோப், ஜில்லி கூப்பர், அனிதா ப்ரூக்னர், ஜெஃப்ரி ஆர்ச்சர் ஆகியோரின் எல்லைக்குள் இருந்தது, அவருடையதோ அவர் சொல்வதுபோல ஜேம்ஸ் பேட்டர்சன், செபஸ்டியன் ஃபோக்ஸ், கென் ஃபாலட், ராபர்ட் ஹாரிஸ் மாதிரியானவர்கள்

ஒருமுறை ஜெரமி சொன்னார், ஒரு பெண் எழுதிய புதினம் எதையும் அவர் இதுவரை வாசித்ததில்லை என்றும் அதற்குக் காரணம் முதல் அத்தியாயத்தைத் தாண்டி அவரால் ஒருபோதும் வாசிக்க முடிந்ததில்லை, அவருக்கு அது ஏன் என்று புரியவில்லை, அது உயிரியல் சார்ந்த காரணமாயிருக்கும் என்று வருத்தத்துடன் சொன்னார்

அவள் ஒன்றும் சொல்லவில்லை, அவரை விமர்சிக்கவில்லை, அது தனக்குத்தானே அவள் விதித்துக்கொண்ட விதி, அவர்களது ஒத்திசைவான உறவின் இரகசியம் அது

அவரது வீட்டுக்குள் வைத்து தினசரி காலை டாய் சியை ஒன்றாகப் பயின்றனர், கோடையில் தோட்டத்தில் இது நடக்கும், எண்பதுகளின் கடைசியில் அவர் இருப்பதால் அவரிடம் முன்னைப்போல் சுறுசுறுப்பு இல்லை

புற்றுநோய் அச்சுறுத்தலில் இருந்து தப்பிப் பிழைத்ததன் காரணமாக அவளுக்கு மரணம் குறித்த எண்ணம் அளவுக்கதிகமாக உள்ளது (நல்லவேளை அவள் மார்பை அகற்றுவதைத் தவிர்த்துவிட்டாள்)

அவளது மறைவைக் குறித்து யோசிக்கையில், அவளது பெற்றோரின் நினைவு வந்து அவள் இரவு உறக்கத்தைக் கெடுத்தது, மிக இளம் பெண்ணாக இருக்கையிலேயே, எட்வினும் மார்கரெட்டும் அவளுக்கு இரத்த உறவு இல்லாதவர்கள் என்று அறிந்துகொண்ட அதிர்ச்சியைக் கடந்ததுமே, இதையெல்லாம் மூட்டை கட்டி வைத்துவிட்டதாக நினைத்திருந்தாள்

வெறுமனே கைவிட்டு விடுவதற்காக தன்னை இந்த உலகுக்குக் கொண்டு வந்தவர்கள் யார்?

தங்கள் வாராந்திர இங்கிலாந்து ஆஸ்திரேலியா ஸ்கைப் உரையாடல்களின்போது இதைப் பற்றி அவள் பேசுவதைக் கேட்டு சாரா ஆச்சரியமடைந்தாள்

இப்ப எதுக்கும்மா அதைப் பத்தி யோசிக்கிறே?

சாரா இப்போது நடுத்தர வயதை எட்டிவிட்டாள், இங்கிலாந்துக்கு அவள் வருகைகள் குறைந்துவிட்டன, அவள் பிள்ளைகள் மாட்டி, மோலி இருவரும் வளர்ந்துவிட்டனர், ரொம்பவே ஆஸ்திரேலியர்களாகிப் போனார்கள்

ஆடம் வெகுகாலமாக டாலஸிலேயே வசித்து வருகிறான், அரசியலமைப்புச் சட்டத்தின் இரண்டாம் திருத்தத்தின்படி யாரொருவரும் ஆயுதம் வைத்துக் கொள்ளவும் ஏந்தவும் உள்ள உரிமையை அவன் எடுத்துக் கொண்டது அதிர்ச்சியூட்டியது, உள்ளூர் வால்மார்ட்டில் பதப்படுத்திய பாலாடைக் கட்டி, குழந்தைகள் விளையாட்டுப் பொருட்களுடன் கூடவே துப்பாக்கிகளும் விற்பனைக்குக் கிடைப்பது குறித்து அவள் அவனுடன் வாதித்திருக்கிறாள்

தன்னுடைய பிள்ளைகள் தன்னிடமிருந்து விலகியோடிவிட்டதாக பெனிலோப் நினைக்கிறாள், அவர்கள் அதை ஒருபோதும் ஒத்துக்கொள்வதில்லை, அவள் ஒன்றும் மோசமான தாயில்லை, அவளுடைய பேரப்பிள்ளைகளுடன் உண்மையான பந்தத்தை ஒருபோதும் அவளால் ஏற்படுத்திக் கொள்ள முடியாதது அவளுக்கு வருத்தமாயிருக்கிறது

ஒவ்வொரு வாரமும் அவர்களைக் கவனித்துக் கொள்ளும் பாட்டியாக இருக்க

அவர்களது வாழ்க்கையில் இரண்டாவது மிக முக்கியமான பெண்மணியாக இருக்க விரும்பினாள்

அவள் இப்போதும் சாராவுடன் மிக நெருக்கமாக இருக்கிறாள், அவள்தான் பரம்பரை டிஎன்ஏ சோதனை இருப்பது குறித்து அவளிடம் கூறினாள், உலகின் அவளுடைய பகுதியில் அது மிகவும் பிரபலமாக உள்ளதாம், ஏனென்றால் நிறையபேருக்கு பிரிட்டனிலும் மற்ற இடங்களிலும் வேர்கள் இருந்தன, அதைப் பற்றி அவர்களுக்கு மிகக் குறைவாகவோ அல்லது ஏதும் அறியாமலோ இருந்தனர்

அவள் சொன்னாள், இது உங்க மனசுல இருக்கிறதால நீங்க அதை முயற்சிக்கணும்மா, குறைஞ்சது உங்க குடும்பம் ஐக்கிய

இராஜ்ஜியத்தோட எந்தப் பகுதில இருந்து வந்ததுன்னாவது அது உங்களுக்குச் சொல்லும்

பெனிலோப் அந்த யோசனையில் மும்முரமாக இறங்கினாள், அவள் யார்க்கில் வளர்ந்தவள், அவளுடைய மூதாதையர் அந்தப் பகுதியைச் சேர்ந்தவர்களாக இருக்கலாம் என்று கற்பனை செய்திருந்தாள், ஒருவேளை கற்காலத்துக்கே திரும்பிச் செல்லக்கூடும்

கடந்த காலத்தில் வேலைக்காகக் கிராமத்திலிருந்து நகரத்துக்குக் குடிபெயர்ந்ததைத் தவிர மக்கள் அதிகமாக இடம்பெயரவில்லை, அதுவும் தொழிற்புரட்சி காலத்தில்தான் நடந்தது

அதுவரையிலும் எல்லோரும் கிணற்றுத் தவளைகள் மாதிரி துண்டுபட்டுத்தான் கிடந்தனர், குறிப்பாக மலைப்புறப் பகுதிகளில், அதனால் அவளது வேர்கள் யார்க்‌ஷயர், லாங்க‌ஷயர், செ‌ஷயர், லிங்கன்‌ஷயர், ஒருவேளை டர்ஹாம் ஆக இருக்கலாம், வைக்கிங் மூதாதையர்களாக இருக்கலாம், ஒருவேளை அவள் வைக்கிங் மகாராணியின் வம்சத்தவளாக இருக்கலாம்

இது நியாயமாகப்பட்டது

அந்தக் கருவிப்பெட்டி வந்து சேர்ந்தது, அறிவுறுத்தியபடி பெனிலோப் அவளது எச்சிலை அந்தக் குழாய்க்குள் இட்டாள், அஞ்சலில் அதை அனுப்பிவைத்தாள், அந்த முடிவுகளைக் காட்டி ஜெரமியை ஆச்சரியப்படுத்தத் திட்டமிட்டாள்

ஆனால் முடிவு எதிர்பார்த்ததுபோல் இல்லை

இப்போது பெனிலோப் அதிர்ச்சிக்குப் பிந்தைய மன உளைச்சலால் அவதிப்படுகிறாள், காரணம் நேற்று விவாகரத்தான ஒரு தோழியுடன் அவளது வழக்கமான 'Penne & Pinot' வகை வெள்ளிக்கிழமை மதிய உணவுக்குப்பின் மின்னஞ்சல்களைப் பார்க்க அவள் இணையத்தில் நுழைந்தபோது, அங்கே அவள் கண்டது

அருமையான செய்தி! உங்கள் பரம்பரை டிஎன்ஏ முடிவுகள் வந்துவிட்டன. நீங்கள் காத்துக்கொண்டிருந்த தருணம் இதோ...

அவளைப் பொறுத்தவரை - அவளுடைய வாழ்க்கை முழுதும்

பெனிலோப் தாமதியாது அந்த உரலியைச் சொடுக்கினாள், ஜெரமி அவரது சகோதரர் ஹியூகோவுடன் சர்ரியில் கோல்ஃப் விளையாடச் சென்றிருந்தது நிம்மதியாய் இருந்தது

முதலில் அதை உள்வாங்கிக் கொள்வது அவளுக்குக் கடினமாய் இருந்தது, பல்வேறு நாடுகளைச் சேர்ந்தவர்கள் இருந்தனர்.

அவளது மிக ஆழமான, மிக இரகசியமான ஒன்றைப் பற்றிய அறிவியல், அவள் யாராயிருந்திருக்கலாம் என்பதற்கும் உண்மையில் அவள் யார் என்பதற்கும் இடையே கடும் மோதல் இருந்தது.

ஐரோப்பா

ஸ்காண்டிநேவியா	22%
அயர்லாந்து	25%
கிரேட் பிரிட்டன்	17%
ஐரோப்பிய யூதர்	16%
ஐபீரிய தீபகற்பம்	3%
ஃபின்லாந்து/வடமேற்கு ரஷியா	2%
ஐரோப்பா மேற்கு	2%

ஆப்பிரிக்கா

எதியோப்பியா	4%
தெற்கு சூடான்	1%
கென்யா	1%
எரித்திரியா	1%
சூடான்	1%
எகிப்து	1%
நைஜீரியா	1%
ஐவரி கோஸ்ட்/கானா	1%
கேமரூன்/காங்கோ	1%

ஆப்பிரிக்க தெற்கு ஒன்றியம்

வேட்டைச் சமூகம்	1%

பெனிலோப் நேராக மது இருந்த இழுவறைக்குச் சென்றாள்; ஒரு சில மணிநேரங்களுக்குப்பின் படுக்கைக்குச் சென்றாள்

யூதராக இருப்பது ஒருபுறம் இருக்கட்டும், ஆனால் அவள் தன் வாழ்வில் அவளது டிஎன்ஏவில் ஆப்பிரிக்கா இருக்குமென்று எதிர்பார்த்திருக்கவில்லை, எல்லாவற்றையும்விட அதுதான் மிகப்பெரிய அதிர்ச்சியாக இருந்தது, இந்தச் சோதனை விடைகளை அளிக்கவில்லை, அது கேள்விகளை மட்டுமே எழுப்பியது

அவள் அங்கே படுத்திருந்தபோது, அவளது மூதாதையர் இடுப்புத் துணியை மட்டும் உடுத்திக் கொண்டு ஆப்பிரிக்க சவானாவில் ஈட்டியால் சிங்கங்களைச் சுற்றி ஓடித் திரிவதுபோலவும் அதேநேரம் யூதத் தொப்பி அணிந்துகொண்டு, கம்பம்புல் ரொட்டித் துண்டுகளையும் பயேலா உணவையும் சாப்பிடுவதையும் புனிதநாளில் வேட்டையாட மறுப்பதையும் கற்பனை செய்தாள்

ஒருவேளை அவளது புதிய அடையாளத்தைப் பேணுவதற்கு அவள் திரிசடை பொய்முடியை அணிய வேண்டியதுதான், ரஸ்டாஃபிரிக்கர்களைப் போல போதைப் பொருள் விற்க வேண்டியதுதான்

குறைந்தது இது ஒரு விசயத்தை அவளுக்குத் தெளிவுபடுத்தியது, சூரியன் அவள் தோலில் பட்டதுமே ஏன் அவள் நிறம் பழுப்படைகிறது என்பது

அவளது 17% மட்டுமே பிரிட்டனைச் சேர்ந்தது, இது கடுமையான ஏமாற்றத்தைத் தந்தது, அவள் உண்மையில் பிரித்தானியர் என்பதைவிட ஐரிஷ்காரியாகத்தான் இருந்தாள், அந்தவகையில் அவள் மூதாதையர் உருளைக்கிழங்கு விவசாயிகளாக இருந்திருக்கலாம்

இந்த ஸ்காண்டிநேவியன் கூறு எல்லாம் அவள் வைகிங்காக இருந்தாள் என்பதுவரை சரிதான், ஆனால் எப்படிச் சொல்ல முடியும்? அவர்களும் உருளைக்கிழங்கு விவசாயிகளாக இருந்திருக்கலாம், மேற்கு ஐரோப்பா அழகான புரோவான்ஸ் உடனான அவள் இன உறவை நிச்சயம் விளக்குகிறது

அவளது ஆப்பிரிக்க மூதாதையர் பிரிட்டிஷார் பிராந்தியங்களை முறையான நாடுகளாக வரையறுத்து ஒழுக்கத்தையும் கட்டுப்பாட்டையும் விதிப்பதற்கு முன்பாக ஒருவரையொருவர்

கொன்றபடி நாடோடிகளாக இந்தக் கண்டத்தில் சுற்றித் திரிந்திருக்கலாம்

அவள் 13% ஆப்பிரிக்கர் என்றால் அவளது பெற்றோர் 26% ஆப்பிரிக்கராக இருந்ததாக அர்த்தமா? அல்லது அது இருவருக்கும் இடையில் பிரிந்து கிடந்ததா?

அவளைப் பெற்றவர்களைப் பற்றி அவளுக்குத் தெரியாததால், யார் எந்தக் குறிப்பிட்ட மரபணுப் பண்புகளுக்குப் பங்களித்தார்கள் என்பதை அவளால் தீர்மானிக்க முடியவில்லை

பெனிலோப் சாராவுக்கு இந்தச் செய்தியை ஸ்கைப்பில் தெரிவித்தாள், ஆஸ்திரேலியாவில் அது விடிகாலை ஆனால் இது ஒரு விதிவிலக்கான தருணம், சாரா பயங்கர குஷியாகிவிட்டாள்

நீங்க எனக்கு அந்தத் தொடுப்பை அனுப்பி வைங்கம்மா, நீங்க சொல்றது எதுவுமே புரியலை, உங்களோட ஸ்காண்டிநேவியன் துப்பறியும் கதைக்கும் இதுக்கும் சம்பந்தமே இல்லைனு தெரியுது

நீங்க என்ன திரும்பவும் குடிக்கிறீங்களா?

(கொஞ்சம்தான்)

*

சில நிமிடங்களில் சாரா திரும்பவும் ஸ்கைப்புக்கு வந்து அந்த இணையதளம் அவளது இனக் கூறுகளை மட்டும் காட்டவில்லை என்றும் இந்தச் சோதனையைச் செய்துள்ள உறவினர்களுடனும் அவளை இணைத்துள்ளது என்றும் கூறினாள், இதை எப்படிம்மா தவற விட்டீங்க? சரி, ஆழமா மூச்சை இழுத்து விட்டுக்கோங்க, தயாரா இருக்கீங்களா? உங்க பக்கத்தில அஞ்சுலருந்து எட்டாவது உறவினரில் தொடங்கி நூத்துக்கும் மேற்பட்ட மரபணு ரீதியான உறவினர்கள் பட்டியலிடப்பட்டிருக்காங்க, உடன்பிறந்தவங்க அல்லது தாத்தா பாட்டி வகையில உங்களுக்கு யாருமில்லை, நீங்க இரட்டைப் பிள்ளையாவும் பிறக்கலை, ஆனால் இதில இன்னொன்னும் காட்டுதும்மா, பெற்றோரில் ஒருவர் - இதுக்கு என்ன அர்த்தம்னு பார்த்தீங்களா?

உங்களைப் பெத்த அம்மாவோ அப்பாவோ இந்தச் சோதனையை எடுத்திருக்கணும், அவங்க உங்களைப் பெத்தவங்களா உயிரியல் ரீதியா வெளிப்படுத்தியிருக்காங்க

அவங்க அவங்களோட பெயர Anonymous25 அப்படின்னு குறிச்சிருக்காங்க, யார்க்ஷயரில் ரெண்டுவாரத்துக்கு முன்னாடிதான் இது பதிவாயிருக்கு, இன்னும் இருக்கு, இதைப் பத்தி மேலும் தெரிஞ்சுக்க அவங்களோட நேரடியாத் தொடர்புகொள்ள உங்களுக்கு ஒரு மின்னஞ்சல் தொடுப்பும் இருக்குது

அம்மா, கேக்குறீங்களா? அய்யோ, நீங்க வெளிரிப்போய்த் தெரியறீங்க, கடவுளே, உங்களை வருத்தப்படுத்திருந்தா மன்னிச்சிடுங்கம்மா, அழாதீங்கம்மா, என்னால முழுசாப் புரிஞ்சுக்க முடியுது, எனக்குப் புரியுது, உண்மைதாம்மா, உங்களை இப்பவே வந்து அணைச்சுக்கணும்போல இருக்கு, பாருங்க, இதை நான் பார்த்துக்குறேன், நீங்க போய்த் தூங்குங்க, நாம அப்புறமாப் பேசிக்கலாம்

சாரா யாரோ மோர்கன் என்கிற ஆளுக்கு மின்னஞ்சல் அனுப்பினாள், அவளுக்குக் கிட்டத்தட்ட உடனடியாகப் பதில் வந்தது, அவன்/அவள்(?)தன்னுடைய கொள்ளுப்பாட்டி ஹாத்தி ஜாக்சனுக்காக அவரது சொந்தத் தாயான கிரேஸ் பற்றி மேலும் அறிந்துகொள்வதற்காக டிஎன்ஏ சோதனை செய்ததாகவும் அவள் பாதி எதியோபியாவைச் சேர்ந்தவள் என்று அவன்/ள் நினைப்பதாகவும் ஆனால் எதிர்பாராவிதமாக அவளது மரபணு ஆப்பிரிக்கா முழுவதும் பரவிக் கிடப்பதைக் கண்டறிந்ததாகவும் கூறினான்/ள்

ஹாத்தியின் மகள் என்று உரிமைகோரிக் கொண்டு ஒரு மின்னஞ்சல் வருமென்று மோர்கன் எதிர்பார்க்கவே இல்லை, காரணம் ஹாத்திக்கு அடா மஹே என்று ஒரே மகள்தான் உண்டு, அவளும் நியூகேஸிலில் வாழ்கிறாள்

ஹாத்தியை உடனே அழைத்துப் பேசிவிட்டுத் திரும்ப வருவதாக சாராவுக்கு மோர்கன் வாக்களித்தான்/ள்

அதிர்ச்சியிலிருந்து மீண்டுவந்த ஹாத்தி, அவளுக்குப் பதினான்கு வயதிருக்கும்போது ஒரு பெண்பிள்ளையைப் பெற்றெடுத்து அவளுக்குப் பார்பரா என்று பெயரிட்டதாகவும் குழந்தை பிறந்த ஒருசில நாட்களிலேயே அவளது தந்தை குழந்தையை அவளிடமிருந்து பறித்துக் கொண்டதாகவும் இந்த விவகாரத்தில் அவளால் எதுவும் சொல்ல முடியவில்லை என்றும் அந்தக் குழந்தை எங்கு சென்றது என்று அவளால் ஒருபோதும்

அறிந்துகொள்ள முடியவில்லை என்பதை, அவளது குழந்தையைப் பற்றித் தெரிந்தவர்கள் அவளது பெற்றோர் மட்டுமே, அவர்களும் வெகுகாலத்துக்கு முன்னரே இறந்துவிட்டனர் என்றும் சாராவிடம் கூறினாள்

ஒவ்வொரு நாளும் பார்பராவை நினைத்துக் கொண்டு தன் வாழ்க்கை முழுவதும் ஹாத்தி இதை இரகசியமாக வைத்திருந்தாள், அவள் உயிருடன் இருப்பதை அவளால் நம்ப முடியவில்லை

மோர்கன் அவளது கொள்ளுப்பாட்டி அதிர்ச்சியில் இருப்பதாகவும் அவளுக்கு மிகவும் வயதாகிவிட்டதால் நீங்கள் விரைவில் வரவேண்டுமென்றும் பெனிலோப்புக்கு மின்னஞ்சல் அனுப்பினாள்

மறுநாளே இரயில் ஏறுவதாக பெனிலோப் பதிலனுப்பினாள்

நிலையத்திலிருந்து பெனிலோப் கருப்புநிற வாடகைக் கார் எடுத்துக்கொண்டாள், வழக்கமாக அவள் மீட்டரைக் கவனிப்பாள், இப்போது அது ஆயிரம் பவுண்டுகள் போனாலும் கவலையில்லை

வண்டி ஓட்டுபவர் இந்தப் பயணம் இரண்டு மணிநேரம் எடுக்கும் என்கிறார், அவர் ஆப்பிரிக்கர், இவ்வளவு தூரத்தில் வடக்கே அதுவும் கிட்டத்தட்ட ஸ்காட்லாந்தில் இருக்கையில் இதை அவள் எதிர்பார்த்திருக்கவில்லை

அவள் திரும்பவும் தெற்கு இலண்டனுக்கே திரும்பி வந்துவிட்டதான உணர்வை அவர் ஏற்படுத்துகிறார், பிறகு அவள் தன்னிலைக்கு வருகிறாள், இது முன்னைப்போல் அத்தனை நிச்சயமானதல்ல, அவர் தனக்கு உறவாகக்கூட இருக்கலாம், கடந்த நாற்பத்தெட்டு மணிநேரங்களில் அவள் கற்றுக்கொண்டதென ஏதாவது இருக்குமாயின், யார் வேண்டுமானாலும் அவள் உறவினராக இருக்கலாம் என்பதுதான்

உண்மையில் அவள் தூங்கியிருக்க வேண்டும், அவள் கிங்ஸ் கிராஸிலிருந்து ஏழு மணிக்குக் கிளம்பும் இரயிலைப் பிடிப்பதற்காக விடிவதற்குமுன் காலை நான்கு மணிக்கு எழுந்திருந்தாள், ஆனால் அவளால் தூங்க முடியவில்லை, அவள் எண்ணங்கள் ஓடிக்கொண்டே இருந்தன

கார் நார்தம்ப்ரியன் கிராமப்புறத்தினுள் பயணித்தது

இங்கிலாந்து பல இங்கிலாந்துகளால் ஆனது என்பதை மறப்பது எளிது

இந்த வயல்கள், காடுகள், செம்மறி, மலைகள், மெய்மறக்கச் செய்யும் கிராமங்கள் இவை எல்லாம்

இந்த பூமியின் எல்லைக்கே போவதுபோல் உணர்கிறாள், அதே நேரம் அவளது தொடக்கத்தை நோக்கித் திரும்புவதாகவும் தோன்றுகிறது

தொடங்கிய இடத்துக்கே அவள் திரும்பச் செல்கிறாள், அவள் தாயின் கருப்பைக்கு

*

கார் இன்னொரு தனித்துவிடப்பட்ட கிராமத்தின் வழியே செல்கிறது, பிறகு மிக செங்குத்தான நெடியதொரு மலைமேல் ஏறுகிறது, மேலே ஏறிச்செல்ல முடியாமல் போய்விடுமோ என்ற கவலை ஏற்படுகிறது

உச்சியில் உயரமான உலோக வளைவுக்கு மேலே அடையாளப் பலகை தெரிகிறது

கிரீன்ஃபீல்ட்ஸ்

நிறுவிய ஆண்டு

1806

நிறுவியோர்

கேப்டன் லின்னாஸ் ரைடெண்டேல்

மற்றும் அவரது அன்பு மனைவி

யூடோர்

அடர்ந்த சேறு நிறைந்த முற்றத்தில் கார் வேகம் குறைந்து சிரமத்துடன் செல்கிறது, சாளரங்களில் சேறு தெறிக்கிறது

நாகரீகமயமாதலுக்கு முந்தைய கட்டத்துக்குத் திரும்பிச் செல்வது போலிருந்தது

அவளது வலதுபுறம் புராதன தொய்ந்துபோன பண்ணைவீடு, பொருந்தாத ஓடுகளுடன் ஒட்டுவேலை செய்த கூரை, பொருந்தாத செங்கல்கள், திராட்சைக்கொடி அதன் மேல் படர்ந்து கிடந்தன,

ஓங்கித் தள்ளினால் பொலபொலவென உதிர்ந்துவிடும்போல் தோன்றியது

மற்றபடி முற்றத்தைச் சுற்றிலும் கொட்டகைகள், காற்றுக்குக் கதவுகள் ஆடிக் கொண்டிருந்தன

ஒரு சில இலக்கான் கோழிகளும் நாட்டுக்கோழிகளும் கொக்கரித்துக் கொண்டு திரிந்தன, ஒரு பசுவின் தலை அடைப்பு வேலியைத் தாண்டி எட்டிப் பார்த்தது, ஒரு வெள்ளாடு ஒரு கம்பத்தில் கட்டப்பட்டிருந்தது, வெகு தூரத்தில் ஏர் துருப்பிடித்துப்போய் அதன்மேல் திராட்சைக் கொடி படர்ந்திருந்தது

எல்லாமே சீர்குலைந்து பாழடைந்து கட்டுப்பாடின்றிக் கிடந்தது

அவள் காரிலிருந்து இறங்கி மீட்டரில் காட்டிய முந்நூறு பவுண்டுகளை ஓட்டுநருக்குக் கொடுக்கிறாள், அவனை உண்மையில் ஆறாவது உறவினரோ ஏதோ ஒன்று எனக் கருதி கூடவே இனாமும் கொடுக்கிறாள்

பண்ணைவீட்டின் கதவு திறந்து யாரோ முற்றத்துக்கு வருகிறார்கள், அவளது முடி சாம்பல் பூத்து எல்லாத் திக்கும் நட்டுக்கொண்டு நிற்கிறது

அவள் கந்தையான நீல முழுதாடையும் (overalls) அதன்மேல் கம்பளிச் சட்டையும் அணிந்திருக்கிறாள், அவள் வெறுங்காலுடன் இருக்கிறாள், இந்த இடத்திலா? இந்தச் சேற்றிலா? இந்த சீதோஷ்ணத்திலா?

அவள் அவளை நோக்கி நடந்து வருகிறாள், அவள் வயதானவள், மெலிந்திருக்கிறாள், வலுவானவளாகத் தெரிகிறாள், கூன் போடாவிட்டால் உயரமாய் இருப்பாள், ரொம்ப மூர்க்கமானவள், கடந்த காலத்தில் அவள் மீது குற்றம் சாட்டப்பட்டபடி அவளது இறுமாப்பு இவளிடமிருந்துதான் பெனிலோப்புக்கும் வந்ததா?

இந்தப் பெண் சந்தேகத்துக்கிடமின்றி, ஒரு மாதிரியான வெளிர் பழுப்பு நிறம், பல நாடுகளிலும் காணக்கூடியது போன்றதொரு நிறம்

துளைத்தெடுப்பது போன்ற மூர்க்கமான கண்களுடன் புதருக்குள்ளிருந்து வரும் இந்த உலோக முடிகொண்ட காட்டு ஜந்து

அவள் அம்மா

அவள் தான் இவள்

அவளேதான் இவள்

அவள் நிறத்தைப் பற்றி யாருக்கு அக்கறை? இதெல்லாம் முக்கியமென்று ஏன் பெனிலோப் நினைத்தாள்?

இந்தத் தருணத்தில் ஏதோ பரிசுத்தமான, ஆதாரமான பிரமாண்டமான ஒன்றை அவள் உணர்கிறாள்

அவர்கள் தாயும் மகளும், அவர்களைப் பற்றிய அவர்களது அடையாளங்கள் மறுவரையறைக்கு உள்ளாகின்றன

அவளைத் தொடுமளவு அவள் அம்மா இப்போது நெருங்கியிருக்கிறாள்

அவள் ஒன்றுமே உணராமல் போய்விடுவாளோ அல்லது அவள் அம்மா அவளுக்கு எந்த அன்பையும், எந்த உணர்வுகளையும் எந்தப் பாசத்தையும் காட்டாமல் போய்விடுவாளோ என்று பெனிலோப் கவலைப்பட்டாள்

அவள் நினைத்தது எத்தனை தவறு, இருவருமே அழுகிறார்கள், அது வருடங்கள் வேகமாய்ப் பின்னோக்கிச் சென்று அவர்களுக்கிடையிலான வாழ்நாள் காலம் கரைந்துபோவதைப் போல் இருந்தது

இது எதையோ உணர்வதையோ அல்லது பேசுவதையோ பற்றியது அல்ல

இது ஒன்றாக

இருப்பதைப் பற்றியது.